'या तरुण माणसाच्या धीटपणाबरोबर, कुठलीही भावविवशता जोडली गेलेली नाही आणि कशाचातरी मनापासून शोध घेण्याचा हेतूही नाही. त्यामुळे सगळ्या उत्कृष्ट पुस्तकांच्या बाबतीत जसे होते, तसेच, 'आता पुढे काय होणार?' असे कुतूहल हे पुस्तक वाचताना सतत वाटत राहते, आणि तुम्ही पुस्तक वाचतच राहता.'

— डेली मेल

'पराकोटीच्या वाईट परिस्थितीत जगत असताना घडणाऱ्या आनंददायक गोष्टी आणि निराशादायक अशा हृदयद्रावक गोष्टी या दोन्हीचा अगदी प्रामाणिक, जरासा मजेशीर असा; पण वाचकाला अंतर्मुख करणारा लेखाजोखा या पुस्तकात मांडला आहे.'

— हेरॉल्ड सन

'कमालीच्या दुःखद आणि निराशाजनक परिस्थितीत जगताना आणि काम करताना, अनुभवाला येणारे अनमोल आनंदाचे क्षण नेमके टिपण्याचे कौशल्य या लेखकाला साधले आहे.'

— सन्डे हेरॉल्ड सन

'या पुस्तकातून प्रकर्षाने जाणवणारे आफ्रिकेवरचे आणि तेथे राहणाऱ्या लोकांवरचे खरेखुरे प्रेम आणि कौतुक यांचा पुस्तकात वर्णन केलेल्या भयानक वास्तवाशी समतोल साधला गेला आहे, व पुस्तक वाचणे सुखद झाले आहे.'
                                                              — सन्डे टेलिग्राफ

'अद्ययावत वैद्यकीय सेवासुविधा मिळण्याची खात्री असणाऱ्या सुखासीन ऑस्ट्रेलियन लोकांना आणि त्यांच्या आत्मसंतुष्टतेला या पुस्तकामुळे धक्का बसू शकतो. जगाच्या इतर भागात राहणाऱ्या आपल्या भावंडांना मूलभूत गरजाही असाध्य आहेत, याची अधूनमधून आपल्याला आठवण करून देणे गरजेचे आहे.'
                                                              — कॅनबेरा टाइम्स

'Band-Aid For A Broken Leg' या इंग्रजी पुस्तकाचा अनुवाद

वेगळ्या वाटेवरचा
डॉक्टर

ज्याच्या कामाची सीमाच ठरवता येणार नाही, अशा डॉक्टरची वैद्यकीय निष्ठा
आणि त्याच्या अविवाहित जगण्याची दिलखुलास गोष्ट

डॅमियन ब्राऊन

अनुवाद
मंजूषा मुळे

मेहता पब्लिशिंग हाऊस

Please contact us at **Mehta Publishing House,** Pune.
Email : production@mehtapublishinghouse.com
Website : www.mehtapublishinghouse.com

- *या पुस्तकातील लेखकाची मते, घटना, वर्णने ही त्या लेखकाची असून त्याच्याशी प्रकाशक सहमत असतीलच असे नाही.*

BAND-AID FOR A BROKEN LEG by **DAMIEN BROWN**

Copyright © Damien Brown 2012
Marathi Translation Copyright © 2019 by
Mehta Publishing House Pune - 411030

Translated into Marathi Language by Manjusha Mulay

वेगळ्या वाटेवरचा डॉक्टर / अनुवादित आत्मकथन

अनुवाद : मंजूषा मुळे
author@mehtapublishinghouse.com

मराठी अनुवादाचे व प्रकाशनाचे हक्क मेहता पब्लिशिंग हाऊस, पुणे.

प्रकाशक : सुनील अनिल मेहता, मेहता पब्लिशिंग हाऊस,
१९४१, सदाशिव पेठ, माडीवाले कॉलनी, पुणे - ४११०३०.

मुखपृष्ठ : चंद्रमोहन कुलकर्णी
प्रथमावृत्ती : नोव्हेंबर, २०२१

P Book ISBN 9789392482458
E Book ISBN 9789392482502
E Books available on : play.google.com/store/books
www.amazon.in
https://books.apple.com

या पुस्तकाची पाने ज्यांच्या गोष्टींनी
भरलेली आहेत त्या सर्वांना

'इथं हे असंच असतं...'
– डॉमिंगा- आमची अंगोलन स्वयंपाकीण.

लेखकाचे मनोगत

या पुस्तकात वर्णन केलेले सर्व प्रसंग खरे आहेत. रुग्णांच्या बाबतीत गुप्तता राखण्याच्या हेतूने त्यांची नावे बदललेली आहेत; पण कर्मचारी वर्गातल्या बऱ्याच जणांची नावे बदललेली नाहीत, जसं की 'टोयोटा' हे माणसाचं नाव असू शकतं, असं मला एरवी कधीच समजलं नसतं.

या पुस्तकातील घटना घडून गेल्यानंतर काही महिन्यांनी हे पुस्तक लिहिलेलं आहे आणि त्यामुळे माझ्या स्मरणशक्तीला जास्तीत जास्त ताण देऊन मी सगळे संवाद पुन्हा लिहिले आहेत. या पुस्तकातील व्यक्तिरेखा साकारताना काही चुका झाल्या असतील किंवा काही चुकीची माहिती दिली गेली असेल, तर त्याला पूर्णपणे मी एकटा जबाबदार आहे. कुठल्याही, किंबहुना सगळ्याच चुकांची संपूर्ण जबाबदारी मी स्वीकारत आहे. संपादकीय मर्यादांमुळे काही प्रसंग संक्षिप्त केले गेले आहेत, किंवा एकत्रितपणे सांगितले गेले आहेत; पण या संपूर्ण विषयामधली सत्यता जराही लपवावी, या हेतूने असे बदल अजिबात केलेले नाहीत.

हे पुस्तक लिहीत असताना, 'मेडिसिन्स सान्स फ्राँटियर' या संस्थेच्या मी अजिबात संपर्कात नव्हतो आणि या पुस्तकाच्या संपादनात या संस्थेचा थोडासाही सहभाग नव्हता. या संस्थेविषयी माझ्या मनात पूर्वीइतकाच अतीव आदर आहे. मी अशी आशा करतो की, 'कुठल्याही संस्थेबद्दल काही विशेष टिप्पणी करणारे किंवा त्या संस्थेचे दोष दाखवणारे पुस्तक' या दृष्टीने या पुस्तकाकडे पाहिले जाणार नाही. पण त्याऐवजी हे पुस्तक लिहिण्यामागचा हेतू लक्षात घेतला जाईल. अतिशय कठीण परिस्थितीत राहणारे लोक, आणि ती कठीण परिस्थिती, याबद्दल लोकांना माहिती व्हावी, एवढाच हे पुस्तक लिहिण्यामागचा हेतू आहे.

अनुक्रमणिका

आफ्रिका निवडक देश

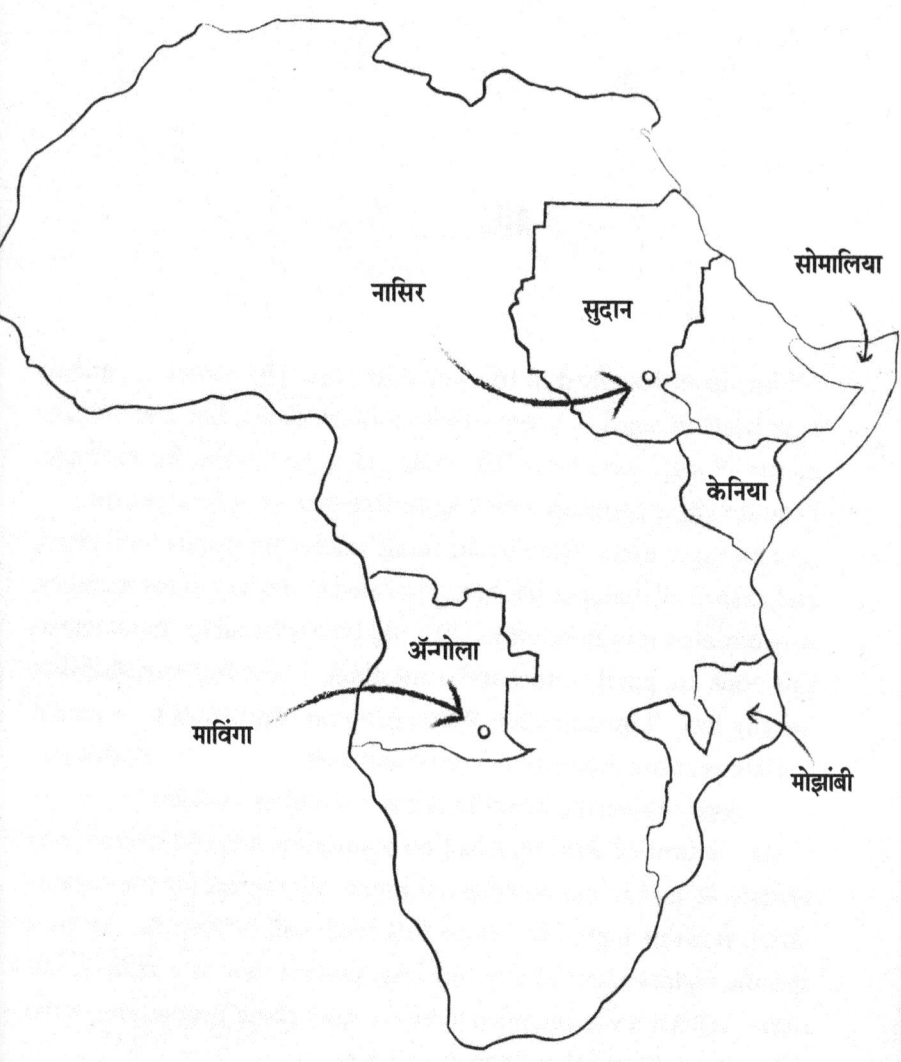

हा नकाशा जेव्हा लेखक जुलै २०११ मध्ये या परिसरात होता, त्यानुसार योग्य आहे. सार्वमतानंतर दक्षिण सुदानला स्वातंत्र्य देण्यात आलं, आणि सुदान दोन स्वतंत्र देशात विभागलं गेलं.

जगाची सीमा

मी काल इथे येऊन पोहोचलो. एका छोट्याशा विमानानं मला इथे आणून सोडलं. लगेचच परत फिरत, धुळीनं माखलेल्या धावपट्टीवर खडखडत ते निघून गेलं. या गावात मला सोडून जाताना, बाह्य जगाशी जोडणारे सगळे धागे त्यानं जणू स्वतःसोबत नेले. हे गाव 'शहर' म्हणून संबोधलं जात असेलही, पण मला मात्र ते एखाद्या खेड्यासारखंच वाटतं आहे. आफ्रिकेच्या दक्षिण-पश्चिम दिशेला युद्धामध्ये विध्वंस झालेला अंगोला नावाचा देश आहे. त्या देशाच्या एका लांबच्या कोपऱ्यामध्ये, सीमेजवळ वसलेलं, सर्वत्र धुळीनं व्यापलेलं, मातीच्या झोपड्यांनी भरलेलं आणि अगदी एकाकी असं हे खेडं आहे. आत्तापर्यंत असं गाव मी कधीच पाहिलेलं नाही. पुढचे सहा महिने हे माझं घर असणार आहे.

पण आता या सगळ्या गोष्टींचा अजिबात विचार न करण्याचा मी प्रयत्न करतो आहे. उगीचच स्वतःची समजूत घालतो आहे, की इथे जमिनीत पुरून ठेवलेले सुरूंग नाहीयेत, खचाखच भरलेली रुग्णालयं नाहीयेत, कुपोषित लहान मुलांना ठेवलेले वॉर्ड्सही नाहीयेत. पण बॉब गेल्डॉफ यांच्या, भावनेला हात घालणाऱ्या पोस्टरमधली मुलं इथे मला पुन्हा पुन्हा दिसताहेत. विस्फारलेल्या निष्पाप डोळ्यांनी बघणारी, अन्न भरवण्यासाठी गालांना रबरी नळ्या चिकटवलेली, अशी ती मुलं उदासवाणी बसली आहेत आणि आता अशा मुलांची वैद्यकीय काळजी घेण्याची जबाबदारी माझी असणार आहे किंवा कदाचित मी असा एकटाच डॉक्टर इथे असणार आहे, जो या अशा प्रांतात काम करतो आहे. हा असा भूभाग आहे, ज्याला पोर्तुगीज वसाहतीत राहणाऱ्यांनी पूर्वी 'जगाची सीमा' असं टोपणनाव दिलं होतं; पण या सगळ्या निराशाजनक वातावरणात, मी मनापासून आशा करतो की, आत्ता या क्षणी माझ्यावर जे काम सोपवलेलं आहे, त्यामुळे अगदी या भिंतींच्या बाहेर लगेचच सुरू होणारं जे अनाकलनीय, करुणाजनक आणि भयभीत करणारं विश्व आहे, त्यातून माझी थोडीशी तरी सुटका होईल आणि मी झट्कन

त्या विश्वापासून थोडा दूर जाऊ शकेन. आणि हे काम म्हणजे, आज रात्री होणाऱ्या इथल्याच एका लग्नासाठी भेटवस्तू निवडणं. 'मेडिसिन्स सान्स फ्रॅंटियर्स'च्या आम्हा सहाही स्वयंसेवकांना या लग्नाचं आमंत्रण दिलं गेलं आहे...

***

सामान साठवण्यासाठी उभारलेल्या एका तंबूत आम्ही तिघं जण उभे आहोत. एक आहे 'टीम', जो आमच्या एम.एस.एफ. (मेडिसिन्स सान्स फ्रॅंटियर्स) प्रोजेक्टचा स्विस-फ्रेंच समन्वयक आहे. दुसरा आहे 'टोयोटा'. हा अंगोलन माणूस जो इथे लागणारी सामग्री आणि इतर आवश्यक गोष्टींची ने-आण करण्याचं काम करतो आणि सामान साठवण्याच्या जागेवर देखरेख करतो; आणि तिसरा मी, नोकरीतली पहिलीच नेमणूक या अशा ठिकाणी झालेला एक कनिष्ठ ऑस्ट्रेलियन डॉक्टर.

"काय, काही सुचतंय का?" टीम विचारतोय.

सामानाच्या शिल्लक साठ्याच्या यादीतून नजर वर करून टोयोटा बघतोय. टोयोटा हा तीक्ष्ण डोळ्यांचा, दिलखुलास हसणारा, खूप उंच असणारा आफ्रिकन माणूस आहे. इथल्या दुपारच्या तीव्र उन्हाचा त्याला अजिबात त्रास होत नाहीये. त्याची दणकट शरीरयष्टी निळ्या रंगाच्या, जाड अशा सैलसर अंगरख्यात झाकून गेलेली आहे. या प्रदेशातल्या कोरड्या, धुळीनं भरलेल्या, गवताळ जमिनीवरून, इथे अनेक महिने पाऊस पडलेला नाही, हे स्पष्ट लक्षात येत असलं तरीही, टोयोटानं मात्र गुडघ्यापर्यंत येणारे रबरी गमबूट घातलेले आहेत.

"वा! छान!" तो तोंडभर हसून म्हणतोय. "मला अगदी इथेच एक भेटवस्तू सापडली आहे."

"कमाल आहे, पण इथे काय सापडू शकतं?" टीम विचारतो.

"हो सापडली आहे आणि मला खात्री आहे की तुम्हाला दोघांनाही ती वस्तू नक्की आवडेल."

टोयोटा हातातली यादी खाली टाकतो. तंबूच्या अगदी एका कोपऱ्यात जातो. हा तंबू खूप मोठा आहे. हॉस्पिटलमधल्या कुठल्याही खोलीपेक्षाही मोठा. तंबूच्या वर, जराशा उंचीवर धातूचा एक गोलाकार सांगाडा आहे आणि त्यावर पिवळट कॅनव्हास अगदी घट्ट बांधलेला आहे. सुरूंगामुळे जिला हानी पोहोचू शकणार नाही अशी आमची खास गाडी या तंबूतच उभी केलेली असते आणि तरीही, प्रत्येक भिंतीला लागून, उपयुक्त साधनांच्या रांगांच्या रांगा मावतील एवढी भरपूर जागा इथे शिल्लक आहे. एका बाजूला प्लॅस्टिकच्या शेकडो बादल्या ठेवलेल्या आहेत, ज्यांचा एक रंगीत खांबच झालेला आहे, आणि हा खांब खाद्य तेलाच्या चंदेरी रंगाच्या पिंपांवर झुकलेला आहे. या पिंपांवर, मित्रत्वाच्या भावनेनं हस्तांदोलन करणाऱ्या दोन हातांचं चित्र आहे आणि त्याखाली, 'भेटवस्तू :

विकण्यासाठी किंवा देवाणघेवाण करण्यासाठी नाही.' असं वाक्य लिहिलेलं आहे. दुसऱ्या बाजूला ब्लँकेट्स, साबण आणि कुपोषित मुलांसाठी शक्तिवर्धक बिस्किटं, तसेच दूधपावडर यांचे वेगवेगळे ढीग रचून ठेवलेले आहेत. दोन्ही भिंतींना लागून मक्याची पोती दाटीवाटीनं ठेवलेली आहेत. मांजरांचं एक कुटुंबसुद्धा इथे राहतं. ती सगळी मांजरं इथेच कुठंकुठं अंग पसरून लोळत असतात. जुने पुट्ठे, क्लोरीन आणि डिझेल यांच्याबरोबर इथे या मांजरांचा वासही घ्यावा लागतो.

"ह्यः! इथे भेटवस्तू सापडली आहे का? थापा नुसत्या..." टीम खांदे उडवत म्हणतोय. पण इथल्या सगळ्या गोष्टींवर लक्ष ठेवणारा टोयोटा हा एकमेव माणूस आहे. औषधं आणि वैद्यकीय वापराच्या वस्तूंव्यतिरिक्त इतर सर्व सामानावर त्याची देखरेख असते. पूर्ण शहरात सगळीकडे त्याच्या ओळखी आहेत, त्यामुळे तुम्हाला जे हवं असेल ते बहुतेक वेळा तो शोधून आणून देऊ शकतो. एखादी वस्तू मिळालीच नाही तर स्वतः ती बनवण्याचा त्याचा प्रयत्न असतो. आम्ही नसताना त्याचे हेच उद्योग चालू असतात आणि तेव्हा मग हा तंबू म्हणजे एक छोटी कार्यशाळा बनते.

या सगळ्या गोष्टींशी टीम चांगला परिचित आहे. एम.एस.एफ.च्या आफ्रिकेतील अनेक प्रोजेक्ट्सचा त्याला अनुभव आहे. 'माविंगा' शहरात तो गेल्या दोन महिन्यांपासून राहतो आहे. सहा फूट दोन इंच उंचीचा, जेमतेम तिशीतला हा माणूस, आत्ताच्या इथल्या परिस्थितीत अगदी जाणवण्याइतका शांत असतो. माझ्या आत्ताच्या मनःस्थितीत आणि त्याच्या मनःस्थितीत जमीन–अस्मानाएवढा फरक आहे. हा माणूस या परिस्थितीत शांतपणे आणि अधिकारवाणीनं वागू शकतो, बोलू शकतो. म्हणूनच इथे आल्यापासून मी शक्यतो त्याच्या अवतीभोवतीच राहतो आहे.

टोयोटा विजयी मुद्रेनं परत आलाय. "हे बघा! ही वस्तू तुम्ही भेट देऊ शकता." तो जणू तसं ठरवूनच आलेला आहे. कागदी बांधणीचं पुस्तक असतं, तेवढ्या आकाराचं एक छोटं पुडकं त्यानं आणलेलं आहे. मला वाटतं त्यात पारदर्शक प्लॅस्टिकमध्ये गुंडाळलेलं कसलं तरी पांढरं कापड असावं. या शहरातल्या प्रत्येक गोष्टीवर असतं, तसं या पुडक्यावरही मधाच्या रंगाच्या धुळीचं आवरण आहे.

"अरे काय आहे हे?" त्या पुडक्याकडे पाहत, थोडंसं बुचकळ्यात पडून टीम विचारतोय.

"उघड तर खरं. ही वस्तू किती चांगली आहे हे तुझं तुलाच नक्की पटेल," टोयोटा हसत हसत म्हणतोय.

सगळ्या बाजूनं ते पुडकं निरखून झाल्यावर, त्यात काय आहे ते टीमच्या बहुधा लक्षात आलेलं आहे. "शी! ही कुठली घाण आणली आहेस तू? मला जे

वाटतंय, तेच आहे ना हे?''

''आता तुला काय वाटतंय, ते मला कसं कळणार?'' टोयोटा गालातल्या गालात हसतोय. ''मला ते कळणं शक्य नाही; पण तुला ते आवडेल, हे मात्र मला नक्की माहीत आहे. मी सांगतोय म्हणून तरी तू ते हातात घेऊन बघ. आधी बघ आणि मग बोल.''

टीम एका बाजूनं तो प्लॅस्टिकचा कागद उघडतो. त्यातून कापडाचा एक लहानसा तुकडा ओढून बोटांमध्ये अलगद धरतो. त्याला हसू आवरत नाही. ''अरे देवा! खरोखरच ही 'भेट' असू शकते, असं वाटतंय तुला?'' तो विचारतोय.

''सर, तुम्ही काय बोलताय, ते मला समजतच नाहीये.'' आश्चर्यचकित होऊन टोयोटा म्हणतोय.

''आपण ही वस्तू अजिबात नेऊ शकत नाही. टोयोटा, अरे आपल्याला लग्नासाठी भेट द्यायची आहे आणि तीसुद्धा आपल्या सगळ्या टीमतर्फे द्यायची आहे. तुला नाही वाटत का, की एम.एस.एफ. कडून काहीतरी चांगली भेट मिळण्याची त्यांची अपेक्षा असेल म्हणून? आणखी काय आहे तुझ्याकडे भेट देण्यासारखं?''

''पण वेगळं काहीतरी कशाला पाहिजे तुम्हाला?''

''कारण पूर्वी अशा वस्तू आपण मोफत वाटून टाकल्या आहेत आणि त्यांची किंमत तरी अशी कितीशी असेल? फार तर तीन किंवा चार डॉलर्स!''

टोयोटा अजून नाऊमेद झालेला नाहीये. आपलं म्हणणं न सोडता तो म्हणतोय, ''सर, मला नाही पटत हे. या वस्तूची किंमत किती आहे, त्याला एवढं महत्त्व आहे का? या वस्तूचा दर्जा महत्त्वाचा आहे आणि ही वस्तू अतिशय दर्जेदार आहे. मी सांगतो, तुम्ही ही वस्तू नीट हातात घेऊन, तिला स्पर्श करून पाहा म्हणजे तुम्हाला समजेल. तुम्ही हातच लावला नाही तर नीट कसं कळेल तुम्हाला? बघा तरी.''

ते पुडकं हातात घेऊन टीम थोडावेळ विचार करतो, स्वतःशीच काहीतरी पुटपुटतो. मग ते कापड पूर्णपणे उलगडतो आणि मला ते दाखवत विचारतो, ''तुला काय वाटतं?''

''हे नक्की काय आहे तेच कळत नाहीये,'' मी खांदे उडवत म्हणतो.

''ही मच्छरदाणी आहे.''

''काय आहे?''

''मच्छरदाणी,'' चेहरा लांब करत तो उत्तर देतो.

आलेलं हसू कसंतरी लपवत मी ''हो का?'' एवढंच म्हणू शकतोय आत्ता.

तो मान हलवतो. ''हो नायलॉनची मच्छरदाणी. कीटकनाशकं मारलेली,

डासांचा प्रतिकार करू शकेल अशी मच्छरदाणी. आरोग्य संस्थांनी पूर्ण खंडात वाटल्या होत्या ना, तशीच. लग्नाची भेट म्हणून अशी वस्तू देण्यानं तुला तरी बरं वाटेल का?''

मी नुसताच त्या दोघांकडे पाहत राहतो. मला खरंच काय वाटतंय ते मी कसं सांगू? मी घुटमळत उभा आहे आणि ते दोघं आशेनं माझ्याकडे पाहत आहेत.

''अच्छा! म्हणजे ही वस्तू न्यायला तुझी हरकत नाही आहे, असंच ना?'' टीम विचारतोय.

त्या दोघांकडे बघून मी कसनुसं हसतो. ते माझी थट्टा करत असल्यासारखं वाटतं. दोन आठवड्यांपूर्वी मेलबोर्नमध्ये झालेल्या, माझ्या मित्राच्या नोंदणी विवाहाच्या वेळी कुणीतरी जेमतेम शंभर डॉलर्स किमतीचा चीजबोर्ड भेट म्हणून दिलेला मी पाहिला. ती किती स्वस्तातली भेट आहे असं मला वाटून गेलं होतं आणि आता इथे भेट म्हणून मच्छरदाणी द्यायची वेळ आली आहे? मी टोयोटाकडं बघतोय. कुठल्याही क्षणी त्याचा मूळ स्वभाव जागा होईल, आणि तो म्हणेल, ''हो, हीच भेट आहे,'' असं मला वाटतंय; पण तो जर खरंच मनापासून तसं म्हणत असेल तर? मग इथे थांबून मी या चर्चेत भाग तरी कसा घेऊ? इथे येऊन मला जेमतेम एकच दिवस झाला आहे. या देशातल्या अगदी स्पष्ट दिसणाऱ्या गरजांचा उपहास करण्याचा मला काय अधिकार आहे? असा देश, जिथे बालमृत्यूचं प्रमाण सगळ्या जगापेक्षा सर्वांत जास्त आहे, तिथल्या परिस्थितीचा उपहास मी का करावा?

उदास होऊन मी खांदे उडवतो, पुन्हा एकदा. काय बोलावं हे मला कळत नाहीये. बोलणं तर दूरच; पण विचार तरी कसा आणि कुठल्या गोष्टीचा करायचा, हेही मला कळत नाहीये. इथे आल्यापासूनच मला हा प्रश्न सतावतो आहे. मला कुठंतरी हरवल्यासारखं, दडपल्यासारखं वाटावं, सगळ्या गोष्टी माझ्या आवाक्याबाहेरच्या आहेत असं वाटावं, यासाठी मला इथून दहा मीटरवर असणाऱ्या हॉस्पिटलची वाट तुडवण्याचीही गरज नाहीये. जिथे जिथे मी जातो, तिथे तिथे मला हेच जाणवतं. आत्ताही तसंच काहीसं होतं आहे. मी या तंबूत उभा आहे, आणि मूर्खासारखा कशाशीतरी झगडतो आहे; पण कशाशी? वास्तवाशी?– मग मच्छरदाणी ही खरोखरच लग्नात भेट देण्यायोग्य वस्तू असू शकते.

आणि हॉस्पिटलबद्दल तर काय आणि किती सांगायचं? तिथेच मला खरी भीती वाटायला सुरुवात होते. तिथे सगळीकडं नुसती माणसंच माणसं असतात. पलंगांवर, पलंगांच्या खाली, पलंगांच्या पलीकडे, दोन पलंगांच्या मध्ये, पलंगाच्या समोर...फक्त माणसंच. कुठं कुठं तर एका पलंगावर पाच–पाच माणसं असतात.

त्या दोन तंबूंमध्ये जमिनीवरही ती झोपलेली असतात. हे दोन मोठे, पांढर्‍या रंगाचे तंबू हॉस्पिटलच्या आवारातच ठोकलेले आहेत. इतर सगळे लोक पत्र्यांची छतं असणाऱ्या वॉर्ड्सच्या अवतीभवती, घाणीमध्ये नुसतेच बसलेले असतात. रुग्ण कोणता आहे आणि त्याचा भाऊ कोणता आहे, हे मी तरी नाही सांगू शकत. इथल्या कमालीच्या उष्ण हवेत, प्रत्येक जणच ताप आल्यासारखा दिसतो आहे. प्रत्येक जणच माझ्यासारखा थोडा हडकुळा दिसतो आहे. प्रत्येकाला कशाची तरी गरज आहे.

आज सकाळीच वॉर्डमधल्या एका बाईला मी विचारलं होतं की, ''ही सगळी माणसं तुझे कुटुंबीय आहेत का?''

ती ''हो,'' म्हणाली होती. तिची आई, मुलगी आणि तिच्या तीन बहिणी – सगळ्या एकाच पलंगावर झोपल्या होत्या.

''आणि हे पलीकडे जमिनीवर बसलेले चौघे जण कोण आहेत? तेही तुझे नातेवाईक आहेत का?''

नाही, ती माणसं तिच्या कुटुंबातली नव्हती. आठ क्रमांकाच्या पलंगावर, कसल्यातरी विचित्र तापानं आजारी असलेली जी स्त्री होती, तिचे ते सगळे शेजारी होते. तिला बरं वाटावं, खाऊ–पिऊ घालावं; तिची काळजी घ्यावी, म्हणून ते इथे थांबले होते. त्यांचं खेडेगाव, हॉस्पिटलमधून चालत गेलं तरी दोन दिवस लागतील, इतकं लांब होतं, म्हणून तिला बरं वाटेपर्यंत इथेच राहण्याची त्यांची इच्छा होती.

''आणि तो माणूस? तो तिथे बाहेर तंबूत असा एकटाच का बसलाय?'' मी अस्वस्थ होत जातो.

या प्रश्नाचं उत्तर एक आरोग्यसेवक देतो, ''तो ना? तो नेहमी इथेच असतो. चार वर्षांपूर्वी जेव्हा हे हॉस्पिटल सुरू झालं, तेव्हापासून तो इथेच आहे. युद्ध संपल्यावर तो इथे आला. आम्हाला वाटलं तो युद्धात जखमी झाला असावा. त्याच्या डोक्याला दुखापत झाली असावी; पण आम्हाला नक्की काहीच समजू शकलेलं नाही, कारण त्याला काहीही विचारलं, तरी तो फक्त 'टोटो' इतकंच बोलतो. म्हणून मग 'आम्ही त्याचं नावच 'टोटो' ठेवलंय. डॉक्टर, तुम्ही प्रयत्न करून बघा. त्याला काहीतरी विचारा. तुम्हालाही त्याच्याकडून 'टोटो' एवढंच उत्तर ऐकायला मिळेल.''

आणि तसंच झालं, मलाही 'टोटो' हेच उत्तर मिळालं...

आणि मग सकाळी सकाळी सगळ्यांना सावध करणारी ती घंटा वाजली. तातडीनं हॉस्पिटलमध्ये बोलावल्याची सूचना देणारी घंटा– आत्तापर्यंत मी ज्या ज्या गोष्टींचा अनुभव घेतला आहे, त्यापेक्षा इथे सगळंच खूप वेगळं असणार आहे, याची प्रखरपणे आणि जोरदार आठवण करून देणारी घंटा!...

मला अजून झोपही लागली नव्हती, तोच मला पावलांचा आवाज ऐकू आला. कुबट वास येणाऱ्या ब्लँकेटांचा डोंगर अंगावर घेऊन मी मच्छरदाणीमध्ये झोपलो आणि या उष्ण व गवताळ प्रदेशातल्या रात्रीच्या गोठवून टाकणाऱ्या असह्य थंडीपासून स्वतःला वाचवायचा प्रयत्न करत होतो. इथे जवळजवळ एकशेसाठ दिवस मला राहायचं आहे, हा विचार करताना, इथे एवढी प्रचंड थंडी असेल, अशी मला कल्पनाही नव्हती. आता तो पावलांचा आवाज अगदी जवळून ऐकू येऊ लागला.

"डॉक्टर...डॉक्टर" कुणीतरी हाक मारली. मी हातानं चाचपडत टॉर्च शोधू लागलो. माझ्या खोलीच्या पत्र्याच्या दारावर जोरजोरात थापा मारल्या जात आहेत. विटांचं बांधकाम असणाऱ्या माझ्या साध्याशा खोलीत भरून राहिलेल्या अतीव शांततेला भेदत त्या हाकेचे आणि थापांचे प्रतिध्वनी मोठ्यानं उमटू लागलेत.

"हा आवाज सिमचा वाटतो आहे. हो, सिमच असणार, अगदी नक्की."

"इमर्जन्सी, डॉक्टर!"

हे देवा, आता मला कॉफीचीही गरज नाही; कारण 'इमर्जन्सी' या एका शब्दाइतकं जोरदार उत्तेजन देणारी दुसरी कुठलीच गोष्ट बहुधा या जगात असू शकणार नाही. मी झटकन् उठलोय. उशाजवळ असणाऱ्या मेणबत्तीवर माझा हात आपटल्यानं माझ्या छातीत धस्स झालंय; पण त्याकडे लक्ष न देता, कालचे काढून ठेवलेले कपडेच मी कसेतरी अंगावर चढवलेत, आणि घाईघाईनं हॉस्पिटलकडे पळतोय. काहीतरी विसरलं आहे. मला एकदम आठवलंय आणि मी पळतच परत खोलीत आलोय. माझा स्टेथोस्कोप विसरला होता. तो घेऊन पुन्हा पळतोय; पण नाही... पुन्हा माघारी वळलोय. मला आणखी एका डॉक्टरची मदत लागणार आहे. टीम किंवा दुसरा कोणीतरी डॉक्टर बरोबर असल्याशिवाय मी कुठंच जाऊ शकत नाही किंवा काही करूही शकत नाही, कारण कुठं काय ठेवलं आहे, काय करायला हवं आहे...मला काहीच माहिती नाहीये.

"सोफिया...हॉस्पिलटलमध्ये ये...पटकन्..."

ती निघालीच आहे.

मी थोडा हळूहळूच निघालोय, कारण सोफिया येण्याच्या खूप आधी मला तिथे पोहोचायचं नाहीये. आमच्या आवाराच्या कुंपणाच्या बाहेर, थेट हॉस्पिटलच्या प्रवेशद्वारापाशी जाणाऱ्या, धुळीनं माखलेल्या रस्त्यावर, जेमतेम दहा मीटर अंतरावर एक लाकडी गाडी, आमच्या दाराजवळ कुंपणालाच बांधून उभी आहे. त्या गाडीला जुंपलेले प्राणी अजूनही धापा टाकत उभे आहेत. रुग्णाला हॉस्पिटलपर्यंत आणण्याची ही व्यवस्था असते? अशा गाडीतून आणतात त्यांना?

त्या बैलांना वळसा घालून, हॉस्पिटलचं धुळीनं माखलेलं समोरचं आवार

ओलांडून, मी पळतच पहिल्या खोलीत आलोय. बॅटरीवर चालणाऱ्या एका छोट्या दिव्याचा अंधुक प्रकाश विटांच्या भिंतींवर पडला आहे. काही माणसं त्या आजारी माणसाला उचलून तपासायच्या एकमेव टेबलावर ठेवत आहेत. त्या अंधूक प्रकाशात मला तीन पुरुष आणि दोन स्त्रिया दिसताहेत; पण या हॉस्पिटलमध्ये कोण काम करतं आणि कोण नाही हे मला अद्याप समजलेलं नाहीये. कारण एम.एस.एफ.च्या वतीनं जवळपास पन्नास माणसं इथे काम करत आहेत आणि त्याव्यतिरिक्त इतर पन्नास एक माणसंही इथे कार्यरत आहेत. ही इतकी सगळी माणसं लक्षात राहणं शक्य नाहीये खरं तर; पण सोफिया सोमवारी इथून परत जाणार आहे, त्याआधी या सगळ्यांची माहिती मला करून घ्यायला हवी.

"नक्की काय घडलंय, ते आम्हाला माहिती नाही," मी तिथे पोहोचताच त्यांतला एक जण सांगतोय. माझ्या डोक्याला लावलेल्या दिव्याच्या प्रकाशाची एक तिरीप पडते आहे, तेवढ्याच उजेडात त्या माणसाला घाईघाईनं तपासण्याचा मी प्रयत्न करतोय. तो एक मध्यमवयीन आफ्रिकन माणूस आहे. गुंगीत आहे, आणि त्याच्या शरीरातलं पाणी खूप कमी झाल्यासारखं वाटतं आहे. त्याच्या चेहऱ्यावर आणि मनगटापासून कोपरापर्यंत कापल्याच्या असंख्य खुणा आहेत. कपडे फाटलेले आहेत आणि त्यावर सांडलेलं रक्त वाळून गेल्यानं ते कडक झालं आहे. या जखमा कमीत कमी एक-दोन दिवसांपूर्वी झालेल्या असणार. त्यातून बाहेर लोंबणाऱ्या, जंतुसंसर्ग झालेल्या मांसाचा नकोसा असा वास त्या खोलीत भरून राहिला आहे. त्याला ताबडतोब सलाईन, ग्लुकोज असं काहीतरी द्रवरूप देण्याची आणि अँटिबायोटिक्स औषधं देण्याची गरज आहे.

"आपण लगेच त्याला सलाईन लावू." मी म्हणतोय खरं, पण इथे आमच्याकडे कोणकोणती औषधं उपलब्ध आहेत आणि ती कुठं ठेवली आहेत हे अजून मला माहीतच नाहीये.

"अरे पटकन् मला शिरेतून औषधं देण्याची सुई-नळी काहीतरी दे." नक्की कोणत्या शब्दात सांगायचं ते न कळून, मी काहीतरी सांगण्याचा प्रयत्न करतोय.

"काय?"

मी पुन्हा तेच सांगतोय, पण कुणाला कळतच नाहीये.

तेवढ्यात सोफिया धावतच तिथे आलीये. झटकन् तिनं त्या माणसाला निरखलंय आणि कपाटातून काही साधनं काढली आहेत. तिथे उपस्थित असलेल्यांपैकी एका स्त्रीला त्या माणसाच्या शिरेत सुई टोचायला सांगितली आहे. त्याला नीट तपासायचं म्हणून आम्ही त्याचा शर्ट काढलाय. "कोणाला माहिती आहे का, याच्याबाबतीत नक्की काय घडलंय ते?" सोफिया सगळ्यांना विचारते आहे.

त्या अंगोलन नर्सला सुई टोचण्यासाठी शीरच सापडत नाहीये. मी तिच्या

शेजारी गुडघे टेकून बसलोय. त्याच्या त्या हातावर, जखम नसलेली, जंतुसंसर्ग न झालेली एखादी छोटीशी तरी जागा सापडणं गरजेचं आहे. त्याच्या जखमांची अवस्था फारच विचित्र आणि कठीण आहे. आम्ही गोंधळून गेलोय; पण प्रयत्न करतोय. शेवटी एकदाची आम्हाला योग्य शीर सापडली आहे.

"कृपा करून कुणीतरी बोला. याला नक्की काय झालंय ते आम्हाला कळणं फार गरजेचं आहे," सोफिया पुन्हा पुन्हा सांगते आहे.

शेवटी आमच्या मागं उभा असलेला एक म्हातारा आफ्रिकन माणूस काहीतरी सांगायला लागलाय, "आम्ही नक्की नाही सांगू शकणार, कारण काय घडलंय ते आम्हाला माहिती नाही." तो थोडा पुढं आलाय. त्यानं आपली जुनी काऊबॉयसारखी टोपी काढून हातात घेतलीये, आणि आगंतुकपणे बोलण्याबद्दल त्यानं क्षमा मागितली आहे. त्यानं घातलेलं जुनंच ढगळ जॅकेट आणि पॅन्ट त्याच्या अंगावर लटकवल्यासारखं दिसतंय. आत एक फाटका निळा शर्ट घातलेला आहे. पायात बूट नाहीयेत. तो सांगतोय, "आम्हाला तो शहराबाहेर सापडला. इथून बरंच लांब रिव्ह्युन्गु नावाचं एक खेडेगाव आहे. त्याच्या जवळपास आम्ही सरपणासाठी लाकडं शोधत फिरत होतो. तिथे रस्त्याच्या जवळ काहीतरी हालचाल होत असल्याचं आमच्या लक्षात आलं. मला वाटलं, तिथे एखादा प्राणी असेल. पण ती हालचाल अगदी मंद होती आणि अजिबात आवाजही येत नव्हता. माझा मुलगा म्हणाला की आपल्याला तिथे मांस मिळेल, म्हणून तो जवळ गेला आणि त्यानं लगेच मला हाक मारून सांगितलं की तिथे एक माणूस पडलेला आहे."

सलाईनची पहिली पिशवी संपली आहे. त्या रुग्णानं अजूनही डोळे उघडले नाहीयेत. त्याचा श्वास मात्र संथपणे चालू आहे. सोफिया त्याला जागं करण्याचा प्रयत्न करत्येय. त्याच्या छातीला हळुवार स्पर्श करत तिनं त्याला हाक मारलीये. "तुम्ही डोळे उघडू शकता का?"

त्यानं नुसताच हुंकार दिलाय.

त्या टोपीवाल्या माणसानं पुन्हा मध्ये बोलण्याबद्दल क्षमा मागितली आहे आणि तो म्हणतोय की, "मी एक सांगू का? गाडीतही तो झोपलेलाच होता. एकदाही जागा झाला नाही. तो खूपच थकलेला वाटत होता, म्हणून आम्ही त्याला थोडंसं पाणी पाजण्याचाही प्रयत्न केला, पण मग आम्ही त्याला अजिबात उठवलं नाही आणि थेट इथे माविंगाला घेऊन आलो. पण काय घडलं होतं, ते त्यानं अजिबात सांगितलं नाही."

आम्ही सलाईनचा वेग वाढवलाय आणि माझ्या हेडलॅम्पच्या प्रकाशात सोफियानं आणि मी त्याच्या जखमा आणखी थोड्या जवळून पाहिल्या आहेत. असंख्य जखमा आहेत आणि बहुतेक सगळ्या त्याच्या डोक्याभोवती आणि शरीराच्या

वरच्या भागात झालेल्या आहेत. त्याच्या उजव्या डोळ्याच्या वर आणि दोन्ही हातांवर गंभीर जखमा आहेत. त्यातल्या काही खूप खोलवर, स्नायूंपर्यंत गेल्या आहेत. काही ठिकाणी जोरानं भोकं पाडावीत, तशा जखमा आहेत. त्यावरून कुणीतरी त्याच्यावर नुसतेच प्रहार केले नव्हते, तर त्याला भोसकलंही होतं, असं स्पष्टपणे वाटतंय; पण सुदैवानं त्याचं पोट आणि छाती सुरक्षित राहिली आहे.

''अरे कुणीतरी मॉर्फिनची बाटली आणा. आणि ही किल्ली घेऊन जाऊन अँटिबायोटिक्स पण आणा.'' सोफियाची लगबग चालू आहे.

आम्ही सलाईनची आणखी एक पिशवी लावलीये आणि त्याचा वेग खूपच वाढवलाय. त्याच्या रक्तातल्या साखरेची पातळी वाढावी, म्हणून लगेच शिरेतून डेक्ट्रोजही दिलंय. गाडीतून या माणसाला घेऊन येणारे दोघे जण जवळच उभे आहेत. त्यांना खूप काळजी वाटत्येय आणि अपराध्यासारखंही वाटतंय बहुतेक. ''आम्ही शक्य तितक्या घाईनं आलो,'' त्यातला तरुण सांगतोय, ''माफ करा, पण त्याला तातडीनं इथे आणण्याचा आम्ही खूप प्रयत्न केला, तरीही जवळजवळ पूर्ण रात्र उलटली. तो रस्ता खूप खराब आहे आणि वाळूनं भरलेला आहे. चंद्राचा प्रकाशही फार वेळ नव्हता.''

आधीची नर्स औषधं घेऊन आली आहे. अशा जखमी रुग्णाला धनुर्वात होऊ नये म्हणून देण्याचं औषध, आम्ही राहायचो तिथल्या फ्रिजमध्ये ठेवलेलं असतं. ते औषध आणण्यासाठी सोफियानं पुन्हा त्या नर्सला पिटाळलं आहे. हळूहळू त्या माणसाची शुद्ध परत यायला लागली आहे. आणि पाणी पिण्यासाठी थोडासा आधार दिल्यावर त्यानं आपलं डोकंही थोडंसं वर उचललं आहे. ''काय झालं सांगता का?'' आम्ही पुन्हा विचारतोय; पण त्यानं पुन्हा हळुवार हुंकार दिलाय नुसता.

तिथे असणारा आरोग्यसेवक शेवटी त्याला म्हणतोय की, ''तू हे आम्हाला सांगायलाच हवंस. आम्हाला कळलं की आम्ही पोलिसांना सांगू शकू. तुझ्या बाबतीत जे घडलंय ना ते खूप भयंकर आहे.''

रुग्णाने नुसतीच मान हलवली आहे, आणि 'ठीक आहे, पण पोलिसांना सांगू नका' असे काहीतरी तो पुटपुटतो आहे.

''पण कुणी केलं हे?''

तो लगेच काहीच बोलला नाहीये. आणखी घोटभर पाणी पिऊन कुजबुजल्यासारखं जे बोलला ते ऐकून ती खोलीच जणू स्तब्ध झाली आहे.

''चित्ता होता.''

सगळ्यांचा श्वास नकळतच रोखला गेलाय.

''काय? चित्ता?''

“हो.”

“नक्की?”

तो नुसतीच मान हलवतोय.

“या शहरात चित्ता आला होता?”

“नाही, शहराच्या बाहेर, रिव्हुन्गू खेड्यापासून लांब उत्तरेकडे.”

खोलीभर चुचकाऱ्यांचा आवाज, एखादी लाट पसरावी तसा पसरलाय.

“पण तो पुन्हा हल्ला करू शकतो.” इंजेक्शनची नळी हातात घेऊन उभी राहिलेली नर्स रडवेली झाली आहे. “तो परत येईल! कित्येक वर्षांत असं घडलेलं नाही. पोलिसांना त्या चित्त्याला ठार करायला सांगितलं पाहिजे.”

पुन्हा डोके हलवत तो रुग्ण हळूच म्हणतोय, “नको, नको, आता तशी गरज नाही.”

“कशी गरज नाही? तू त्या चित्त्याला जखमी केलं आहेस का?” त्या गाडीवाल्या तरुणाने अस्वस्थ होत विचारलं आहे.

त्या रुग्णानं आणखी थोडं पाणी मागितलं आहे. एका पिवळ्या पडलेल्या डब्यातून पाणी घेऊन नर्स त्याला ते पिण्यास मदत करते आहे. त्या फोमच्या गादीवर त्याला हळुवारपणे उठवून आधार देत बसवलं आहे आता. मग त्यानं अगदी सावकाशपणे बोलायला सुरुवात केली आहे. “हे सगळं अंधारातच घडलं. मला काहीच कळलं नाही आणि तो चित्ता येताना मला दिसलाही नाही. त्यानं खूपच वेगानं झडप घातली. मी स्वतःचं शरीर, चेहरा, स्वतःच्या हातानं झाकून घेण्याचा खूप प्रयत्न केला, पण त्याला थोपवणं शक्य नव्हतं.” त्यानं आणखी एक घोट पाणी प्यायलंय, डोळे मिटलेत आणि हल्ला करत असताना तो चित्ता कसा आवाज करत होता, ते सांगितलंय. ही सगळी झटापट किती वेळ चालली होती... एक मिनिट... की पंधरा मिनिटं... ते त्याला सांगता आलं नाही. एका क्षणी त्यानं स्वतःची कशीतरी सुटका करून घेतली होती. “का कोण जाणे मला वाटलं तो गेला असेल. त्या क्षणापर्यंत तो अतिशय संतापलेला होता आणि प्रचंड जोशात होता. पण माझं नशीब बलवत्तर होतं. मला माझा सुरा सापडला. तोही त्यानं परत झडप घालायच्या आत.” पुन्हा तो बोलायचा थांबलाय. त्या खोलीत सगळे जण गोठल्यासारखे स्तब्ध उभे आहेत. “मी खूप घाबरलो होतो,” फार वेळ न थांबता त्यानं पुन्हा सांगायला सुरुवात केलीये. “तो समोर आल्यावर मी या हातानं त्याला ढकललं तर त्यानं माझा हात तोंडात पकडला. माझ्या डोळ्यांवर, गळ्यावर त्यानं मारू नये म्हणून मी प्रयत्नांची शिकस्त करत होतो. माझा जो हात रिकामा होता त्या हातात सुरा धरून मी त्याच्यावर जमेल तिथे, जमेल तेवढे खूप वार केले.”

सगळे अंगोलन्स त्याच्याकडे अविश्वासानं पाहत आहेत.

"तू तुझ्या सुऱ्यानं त्याच्यावर वार केलेस?" त्या तरुणाच्या स्वरात अविश्वास डोकावतोय.

तो नुसतीच मान डोलावतो.

"तो मेला का?"

आणखी एकदा मान हलली आहे.

"नक्की मेला? तुला खात्री आहे?"

"हो."

"तू तो मरून पडलेला पाहिलास का?"

पुन्हा त्यानं मानेनंच हो म्हटलंय. आम्ही या माणसाला जिवंत ठेवलं आहे — या खऱ्याखुऱ्या रॅम्बोला! पण या गोष्टीचा आनंद साजरा करण्याच्या अवस्थेत तो नाहीये. या क्षणी त्याला फक्त उपचारांची गरज आहे. कुणीतरी त्याच्या जखमा पुसून, स्वच्छ करून त्या कोणत्या अवस्थेत आहेत ते पाहते आहे. त्या जखमांना कडेनं असणाऱ्या मृत आणि संसर्ग झालेल्या पेशी काढून टाकून तो भाग निर्जंतुक करते आहे आणि आत खोलवर कुठे पू झालेला नाही ना, हेही नीट पाहते आहे. आणि या क्षणी तरी त्याच्यासाठी एवढीच गोष्ट महत्त्वाची आहे. एकीकडे आम्ही त्याला अँटिबायोटिक्स औषधे दिली आहेत, आणि नर्सनं निर्जंतुक केलेल्या पट्ट्या त्याच्या जखमांवर गुंडाळल्या आहेत. आता पुढचे उपचार सुरू करण्याआधी त्याला गुंगीचं औषध देण्याच्या तयारीत सोफिया आहे, पण त्या रुग्णानं मानेनंच ते औषध घ्यायला नकार दिलाय.

"हे फक्त वेदना कमी होण्यासाठी आहे. त्यानं तुला बरं वाटेल आणि मग आम्हाला त्या जखमा पूर्णपणे स्वच्छ करता येतील," सोफिया त्याला समजावत म्हणते आहे.

"मी तुमचा खरोखरच आभारी आहे," तो म्हणतोय. "पण हे औषध नको. या जखमा होऊन दोन दिवस झालेत; म्हणजे दोन दिवसांपूर्वी माझ्यावर हल्ला झाला होता. त्यानंतर मी एवढा प्रवास केला आहे— त्याआधी कितीतरी वेळ झुडपात पडून होतो — आता मी बोलू पण शकतो आहे आणि मला फारशा वेदनाही होत नाहीयेत. त्या गुंगीच्या औषधाची मला खरंच गरज नाहीये."

***

अशा रीतीनं माझी इथल्या कामाची पहिल्याच दिवशीची सकाळ सुरू झालीये खरी... पण आता मात्र आम्ही पुन्हा त्या मच्छरदाणीवरून वाद घालतो आहोत. त्या कमी प्रतीच्या मच्छरदाणीबाबत उलटसुलट चर्चा सुरू आहे. मी इतर सगळ्या गोष्टींप्रमाणेच या वादापासूनही थोडा लांबच आहे. हे संभाषण मला खरोखरच

कळत नाहीये. त्याचा अर्थ तर माझ्या आकलनाच्या पलीकडचा आहे. आणि तो मला समजावून देण्यासाठी एखाद्या तज्ज्ञ दुभाषकाची गरज आहे. मी पोर्तुगीज भाषा बोलू शकत नाही, हा काही लहानसहान अडथळा नाहीये. इथे मला जेवढी अंगोलन माणसं भेटली, त्यातल्या एकालाही इंग्लिश येत नाही आणि माझं बोलणं त्यांच्या भाषेत अनुवाद करून त्यांना सांगेल असाही कुणी इथे उपलब्ध नाही. त्यामुळे सध्या टीमच हे काम करतो आहे. मी गोंधळून त्याच्याकडे नुसता बघत उभा आहे आणि टोयोटा शांतपणे उभा आहे. आम्ही दुसरी काहीतरी विशेष भेटवस्तू शोधायला पाहिजे, यावर टीम ठाम आहे आणि टोयोटा मनापासून हसतो आहे.

"बापरे! इथे शोधायची?"... तो विचारतो, "बघा तर मग, आजूबाजूला काही सापडते आहे का?"

आम्ही शोधक नजरेनं सगळीकडे बघतो. त्याचं म्हणणं बरोबर आहे. मग चॉकलेट्स द्यावीत, असा एक विचार सुचतो. कारण या तंबूच्या शेजारी असणाऱ्या मोठ्या आवारात चॉकलेटचा मर्यादित साठा केलेला आहे. पण हाही प्रस्ताव मान्य होत नाही. "अनेक लोकांनी जी गोष्ट कधीच पाहिलेली नाही, ती गोष्ट भेट म्हणून न्यायची आणि मग ते नवविवाहित जोडपं ती भेट फक्त स्वतःसाठी ठेवू शकेल, अशी अपेक्षा करायची. छे!" टोयोटा म्हणतो.

"आपण पैसेच दिले तर?" मी विचारतो.

"ते तर त्याहून वाईट!" टोयोटा हसून म्हणतो, "असे पैसे किरकोळ वस्तू खरेदी करण्यातच ते खर्च करतील. साबण, मीठ, टॉर्चसाठी बॅटऱ्या, यातच सगळे पैसे खर्च होतील. ते काही हे पैसे जपून ठेवणार नाहीत आणि तुम्ही जी एखादी विशेष वस्तू द्यायची म्हणता आहात, ती त्या पैशातून खरेदी करता येईल का? आमच्या इथला बाजार तुम्ही पाहिला नाहीयेत अजून."

त्याचा हाही मुद्दा विचार करण्यासारखा असतो. टोयोटा म्हणाला त्याप्रमाणे, कुणीतरी दान म्हणून दिलेले कपडे आणि इतर वस्तूच, इथे मोठ्या प्रमाणात विकायला ठेवलेल्या असतात. आम्ही पुन्हा मूळ मुद्द्यावर येतो. टीम टोयोटाला विचारतोय की त्याच्या दुसऱ्या लग्नानिमित्त आम्ही सगळ्यांतर्फे ही मच्छरदाणी त्याला भेट म्हणून दिली, तर त्याला काय वाटेल? या अनपेक्षित प्रश्नानं टोयोटा बावरून गेलाय.

"मला ही भेटवस्तू?" तो क्षणभर बुचकळ्यात पडतो आणि अचानक मोठ्यानं हसायला लागतो. त्या अनावर झालेल्या हसण्यानं त्याचं सगळं शरीर गदागदा हलतं आहे. तो आमच्याबरोबर हसतो आहे की, आम्हाला हसतो आहे, सांगता येणार नाही. पण त्याचं हसणं जणू अक्षरशः संसर्गजन्य आहे. आम्हीही

त्या हसण्याला बळी पडलो आहोत. त्याचे दात खूप छान आहेत. त्याच्या आखीवरेखीव चेहऱ्यावर ते पांढरे शुभ्र दात ठळकपणे उठून दिसताहेत. त्याची त्वचाही, इथल्या प्रत्येकाची असते तशीच तुकतुकीत आहे. पूर्णपणे काळी– काळ्या कॉफीपेक्षाही काळी. त्याचं शरीर जणू हसण्यासाठीच बनवलेलं आहे. त्याच्याबरोबर त्याचं सगळं शरीर हसल्यासारखं वाटतं आणि जेव्हा तो इतक्या मोठमोठ्यानं, इतक्या मनापासून, सगळं शरीर गदागदा हलवत हसतो, तेव्हा त्याच्याइतका पिळदार शरीराचा माणूस इतका हसेल, अशी आपल्याला अपेक्षाच नसते. मग त्याच्याबरोबर आपणही त्या हास्यात बुडून जातो; इतकं की, आपण का हसतो आहोत हेही मग आठवेनासं होतं आणि मला वाटतं टोयोटाचंही असंच होत असेल. त्याचा चेहरा देखणा असला तरी त्यावर सदैव खट्याळ भाव असतात. तो गंभीरपणाने एखादी गोष्ट सांगत असला, तरी आपण ती गोष्ट तितक्याच गंभीरपणे घेऊ शकू, हे जरासं अशक्यच वाटतं.

"हे बघा," पुन्हा शांतपणानं टोयोटा म्हणतो, "संपूर्ण दुपारभर आपण या एका विषयावर बोलत राहू शकतो. पण, भेट म्हणून मच्छरदाणी योग्य आहे, हे माझं अजूनही मनापासूनचं मत आहे. मी केवळ गंमत म्हणून हे म्हणत नाहीये. अनेक दृष्टींनी ही एक चांगली भेट आहे. एक तर, ती त्यांना अनेक वर्षं उपयोगी पडेल. अशा वस्तू नुसत्या ठेवून दिल्या जात नाहीत किंवा लवकर खराबही होत नाहीत आणि याहूनही महत्त्वाचं म्हणजे यामुळे त्यांना मलेरियापासून संरक्षण मिळेल. आणि मला सांगा डॉक्टर, याच उद्देशानं आपण इथे आलो आहोत ना? लोकांना निरोगी ठेवण्यासाठी?"

यावर मी काहीच बोलू शकत नाही.

"त्यामुळे ज्या या मच्छरदाणीला तुम्ही हसताय ना, ती हीच भेट त्यांचं आयुष्य वाचवू शकते."

"ठीक आहे."

"आता कसं? पण मी तुम्हाला आणखी एक वस्तुस्थिती सांगतो." तो आमच्या आणखी जवळ सरकतो. त्याचे डोळे चमकतात. त्याला जे सांगायचंय, ते सांगण्याआधीच त्याला खूप हसू येतं आहे आणि अगदी हळू कुजबुजल्यासारख्या आवाजात तो बोलतो आहे. त्या सामान ठेवण्याच्या खोलीत आम्ही तिघं तरुण दाटीवाटीनं उभे आहोत. तो म्हणतोय, "तुम्ही दोघं मला हे सांगा, की लोक प्रेम कुठं करतात?"

आम्ही दोघं निर्विकारपणे त्याच्याकडे नुसतं बघत राहिलोय.

"त्यांच्या बिछान्यावर. बरोबर?" तोच उत्तर देतोय.

आम्ही मानेनेच 'हो' म्हणतोय.

"हो ना? मग आता मला सांगा, ही मच्छरदाणी कुठं लावायची आहे?"

त्याला नक्की काय म्हणायचं आहे हे न कळून आम्ही नुसतेच खांदे उडवतोय.

"त्यांच्या बिछान्यावर ही लावायची आहे..." तो स्वतःच उत्तर देतो.

त्याच्या बोलण्यातला नेमका मुद्दा मला अजूनही कळलेला नाही, आणि टीमलासुद्धा.

"आता कल्पना करा!" टोयोटाच्या अंगात उत्साह संचारलेला आहे. "कल्पना करा की, ते जेव्हा जेव्हा प्रेम करतील, म्हणजे आज रात्री, उद्या आणि पुढे प्रत्येक दिवशी, तेव्हा तेव्हा ते या मच्छरदाणीतच असतील. म्हणजे आपल्या या भेटीसोबतच असतील आणि पुढची अनेक वर्षं, एम. एस. एफ. साठी काम करणारे आपण सगळे जण इथे माविंगामध्ये असू तोपर्यंत, हे जोडपे जेव्हा जेव्हा प्रेम करेल, तेव्हा तेव्हा त्यांना आपली नक्की आठवण येईल..."

आणि आता काही तासांनंतर, जे दोन रस्ते आम्ही वापरता येण्याजोगे साफ केलेले आहेत, त्यातल्या एका रस्त्यानं आम्ही त्या लग्नाला जायला निघालो आहोत, ती मच्छरदाणीचीच भेट घेऊन. आता पुन्हा एकदा मला हे मान्य करणं भाग आहे, की इथे येऊन मी पुरता हरलो आहे. पूर्णपणे हरवल्यासारखा झालो आहे. अशा एका वेगळ्याच जगातल्या लोकांशी मी कसं जुळवून घेऊ? आणि या लोकांमध्ये राहून एकटेपणानं तरी कसा जगू? या भागात एकमेव असणाऱ्या या हॉस्पिटलची संपूर्ण देखभाल मी कशी करू शकणार आहे? आणि तीही एकट्याच्या जबाबदारीवर? तसंही, इथे येऊन मला काय साध्य होणार आहे, याचा नीटसा विचार तरी मी केला होता का? दोन दिवसांपूर्वी या सगळ्या प्रश्नांची उत्तरं मला खूपच सोपी वाटत होती. पण आता आम्ही या लग्नसमारंभाच्या ठिकाणी पोहोचलो आहोत, आणि या सगळ्या मोठ्या प्रश्नांपासून दिलासा देणारी, आम्हाला प्रभावित करणारी एक गोष्ट इथे अनुभवताना, माझ्या मनाला आता थोडं बरं वाटतं आहे. इथे जमलेले सगळे लोक, म्हणजे नवरीमुलगी, नवरामुलगा, लग्न लावण्यासाठी आलेले पाद्री आणि शंभर एक पाहुणे, लग्न सोहळा थांबवून अतिशय आतुरतेने वाट पाहत आहेत, हो, आमचीच! कारण आम्हाला तिथे पोहोचायला थोडा उशीरच झालेला आहे.

पहिलं नृत्य

असं म्हटलं जातं की पाच प्रकारची माणसं माविंगामध्ये टिकू शकतात. हे पाचही प्रकार (M)एम नं सुरू होतात. 'मेडिक्स' म्हणजे वैद्यकशास्त्राचे विद्यार्थी, 'मिशनरीज' म्हणजे धर्मप्रसारक, 'मिसफिट्स' म्हणजे कुठंच न टिकणारे, 'मर्सेनरीज्' म्हणजे लोभी भाडोत्री आणि 'मॅडमेन' म्हणजे वेडे – असे हे इंग्रजीमध्ये 'एम्' या अक्षरापासून सुरू होणारे पाच प्रकार. कधीकधी एकाच व्यक्तीमध्ये यातले एकापेक्षा जास्त प्रकारही आढळतात आणि सध्या इथे राहणारा मी कोणत्या प्रकारात मोडतो? कोणता तरी एकच प्रकार सांगायचा झाला, तर मी वैद्यकशास्त्राचा विद्यार्थी आहे. अजून तरी 'वेडा' या प्रकारात माझा समावेश नसला, तरी अंगोलात सहा महिने काम करत राहिल्यानंतर काय होईल ते पाहावं लागेल. 'मिस्फिट', म्हणजे काहीही करण्यास अयोग्य, असा मात्र मी आत्ता तरी नक्कीच आहे आणि 'धर्मप्रचारक', तसेच 'पैशासाठी काम करणारा भाडोत्री माणूस', या दोन्ही प्रकारात मी नक्कीच बसत नाही...

स्वयंसेवक होण्याच्या निर्णयाप्रत मी कसा पोहोचलो ते माझं मलाच कळत नाही. या निर्णयप्रक्रियेचा एखादा नेमका क्षणही स्मरणात नाही, पण पार्श्वभूमी नक्कीच आहे. दक्षिण आफ्रिका सरकारच्या वर्णवादी धोरणांच्या कालखंडाच्या उत्तरार्धात माझा जन्म झाला. आयुष्यातली पहिली चौदा वर्षं, दक्षिण आफ्रिकेमधल्या केप टाऊन इथे मी व्यतीत केली. काही विशेषाधिकार प्राप्त झालेल्या मध्यमवर्गीय कुटुंबात माझं बालपण गेलं. तरीसुद्धा या माझ्या देशातले वर्णविषयक कायदे आणि 'फक्त गोऱ्या लोकांसाठी' अशा नावाखाली येणाऱ्या इतर आनुषंगिक गोष्टी यापासून दूर, एका मोठ्या कोशात मी राहत होतो. पण या सगळ्याच भूभागाला व्यापून राहिलेलं कटू वास्तव कधी कधी माझ्यासमोर उघडपणे येत असे. अस्ताव्यस्त पसरलेल्या झोपड्यांनी ग्रासलेली शहरं, दारिद्र्याच्या समुद्रात बुडलेले माझे लक्षावधी देशबांधव, कचऱ्यातल्या सामानानं लिंपलेली त्यांची घरं... गाडीच्या खिडकीतून

हे सगळं मला ओझरतं दिसत असे. पण एका श्रीमंत परिसरातून तशाच दुसऱ्या परिसरात गाडीतून वेगानं जात असताना, ही सगळी दृश्यं म्हणजे नेहमीच क्षणिक वाटणाऱ्या कुतूहलाचे विषय असत. तेव्हा आफ्रिकेत राहत असताना मी श्रीमंतीचाच जास्त अनुभव घेतला होता; क्षणभरात घडणाऱ्या चकमकी, मारामाऱ्या यांची दृश्यं आणि त्या वयातल्या काही अपरिपक्व, थोड्याशा मूर्खपणाच्याच असलेल्या कल्पना आणि समजुती, ज्या बऱ्याचदा परस्परविरोधी असायच्या, त्या सगळ्यांच्या अगदी पुसटशा प्रतिमा मात्र माझ्या मनात रेंगाळल्या होत्या.

माझ्या मनावर ठसलेला आफ्रिका म्हणजे, ज्याबद्दल शोक व्यक्त करावा असं एक दयनीय असं, काहीसं तिरस्करणीय ठिकाण होतं. "तुझ्या पानात वाढलेल्या भाज्या टाकून देण्याचा उद्दामपणा तू करू नकोस, कारण या खंडामध्ये उपासमारीनं मरणारी असंख्य मुलं आहेत.'' माझी आजी मला दटावत असे. हा देश जितका दयनीय वाटायचा तितकाच भीतिदायक आणि दुर्लक्ष करण्याजोगा वाटायचा. एकीकडे वर्तमानपत्रात रोजच हिंसेच्या, जुलूम-जबरदस्तीच्या बातम्या छापून येत असत आणि दुसरीकडे, गौरवर्णीयांच्या घरांना मात्र उंच उंच भिंतींची कुंपणं आणि खासगी सुरक्षाव्यवस्था अत्यावश्यक बनल्या होत्या. कृष्णवर्णीयांच्या दरिद्री वस्त्यांमध्ये, ज्याला 'आयुष्य जगणं' म्हणता येईल, असं काहीच त्या लोकांकडे नव्हतं. राजकीय अस्थिरता आणि पोलिसांकडून केल्या जाणाऱ्या कठोर कारवाया, यामुळे त्या काही वर्षांमध्ये असंख्य लोक मृत्युमुखी पडले होते. सांघिक गुन्ह्यांना अतिशय ऊत आलेला होता. असं म्हटलं जायचं की, या भागातील मुलींसाठी शिक्षण मिळण्याच्या शक्यतेपेक्षा बलात्काराच्या शक्यता अधिक होत्या.

पण यापैकी कशाचाच माझ्या कुमारवयीन आयुष्यावर थेट परिणाम झाला नाही. बहुतेक वेळा, यातल्या बहुतांश गोष्टी तिकडे लांब, शहरांच्या बाहेर, उपनगरांमध्ये घडत असत. एखाद्या स्वच्छ सूर्यप्रकाश असणाऱ्या दिवशी, माझ्या शाळेच्या क्रीडांगणावरून अशा बऱ्याच गोष्टी दिसू शकत असत. पण ब्राझीलमधल्या 'फावेलां'सारख्याच, म्हणजे झोपडपट्ट्यांसारख्याच या गोष्टी मला परक्या वाटत असत. मला कधीच कृष्णवर्णीय मित्र नव्हते, ज्यांच्याकडून मी त्यांच्या जीवनकथा ऐकू शकलो असतो. आणि सरकारच्या नियंत्रणाखाली असणारी प्रसारमाध्यमं, तसेच फक्त गोऱ्या लोकांसाठी असणारी स्वतंत्र शिक्षण व्यवस्था, यांनी भोवतालच्या वास्तवाबाबत असणाऱ्या माझ्या अज्ञानात लक्षणीय भरच घातली. पण मी बहुधा माझ्या अज्ञानाचं समर्थन करतो आहे; कारण रस्त्यावर फिरणारी लहानलहान मुलं मी पाहिली आहेत, शहराच्या मध्यवस्तीत, उघड्यानागड्या अवस्थेत भीक मागणारी त्यांची झुंबड मी पाहिली आहे, आणि केप टाऊनमधल्या प्रचंड थंडीत, सकाळपर्यंत

वर्तमानपत्राचा कागद अंगाभोवती गुंडाळून, अंगाचं मुटकुळं करून, कशीबशी थंडी सोसण्याची त्यांची केविलवाणी धडपडही पाहिली आहे. पण या सगळ्या गोष्टींकडे, 'या खंडातलं हे आयुष्याचं अटळ वास्तव आहे,' याच एका दृष्टिकोनातून मी पाहत होतो. या सगळ्या वास्तवाकडे आपोआपच दुर्लक्ष व्हावं, अशा आफ्रिकेतल्या इतर काही आठवणी, माझ्या मनावर अगदी खोलवर ठसा उमटवून गेल्या आहेत. माझ्या लाडक्या आजीनं मला सांगितलेल्या, आफ्रिकेतल्या ग्रामीण भागात राहणाऱ्या लहान मुलांच्या गोष्टी, तिच्या घराच्या दिवाणखान्यात बसवलेले आणि कोपऱ्यातून सतत आपल्याकडेच पाहत आहेत असं वाटणारे, पेंढा भरलेले दोन सिंह; आफ्रिकेच्या दक्षिणेकडे असणाऱ्या खडकाळ सागरकिनाऱ्यांवर वडलांसोबत अनेक आठवडे केलेली पायपीट, मोठमोठ्या खडकांवरून उड्या मारत आमच्या तेथील तंबूंमधून अन्न पळवण्यासाठी येणारी मोठमोठी वानरं, माझ्या आजोबांच्या शेताच्या पूर्वेला, जवळच असणाऱ्या झुलुलँड मध्ये सगळ्या कुटुंबीयांसोबत पार पाडलेली शिकारीची मोहीम, तिथले सुरक्षित अंतरावरून पाहिलेले धष्टपुष्ट चित्ते, तिथला शांत-सुंदर निसर्ग अणि मला भेटलेल्या मोजक्याच कृष्णवर्णीय आफ्रिकन माणसांचं निखळ, सहजसुंदर हास्य... किती किती आणि काय काय सांगावं...!

१९९०च्या दशकाच्या सुरुवातीला राजकीय ताणतणाव लक्षणीयपणे वाढू लागल्यानं, माझं सर्वच कुटुंब ऑस्ट्रेलियात कायमचं स्थलांतरित झालं; आणि तिथेच मी वैद्यकशास्त्र शिकू लागलो. आमच्या घराजवळच असणाऱ्या प्राण्यांच्या दवाखान्यात चालणाऱ्या त्यांच्या शस्त्रक्रियांचं आकर्षण वाटून या सतरा वर्षांच्या मुलानं व्यवसाय म्हणून वैद्यक क्षेत्र निवडलं होतं, हे तर उघडच होतं. आणि त्याच वेळी 'इतरांना मदत करणे' हा आयुष्यभरासाठी ठरवलेला हेतू त्याच्या मनात नकळतच पेरला गेला होता. आणि त्या दृष्टीनं पुन्हा कदाचित आफ्रिकेत जावं लागेल, हेही त्यानं स्वतःशी मान्य केलं होतं. पण विद्यापीठातलं शिक्षण सुरू झालं आणि आयुष्यात पहिल्यांदाच कंगालपणाशी, दारिद्र्याशी अनवधानानं का होईना, पण माझी समोरासमोर गाठ पडली होती.

विद्यापीठातील दोन सत्रांच्या मध्ये मिळणाऱ्या लांबलचक सुट्टीमध्ये उधार-उसनवार घेतलेल्या पैशांच्या जोरावर मी प्रचंड भटकंती केली. हिमालयाच्या पर्वतरांगांमधून फिरण्याच्या हेतूनं मी काठमांडूला गेलो होतो. तिथल्या रस्त्यांवर, चाकांच्या कामचलाऊ खुर्च्यांवर बसून दयनीय अवस्थेत भीक मागत फिरणारे महारोगी मी पाहिले. त्या खुर्च्या म्हणजे तरी काय? ट्रेसारख्या लाकडी चौकोनी तुकड्याला चाकं लावून, सरकत जाता यावं असलं कसलं तरी साधन. उष्णकटिबंधातील समुद्रकिनाऱ्यांच्या दिशेनं प्रवास करत असताना, दक्षिण अमेरिकेतील शहरांना छेदून जाणाऱ्या अतिशय गर्दीच्या रस्त्यांवर, टॉयलेट पेपर्सचे रोल,

नुसती उकडलेली विशेष प्रकारची मिठाई किंवा अगदी एखादंच सफरचंद हातात घेऊन विकणारी लहान-लहान मुलं आणि वयोवृद्ध माणसं मी पाहिली. आपल्या आजारी आईला मदत म्हणून, एक-एक मीटरचे तुकडे केलेली सुतळी विकणारी एक तरुण मुलगी, मला अँडीजमधल्या एका शहरात भेटली. तिच्याशी मी थोड्याशा गप्पा मारल्या. कुठलीही आरोग्यविषयक काळजी घेणं, ही त्यांना अजिबात न परवडणारी अशी गोष्ट होती, असं तिनं मला आवर्जून सांगितलं होतं. प्रत्येक महिन्याला त्यांना औषधपाण्यासाठी तीस डॉलर्स एवढा खर्च करावा लागत असे. अशा लोकांना हक्कानं मिळवता येईल असं कुठलं निवृत्तिवेतन उपलब्ध होतं? आरोग्याची काळजी घेण्यासाठी कोणत्या सुविधा मिळत होत्या? मला सारखे असलेच प्रश्न पडत होते. रस्त्यावर राहणाऱ्या लहान लहान मुलांचा एक घोळका एक दिवस माझ्याजवळ आला. बोटांवर अडकवता येतील अशा छोट्या-छोट्या बाहुल्या ते सगळे जण विकत होते. त्यांना टाळण्यासाठी, मी आधीच विकत घेतलेल्या दोन बाहुल्या त्यांना दाखवल्या. त्यावर त्यातली एक धिटुकली चिमुरडी मुलगी म्हणाली, "अहो, पण तुम्हाला आणखी आठ बोटे आहेत ना? मग तुम्ही आणखी आठ बाहुल्या घेऊ शकता की!" यावर मी अक्षरशः निरुत्तर झालो होतो.

या सगळ्या अपूर्णत्वाला छेद देणारा एकच सामायिक घटक मला दिसत होता. तो म्हणजे 'संधी आणि परिस्थिती'. पाठीला सामान लावून असा फिरण्यात वेळ घालवणारा मी वैद्यकशास्त्राचा विद्यार्थी होतो. माझ्या जन्मस्थळी घडलेल्या किंवा माझ्या पालकांच्या बाबतीत घडलेल्या काही आकस्मिक घटनांमध्ये मला रस होता; पण माझ्या प्रयत्नांचा किंवा बुद्धीचा मी अजिबात वापर करत नव्हतो. झोपडपट्ट्यांनी ग्रासलेल्या त्या शहराच्या एका टोकावरून, मोटारीच्या खिडकीतून त्या घटनांकडे टक लावून पाहणारा मीच तर होतो ना! त्यामुळेच 'स्वयंसेवक' म्हणून काम करण्याचा जो निर्णय मी घेतला होता, त्या मागे कसलंही धार्मिक बंधन नव्हतं, कसलाही कौटुंबिक दबाव नव्हता किंवा माझ्या व्यवसायाबाबत भ्रमनिरास झाल्यामुळे मी तो निर्णय घेतलेला नव्हता. मी हे मान्य करतो की, बहुतेक सर्वच बाबतीत अप्रगत असणाऱ्या भागांमध्ये काम करताना, तिथला प्रवास आणि तिथले सांस्कृतिक संदर्भ स्वीकारणं, ही एक अपरिहार्य गोष्ट असणार होती, आणि तरीही मला कुठलीही पळवाट शोधायची नव्हती. कारण मला फक्त मदत करायची होती. म्हणजे माझ्या कुवतीनुसार मला निदान तसा प्रयत्न तरी नक्कीच करायचा होता.

वैद्यकीय पदवी मिळाल्यानंतर सुरुवातीच्या कामाचा एक भाग म्हणून ऑस्ट्रेलियातील अनेक हॉस्पिटलमध्ये मी अक्षरशः वावटळीसारखा फिरलो. वैद्यकीय

क्षेत्राचा शक्य तितका व्यापक अनुभव मी त्यादरम्यान घेतला. लहान मुलांचा विभाग, प्रसूती विभाग, शस्त्रक्रियांचा विभाग, औषधे आणि शुश्रूषा विभाग, तातडीची वैद्यकीय सेवा पुरवणारा विभाग, अशा अनेक विभागांमध्ये मी आलटूनपालटून काम केलं. दोन वर्षांनंतर, 'उष्णकटिबंधातील औषधोपचार' याविषयीच्या डिप्लोमा कोर्ससाठी मी पेरूला गेलो. थायलंडमधल्या एका दवाखान्यात स्वयंसेवक म्हणून काही काळ मला मर्यादित स्वरूपात काम करण्याची संधी मिळाली. अगदी अल्पकाळ मिळालेली ही संधी मला फार मोठ्या अनुभवाची भेट देऊन गेली. बिनछताच्या भिंतींचे मोठमोठे वॉर्ड्स तिथे होते, जिथल्या सगळ्या रुग्णांची एक एक करत दखल घेण्यात संपूर्ण सकाळ जात असे. मलेरिया, टीबी, एच.आय.व्ही./एड्स आणि अशा इतर आजारांनी ग्रासलेले बर्मी निर्वासित त्या वॉर्डमध्ये उपचारांसाठी येत. औषधोपचार मिळावेत या एकाच उद्देशानं त्यांतले अनेक जण सीमा पार करून तिथे आले होते. बर्मा देशाचा कारभार चालवणाऱ्या लष्करी सत्तेच्या आरोग्यविषयक वार्षिक अंदाजपत्रकात, प्रत्येक माणसाला औषधपाण्यासाठी फक्त चाळीस सेन्टस् मिळण्याची तरतूद केली जात असे. पिढ्या न् पिढ्या तिथे होणाऱ्या अशा गांजणुकीतून सुटका करून घेण्यासाठी अनेक जण अक्षरशः तिथून पळून आलेले होते. दुपारच्या वेळेत मी तिथल्या आरोग्यसेवकांना शिकवण्याचे काम करत असे. हे आरोग्यसेवक स्वतःही असे निर्वासितच होते. पायाची घडी घालून तास न् तास ते माझ्यासमोर बसत असत. तिथल्या फळ्यावर हृदय, मूत्रपिंड अशा अवयवांची चित्रे काढून, त्याबद्दलची अगदी मूलभूत माहिती मी त्यांना समजावून सांगत असे, ज्याबद्दल त्यांना अजिबात माहिती नसे. सागवानी लाकडापासून बनवलेल्या अतिथिगृहातील माझ्या खोलीकडे एकदम संध्याकाळीच सायकल मारत मी परत जात असे, तेव्हा वाटेतल्या भल्या मोठ्या भाताच्या शेताला वळसा घालून मला जावे लागत असे. केशरी रंगाचे पायघोळ अंगरखे घातलेले बौद्ध भिक्षू तिथे माझ्या शेजारी राहत असत. दुपारच्या स्वच्छ सूर्यप्रकाशात, त्यांच्या मठांच्या शुभ्र पांढऱ्या भिंतींवर वाळत घातलेल्या त्यांच्या केशरी कपड्यांची चित्रविचित्र नक्षी काढली आहे, असं वाटत असे. तिथली प्रत्येक गोष्ट, तिथे घेतलेला प्रत्येक अनुभव, माझ्या मनाला स्पर्शून गेला आणि माझी मनोमन खात्री पटली. आयुष्यभर ज्या कामाला वाहून घेण्याची माझी इच्छा होती, ते हेच काम आहे, असे मी ठरवून टाकले.

आणि अंगोलाबद्दल काय सांगू? या कामासाठी उत्सुक असल्याचा अर्ज मी केला, त्यानंतरच्या महिन्यात, अंगोला ही जागा एम.एस.एफ. नं सर्वप्रथम सुचवली. माझ्यासाठी ही अगदी योग्य वेळ ठरली होती, कारण थायलंडमधल्या त्या दवाखान्यात एक नवे डॉक्टर रुजू झाले होते, आणि अशा स्वयंसेवी कामासाठी

मी जे एक पूर्ण वर्ष राखून ठेवलं होतं, त्यातलं अर्धअधिक वर्ष संपलं होतं. अंगोला हे ठिकाण नक्की कुठे आहे, ही नकाशावरून मिळालेली माहिती वगळता, त्याबद्दल मला काहीही माहीत नव्हतं. मग मी माझ्या आई-वडलांना फोन लावला.

मी कशासाठी फोन केला होता हे सांगताच, माझ्या आईला रडूच फुटलं. "हे केवळ दुर्दैव आहे रे," ती हुंदके देतच बोलत होती, "म्हणजे दक्षिण आफ्रिकेतून निघून, इथे ऑस्ट्रेलियात आपण कायमचं राहायला आलो. इथे आपण काहीही करू शकतो, प्रत्येक गोष्ट आपल्याला उपलब्ध आहे. तुझी आजी नेहमी जसं म्हणायची, तसं आपलं सगळं चंबुगबाळं घेऊन इथे येऊनही आता आपण खूप सुखात आहोत. आणि आता तू त्या तसल्या प्रदेशात परत जायचं म्हणतो आहेस? आणि तेही बाकी सगळ्या जागा सोडून नेमकं अंगोलाला? सगळाच आनंद आहे बाळा... अंगोलाला जायचंय तुला? घे, याबद्दल तू तुझ्या वडलांशीच बोल." मग त्या बिघडलेल्या बिनतारी फोनवरून, माझ्या वडलांचा अगदी पडलेला, जड आवाज ऐकू आला... "हॅलो, बाळा... अंगोलाला जायचं म्हणतोयस तू? छे छे ... तुला माहिती आहे ना, मी तिथे होतो ते? तिथे युद्ध चालू असताना नामीबियाच्या बाजूनं सरहद्दीवर मला पाठवलं गेलं होतं, हेसुद्धा तुला ठाऊक आहे."

खरं तर हे सगळं मला अगदी पुसटसं आठवत होतं. दक्षिण आफ्रिकेच्या संरक्षक दलात माझ्या वडलांना सक्तीनं भरती व्हावं लागलं होतं. तिथल्या त्यांच्या गोष्टी आणि त्यांचे अनुभव हे काही ठरावीक मुद्द्यांभोवतीच नेहमी फिरत असत. जसं की त्यांच्या कंपाउंडभोवती धुरळा उडवत फिरणारी ट्रकची चाकं, अधिकाऱ्याचा अवमान केल्याची शिक्षा म्हणून संपूर्ण लष्करी गणवेश चढवून युद्धसज्ज होऊन नुसतंच बसून राहणं– अर्थात, हे ते विनोदानं सांगत असत. प्रत्यक्ष युद्धाच्या गोष्टींपेक्षा, या असल्याच गोष्टी ते नेहमी सांगत असत... पण आता पलीकडून पुन्हा हुंदक्यांचा आवाज ऐकू येऊ लागला होता. माझ्या आईला माझ्या शाळेतल्या एका मित्राची, क्लिफची आठवण होत होती... "तुला आठवतंय ना बाळा, क्लिफला तिकडंच मारलं गेलं होतं ते? किती लहान होता तो, किती चांगला मुलगा होता... सरहद्दीजवळ त्याला मारून टाकलं होतं आणि मला वाटतं त्याच भागात...दक्षिणेकडं..."

मी लगेचच ठरवून टाकलं, की माझी नेमणूक ही सरहद्दीजवळ आणि तीही दक्षिणेत झालेली आहे, हे त्या दोघांना सांगायचंच नाही. पण त्यांना सुरूवातीला बसलेला धक्का ओसरल्यावर, त्या दोघांनीही मला निःसंशयपणे पाठिंबा दिला.

वडलांनी मला सावध करायचं म्हणून म्हटलं की, "तू कोणती जोखीम पत्करतो आहेस, हे तुला नक्की माहिती आहे, याची आधी खात्री करून घे."

मी जिथं निघालो होतो, तिथे आधीपासून काय परिस्थिती होती, याबद्दलची काही माहिती मी वाचली. पण मला दिलासा मिळेल असं त्यात काहीच नव्हतं. सत्तावीस वर्षं इतक्या प्रदीर्घ काळ चाललेल्या आणि प्रचंड उलथापालथ घडवून आणणाऱ्या यादवी युद्धातून, अंगोला अगदी अलीकडेच सावरायला लागला होता. सुरूंग पेरून ठेवलेल्या क्षेत्रांची पाहणी करत फिरणाऱ्या प्रिन्सेस डायनाचे फोटो इंटरनेटवर वारंवार झळकत होते. पण त्याहीपेक्षा, कोणता ना कोणता अवयव तुटून पडलेली माणसं आणि बॉम्बवर्षावात जमीनदोस्त झालेल्या इमारतींचे फोटो खूपच जास्त होते. इतकी वर्षं चाललेल्या संघर्षाचं आणि त्याच्या परिणामांचं वर्णन खूपच विदारक आणि भीतिदायक होतं. रिस्झर्ड कॅप्युसिन्स्की या लेखकाचं 'अनादर डे ऑफ लाईफ' या नावाचं एक पुस्तक मला वाचायला मिळालं. कुठलंच स्पष्ट उद्दिष्ट नसलेल्या आणि युद्धाचं क्षेत्रही निश्चित न केलेल्या,या युद्धाविषयी कुठलीच निश्चित माहिती किंवा कल्पना नसल्यानं, प्रत्येकच सैनिक कसा गोंधळून गेला होता याचं तपशीलवार वर्णन या पुस्तकात मी वाचलं. त्यात असं म्हटलं होतं की, "एकतर तुम्ही संपूर्ण देशभर फिरूनही जिवंत परत येऊ शकाल किंवा, आत्ता तुम्ही जिथं उभे आहात तिथून जेमतेम एक मीटर अंतरावर मरू शकाल. इथे कुठलीही तत्त्वे नाहीत, कुठलीही व्यवस्था नाही, कुणालाच माहिती नाही, की ते सगळे नक्की कुठल्या परिस्थितीत आहेत."

त्या काळात बहुतेक सर्वत्रच दिसणाऱ्या अतिशय दुर्दैवी अशा परिस्थितीतून हा संघर्ष सुरू झाला होता. वसाहतवाद संपुष्टात आल्यानंतर, नव्यानंच स्वायत्त झालेल्या अशा देशावर नियंत्रण मिळवण्यासाठी चाललेल्या झोंबाझोंबीमुळे उद्भवलेला हा संघर्ष होता. १९७५मध्ये पोर्तुगालच्या ताब्यातून अंगोला देश स्वतंत्र झाल्यानंतर, त्या आधी त्या वसाहतवादी सरकारच्या विरोधात लढा देण्यासाठी एकत्र आलेले वेगवेगळे स्वातंत्र्यवादी सशस्त्र गट, आता ताबडतोब एकमेकांच्या विरोधात उभे ठाकले होते. देशाच्या वेगवेगळ्या भागांत, 'देशाची राजधानी' म्हणून वेगवेगळ्या शहरांची नावे घोषित करण्यात आली आणि मग एकमेकांमधल्या लढायांना, जणू एखादा स्फोट व्हावा तसं अकस्मात तोंड फुटलं. हिरे आणि खनिजतेले यांनी समृद्ध असलेल्या या प्रचंड मोठ्या देशाचा ताबा सहजासहजी सोडून देण्यास कुणीच तयार नव्हतं. शेवटी या संघर्षात दोन प्रमुख गट अस्तित्वात आले : युनिटा (UNITA– The National Union for the Total Independence of Angola) हा एक गट होता आणि मार्क्सवादी MPLA (The People's Movement for the Liberation of Angola) हा दुसरा गट होता. शिवाय इतर काही देशांचा प्रभावही होताच. सोव्हिएत युनियन आणि क्यूबा यांचा मार्क्सवादी MPLA ला पाठिंबा होता. विशेषतः क्यूबानं हजारो सैनिक तिथे पाठवले होते.

साऊथ आफ्रिका आणि यू.एस.ए. यांनी मात्र UNITA या विरोधी गटाला पाठिंबा दिला होता. एकूण काय, तर हा सगळा काळ शीतयुद्ध चालूच होतं. आणि दरम्यान तिथल्या हिरे आणि तेल यांच्या प्रचंड साठ्यांमुळे, संघर्ष चालू राहण्यासाठी आवश्यक असणारा अर्थपुरवठा होतच होता, कारण हे युद्ध चालू राहण्यातच ज्यांना रस होता, त्यांच्याशी परदेशी कंपन्यांचा व्यापार चालूच होता.

शेवटी २००२ मध्ये UNITAच्या नेत्याचा विश्वासघातानं खून करण्यात आला आणि हे युद्ध थांबलं. या वेळेपर्यंत जवळजवळ दहा लाख लोकं मारले गेले होते. चाळीस लाख लोक इतस्ततः निघून गेले होते, आणि रस्ते, तसेच शेतांमध्ये, हजारो चौरस किलोमीटरच्या परिसरात वाट्टेल तसे सुरूंग पेरले गेले होते. कोणत्याही पायाभूत सुविधा आणि आरोग्याची काळजी घेणाऱ्या गोष्टी जवळजवळ अस्तित्वातच नव्हत्या. स्वतःच्या तीन मुलांपैकी एक तरी मुलगा उपासमारीनं किंवा रोगराईनं मृत्युमुखी पडेल, अशी भीती बहुधा प्रत्येकच पालकाला वाटत असावी.

चौफेर घेरल्या गेलेल्या अंगोला देशात मदतकार्य करण्यासाठी एम.एस.एफ. आणि इतर काही मदत गटांनी पुढाकार घेतला होता. माझी नेमणूक जिथं झाली होती ते 'माविंगा' नावाचं शहर, हे या युद्धाचा सर्वांत भीषण परिणाम ज्या ज्या भागांवर झाला होता, त्यांपैकी एक म्हणून ओळखलं जात होतं. युद्ध थांबल्याला आता चार वर्षं झाली होती, तरीही या शहरातल्या परिस्थितीत अगदीच अल्प म्हणावी इतपतच सुधारणा झाली होती. आरोग्यविषयक सर्व सोयीसुविधा अजूनही एकट्या एम.एस.एफ.कडूनच पुरवल्या जात होत्या आणि जमिनीत पेरलेल्या अगणित सुरुंगांबाबतही अजून अनिश्चितताच होती. रुग्णांना इतरत्र हलवता येणं अजिबात शक्य नव्हतं, असं मला सांगितलं गेलं होतं, आणि आमच्या या हॉस्पिटलच्या मर्यादित सुरक्षा व्यवस्थेच्या बाहेर त्यांना नेता येईल, अशी आशा करण्यातही अर्थ नव्हता. इथल्या कामाच्या जोडीलाच, समुद्रकिनाऱ्याजवळच्या प्रदेशात झालेला कॉलरा या रोगाचा उद्रेक आटोक्यात आणण्यासाठीही एम.एस.एफ.नं काम सुरू केलं होतं. देशाच्या सर्वांत उत्तरेकडच्या भागात 'इबोला'सारख्या विषाणूंच्या संसर्गानं आजारी पडलेल्या रुग्णांपैकी ९० टक्के पेक्षाही जास्त रुग्ण दगावले होते. पण जसजसं या सगळ्या परिस्थितीबद्दल वाचत गेलो आणि त्यातली एकही गोष्ट कुठलाही दिलासा वाटावा अशी नाही, असं मला जाणवत गेलं, तसतसं हे स्पष्ट झालं, की आता मला नव्यानं कोणताच निर्णय घेण्याची गरज नव्हती. या परिस्थितीत तिथे जाण्याचा निर्णय मी आधीच घेतला होता. कारण एखादा माणूस इतरांना मदत करण्याबद्दल बोलू शकतो किंवा भविष्यात तसं एखादं काम करण्याची इच्छा व्यक्त करू शकतो– पण हे तो तेव्हाच करणार

असतो जेव्हा त्याची सगळी कर्जे फिटलेली असतात, 'मास्टर्स' ही पदवी त्याच्या हातात असते किंवा एखादं छानसं घर घेण्याइतके पैसे त्याच्याकडे साठलेले असतात आणि प्रत्यक्षात मात्र त्याच्या हातून काहीच होत नाही. पण माझ्या दृष्टीनं माझा निर्णय अमलात आणण्याची हीच खरी वेळ होती, आणि मी बाह्या सरसावून तयार होतो.

मग मी माझ्या मैत्रिणीला याबद्दल सांगितलं.

आणि अशा प्रकारे ऑस्ट्रेलिया सोडल्यानंतर, विमानाची आठ उड्डाणं, माझ्या कामाबद्दल दोन वेळा पुरवली गेलेली माहिती, तीन खंडांचा प्रवास आणि डोळ्यांत पाणी आणून कितीदा तरी दिला गेलेला निरोप, हे सगळं पार पडल्यानंतर, आता मी एकटाच बसलो होतो– या भाड्यानं घेतलेल्या विमानाला सगळ्या बाजूंनी वेढणाऱ्या, त्यातून भकाभका बाहेर पडणाऱ्या आणि कसलीतरी झिंग आणणाऱ्या धुराच्या तीव्र वासात बुडवून टाकल्यासारखा! 'मच्छरदाणीचे महत्त्वाचे गुणविशेष' याविषयी मी दुसऱ्या दिवशी चर्चा करणार होतो, अशी मला स्वप्नातही कल्पना नव्हती. पश्चिम आफ्रिकेचा अटलांटिक महासागराचा किनारा मागं टाकून आम्ही पूर्वेकडे जायला लागलो. मी जे वाचलं होतं आणि प्रत्यक्षात मला जे दिसत होतं, त्याचा मनातल्या मनात ताळमेळ घालण्याचा मी नकळत प्रयत्न करू लागलो. पण हे वाटलं तेवढं सोपं नव्हतं. दुरूनही लक्षात येतील अशा कुठल्याच खाणाखुणा दिसत नसल्यानं, कुठं काय असेल याची मी फक्त जराशी कल्पनाच करू शकत होतो. मी जरा टक लावून उजवीकडे पाहिलं, आणि थेट दक्षिणेकडे लांबवर पसरलेला शुष्क सपाट भूप्रदेश मला दिसला. जवळजवळ वीस वर्षांपूर्वी, जवळच असणाऱ्या नामीबियाच्या सरहद्दीवरील लष्कराच्या आवारात पहारेकरी म्हणून माझे वडील कसे उभे असतील, ते चित्र डोळ्यांपुढे आणण्याचा मी प्रयत्न केला. मी डावीकडे थेट उत्तरेकडे पाहिलं आणि तिथे नागमोडी वळणं घेत वाहत जाणारी कोंगो नदी डोळ्यांपुढे आणण्याचा प्रयत्न केला. मला एकदम आठवलं की, 'हार्ट ऑफ डार्कनेस' या जोसेफ कॉनरॅड यांच्या गाजलेल्या कादंबरीत या नदीचा वारंवार उल्लेख केलेला होता आणि ही 'नदी भयंकर आहे', असं वाक्य त्यातील एका पात्राच्या तोंडी होतं. ही नदी डेमॉक्रेटिक रिपब्लिक ऑफ कोंगो आणि अंगोला या दोन देशांमधील सरहद्दीचा एक भाग आहे. या विमानप्रवासात ती नदी मला दिसेल अशी फारशी शक्यता नव्हती, कारण इथून ती एक हजार किलोमीटर्सपेक्षाही लांब होती. आता पुढे काय? फक्त खडबडीत, रखरखीत जमीन आणि तिचा दूरपर्यंत दिसणारा सपाटपणा. बाकी काहीच नाही. त्या पलीकडे कुठंतरी झांबिया होता. आमच्या विमानातून खाली पाहिलं तरी अगदी तसंच दृश्य दिसत होतं. अंत नसलेली खाकी सपाट जमीन, त्या रुक्ष आणि

ओसाड जमिनीवर अधूनमधून पांघरुण घातल्यासारखी वाटणारी ओबडधोबड वाढलेली झाडं, आणि दाटीवाटीनं उगवलेली झुडपं– बस इतकंच! आम्ही जसजसे या देशाच्या दक्षिण–पूर्व टोकाकडे जाऊ लागलो, तसतसं या अशा झाडाझुडपांचं आच्छादन हळूहळू दाट होऊ लागलेलं दिसत होतं. मधूनच वाळूनं माखलेला एखादा रस्ता दिसत होता, पण तिथे जवळपास वस्ती असल्याची एकही खूण मला दिसत नव्हती. वरून पाहताना तो सगळाच परिसर इतका शांत आणि प्रसन्न वाटत होता की, तब्बल तीन दशकं तिथे युद्ध चालू होतं, असं लक्षात येणंही अवघडच होतं.

आमचं विमान खाली उतरण्यास सुरवात झाली.

"आलं का इतक्यात आपलं ठिकाण?" मी पायलटला विचारलं.

त्यानं नुसतीच मान हलवली.

"कुठं आहे?"

त्यानं क्षितिजाच्या दिशेनं हात केला.

"पण शहर कुठं आहे?"

"ते काय तिथे..." तो हसून म्हणाला.

देवा, इथे तर काहीच नाहीये! फक्त चिखलमातीच्या झोपड्याच दिसताहेत! आम्ही झटकन आणखी खाली उतरलो आणि विमान थांबवण्यासाठी, धुळीनं माखलेल्या धावपट्टीवरून जाऊ लागलो. हे सगळं पाहण्यासाठी अनेक कृष्णवर्णीय चेहऱ्यांनी तिथे गर्दी केली होती. विमानानं धावपट्टीवरून एक चक्कर मारली आणि ते थांबलं. इथली सगळी परिस्थिती मला व्यवस्थित माहिती आहे, अशा मी कितीही बढाया मारल्या असल्या, तरी आता प्रत्यक्ष ती परिस्थिती समोर येऊन उभी ठाकल्यावर अचानकच मी थोडा घाबरलो होतो, हे मला कबूल केलंच पाहिजे. शहराभोवती लावलेल्या पण झुडपांमध्ये झाकल्या गेलेल्या तारांच्या जाळ्या तोडलेल्या मला दिसत होत्या. सुरूंग निकामी करणाऱ्या पथकासाठी केलेली ती वाट होती, असं पायलटनं मला सांगितलं. तिथे धावपट्टीला अगदी लागूनच असलेलं हॉस्पिटल एकदाचं मला दिसलं. माझ्या अपेक्षेपेक्षा हे हॉस्पिटल खूपच मोठं होतं, आणि शहर मात्र खूपच लहान होतं. देवाशपथ सांगतो, मला खरोखरच खूप भीती वाटायला लागली होती. बहुधा इथे काम करण्याची माझ्या मनाची तयारी होत नव्हती. आणि त्या क्षणी, इतर सगळ्या गोष्टींपेक्षा फक्त एकाच गोष्टीचा विचार माझ्या मनात सतत पिंगा घालत होता– ती गोष्ट होती दक्षिण आफ्रिकेतील हिंसाचार... युद्धानं छिन्नविच्छिन्न केलेल्या आफ्रिकेतल्या या भागामध्ये माझ्यासारखा एक गोरा माणूस सुरक्षित कसा राहू शकेल, हा विचार मला छळत होता. पण माझ्या जिवाला विलक्षण घोर लावणारी आणखी एक गोष्ट आम्ही

निघण्यापूर्वीच मला दिसली होती. ती म्हणजे एका माहितीफलकावरील एक टीप – जिथून आमचं विमान निघालं होतं, तिथे विमानात चढताना, त्या विमानकंपनीच्या ऑफिसमध्ये, पायलटच्या खोलीबाहेर, एक पांढरा फळा लावलेला होता, जो अतिशय महत्त्वाची माहिती लिहिण्यासाठी तिथे लावला होता. त्यावर ठळक लाल अक्षरात एक टीप लिहिलेली होती. माझ्यापासून काही मीटर्स अंतरावर, विमानाच्या शिडीच्या पायऱ्यांवर उभा राहून पायलट स्वतःच विमानात इंधन भरत होता, त्या रबरी नळीचं दुसरं टोक त्या इंधनाच्या पिंपात लटकत ठेवलेलं होतं; या दृश्याकडे पाहत मी थांबलो असताना, अचानक माझं लक्ष त्या फळ्याकडे गेलं होतं. त्यावर लिहिलेली ती टीप वाचून माझ्या तळहातांना घाम फुटला होता, हृदय धडधडायला लागलं होतं. मी जिथं चाललो होतो ते एक वेगळंच जग असणार होतं, हे वाक्य मी बऱ्याच वेळा वाचलं होतं; पण त्या वाक्याचा एक नवाच आणि काळजीत टाकणारा अर्थ माझ्या लक्षात यायला लागला होता. कारण एका पायलटला 'अतिशय महत्त्वपूर्ण माहिती' देणारं असं वाक्य, दुसरीकडे कुठेतरी लिहिलं गेलं असेल का? ती महत्त्वाची टीप ही होती की... 'माविंगा– आणीबाणीच्या काळात तयार केलेली एक शुष्क धावपट्टी. भटक्या कुत्र्यांपासून सावध राहा– आणि स्वतःही भरकटणार नाही याची काळजी घ्या.'

***

लग्नाप्रीत्यर्थ भेट देण्याची ती वस्तू जेवढी नेहमीपेक्षा वेगळी, विलक्षण होती, तसंच हे ठिकाणही अगदी विलक्षण होतं. तिथे पत्र्याच्या एकूण तीन मोठ्या शेड्स होत्या, त्यांतलीच ही एक होती. युद्धानंतर परत येणाऱ्या निर्वासितांची राहण्याची तात्पुरती सोय, म्हणून या शेड्स बांधल्या होत्या. या शहरात चिखल–मातीपासून न बनवलेली जी जेमतेम बारा बांधकामं होती, त्यांपैकी ही एक शेड होती, आणि अजून शाबूत असणारी ही बाराच बांधकामं होती. विटांचं बांधकाम असणाऱ्या काही मोजक्याच इमारतींचा पाया काही झुडपांमध्ये अर्धवट अवस्थेत शिल्लक राहिलेला दिसत होता. पण त्या इमारती मात्र बॉंब वर्षावात उद्ध्वस्त झालेल्या होत्या. कुठंकुठं नुसते सांगाडे उरले होते, दुरुस्त करता येण्यापलीकडे त्या इमारतींचं नुकसान झालं होतं. जिकडं पाहावं तिथे तिथे कशातरी उभारलेल्या, अस्ताव्यस्त पसरल्यासारख्या वाटणाऱ्या अनेक झोपड्याच फक्त माझ्या नजरेला पडत होत्या. एखाद्या माणसाच्या चिखलानं माखलेल्या, घाणेरड्या आणि रोडावलेल्या त्वचेतून त्याच्या बरगड्या बाहेर आल्यासारख्या वाटाव्यात, अगदी तसंच त्या झोपड्यांचे काठ्यांनी बनवलेले सांगाडे त्या चिखलमातीच्या भिंतींमधून बाहेर आलेले होते. सगळीकडे अगदी सपाट, शुष्क आणि तपकिरी रंगाचा भूप्रदेश दिसत होता. अधूनमधून थोडीफार जागा पिवळ्या गवतानं आणि कशाही वाढलेल्या

हिरव्या झाडांनी व्यापलेली होती– या सगळ्या दृश्याला तडा दिल्यासारखी, एक उथळ नदी शहराच्या दक्षिण टोकाकडे, उगाचच वळणं घेत वाहत होती. त्या नदीच्या काठावर काही स्त्रिया पाणी भरत होत्या आणि सुस्तावलेली गुरंढोरं आसपास चरत होती. माझ्या लहानपणीच्या आठवणीतला आफ्रिका देश, आता माझ्यापासून खूप लांब गेल्यासारखं मला वाटत होतं...

एकदाचे आम्ही त्या शेडच्या दरवाजापाशी येऊन पोहोचलो आहोत आता. आम्ही सगळे मिळून सहा स्वयंसेवक इथे आलो आहोत– ॲन्ड्री ही स्विस–जर्मन सुईण आहे; पास्कल हा इथल्या सगळ्या कारभारावर देखरेख ठेवणारा इटालियन माणूस आहे; ईसाबेला ही इटालियन नर्स आहे; सोफिया ही जर्मन डॉक्टर आहे, टीम हा स्विस–फ्रेंच समन्वयक आहे; आणि सहावा मी. टीमच्या हातात ती मच्छरदाणी आहे. तो सर्वांत आधी पुढं जातो, पण त्याच पावली सरळ मागं फिरतो.

"आपल्याला उशीर झाला आहे," मागं बघत गोंधळून जाऊन तो म्हणतो.

"काय?"

"सगळेजण आधीच इथे आलेले आहेत आणि अगदी शांतपणे उभे आहेत. ते कशाची तरी वाट पाहत आहेत, असं वाटतं आहे."

"आपल्यासाठीच थांबले असतील का?" सोफिया विचारते.

पण असं होऊ शकत नाही. पाच वाजताची वेळ दिली होती, त्या आधीच खरंतर आम्ही तिथे आलो होतो. पण तेव्हा त्या शेडमध्ये कोणीच नव्हतं. फक्त एक माणूस होता, जो शिडीवर चढून छताजवळ वायर लावायचं काम करत होता. आम्हाला पाहताच तो हसून म्हणाला होता की, "हो, हो, इथेच आहे लग्नसमारंभ, पण त्याला अजून थोडा वेळ आहे." आम्ही थोडं उशिरा यावं असंही त्यानं आम्हाला सुचवलं होतं, पण उशिरा म्हणजे नक्की किती वाजता हे काही तो सांगू शकत नव्हता. आम्हीच विचारलं की आठ वाजता आलं तर चालेल का म्हणून. त्यावर तो म्हणाला होता की "हो, आठ वाजता आलात तरी चालेल. त्या वेळेपर्यंत समारंभ नक्कीच सुरू होईल!"

आत्ता अजून साडेसात वाजताहेत; म्हणजे तसं आम्ही वेळेच्या आधीच आलो आहोत. पण त्या प्रवेशद्वाराच्या पलीकडे अंगोलन लोक मोठ्या संख्येनं जमलेले आहेत, आणि अगदी शांतपणे उभे आहेत. कोपऱ्यात कुठं आम्हाला जागा आहे का, हे आम्ही पाहू लागताच, ते सगळे जण मागे वळतात.

"हाय," टीम पोर्तुगीज भाषेत कुजबुजतो, "तुम्ही इकडंतिकडं सरकून आम्हाला जागा देण्याचा त्रास घेऊ नका, आम्ही इथेच उभे राहतो."

तरीही ते चुळबुळत राहतात. टीम अस्वस्थ होऊन त्यांच्याकडे पाहत सांगत

असतो, ''नको, नको तुम्ही आहात तिथेच थांबा.'' पण तरीही ती सगळी माणसं थोडी डावीकडे, थोडी उजवीकडे सरकतात आणि त्या खोलीच्या मध्यभागी आम्हाला जाण्यासाठी वाट करून देतात. आता आम्हाला वधूकडचे सगळे लोक, त्या समारंभाचे यजमान, धर्मोपदेशक, सगळे जण दिसताहेत. तेही आमच्याकडेच पाहत आहेत.

''ओह, या...या... गुड इव्हिनिंग...'' ते यजमान आमचं तोंडभरून स्वागत करतात आणि इतर उपस्थितांना सांगतात की, आम्ही काही दिवसांसाठी तिथे राहायला आलेले पाहुणे आहोत आणि सर्वांनीच आमचं स्वागत करावं.

शंभरपेक्षाही जास्त चेहरे आम्हाला पाहण्यासाठी वळतात.

''कृपा करून तुम्ही सगळे असे समोर या,'' यजमान आम्हाला पुढे बोलावतात, ''आम्ही तुमच्यासाठीच थांबलो आहोत. आमचे रुग्णालयातले मित्र आल्याशिवाय हा समारंभ सुरू करावा, असं आम्हाला वाटत नव्हतं.''

हे ऐकून आम्ही खूपच गोंधळून गेलेलो आहोत. या ऐन वेळी करून दिलेल्या वाटेवरून, टीमच्या पाठोपाठ, गंभीर चेहरे करून जाऊ लागलो आहोत. कुणीही एक शब्दसुद्धा बोलत नाहीये. घरीच केलेल्या कागदांच्या साखळ्या आणि इतर सजावट छतावर लोंबती लावलेली आहे. समोरच्या लोखंडी भिंतीवर रंगीत कापड लावलेलं आहे. लोक एकमेकांच्या अंगावर रेलून आमच्याकडे पाहताहेत. हे सगळं आपोआपच घडतंय खरं तर, पण निदान मला तरी सगळं खूप छान, आकर्षक वाटतंय. ही अंगोलन माणसं, अगदी नजरेत भरण्याइतकी देखणी, सडपातळ पण मजबूत बांध्याची आणि तितक्याच मजबूत चेहरेपट्टीची असतात. त्यांच्या रेखीव जबड्यामुळे त्यांच्या त्वचेचा कॉफीसारखा रंग आणखीच उठून दिसतो. त्यांच्या गालांची हाडं ठळकपणे उठून दिसतात आणि डोळे काळेभोर आणि तीक्ष्ण असतात. एखाद्या ऑफिसमध्ये दिसतात, तशी नाजूकसाजूक माणसं इथे अपवाद म्हणूनही दिसत नाहीत, एवढं मात्र नक्की. अनेक तरुण स्त्रिया अगदी निखालसपणे सुंदर आहेत. त्यांच्या प्रमाणबद्ध आणि सुंदर नितंबांमुळे त्यांचा बांधा अतिशय कमनीय दिसतो. त्यांचे सडपातळ, आरोग्यपूर्ण आणि लांबसडक हात–पाय एखाद्या क्रीडापटूसारखे दिसतात; आणि अर्थातच त्यात आश्चर्य वाटण्याचं कारण नाही. आज सबंध दिवसात मी जितक्या स्त्रिया पाहिल्या, त्यांतल्या प्रत्येकीच्या हातात काही ना काही होतं. लहान मूल तरी होतं, नाहीतर पाण्याचा हंडा, खाण्याचे पदार्थ, लाकडं यांसारख्या अनेक गोष्टी ती एका वेळी घेऊन जाताना दिसली होती, नाहीतर मग धान्य कुटताना तरी दिसत होती. पण सगळ्या अशाच, प्रमाणबद्ध, कमनीय बांध्याच्या...

आम्ही त्या शेडच्या मध्यभागी आहोत. काँक्रीटच्या जमिनीवर प्लॅस्टिकची

सहा टेबलं गोलाकार मांडून समारंभासाठी जागा तयार करण्यात आलेली आहे. नवरा–नवरी तिथे येऊन थांबलेले आहेत– वाट बघत. आता आलेले सगळे पाहुणे तिथे अगदी दाटीवाटीनं उभे राहिले आहेत. स्त्रियांनी शोभिवंत असे पारंपरिक कपडे परिधान केलेले आहेत, ज्यात वेगवेगळ्या रंगांची उधळण झाल्यासारखे वाटते आहे, म्हणजे निळ्या रंगासोबत गुलाबी रंग, हिरव्या रंगाच्या पार्श्वभूमीवर लाल रंग, अशी विविध रंगसंगती त्यावर दिसते आहे. त्यांनी कपड्यांच्या रंगाशी मिळत्याजुळत्या रंगाचे रूमाल डोक्याला बांधलेले आहेत आणि अगदी कौशल्यपूर्ण अशी त्याला एकाच बाजूने गाठ मारलेली आहे. पण पुरुषांनी मात्र अगदी पश्चिमी ढंगाचे कपडे निवडलेले आहेत. पॅन्ट्स, त्यांच्या रंगाशी अजिबात मिळतेजुळते नसलेले रंगीबेरंगी शर्ट्स, त्यावर जॅकेट्स आणि टाय, हाच बहुतेकांचा वेष आहे. यामध्ये, 'डब्लिन प्लंबिंग कंपनीची' जाहिरात करणारा टी-शर्ट, आणि पायजमा म्हणावा की पँट म्हणावी अशी शंका यावी असं काहीतरी, हे दोन पेहराव मात्र अगदी लक्ष वेधून घेणारे आहेत. पण हे सगळे कपडे कोणीतरी दान म्हणून दिलेले आहेत, यात मात्र अजिबात शंका नाही.

"आमच्या पाहुणे मंडळींनी कृपया इकडं यावं आणि बसून घ्यावं," ते यजमान आम्हाला विनंती करतात. आमच्या तिथे येण्यामुळे ते फारच भारावून गेल्यासारखे वाटताहेत. त्या समारंभाच्या जागेच्या समोरच प्लॅस्टिकच्या काही खुर्च्या ओळीनं मांडलेल्या आहेत, तिथे ते आम्हाला घेऊन जातात. तिथे शेजारीच वधूकडची मंडळी बसलेली असतात. लगेचच लग्नसमारंभ सुरू होतो.

वधू जेमतेम सोळा वर्षांचीच असावी. लग्नासाठी पारंपरिक पाश्चिमात्य पोषाख घालून ती आफ्रिकन धर्मोपदेशकासमोर उभी आहे. भांबावलेल्या चेहऱ्यानं, घाबरलेल्या नजरेनं समोर पाहते आहे. नवरा मुलगाही विशीतलाच असावा. त्यानं अगदी नीटनेटका बसणारा काळ्या रंगाचा सूट घातलेला आहे. वधूइतक्याच अस्वस्थपणानं पण उत्सुकतेनं तो तिच्या शेजारी उभा आहे. त्या दोघांनीही परिधान केलेले कपडे त्यांना इथे, याच शहरात मिळाले असतील अशी सुतराम शक्यताही मला वाटत नाही. आणि लग्न करण्याच्या दृष्टीनं ही मुलगी खूपच लहान आहे, असं माझं ठाम मत आहे. आई होण्याचा नुसता विचार करण्याच्या दृष्टीनंही ती खरंच खूप लहान आहे. या वयात मूल जन्माला घालणं तिच्यासाठी नक्कीच खूप धोकादायक आहे... पण ज्या देशातल्या लोकांचं सरासरी आयुष्य जेमतेम एकोणचाळीस वर्षंच आहे, आणि जिथं प्रत्येक स्त्रीला सरासरी सहा मुलं तरी होतात, आणि त्यांतली दोन मुलं पाच वर्षांची होण्याच्या आतच मृत्युमुखी पडण्याची शक्यता असते, अशा देशात, मुलगी लग्नायोग्य वयाची होईपर्यंत वाट पाहण्यात अर्थ नाही, असंच लोकांना वाटत असेल, असा विचार माझ्या मनात लगेचच येऊन जातो.

धर्मोपदेशक एक तास प्रवचन देतात. छतावर लटकवलेल्या विजेच्या दिव्यांसाठी लावलेल्या जनरेटरचा आवाजच काय तो एखाद्या पार्श्वसंगीतासारखा सतत ऐकू येत आहे, बाकी काहीच नाही. ना गाणं, ना देवाची स्तोत्रं, ना हसणं. हे सगळं नक्कीच खूप रुक्ष वाटत आहे. आफ्रिकन लोकांच्या लग्नाबद्दल माझी जी कल्पना होती, तसं इथे काहीच घडत नाहीये. ठरवून झालेलं लग्न असल्यामुळे कदाचित असं असेल का? नवरा-नवरी, दोघंही गंभीर चेहऱ्यानं, जमिनीकडे टक लावून उभे आहेत. एकमेकांकडे चोरून बघणं नाही, की हळूच हातात हात घेणं नाही. तर मग हीच पद्धत असेल बहुधा. पण मग अचानक टाळ्यांचा कडकडाट होतो, वर-वधू आता नवरा-बायको झालेले असतात.

"सभ्य स्त्री-पुरुष हो," उतावीळपणे उडी मारूनच तिथे आलेले यजमान सर्वांना ओरडून सांगतात, "चला आपल्या या नव्या जोडप्याचं आपण सगळे शुभेच्छा देऊन अभिनंदन करू या!"

मग ते नवं जोडपं कसंतरी, अवघडत, चमत्कारिकपणे एकमेकांचं चुंबन घेतात आणि उत्साहपूर्ण जल्लोष केला जातो.

"आणि आता हे नवं जोडपं एकमेकांसोबत नृत्य करेल. आपण सगळे त्यांचं स्वागत करू या..." असं जाहीर करत, यजमान त्या दोघांना त्या शेडच्या मध्यभागी आणतात. तिथे उभी असणारी माणसं आपसूकच थोडी मागं सरकून जागा करून देतात, आणि कोपऱ्यातल्या 'डीजे'ला यजमान मानेनंच खूण करतात आणि मग जे काही सादर होतं ते म्हणजे आयत्या वेळी मिळतील त्या वाद्यांच्या साथीनं सादर केल्या जाणाऱ्या गायन-वादनाचा एक आश्चर्यकारक नमुना म्हणावा, असं काहीतरी असतं. सतत चापट्या मारत सुरू करावा लागणारा स्विच, कुणीतरी हिसके देत असल्यासारखा, चालू बंद होत राहणारा वीजपुरवठा, गाण्याची टेप लावलेला प्लेअर आणि हे सगळं चालू राहण्यासाठी जोडलेली मोटारीची बॅटरी, या सगळ्या गोष्टी झर्रकन् हातात हात मिळवतात आणि आसमंत दणाणून टाकणाऱ्या प्रचंड मोठ्या आवाजाचा तिथे अगदी मुक्तपणे भडिमार सुरू होतो. या सगळ्यात भरीस भर म्हणून, उच्च स्वरात, गळे काढून रडावं, तसं एका माणसाचं गाणं सुरू होतं. त्या गाण्यानं ती अख्खी शेड व्यापून जाते. गाण्याचे शब्द नीटसे कळत नसतात, पण 'एक पुरुष एका स्त्रीवर प्रेम करत असतो,' अशाच काहीशा अर्थाचं ते गाणं असणार हे नक्की.

"बापरे! देवा... काय म्हणायचं रे या सगळ्याला? असं असतं का लग्न?"

हो. हे इथलं लग्नच होतं. अजूनपर्यंत इथे वीजपुरवठा सुरू झालेला नाही, इथे नळाद्वारा पाणीपुरवठा करण्याची कोणतीही सोय झालेली नाही, लोकांचं आरोग्य नीट राहावं म्हणून खबरदारीचे कोणतेही उपाय योजले गेलेले नाहीत, ना

दूरध्वनीची सोय, ना धड नीटसं छप्पर असलेल्या शाळा... लोकांच्या मूलभूत गरजा पूर्ण होतील अशी कुठलीच व्यवस्था नाही इथे, पण तरीही हे कसं आहे? असलं संगीत? मायकेल बोल्टनचं गाणं? खरं तर मला हसू येतं आहे, पण हे सगळंच इतकं मनापासून, प्रामाणिकपणानं चाललंय की मला माझं हसू आवरावं लागतंय. नवं जोडपं त्यांच्या पहिल्याच एकत्रित नृत्यात इतकं मनापासून रमलंय की, त्यांचं लग्न बघून, ठरवून झालंय असं वाटत नाहीये. कदाचित आता या समारंभाचा ताण नाहीसा झाल्यानं, खूप दिवसांपासून एकमेकांवर प्रेम असावं तसं ते एकमेकांना आलिंगन देताहेत. आणि 'मायकेल बोल्टन' ही इथल्या लोकांसाठी अगदी नवी गोष्ट असणंही अगदी शक्य आहे. इथे युद्धाची धुमश्चक्री चालू असताना, मायकेल बोल्टनचं अगदी ऐन बहरात असलेलं गाणं या लोकांपर्यंत पोहोचणंही अगदी अशक्यच म्हणायला हवं. मला वाटतं फक्त हे गाणंच नाही, तर इतर अनेक गोष्टी, किंबहुना प्रत्येकच गोष्ट त्यांना त्या काळात गमवावी लागलेली आहे. त्या काळात लग्नकार्य तरी होत होती का? गुपचूपपणे होतही असतील कदाचित, पण हे इतकं कर्कश संगीत लावलं जात असेल? छे! ते तर अशक्यप्राय असणार तेव्हा. हे सगळं इथे नक्कीच नवं वाटत असेल... सगळंच... समारंभ ठरवायचा, तो आनंदानं साजरा करायचा आणि बाकी सगळं जग गेली तीन दशकं जे जे करतंय, ते सगळंच करायचं... अगदी नव्यानं सगळ्याचा अनुभव घ्यायचा, आणि तोही असा... आणखी एखादा हल्ला होण्याची किंवा सक्तीनं लष्करात भरती व्हावं लागेल याची अजिबात भीती न बाळगता, युद्धकाळातल्या प्रत्येक भयंकर दिवशी हजारो अंगोलन माणसं जशी उपासमारीनं मृत्यू पावली, तशी आपली उपासमार होऊन आपण मरू, ही भीती अजिबात न बाळगता... आणि हो, स्वतःच्या तिप्पट वयाच्या सैनिकाकडून बळजबरी केली जाईल अशी भीती इतके दिवस असंख्य मुलींना सतत भेडसावत होती, तशीही कुठलीच भीती न बाळगता... अगदी निर्धास्त मनानं, नव्यानं सगळ्याचा अनुभव घ्यायचा...

सगळ्या जल्लोषाला थांबवत यजमान पुन्हा एकदा पुढे येतात. सगळ्यांना उद्देशून म्हणतात, "सभ्य स्त्री-पुरुष हो, जरा इकडे लक्ष द्या. आपले जे विशेष पाहुणे आहेत, त्यांना मी इथे बोलावू इच्छितो. इथे येऊन त्यांनी या पहिल्याच नृत्यात सामील व्हावं, अशी मी त्यांना विनंती करतो."

"छे! काहीतरीच काय? तिथे जाऊन नृत्यात भाग घेणं मला अजिबातच शक्य नाहीये...." मी मनातल्या मनात ठरवतो- पण यजमान थेट आमच्या टेबलापाशी येतात, मला उठवतात आणि चक्क माझा हात पकडून मला मध्यभागी घेऊन जातात. तिथे फुलं विकायला आलेल्या काही मुलींपैकी एका मुलीलाही ते माझ्याबरोबर नृत्य करण्यासाठी घेऊन येतात. आता ते पुन्हा जाऊन माझ्या

सहकाऱ्यांनाही तिथे घेऊन येतात. भोवताली जमलेले शेकडो डोळे आमच्याकडे टक लावून पाहत असतात. आमचं नृत्य सुरू होतं. आम्हा परदेशी लोकांचं त्यांना फारच आकर्षण वाटतं आहे– त्या संपूर्ण प्रदेशात आम्ही फक्त सहा जणच त्यांच्यापेक्षा वेगळे आहोत, हे प्रकर्षानं जाणवत राहतंय – त्यांनाही आणि आम्हालाही.

सुदैवानं मायकेल बोल्टनचं गाणं संपतं. एका सहा वर्षांच्या मुलीबरोबर तिच्या गतीनं हळूहळू कसं नाचायचं, हे मला नक्की कळतच नाहीये. तेवढ्यात दुसरं गाणं सुरू होतं; जे जॅक्सन फाईव्हचंच असणार असं लेबल मी त्यावर लावून टाकतो. त्या मुलीनं तिच्या डोक्याच्याही वर उचलून धरलेले हात माझ्या हातांच्याही खाली असतात, पण ते हातात घेऊन, आम्ही बरोबरीनं पावलं टाकू लागतो. माझ्यापेक्षा तिला तालाचं भान जास्त आहे, हे लक्षात येऊन मी गोंधळून जातो. स्वतःच्या जोडीदाराबरोबर माझ्यामागून जाताना टीम मला कोपरानं ढोसतो – मी वळून पाहतो– नाचासाठी त्याच्या जोडीला असते एक प्रचंड आकाराची, पण आकर्षक, विलासी वृत्तीची वाटावी अशी आफ्रिकन मावशी – वाजवीपेक्षा खूप जास्त वजन असणारी अशी ही पहिलीच व्यक्ती मला इथे दिसते आहे. अँड्रिया ही आमची सहकारी उगीचच अंगविक्षेप करत, नाचत असल्यासारखं दाखवत आहे. आमच्या बाह्य रुग्ण विभागाचे साठ वर्षांचे प्रमुख अंग झटकल्यासारखं नृत्य करत तिच्याभोवती फिरत आहेत. त्यांच्या त्या नृत्यानं जमिनीला तडे जातील की काय असं वाटतंय खरं, पण त्यांच्या नाचातला बोजडपणा सोडला, तर त्यांच्या हालचालीत सर्वांपेक्षा जास्त लयबद्धता आहे. शेडमधले बाकी सगळेजण मात्र जागच्या जागी खिळवून ठेवल्यासारखे उभे आहेत. मोठ्या माणसांच्या पायांमधून डोकं बाहेर काढत लहान लहान मुलं हे सगळं दृश्य अगदी एकटक पाहत आहेत आणि मोठी माणसं वासलेला 'आ' बंद करायचं विसरून पाहत उभी आहेत. आता पुढे आणखी कसा नाच करायचा हे न कळून मी थांबायचं ठरवतो आणि माझ्याबरोबरच्या मुलीला एक शेवटची गिरकी मारून थांबतो. सगळे जण, म्हणजे जणू ती संपूर्ण खोलीच हसते. त्या मुलीला खूप आनंद होतो, आपला पांढरा फ्रॉक दोन्ही बाजूनं हातात धरून ती आनंदानं अगदी मनापासून हसते, आणि तिला वाटतं त्याप्रमाणे आम्ही वेगळ्याच बाजूनं तिथून बाजूला होतो. पुन्हा एकदा टाळ्यांचा कडकडाट होतो.

पुन्हा एकदा यजमान पुढं येतात आणि नृत्याचा कार्यक्रम संपल्याचं जाहीर करतात. हा लग्नसोहळाही अपेक्षेप्रमाणं पार पडतो आणि सगळे उपस्थित जरासे विसावतात. या सगळ्यात मला रुग्णालयाचा तिथल्या सगळ्याच गोष्टींचा पार विसर पडलेला आहे. तिथल्या कुपोषित मुलांची दयनीय अवस्था, अगदी आज

सकाळीच चित्त्याच्या हल्ल्यातून वाचलेला तो माणूस... सगळं सगळं विसरलो आहे मी... इथे येऊन मला खूप आनंद झालाय, खूप उत्तेजित झाल्यासारखं वाटतंय. इथे मदतीसाठी आलेला एक स्वयंसेवक म्हणून, माझं इथलं आयुष्य अगदी आत्तापासून असंच जाणार आहे... दर आठवड्याच्या शेवटी आत्तासारखं सगळ्यांसोबत एकत्र जमायचं, इथल्या स्थानिक लोकांबरोबर करमणुकीत वेळ घालवायचा, बिअर प्यायची, रात्री मस्तपैकी जेवण करायचं... मी कल्पनाविश्वात जणू हरवून जातो...

"मजा आली नाही का?" साधा टेबलक्लॉथही न घातलेल्या प्लॅस्टिकच्या टेबलाभोवती आम्ही येऊन बसताच, टीम हसून विचारतो. आमच्यासमोर डुकराची तळलेली हाडं आणि थोडीशी बिअर आणून ठेवली जाते. "इथे तुमचा बहुतेक सगळा वेळ कामातच जाणार आहे," टीम म्हणत असतो, "आणि घरी असाल तेव्हा दोन महिन्यांतच इतकं कंटाळाल, की तुमच्या सहकाऱ्यांचा जीव घ्यावा असंही क्षणभर तुम्हाला वाटेल, कारण लवकरच इथे आपण फक्त चौघे जणच उरणार आहोत. सोमवारी सोफिया इथून जाईल आणि आठवडाभरात इसाबेलही जाईल, मग पाठोपाठ आपल्यातला संवादही कमी कमीच होत जाईल."

पण माझा आणि पास्कलचा संवाद लवकरच संपेल अशी मुळीच शक्यता नाही... कारण, मुळात तो कधी सुरू होण्याचीच शक्यता खूप धूसर आहे. तो पोर्तुगीज भाषा बोलतो पण इंग्लिश अजिबात बोलू शकत नाही, आणि माझं अगदी याच्या उलट आहे. म्हणून मग आम्ही आमचे बिअरचे ग्लास एकमेकांना लावतो, एखाद-दुसराच शब्द बोलतो आणि हसतो. पण निदान त्याच्याशी मैत्री करावीशी वाटावी असा तरी तो नक्कीच आहे, आणि तरुणपणातला मार्क्सवादी क्रांतिकारी 'चे ग्वेवरा', याच्याशी त्याचं अजिबात साम्य नाहीये, हे विशेष. अँड्रियाबद्दल सांगायचं तर ती नव्यानंच इथे दाखल झालेली एक सुईण आहे. तिच्याशी माझं चांगलं जमेल असं मला वाटतंय. आणि ती इथे सर्वांची लाडकी होईल असंही मला वाटतंय, कारण ती खूप आकर्षक आणि हसतमुख आहे. ती आणि आम्ही तिघे तिचे पुरुष सहकारी- चौघेही पुढच्या सहा महिन्यांसाठी या छोट्याशा आवारात एकत्र कोंडले गेलो आहोत, असंच मला म्हणावंसं वाटतंय.

टीम पुन्हा त्या नृत्याच्या जागेकडे गेला आहे. सोफिया माझ्याशेजारी खुर्ची ओढून बसते आहे. झट्कन समोरचं एक तळलेलं हाड हातात घेते आहे आणि तिचं बोलणं, तिची भाषा मला समजते आहे असं गृहीत धरून मला सांगते आहे की लवकरच मी तिथे रुळेन. "तुला पोर्तुगीज भाषा बोलता येत नाही हे माहिती असूनही, त्यांनी तुला इथे पाठवलंच कसं?" ती अस्वस्थपणे विचारते. त्यावर मी तिला सांगतो की, स्पॅनिश भाषा मला थोडीथोडी बोलता येते, आणि इथे

येण्यापूर्वी पोर्तुगीज भाषेचे पहिले पाच धडे मी चांगले घोटून आलो होतो. "पण तेवढं पुरेसं नाही," ती लगेचच म्हणते, "तुला पोर्तुगीज भाषेत संवाद साधता येणं गरजेचं आहे. तिथे वॉर्डमध्ये गेल्यावर काय करशील तू? कोण असणार आहे दुभाषाचं काम करायला?" तिला खूपच प्रश्न पडलेले आहेत, ज्यांची उत्तरं माझ्याकडे नाहीयेत."

"मला सांग डॅमियन, तुला एखादी मैत्रीण आहे का?" ती पुढे विचारते.

"गेल्या आठवड्यापर्यंत होती, पण आता... " मी चाचरतो.

"इथे नेमणूक झाली म्हणून मैत्रीण गमावलीस का तू?" सोफिया विचारते.

"या नेमणुकीमुळे प्रश्न निर्माण झालाय खरा, पण मला वाटतं..." सोफिया माझं वाक्य पूर्ण होऊ देत नाही.

"तुझे आणि तिचे सूर नक्कीच पुन्हा जुळतील, म्हणजे तू ते जुळवायलाच हवेस," सोफिया मृदू आवाजात म्हणते, "तुला ज्याविषयी विचार करता येईल असं इथे तर फारसं काही नाहीच आहे. तुझी काळजी घेणारं कुणीतरी असण्याची तुला गरज आहे डॅमियन, असं कुणीतरी जी रोज संध्याकाळी तुला ई-मेल पाठवेल, तुझ्याशी संवाद साधेल, कारण..." तिच्या डोळ्यांवरचा आसवांचा पडदा मला जाणवतो..., "कारण, इथे काम करणं हे..." ती पुढं बोलू शकत नाहीये आणि आता एकदम रडायलाच लागली आहे... देवा, आता मी नक्की काय करू? पण तेवढ्यात ती स्वतःला सावरते आणि पुन्हा बोलू लागते. "इथे काम करणं तुला खूप अवघड वाटू शकतं. माफ कर, पण इथली माणसं म्हणजे ना... नाही, पण मी असं बोलणं बरोबर नाही." पुन्हा ती अडखळते, "मी ना आत्ता खूप दमले आहे," ती विषय बदलत म्हणते, "एक्लॅम्पसियानं आजारी असणारी माझी एक रुग्ण दोन दिवसांपूर्वी दगावली. माझी आणि तिची चांगली ओळख झाली होती आणि गेले काही दिवस मी रात्री उशिरापर्यंत तिचीच देखभाल करत होते..."

तिच्यासाठी एखादा टिश्यूपेपर मिळतोय का हे मी पाहतो, पण मला आसपास काहीच सापडत नाही. पण टिश्यू शोधता-शोधता माझं लक्ष टीमकडे जातं. त्या नृत्य करण्याच्या जागी तो अजूनही डोलत उभा आहे. तिथेच थोडं पुढं येऊन, काहीतरी खुणावून, तो आमचं लक्ष वेधण्याचा प्रयत्न करतो आहे. मिळालेल्या ढीगभर भेटवस्तू उत्सुकतेनं उघडून पाहण्यात नवरा-नवरी दंग झालेले आहेत, आणि तेच पाहण्यासाठी टीम आम्हाला खुणावतो आहे. खरं तर मी तिकडे असं निरखून पाहायला नको आहे. ते दोघं एकत्र उभे आहेत, प्रत्येक पुडकं अगदी सावकाश, बारकाईनं पाहत आहेत, एखाद्या पाकिटात रोख रक्कम असली, तर ती नीट मोजून ठेवताहेत. आणि आता त्यांनी आमची भेट हातात घेतली आहे...बापरे,

आता ती वस्तू बदलता येणंही शक्य नाही, आणि त्यात आम्ही त्यावर आमची नावंही लिहिली आहेत! त्यावर आम्ही गुंडाळलेले कुठल्यातरी इटालियन मासिकाचे बरेचसे कागद, ते दोघं हळुवारपणे बाजूला करतात आणि आम्ही दिलेली मच्छरदाणी पाहतात. त्यावरचं प्लॅस्टिक काढून ती उलगडतात, आणि वरचा कागद पाहतात. पुन्हा एकदा त्या मच्छरदाणीकडे पाहतात; पुन्हा वरच्या कागदाकडे पाहतात आणि आमच्याकडे बघतात. बहुधा तेही आमच्यासारखाच विचार करताहेत. त्या बावळट टोयोटामुळेच झालंय हे! पण आता काय करू शकतो आम्ही... रात्री हे जोडपं जेव्हा त्या मच्छरदाणीत शिरेल, तेव्हा कदाचित, त्यांना त्याबद्दल वेगळं काही वाटेल, अशी आशा फक्त आम्ही करू शकतो... असो. ते पुन्हा मच्छरदाणीची नीट घडी घालतात, त्याच कागदात ती कशीतरी गुंडाळतात आणि त्यांच्या शेवटच्या भेटवस्तूकडे वळतात.

आणखी एक नृत्य होतं आणि आम्ही जायला निघतो. आत्तापर्यंत आम्ही ज्यांना कधीच भेटलेलो नाही, अशा वधू-वरांच्या नातेवाइकांची लांबच लांब रांग उभी असते. आम्ही त्यांना शुभेच्छा देऊन त्यांचे आभार मानतो. नृत्याच्या त्या गोलाकार जागेवर, डीजेनं लावलेल्या 'किसांबा' या धूनच्या अॅफ्रो–लॅटिन ठेक्यावर कुल्ल्याला कुल्ले घासत, हेलकावे घेत नाचणाऱ्या लोकांकडे पाहून आम्ही नुसतेच हात हलवतो आणि एकदाचं बाहेर पडतो.

जिथं गवत अजिबात दिसत नाहीये, अशा सॉसरच्या मैदानावरून आम्ही रमतगमत चाललो आहोत. पेरलेले सुरुंग केवळ खुरप्याच्या मदतीनं शोधायचे आणि निकामी करायचं काम इथे किती यशस्वीपणे आणि परिणामकारकरीत्या केलं गेलं आहे, हा विचार नकळतच माझ्या मनात येतो आहे. या प्रकारे या शहरातून तीन हजार सुरुंग शोधले गेले आहेत. त्यांपैकी दोनशे सुरुंग आम्ही आत्ता चालतोय, त्या चौकोनी मैदानातून काढले गेले आहेत. आता सगळे सुरुंग काढून टाकण्यात आले आहेत, याबद्दल या लोकांना इतकी खात्री कशी वाटते आहे, याचंच मला आश्चर्य वाटतंय.

पण आम्ही ते मैदान पूर्ण ओलांडूनही जिवंत आहोत. वाळूनं माखलेल्या मुख्य रस्त्यावरून चंद्रप्रकाशाच्या साथीत आम्ही निवांतपणे चाललो आहोत, गप्पा मारतो आहोत, हसतो आहोत आणि प्रत्येक श्वासाबरोबर लाकडाच्या धुराचा वास घेतो आहोत. स्वयंपाकासाठी संध्याकाळीच पेटवल्या गेलेल्या शेकडो चुलींमुळे इथे हा वास भरलेला असावा, कदाचित एखादी सहल आली असेल इथे... कोण जाणे!...

तर हा सगळा वेळ असा छान गेला आहे आमचा! या आठवड्याचा हा शेवटचा दिवस मित्रांच्या बरोबर, जरासा साहसपूर्ण म्हणावा असा पार पडला आहे. चालता चालता एकमेकांच्या गोष्टी ऐकत, वाटेत लागलेल्या इथल्या

शाळेच्या भिंतींच्या भगदाडातून रात्रीचं शांत आकाश निरखत जाण्यात एक वेगळीच मजा अनुभवता आलीये. आमच्या घरांच्या आवारात, रात्रीच्या त्या कडाक्याच्या थंडीत, अंगाचं शक्य तितकं मुटकुळं करून शेकोटीपाशी एकट्याच बसलेल्या पहारेकऱ्याला शुभेच्छा देत आता मी खोलीत आलो आहे. त्या अंधाऱ्या खोलीत, मेणबत्तीच्या मिणमिणत्या प्रकाशात, अतिशय कुबट वासानं भरलेल्या ब्लँकेटच्या ढिगाऱ्यांखाली स्वतःला जणू गाडून घेत, आणि 'आपले आपण पोर्तुगीज शिका' हे पुस्तक नुसतंच मांडीवर ठेवून आता गाढ झोपून जायचं आहे. मग सकाळी उठून पुन्हा त्या तशा नाउमेद करणाऱ्या, घाबरवून टाकणाऱ्या आणि निराशेनं भरलेल्या जागी जायचं आहे... काम करायचं आहे, देखरेख करायची आहे... आत्तापर्यंत अशी जागा कधीच पाहिलेली नाही मी... या रुग्णालयासारखी...

मी एक नवा डॉक्टर

छे! सोफिया इथून गेल्यानंतरचा हा पहिलाच दिवस. आज सकाळी सकाळीच माझ्यासमोर असलेला हा पहिलाच रुग्ण मला फारच काळजीत टाकतो आहे.

तो तापानं फणफणला आहे; आणि त्याच्या अंगाखालची चादर घामानं पूर्ण भिजून गेली आहे. या तरुणाचे कुटुंबीय, म्हणजे त्याची आई आणि दोन भाऊ त्याच्या त्या लोखंडी पलंगावरच बसलेत आणि त्याच्याकडे निरखून पाहताहेत. रात्रभर शेजारी जमिनीवर झोपलेले वडीलही, बसल्या जागेवरून त्याच्याकडे बघताहेत. घामानं थबथबलेल्या आणि अगदी मंदपणे वरखाली होणाऱ्या त्याच्या छातीकडे सगळ्यांचंच लक्ष आहे, आणि एका जुन्या कापडानं ते सारखा घाम टिपत बसलेत. ते सगळे कुटुंबीय, तो लवकर बरा होईल ही आशा बाळगून त्याची सेवा करताहेत. त्या तरुणाभोवती कोंडाळं करत उभ्या असणाऱ्या आम्हा दहा–बारा जणांकडे त्यांचं लक्षच नाहीये.

"रात्री याची तब्येत कशी होती?" आम्हाला जागा करून देण्यासाठी स्वतःच्या वस्तू दुसरीकडे उचलून ठेवत असणाऱ्या त्या वडलांना मी विचारतो.

"अशीच होती," एक आरोग्यसेवक सांगतो. निळ्या डोळ्यांची इटालियन नर्स ईसाबेला त्याच्या बोलण्याचं भाषांतर करून मला सांगते की, आज सकाळी त्याला थोडे जुलाब झाले होते; पण बाकी काहीच फरक नाही, आणि त्याचे पालक सांगताहेत की त्याच्या प्रकृतीत काहीही सुधारणा किंवा बदल झालेला नाही, आणि त्याची प्रकृती अजिबात ठीक नाहीये.

"आणि त्याचा ताप कसा आहे?"... मी.

त्याच्या उशाशी ठेवलेला नोंदींचा तक्ता पाहत आरोग्यसेवक सांगतो की, "रात्री ताप थोडा उतरला होता; पण आता पुन्हा पहिल्याइतका चढला आहे."

तो मुलगा अजूनही बेशुद्धावस्थेतच आहे, अगदी निश्चल पडला आहे आणि त्याला जागं करण्याच्या कुठल्याच प्रयत्नाला तो काहीच प्रतिसाद देत नाहीये.

त्याची अवस्था खरोखरच विशेष काळजी करण्यासारखी आहे आणि हा मलेरियाचा ताप मेंदूत जाऊन तो दगावण्याचाही धोका जाणवतो आहे. अर्थात, जर त्याला मलेरियाच झाला असेल तर! आत्ता तरी आम्ही हा मलेरिया असेल असं निदान, अंदाजानंच केलं आहे, कारण आणखी एका माणसाला नुकताच मलेरिया झाला आहे. पण या मुलाच्या आणखी काही तपासण्या केल्याशिवाय आम्ही खात्रीपूर्वक काहीच निदान करू शकणार नाही. घरच्या घरी गर्भधारणा चाचणी करण्यासाठी जसं एक प्लॅस्टिकच्या पट्टीसारखं साधन असतं, तशा प्रकारचं एक साधन इथे 'फॅल्सिपॅरम' या प्रकारच्या मलेरियात रक्त चाचणी करण्यासाठी उपलब्ध आहे, आणि त्या साधनानं केलेल्या रक्ततपासणीवरून हा मलेरिया आहे, असं दिसतंय. पण हा मुलगा बेशुद्धावस्थेत जाण्याचं नक्की कारण काही त्यावरून कळत नाहीये. तरीही आम्ही तीव्र स्वरूपाच्या मलेरियावरचे सगळे उपचार त्याच्यावर सुरू केले आहेत. काल रात्री तो इथे आल्यावर त्याला शिरेतून क्विनाईन देण्यास आम्ही ताबडतोब सुरवात केली होती. उष्णकटिबंधातील औषधोपचारासंदर्भातलं एक छोटं पुस्तक खिशातून काढून, आम्ही सुरू केलेली औषधं योग्य आहेत ना, हे मी पुन्हा एकदा तपासून पाहतोय. उपचारांपैकी काही करायचं आम्ही विसरलो नाही ना, याची खात्री करून घेतो आहे; पण काहीच विसरलेलं नाहीये. आम्ही हरेक प्रयत्न करतो आहोत. इथे जे जे करणं शक्य आहे, ते ते सगळं करतो आहोत. पण इथली परिस्थिती लक्षात घ्यायलाच हवी. या मुलाला आमच्या इथल्या 'अतिदक्षता' विभागात ठेवलं आहे. विटांचं बांधकाम असणारी कुठलीही एखादी साधी खोली असावी, त्यापेक्षा ही खोली फार काही वेगळी नाहीये. एका भिंतीला लागून चार लोखंडी पलंग दाटीवाटीनं ठेवलेले आहेत आणि त्यांच्यासमोर फायबरग्लासची एक धुळकट खिडकी आहे. त्यातल्या त्यात बऱ्या असणाऱ्या एका लाकडी स्टॅंडच्या खिळ्याला, या मुलाला दिल्या जात असलेल्या क्विनाईनची पिशवी लटकवलेली आहे. संध्याकाळी पास्कलनं जनरेटर चालू केला की मग इथे दिवे लावण्यासाठी जेमतेम चार तास वीजपुरवठा चालू होईल. याव्यतिरिक्त या खोलीत सांगण्यासारखं काहीच नाहीये. कुठचंही यांत्रिक साधन नाही, प्राणवायूचे सिलिंडर्स नाहीत किंवा कुठलंही विद्युत उपकरणही नाही. हो, पण आवश्यक ती औषधं ठेवण्यासाठी एक छोटं कपाट तेवढं आहे. या अशा व्यवस्थेला 'अतिदक्षता विभाग' कसं म्हणायचं, असा विचार माझ्या मनात येऊन जातो खरा, पण इतर प्रत्येक खोलीत आठ किंवा त्याहूनही जास्त रुग्ण ठेवलेले आहेत आणि त्या तुलनेत या खोलीत जास्तीत जास्त चारच रुग्ण ठेवले जातात आणि इथले दोन आरोग्यसेवक त्यांची लक्षपूर्वक देखभाल करू शकतात. या खोलीत रुग्णांना अगदी जवळून, बारकाईनं तपासतासुद्धा येतं, म्हणून या वेगळ्या व्यवस्थेला

'अतिदक्षता विभाग' असं म्हटलं जातं. या व्यवस्थेचा खूप उपयोग होतो, असं सोफियानं मला अगदी खात्रीपूर्वक सांगितलं होतं. आणि एखाद्या मोठ्या रुग्णालयात – म्हणजे जिथं निदान प्राणवायू पुरवण्याची तरी किमान सोय असेल अशा रुग्णालयात एखाद्या रुग्णाला न्यायचं झालं तर? माझ्या मनात अनेक प्रश्न पिंगा घालताहेत; पण असं रुग्णालय जवळपास असण्याची सुतराम शक्यता नाही. आमच्यापेक्षा मोठं रुग्णालय या सगळ्या प्रांतात फक्त एकच आहे, ते 'मेनाँग' या प्रादेशिक राजधानीमध्ये, जिचं आता फारसं महत्त्व राहिलेलं नाही. एके काळी हस्तिदंताच्या व्यापाराचं हे मोठं केंद्र होतं, असं म्हणतात. पण तिथे जायचं तर दोन दिवस प्रवास करून जावं लागतं आणि त्या रुग्णालयात साधनसामग्रीची इथल्यापेक्षाही दयनीय अवस्था आहे. विमानानं तिथे जाता येण्याचा तर प्रश्नच नाही. आम्हाला इथे सोडण्यासाठी एम.एस.एफ. जे एक छोटंसं विमान भाड्यानं घेतं, त्या विमानाच्या जाण्या-येण्याच्या एका फेरीसाठी पाच ते दहाहजार डॉलर्स मोजावे लागतात आणि तरीही त्यातून कुठलंही वैद्यकीय उपकरण नेता येत नाही, की एखाद्या नर्सला सोबत नेता येत नाही. शिवाय असे इतरत्र कुठं उपचार घेण्याचा खर्च रुग्णाच्या कुटुंबीयांना परवडेल का, हेही नक्की सांगता येणार नाही.

त्यामुळे सध्यापुरतं तरी आम्ही केवळ क्विनाईन देणंच सुरू ठेवलंय, आणि त्यानं या मुलाला बरं वाटेल अशी आशा करतो आहोत, कारण या मुलावर उपचार करण्यासाठी, आमच्याखेरीज दुसरा कुठला पर्यायच नाहीये, आणि हाच विचार मला घाबरवतो आहे.

याची ही क्विनाईनची पिशवी नवी वाटत्येय, हे लक्षात येऊन, ती आत्ताच बदलली आहे का, असं मी विचारतो.

आरोग्यसेवक नुसतीच मान हलवतो.

"छान! आज सकाळपासून असं शिरेतून किती क्विनाईन दिलंय आपण याला?" मी पुन्हा त्याला विचारतो.

तो रुग्णाच्या नोंदींचे कागद चाळायला लागतो. इथे जे आठ पुरुष आरोग्यसेवक आहेत, त्यांच्यातला हा सर्वांत वरिष्ठ सेवक आहे. डॉक्टर आणि स्थानिक प्रशिक्षण घेतलेल्या नर्सेस, या दोघांच्या मध्ये कुठंतरी याचा दर्जा आहे. माझ्या प्रश्नावर तो काहीच उत्तर देत नाही.

"तुझं नाव मॅन्युअल ना? अरे ही माहिती तुला औषधांच्या तक्त्यावर सापडेल. कालपासूनच त्या तक्त्यावर ती माहिती लिहायला सुरुवात झाली आहे. नीट पहा! तिथे वरच्या बाजूला ती लिहिली आहे."

माझ्या बोलण्याचं भाषांतर करून ईसाबेला त्याला सांगते, पण तरीही हा

मॅन्युअल काहीच बोलत नाही.

"कुणाला माहिती आहे का, की आपण या मुलाला किती क्विनाईन देतो आहोत?" मी सगळ्यांना उद्देशून विचारतो.

कुणीच उत्तर देत नाही.

"आणि आज सकाळी ही पिशवी जिने लावली आहे, ती नर्स कुठं आहे? इथे आहे का ती? तिला हे माहिती असेल..." याबद्दलही कुणीच काही बोलत नाही.

"अरे याला किती डोस द्यायचा आहे हेच जर कुणाला माहिती नसेल, तर आपण याला योग्य तेवढेच औषध देत आहोत की नाही, किंवा आत्ता त्याला ते किती दिलं जातंय, हे कसं समजू शकेल आपल्याला?" नकळत माझ्या आवाजाची धार थोडीशी वाढते.

या प्रश्नाचंही उत्तर नाही... केवळ शांतता...

का कुणी काहीच सांगत नाहीये? इथल्या कामाच्या पद्धतीबद्दल माझी बहुधा काहीतरी चुकीची समजूत झाली आहे की काय? पण सोफियाही हेच करत होती; की ती ही या सेवकांना अनेक गोष्टी विचारत असे? आणि तिनं मला असंही सांगितल्याचं नक्की आठवतंय की, रुग्णाला शिरेतून औषधं देण्याचं काम आणि उपचारातल्या इतर गोष्टी हे वरिष्ठ आरोग्यसेवकच बघत असतात, आणि डॉक्टर फक्त त्यावर देखरेख करण्याचं काम करत असतात. पण तिचं काम माझ्यावर सोपवून जाताना, खरं तर इथल्या कर्मचारी वर्गाबद्दल, त्यांना नेमून दिलेल्या कामांबद्दल नीटसं आणि पुरेसं बोलण्याइतका वेळच आम्हाला मिळाला नव्हता. इथल्या असंख्य फाइलींचा आढावा घेण्यातच आम्हा दोघांचा बराच वेळ गेला होता... रुग्णालयासाठी मागवायच्या औषधांच्या मोठमोठ्या याद्या, कर्मचाऱ्यांची नावे आणि त्यांची कामे यांच्या तपशीलवार नोंदी, मासिक अहवाल, सहामाही अहवाल, टी.बी.साठी योजण्यात येणाऱ्या उपचारांच्या नोंदी केलेली मोठी वही, वेगवेगळ्या लसींच्या शिल्लक साठ्यांची नोंद, कोणकोणते प्रतिकूल निष्कर्ष निघाले त्यांच्या वेगळ्या नोंदी आणि अशासारख्या इतर असंख्य नोंदींचे कागद ठेवलेल्या असंख्य फायली... पण तरीही वॉर्डमधल्या कामाची नक्की व्यवस्था काय असते, हे मला अजूनही पूर्णपणे कळलेलं नाही. मग कदाचित असं होत असेल की, मी काय विचारतो आहे, हेच या आरोग्यसेवकांना समजत नसेल; कारण शिरेतून औषधे कशी द्यायची हे यांना नक्कीच माहिती आहे... पण असेल ना माहिती? ईसाबेलाला तसं वाटतंय खरं, पण ती बहुतेक वेळा बाह्य रुग्ण विभागात असते.

"सांगा पटकन, या मुलाला क्विनाईनचा काय डोस दिला जातोय हे पाहण्याचं

काम कोणाचं आहे?'' – मी हळूहळू वैतागायला लागलोय...

पण यावरही कुणीच काही उत्तर देत नाही.

''कुणालातरी हे माहिती असलंच पाहिजे...'' मी जास्तीत जास्त संयम ठेवण्याचा प्रयत्न करतो आहे.. ''शिरेतून असं औषध देणं, हे काम सोपं नाहीये. कुणीतरी ते केलंय, आणि अगदी व्यवस्थित केलंय. ज्यानं ते केलंय त्याला तरी त्या औषधांचा डोस कितीचा आहे, ते नक्कीच माहिती असणार...''

सगळीकडे एक प्रकारचा अवघडलेपणा, चमत्कारिकपणा जाणवायला लागलाय. पण कुणालाही गोंधळात टाकण्याचा प्रयत्न मी नक्कीच करत नाहीये. या मुलाला योग्य ते उपचार मिळताहेत याची खात्री करून घेणं माझ्यासाठी खूप महत्त्वाचं आहे. उष्णकटिबंधातील ज्या ज्या आजारांचा, त्यावरील उपचारांचा मला बराच अनुभव होता, त्यांपैकी एक मलेरियाही होता. थायलंडमधले रुग्णालय तर मलेरियाग्रस्तांनी भरून गेलेलं असे. त्यामुळे इथे मला सतावणारा मुद्दा हा होता की, क्विनाईन जर खूप जास्त प्रमाणात दिले जात असेल, तर ते कमालीचे विषारी ठरते आणि खूप कमी प्रमाणात दिले जात असेल, तर मलेरिया आणखी वाढतो आणि यातलं काहीच व्हायला नको आहे.

''तुम्ही याला तपासताय ना, नोव्हो?'' सर्जिओ नावाचा त्या आरोग्यसेवकांचा प्रमुख अनपेक्षितपणे म्हणतो. सर्जिओ हा एक बुटका, अगदी बारीक केस कापलेला माणूस आहे आणि इथल्या इतर माणसांच्या तुलनेत, त्याचा चेहरा खूपच सौम्य आहे. 'नोव्हो' म्हणजे नवा डॉक्टर– मी इथे आल्यापासून इथले लोक मला याच नावानं हाक मारताहेत.

''याच्या शिरेतून किती औषधं दिलं जातंय, हे तुम्हीच तपासता आहात,'' तो पुन्हा म्हणतो.

तो वळून ईसाबेलाशी काहीतरी बोलतो, आणि त्याच्या बोलण्याचं भाषांतर करून ती मला सांगते... 'तो म्हणतोय की, हे तुम्हीच तपासायला हवं, कारण तुम्ही इथले डॉक्टर आहात, आणि ही तुमची जबाबदारी आहे. त्याचं म्हणणं आहे की एम.एफ.एस.ने तुम्हाला यासाठीच इथे पाठवलं आहे आणि ही गोष्ट तुम्हाला माहिती असायला हवी.'

''जरा थांब. त्याला सांग की मी कोणावरही आरोप करत नाहीये...'' मी थोड्या उद्विग्नतेनं तिला सांगतो... ''सांग की, या वॉर्डमध्ये कोणता माणूस काय काम करतो एवढंच जाणून घेण्याचा मी प्रयत्न करतो आहे आणि हेही सांग की मला गोंधळात टाकणारी ही गोष्ट आहे की नर्स जर औषधं देत असेल आणि डॉक्टर उपचारांवर देखरेख करत असतील, तर या दोघांच्या मधली भूमिका असणारे हे वरिष्ठ सेवक नक्की कोणते काम करतात?''

अगदी प्रामाणिकपणे आणि सरळपणे विचारलेल्या माझ्या या प्रश्नाचा लगेचच चुकीचा अर्थ लावला जातो. नापसंती दर्शवत स्वतःचं डोकं हलवून सर्जिओ इतरांशी त्या प्रश्नाबद्दल काहीतरी बोलायला लागतो.

"बहुतेक माझ्या भाषांतरात काहीतरी गडबड झालीये," अस्वस्थपणे माझ्याकडे पाहत ईसाबेला पुटपुटते. स्वतःच ते औषध देणारी नळी नीट करते आणि मला सुचवते की, "मी नक्की सांगू शकत नाही, पण मला वाटतं आपलं बोलणं यांना रुचलेलं नाही. तेव्हा आत्ता तरी आपण इथून जाऊ या."

आणि आम्ही दुसऱ्या रुग्णांकडे वळतो. तिथे आणखी दोन रुग्णांना ठेवलेलं आहे– न्यूमोनिया झालेलं एक बाळ आणि ॲनिमिया झाल्यामुळे रक्त चढवलं जात असलेली स्त्री... या दोघांना तपासून आम्ही त्या खोलीबाहेर पडतो.

***

हे रुग्णालय म्हणजे कसलाही आधार न देता बांधलेल्या एकमजली इमारतींचा एक समूह आहे. फुटबॉलच्या मैदानाएवढ्या आवारात गोलाकार त्या उभारलेल्या आहेत. त्यातही काही भाग व्यवस्थित विचार करून बांधलेले आहेत, पण उरलेलं सगळं बांधकाम मात्र नंतर वाटेल तसं केलेलं दिसतं आहे. हे सगळंच आवार आणि या इमारती जरी स्वच्छ आणि नीटनेटक्या असल्या, तरी त्यांना बाहेरून दिलेला रंग मात्र तेवढासा चांगला वाटत नाही. काहींना अगदी सौम्य निळा, काहींना अगदी फिकट पिवळा, तर काहींना अगदी मळकट गुलाबी रंग दिलेला आहे. या सगळ्या वैराण भूभागाच्या पार्श्वभूमीवर, या अशा रंगांनी स्वागत केलं जातं. खरं सांगू का, या इमारती पाहून असं वाटतं की, त्या कोसळण्यासाठी फक्त थोडीशी वादळं पुरेशी आहेत.

इथल्या विटांच्या भिंती तशा दणकट आहेत, पण दारं अगदीच लेचीपेची आहेत. 'खोल्यांची छपरं' ही तर एक वेगळीच समस्या आहे. म्हणजे लाकडी खांबांच्या आधारानं उभ्या केलेल्या डगमगणाऱ्या चौकटीवर भुरकट चंदेरी रंगाचे धातूचे पत्रे बसवून ही छपरं तयार केलेली आहेत. एम.एस.एफ.चे कार्यकर्ते जेव्हा पहिल्यांदा इथे आले, तेव्हा इथे बरंचसं मूळ बांधकाम तयार होतं, पण तरीही, त्याची बरीच डागडुजी, बऱ्याच सुधारणा करणं आवश्यक होतं. ते काम लगेचच केलंही गेलं. तरीही ते करताना, हा प्रकल्प थोड्याच कालावधीसाठी चालवावा लागेल, असं गृहीत धरलं गेलं होतं. या गोष्टीला आता चार वर्षं होऊन गेली आहेत, पण तरीही इथे दर महिन्याला कमीत कमी तीनशे रुग्ण दाखल करून घ्यावे लागताहेत आणि बाह्यरुग्ण विभागात तर दरमहा दोन हजार इतर रुग्णांवर उपचार केले जाताहेत. सध्या एम.एस.एफ.नं असं ठरवलं आहे की, या वर्षाच्या शेवटी हा प्रकल्प बंद करायचा, आणि त्याची सगळी जबाबदारी, तिथे पुरवल्या

जाणाऱ्या आरोग्यसेवेचं सगळं काम, शहर व्यवस्थापनाकडं सुपूर्त करायचं, कारण इथून मुख्य रस्त्यानं एक कि.मी. अंतरावर नवं रुग्णालय उभं करण्याचं काम या व्यवस्थापनानं सुरू केलं आहे.

... अतिदक्षता विभागातून बाहेर पडून आम्ही मागच्या आवारात येतो. सूर्य अस्ताकडे झुकलेला दिसतो आहे. इतक्यात टोटोच्या हाका ऐकू येतात– हाका म्हणजे फक्त 'टोटो' 'टोटो' एवढाच एक शब्द... एवढाच आवाज काढू शकणारा इथला हा 'रहिवासी' जणू आम्हाला शुभेच्छा देतो आहे. भडक लाल रंगाचा एक ढगळ अंगरखा आणि काळी पॅन्ट घातलेला टोटो त्याच्या तंबूत बसून जाणाऱ्या येणाऱ्या जगाकडे निरखून पाहत बसला आहे.... त्याच्या नजरेतून जग... या तंबूतून दिसतंय तेवढंच... रुग्णांनी भरलेल्या इमारतींनी व्यापलेला आणि वाळूनं माखलेला हा चौकोन... इतकंच. पण ही जागा त्याच्यासाठी अगदी योग्य आहे असं वाटतं. पांढऱ्या रंगाच्या कॅनव्हासनं झाकलेलं त्याचं हे घर आणि त्याला लागून आणखी एक तसलंच घर, जिथं पांढऱ्या कातडीची, कॅन्सरच्या विळख्यात पूर्णपणे अडकलेली एक आंधळी स्त्री, तिच्या वेडसर आईबरोबर राहते, टोटो आणि ही स्त्री दोघंही आता इथले कायमचे रहिवासी झाले आहेत. आणि येणाऱ्या–जाणाऱ्यांकडे पाहत बसण्यासाठी याहून चांगली जागा त्यांना मिळणं शक्य नाही, असंच म्हणावंसं वाटतं.

टोटोच्या या घराला लागूनच पुढं, प्रौढ माणसं आणि लहान मुलं यांचे वॉर्ड आहेत. पिवळ्या रंगाच्या या लांबलचक इमारतीपुढे दुपारी माणसं एकत्र येऊन बसलेली असतात. त्याच्या मागच्या बाजूला, अतिदक्षता विभाग आणि बाह्यरुग्ण विभागाच्या इमारती अस्पष्टशा दिसतात. रुग्णालयाचं पुढच्या बाजूचं आवार आणि ते जनरल वॉर्ड्स या इमारतींमुळे काहीसे विभागले गेल्यासारखे वाटतात. आता लवकरच त्या पुढच्या आवारात नव्यानं येणाऱ्या रुग्णांची रांग लागेल. टोटोच्या तंबूच्या डाव्या बाजूला पत्र्याच्या भिंती असणारं स्वयंपाकघर आहे, ज्यातून सतत धुराचे वेटोळे बाहेर पडत असते. या स्वयंपाकघराला लागूनच पुढे कुपोषितांसाठी एक वेगळा वॉर्ड आहे. टोटोच्या उजव्या बाजूला प्रसूतीसाठी वेगळा वॉर्ड आहे. त्याच्या पायऱ्यांवर बसून तान्ह्या बाळाला दूध पाजणारी एखादी तरी तरुण स्त्री बहुधा दिसतेच. अशा रीतीनं या रुग्णालयातलं आयुष्य व्यापून टाकणाऱ्या या सगळ्या जागांच्या अगदी केंद्रस्थानी टोटो राहतो. आपल्या तंबूच्या लोंबकळणाऱ्या पांढऱ्या दारातून टोटो अखंडपणे बाहेर निरखून पाहत असतो आणि तो नेहमीच अगदी आनंदी दिसतो. या दोन्ही गोष्टी अगदी सत्य आहेत.

इथले वरिष्ठ सेवक जाता–येता टोटोशी बोलत असतात – "गुड मॉर्निंग टोटो, आम्ही ना, आम्ही छान आहोत. आणि तू कसा आहेस? मजेत ना? हो,

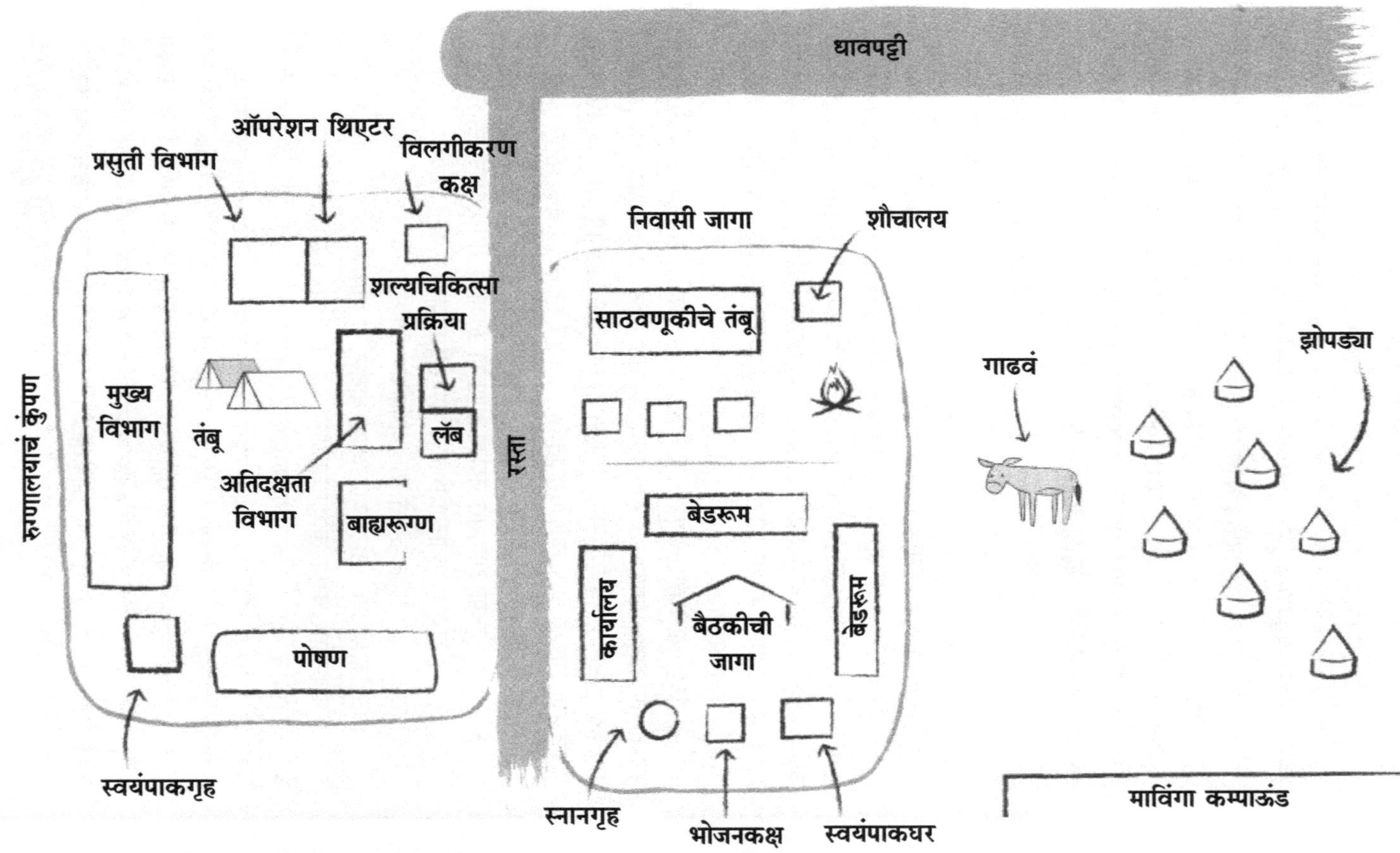

धावपट्टी

माविणा कम्पाऊंड

झोपड्या

गावव

निवासी जागा

शौचालय

साठवणूकीचे टबं

बेडरूम

बैठकीची जागा

स्वयंपाकघर

भोजनकक्ष

स्वयंपाकघर

स्नानगृह

रस्ता

विलगीकरण कक्ष

शस्त्रचिकित्सा प्रक्रिया

लॅब

ऑपरेशन थिएटर

वाहतूकरण

अनिर्जंतुता विभाग

टबं

प्रसूती विभाग

मुख्य विभाग

पोषण

स्वयंपाकगृह

रुग्णालय इमारत

हो. खूप थंडी पडली आहे आज...'' सगळा एकतर्फी आणि काल्पनिक, तरीही नेहमीचा सहज संवाद असतो हा... आणि प्रत्येक प्रश्नाच्या उत्तरादाखल 'टोटो' हा एकच शब्द वेगवेगळ्या स्वरात, वेगवेगळ्या आवाजात ऐकू येत असतो.

आमच्या उजव्या बाजूनंसुद्धा मोठमोठ्यानं बोलल्याचा आवाज ऐकू येतो आहे- नेमानं येणाऱ्या कण्हण्या-कुंथण्याच्या आवाजाच्या पार्श्वभूमीवर, जर्मन उच्चारांचा प्रचंड प्रभाव असणारी पोर्तुगीज भाषा ऐकू येत आहे. प्रसूतीसाठी आलेल्या एका बाईला अँड्रिया आणि एक अंगोलन सुईण, कळा देण्याबद्दल काहीतरी शिकवत आहेत. ती गुलाबी रंगाची इमारत ओलांडून, टोटोला वळसा घालून पुढे जात, रुग्णालयाच्या मागच्या बाजूला असणाऱ्या पिवळ्या रंगाच्या लांबलचक इमारतीमधल्या पहिल्या खोलीत आम्ही जातो. हा लहान मुलांचा जनरल वॉर्ड आहे... आणि आता ती वेळ आली आहे.. मन घट्ट करून, जे अपरिहार्य आहे त्याला सामोरं जाण्याची... झोप किंवा आळस जाण्यासाठी शंभर कप कॉफीचा जेवढा उपयोग होणार नाही, तेवढा प्रभावी उपयोग इथलं बोलावणं येण्यामुळे होतो. इथे जो एक अतिशय उग्र आणि नकोसा वास पसरलाय ना, त्यानं माझा श्वासच बंद होईल असं वाटतंय... आणि हा वास आहे, या इतक्या छोट्याशा जागेत जणू खिळून राहिलेल्या अजूनही जिवंत राहिलेल्या, मानवजातीचा...

या वॉर्डच्या या मोठ्या अंधाऱ्या खोलीत आत्ता साठ किंवा कदाचित, त्याहूनही जास्त माणसं आहेत. जागा मिळेल तिथे बसलेली, कशीही आडवी झालेली. भिंतीला लागून ठेवलेल्या चोवीस खाटांवर चोवीस रुग्ण आणि बाकी सगळे त्यांची काळजी घेणारे त्यांचे नातेवाईक- कोणी त्याच खाटांवर, किंवा मग शेजारी बसलेले आहेत. रात्री बाहेरच्या गोठवून टाकणाऱ्या थंडीला थोडंतरी थोपवता यावं म्हणून तिथल्या सगळ्या आयांनी सगळी खिडक्या-दारं अगदी घट्ट बंद करून घेतली आहेत. तिथल्या गर्दीत कोंदून गेलेल्या हवेत स्वतःला कोंडून घेतलं आहे- त्यांच्यापैकी बऱ्याच जणांना उलट्या आणि जुलाबाचा त्रास होतो आहे. जिवाची घालमेल व्हावी, नकोसं वाटावं, अशीच गच्च दाटलेली हवा आहे इथली. सर्जिओ सगळ्यांना खिडक्या उघडण्याचा जणू हुकूमच सोडतो.

आम्हाला तिथे पाहिल्यावर सगळे जण गडबडून जातात. काही जण काहीतरी खात बसलेले असतात, काही जण गप्पा मारत असतात आणि बरेच जण, कशातच रस वाटत नसल्यासारखे उदासपणे नुसतेच आडवे झालेले असतात. पण सगळ्या आया मात्र उठून बसलेल्या असतात. आपल्या भुकेलेल्या बाळांना पदराखाली घेऊन दूध पाजण्यात मग्न असतात. मला पाहून तिथल्या मुलांना आनंद झाल्यासारखा वाटतोय. एक नवा, त्यांच्यापेक्षा वेगळा, गोरा माणूस पाहून त्यांना बहुतेक नवल वाटतंय... सगळेच काही असे माझ्यासारखे बुटके, न

रापलेले, बारीक केसांचे नसतात ना... काही मोजकी माणसं मात्र अस्वस्थ झालेली स्पष्टपणे जाणवताहेत. त्यांच्याकडे नुसता दृष्टिक्षेप टाकला तरी ती भीतिदायकपणे कण्हत असल्याचं दिसतंय आणि त्यातला एक अगदी छोटा मुलगा दाराबाहेर पळू पाहतोय.

आम्ही पहिल्या खाटेजवळ जाऊन उभे राहतो. आरोग्यसेवक त्या खाटेवरील छोट्या मुलाची माहिती देतो– ‘‘या छोट्याचं नाव पेड्रो नेटो. हा एक वर्षाचा आहे आणि सेक्स्टा–फेरा नावाच्या खेडेगावातून आला आहे. कालच त्याला इथे दाखल केलंय आणि त्याला सौम्य स्वरूपाचा मलेरिया झाल्याचं निदान झालंय. त्या अतिदक्षता विभागातल्या मुलाच्या मानानं याचा आजार अगदी प्राथमिक स्वरूपाचा आहे, आणि याला जुलाबही होताहेत.’’

मी इतक्या जवळ उभा असूनही तो लहानगा पेड्रो मला नीट दिसत नाहीये. तिथल्या मोजक्याच खिडक्यांमधून उजेड अगदी मंदपणे झिरपल्यासारखा येतोय. त्याच्या चेहऱ्याचा बहुतेक भाग एका रंगीत आणि खूपच मोठ्या अशा टोपीनं झाकला गेलाय. त्याच्या अंगावर ढगळ्या कपड्यांचे अनेक थर गुंडाळल्यासारखे दिसताहेत. आम्ही बोलू लागताच त्याची शुश्रूषा करणारा गृहस्थ त्याचे कपडे काढायला लागलाय. दोनच मिनिटात, त्याच्या हडकुळ्या शरीराच्या आकारापेक्षा दुप्पट आकाराचा कपड्यांचा ढीग शेजारी जमा झालाय. खरं तर ते कपडे इथल्या आफ्रिकन लोकांचे न वाटता स्कँडिनेव्हियातील लोकांचे असावेत असं अगदी स्पष्टपणे वाटतंय. इथले कर्मचारीही त्यांच्या इथे वापरण्याच्या कोटांवरून खूप जाड, उबदार असे कपडे घालतात. एकमेकांशी विसंगत असणारे वेगवेगळे कपडे घालायचे, हा बहुधा इथला नियमच असावा. शिवाय अनेक जण लोकरी टोप्याही घालतात. रुग्ण आणि त्यांची शुश्रूषा करणारी माणसं मात्र इतके गरम कपडे घालताना सहसा दिसत नाहीत. यांतले बरेचसे लोक, विशेषतः जे शेवटच्या घटका मोजत असल्यासारखे वाटतात, ते पाश्चिमात्य पद्धतीचे कपडे घालताना दिसतात, म्हणजे पॅन्ट्स– दुरुस्त केलेल्या, फाटलेल्या जागी शिवलेल्या, पुन्हा फाटल्या की ठिगळं लावून शिवलेल्य, अशा असतात. शर्टही तसेच– फाटलेले, ठिगळं लावलेले किंवा जुन्या शर्टाला दुसऱ्याच शर्टाच्या बाह्या वगैरे शिवलेले, आणि त्यावर नायलॉनची जॅकेट्स– झगझगीत आणि भडक रंगांची– आफ्रिकेच्या या उष्ण आणि गवताळ प्रदेशात अगदीच विसंगत वाटणारी ‘पादत्राणं’ ही तर चैनीची वस्तू, जी अनेकांकडे नसतेच, म्हणजे त्यांच्या जगण्यातच कुठे नसते... जागोजागी हे सगळं पाहणं खरंच खूप क्लेशदायक आहे...

आम्ही पेड्रोला तपासतो. सगळे जण त्याच्याकडेच लक्ष देताहेत, हे लक्षात येऊन तो खूश झालाय. ‘‘रात्रीतून नव्यानं काही त्रास सुरू झाला नाहीये.’’ आज

या वॉर्डाची देखभाल करणारा कार्लोस माहिती पुरवतो. पेड्रोचा ताप आता उतरलाय आणि त्याचं दूध पिणंही वाढलंय. त्याला झटकन् बरं वाटावं म्हणून तीन दिवस त्याला दिल्या गेलेल्या इंजेक्शनचा चांगलाच उपयोग झालाय आणि आता उद्या त्याला बहुधा घरी सोडलं जाईल.

"याची आई कुठं आहे? हा घरी जाण्याआधी ती येईल ना इथे?" माझ्या या प्रश्नानं कार्लोस गोंधळून जातो.

मी पुन्हा तोच प्रश्न विचारतो... "याची आई कुठं आहे?"

मी चेष्टा करत असल्यासारखं, सगळे कर्मचारी एकमेकांकडे पाहतात.

"अहो नवे डॉक्टर, ती बघा त्याची आई..." कार्लोस एका मुलीकडे बोट दाखवून म्हणतो.

"कसं शक्य आहे? खरं सांगतो आहेस ना तू? अरे ती किती लहान दिसते आहे. ती नक्कीच याची बहीण असेल. हो ना?" मी खरंच गोंधळलो आहे.

"नाही, ही याची आईच आहे. मी या सगळ्या कुटुंबाला ओळखतो..." एक सहायक खात्री देत सांगतो.

"माझा विश्वास बसत नाहीये. किती वर्षांची आहे ती?"

"पंधरा."

...पण मला असा प्रश्न पडणं स्वाभाविकच होतं. कारण इथे बऱ्याच लहान मुलांची काळजी त्यांची मोठी भावंडंच घेताना दिसतात... मोठी भावंडं म्हणजे तरी काय– जेमतेम अकरा–बारा वर्षांची बहीण किंवा भाऊ असं कोणीतरी– कारण त्यांच्या इतर भावांकडे पाहायला त्यांची आई घरीच थांबलेली असते. आता इथे इतकी मुलं जन्माला का घालतात, हा टोकाचा प्रश्न मी विचारायला नको, हे लगेचच माझ्या लक्षात येतं. "मग या मुलाच्या आजीला बोलवा..." दोनदा असंही झालं होतं की चेहऱ्यावर सुरकुत्या पडलेली, म्हातारी दिसणारी समोरची बाई 'आजी' वाटत होती, ती त्या मुलाची आई आहे असं मला सांगण्यात आलं होतं, आणि या आजीसारख्या वाटणाऱ्या आईचं वय तरी किती जेमतेम तिशीच्या आसपास. 'बाप रे! कठीणच आहे हे सगळं!' मी मनात म्हणतो. मुलगी बारा–तेरा वर्षांची झाली की आणि जास्तीत जास्त एकोणीस वर्षांची होण्याच्या आतच तिचं लग्न होत असावं आणि लगेचच तिच्यावर आई होण्याची वेळ येत असावी, असंच दिसतंय इथे. त्यात या उष्णकटिबंधातल्या कडक उन्हात शेतीची कामं करायची, दळणकांडण करायचं, आणि ओझी वाहून नेण्याचं कधीही न संपणारं काम करायचं, या सगळ्या गोष्टी लवकर म्हातारपण यायला अगदी अनुकूल अशाच आहेत की...

अनेक तास आमचं असंच चाललं आहे : मी प्रश्न विचारतो, ईसाबेला

त्याचं भाषांतर करून सांगते आणि मग अनेक गोंधळलेल्या नजरा आमच्याकडे झर्रकन् वळतात. मला काय काय बोलायचं आहे, विचारायचं आहे हे मनातल्या मनात ठरवण्याचं माझं सतत चाललेलं काम मी शेवटी थांबवतो. आता माझ्या या तपासणी फेरीला दोन तास होऊन गेलेत, तरी अजून अर्धं रुग्णालय बघायचं बाकी आहे. पण लहान मुलांच्या दुखण्यांच्या बाबतीत गोष्टी तशा साध्या सरळ असतात. म्हणजे छातीत संसर्ग झालेला असतो, नाहीतर मलेरिया किंवा जुलाब होत असतात किंवा तिन्ही एकाच वेळी झालेलं असतं आणि बहुतेक सगळ्या मुलांना यासाठीच रुग्णालयात दाखल केलेलं असतं. बहुतेक सगळी मुलं उपचारांना चांगला प्रतिसादही देतात. अर्थात, त्यांच्यावर योग्य उपचार केले जात असतील तर. तरीही एक गोष्ट मात्र विशेषकरून वेगळी आणि आश्चर्यकारक वाटते ती ही की, जुलाब होणाऱ्या मुलांना म्हणजे थोडक्यात त्या सगळ्या वॉर्डलाच, जंतुसंसर्ग रोखणारं औषध दिलं जातं. हे औषध त्यामानानं सुरक्षित असलं तरीही सरसकटपणे ते देणं चमत्कारिकपणाचं आहे आणि ते देण्याची अजिबातच गरजही नाही.

"आम्ही डायरियासाठी नेहमी हेच औषध देतो. म्हणजे या माविंगामध्ये तर नेहमीच देतो," आरोग्यसेवक खुलासा केल्यासारखं सांगतो.

"का पण?" ... मी विचारतो.

"कारण आम्ही हे औषध देतो आणि त्यामुळे मुलांना बरं वाटतं; म्हणून मग देतो झालं," – आरोग्यसेवक

"पण हे औषध नाही दिलं तर काय होतं हे कधी पाहिलंय का?"

"तसं करण्याची गरजच काय आहे? या औषधानं काम भागतंय," – कार्लोस ठामपणे म्हणतो.

"पण कुठल्या जंतुसंसर्गावर आपण हे औषध देतो आहोत?"

सर्जिओ एक मोठा सुस्कारा टाकतो आणि स्वतःशीच बोलल्यासारखं म्हणतो – "किती प्रश्न पडताहेत तुम्हाला नवे डॉक्टर?"

"माफ कर सर्जिओ, पण मी फक्त हे सगळं समजून घेण्याचा प्रयत्न करतोय..." मी म्हणतो.

"आणि तरीही इतक्यातच आम्हाला सुचवण्यासारखं तुमच्याकडे खूप काही आहे का?" तो स्पष्टपणे विचारतो. त्याचा स्वर बदललाय हे स्पष्टपणे जाणवतं.

"नाही, असं अजिबात नाही. मला इथली प्रत्येक गोष्ट व्यवस्थित समजली असल्याची फक्त खात्री करून घेण्याचा मी प्रयत्न करतो आहे. इथे आपण काय करतो आहोत हेच जर मला माहिती नसेल, तर मी इथे असण्यात काहीच अर्थ नाही, हो ना?" माझा हेतू समजावून देण्याचा मी केविलवाणा प्रयत्न करतो; पण सर्जिओ काहीच समजून घेण्याचा प्रयत्नही करत नाहीये.

आता तो इतरांना उद्देशून बोलायला लागलाय... "या नव्या डॉक्टरांचा इथला हा पहिलाच आठवडा आणि त्यातही पहिलाच दिवस आहे," तो आवर्जून लक्षात आणून देतो... 'यांची इथल्या प्रत्येक वॉर्डाची प्रत्येक तपासणी अशीच असणार आहे का? मला खरंच याचं आश्चर्यच वाटतंय. प्रत्येक गोष्टीबद्दल आपल्याला असाच जाब विचारला जाणार आहे का?'... मी जरासा चक्रावून जातो.

खरं तर याबाबतीत मला सावध केलं गेलं होतं. इथल्या कामाबद्दल, इथल्या परिस्थितीबद्दल, जिनिव्हामध्ये मला थोडक्यात माहिती दिली गेली होती, आणि त्याच वेळी ताकीदवजा असा सल्लाही दिला गेला होता की, इथे आल्यावर लगेचच सगळ्या परिस्थितीचा ताबा घेऊन, चालू असलेल्या गोष्टी, पद्धती बदलण्याची मी अजिबात घाई करायची नाही किंवा तसा आग्रहही धरायचा नाही. किंबहुना असं काही करण्याआधी, निदान सगळ्या बाबी मला नीट समजेपर्यंत तरी मी थांबायलाच हवं...

हे आठवून मी थोडीशी माघार घ्यायचं ठरवतो. "तुझं म्हणणं बरोबर आहे," असं मी सर्जिओला सांगतो, आणि कोणालाही दोष देण्याचा किंवा कुणावरही कसलाही आरोप करण्याचा माझा कुठलाच हेतू नाही, हेही अगदी मनापासून सांगतो. "इथल्या बऱ्याच गोष्टी माझ्यासाठी नव्या, अगदी वेगळ्या आहेत सर्जिओ आणि म्हणून मी गोंधळून गेलो आहे. त्यामुळे रुग्णतपासणीसाठी फिरत असताना तू माझ्यासोबत राहून मला सगळं समजावून सांग... प्लीज... ठीक आहे?"

माझ्या बोलण्याचं भाषांतर करून ईसाबेला त्याला सांगते. त्यावर सर्जिओ हळूच तिला काहीतरी सांगतो आणि एखादा तरंग उठावा तसा खोलीभर हळूच हसण्याचा आवाज आणि कुजबुज पसरते.

"काय म्हणतोय तो?..." मी अस्वस्थ होऊन विचारतो.

"ते तुम्हाला आवडणार नाही..." कसं सांगावं ते ईसाबेलाला कळत नाहीये... "तो म्हणतोय की तुम्ही नक्कीच गोंधळलेले आहात, हे त्याला दिसतंय आणि तुम्हाला त्यांची भाषा समजत नाही, बोलता येत नाही म्हणून असं होतंय."

एकीकडे मनाचा उडालेला प्रचंड गोंधळ आणि एकीकडे मनापासून आलेला राग, अशा दोलायमान अवस्थेत मी सापडलोय. त्यामुळे काम जरा वेळ थांबवावं, ही ईसाबेलाची सूचना मी लगेचच अमलात आणतो.

***

रोजच सकाळी थोड्या उशिरानं येऊन, सूर्य या आवारावर उबेचं पांघरूण घालतो. बाहेर लोकांची ये-जा चालू झालेली असते. पुढच्या प्रवेशद्वारापाशी कोंबडे फिरत असतात, पण बकऱ्यांना मात्र सुरक्षारक्षक हुसकावून लावतात. इथली सुरक्षा व्यवस्था खूप कडक आहे. आता हे हॉस्पिटल खऱ्या अर्थानं जागं झाल्यासारखं

वाटतंय. लहान मुलं इकडे–तिकडे खेळताहेत आणि रुग्णालयाच्या कुंपणावर जागा मिळेल तिथे वेगवेगळ्या आकाराचे रंगीबेरंगी कपडे वाळत घालण्यात स्त्रिया गुंतलेल्या आहेत. इथल्या स्वयंपाकघरात स्वयंपाक बनवायची तयारी सुरू झाली आहे. त्यामुळे तिथून भकाभक बाहेर पडणारा धूर सगळीकडे खूपच पसरलाय. बऱ्याच जणांची ही अंघोळीची वेळही आहे. कुपोषित रुग्णांच्या वॉर्डच्या बाहेरच, प्लॅस्टिकच्या टबांमध्ये अगदी लहान मुलींना अंघोळ घातली जाते आहे आणि त्यांच्या डोक्यावर टोपी घातल्यासारखे वाटणारे साबणाचे बुडबुडे पाहून मजा वाटते आहे.

मला तर वॉर्डमध्ये जाण्यापेक्षा इथे बाहेरच जास्त छान वाटतंय... असो... लहान मुलांच्या वॉर्डमधली तपासणी संपल्याला आता दोन तास झालेत. त्यानंतर इतक्या वेळानं आता पुन्हा आम्ही थोडं थांबलो आहोत. या मधल्या वेळात, वार्षिक रजा मागण्यासाठी केलेल्या दोन अर्जांबाबत मी चर्चा केली. पुरुषांच्या वॉर्डात जाऊन चित्त्याच्या हल्ल्यातून वाचलेल्या त्या जखमी माणसाची विचारपूस केली. सुरुंग निकामी करण्याचं काम करणाऱ्यांनी लांबवर कुठेतरी केलेल्या प्रचंड स्फोटाचा आवाज इथे खरं तर त्यामानानं खूपच सौम्यपणे जाणवला होता, पण तरीही मी जरासा घाबरून गेलो आहे आणि आता इथल्या प्रयोगशाळेतल्या काही निष्कर्षांबाबत चर्चा करायला मला तिथे बोलावलं आहे...

"तुम्हाला दिसतंय हे?" मी प्रयोगशाळेत गेल्यावर तिथला तंत्रज्ञ मला काहीतरी दाखवत विचारतो. हा तंत्रज्ञ म्हणजे उंच, सडपातळ, थोडा बेडौल म्हणावा असा, मध्यमवयीन अंगोलन गृहस्थ आहे आणि तो जिथे काम करतो ती 'प्रयोगशाळा' म्हणजे इथल्या मुख्य प्रवेशद्वाराजवळची एक छोटीशी खोली आहे, जी तपासणीसाठी एक छोटीशी दुर्बीण आणि इतर सामान ठेवण्याचं एक लहानसं शेल्फ, एवढ्याच दोन गोष्टींनी 'सुसज्ज' आहे.

"काही दिसतंय का?" मी विचारतो.

"ही अंडाकृती वस्तू..." तो लगेच सांगतो.

"अंडाकृती?"

"हो..."

"कुठंय?"

"सगळीकडे आहे. खूप आहेत अशा..."

एखाद्या शोभादर्शक यंत्रातून दिसावेत तसे वेगवेगळे रंग, आकार आणि हो, एखाद्या वनस्पतीचे तंतू असावेत तसं काहीतरी मला दिसत होतं. जे उन्हामध्ये जास्त ठळक वाटत होतं आणि त्या दुर्बिणीतल्या आरशामुळे आणखी प्रतिबिंबित झालं होतं. ते सगळं पाहून ही एखादी 'मॉडर्न आर्ट' असावी, एवढंच मला

झटकन् वाटून गेलं. पण मी चेहरा जास्तीत जास्त निर्विकार ठेवत त्या तंत्रज्ञाला विचारलं की, "हा कशाचा नमुना आहे?"

"विष्ठेचा..." तो थंडपणे उत्तरला.

"अरे बापरे..."

"हूकला अडकवल्यासारखी एक अंडाकृती दिसत्येय तुम्हाला?"

"हं..." मी उगाचच सुस्कारा टाकला.

"हे सिस्टोसोमा नावाचे चपट्या आकाराचे आणि वेगानं वाढणारे जंत आहेत, असं मला वाटतंय..." तंत्रज्ञ म्हणतो.

"हो का?"... मी विचारतो.

"अहो नवे डॉक्टर, सांगा ना, हे तसलेच जंत आहेत हे पटतंय ना तुम्हाला?"

माझ्याकडे खात्रीशीर उत्तर नसतं... मग जेवणाच्या वेळेनंतर ऑफिसमधून माझं 'रोगनिदान' या विषयावरचं पुस्तक घेऊन परत येण्याचं मी मान्य करतो...

...आत्ता या क्षणी मी ईसाबेलाबरोबर एका झाडाखाली बसलो आहे. या आवारात दवाखान्याजवळ असणारं हे एकमेव झाड आहे. इथे मला कराव्या लागणाऱ्या वेगवेगळ्या भूमिकांचा मला नव्यानंच शोध लागतोय... मी त्याचाच विचार करतोय. इथे बाहेर तसं खूपच आल्हाददायक वाटतंय – एका वेगळ्याच जगात असल्यासारखं – त्या रुक्ष, उदासवाण्या वॉर्ड्सपासून लांब असलेलं जग – पण इथेही पाहिजे तशी स्वस्थता मिळत नाहीये. आमच्या उजव्या हाताला असणाऱ्या वाकड्यातिकड्या आणि 'बंदुका आणण्यास मनाई' अशी पाटी लटकवलेल्या दारातून आत आल्याआल्या, हे जे पुढचं आवार आहे, तसं मी आत्तापर्यंत कधीच पाहिलेलं नाही. एक पारंपरिक खेडं, अतिशय रुक्ष वाटणारं हे वैद्यकीय केंद्र, आनंदानं खेळणाऱ्या मुलांचं मैदान आणि त्याच वेळी, कमालीच्या दारिद्र्यात जगणाऱ्या गरीब लोकांचं शेवटचं आशास्थान– अशा विभिन्न आणि विचित्र गोष्टींची नुसती सरमिसळ झालेली आहे इथे.

याच्या थोडंसं पुढे, एका मोठ्या कॅनव्हासच्या छताखाली काही डझन माणसं बसलेली आहेत. बाह्यरुग्णांसाठी नेमलेल्या चार वरिष्ठ आरोग्यसेवकांपैकी कुणीतरी आपल्याला तपासून औषध देईल म्हणून ते वाट पाहताहेत. आज दिवसभरात अशी निदान शंभर एक माणसं तरी इथे येतील. फक्त आजच नाही, तर प्रत्येक दिवशी एवढी माणसं इथे येतच राहतील. या उघड्यावर असलेल्या प्रतीक्षागृहाच्या समोर असणाऱ्या लाकडी चौकटीला कापडाच्या झोळ्या बांधून दोन अगदी लहान मुलं लटकवल्यासारखी ठेवली आहेत. खूप मजेशीर दिसतंय ते. असं वाटतंय की, एखाद्या मोठ्या झोपाळ्यावर बसल्यासारखीच मजा वाटत असेल त्या मुलांना. पण नाही. त्या मुलांना हा झोपाळा आवडलेला दिसत नाही, आणि ते लक्षात

यावं म्हणून ती मोठमोठ्यानं किंचाळताहेत– त्यांच्या समोर मांडलेल्या लाकडी बाकांवर माणसांच्या ज्या रांगाच्या रांगा बसलेल्या आहेत, त्या माणसांकडे पाहून ती मुलं कर्कशपणे ओरडताहेत – खोकला झालेली माणसं, रोगाच्या गाठी झालेली, नाहीतर महारोग झालेली, पायांना खोलवर जखमा झालेली किंवा मलेरिया झालेली माणसंच माणसं... पाठीच्या कण्याला विचित्र बाक आलेला एक माणूस, एका जुन्या झाडाच्या फांदीचा आधार घेत कसातरी उभं राहण्याचा प्रयत्न करतो आहे. ती मुलं एका तरुणाकडे पाहूनही जोरानं किंचाळताहेत, जो पोटदुखीनं हैराण होऊन आपलं पोट जोरानं दाबून धरून बसलाय – हे तर त्या जंतुसंसर्गाच्या आजाराचं लक्षण असू शकतं, जे या शहरातून वाहणाऱ्या नदीतून पसरत असावेत किंवा मग जगाच्या या भागात जरा जास्त जोमानं वाढणारे जे हजारो प्रकारचे रोगजंतू आहेत, परोपजीवी वनस्पती किंवा प्राणी आहेत, नाहीतर अतिसूक्ष्म रोगजंतू आहेत, त्यांच्या संसर्गानं या तरुणाला हा पोटदुखीचा त्रास होत असेल का? या सगळ्याबद्दल आता मला अगदी गंभीरपणे अभ्यास करण्याची गरज आहे हे मात्र नक्की... ती दोन मुलं अजूनही ओरडतच आहेत – कधी अर्धवट फुगवलेला फुटबॉल घेऊन दरवाजाजवळ खेळत असलेल्या मुलांकडे पाहून, तर कधी मलेरियाची चाचणी करण्यासाठी थांबलेल्या दहा-बारा माणसांकडे पाहून आणि मध्येच माझ्याकडे आणि ईसाबेलाकडे पाहूनसुद्धा. त्या झोपाळ्याबद्दलची त्यांची नापसंती पाहून त्यांच्या आया आणि बाकावर बसलेली माणसं मात्र गालातल्या गालात हसताहेत... क्षणभर असं वाटतंय की छत्रीधारी सैनिकांसारखे लोंबकळणारे ते दोन लहानगे दुःखी जीव त्या लाकडांनी तोलून धरलेत.

"तू काही म्हणालीस का?" मी ईसाबेलाला विचारतो. सकाळी सर्जिओच्या बरोबर जो वाद झाला होता, त्याबद्दल मला समजावण्याचा ती केव्हापासून प्रयत्न करते आहे. मी पोर्तुगीज भाषा लवकरात लवकर शिकून घ्यायला पाहिजे, असं ती मला अगदी आवर्जून सांगते आहे. ते तर मला करावंच लागेल, कारण थोड्याच दिवसांत तीही इथून जाणार आहे.

"तुझी आणि सर्जिओची एकमेकांबरोबर जी थट्टामस्करी चालेल ना, त्यातून तुला बोलण्याचा खूपच सराव होईल," ती मिस्कीलपणे हसून म्हणते.

"सकाळी वॉर्डमध्ये असताना मी काही चुकीचं बोललो काय?" मला खरोखरच काही समजत नाहीये.

"त्याची तू काळजी करू नकोस रे." ती दिलासा देत म्हणते. "तुझ्या आधी इथे असणाऱ्या डॉक्टरवरही त्यानं अशीच वेळ आणली होती, विशेषतः तिनं इथे काम करायला सुरवात केली ना, तेव्हा. इथे सगळीकडे त्याची तशीच ख्याती आहे. मला वाटतं स्वतःच स्वतःची तरफदारी करण्याचा त्याचा प्रयत्न असतो;

कारण त्याला या रुग्णालयात त्याचं महत्त्व वाढवायचं असतं. त्या क्विनाईनवरून तर अगदी निष्कारणच वाद घातला त्यानं. खरं तर या अशा गोष्टींकडे सहसा त्याचं लक्ष असतं. आणि त्या मुलाच्या बाबतीत त्याचा निष्काळजीपणाच झाला होता. पण मला काय वाटतं सांगू का? त्याला प्रश्न विचारलेलेच आवडत नाहीत आणि त्यातून तू तर इथे अगदी नवा आहेस. पण तरीही तू त्याच्याशी सडेतोड बोलत जा. सोफियाही हेच करायची. काही वेळा तर तिचं भांडणही व्हायचं त्याच्याशी.''

आमचं बोलणं चालू असताना, बाह्यरुग्ण विभागात थांबलेल्या तीन वयस्कर बायका आमच्याजवळ येतात. ''याला किती मुलं आहेत?'' त्यांतली सर्वांत बुटकी बाई माझ्याकडे पाहून विचारते. तिला माझ्याबद्दल बहुधा कुतूहल वाटत असावं. मला मुलं नाहीत हे कळल्यावर तिला फारच आश्चर्य वाटलं... ''काय? इतकं वय वाढलं तरी मुलंबाळं नाहीत? हे कसं शक्य आहे?'' मग मी तिला समजावण्याचा प्रयत्न करतो की, मी जिथून आलो आहे, तिथे एकोणतिसाव्या वर्षीही मुलं नसणं ही सर्वसामान्य गोष्ट आहे... इतक्यात वॉर्डमध्ये काम करणारे आरोग्यसेवक घाईघाईनं आमच्याकडे येतात. त्यांच्याबरोबर स्त्रियांच्या वॉर्डमध्ये प्रवेश केल्या केल्या, काही क्षणांपूर्वी मनाला जाणवलेला अवखळपणा एकदम जणू छिन्नविच्छिन्न होऊन जातो आणि मलाच आजारी असल्यासारखं वाटायला लागतं... खरोखरच शारीरिक आजारपण आल्यासारखं वाटतंय मला... कारण पहिल्याच खाटेवर जी स्त्री आहे, तिची अवस्थाच तशी भयानक आहे– अस्थिपंजर झालेली ती, जागेवरच झालेल्या लघवीमुळे पूर्ण भिजली आहे आणि कशीतरी वेडीवाकडी पडली आहे...

ही जिवंत तरी आहे का? मी क्षणभर तिच्याकडे निरखून पाहतो. हो, कशीबशी जिवंत असल्यासारखी दिसते आहे ती. तिचा चेहरा वेडावाकडा झालाय. कागदासारखं पातळ असणारं एक कापड तिच्या मस्तकावर घट्ट बांधलंय. तिचे डोळे सताड उघडे आहेत, पण अजिबात उघडझाप करत नाहीयेत. तिच्या चेहऱ्याजवळ घोंघावणाऱ्या माशाही तिला अजिबात जाणवत नाहीयेत.

''गेले अनेक महिने ती आजारी आहे.'' तिच्या नवऱ्याशी बोलत असलेला आरोग्यसेवक माझ्याकडे वळून सांगतो... ''आत्ताच यानं तिला इथे आणलं आहे. तिच्या पोटात खूप दिवस प्रचंड दुखत होतं आणि ती काहीही खाऊ शकत नव्हती. आता तिला सगळ्या शरीरभर वेदना होताहेत.''

तिची दोन मुलं खाटेवर तिच्याशेजारी शांतपणे बसली आहेत आणि तिचा नवरा वाकून तिच्या डोळ्यांभोवती घोंघावणाऱ्या माशा हळुवारपणे हाकलतोय. मी पाहिलेलं हे सर्वांत जास्त दुःखदायक दृश्य आहे. ''मी तिला तपासू शकतो

का?'' मी विचारतो आणि तिचे डोळे माझ्याकडे वळतात. तिचा नवरा मानेनंच होकार देतो. मग आम्ही हळूच तिचे कपडे बाजूला करतो आणि खालचं शरीर ब्लँकेटनं झाकतो. खरं तर तिला हात लावून बघण्याचीही गरज नाहीये. तिच्या पोटाच्या खालच्या भागावर, चांगल्या मुठीएवढ्या आकाराचं कडक पेशींचं जाळं स्पष्ट दिसतंय, तिच्या कमरेखालच्या हाडांच्या खोलगट भागात ते फुगल्यासारखं दिसतंय. या भागाच्या आसपास अनेक ठिकाणी अशी लहानलहान जाळी तयार झालेली असावीत, असं वाटतंय. हा नक्कीच कर्करोग आहे. पण त्याची निश्चित अवस्था कोणतीही असली, तरी या दुखण्याच्या शेवटच्या पायरीवर ती उभी आहे. हे सगळं तिला थोडंतरी सुसह्य व्हावं, एवढाच प्रयत्न आम्ही करू शकतो.

मी तिचं पोट पांघरुणानं झाकून टाकतो. तिचा नवरा एकदम माझा हात हातात घेतो आणि मनापासून स्मितहास्य करतो. त्याच्या भाषेत तो माझ्याशी काहीतरी बोलतो आहे, जे अर्थातच मला समजत नाहीये. मग आरोग्यसेवक त्याचं बोलणं त्यांच्या भाषेत सांगतात आणि त्याचं भाषांतर करून ईसाबेला मला सांगते... ''तो म्हणतो आहे की, त्याच्या बायकोला साहाय्य केल्याबद्दल तो आपला आभारी आहे. इथे आल्यावर तिला पुन्हा पहिल्यासारखी ताकद येईल असं त्याला वाटतंय. आपण तिला इथे ठेवून घेऊ आणि बरं करू याची त्याला खात्री आहे आणि त्याचे कुटुंबीय या दिवसाची कधीपासून वाट पाहत आहेत.''

माझ्या बोलण्यावर नक्कीच तो विश्वास ठेवू शकणार नाही. त्याच्याशी खासगीत बोलता यावं म्हणून मी त्याला बाहेर यायला सांगतो आणि त्या आवाराच्या अगदी एका कोपऱ्यात जाऊन त्याला परिस्थिती समजावून सांगतो. आमच्याकडून आम्ही शक्य ते सर्व प्रयत्न करू, असं मनापासून सांगतो आणि मग हेही सांगतो की, ती आधीच खूप अशक्त झालेली आहे, हे कुणीच विसरून चालणार नाही.

माझ्या बोलण्यावर तो नुसतीच मान हलवतो. माझ्याकडे नजर वर करून बघतही नाही.

मी त्याला स्पष्टपणे सांगतो की, आम्हाला बरं करता येईल असं तिचं दुखणं नाहीये. माझ्या बोलण्याचं भाषांतर होईपर्यंत मी थांबतो. त्यालाही थोडा वेळ देतो, आणि मग सांगतो की हा कर्करोग आहे असं मला वाटतंय. याआधी त्यानं या आजाराचं नावही ऐकलेलं नसावं. ईसाबेला त्याला समजावून सांगत असताना, तो एकटक तिच्या चेहऱ्याकडे पाहतोय. आरोग्यसेवक मध्येच ईसाबेलाचं बोलणं त्याच्या भाषेत त्याला सांगताहेत. ही दुखण्याची वस्तुस्थिती त्याला सांगताना मला खरंच खूप वाईट वाटतंय, पण त्याला हे सगळं समजणं खूप गरजेचं आहे. पुढच्या काही दिवसांत तिचा मृत्यू अटळ आहे. त्या वेळी त्याच्या मनाची

तयारी झालेली असणं आवश्यक आहे. आमचं बोलणं चालू असताना त्याची मुलं येऊन त्याच्या पायांना पकडून उभी राहिली आहेत. मी बोलत असताना मोकळं हसत माझ्याकडे निरखून पाहताहेत. त्या आवारात त्यांच्या वडलांशी बोलत उभा असलेला गोरा माणूस पाहून त्यांना खूप गंमत वाटत्येय बहुधा.

"हा एक खूप गंभीर आजार आहे," मी त्या माणसाला पुढं सांगू लागतो, "आणि अगदी असाध्य म्हणावा असा आहे. इथे या माविंगामध्ये आपण हा आजार बरा करू शकू, असं मला वाटत नाही. पण ती जोपर्यंत इथे आहे, तोपर्यंत ती जास्तीत जास्त आरामदायकपणे राहील, असं मी वचन देतो तुम्हाला."

तो आरोग्यसेवकांशी काहीतरी बोलतो आणि डोकं हालवतो. त्याचा चेहरा शांत होतो आणि पुन्हा तो त्याच्या हातात माझा हात घेऊन हळुवारपणे दाबतो. आशेनं भरलेल्या डोळ्यांनी तो माझ्याकडे पाहतो आणि म्हणतो, "म्हणून तर आम्ही तिला इथे आणलंय. तुम्ही तिला मदत कराल, याची खात्री आहे आम्हाला. देवानंच आम्हाला इथे पाठवलंय आणि तोच तुम्हाला मार्ग दाखवेल. तिला बरं वाटेल– पुन्हा तिच्यात शक्ती येईल..."

आता यावर मी काय बोलणार? असं तर नसेल, की मी त्याला नीटपणे वस्तुस्थिती सांगत नाहीये? "अशा गोष्टींकडे हे लोक कसं पाहतात?" न राहवून मी ईसाबेलाला विचारतो. पण मी योग्य तेच करतोय, हे ती मान्य करते आणि म्हणते की, "इथे त्या स्त्रीला तिचं दुखणं जास्तीत जास्त सुसह्य होईल याची आम्ही सर्वतोपरी काळजी घेऊ, असं त्याला सांग. कोणतीही खोटी आश्वासनं देऊ नको." मग मी पुन्हा त्या माणसाला सांगायचा प्रयत्न करतो की, तिचं दुखणं बरं करणं आमच्या हातात नाही. माझ्या बोलण्याचं भाषांतर करून त्याला सांगेपर्यंत तो आमची माफी मागून आत जायला वळतो... 'मला आता तिच्याजवळ असायला हवं...' जाताजाता तो स्वतःशीच बोलल्यासारखं म्हणतो.

मी जागच्याजागी खिळल्यासारखा उभा आहे. त्याला मी खरं काय ते सांगितलं, हे योग्यच केलं ना? माझं मलाच नीटसं कळत नाहीये. माझ्या घरी असा प्रसंग उद्भवला असता तरीही मी हेच सगळं सांगितलं असतं. पण दुखणं इतक्या पुढच्या थराला पोहोचलंय आणि त्याचं अजून निदानही झालं नाहीये, असं सहसा होत नाही ना? निदान इतरांना त्या दुखण्याचं स्वरूप तरी समजलेलं असतंच की... मला नेमकं काय वाटतंय, काय म्हणायचंय हे बहुधा ईसाबेलाला समजतंय. आम्ही दोघं बोलत असताना अचानक एक वरिष्ठ आरोग्यसेवक पुढे येतो.

"मी शस्त्रक्रिया करू शकतो," तो मला उद्देशून म्हणतो.

"काय?" माझा आवाज अविश्वासानं भरलाय...

"मी तिच्यावर शस्त्रक्रिया करू शकतो," तो पुन्हा म्हणतो. रॉबर्टो नावाचा

हा माणूस फक्त आरोग्यसेवक नसतो तर, तर 'क्लिनिको' असतो – डॉक्टर आणि नर्स यांच्या मधल्या पातळीवर काम करणारा मदतनीस – हा सडपातळ बांध्याचा एक अंगोलन माणूस आहे आणि माझ्यापेक्षा चांगला चार इंचानं उंच आहे. याच्याबद्दल सोफियानं मला खूप सांगितलं आहे. इथल्या सर्जनच्या हाताखाली थेट काम करू शकणारा, त्याला शस्त्रक्रियेच्या वेळी मदत करू शकणारा असा हा माणूस– आहे आरोग्यसेवकच– पण युद्ध चालू असताना रणांगणात उभारलेल्या रुग्णालयात, लष्करी डॉक्टरांकडून त्याला खूप काही शिकायला मिळालंय – मुद्दाम शिकवलंही गेलंय. अवयव कापून काढण्याच्या शस्त्रक्रिया आणि तशीच तातडीची वेळ आली तर पोटाला छेद देऊन आतील अवयव तपासण्यासाठी आणि रोगनिदान करण्यासाठी केल्या जाणाऱ्या शस्त्रक्रिया यात रॉबर्टो चांगलाच निष्णात आहे. पण तरीही तो डॉक्टर नाहीये, ही गोष्ट मला ठासून सांगितली गेलीये आणि शस्त्रक्रिया करण्यासाठी तो माझ्यावर दबाव आणू शकेल, हेही मला स्पष्टपणे सांगितलं गेलंय. पण अगदी तितकीच निकड भासली तरच त्यानं शस्त्रक्रिया करायची, तीही मी परवानगी दिली तरच, हेही बजावलेलं आहे. स्वतःचं म्हणणं लादू पाहणाऱ्या रॉबर्टोला पाहिल्यावर, तो कोणतं काम करू शकतो आणि कोणतं नाही हे त्याला सांगायचं म्हणजे जरा अवघडच वाटतंय.

"तिथे साचलेला पेशींचा थर मी काढून टाकू शकेन..." रॉबर्टो खात्री देत म्हणतो.

"ते सगळं तू काढू शकशील?..." मला अजून त्याच्याबद्दल खात्री वाटत नाहीये.

"हो नक्की. आज दुपारी किंवा उद्या... तुम्ही म्हणाल तेव्हा."

"हा खरंच गंभीरपणे बोलतोय का?" न राहवून मी ईसाबेलाला विचारतो. अस्वस्थ नजरेनं माझ्याकडे पाहत ती फक्त डोकं हलवते आणि मान वळवून रॉबर्टोकडे पाहते. त्याच्या हावभावांवरून तर असंच वाटतंय की तो अगदी मनापासून आणि गांभीर्यानं बोलतो आहे. "आपण त्या स्त्रीसाठी काहीतरी करावं अशी तिच्या नवऱ्याची इच्छा आहे ना? तर मग त्या दृष्टीनं तुम्ही काय करणार आहात?" तो थेटपणे विचारतो.

"आपल्याला तिच्यासाठी फार काही करता येईल असं मला नाही वाटत रॉबर्टो. तिची आत्ताची अवस्था पाहिली ना, तर तिला भूल दिलेलीही झेपणार नाही असंच दिसतंय– अगदी त्यासाठी तिला अमेरिकेत नेलं किंवा माझ्या देशात नेलं तरीही नाही– आणि इथे तर नक्कीच नाही. ती कमालीची अशक्त झालेली आहे. तिचा कर्करोग किंवा जो काही आजार असेल तो नक्कीच शरीरात सगळीकडे पसरलेला असणार आहे. आपण तिला या आजारातून बरं करू शकणार नाही,"

– मी जास्तीत जास्त स्पष्टपणे त्याला सांगतो.

पण त्यांच्यापैकी कुणालाच ते पटतंय असं दिसत नाहीये. आता रॉबर्टोच्या ऐवजी सर्जिओ पुढे सरसावतो आणि ठणकावल्यासारखं मला सांगतो की, "ती तुमच्या देशात नाहीये किंवा अमेरिकेतही नाहीये. ती इथे, माविंगात आहे. तुम्ही इतर कुणाशी आमची तुलनाच करू नका."

हे ऐकून मी निरुत्तर होतो. त्या स्त्रीवर शस्त्रक्रिया करणं शक्य आहे, असं या लोकांना खरंच वाटतंय का?

"आणि हिच्या या छान कुटुंबाचं काय?" रॉबर्टो पुन्हा बोलायला लागतो. "तिला लहान लहान मुलं आहेत. तुम्ही पाहिलं नाहीत का त्यांना? तिच्यावर काहीच उपचार करता येणार नाहीत, असं कसं म्हणू शकता तुम्ही? शस्त्रक्रिया केली नाही तर ती नक्कीच मरेल आणि हो, शस्त्रक्रिया केल्यावरही ती मरू शकेल. तीही शक्यता आहेच. पण म्हणून आपण काहीच प्रयत्न करायचे नाहीत का? काहीच करायचं नाही असं कसं म्हणू शकता तुम्ही? आपण तिच्या नवऱ्याशी बोलू या. त्याची इच्छा काय आहे, तेही पाहायला हवं. पण मी आत्ताच खात्रीनं सांगतो की ही शस्त्रक्रिया करावी, असंच सांगेल तो."

किती ठामपणे बोलतोय हा! मला काय करावं ते काही सुचतच नाहीये. इथे राहून, काम करून परत गेलेला कुठलाही माणूस असा विचारही करणार नाही. अगदी खात्री आहे मला. पण इथे सगळं काही असंच घडत असतं का? शस्त्रक्रियेदरम्यान ती गेली तरी तिला तिच्या दुर्धर आजाराशी लढण्याची निदान शेवटची एक संधी तरी मिळाली, असा दिलासा तिच्या नवऱ्याला वाटू शकेल, असा विचार असेल का यांच्या मनात? की, 'इथे दाखल केल्यावर रुग्णांना दुखण्यापुढे हार पत्करावी लागल्यामुळे होणारं दुःख हलकं होईल, एवढाच विचार करणं, म्हणजे दुबळेपणा आहे,' असं समजतात हे लोक? असा विचार करणारा माणूस आफ्रिकन नाहीच असंही वाटत असेल का यांना? त्या स्त्रीचा नवरा स्वतःची दोन मुलं घेऊन, धावपळ करत तिला इथे घेऊन आलाय, आणि तरीही आम्ही तिच्यावर शस्त्रक्रिया केली नाही, तर त्या नवऱ्याचा अपमान होईल का? मला खरंच काही कळत नाहीये. आज दुपारी मी जिनिव्हामधल्या वैद्यकीय सल्लागारांशी या संदर्भात नक्कीच बोलणार आहे... पण आत्ता मात्र मला अजून इतर वॉर्ड्समध्ये तपासणीसाठी जायचं आहे– कुपोषित मुलांना तपासणंही महत्त्वाचं आहे. तसं मी त्या 'क्लिनिकों'ना सांगतो आणि जायला निघतो.

"अहो नवे डॉक्टर..." मला हाक मारत रॉबर्टो माझ्या मागोमाग येतो. मी थांबतो आणि वळून त्याच्याकडे पाहतो. लांब लांब टांगा टाकत माझ्या दिशेनं येणारा रॉबर्टो एखादा लष्करी सेनापतीच वाटतोय मला... सर्वांमध्ये श्रेष्ठ असावा

असा. आता इथल्या स्थानिक कर्मचाऱ्यांच्या भूमिकेपुढे मी नमतं घ्यायचं आहे का? अगदी पहिल्याच दिवशी? आणि असं झालं तर मी इथला 'प्रमुख' आहे, याला तरी काही अर्थ आहे का? ही सगळी माणसं माझ्यापेक्षा दहा ते तीस वर्षांनी मोठी आहेत, पण तरीही त्यांच्यापेक्षा माझी पात्रता, माझं शिक्षण नक्कीच जास्त आहे. असं सगळं इथे घडू शकतं अशी मी कल्पनाही केली नव्हती. इथे यायचं, इथल्या रुग्णांना तपासायचं आणि त्यांच्यावर उपचार सुरू करायचे, एवढाच विचार मी केला होता. मी इथे आल्याबद्दल इथल्या लोकांना माझ्याविषयी थोडीतरी कृतज्ञता वाटेल, काही गोष्टी मी त्यांच्याकडून शिकेन, ते माझ्याकडून काही शिकतील आणि असं करत करत एकमेकांबरोबर आम्ही आनंदानं एकत्र काम करू... काय काय वाटलं होतं मला... आणि इथे हे सगळं काय चाललंय?...

मनाच्या या उद्विग्नतेवर ताबा ठेवत मी रॉबर्टोकडे बघतो आणि त्याला काय हवंय असं विचारतो.

"आपलं बोलणं अजून संपलेलं नाही," आपले तपकिरी भेदक डोळे माझ्यावर रोखून तो म्हणतो, "हा अतिशय महत्त्वाचा विषय आहे, हे तुम्ही विसरू नका..." संतापलेल्या चेहऱ्यानं पण आवाज शांत ठेवत तो मला खरं तर धमकावतोच आहे, असं वाटतंय... "तुम्ही अजून खूप लहान आहात, लक्षात ठेवा. आणि आफ्रिकेचा तुम्हाला अजिबात अनुभव नाहीये, याची मला खात्री आहे."

"रॉबर्टो..." मला काय बोलावं ते सुचत नाहीये.

"बरोबर बोलतोय ना मी?" तोच मला विचारतो.

मी काही न बोलणंच योग्य होईल, असं मला वाटतं. मी नजर दुसरीकडे वळवतो. जवळच्या स्वयंपाकघराच्या बाहेर हातात वाडगं घेऊन उभ्या असणाऱ्या रुग्णांची मोठी रांग लागलेली असते – शिजवलेल्या मक्याची आणि पावट्याच्या बियांची वाट बघत...

"आम्ही इथले रहिवासी आहोत," रॉबर्टोच्या आवाजातला राग स्पष्टपणे जाणवतोय. "हे आमचं घर आहे, ही आमची माणसं आहेत... आणि हे सगळे आमचे रुग्ण आहेत. आम्ही सगळ्यांनी इथे अनेक वर्षं काम केलंय, अगदी युद्ध सुरू असतानाही. तुमचं एम.एस.एफ. इथे येण्याच्या कितीतरी आधीपासून आम्हीच इथे रुग्णांची देखभाल करतोय, त्यांची व्यवस्थित काळजी घेतोय आणि तुम्हाला इथे येऊन अजून एक आठवडाही झाला नाहीये.... नुकतेच तर पोहोचता आहात ना इथे? तुम्हाला आमच्याबद्दल, आमच्या औषधांबद्दल काहीही माहिती नाहीये – काहीही नाही – आमची भाषासुद्धा येत नाही तुम्हाला... हे सगळं नीट लक्षात ठेवा, नवे डॉक्टर! आणि या रुग्णालयात आल्या आल्या आम्हाला जे जे सांगायचा प्रयत्न करत होतात ना... म्हणजे आमच्याच माणसांशी आम्ही कसं वागायचं,

आम्ही कुठली औषधं वापरायची, रुग्णांवर शस्त्रक्रिया कधी करायची वगैरे... तेही सगळं आठवा आणि या सगळ्या गोष्टी तुम्हाला स्वतःला जर नीट समजल्या आणि आमच्या या सगळ्या पद्धतींचा तुम्हाला खरंच जर आदर करावासा वाटला... तर आणि तरच आपण योग्य तऱ्हेनं एकत्र काम करू शकू...'' एवढं बोलून तो इतरांबरोबर तिथून निघून जातो.

त्या आवारात आता मी एकटाच, जागच्या जागी थिजल्यासारखा उभा आहे. आता मी कुठून सुरुवात करावी, हा संभ्रम मला सतावतो आहे... काहीच कळत नाहीये मला.

सगळाच सावळागोंधळ

या रुग्णालयातला हा आठवडा खूपच कंटाळवाणा आणि छळवादी वाटतोय. रोज आणखी आणखी आजारी माणसं... व्यवस्थापनाशी आणखी वाद... आणि आम्ही जिथं राहतो त्या आवारात सोयी–सुविधा शोधण्यात तर काहीच अर्थ नाहीये. आमच्या राहण्याच्या जागेचा जो परिसर आहे ना, त्याच्या अगदी एका लांबच्या कोपऱ्यात, कुंपणाच्या जवळ, सावली शोधण्यासाठी मला कधीकधी अक्षरशः धावतच जावं लागतं, आणि आता हे जवळजवळ रोजचंच झालं आहे. आमच्या खोलीचं दार उघडताक्षणी माशांची झुंड घोंघावत बाहेर पडते. त्या छोट्याशा खोलीत भरून राहिलेल्या असह्य वासापासून कधी सुटका होते आहे असं त्यांनाही तीव्रपणे वाटत असणार, यात शंकाच नाही. इथे दाराला लावलेली भोक असलेली प्लॅस्टिकची एक चौकट, एवढं एकमेव 'उपकरण' इथे आहे. दोन फूट उंचीची दोन्ही बाजूंनी लावलेली ही चौकट, गोंधळलेल्या माणसाला 'दार उघडायचं कसं' या संभ्रमात पडायला उद्युक्त करते, पण मला कधीच कळलंय, दार कसं उघडायचं ते – पाय वाकवा, अंग आक्रसून घ्या आणि आत झोकून द्या. इकडंतिकडं घुटमळावं, असं खरं तर इथे वाटणारच नाही कुणाला.

इथल्या संडासाची हळूहळू मला सवय होईल, असं टीमनं मला खात्रीपूर्वक सांगितलंय; आणि वर हेही सांगितलंय, की एम.एस.एफ.ची इतर जी केंद्रं आहेत, त्यापेक्षा आपली ही जागा बरीच बरी आहे. अर्थात, 'ही जागा चांगली आहे,' असं मला अजून तरी पटलेलं नाही. आमच्या झोपायच्या खोल्या म्हणजे विटांच्या साध्या भिंतींच्या थंडगार खोल्या आहेत, ज्यात रुग्णालयासारखीच एक लोखंडी कॉट आणि छोटंसं शेल्फ एवढंच सामान आहे. धुळीनं भरलेल्या या आवाराच्या अगदी टोकाच्या बाजूला या खोल्या आहेत. त्यातली डावीकडची खोली माझी आहे, जिच्या मागच्या बाजूला सतत काही ना काही हालचाल चालू असते– म्हणजे त्या लग्नात काय भेटवस्तू द्यायची यावरून आमच्यात जो वाद

झाला होता ना, तो त्याच जागी झाला होता, आणि दोन दिवसांपूर्वी, इथल्या आचाऱ्यासाठी, सुरक्षारक्षकानं इथेच एक बकरा मारला होता – आणि हो, इथला संडास स्वच्छ करतानाची दृश्यं इथून दिसतात. माझ्या झोपायच्या खोलीच्या अगदी पलीकडेच जेवणाची खोली आहे, जिचा उपयोग चर्चा करण्यासाठी, गप्पा मारण्यासाठीसुद्धा केला जातो. आणि या खोलीच्या शेजारीच एक नुसतं छप्पर बांधून अंघोळीसाठी गार पाण्याची व्यवस्था केलेली आहे. या आवाराच्या चौथ्या बाजूला गॅरेजच्या आकाराएवढ्या खोलीत इथलं ऑफिस आहे. आणि स्वयंपाकघर... नको, त्याबद्दल न बोललेलंच बरं... तर या सगळ्या वातावरणात, इथे आलेले आम्ही फक्त चौघे जण, पुढचे सहा महिने कसे तग धरून राहणार आहोत, कोण जाणे! मला तर तशी खात्रीच वाटत नाहीये.

खरं तर, या आवाराच्या बाहेर आम्ही कसे जगणार आहोत, हेही मला नीट समजत नाहीये. आफ्रिकेत राहण्याचा अस्सल अनुभव इथल्यापेक्षा जास्त इतर कुठे मिळेल, असं मला प्रामाणिकपणे वाटत नाही. हा अनुभव परिपूर्णपणे यावा अशा अनेक गोष्टी आहेत. पण इथून चालत फक्त पंधरा मिनिटे लागतील, एवढ्याच अंतरावर त्या सगळ्या गोष्टी पाहायला मिळतात – म्हणजे थोडक्यात आमची सुरक्षाव्यवस्था जिथपर्यंत आहे, त्या परिघातच सगळं काही पाहता येतं, आणि मी ते अनेकदा पाहिलंय... हो... या पहिल्या एका आठवड्यातच पाहिलंय.

इथली विमानाची धावपट्टी म्हणजे आमची जास्तीत जास्त उत्तरेकडे असणारी सीमारेषा आहे, जी आमच्या कुंपणाच्या लगेचच मागे आहे. दक्षिणेकडची सीमा म्हणजे नदी आहे, जी आमच्या इथून जेमतेम एक किलोमीटर अंतरावर आहे. या दोन्हीच्या मधून वाळूनं भरलेला मुख्य रस्ता आहे. आम्हाला वापरता येण्यासारखा हा एकमेव सुरक्षित रस्ता आहे, जो धावपट्टीपासून थोडा लांब आहे, आणि तिथून नदीपर्यंत जायला एक जवळचा रस्ता केलेला आहे. आमचं रुग्णालय आणि त्याच्यासमोर असणारी इतर आवारं, यामधून या मुख्य रस्त्याला पश्चिमेकडे जाणारे एक वळण आहे, जिथून पुढे धावपट्टी ओलांडून हा रस्ता उत्तरेकडे मेनॉन्ग या प्रादेशिक राजधानीपर्यंत जातो. गाडीनं गेल्यास दोन दिवस लागतील, इतकी ही राजधानी लांब आहे. पूर्वेला हा रस्ता थेट झांबियापर्यंत जातो. हे जे पूर्व–पश्चिम फाटे फुटतात तिथून एक किलोमीटरवर, म्हणजे आमचं रुग्णालय आणि त्याची सीमा दाखवणारं एक मोठं झाड यांच्या बरोबर मध्यावर, या शहराचा कारभार चालवणारं केंद्र आहे. या केंद्राच्या आवारात, पीचच्या रंगाच्या आणि अतिशय रुक्ष वाटणाऱ्या दोन शासकीय इमारती आहेत. अजिबात गवत नसलेलं फुटबॉलचं मैदान आहे. पत्र्याच्या तीन शेड्स आहेत आणि मोडकळीला आलेल्या इतर काही इमारती आहेत.

माविंगा शहर
खाणी
इस्पितळ
एमएसएफ कुंपण
छप्पर नसलेली शाळा
फाऊंडेशनवरची शाळा
फुटबॉल मैदान
शहर व्यवस्थापन
शेड्स
झाम्बियाकडे
ऑक्सफर्ड रस्ता
झाडाखालची शाळा
मार्केट
लॉण्ड्री विभाग
क्युबिया नदी

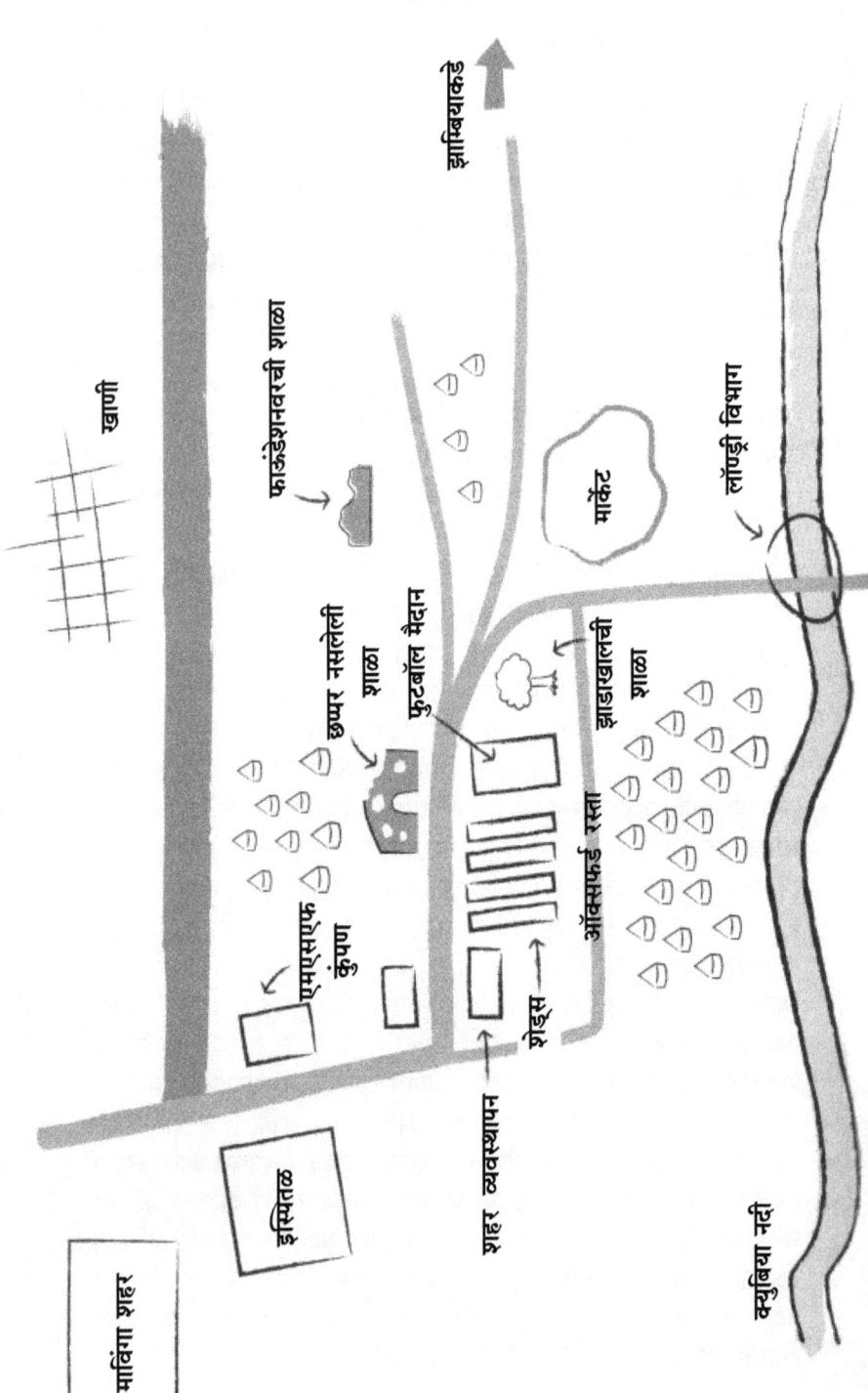

जिनिव्हामधल्या एम.एस.एफ.ने आमच्या रुग्णालयाच्या सीमारेषा निश्चित केलेल्या आहेत. नुसती नजर टाकली तरी इथे सगळीकडे अतिउत्साह दाटून आल्यासारखा वाटतो. कारण स्थानिक लोक इथे सगळीकडे हवं तसं फिरत असतात. फक्त धावपट्टीच्या उत्तरेकडे जायला मात्र बंदी आहे आणि अजून तिथले सुरुंग निकामी केलेले नाहीत. अशा भागांमध्ये 'धोका! सुरुंग!' अशा पाट्या लावलेल्या आहेत. मी तिथेपर्यंत जाणं शक्यच नाही. चार वर्षांपूर्वी झालेल्या एका अपघाताचे फोटो आमच्या लॅपटॉपवर दिसतात. या शहराच्या बाहेर अगदी लागूनच असलेल्या एका रस्त्यावर झालेल्या या अपघातात एम.एस.एफ.ची 'लॅन्डक्रूझर' गाडी रणगाडे उडवू शकणाऱ्या एका सुरूंगावर जाऊन आपटली होती. त्या गाडीतले सातही जण ठार झाले होते आणि गाडीचे तुकडे आसपासच्या झाडांवर उंच उडून पडले होते. हे फोटो आम्हाला तिथे जाण्यापासून अडवण्यासाठी पुरेसे नाहीत, म्हणून की काय कोण जाणे, पण आमच्या एका वॉर्डवर असं एक चित्र लावलेलं आहे, ज्यावर लिहिलं आहे की : 'तुमचा एखादा अवयव कापून टाकल्यानंतर त्याचा उरलेला छोटा भाग कसा वापरायचा?... पाहा.'

तर इथली ही परिस्थिती अगदी परिपूर्ण वाटावी, यासाठी आणखी वेगळ्या कुठल्या गोष्टीची काहीच गरज नाही. सगळ्या गोष्टी इथे आहेतच. त्यांच्यावर मात करून, त्यांना तोंड देत जर इथे राहायचं असेल, तर फक्त थोडं लवकर तरी उठायला पाहिजे, नाहीतर संध्याकाळ होण्याची वाट पाहत थांबायला तरी पाहिजे. कारण या दोन वेळा अशा आहेत जेव्हा माविंगाची सौम्य आणि मृदू बाजू पाहता येते.

वेळेचा अंदाज न आलेल्या कोंबड्यांचे अवेळीच आरवून झाले की, त्यानंतर काही तासांनी लालबुंद सफरचंदासारखा दिसणारा सूर्य उगवतो. पूर्व-पश्चिम जाणाऱ्या इथल्या मुख्य रस्त्यावर त्याची लांबच लांब किरणं येऊन पोहोचतात; आणि शाळेत घोळक्यानं निघालेल्या मुलांच्या पाठोपाठ त्यांच्या लांबलांब सावल्याही शाळेत निघाल्यात, असं वाटतं. त्या मुलांनी एकतर खूप लांब शर्ट तरी घातलेले असतात, नाहीतर अगदी तोकडे शर्ट तरी घातलेले असतात आणि मग कुठेकुठे फाटलेल्या त्या शर्टांमधून कधीकधी त्यांचं पोट हसत हसत डोकावून बघत असतं. आपल्या मित्रांबरोबर किंवा लहान भावंडांबरोबर ही मुलं जेव्हा हातात हात धरून हलत-डुलत चाललेली असतात, तेव्हा धुळीनं माखलेल्या इथल्या पुढच्या आवारातल्या स्वैंपाकाच्या चुलीतला जो धूर वेटोळे घेत घेत हवेत पसरत जात असतो ना, त्याचीच आठवण येते. आफ्रिकन लोकांबद्दल माझ्या मनात नेहमीच एक साचेबंद आणि जरासं अतिशयोक्त असं चित्र मी कल्पनेनंच रंगवलं होतं. कुठलंही अगदी नेहमीचंच साधंसं काम करतानाही ही माणसं फार सुंदर गाणी

म्हणतात, असं मला वाटायचं, पण इथे तसं काहीही दिसत नाही. म्हणजे ही माणसं गातात– अगदी छान गातात– सगळी मुलंही गाणी म्हणतात. एवढंच नाही, तर इथून बऱ्याच लांब असणाऱ्या तंबूंमध्ये राहणारे सैनिकही, दारू पिऊन, एकमेकांशी भांडून झाल्यावर, अगदी काही तासांतच, धावपट्टीच्या टोकाच्या बाजूला जेव्हा सकाळी कवायत करायला जमतात, तेव्हा हे सैनिकही गाणी म्हणत असतात. पण मला वाटायचं तसं सारखंच गात नसतात इथे कुणी...

आकाशात आणखी थोडासा वर येऊन सूर्य जेव्हा आगीसारखा तप्त, शेंदरी रंगाची किरणं पसरवू लागतो, तेव्हा बाह्यरुग्णांसाठी ठेवलेले लाकडी बाक बघता बघता भरून जातात. आता माझे पुढचे दहा तास त्यासाठीच राखून ठेवलेले असतील. ती शाळेत निघालेली मुलं एव्हाना तिथे पोहोचली असतील, आणि स्वतःच नेलेल्या प्लॅस्टिकच्या निळ्या खुर्चीवर स्थिरावली असतील. अरे हो... सांगायचंच राहिलं... इथल्या शाळेत स्वतःची खुर्ची वगैरे स्वतःच घेऊन जावी लागते, कारण वर्गासाठी तात्पुरत्या स्वरूपाच्या ज्या खोल्या असतात तिथेच कुठंतरी वर्ग भरतो... रोज वेगळी जागा. कधी त्या लग्नाच्या कार्यालयासमोर असणाऱ्या बिनछपराच्या इमारतीत कुठेतरी, नाहीतर मग त्या सॉकरच्या मैदानाजवळ जी काही मोजकीच झाडं आहेत त्यातल्या एखाद्या झाडाखाली ... म्हणून मग स्वतःसाठी खुर्ची बरोबरच घेऊन जायची... याची मजा वाटावी की खेद? खेदच वाटतो खूप.

इथल्या स्त्रिया सतत कामात गुंतलेल्या असतात. डोक्यावर काही ना काही सामानाचं ओझं नीट सांभाळत आणि बहुतेक वेळा लहान बाळाला कापडानं पाठीवर बांधूनच त्या काम करताना दिसतात, म्हणजे कधी बादल्या पाण्यानं भरत असतात, तर कधी गावाच्या टोकाला, जळणासाठी लाकूडफाटा गोळा करत असतात. कधी कधी बाजारात तात्पुरत्या उभारलेल्या तकलादू दुकानांसमोर काहीतरी खरेदी करताना दिसतात, नाहीतर मग नदीवर कपडे तरी धुवत असतात. त्याच नदीच्या गुडघाभर खोल पात्रातून काठीनं गुरंढोरं हाकलत नेणारी मुलंही असतात. आणि इथले पुरुष काय करतात, ते तर अजून मला पाहायचंच आहे.

म्हणून मी प्रयत्नपूर्वक लवकर उठतो. आमचं काम संपल्यावर आम्ही चौघंही या शहरात फेरफटका मारायला जाऊ, जेव्हा हळूहळू पुढे जात सूर्य हे आकाशाचं निरभ्र घुमटाकार छत ओलांडून, शहराच्या विरुद्ध दिशेला पेटलेल्या चुलींच्या धुरामागं दिसेनासा होईल आणि पश्चिमेकडे गडद लाली पसरायला लागेल. मग आम्ही नदीवर जाऊ. चिखलानं भरलेल्या तिच्या काठांवर थोडा वेळ बसू, चित्रवत भासणाऱ्या या ग्रामीण आयुष्याची मजा अनुभवू... आणि हो... माझ्या मागेच असणाऱ्या संकटांचा सामना करत आणखी एक दिवस घालवताना मी रोजच

अशी इच्छा करीन; किंबहुना प्रार्थना करीन की, त्या नदीकाठी नुसतं बसून मला पूर्ण आठवडा घालवता यावा.

पण आता हे स्वप्नरंजन पुरे... आत्ता मला लगेचच या छोट्याशा शेडमध्ये जाणं गरजेचं आहे. 'इथल्या संडासाची मला सवय होईल' असं जे टीमनं सांगितलं होतं, ते मला दिलासा देण्यासाठी सांगितलं होतं की, धमकीवजा धोक्याची सूचना दिली होती, हे नक्की न कळल्यानं अचंबित होण्याची माझी आजची काही पहिली वेळ नाही. पण ते जाऊ दे. मी एक खोलवर श्वास घेतो आणि आत पाऊल टाकतो. पुन्हा लगेचच आपल्याला श्वास घ्यावा लागू नये असंच मला वाटत असतं. काही क्षण असेच जातात. जीव अगदी मेटाकुटीला येतो. कुठलाही विचार न करता श्वास घेण्याची आत्यंतिक गरज मी इतका वेळ कशीबशी थोपवून धरलेली असते. मी कसातरी तिथून बाहेर पडतो. या रुग्णालयातला अतिशय कठीण वाटणारा हा पहिलाच आठवडा आहे. या आठवड्यात इथे काय काय घडलं ते तपासून पाहण्याची ही योग्य वेळ आहे असं मला वाटतं. या आठवड्यातल्या कामाच्या तपशिलाची यादी काही वेळापूर्वीच मला देण्यात आलेली आहे, त्यावरून मी अंदाज घेऊ शकतो. इथल्या प्रत्येक विभागप्रमुखानं मला गेल्या महिन्यातल्या कामाचा अहवालही दिलेला आहे. थोडा उशीरच केलाय त्यांनी, पण हरकत नाही. हे सगळे कागद मी खिशातून बाहेर काढतो.

बाह्यरुग्ण विभाग

या विभागाचा प्रमुख आहे सेन्हॉर कस्सोमा. गेल्या आठवड्यात त्या लग्नाला गेलो असताना, अँड्रियाच्या जोडीनं अंगाला झटके देत नाचताना या माणसाला मी पहिल्यांदा पाहिलं होतं. कामाचा तक्ता त्यानं अतिशय नीटनेटका आखलेला होता आणि त्याखाली पेन्सिलीनं काही टिपणही केलं होतं. या विभागाचे आकडे लक्ष वेधून घेणारे आहेत. गेल्या महिन्यात इथे दोन हजार आठशे रुग्ण येऊन गेले आणि बाह्यरुग्ण विभागात जे चार क्लिनिकोज काम करतात, त्यांच्यापैकी एकेकानं आळीपाळीनं त्यांना तपासून औषधं दिली होती. या अठ्ठावीसशेपैकी आठशे रुग्ण पाच वर्षांपेक्षाही कमी वयाचे होते. बाराशे रुग्णांना मलेरिया झाल्याचं निदान झालं होतं, ज्यामध्ये प्रौढांपेक्षा लहान मुलांचं प्रमाण जास्त होतं. बाकीच्या रुग्णांच्या निदानानुसार इतर आजारांचे प्रकार उतरत्या क्रमानं सांगायचे झाले तर असे होते की, श्वसनमार्गातील संसर्ग, जुलाब, तीव्र आणि जुनाट वेदना, संभोगातून झालेले संसर्ग, त्वचेचे आजार, कावीळ, मेंदूचा दाह आणि नीट वर्णन करता येणार नाही असे इतर काही आजार.

प्रसूती विभाग

नेने नावाची एक अंगोलन सुईण इथली प्रमुख सुईण आहे. तिनं अगदी तपशीलवार केलेल्या नोंदींनुसार, गेल्या महिन्यात इथे सव्वीस स्त्रियांची प्रसूती झाली, जी व्यवस्थितपणे पार पडली. दोन अर्भकं मृतावस्थेत जन्मली आणि चार गर्भपात झाले. दवाखान्याचं महत्त्वाचं काम अँड्रिया बघते. त्याच्या अहवालाबरोबर या प्रसूती विभागाचा अहवालही मी तिला पाठवणार आहे.

दवाखाना

याचा अहवाल म्हणजे गेल्या महिन्यात इथे वापरल्या गेलेल्या किंवा रुग्णांना दिल्या गेलेल्या औषधांची आणि इतर वस्तूंची भलीमोठी यादीच आहे. 'ॲमॉक्सिसिलिन' या औषधाच्या सहा हजार गोळ्या, 'पॅरॅसेटामॉल'च्या पंधरा हजार गोळ्या, जंत घालवण्यासाठी एक हजार गोळ्या आणि मलेरियावर उपचार म्हणून दिल्या जाणाऱ्या औषधांच्या पंधराशे पुड्या, एवढ्या औषधांचा त्या यादीत समावेश होता. याखेरीज पाच पेनं आणि नवा टॉर्च याचीही मागणी केली गेली होती. हे सगळं त्यांनी अगदी गंभीरपणे, नीट पाहून लिहिलं होतं का? मला खरंच प्रश्न पडला आहे. एका महिन्यात औषधांच्या इतक्या प्रचंड गोळ्या वापरल्या जाणं शक्य आहे का? यात नक्कीच नीट लक्ष घालायला पाहिजे.

प्रयोगशाळा

इथला अहवाल म्हणजे तिथे केल्या गेलेल्या चाचण्यांची थोडक्यात पण पुरेशी माहिती होती. म्हणजे विष्ठेच्या दोनशे चाचण्या, लघवीच्या चाळीस चाचण्या, मलेरियाचं निदान करणाऱ्या पंधराशे चाचण्या आणि याव्यतिरिक्त हेपॅटायटीस बी आणि सी, एच.आय.व्ही, गुप्तरोग या प्रत्येक आजारासाठी केलेल्या अनेक चाचण्या, या सगळ्यांची व्यवस्थित माहिती त्यात होती. तसंच एकाचं रक्त दुसऱ्याला चढवण्यापूर्वी गरजेच्या असलेल्या रक्ताच्या वेगवेगळ्या चाचण्यांचा तपशीलही त्यात होता. या रक्त चाचणीसाठी आवश्यक त्या साधनांचे संच युरोपहून आलेले आहेत, आणि यातला एक संच एकदाच वापरता येतो.

शस्त्रक्रियेसाठी आलेल्या बाह्यरुग्णांचा विभाग

पहिल्यांदाच मी अशा विभागाबद्दल ऐकतो आहे. विभागाचं हे नाव मी पुन्हा पुन्हा तपासून पाहतो. पण अहवालाच्या प्रत्येक पानावर हेच नाव आहे, त्याअर्थी ते बरोबर असावं. या अहवालानुसार, गळवांचा निचरा करण्यासाठी अठ्ठावीस शस्त्रक्रिया केल्या गेल्या होत्या, पाच जणांना प्लॅस्टर घातलं गेलं होतं, आणि शंभरच्या

आसपास असणाऱ्या रुग्णांच्या जखमांवर तिथे मलमपट्टी केली गेली होती. त्यात तेवीस दात काढल्याचीही नोंद होती. म्हणजे आम्ही दातही उपटतो? या अशा ठिकाणी? या जागी जाऊन मी नक्कीच शोध घेणार आहे.

क्षयरोग्यांसाठी राबवली जाणारी योजना

क्षयरोग झालेले नऊ रुग्ण त्यांच्या घरीच राहतात आणि दर पंधरा दिवसांनी तपासणीसाठी आणि नव्या गोळ्या घेण्यासाठी इथे येतात. शिवाय त्यांनी पुरेसं आणि व्यवस्थित औषधपाणी घ्यावं, यासाठी त्यांना प्रोत्साहन मिळावं म्हणून इथे त्यांना माफक प्रमाणात अन्नधान्यही दिलं जातं. या रुग्णांना इतरांपासून वेगळं ठेवता यावं म्हणूनही इथे थोडीशी सोय केलेली आहे. रुग्णालयाच्या पुढच्या आवारात अगदी एका कोपऱ्यात त्यांच्यासाठी दोन छोट्या खोल्या केलेल्या आहेत. सध्या त्यातल्या एका खोलीत एक वयस्कर माणूस दाखल केलेला आहे. तिथल्या दुसऱ्या रुग्णाला मी भेटलेलो नाही. पण या अहवालानुसार, दुसऱ्या खोलीत दाखल केलेल्या बेचाळीस वर्षांच्या महिलेचा नुकताच मृत्यू झालेला आहे.

शस्त्रक्रिया कक्ष

गेल्या महिन्यात इथे केल्या गेलेल्या शस्त्रक्रिया अशा होत्या – प्रसूतीसाठी एक, एक ॲपेन्डिक्सची शस्त्रक्रिया, एक हार्नियासाठीची आणि एक पाय कापून टाकण्यासाठी केलेली शस्त्रक्रिया– एकही मृत्यू नाही.

दाखल करून घेतलेल्या रुग्णांचा विभाग

हा विभाग म्हणजे माझ्या पुढ्यात सातत्यानं उभ्या राहणाऱ्या अडचणींचा जणू एक स्रोतच आहे. ही गोष्ट सर्जिओच्या लक्षातच येत नाहीये, किंवा तो जाणूनबुजून त्याकडे दुर्लक्ष करतो आहे. असो. इथल्या अहवालानुसार गेल्या महिन्यात इथे दोनशे एक्याण्णव रुग्णांना दाखल केलं गेलं होतं, ज्यांतले दोन तृतीयांश रुग्ण मलेरियानं आजारी होते. या एकूण रुग्णांपैकी, मलेरियामुळे तीन जण, टी.बी.मुळे एक जण, एक्लॅम्पसियामुळे एक आणि न्यूमोनियामुळे एक, असे एकूण सहा रुग्ण गेल्या महिन्यात इथे दगावले होते.

हे सगळं वाचल्यावर आपोआप एकच प्रश्न उभा राहतो की, हे सगळं व्यवस्थितपणे कसं काय सांभाळायचं? आमच्या इथली साधनसामग्री मर्यादित आहे, हे तर खरंच, पण तरीही या सगळ्या अहवालांमधले हे सगळेच आकडे धक्कादायक आहेत. माझ्या देशातल्या रुग्णालयांमध्ये, तातडीच्या उपचारांसाठी

असणाऱ्या वॉर्डमधल्या फक्त दहा रुग्णांवर मी रोज उपचार करणं अपेक्षित असतं. इथे आमच्या या वॉर्डमध्ये पासष्ट रुग्ण दाखल झालेले आहेत, ज्यांच्यापैकी प्रत्येकालाच रोजच्या रोज तपासणं आवश्यक आहे. शिवाय बाह्यरुग्णांपैकीही आणखी शंभरएक तरी रुग्ण इथे येतच असतात. सगळंच अवघड आहे...

इथले बहुतेक सगळे स्थानिक आरोग्यसेवक चांगले आहेत. म्हणजे भाषांतराच्या माध्यमातून मी जे त्यांना सांगायचा किंवा त्यांच्याशी बोलायचा प्रयत्न करत असतो, त्यावरून माझ्या बाबतीत ते समाधानी असावेत असं निदान मला तरी वाटतं. अर्थात, सर्जिओ आणि रॉबर्टो यांच्याबरोबर काम करणं मात्र अजूनतरी मला अवघडच वाटतंय. पहिल्याच दिवशी दुपारी सर्जिओ जो इथून निघून गेलाय, तो आज परत आलाय. मधले दोन दिवस तो काही लिखापढीचं काम करण्यात गुंतला होता म्हणे आणि आत्ताही तो नाखुशीनंच आल्यासारखा वाटतोय. रॉबर्टो मात्र जास्त थेटपणानं वागणारा आहे, असं दिसतंय. वॉर्डमध्ये तपासणीसाठी जाणं त्यानं अजिबात चुकवलेलं नाही. आणि हो, त्या कॅन्सरग्रस्त महिलेच्या शस्त्रक्रियेवरून त्याचं माझ्याशी वाद घालणंही चालूच आहे. खरं तर एम.एस.एफ.चे सर्जनही माझ्याशी सहमत आहेत की, तिचा आजार बरा होण्याची अजिबात आशा वाटत नाही आणि शस्त्रक्रियेदरम्यान किंवा फार तर त्यानंतर थोड्याच वेळात तिचा मृत्यू ओढवण्याची दाट शक्यता आहे. सगळ्या जगभर मानली जाणारी जी वैद्यकीय नीतितत्त्वं आहेत, त्यानुसारही कोणासही इजा पोहोचणार नाही, हे पाहण्यात आम्ही डॉक्टरांनी अग्रेसर असायला हवं. आणि हे सगळं त्या सर्जननी मला ई-मेलनं कळवलंही आहे.

पण रॉबर्टो मात्र या दृष्टिकोनातून याबाबतीत विचारच करत नाहीये. ''त्या स्त्रीला काहीतरी मदत करण्याचा साधा प्रयत्नही तुम्ही का करू शकत नाही?'' त्या स्त्रीचे नातेवाईक आणि इतर रुग्ण यांच्यादेखत, किंबहुना मुद्दाम त्यांचं लक्ष वेधून घेत, गयावया केल्यासारखा तो मला विचारतो आहे. जिनिव्हाहून मिळालेला सल्ला ऐकताच तो आणखी खवळलाय. ''कोण आहे कोण हा माणूस?'' तो त्वेषानं विचारतोय, ''या माविंगामध्ये शस्त्रक्रिया करू शकणाऱ्यांपैकी मीही एक आहे की नाही?'' आता काय बोलायचं मी या माणसाशी?...

मलेरियाचा ताप मेंदूपर्यंत पोहोचलेला हा लहान मुलगा आता थोडा थोडा बरा होतोय हे पाहून मला समाधान वाटतंय. आता हा मुलगा उठून बसलाय आणि मक्याचा बाऊलही तो स्वतःच्या हातानं उचलू शकतोय. आणि चित्त्याला मारणारा तो माणूस पुरुषांच्या वॉर्डबाहेर उभा आहे आणि तिथे येणाऱ्या लोकांना पट्ट्या गुंडाळलेले आपले अवयव दाखवतो आहे. हेही समाधान वाटण्यासारखंच आहे. पण तरीही... तरीही मी मात्र इथे या ठिकाणी मलाच हरवून बसल्यासारखा

वाटतो आहे... कामात इतका बुडून गेलो असलो तरीही पूर्णपणे माझ्या आवाक्याबाहेर असणाऱ्या गोष्टींमध्ये मला लक्ष घालावं लागतंय, असं वाटतंय मला... असो.

इथल्या कुपोषित मुलांबद्दल मी काहीच सांगितलं नाही, नाही का? या वॉर्डमध्ये दाखल असणाऱ्या आधीच्या नऊ मुलांमध्ये या आठवड्यात तीन मुलांची भर पडली आहे. या अशा मुलांवर उपचार करणं म्हणजे होमिओपॅथीची औषधं आणि अतिदक्षता हे दोन्ही एकाच वेळी योजण्यासारखं आहे. या मुलांना द्यावयाची औषधं अगदी कमी प्रमाणात द्यावी लागतात. या मुलांसाठी विशेषप्रकारे बनवलेलं दूधही त्यांना अगदी तंतोतंत प्रमाणात द्यावं लागतं. ते खूप कमी देऊन चालत नाही आणि जास्त दिलेलं तर मुळीच चालत नाही; आणि त्यांच्या प्रकृतीच्या अवस्थेत झालेली सुधारणा रोज 'ग्रॅम' मध्ये मोजली जाते, म्हणजे काही मुलांच्या बाबतीत '१२ ग्रॅम' ही अगदी विशेष सुधारणा समजली जाते. इतरांच्या बाबतीत मात्र थोड्याशा उलट्या किंवा काही जुलाबसुद्धा संकटाची चाहूल देतात. हे सगळं अगदी भीतिदायक आहे. हे संपूर्ण रुग्णालयच घाबरवून टाकणारं आहे आणि मला इथे अजून जवळजवळ एकशेसाठ दिवस काढायचे आहेत. बाप रे... पण आत्ता या क्षणी आमची स्वयंपाकीण– डॉमिंगा– आम्हाला जेवणासाठी आवाज देते आहे.... चला, तेवढाच थोडा बदल म्हणायचा...

***

आमच्या जेवणाच्या खोलीतल्या प्लॅस्टिकच्या टेबलापाशी बसून टीम महिन्याभरापूर्वीचं वर्तमानपत्र, पुन्हा वाचतोय – नव्यानं वाचल्यासारखं. मी त्याच्या समोरच्या खुर्चीवर जाऊन बसतो. अँड्रिया अजून आलेली नाही. पण आमच्या इथल्या वाहनातून कुठंतरी गेलेला पास्कल मात्र माझ्यापाठोपाठच आलाय. पूर्वी युद्धकाळात लष्करातल्या दक्षिण आफ्रिकन कर्मचाऱ्यांची ने–आण करणारा, सुरुंगापासून धोका नसलेला एक मोठा ट्रकच, आम्ही इथे आमचं वाहन म्हणून वापरतो. लोकांना स्वच्छ पाण्याचं वाटप करण्यासाठी इथे एक जागा तयार केलेली आहे, जिथे ओळीनं नळ लावलेले आहेत. या जागेला 'वॉटर पॉईन्ट' असं म्हणतात, आणि तिथली सगळी व्यवस्था नीट चालू आहे ना, हे पाहण्यासाठी पास्कल जात असतो. सहज म्हणून कुठं बाहेर पडलं, तरी ही जागा दिसतेच आणि बघावीशीही वाटते. काखेत रिकाम्या बादल्या घेऊन आलेल्या लोकांच्या रांगा इथे सततच लागलेल्या दिसतात. बादल्या भरून नेणारे लोक दुसऱ्या बाजूनं बाहेर पडतात. स्त्रियांच्या आणि मुलांच्या डोक्यावरून एका वेळी एक बादली भरून नेली जाते. आणि अशा पद्धतीनं इथून रोज १,२०,००० लिटर पाणी नेलं जातं. ही योजना सुरळीतपणे चालू ठेवण्याचं आणि तिथली सगळी व्यवस्था पाहण्याचं काम पास्कलवर सोपवलं गेलं आहे. या कामासाठी त्याच्या मदतीला बारा अंगोलन

माणसं आहेत, ज्यात टोयोटाही एक आहे. या सगळ्यांना एकत्रितपणे 'लॉग्ज' म्हटलं जातं आणि या पाणी योजनेचं व्यवस्थापन, देखभाल, बांधकाम, संपर्कयंत्रणा आणि पाणीपुरवठा या सगळ्या बाबींची जबाबदारी या 'लॉग्ज'वर असते.

पास्कल येतो आणि त्या जेवणाच्या खोलीत दारात उभा राहून एकदम उसळल्यासारखा म्हणतो – "आज इथे परत येत असताना दोन पोलीस अधिकाऱ्यांनी आम्हाला पकडलं.'' बोलत असताना बऱ्याचदा पास्कल थोडासा वेडापिसा झाल्यासारखा वाटतो. विस्कटलेले मोठमोठे दाट केस आणि हनुवटीवरची कुरळ्या केसांची छोटीशी दाढी, यामध्ये त्याचे रागीट डोळे जखडून टाकल्यासारखे वाटतात. त्याची स्पॅनिशमिश्रित पोर्तुगीज भाषा मला फारशी कळत नाही, पण तरीही त्याच्यामुळे माझी खूप करमणूक होते. तो काय सांगत होता, ते स्पष्ट करून मला सांगायचा टीम प्रयत्न करतो – पास्कल म्हणतो आहे की, "टोयोटा ट्रक चालवत होता आणि पोलिसांनी त्याला परवाना दाखवायला सांगितला. त्यानंतर टोयोटा हसला आणि त्यानं पोलिसांनाच उलटं विचारलं की, इथे या शहरात कुणाकडे आहे परवाना? एका तरी माणसाकडे आहे का? पण पोलिसांनी ऐकलं नाही. त्यांनी टोयोटाला ट्रकमधून खाली उतरायला भाग पाडलं. या धुळीनं माखलेल्या रस्त्यावर इथून जेमतेम पाचशे मीटरवर होतो आम्ही. आणि तसाही तो पाणीपुरवठा प्रकल्प इथून असा कितीसा लांब आहे? जेमतेम एक कि.मी. – आणि त्या रस्त्यावर कुठल्याच बाजूनं एकही गाडी येत नव्हती. खरं तर गेल्या आठवड्याभरात त्या रस्त्यावरून इतर एकही गाडी गेलेलीच नाही. आम्ही जेव्हा खाली उतरून ट्रकजवळ वाळूत उभं होतो, तेव्हा गाढवं जुंपलेली एक गाडी तेवढी तिथून गेली. त्या गाढवाच्या पाठीवर काही लहान मुलं बसलेली होती, जी हातातल्या काठीनं त्या गाढवाला सारखी ढोसत होती... अशी... आणि त्या गाडीचा वेग चालण्यापेक्षाही कमी होता. ते पाहून टोयोटानं पोलिसांना विचारलं की, या लहान मुलांकडे ही गाडी चालवायचा परवाना आहे का? मग त्या पोलिसांनी टोयोटाबरोबर चेष्टामस्करी करायला सुरवात केली; कारण त्या दोघांकडेही गाडी नव्हतीच. आम्हाला ताब्यात घेण्यासाठी ते चालत चालत रस्ता ओलांडूनच आले होते; आणि कारण काय? तर त्या घाणीने भरलेल्या रस्त्यावर हा माणूस ताशी वीस कि.मी. वेगानं गाडी चालवत होता. मग मी त्यांची माफी मागून, हे प्रकरण मिटवण्याचा प्रयत्न केला, पण हा टोयोटा– अगदी वस्ताद आहे आणि पोलिसांना बरोबर ओळखून आहे. तो मुद्दाम त्यांना डिवचत होता. अर्थात, हे त्यानं नंतर सांगितलं. मला पोलीस म्हणत होते, की आमच्यापैकी फक्त जम्बाकडे आवश्यक तो परवाना आहे, हे आम्हाला माहिती असायला पाहिजे. हे ऐकताच टोयोटानं मागच्या सीटवर बसलेल्या जम्बाकडे बोट दाखवलं आणि त्याला

चिडवत म्हणाला की हल्ली हा सारखा नशेतच असतो, त्यामुळे त्यानं गाडी चालवणं याला सुरक्षित वाटत नव्हतं. हे ऐकून मग जम्बा आणि टोयोटा यांच्यातच चांगली जुंपली आणि मग पोलिसांचा अपमान करायचा नाही, यासाठी माझा आटापिटा सुरू झाला. पण मी काय म्हणतो... त्या पोलिसांकडे साधं पावतीपुस्तकही नव्हतं. काय करू शकणार होते ते?''

''त्यांनी तुला गोळ्या घातल्या असत्या.'' टीम म्हणतो.

हे ऐकून पास्कल विचारात पडतो.

''हो, खरंच. ते माजी सैनिक असणार...'' टीम म्हणाला.

''ठीक आहे. ही शक्यताही असू शकते,'' पास्कल म्हणतो, ''पण शेवटी ते सगळे हसत होते. मला तर हा सगळा आचरटपणाच वाटतोय; दर आठवड्यात दोन वेळा दहा मिनिटं आम्ही या रस्त्यावरून गाडी नेतो आणि आज अचानक परवाना तपासण्यासाठी आम्हाला थांबवलं जातं? शी!''

रागारागानंच खुर्ची ओढून तो टेबलापाशी बसतो. तिथे ठेवलेल्या तीन भांड्यांमध्ये काय आहे ते पाहतो. त्याच्या रागात भरच पडते.

''हे जेवण आहे आज? वाटाणे आणि पास्ता?'' तो झाकणं आदळत विचारतो.

''हो बहुधा,'' टीम मख्खपणे उत्तर देतो.

पास्कल उठतो आणि थेट स्वयंपाकघरात जातो. क्षणार्धातच त्रासलेल्या चेहऱ्यानं परत येतो, ''आत दुसरं काहीच नाहीये. डॉमिंगा आहे का अजून इथे?''

''जेवायला घरी गेलीये...'' टीम सांगतो.

''पण हे अजिबात बरोबर नाहीये. पास्ता? आणि त्याच्याबरोबर वाटाणे? आणि शिवाय हे बघा...'' एका भांड्यात चमचा फिरवत तो म्हणतो, ''आपल्याला मलेरियाची काळजी करण्याचं कारण नाही. इथून परत जाण्यापूर्वी आपण हार्टॲटॅक येऊन मरणार आहोत.''

तो बहुधा अगदी योग्य तेच बोलत होता. डॉमिंगाच्या तेलाच्या आवडीला काही सीमाच नाहीये. आज या नारिंगी रंगाच्या घट्ट आणि चिकट तळ्यामध्ये पास्ता अगदी चकाकतोय. काल याच तळ्यात चिकन हेलकावे खात होतं; आणि परवा अगदी खरपूस तळलेली बकरी.

''तुम्हाला जेवणात काही वैविध्य हवं असेल, तर आपणच तिच्यासाठी नवीन पाककृती सुचवायला पाहिजेत. गेले काही आठवडे ती हे स्वयंपाकाचं काम करत्येय. त्याआधी ती रुग्णालय स्वच्छ करण्याचं काम करायची.'' टीम आम्हाला 'माहिती' देतो.

एवढ्यात ॲड्रिया येऊन बसते. तिलाही जेवण फारसं आवडलेलं दिसत

नाही. ती थोडीशी अस्वस्थही वाटतेय– पण साहजिकच आहे– एका प्रसूतीसाठी ती जवळजवळ रात्रभर जागीच होती आणि काही तासांपूर्वी ईसाबेलाही इथून परत गेलीये.

"तुम्हा सगळ्यांना काय म्हणायचंय ते म्हणा, पण माझं ऐका," टीम म्हणतो, "विश्वास ठेवा अगर ठेवू नका, पण पावसाळा आला की मग 'निदान वाटाणे आणि टोमॅटो सॉस तरी मिळू दे', अशी प्रार्थना करायची वेळ येईल तुमच्यावर. इथे अन्नधान्याचा शेवटचा पुरवठा झाला, त्याला जेमतेम एक आठवडाच होतोय. पाऊस सुरू होईपर्यंत वाट पाहा. विमानाची उड्डाणं रद्द व्हायला लागली की मग बघा. शेवटचं उड्डाण झालं त्याला तीन आठवडे झालेत. त्यानंतर तुम्हाला वाटाण्यांची आणि कशाकशाची फक्त स्वप्नं बघावी लागतील–"

'ढू ऽऽऽ म्म ऽऽऽ...'

अचानक एक मोठा आवाज आम्हाला जाणवतो... स्पष्ट ऐकायला येतो..

कसला आवाज होता तो?

खिडक्या धडाधड आपटतात, छतामधून प्रचंड धूळ खाली पडते, आणि माझं हृदयही प्रचंड धडधडायला जातात.

देवा, हा हल्ला होता का?

तिथे अगदी चिडीचूप शांतता दाटपणे पसरते.

टीम पास्कलला त्याचा वॉकी–टॉकी चालू करायला सांगतो. आम्ही सगळेच गोठून गेल्यासारखे बसलो आहोत. सुरुंग निकामी करतानाचा हा आवाज असण्याची शक्यता नाही. त्या लोकांच्या अगदी नियंत्रित अशा स्फोटांचे आवाज बहुतेक रोजच सकाळी आम्ही ऐकतो, पण आजपर्यंत इतक्या जवळून आणि इतक्या मोठ्यानं असे आवाज कधीच ऐकू आले नव्हते. हा नक्कीच काहीतरी वेगळा प्रकार आहे.

"टीम..."

"जरा थांबा," तो म्हणतो... खरं तर तोही घाबरलाच असणार... "आपल्याला सूचना मिळेपर्यंत आपण इथेच थांबणार आहोत. हा जर सुरुंग स्फोट असेल, तर आपण लगेचच कोणताही प्रतिसाद द्यायचा नाहीये आणि हा जर हल्ला असेल, तर आपण मनानं काहीच निर्णय घेऊ शकणार नाही."

इथे येण्यापूर्वी, इथल्या परिस्थितीबद्दल मला जी थोडक्यात माहिती दिली गेली होती, त्यात एक सावधानतेचा इशारा असा होता की, जास्तीत जास्त मोठी दुर्घटना घडावी, जास्तीत जास्त लोक जखमी व्हावेत म्हणून मुद्दाम एकाच जागी बरेच भूसुरुंग पेरून ठेवलेले असतात आणि मदतकार्यासाठी जाणाऱ्या लोकांच्या नशिबीही त्याला बळी पडण्याचा धोका असतो. 'हॅलो (HALO)' ट्रस्टच्या

सुरुंग निकामी करणाऱ्या तंत्रज्ञांनी शहरातल्या अशा स्फोटांबाबतीत कारवाई करायची असते आणि आम्हाला बोलावण्यात आलं, तरच आम्ही मदत करायची असते. ... आणि हा भू-सुरुंगाचाच स्फोट असला तर?...

क्षणही लांबल्यासारखे वाटताहेत. आम्ही डोळे विस्फारून नुसतं एकमेकांकडे पाहत बसलो आहोत. कुणाला तरी वाटतं की काहीतरी चुकीनं घडलं असेल, पण ते अशक्य आहे. लाकडी खांब रोवून उभारलेल्या आमच्या कुंपणामागून धुराचा दाट पडदा पसरल्यासारखं वाटू लागतं. वॉकीटॉकी अचानक जिवंत झाल्यासारखा चालू होतो. एकाच वेळी अनेक आवाज ऐकू यायला लागतात. पोलीस, सुरुंग निकामी करणारे लोक, लष्कर... सगळेच म्हणताहेत की, त्यांनी काहीच केलेलं नाहीये म्हणून. हळूहळू हे सगळे आवाज बंद होतात आणि आमच्या कुंपणाच्या मागूनच किंचाळल्यासारखे आवाज ऐकू येऊ लागतात. लगेचच ते आवाज आणखी मोठ्यानं येऊ लागतात.

''टीम?''... सगळ्यांना बहुधा फक्त टीमचाच आधार वाटत असतो.

''हॅलो ट्रस्ट-'' एकदम रेडिओ मोठ्यानं ऐकू यायला लागतो, ''हॅलो'' ट्रस्टचा माणूस बोलत असतो- ''आम्ही वाटेवरच आहोत आणि ते ठिकाण पाहू शकतोय. शहराच्या मध्यवर्ती भागात, रुग्णालयाचं आवार संपतं तिथून जवळच आहे ते... काही माणसं जखमी झाली असावीत...'' परत दोन क्षण शांतता... ''या मुख्य रस्त्याच्या शेजारीच हे घडलंय. पण तिथे नक्कीच सुरक्षितपणे पोहोचता येईल. एम.एस.एफ., संपर्क साधा...''

''एम.एस.एफ.कडून बोलतोय...''

''ताबडतोब त्या ठिकाणी पोहोचा.''

अँड्रिया आणि मी तातडीच्या औषधोपचारांचे साहित्य ठेवलेली पिशवी घेऊन झट्कन प्रवेशद्वारापाशी पोहोचतो. पास्कल वॉकीटॉकीचे आणखी काही सेट घेतो. टीमच्याबरोबर आम्ही अक्षरशः पळतच बाहेर पडतो, पण प्रत्यक्ष घटनास्थळी पोहोचण्याची आम्हाला गरजच पडत नाही. आम्ही जेमतेम पन्नास मीटरही जात नाही, तोवर अंगोलन माणसांची प्रचंड गर्दी आमच्याच दिशेनं येत असलेली दिसते. त्यातल्या काही जणांनी जखमींना खांद्यावर उचलून आणलेलं असतं. ते सगळे तडक रुग्णालयाकडेच येत असतात. देवा... हे प्रत्यक्ष वास्तव...

आम्ही माघारी वळतो आणि रुग्णालयाकडे पळत जातो. आमच्या मागोमाग लोकांचा लोंढा आत घुसतो आणि थेट तपासण्याच्या खोलीकडे जातो. पण त्या खोलीत फक्त एकच कॉट असते. मग जखमी माणसांना ते जमिनीवरच झोपवतात.

एका मुलीच्या गालातून रक्तस्राव होत असतो.

एक माणसाच्या मानेतून रक्ताची धार लागलेली असते.

एक बाई कोपऱ्यात पडून रडत असते.

इतर सगळे जण येतात. ते भिंतीसमोर बसतात आणि लोक त्यांच्याभोवती गर्दी करतात आणि आरडाओरडा सुरू करतात. आता चेंगराचेंगरी होईल असं वाटायला लागतं, कारण ही खोली खरंच खूपच लहान आहे.

"थांबा." मी टीमला बोलावतो... "आता कुणालाही इथे या खोलीत आणू नका असे सांग. आपण त्यांना बाहेर आवारातच बघू या."

पण कुणीच ऐकण्याच्या मनःस्थितीत नसतं. ते त्याच खोलीत येत राहतात. आता रक्तानं माखलेला फाटका शर्ट घालून एक माणूस आलेला असतो. त्याच्या त्या ओल्या रक्ताचा नकोसा वास त्या छोट्याशा खोलीत खूपच उग्र वाटतोय. आम्हाला लोकांना अगदी पटापट तपासणं गरजेचं आहे. दोन परिचारकांना घेऊन कार्लोस पळतच येतो. बाकी सगळे कर्मचारी कुठे आहेत, असं विचारल्यावर 'सगळे जेवायला गेलेत' असं थंड उत्तर तो देतो.

"सगळे जेवायला गेलेत?" मी अस्वस्थ पणे विचारतो.

"हो!"

वा! देवा – काय वेळ साधलीये सगळ्यांनी...

"आपल्याला ताबडतोब कॉटस् रिकाम्या करायला पाहिजेत. त्या अतिदक्षता विभागातल्या रुग्णांना आपण तंबूत हलवू या." मी भराभर सूचना देतो– "या जखमींना आपण अतिदक्षता विभागात आणि या खोलीत असं दोन्हीकडे तपासू या. पण नको. इथे नको. बाहेरच तपासू आणि उपचारांबाबत ठरवू. कारण त्यांची संख्या खूप जास्त आहे. ठीक आहे? आपण त्यांना बाहेर नेऊ– त्या ताडपत्रीच्या शेडखाली. आता इथे आणखी कुणाला आणू नका." – सगळे कर्मचारी माझ्याकडे गोंधळलेल्या नजरेने पाहत उभे राहतात. मी इंग्लिशमध्ये बोलत असतो. मला येणारी मोडकीतोडकी पोर्तुगीज भाषाही मला आत्ता आठवत नाहीये. मग अँड्रिया आणि टीम पुढे येतात आणि मी काय म्हणतोय ते सांगतात.

इतक्यात खोलीत आणखी काही माणसं येऊन गर्दी करतात. नेमकं कोण जखमी आहे आणि कोण नाही, हे सांगणंही अशक्य आहे. कोणाच्या तरी अंगातून वाहणारं रक्त जमिनीवर सांडतंच आहे.

"पास्कल तू काही स्ट्रेचर्स आणून बाहेर लावून ठेवू शकतोस का? आणि हे बघ, सलाईनच्या काही पिशव्याही आण. त्या तिकडच्या कपाटात आहेत. त्या आणून ठेव आणि बँडेजची पेटीपण आण."

तेवढ्यात डोक्याला लाल रुमाल बांधलेली एक स्त्री किंचाळते. ती काय म्हणते आहे हे मला कळत नाही, पण तरीही मी एकदम चिडतो. तिच्या हाताची छोटीशी जखम बांधण्याचं काम आरोग्यसेवकानं थांबवलेलं असतं. "नाही अजिबात

नाही,'' मी चिडून म्हणतो, ''टीम तिला सांग की आम्ही आधी प्रत्येकाला तपासणार आहोत. त्यानंतर उपचार सुरू करू. तोपर्यंत शिरेत सुई लावून घ्यायला सांग तिला.''

तेवढ्यात डोक्याला रक्ताची धार लागलेला एक मुलगा येतो. मग चेहरा फाटला गेलेला एक मुलगा येतो. घाईघाईनं पोलीसही येतात. डोक्याला लाल रुमाल बांधलेली ती स्त्री अजूनही किंचाळतेच आहे आणि आता तिनं माझा हात पकडून ठेवलाय...

मी पास्कलला हाक मारतो. ''तू कुणालातरी गाडी घेऊन पाठव आणि सगळे आरोग्यसेवक जिथं कुठं असतील तिथून त्यांना घेऊन यायला सांग. आणि... थांब एक मिनिट... त्या बाईच्या डोक्यातून रक्त येतंय का? म्हणजे तिचा तो रूमाल रक्तामुळे तर लाल दिसत नाहीये ना?...'' मी तिचा रुमाल काढून पाहतो, पण डोक्यावर एकही जखम दिसत नाही. माझ्याबरोबर ती वेगळ्या खोलीत येणार नाही, याची मला खात्री असते. मग इतर कुणाचाही विचार न करता, मी आणि ती परिचारिका तिचे कपडे थोडे वर उचलून, तिचे पाय, हात थोडक्यात, डोके वगळता इतर सर्व शरीरावर कुठे एखादी गंभीर जखम झालेली आहे का ते पाहतो. पण अशी एकही जखम आम्हाला दिसत नाही. मग आम्हाला असं वाटतं, की ती तिच्या मुलासाठी एवढा आक्रोश करत असेल. म्हणून परिचारिका तिला बाहेर घेऊन जाते.

जेवायला गेलेले आरोग्यसेवक धावतच परत येतात. जखमींपैकी अनेक जणांना ते ओळखतात– कुणी कुटुंबीयच असतात, तर कुणी शेजारी, कुणी मित्र – सेवक लगेचच थेट त्या जखमींकडे जातात. प्रत्येक जण आपापल्या कामाला सुरुवात करतो. जखमी असतील तिथे जाऊन त्यांना पाहायचं, जखमांवर मलमपट्टी करायची, जखमा शिवण्यासाठी लागणारी साधनं आणायची – सगळीकडे नुसती लगबग चालू आहे.

''कुणीही एवढ्यात किरकोळ जखमांवर उपचार करायचे नाहीयेत,'' मी माझं बोलणं लोकांना सांगायला टीमला सांगतो, ''अतिशय पद्धतशीरपणानं आपल्याला हे सगळं करायचंय. जखमी न झालेल्या सर्वांनी तिकडे त्या बाजूला जाऊन थांबायचं आहे. फक्त जखमी माणसं इथे थांबतील. त्यांचा एकेक नातेवाईक त्यांच्याबरोबर थांबू शकतो. सर्वांत आधी आपल्याला मोठमोठ्या जखमा कुठं झालेल्या आहेत का ते पाहायचं आहे. कुणालाही अतिरक्तस्राव होत नाहीये ना, याची खात्री करून घ्यायची आहे. जखमी झालेल्या प्रत्येकाच्या शिरेतून सलाईन लावायला हवं. बाकी सगळेजण त्या खोलीच्या बाहेर जायला हवेत...'' मी भराभर सूचना देतो.

...पण कुणीही माझ्या सूचना ऐकत नाही.

सगळेच लोक खूप घाबरलेत. कुणीही अजून धक्क्यातून सावरलेलं नाही. सगळ्यांनाच वाटतंय, की आपल्या नातेवाइकांवर ताबडतोब इलाज केले जावेत. समोरच्या मुख्य प्रवेशद्वारातून माणसं वाहून आल्यासारखी आत येताहेत. पुढच्या आवारात आता पाऊल ठेवायलाही जागा नाहीये. टोयोटाला आणि बऱ्याच 'लॉग्ज'ना घेऊन पास्कल परत येतो. त्यांना आम्ही गर्दीवर नियंत्रण ठेवण्याच्या कामाला लावतो. पण त्या आवारात, पुढच्या खोलीत, बाहेरच्या भिंतींजवळ 'क्लिनिकोज' अजूनही त्यांना सुचेल तेच करत बसलेत. खरं तर कुणाला किती जखमा झाल्यात हे आधी पाहायला पाहिजे. म्हणून मग मी आणि अँड्रिया त्या रुग्णांच्या गर्दीतून मिसळतो. गंभीर इजा झालेल्यांवर तातडीचे उपचार करणं, कुणाकुणाला अगदी ताबडतोब तपासणं गरजेचं आहे, कोण थोडा वेळ थांबू शकतात, कोण फारशा जखमा नसल्यानं काही तास थांबू शकतात, हे पाहणं आवश्यक असतं. त्या दृष्टीनं त्या संपूर्ण आवारात एक चक्कर मारून आम्ही तपासणीच्या खोलीत परत येतो, पण आमचं काम संपायच्या आतच आमच्या कर्मचाऱ्यांनी सर्व रुग्णांना त्या खोलीतून इतरत्र हलवलेलं असतं.

''अरे, तो चेहरा फाटलेला मुलगा कुठं गेला?...'' मी विचारतो. पण उत्तर कोण देणार? सगळीकडे आता नवीनच चेहरे दिसायला लागलेत. आम्ही पुन्हा आमच्या कामाला लागतो.

पुन्हा बाहेर जातो. सगळ्या खोल्यांमध्ये जातो. आवारात जातो. थोड्याच वेळात आम्हाला वाटतं की आम्ही आता सगळ्या रुग्णांना तपासलंय. आणखी जखमी माणसं जर इथे आली नाहीत, तर आम्ही सगळं आटोक्यात आणू शकू. बहुतेकांच्या जखमा तशा मामुलीच वाटताहेत– म्हणजे चेहरे किंवा काही अवयव फाटले आहेत, आणि ते अगदी भीतिदायक दिसताहेत, कारण जखमींच्या कपड्यांवर त्यातून रक्त झिरपतं आहे किंवा चेहऱ्यांवरून रक्त ओघळतं आहे – पण त्यावर इलाज करणं सोपं आहे. दोन माणसांच्या छातीला जखमा झाल्या आहेत, पण त्यांचा श्वासोच्छ्वास सुरळीत चालू आहे आणि रक्तदाबही ठीक आहे– म्हणजे त्यांच्या जिवाला धोकादायक अशा काही आत झालेल्या जखमाही असू शकतात. पण त्यांना किती खोल जखमा झाल्या आहेत किंवा आत कुठपर्यंत त्या पोहोचल्यात हे कोण कसं सांगणार? कारण आमच्या इथे साधं एक्स-रे मशिनही नाहीये. पण आता आम्हाला ते आणायलाच हवं–

बाहेर गेटपाशी एकदम आरडाओरडा सुरू होतो. दोन पोलीस त्यांच्या एका सहकाऱ्याला घेऊन आलेत. तो खाली कोसळलेल्या अवस्थेतच आहे, आणि ते त्याला पायांनी फरफटत आणताहेत. आम्ही त्यांना थेट अतिदक्षता विभागात

जाण्यास सांगतो, पण तो जखमी पोलीस तिथे बसण्यास साफ नकार देतो. तो खूप गोंधळून गेलाय आणि त्याच्या सहकाऱ्यांना वाट्टेल ते बोलतोय. मला काय बोलावं तेच कळत नाहीये. ते दोन सहकारी त्याच्याशी जणू झटापट करत त्याला खाटेवर ठेवतात आणि कमरेच्या पट्ट्यात अडकवलेली त्याची बंदूक काढतात. आम्ही त्याची टोपी काढतो. डोक्याला कुठं लागलं आहे का ते पाहतो. मागच्या बाजूला अर्धा सें.मी.इतकी एक छोटी जखम झालेली दिसते. ''तिथे धातूचं काही होतं का? म्हणजे तोफगोळा वगैरे?'' मी त्या बरोबरच्या पोलिसांना विचारतो.

अँड्रिया पोलिसांशी बोलते आणि सांगते की, ''सगळीकडेच धातूचे तुकडे पसरलेले होते. त्यांना वाटतंय तो हातबॉम्ब असावा.''

आता या डोक्याला झालेल्या जखमांवर इथे उपचार कसे करायचे? मेंदूच्या बाहेरच्या आवरणावर जर साखळलेलं रक्त साठलं असेल, तर ते काढून टाकण्यासाठी भोके पाडण्याच्या यंत्रानं खरखरीत कवटीला भोके कशी पाडली जातात, याचे फोटो आणि चित्रे मी पाहिलेली आहेत. फक्त एकदाच का होईना पण एका न्यूरोसर्जनना शस्त्रक्रिया-कक्षात तशी भोके पाडत असताना मी प्रत्यक्ष पाहिलंही आहे. पण इथे ते सगळं कसं काय करणार? तसंही या माणसावर असे काही उपचार करण्याची गरज असेल असं मला वाटत नाही. त्याची जखम वेगळ्याच प्रकारची आहे. मला रॉबर्टोची आठवण येते. ''रॉबर्टो कुठं आहे? इथे आत्ता आम्हाला तो हवा आहे...'' मी विचारतो.

''तोही जखमी झालाय. आपल्या एका परिचारिकेने त्याला पाहिलं आहे. आणि आपला सुरक्षारक्षक आता त्याला आणायला गेला आहे,'' मागे उभ्या असलेल्या एका नव्यानं आलेल्या जखमी माणसाची विचारपूस करता करता कार्लोस मला सांगतो.

'देवा नारायणा, या अशा जखमांच्या बाबतीत काही करू शकेल असा या अख्ख्या माविंगातला एकमेव माणूसही जखमी झालाय?'

शिरेतून औषधं देण्यासाठी सुई लावायची म्हणून त्या जखमी पोलिसाला आम्ही घट्ट धरून ठेवतो. तो थोडा शांत व्हावा म्हणून त्याला डायझेपाम देतो आणि जखमेसाठी सूक्ष्मजंतूनाशक औषधे देतो. अँड्रिया पुन्हा बाहेर जाते. कार्लोस ज्या मुलाला तपासत असतो, त्या मुलाजवळ मी जातो. तो जेमतेम दहा वर्षांचा मुलगा असावा. त्याच्या उघड्याच राहिलेल्या जबड्याला जखमा झाल्यात. तो मुलगा आपणहून येऊन कॉटवर झोपतो. अशक्य वाटावं इतका तो शांत आहे. डोळ्यात पाण्याचं टिपूसही नाहीये त्याच्या. आम्ही जेव्हा त्याला सांगतो, की जखम नक्की कुठे आणि केवढी आहे हे कळण्यासाठी आम्ही आधी ती स्वच्छ धुणार आहोत, तेव्हा तो फक्त डोकं हलवतो. इतर कुठलीही प्रतिक्रिया नाही...

मला आश्चर्य वाटतंय या मुलाचं... त्या जखमेभोवतीची तेवढीच जागा बधिर करण्यासाठी मी त्याला भुलीचं इंजेक्शन देतो. मग कार्लोस त्या जखमेतून आत सलाईन अक्षरशः ओततो. जबड्याच्या डाव्या बाजूला वर एक मोठी, खोल आणि वेडीवाकडी फाटल्यासारखी जखम झालेली असते. अचानक कार्लोस थांबतो. त्या मुलाच्या तोंडात खालच्या जबड्याला आणखी एका ठिकाणी तशीच फाटल्यासारखी जखम झालेली असते. अचानक त्यातून हाडाचे बारीक बारीक तुकडे मोठ्या प्रमाणात बाहेर यायला लागतात. या विचित्र अवस्थेत त्या मुलावर इथे कोणतेही उपचार आम्ही करू शकू, अशी शक्यताही दिसत नाहीये. कार्लोस त्या जखमांवर पट्टी लावतो आणि त्या मुलाला सूक्ष्मजंतुनाशके देतो. या मुलाला पाहायला आम्ही नक्कीच परत येऊ.

मी परत बाहेर जातो. मानेच्या एका बाजूला जखम झालेल्या एका माणसाला अँड्रिया तपासत असते. तेवढ्यात लंगडत लंगडत तिच्या दिशेनं येणारा रॉबर्टो मला दिसतो. तपासणीच्या खोलीबाहेर असणाऱ्या पायऱ्यांपर्यंत आम्ही त्याला धरून घेऊन जातो आणि तिथे बसवतो. त्याची पँट जिथं फाटलेली असते, तिथे ती गुंडाळून आम्ही त्याची जखम पाहू लागतो. त्याच्या उजव्या पायाच्या खालच्या बाजूला एक मोठी खोल जखम झालेली असते. "काही विशेष नाही. लहानशीच जखम आहे ती," तो म्हणतो, "मला आधी ती जखमी माणसं दाखवा..."

"रॉबर्टो, अरे आधी आम्हाला तुझ्या पायावर..."

"ते राहू दे–" तो निक्षून म्हणतो.

पास्कल त्याच्यासाठी कुबड्या शोधून आणतो. अँड्रिया आणि मी त्याला बाहेर फिरवून सगळी परिस्थिती दाखवतो. गेल्या अर्ध्या तासापासून आता इथे फारसे लोक आलेले नाहीयेत. सगळ्या गोष्टी मार्गी लागताहेत असं दिसतंय. सगळे कर्मचारीही परत आलेत आणि अगदी पद्धतशीरपणे काम करताहेत. फक्त दोनच रुग्ण गंभीररीत्या जखमी झालेत असं दिसतंय– एक तो पोलीस, ज्याची आता शुद्ध हरपायला लागली आहे, आणि दुसरा तो जबड्यामध्ये जखमा झालेला लहान मुलगा – इतर सर्वांच्याच जखमा तुलनेने खूपच किरकोळ आहेत, म्हणजे कुणाची मान चिरली गेलीये, कुणाच्या छातीला जखम झालीये. अनेकांच्या वेगवेगळ्या अवयवांवर, चेहऱ्यांवर फाटलंय. दोन पुरुषांच्या छातीवर मात्र थोड्या जास्त जखमा आहेत.

आम्ही आवश्यक तेवढ्या खाटांची व्यवस्था करतो. आवश्यकतेनुसार सूक्ष्मजंतुनाशकं आणि धनुर्वात होऊ नये यासाठीची औषधं देतो. दुपारचा राहिलेला वेळ जखमा शोधणं, तपासणं, त्या किती खोलवर झालेल्या आहेत ते पाहण्याचा प्रयत्न करणं आणि शरीरात कुठे त्या तोफगोळ्यांचे तुकडे राहिलेले नाहीत ना,

याचा शोध घेणं, यातच जातो. पण एक्स-रे मशिनशिवाय अशी तपासणी करणं, हे फसवं काम ठरण्याचीच जास्त शक्यता आहे. कारण नुसतं पाहून, असे किती तुकडे आहेत, किंवा ते किती खोलवर घुसले आहेत हे सांगता येणं अतिशय अवघड आहे. म्हणून आम्ही असे तुकडे शोधण्याचा शक्य तेवढा प्रयत्न करतो. इतर जखमींच्या बाबतीत, त्यांच्या जखमांवर अलगद मलमपट्टी करून त्या जखमा तशाच उघड्या ठेवल्या आहेत. आत धातूचे बारीक बारीक तुकडे असतील तर काही दिवसांत ते आपोआपच बाहेर येतील, अशी आम्ही आशा करतो आहोत.

या संकटाचा पुरावा देणाऱ्या लोकांची संख्या संध्याकाळपर्यंत बरीच कमी होते. काही रुग्णांना इथे दाखल करून घेतलंय, तर काहींना उपचार करून घरी सोडलंय. सगळे बघे लोकही आता इथून निघून गेलेत. पोलिसांना सामग्री पुरवणारं विमान उद्या इथे येत आहे आणि पोलिसांच्या त्या जखमी सहकाऱ्याला आणि जबड्याला जखमा झालेल्या त्या मुलाला त्या विमानातून इतरत्र उपचारांसाठी नेता येईल, असं पोलिसांनी आपणहून सांगितलं आहे. दरम्यान सुरुंग निकामी करणाऱ्या पथकानं, दुर्घटना घडली त्या संपूर्ण परिसरात मोठ्या प्रमाणावर खोदाई केलेली आहे. त्यांना अशी शंका आहे की, एखाद्या झोपडीच्या खाली खोलवर, हातबॉम्ब किंवा रणगाडा विरोधी सुरुंगासारख्या स्फोटकांचा साठा पुरून ठेवलेला असावा, आणि तो लक्षात न राहिल्यानं तिथे तसाच राहिलेला असावा. एखादी छोटीशी आग नेमकी तिथेपर्यंत पोहोचून त्यांचा स्फोट झाला असावा. घरांच्या सभोवताली स्फोटकांची तपासणी केली गेली असली, तरी घरांच्या खाली स्फोटकं लपवलेली आहेत का, हे कुणीही कधीही तपासलेलं नाही, असं दिसतंय. जखमी झालेली माणसं चुकीच्या वेळी त्यांच्या झोपड्यांकडे जात होती, एवढंच म्हणता येईल. ही माणसं किती त्रास, किती अडचणी सोसत जगत असतील, त्या वस्तुस्थितीची आठवण या घटनेनं इतरांना करून दिली आहे, हे नक्की. आता इतक्या वर्षांनंतर, त्या आधीच्या युद्धाचा पुसटसा अनुभव यावा, अशीच ही दुर्घटना आहे.

अजूनही चांगलाच लंगडत असणारा आणि तसाच वॉर्डमधल्या रुग्णांमध्ये फिरणारा रॉबर्टो थोडा उशिरानंच मला दिसतो. "आम्ही तुझ्यावर उपचार करणारच आहोत," असं थोडंसं घाबरत पण निक्षून मी त्याला सांगतो. तो आम्हाला परवानगी देतो. आम्ही लगेच त्याला घेऊन शस्त्रक्रिया कक्षात नेतो. त्याचा पाय बधिर करण्यासाठी मी त्याला इंजेक्शन देतो आणि शस्त्रक्रियेत धातू वगैरे बाहेर काढण्यासाठी वापरल्या जाणाऱ्या चिमट्याचं टोक पायात घालतो. त्याच्या स्नायूत घुसलेला धातूचा तुकडा आम्हाला कळतो; आणि तो काढून टाकणं त्या मानानं सोपं असतं. मी लगेचच तो तुकडा बाहेर काढतो. पण खरं सांगू का? एखाद्या

माणसावर उपचार करताना यापूर्वी मी इतका कधी घाबरलेला किंवा काळजीत पडलेला, मला तरी आठवत नाही.

"रॉबर्टो, आता तू काही दिवस सुट्टी घे आणि त्या पायाला विश्रांती दे," मी अगदी मनापासून त्याला सुचवतो.

तो काहीच उत्तर देत नाही.

"रॉबर्टो?" .... तो मान किंचितशी हलवतो. उठतो आणि कुबड्यांच्या आधारानं लंगडत लंगडतच तिथून निघून जातो. पण दुसऱ्या दिवशी सकाळी वॉर्डमधली ठरलेली फेरी मारायला बरोबर साडेसात वाजता हजर होतो.

या वेळेपर्यंत तो जखमी पोलीस मात्र दगावलेला आहे.

अनुभवसिद्ध निवेदनपत्रं

शुक्रवारची सकाळ उजाडलीये आणि मी प्रगतीचा एक छोटासा टप्पा गाठलाय. इथे मी चक्क सलग दोन आठवडे राहणं जमवलंय...व्वा!

मी रुग्णालयातून बाहेर पडतो. आमचं भलं मोठ्ठं आवार ओलांडत पुढे जातो. आमच्या राहण्याच्या जागेत राहणाऱ्या प्राण्यांना चुकवण्याचा मी जास्तीत जास्त प्रयत्न करतो. अंघोळीसाठी केलेल्या शेडमध्ये वाळत घातलेल्या माझ्या टॉवेलच्या मागे कोळ्याचं एक सुंदर जाळं लपलंय. मी झटकन् आवरून घेतो. आता मला अगदी ताजंतवानं झाल्यासारखं वाटतंय. आमच्या सामान साठवण्याच्या तंबूमध्ये जी मांजरं राहतात, त्यातलं एक मांजर एका झुडपाच्या आड दबा धरून बसलंय. त्याच्यापेक्षा तिप्पट आकाराच्या एका कोंबड्यावर लक्ष एकाग्र करून बहुधा त्याला खाण्याची स्वप्नं बघतंय. मी त्यांच्यामागे असणाऱ्या स्वयंपाकघरात जातो. खरं म्हणजे ही खोलीसुद्धा भित्र्या माणसांनी जाण्यासारखी नाहीये. इथे एका बाकावर ठेवलेल्या प्लॅस्टिकच्या टबमध्ये बकऱ्याचे चार लालभडक तुकडे कोंबून ठेवले आहेत – त्याचे खूर, केस, त्यावर घोंघावणाऱ्या माशा आणि सगळीकडे पसरलेला या सगळ्यांचा वास – बापरे बाप! सकाळी आठच्या सुमाराला इथे ही अशी अवस्था आहे.

"डॉमिंगा, नाश्ता तयार आहे का?" मी आमच्या स्वयंपाकिणीला आवाज देतो. यावर ती फक्त फिदिफिदी हसते. नाश्ता तयार नाही, हे मला समजतं.

मग मीच तिथली गॅसची शेगडी पेटवतो. पातेलंभर पाणी त्यावर उकळण्यासाठी ठेवतो. ती त्या बकऱ्याचे अवयव साफ करते आणि उघड्या लाकडी टेबलावर तसेच पसरते. पोर्तुगीज भाषेतले शब्द, वाक्य झटकन शिकता यावीत यासाठी असणारी पत्त्यांसारखी कार्ड्स माझ्याकडे असतात. डॉमिंगा माझ्या खिशातून ती बाहेर काढते आणि मला स्वतःसोबत त्यांचा सराव करायला लावते. या दुसऱ्या आठवड्यात रोजच आमची ही शिकण्याची कसरत चालू आहे. डॉमिंगा इथली

आमची स्वयंपाकीणही आहे आणि स्वच्छता-कर्मचारीसुद्धा आहे. धट्ट्याकट्ट्या शरीरयष्टीची ती एक अंगोलन आजी आहे. आता हळूहळू ती आमच्या या परिसराचीच आई व्हायला लागली आहे. प्रत्येक दृष्टीनेच ती एक 'भव्य' स्त्री आहे. अगदी मोकळाढाकळा स्वभाव, मनमोकळं हसणं, मोठा पृष्ठभाग, सोन्याच्या नाण्यांसारखे गोल गोल आणि सतत चमकणारे डोळे आणि हसतांना जोरजोरात वरखाली होणारी तिची छाती- म्हणजे वरचेवरच वरखाली होणारी - कारण डॉमिंगा सारखीच हसत असते ना! खूप वर्षांपूर्वी अगदी हुबेहूब अशीच एक आफ्रिकन बाई मी पाहिली होती- म्हणजे मी तिला ओळखतही होतो थोडा. एक अगदीच तोकडा, डिझाईन असलेला आणि तिला कसाबसा ताणून ताणून बसणारा एक टी-शर्ट ती बाई नेहमी घालायची, ज्यावर अगदी अभिमानानं लिहिल्यासारखं लिहिलेलं होतं की 'हे सगळं... आणि मेंदूसुद्धा!' या वाक्याचा अर्थ मात्र मला कधीच कळला नाही; पण डॉमिंगाला डोळ्यांपुढे ठेवूनच तो टी-शर्ट तयार केला असावा, असं आता मला वाटतंय.

'रुग्णालय कसं काय चाललंय' असं डॉमिंगा मला विचारते. तिच्या शेजारणीची न्यूमोनिया झालेली छोटी मुलगी सध्या अतिदक्षता विभागात दाखल झालेली आहे. आज सकाळी तिच्या प्रकृतीत थोडी सुधारणा झालेली दिसत आहे, असं मी तिला सांगतो आणि "तू कशी आहेस? बरी आहेस का?" असं तिला विचारतो.

"थंडी खूपच आहे रे," ती हसून म्हणते. थंडीत तिला नेहमीच पाठदुखीचा त्रास होतो, कारण हवा अगदी गारठून जावं एवढी थंड असते. समुद्रसपाटीपासून हजार मीटरपेक्षाही जास्त उंचीवर हे ठिकाण आहे, त्यामुळे असेल कदाचित. म्हणून तिला वेदनाशामक गोळ्या आणून देण्याचं मी कबूल करतो. ती नुसतीच मान डोलावते आणि माझ्या हातातल्या कार्डस्‌कडे पाहते. तिच्या काहीशा तिरकस नजरेकडे चक्क दुर्लक्ष करत मी पहिलं वाक्य वाचतो.

"छान!" मटणावर कांदा चोळता चोळता ती म्हणते. म्हणजे ते पहिलं वाक्य तरी मी बरोबर उच्चारलेलं असतं म्हणायचं. पण माझ्या पुढच्या प्रयत्नाबद्दल तिला खात्री नसते. "अरे, हा शब्द असा उच्चारायचा असतो."... थोडं वाकून कार्ड पाहत आपलं गुलाबी रंगाचं ओलं बोट त्या एका शब्दावर ठेवून, ती मला माझा उच्चार सुधारून दाखवते. या भाषेतल्या शब्दांचे योग्य उच्चार करणं ही खरं तर या भाषेशी चाललेली माझी लढाई आहे, असं मला वाटतंय. यातला शब्दसंग्रह मी हाताळू शकतो, समर्पक अशा शब्दांची यादी लक्षात ठेवणंही फारसं अवघड नाही. पण माझी जिथे सपशेल हार होते तिथे काय करावं, हे मला समजणं आणि इतरांनी मला समजून घेणं, हीच मोठी अवघड गोष्ट आहे. इथले लोक शब्द बोलत नाहीत, तर शब्द 'खाऊन' टाकतात. म्हणजे पहिला

शब्द बोलून पूर्ण व्हायच्या आत तो दुसऱ्या शब्दांत जणू गुंडाळला जातो. त्यांच्या कमालीच्या अनुनासिक आणि जोरानं केलेल्या उच्चारांमुळे तर आणखीच गोंधळून गेल्यासारखं होतं. जे लिहिलेलं असतं त्याचं प्रत्यक्ष ते बोलण्याशी फारच थोडं साम्य असतं, असं मला सतत वाटत राहतं. म्हणून मग आता वॉर्डमध्ये फेरी मारताना सर्वाधिक विचारले जाणारे साधे प्रश्न कोणते असू शकतात, त्याची मी एक यादीच केली आहे. इथल्या माझ्या वास्तव्याच्या उरलेल्या पाच महिन्यांत, माझ्या प्रश्नांना फक्त 'हो' किंवा 'नाही' एवढं उत्तर तरी मी लोकांकडून मिळवू शकलो ना, तरी माझ्यासाठी ते पुरेसं असेल, असं मी ठरवून टाकलंय.

मी एकेक शब्द, एकेक वाक्य उच्चारायचा प्रयत्न करत असताना डॉमिंगा ते नुसतं ऐकत असते. टेबलावरून घाईघाईनं पळू पाहणाऱ्या एका झुरळाला ती अतिशय थंडपणाने आपल्या हाताच्या फटक्याने मारते आणि टिचकीने खाली फेकते. आपल्या हिरव्या झग्यावर घातलेल्या एप्रनला हात पुसते. एकीकडे माझ्या बोलण्याकडेही तिचं सतत लक्ष असतंच म्हणा. मग त्याच हातांनी बकऱ्याच्या मांसावर मीठ चोळायला लागते. मला वारंवार शौचालयात का जावं लागतं त्याचं हेच कारण असणार. हो, अगदी शक्य आहे हे. इथे नवे नवे पदार्थ करण्याच्या सूचना टीम जेव्हा तिला देत असतो, तेव्हा ते अन्न आरोग्याच्या दृष्टीनं योग्य असल्याची खात्रीही त्यानं तिला करायला सांगायला हवी आणि त्यानंही स्वतःची तशी खात्री करून घ्यायला हवी, असं मी टीमला नक्कीच सांगणार आहे. या विषयावर तिच्याशीच थेटपणे बोलणं मी टाळतो आहे असं अजिबात नाही. पण इथल्या एकूणच सगळ्या कर्मचाऱ्यांवर आणि त्यांच्या कामावर लक्ष ठेवण्याचं काम टीमवर सोपवलेलं आहे. आत्ता या क्षणीतरी माझ्यामध्ये आणि डॉमिंगामध्ये असणाऱ्या सुसंवादाला खीळ घालावी, हे मला पटत नाही. कारण सात मुलांची आई आणि दोन मुलांची आजी असणारी डॉमिंगा ही या रुग्णालयाच्या बाहेरची एकमेव अशी अंगोलन व्यक्ती आहे, जिच्याशी माझी चांगली ओळख व्हायला लागली आहे आणि तिच्या या ओळखीमुळेच दक्षिण आफ्रिकेत घालवलेल्या माझ्या बालपणीच्या, दीर्घ काळ विस्मृतीत गेलेल्या, कितीतरी छान, आनंददायक आठवणी, अगदी अनपेक्षितपणे माझ्या मनात दाटून यायला लागल्यात.

अर्थात, अशा आठवणी जाग्या करणारी डॉमिंगा ही एकटीच नाही. इथे बाहेरसुद्धा अशा अनेक गोष्टी आहेत, ज्या अगदी सामान्यच आहेत, पण त्या गोष्टी पाहून ध्यानीमनी नसतानाही माझ्या मनात लगेच आठवणींची एक चित्रमालिकाच तयार होते. इथे रोज संध्याकाळी आम्ही बिअर पितो, आणि इथल्या बाजाराच्या जवळ असणाऱ्या एका छोट्या टपरीवजा दुकानात 'कॅसल– प्रिमियम साऊथ

आफ्रिकन लॅगर' या एकाच ब्रँडची बिअर मिळते; जी नामिबियातून मागवलेली असते. अशी बाटली आमच्या केपटाऊनच्या घरातल्या फ्रिजमध्ये ठेवलेली मी याआधी शेवटची पाहिलेली आहे. इथे संध्याकाळी लाकडाच्या चुली पेटवून त्यावर मक्याचं पीठ उकळण्यासाठी ओतीव लोखंडाची जाड जाड भांडी ठेवली जातात. मी लहान असताना आमच्याकडे दर रविवारी पारंपरिक पद्धतीने, अगदी मंद विस्तवावर आणि त्यासाठी तयार केलेल्या खास लाकडी चौकटी वापरून, मांस शिजवलं जात असे. इथल्या बायकांची ही भांडी पाहून, मला आमची त्या वेळी आवर्जून वापरली जाणारी काळ्या रंगाची अशीच जाड भांडी आठवतात. इथल्या झोपड्यांचा तो एक वेगळाच आणि विशिष्ट असा मातीचा वास आला की, दक्षिण आफ्रिकेच्या उत्तर भागात माझ्या आजोबांनी एक छंद म्हणून जे शेत विकत घेतलं होतं, तिथे राहणाऱ्या कामगारांच्या झोपड्यांची अगदी हटकून आणि तीव्रपणे आठवण होते. तिथे माझ्या आजोबांनी विटांची छोटी छोटी घरं बांधली होती, ज्यात त्यांच्या शेतात काम करणारे मोजकेच कामगार राहत असत. तिथला पिवळ्या गवतानं आणि कोरड्याठक मातीनं व्यापलेला भूभाग आणि आत्ता इथे माविंगाच्या कानाकोपऱ्यात नजरेस पडणारा भूप्रदेश, अगदी एकसारखेच वाटतात मला. पण डॉमिंगामुळे माझ्या जेवढ्या आठवणी जाग्या होतात ना, तेवढ्या इतर कशामुळेच होत नाहीत, हे मला मान्य करावंच लागेल. आठवणींमधून बाहेर येत मी कॉफीचा घोट घेतो... आणि हो... तिथल्या झुरळांकडे चक्क दुर्लक्ष करत डॉमिंगोच्या सुखकारक सहवासात मी माझा पोर्तुगीज भाषेचा अभ्यास सुरू करतो.

***

टीम ऑफिसमध्ये आलेला आहे. सॅटेलाईटद्वारा जिनिव्हामधल्या एम.एस.एफ.शी संपर्क साधण्याची यंत्रणा इथे आम्हाला उपलब्ध आहे. त्यामार्फत आलेल्या रोजच्या असंख्य ई-मेल्स पाहण्यात तो गर्क आहे. अर्थात, आत्ताही त्याच्या एका हातात सिगारेट आहेच. त्याचं कामच असं आहे की – दिवसातला बराचसा वेळ त्याला इथे ऑफिसमध्येच अडकून पडावं लागतं. वेगवेगळ्या लोकांशी केली गेलेली वेगवेगळ्या कामांविषयीची कंत्राटं, कर्मचाऱ्यांचे पगार, एम.एस.एफ.च्या वेगवेगळ्या कार्यालयांशी आणि अंगोलाच्या सरकारशी सतत संपर्कात राहणं आणि प्रोजेक्ट चालू राहावं यासाठी वेगवेगळ्या योजना तयार करणं, अशासारख्या सगळ्या कामांची जबाबदारी त्याच्यावरच आहे, जी तो व्यवस्थितपणे पार पाडतो. वर्ल्डकप फुटबॉलच्या सामन्यात पोर्तुगालकडून अंगोलाला पराभव पत्करावा लागल्यानं, इथे अशांतता माजण्याची शक्यता असल्याबाबतची धोक्याची सूचना आज सकाळी दिली गेली असल्याचं टीम मला सांगतो; आणि माझ्या प्रेयसीचासुद्धा काहीतरी

संदेश आल्याचंही सांगतो. आमच्या इथे सर्वांसाठी मिळून ई–मेलची एकच सामुदायिक सोय आहे. इथे आम्हाला इंटरनेट वापरता येत नाही. फक्त जिनिव्हामधल्या एम.एस.एफ.बाबतचा तपशीलच त्यावर पाहता येतो. त्यामुळे अर्थातच इथे कुणाकडेच स्वतंत्र पासवर्ड नाहीये. तर "तुझ्या प्रेयसीचा संदेश मी तुला वाचून दाखवला तर चालेल का रे?" टीम खट्याळपणे हसत मला विचारतो – "बाकी काही नाही, पण त्या संदेशानंतर, आपल्या हेड ऑफिसकडून आलेले इतर ढीगभर संदेश मला वाचायचे आहेत म्हणून म्हटलं..."

अँड्रियाला तिचं इथलं काम फारसं आवडलेलं दिसत नाहीये. औषध विभागातल्या एका प्लॅस्टिकच्या टेबलाजवळ ती बसली आहे. औषधांची पुढची मागणी नोंदवण्यासाठी यादी करण्याचं काम ती करते आहे, पण ते करताना शिल्लक औषधांच्या ज्या असंख्य याद्या आहेत, त्यांच्या ढिगाऱ्यात ती जणू बुडून गेलीये, असंच वाटतंय. "चार-चार भाषांमध्ये या याद्या केल्यात." ती कमालीची वैतागून म्हणते, "बघ, बघ सगळीकडे त्याच त्याच याद्या आहेत. मूत्राशयातून मूत्र बाहेर काढण्यासाठीच्या नळ्या... फ्रेंच भाषेत एक यादी, इटालियन भाषेत एक, पोर्तुगीजमध्ये एक आणि ही एक इंग्लिशमध्ये... पण त्यातल्या आकड्यांचा एकमेकांशी अजिबात ताळमेळच लागत नाहीये." रडकुंडीला आलेल्या अँड्रियाची मला खरंच खूप दया येते.

या रुग्णालयातल्या औषधविभागाची व्यवस्था पाहण्यासाठी मलासुद्धा कुठल्याही वेळी खूप कष्ट करावे लागणार आहेत, असं मला दिसतंय. अगदी कालच इथे औषधांचा खूप मोठा साठा येऊन पडलाय. आत्ता अँड्रियानं केलेली यादीसुद्धा एव्हाना ई–मेलद्वारा पाठवली गेली असणार. युरोपहून जहाजानं पाठवलेल्या वस्तू इथे पोहोचायला किमान तीन महिने तरी लागतील. पण औषधांचा इतका मोठा साठा आला की तो नीटपणे जागच्याजागी ठेवायचा, त्याची व्यवस्थित नोंद करायची ही कामं अजिबातच सहज–सोपी नाहीत. त्यातही परत या साठ्यात सारखी भर पडतच असते. मला तर फार अवघड वाटतं हे काम. आमचा सामान साठवण्यासाठी उभारलेला जो तंबू आहे, त्याच्या मागच्या बाजूला ही औषधं ठेवण्याची खोली आहे. विटांचं बांधकाम असलेल्या या बऱ्याच मोठ्या खोलीत दाटीवाटीनं असंख्य शेल्फ ठेवलेली आहेत, जी अगदी छताला जाऊन भिडली आहेत, आणि त्यात नाना प्रकारची औषधं आकर्षकपणे रचून ठेवलेली आहेत. त्यात काय काय आहे हे सांगायचं झालं तर, सूक्ष्मजंतुनाशक औषधं आहेत, वेदनाशामक औषधं आहेत, शस्त्रक्रियेसाठी आवश्यक असणाऱ्या साधनांच्या पिशव्या आहेत. प्रसूतीसाठी लागणाऱ्या गोष्टी– कॅथेटर्स, वेगवेगळ्या उपचारांसाठी लागणाऱ्या वेगवेगळ्या नळ्या, चिकटपट्ट्या, पेनं...बाप रे... सांगतानाही दम लागतोय आणि भरीस भर म्हणून औषधोपचारांची नोंद ठेवण्यासाठी लागणाऱ्या कोऱ्या तक्त्यांचा

मोठा ढीगही तिथेच ठेवलेला आहे. पण या सगळ्या मांडामांडीमध्ये काही पूर्वनियोजन केलेलं असावं, असं मात्र दिसत नाही. सध्या अँड्रिया हे काम बघतेय ना, तर रुग्णालयातल्या दवाखान्यातून आलेल्या मागण्यांच्या असंख्य याद्या रोज तिच्या टेबलावर येऊन पडत असतात आणि मग त्या कामात तिचा पूर्ण दिवस जातो.

पण तरीही आज सकाळी औषधांची जी भली मोठी यादी मागवली गेली आहे, त्याची मला खूप काही काळजी वाटत नाहीये. मला आत्ता जी काळजी लागून राहिली आहे ती माझ्या एका रुग्णाची. अर्धवट शुद्धीत असलेल्या वीस वर्षांच्या एका मुलाला काल इथे अतिदक्षता विभागात दाखल केलंय. तेव्हापासून लगेचच आम्ही त्याच्या शक्य तितक्या चाचण्या करून घेतल्या आहेत. मुख्य चाचणी केली ती मलेरियासाठी आणि कमरेतील मणक्यांना काही इजा झालेली आहे का ते पाहण्यासाठी, पण या दोन्ही चाचण्यात काहीच दोष आढळलेला नाही. कमरेचा फोटो उन्हात धरून पाहिल्यावर तिथे काहीतरी बिघाड असल्याचं मला जाणवलं. आता त्यावर आम्ही इलाज करू शकू. यासाठी आता मी पुन्हा माझी पुस्तकं चाळतो आहे... तर अशा रीतीने, सकाळी आधी रात्रीच्या डॉक्टर्सकडून सर्व रुग्णांची माहिती घ्यायची आणि दहा वाजल्यापासून पुढे कितीतरी वेळ वॉर्डमध्ये तपासण्या करत फिरायचं, यातच माझी रोजची सकाळ निघून जाते... रोज असंच चाललंय. त्यात भाषा समजण्याचा प्रश्न तर सारखाच माझ्या कामात अडथळे निर्माण करत असतो. अँड्रियाचंही बरंचसं असंच होतं म्हणा. वैद्यकशास्त्रातील अनेक संदर्भ ग्रंथ वेगवेगळ्या देशांतून इथे पाठवले गेले आहेत आणि इथली तीन शेल्फं त्या पुस्तकांनी गच्च भरलेली आहेत. कॉलराची साथ आली आहे? मग इथे हे पिवळ्या रंगाचं एक मार्गदर्शक पुस्तक आहे, ज्यात अशी साथ आटोक्यात आणण्यासाठी आवश्यक असणाऱ्या प्रत्येक गोष्टीबद्दल लिहिलेलं आहे... म्हणजे 'उपचार केंद्र' कसं उभारायचं इथपासून ते रोगग्रस्त शरीरं निर्जंतुक करण्यासाठी क्लोरिन किती आणि कसं पातळ करायचं इथपर्यंत सर्व मुद्दे यात समाविष्ट आहेत. प्रश्न एवढाच आहे की, हे सगळं वाचण्यासाठी मला आधी फ्रेंच भाषा शिकावी लागेल. प्रसूती संदर्भातल्या पुस्तकांच्या बाबतीतही असंच आहे. आणि लहान मुलांच्या शस्त्रक्रियांची माहिती घेण्यासाठी मला स्पॅनिश शिकावं लागेल. पण उष्णकटिबंधातील औषधोपचारांबद्दल जास्त माहिती मिळवण्याचा मी नेहमी प्रयत्न करत असतो आणि माझ्या सुदैवानं ती पुस्तकं मात्र इंग्लिशमधली आहेत. ती पुस्तकं शोधून मी शेल्फातून बाहेर काढतो. त्या पुस्तकांच्या शेजारीच ठेवलेल्या 'मेडिकल रिसोर्सेस' या शीर्षकाच्या फाइलीही मी बाहेर काढतो, कारण आजपर्यंत मी कधीच त्या नुसत्या चाळल्याही नाहीयेत. अँड्रियाच्या टेबलावर कशीतरी जागा करून मी हा सगळा गठ्ठा ठेवतो आणि तिच्या शेजारच्या खुर्चीत हुश्श करत बसतो.

त्या फायली लक्षवेधक आहेत, पण गोंधळात टाकणाऱ्याही आहेत. विषयांची इतकी सरमिसळ झालेली आहे ना त्यात... २००२ सालापासूनचे वैद्यकीय अहवाल, अतिरिक्त रक्तस्त्रावानं उफाळलेल्या तापाबद्दलचं मार्गदर्शन, एका प्लॅस्टिकच्या पिशवीत ठेवलेले कुठल्यातरी गटाचे फोटो, मलेरियासंदर्भात केलेल्या पाहणीचा आढावा, आणि बरीच कागदपत्रं ठेवलेली एक जाडजूड फाईल, ज्यात मुलाखतींच्या नकलांचे उतारे ठेवलेले असावेत असं वाटतंय. मी क्षणभर ती फाइल चाळतो,

"टीम, तू पाहिली आहेस का ही कागदपत्रं?" मी विचारतो.

"कुठली कागदपत्रं?" टीम विचारतो.

"मला वाटतं ही निवेदनपत्रं असावीत. युद्ध संपल्यानंतर इथल्या लोकांकडून घेतलेली."

"हो हो, मी पाहिली आहेत ती. तू पण वाचायला हवीस बरं का. पण जेव्हा कधी तू खूप छान मूडमध्ये असशील ना तेव्हा वाच. कारण वाचण्यासारखं त्यात खूप काही आहे." टीम अगदी मनापासून म्हणतो.

मी कोपरानं ॲंड्रियाला ढोसल्यासारखं करतो. पण तिच्या हातातल्या त्या शब्दकोशासारख्या भल्या मोठ्या यादीमध्ये ॲंपिसिलिनच्या बाटल्यांचा शोध घेण्यात ती अगदी गर्क आहे. जणू हरवूनच गेलीये त्या यादीत. मी पुन्हा तिला ढोसतो आणि विचारतो – "तू पाहिली आहेस का ही निवेदनपत्रं."

ती मानेनंच 'नाही' म्हणते.

"मग एक सेकंद ऐक," तिच्या हातातली यादी काढून घेत मी म्हणतो आणि त्या फाइलीतली पहिली नोंद वाचायला लागतो... एका मध्यमवयाच्या नागरिकानं केलेली ती नोंद असते :

> एका मित्रानं मला सावध केलं की सरकारी पोलीस दलातली माणसं मला पकडून नेणार आहेत. म्हणून मी ते ठिकाण सोडून पळालो. माझ्या सगळ्या कुटुंबीयांसकट मी एका जंगलात लपून बसलो. तिथे जंगलातच मी माझ्या मुलांना शिकवायला सुरुवात केली. हळूहळू लपतछपत पुढे जात जात आम्ही थेट माविंगाला गेलो. १९७७ ते १९७९ अशी दोन वर्षं मी फक्त चालतच होतो. मी अधूनमधून अन्नधान्य विकत घेत होतो. कधीकधी तर स्वतःचे कपडे देऊन त्या बदल्यात ते मिळवत होतो. माविंगाला पोहोचल्यानंतर मग १९९२ सालापर्यंत आम्ही तिथेच राहिलो... हा सगळा प्रदेश त्या वेळी 'युनिटा' या संघटनेच्या ताब्यात होता आणि तिथे एक शाळाही होती. १९९२ नंतर मी माझ्या जुन्या घरी परत गेलो. १९९४ मध्ये बॉम्बवर्षावात माझं हे घर बेचिराख झालं

आणि म्हणून मला पुन्हा तिथून पळ काढावा लागला. तिथून मी ज्या नव्या जागी गेलो, तिथे मला काही काळ अगदी आरामात राहता आलं; कारण तिथपर्यंत विमानं आली नाहीत. पण थोड्याच दिवसांत या नव्या घरावरही बॉम्ब पडला आणि आम्ही पुन्हा बेघर झालो– ध्यानीमनी नसताना परत रस्त्यावर आलो, आणि मग पुन्हा जीव वाचवण्यासाठीची पळापळ सुरू झाली. सततच्या बॉम्बहल्ल्यापासून सुरक्षितपणे पळ काढायचा तरी कुठं? आम्ही सतत चालतच होतो... झाडाझुडपात लपतछपत, कधी उजवीकडे तर कधी डावीकडे जात, फक्त चालत होतो. निर्मनुष्य झालेली कितीतरी खेडी आम्ही पार केली. या सगळ्या काळात, अंगावरच्या सर्व कपड्यांनिशीच रात्री आम्ही झोपत होतो– सततची भीती उशाला घेऊन – घाईघाईनं पळावं लागलं तर आम्हाला काहीच बरोबर नेता येणार नाही, अगदी कपडेसुद्धा ही भीतीही होतीच. मी तर झोपताना माझा टायही काढत नव्हतो.

"हे पत्र इथे लिहिलेलं आहे का?" अँड्रिया विचारते.

टीम नुसतंच डोकं हलवतो आणि म्हणतो की, "अनेक संघर्ष संपल्यानंतर किंवा मोठमोठी संकटे येऊन गेल्यानंतर, एम.एस.एफ.नेच अशी पत्रं लोकांकडून घेतली आहेत, जे लोक त्या संघर्षांचे किंवा संकटांचे प्रत्यक्ष साक्षीदार होते. निःपक्षपाती आणि न्याय्य वागणं, तटस्थता आणि जागतिक पातळीवर मान्यताप्राप्त असणाऱ्या वैद्यकीय नीतिमूल्यांचा प्रत्यक्ष अवलंब, ही जी आपल्या संस्थेची महत्त्वाची तत्त्वे आहेत, त्याप्रमाणे संस्थेने हे कामही तत्त्व म्हणूनच अंगीकारलेलं आहे. पण मी तुम्हाला परत एकदा सांगतो, की ही पत्रे वाचायला सोपी असली तरी, पचायला मात्र अवघडच आहेत... विशेषतः वॉर्डमधल्या तीन तासांच्या तपासणीफेरीसाठी तुम्हाला जायचं असेल, तेव्हा हे अजिबात वाचू नका. आयुष्य खूप छान, आनंदमय आहे, असं जेव्हा तुम्हाला वाटत असेल, तेव्हाच ही पत्रं वाचा. खरंच सांगतोय. माझ्यावर विश्वास ठेवा." एवढं बोलून टीम उठतो आणि बाहेर जातो. पण ती पत्रं वाचण्यात मी इतका गढून गेलोय की मी थांबूच शकत नाही. मी इथल्या युद्धाबद्दल जे काही वाचलेलं आहे, तेच अगदी मोजक्या पण जराशा रुक्ष शब्दांत या कागदपत्रांमध्ये लिहिलेलं आहे. पण हे इथल्या लोकांनी लिहिलेलं आहे आणि यातल्या काही गोष्टी तर आमच्या रुग्णालयात असताना सांगितल्या गेल्या आहेत. मला ते बाड हातातून खाली ठेवावंसं वाटत नाहीये, मी पुढे वाचू लागलो आहे...

हे एका तरुण आईनं लिहिलेलं पत्र आहे...

"जर एखादे दिवशी 'युनिटा'ने हल्ला केला, तर दुसऱ्या दिवशी सरकार कोसळेल, असं तुम्ही गृहीत धरणं भागच होतं. युनिटाचे कार्यकर्ते आमची घरं लुटायला आले, की बहुतेक वेळा आम्ही झाडाझुडपात जाऊन लपत असू, आणि मग त्यांच्याविरुद्ध सरकारची कारवाई चालू असे, तोपर्यंत आम्हाला तिथेच लपून राहावं लागत असे. कधी कधी तर सलग दोन आठवडे आम्ही असे राहिलेले होतो. तिथे आम्ही अक्षरशः प्राण्यांसारखं जगत होतो. अनेक वर्षं आमचं आयुष्य आम्ही असंच घालवलं खरं, पण १९९८ पासून मात्र आम्हाला असं जगत राहणं अशक्य व्हायला लागलं. माझ्या दोन भाच्यांना तर मरणप्राय यातना भोगाव्या लागल्या, आणि नंतर 'युनिटा'च्या लष्करात भरती होण्याची त्यांच्यावर जबरदस्ती करण्यात आली. याच दरम्यान सरकारनं असा हुकूम जारी केला की, लोकांना मरायचं नसेल, तर त्यांनी गुपचूप सरकारनं पाठवलेल्या ट्रक्समध्ये जाऊन बसावं, म्हणून आम्ही आणि इतरही बहुतेक सर्व लोक ट्रकमध्ये जाऊन बसलो. तेव्हापासून आता दोन वर्षं एका बंद पडलेल्या कारखान्यात आम्हा सगळ्यांना अक्षरशः कोंबलं गेलं आहे. माश्या मराव्यात तितक्या सहजपणे माणसं मरताहेत... पूर्वी आमच्याकडे सगळं होतं हो... छोटा का होईना, पण स्वतःच्या मालकीचा एक जमिनीचा तुकडा होता, जो आम्हाला कांदे द्यायचा, रताळी द्यायचा आणि कधीकधी टोमॅटोही द्यायचा..."

आणि आणखी एका तरुण स्त्रीनं लिहिलंय...

"त्यांनी जेव्हा आमच्या खेड्यावर हल्ला केला, तेव्हा मी पकडले गेले. मला माविंगाला आणलं गेलं. 'युनिटा'च्या तळावरच असणाऱ्या एका माध्यमिक शाळेत मी शिकले. तेव्हाचं माझं आयुष्य म्हणजे फक्त दुःख, व्यथा सोसणं... एवढंच होतं. त्या लोकांनी आम्हाला वयानं पुरेशा मोठ्या असणाऱ्या अधिकाऱ्यांच्या घरात ठेवलं होतं. आम्हाला तिथे खूप काम करायला लागायचं, कपडे धुवायला लागायचे, पण त्याचा मोबदला देणं तर लांबच, आम्हाला पुरेसं अन्न, कपडे हेही दिलं जायचं नाही. आमच्यामधल्या तरुण मुलींवर काही अधिकाऱ्यांनी बलात्कार केले, म्हणून त्या तिथून पळून गेल्या. माझे आई-वडीलही पकडले गेले होते. अन्नपुरवठा करणारा माविंगामधला जो तळ होता तिथे त्यांना

नेलं होतं आणि शेतीच्या कामाला जुंपलं गेलं होतं. माझ्या नवऱ्यालाही असंच कुठेतरी कामाला पाठवलं गेलं होतं, पण तिथून तो नंतर कधीच परत आला नाही. मग सरकारनंही आमच्यावर हल्ले केले. मी कसाबसा पळ काढला आणि झुडपात जाऊन लपले. माझ्यासारख्याच पळून आलेल्यांचा एक मोठा गटच तिथे जमा झाला होता. आम्ही सतत फक्त पळत होतो. गरोदर बायकाही पळत होत्या... दुसरा काही पर्यायच नव्हता... पण पळणं अशक्य झाल्यावर त्यांना नाइलाजाने सरकारच्या लष्करात स्वतःला स्वाधीन करावं लागत होतं. त्या झाडाझुडपात राहत असताना माझं बाळ आजारी पडलं. त्याला मलेरिया झाला होता आणि जुलाबही होऊ लागले होते, पण आमच्याकडे एकही औषध नव्हतं. मग परिचारिका असणाऱ्या एका स्त्रीनं त्याला कसली तरी मुळं खायला दिली. काहीच दिवसांत त्याचा मृत्यू झाला. अशी अनेक मुलं दगावली. म्हणजे रोज तीन-चार मुलं तरी मृत्युमुखी पडत होती. आम्ही सतत असे भरकटत पळत असताना कितीतरी मुलं हरवलीसुद्धा, जी पुन्हा कधीच सापडली नाहीत...''

चारच दिवसांपूर्वी इथे जो प्राणघातक बॉम्बहल्ला झाला होता, त्या वेळी त्या परिस्थितीला आमच्या कर्मचाऱ्यांनी इतका उदासीनपणे, किंबहुना काहीशा बेफिकिरीनं प्रतिसाद का दिला होता, त्याची कारणं किंवा स्पष्टीकरणं पूर्वीच्या या निवेदनपत्रांवरून समजत होती. युद्धाच्या अनिश्चिततेनं भरलेल्या काळात आणखी काय काय घडलं होतं, ते जाणून घेण्यासाठी दुसऱ्या दिवशी मी काही लोकांना गोळा केलं होतं, पण मला फक्त त्यांच्या गोंधळून गेलेल्या नजराच पाहायला मिळाल्या होत्या. ''आम्हाला त्याची कोणतीच झळ पोहोचली नव्हती, मग त्याविषयी आम्हाला का बोलावंसं वाटणार?'' एवढं एकच उत्तर मला मिळालं होतं.

का सांगावं त्यांनी? आणखी खूप वाईट परिस्थितीला त्यांनी कदाचित तोंड दिलेलं असेल. पण आपणहून हा देश सोडून गेलेल्या आमच्यासारख्या लोकांना असं काहीच भोगावं लागलेलं नाही. इथल्या यादवी युद्धाच्या आणि युद्धजन्य भीषण परिस्थितीच्या बातम्या ऐकून कितीतरी दिवस आम्ही फक्त उद्विग्न होत होतो, स्वतःवरचा मानसिक ताण वाढवून घेत होतो, स्वतःचा रक्तदाब वाढवून घेत होतो... बस... इतकंच...! दोन वर्षं ऑस्ट्रेलियातील रुग्णालयात काम करत असताना, नुसती गोळी लागून जखमी झालेला एकही रुग्ण मी कधी पाहिला नाही. मग बॉम्बवर्षावाला, स्फोटांना बळी पडणं ही तर लांबचीच गोष्ट होती. मी दक्षिण आफ्रिकेत राहत होतो, तेव्हा तिथे राजकीय अस्थिरता पसरलेली असली

तरी दुःखदायक किंवा त्रासदायक म्हणावा असा तिथला एकच प्रसंग मला आठवतोय. एका गोऱ्या व्यावसायिकानं माझ्यावर बंदूक रोखली होती तो प्रसंग. मी आणि माझ्या मित्रांनी पाणी उडवण्याच्या पिस्तुलीनं त्याच्या स्पोर्ट्स कारवर पाणी उडवलं होतं, म्हणून तो अतिशय चिडला होता. त्यानं आम्हाला भीती घातली होती की आमची पिस्तुलं प्लॅस्टिकची असली तरी पुन्हा जर ती आम्ही त्याच्या गाडीवर नुसती रोखली तर इतर कशाचीही पर्वा न करता, तो आम्हाला गोळ्या घालेल – खऱ्या बंदुकीतल्या गोळ्या.

...तर आता माझ्या मनात सारखा एकच विचार येतोय की आम्ही इथे खरोखरच सुरक्षित आहोत का? टीमनं आम्हाला दिलेला दिलासा मला आठवतो आणि त्यावर विश्वास ठेवायचं मी ठरवतो. त्याने खात्रीपूर्वक आम्हाला सांगितलंय की २००२ मध्ये इथे झालेल्या स्फोटानंतर, आजतागायत इथला एकही कर्मचारी मारला गेला नाहीये. या सगळ्या परिसरातच अशी एकही दुर्घटना किंवा असा एकही अपघात घडलेला नाही, ज्यामुळे 'हॅलो ट्रस्ट' या संघटनेला इथे येऊन परिस्थिती निस्तरावी लागेल. तशाही आता इथे सरसकट सगळीकडे बंदुका नजरेस पडतही नाहीत. एकतर युद्धानंतर इथे मोठ्या प्रमाणात शस्त्रकपात करण्यात आलेली आहे. शस्त्र वापरण्यावरही बंदी घालण्यात आलेली आहे. आता फक्त पोलीस आणि सैनिक यांच्याजवळच बंदुका दिसतात.

ही निवेदनपत्रं वाचून आता मला एक मोठा प्रश्न पडला आहे, की पुन्हा मी रुग्णालयात जाईन, तेव्हा जुलाबासारख्या तुलनेनं क्षुल्लक आजारावर तातडीनं उपचार करण्यासाठी मी माझ्या कर्मचाऱ्यांना कसं प्रवृत्त करू शकणार आहे. चार वर्षांपूर्वी याच दुखण्यानं जेव्हा बरेच लोक ग्रासले होते, तेव्हा त्यांच्यावर काय परिस्थिती ओढवली होती, हे आत्ताच तर वाचलंय ना मी? एका निवेदनात त्या परिस्थितीचं अगदी थोडक्यात पण नेमकं वर्णन केलेलं आहे :

> "जेव्हा पाणी मिळायचं नाही, तेव्हा आमची तहान मारण्यासाठी आम्ही झाडाची पानं चघळत राहायचो. दोन महिने आम्ही एक दिवसाआड जेवत होतो, नंतर दोन दोन दिवस जेवायला मिळायचं नाही. हे असंच सतत चालू होतं..."

मी जसजसा वाचत जातो आहे, तसतसा मला एकच प्रश्न सतावतो आहे, की या निवेदनपत्रात वर्णन केलेले प्रसंग घडत असताना, इथल्या काही पुरुषांनी नक्की कोणती भूमिका घेतली असेल? असा प्रश्न पडण्याचं कारण असं की, युनिटा या संघटनेला जवळजवळ संपूर्ण पाठिंबा देणारे लोक, माविंगा इथे बहुसंख्येनं

राहत होते. आमच्या आत्ताच्या कर्मचाऱ्यांपैकी बऱ्याच जणांनी या संघटनेसाठी काम केलं होतं आणि त्यांचा या संघटनेमधला असा सहभाग नक्कीच हेतूविरहित नव्हता.

> आणखी एक भयानक वर्णन असं होतं की... "कोणीतरी नुकतीच अनेक बकऱ्यांची कत्तल केलेली असावी आणि सगळीकडे रक्ताचे पाट वाहत असावेत, त्याप्रमाणे त्या रस्त्याच्या मध्यभागी अनेक माणसं मरून पडली होती. नाही, त्या रस्त्यावर फक्त स्त्रिया आणि लहान मुले मरून पडलेली दिसत होती आणि सगळीकडे रक्त सांडलेलं होतं..."

बाप रे! किती अघोरी आहे हे सगळं. मला नुसती कल्पना करणंही अतिशय वेदनादायक वाटतंय...

बाहेरच्या देशातील लोकांची अनेक वर्षं समजूत होती की युनिटा हा एक टिकाऊ आणि लायक राजकीय पक्ष होता. या पक्षाचा नेता जॉनस साविंबी, हा राजकारणात येण्यापूर्वी स्पष्टवक्ता असणारा एक आकर्षक माणूस म्हणून ओळखला जायचा. त्यानं पोर्तुगालमध्ये जाऊन वैद्यकशास्त्राचा अभ्यास करण्यास सुरुवात केली होती. राजकारणात आल्यानंतर तो एक थोर राजकीय विचारवंत आहे, असंच अनेकांना वाटत असे. व्हाईट हाऊसमध्ये त्यानं भोजन केलं होतं, ही गोष्ट सर्वश्रुत झालेली होती. सी.आय.ए. आणि दक्षिण आफ्रिकेचं सरकार यांचा या साविंबींना उघड पाठिंबा होता. अतिशय सच्चा असा पहिला आफ्रिकन स्वातंत्र्यसैनिक अशीच त्याची प्रतिमा रंगवली गेली होती. तेव्हा ज्या पक्षाचं सरकार राज्यकारभार चालवत होतं, त्या एम.पी.एल.ए. पक्षाचे नेते ॲगोस्टिन्हो नेटो हे सुरुवातीची काही वर्षं या पक्षाचे नेतृत्व सांभाळत होते. ते एक प्रथितयश कवी होते. त्यांनीही पोर्तुगालमध्ये राहून वैद्यकशास्त्राचा अभ्यास केला होता. 'वसाहतवादाविरुद्ध उभा ठाकलेला नायक' म्हणून संपूर्ण आफ्रिकेमध्ये त्यांच्याकडे अतिशय आदरानं पाहिलं जात असे. मग असं असूनही या सगळ्या आदर्शवादाचा, तेव्हा माजलेल्या हिंसाचाराशी आणि अराजकाशी ताळमेळ लावणं, ही गोष्ट खरोखरच खूप कठीण आहे...

> मी पुढे वाचतो... "गोळीबाराच्या आणि बॉम्ब फुटल्याच्या सतत येणाऱ्या आवाजांनी मी जागा झालो. हे आवाज थांबतच नव्हते. मी काहीही विचार न करता फक्त पळत सुटलो. खरं तर सगळीकडेच पळापळ चालू होती. लोक मिळेल त्या रस्त्यानं पळत होते. मीही खूप लांबवर

पळालो. मग मला माझ्या कुटुंबाची आठवण झाली. मी त्यांना शोधायला सुरवात केली...''

मी शेवटपर्यंत वाचूच शकत नाही हे सगळं. इथे या माविंगात आणखी काय काय घडलं असेल याचा जास्त विचार न करणंच माझ्यासाठी योग्य ठरेल असं मला वाटायला लागलंय. या सगळ्यात नक्की कोणाचा बळी गेला, ही सगळी वाईट कृत्यं घडवून आणणारा कोण होता आणि या दोन्ही गटांमधली काही माणसं म्हणजे आमचे कर्मचारी असण्याची शक्यता होती... छे! या सगळ्याचा विचार करणंही मला त्रासदायक वाटत आहे. इथून काही मीटर अंतरावर आमचं रुग्णालय आहे. ऑफिसच्या खिडकीतून मी बाहेर नजर टाकतो. उगीचच... निरर्थकपणे... कुंपणाजवळ पास्कल काहीतरी काम करत असतो आणि त्याच्याजवळच काही मुलं अर्धवट फुगवलेला फुटबॉलचा चेंडू घेऊन खेळत असतात. माझ्याही नकळत माझ्या मनात झर्रकन एक विचार येऊन जातो– ही मुलं म्हणजे चार वर्षांपूर्वी इथे बळी पडलेली माणसं असू शकतील... मी अस्वस्थ होत हातातली फाइल बंद करतो. मी आणखी काही वाचूच शकणार नाही आता. तरीही एक वाक्य माझ्या नजरेला पडतंच... एका नऊ वर्षांच्या अनाथ मुलीच्या तोंडचं वाक्य– त्या कुपोषित मुलीवर इथे माविंगातल्या केंद्रात उपचार चालू असताना घेतलेल्या मुलाखतीदरम्यान ती म्हणाली होती...

''माझं सगळं कुटुंब मरून गेलंय. मी वाळू खाल्ली होती. आता मी काय करू?''

***

''आम्हा 'क्लिनिकोज'ना अशा प्रकारे काम करणं खूप अवघड आहे,'' जमलेल्या सगळ्या कर्मचाऱ्यांसमोर सर्जिओ तक्रारीच्या सुरात म्हणतो. इथे आठवड्यातून एकदा- म्हणजे दर शुक्रवारी संध्याकाळी वेगवेगळ्या विभागांचे प्रमुख आणि इतर सर्व कर्मचारी यांची एक बैठक होते. त्या बैठकीत हा सर्जिओ जरासा वैतागूनच बोलत असतो... ''आम्ही इथे नीट काम करू शकत नाही. जो आमची भाषा बोलू शकत नाही अशा माणसाबरोबर आम्ही काम करू शकत नाही. आमच्या सगळ्यांसाठीच हे फार कठीण आहे.''

त्याच्या या शेवटच्या मुद्द्याशी मी सहमत आहे... कोरड्या आणि गरम वाऱ्याची एक झुळूक आम्हा सगळ्यांनाच स्पर्श करून जाते. सर्जिओ बोलतच असतो... ''आणि व्यवस्थापक महोदय, मी तुम्हाला आणखी एक सांगतो की, हा भाषेचा प्रश्न म्हणजे आमच्या समस्येचा फक्त एक भाग आहे. तो आमच्या

कामाचाही एक भाग आहे. तुम्हाला एक उदाहरणच सांगतो. अतिशय आजारी असलेली एक स्त्री गेल्या दोन आठवड्यांपासून इथे दाखल झालेली आहे. अशा रुग्णांवर यापूर्वीही आम्ही शस्त्रक्रिया केलेली आहे. अनेकदा आम्ही अशा रुग्णांना साहाय्य केलेलं आहे, पण आता...'' तो क्षणभर थांबतो. उघड्या भिंतींच्या त्या झोपडीत एकवार नजर फिरवतो. आमच्या आवारातच ही झोपडी आहे. तिथे लाकडी बाकावर गोलाकार बसलेल्या डझनभर कर्मचाऱ्यांकडे अर्थपूर्ण नजरेनं पाहत तो पुढे सांगतो... ''पण आता हे नवे डॉक्टर आम्हाला तसं करू देत नाहीयेत.''

''सर्जिओ, हे असले विषय बोलण्याची ही जागा नाही. कामाचं बोल.'' टीम त्याला दटावतो.

पण सर्जिओ ऐकत नाही... ''मला तुमचं म्हणणं मान्य नाही, व्यवस्थापक महोदय. कारण हा प्रश्न सगळ्यांशी संबंधित आहे. या क्षणी तरी आपलं रुग्णालय चांगलं म्हणावं असं वाटत नाहीये. हे नवे डॉक्टर त्यांना न समजणाऱ्या गोष्टींबद्दलही प्रश्न उपस्थित करत राहतात. आणि मला आणखी एक गोष्ट सांगायची आहे...'' तो बोलतच राहतो.

त्याचं बोलणं जर माझ्याबद्दलचं नसतं, तर मी त्याच्या भाषणाचा आनंद उपभोगला असता. तो अगदी जाणवण्याइतक्या नाटकीपणाने, हातवारे करत, मुद्दाम मध्येच थांबत, लोकांकडे एकटक बघत, अधूनमधून येरझारा घालत गंभीर विचार करत असल्याचा आव आणत बोलतो आहे. फार हळहळ वाटत असल्यासारखं मधेच डोकं हलवतो आहे. अगदी ठासून आपला प्रत्येक मुद्दा मांडतो आहे. माझ्या डावीकडे बसलेली अँड्रिया मधून मधून अगदी कुजबुजल्यासारखी त्याच्या बोलण्याचं भाषांतर करत्येय; पण त्याची खरं तर अजिबात गरज नाहीये. त्याच्या बोलण्यातला मुख्य मुद्दा अगदी स्पष्ट आहे.

''दोन आठवड्यांपूर्वी लहान लहान मुलांची आई इथे दाखल झाली होती,'' कॅन्सर झालेल्या त्या स्त्रीचं वर्णन सांगून तो पुढे बोलू लागतो, ''आणि आम्ही तिच्यासाठी काहीच उपचार केले नाहीत. रॉबर्टोची तिच्यावर शस्त्रक्रिया करण्याची तयारी होती, पण तरीही आम्ही काहीच केले नाही. आणि अगदी कालच ही स्त्री मरण पावली. अगदी त्या क्षणापर्यंतही आम्ही तिच्यावर काहीही उपचार केले नाहीत. उपचाराविनाच ती गेली. हे कसं काय घडू शकतं? आणि घडू द्यायचं का?''... सर्जिओ थांबतो.

मला वाटलं होतं त्यापेक्षा बराच जास्त काळ ती स्त्री तग धरून राहिली होती; पण या दुसऱ्या आठवडाभर ती पूर्णपणे बेशुद्धावस्थेत होती. काल सकाळी जेव्हा मी तिच्याजवळ गेलो, तेव्हा तिची दोन्ही मुलं तिला बिलगून बसलेली

मला दिसली. तिचा नवरा काहीच बोलला नाही. त्यानं शांतपणे तिला ब्लँकेटमध्ये गुंडाळलं आणि तो तिला गेटच्या बाहेर घेऊन गेला. ती दोन लहान मुलंही घाईघाईनं त्याच्यापाठोपाठ गेली.

आता सर्जिओ थेट माझ्याशीच बोलतो आहे... ''अहो नवे डॉक्टर, सांगा ना आता आम्हाला सगळ्यांना की आपण तिच्यासाठी काहीच का केलं नाही?''

तो त्याच्या जागेवर जाऊन बसतो. बोलण्यासारखं काहीच नाहीये, असं मला वाटत राहतं. सगळे अंगोलन कर्मचारी अस्वस्थ झालेले स्पष्टपणे दिसताहेत. तसं पाहिलं तर सर्जिओ हा नोकरीमध्ये त्यांच्यातला सर्वांत ज्येष्ठ आणि त्या दृष्टीने त्यांचा वरिष्ठ आहे आणि एम.एस.एफ.च्या वतीनं इतर देशांतून आलेले आम्ही त्या सगळ्यांना नोकरीवर ठेवणारे मालक आहोत. बहुतेक सर्व जण गप्प राहून इकडेतिकडे बघत बसलेत. बाह्यरुग्ण विभागाचा प्रमुख असणारा सेन्हॉर कासोमा हा अँड्रियाच्या पलीकडे बसला आहे. तिथे घडत असलेल्या या सगळ्या प्रकाराची अगदी हेतूपूर्वक आपल्या डायरीत नोंद करतो आहे. त्याच्या शेजारी पास्कल, टीम आणि टोयोटा बसले आहेत. टोयोटानं अजूनही अंगभर निळे कपडे आणि जाड गमबूटच घातलेले आहेत. पलीकडे आमचा मुख्य सुरक्षारक्षक, वास्को बसलेला आहे. या आवारात येण्यापासून कुणालाही रोखण्याऐवजी तो त्यांना आत येण्यासाठी बहुतेक वेळा आकर्षितच करत असतो. चाळीसेक वर्षांची थेरेसा ही परिचारकांची प्रमुख आहे, आणि अँड्रिया नेहमी तिच्याबरोबर असते. जाम्बा हा आमचा अतिशय सभ्य आणि मोकळ्या मनाचा ड्रायव्हर आहे, पण दुर्दैवानं तो त्याच्या गळ्यात वाढत असलेल्या मोठ्या गाठीनं त्रस्त झालेला आहे. सुईणींची प्रमुख असणारी नेने, आज पश्चिम आफ्रिकेची राणी असल्यासारखी निळ्या पायघोळ झग्यात तरंगत आली आहे. तिनं डोक्याला त्याच रंगाचा रुमाल बांधला आहे आणि कानात मोठमोठ्या रिंगा घातल्या आहेत. आणि तिच्याशेजारी आहे रॉबर्टो... स्वतः जखमी झालेला असतानाही एकसुद्धा सुट्टी न घेता सतत कामावर हजर असणारा – रॉबर्टो. या सगळ्यांच्या व्यतिरिक्त, स्वच्छता विभाग प्रमुख, पाणीवाटप प्रमुख आणि रुग्णालयाच्या दवाखान्याचा प्रमुख हेही सगळे इथे उपस्थित आहेत.

''सर्जिओ, मी तुला आधीच स्पष्टपणे सांगितलंय, की या काही वैद्यकीय विषयांवर बोलण्यासाठी घेतलेल्या सभा नाहीयेत. पुन्हा असं होता कामा नये.'' टीम थोड्या दटावणीच्या सुरात सांगतो.

''माफ करा व्यवस्थापक महाशय,'' रॉबर्टो मध्येच म्हणतो. तो हळूहळू उभा राहतो, झोपडीच्या भिंतीला कुबड्या टेकवून ठेवतो आणि अंगातला चौकड्यांचा शर्ट उगीचच ताठ करत बोलू लागतो, ''हे एकट्या सर्जिओचं म्हणणं नाहीये. म्हणजे त्या स्त्रीच्या मृत्यूला हे नवे डॉक्टर कारणीभूत आहेत, असं मी सुचवणं

योग्य होणार नाही, हे मला माहिती आहे. ती स्त्री खरोखरच खूप आजारी होती आणि या नव्या डॉक्टरांना तिच्या मृत्यूसाठी जबाबदार धरणं अन्याय्य आहे. पण त्या स्त्रीला थोडीतरी मदत करण्याचा प्रयत्न मी करू शकलो असतो. मला असं म्हणायचंय की आम्ही नक्कीच प्रयत्न करू शकलो असतो. आणि त्या स्त्रीच्या कुटुंबीयांचीसुद्धा हीच इच्छा होती. पण हे नवे डॉक्टर... त्यांना इथे येऊन जेमतेम दोनच आठवडे झाले असतील– ते सतत आमचं म्हणणं नाकारत राहिले. आणि आता आणखी एक लहान मुलगी इथे दाखल झालेली आहे.''

''तुझा मुद्दा माझ्या लक्षात आलाय रॉबर्टो. पण त्या संदर्भात आपण चौघं नंतर भेटून बोलू,'' टीम त्याला समजावतो.

पण सर्जिओ पुन्हा उठून उभा राहतो. त्याला बोलल्याशिवाय राहवतच नाहीये बहुधा... ''पण जेव्हा जेव्हा नवे डॉक्टर इथे येतील, त्या प्रत्येक वेळी आम्ही हेच सगळं अनुभवायचं का?'' तो त्वेषानं विचारतो, ''नेहमीच नवे नवे प्रश्न, वेगवेगळे नियम, असंच चालू राहणार आहे का? आणि आता ही नवी रुग्णही दगावली तर? तिलाही उपचार नाहीच मिळाले तर...''

''पुरे! एकदम पुरे! आपण नंतर बोलू... समजलं ना?'' टीम रागानं म्हणतो, पण क्षणात आवाज खाली आणून, पास्कलला त्याच्या सामान ने–आण करण्याच्या कामात या आठवड्यात काही समस्या उद्भवल्या आहेत का, याबद्दल विचारतो.

'माविंगामध्ये राहणं' या वास्तवाबद्दल मी गंभीरपणे विचार करण्याची आता खरोखरच गरज आहे. मला हा मूर्खपणाच वाटायला लागला आहे. या सगळ्या एवढ्या-एवढ्यातच घडलेल्या गोष्टी इतक्या झटकन या थराला कशा पोहोचल्या? इथे येण्यासाठी मी आधीचा थाई दवाखाना सोडला हे माझं मोठंच दुर्दैव म्हणायला हवं... पण कदाचित एखादे दिवशी माझं ते वागणं मला बरोबरही वाटेल. तिथे काम करताना, अगदी सौम्य स्वभावाच्या, मृदूभाषी बर्मी लोकांना माझ्याशी बोलायला कसं लावायचं, हाच मोठा प्रश्न होता. असो.

किती सामान शिल्लक आहे याबद्दलची माहिती पास्कल आम्हाला देतो आहे. त्याचं बोलणं ऐकता ऐकता मी मात्र उगीचच इकडे तिकडे बघतो आहे. याआधी स्त्री-सुधारणेचं काम करणाऱ्या एका संस्थेत नोकरी करत असताना, पास्कल वर्षभर अंगोलात राहिलेला होता, त्यामुळे तो सफाईदारपणे पोर्तुगीज भाषा बोलू शकतो आणि अर्थातच त्याच्यासोबत काम करणाऱ्या इतरांबरोबर जमवून घ्यायला त्याला वेगळे काही प्रयत्न करावे लागत नाहीत. आणि तसंही त्याचं काम तरी काय आहे? अगदी कालच, सामानाची वाहतूक करणाऱ्या रशियन बनावटीच्या एका प्रचंड मोठ्या जेट विमानातून आम्हाला पुढच्या सहा महिन्यांसाठी लागणारं सामान इथे येऊन पोहोचलं. त्या वेळी पास्कलनं त्या

सगळ्याचं फक्त पर्यवेक्षण केलं. 'अॅन्टोनोव्ह' नावाच्या त्या जुन्या झालेल्या विमानानं आमच्या रुग्णालयापासून जेमतेम काही मीटर्स अंतरावर असणाऱ्या आणि धुळीनं भरलेल्या धावपट्टीवर उतरताना, जगाचा विनाश झाला की काय असं वाटावं, इतका प्रचंड मोठा आवाज केला. आफ्रिकेत सकाळी सर्वत्र भरून राहणारी जी दाट शांतता असते; त्या शांततेत कर्कश आवाज करत ते विमान जणू जोरात घुसलं होतं. विसाव्या शतकातल्या यंत्रशास्त्रातलं एक आश्चर्य म्हणावं असं ते महाकाय विमान एखाद्या बैलगाडीनं धूळमाखल्या रस्त्यावर फिरावं तसं फिरताना दिसत होतं, पण हे अतिशय वास्तववादी दृश्य होतं. आसपास राहणारी लहान-लहान मुलं ते विमान बघायला लगेचच तिथे गोळा झाली होती. त्या विमानाच्या टायर्सवर मुठीनं ठोसे मारत होती. विमानाच्या मधल्या सलग भागावर झाडाच्या डहाळ्या घेऊन तडाखे देत होती. एकीकडे सामान वाहतूक विभागातल्या कर्मचाऱ्यांनी विमानातलं सामान उतरवून घेतलं होतं आणि टनावारी आलेलं सामान तपासूनही पाहिलं होतं. त्या सामानात विविध वस्तू होत्या- इंधन, क्लोरिन, वैद्यकीय उपकरणं, मका आणि इतर बारीकसारीक वस्तू जसे की नव्या बांधकामासाठी वायर्स, सिमेंट, वाळू, विटा... भली थोरली यादी झाली असती. पुढच्या काही महिन्यांमध्ये आम्हाला ज्या ज्या गोष्टींची गरज भासू शकली असती, ती ती प्रत्येक गोष्ट त्यात होती. आमच्या या प्रकल्पातलं हे सामान वाहतुकीचं जे काम आहे ना, त्याचं मला सर्वांत जास्त आकर्षण वाटतं. 'जगाच्या काठावरचा भूभाग' समजल्या जाणाऱ्या या प्रांताच्या मध्यभागी असणारा आमचा प्रकल्प म्हणजे पायाभूत गोष्टींची एका अगदी लहान फुग्याएवढी केलेली आधुनिक प्रकारची उभारणी आहे. अन्यथा इथे हे रुग्णालय आणि पाणीपुरवठा योजना इतक्या चांगल्या पद्धतीनं कार्यान्वित करणं शक्यच झालं नसतं. इथल्या सगळ्या तांत्रिक गोष्टींची जबाबदारी पास्कलवर आहे. अशी सामान भरलेली विमानं येणार नसतात, तेव्हा तो कधी जनरेटर दुरुस्त करताना दिसतो, कधी सॅटेलाईटद्वारा उपलब्ध असलेली संपर्कयंत्रणा नीट चालावी म्हणून प्रयत्नशील असतो, कधी नळ जोडणीशी काहीतरी खुडबुड करत असतो, किंवा मग सुरुंगरोधक वाहनातून चकरा मारताना दिसतो. म्हणून मग मलाही आता हे सामान वाहतुकीचं काम करायचं आहे, पास्कलसारखं. मी तर ठरवूनच टाकलंय. पास्कलचं काम मला हवंय. अतिशय सुव्यवस्थित, मोजता येण्यासारखं प्रत्यक्ष दिसणारं काम आणि मदतीला सदैव आनंदी दिसणाऱ्या अंगोलन माणसांचा चमू... वा!

"आणखी कुणाला काही सांगायचं आहे का?" टीमच्या या प्रश्नानं मी स्वतःच्या तंद्रीतून बाहेर येतो.

"हो, इथे आता आणखी एक रुग्ण भरती झाला आहे." सर्जिओ बोलायला

लागताच टीम त्याला थांबवतो आणि "ठीक आहे. ही सभा आता संपली," असं जाहीरच करून टाकतो.

बाकी सगळे जण निघून जातात. टीम, मी, सर्जिओ आणि रॉबर्टो असे चौघं जणच आता तिथे आहोत. एकमेकांच्या विरुद्ध दिशेला तसेच बसलेलो आहोत.

"हा खरोखरच एक मोठा प्रश्न आहे," थोडंसं पुढे येऊन बसत टीम बोलायला सुरुवात करतो. अगदी बारीक कापलेल्या आपल्या काळ्याभोर केसातून तो हात फिरवतो आणि त्या दोन 'क्लिनिकोज'ना त्यांची बाजू मांडायला सांगतो. जवळजवळ पंधरा मिनिटं अगदी भावविवश होऊन ते दोघं आपलं म्हणणं मांडतात. टीमनं भाषांतर करून सांगितलेल्या त्यांच्या तक्रारी ऐकणं हे एखादी कडूजहर गोळी खाण्यासारखं वाटतंय मला. "डॉक्टरांबरोबर आमचं अगदी चांगलं जमावं अशीच आमची इच्छा आहे," सर्जिओ बोलणं संपवताना म्हणतो... "आम्हा सर्वांचं नेतृत्व करेल असा डॉक्टर आम्हाला हवा आहे; पण या परिस्थितीत..." बोलावं की नाही या संभ्रमात सर्जिओ थांबतो.

मग टीम बोलायला लागतो... "तुझ्या प्रामाणिकपणाबद्दल धन्यवाद. आता माझं म्हणणं ऐकून घ्या. मी काही वैद्यकीय क्षेत्रातला माणूस नाही हे तुम्ही जाणताच. या प्रकल्पाचं व्यवस्थापन करता येईल असं शिक्षण मी घेतलेलं आहे. त्यामुळे कोणतंही वैद्यकीय मत देणं हे माझं काम नाही. पण आपले हे डॉक्टर जिनिव्हातल्या सर्जनशी सतत बोलत असतात, हे मला माहिती आहे. त्या सर्जननी दिलेला सल्ला आणि सूचना ते पाळतात. वैद्यकीय समन्वयकांचा सल्लाही ते घेतात. हे सगळे जण माझेही वरिष्ठ आहेत. त्यामुळे एखाद्या रुग्णावर शस्त्रक्रिया करू नये असे त्यांनी सुचवलं असेल, तर आपण ती करायची नाही."

रॉबर्टो माझ्याकडे एक ओझरती नजर टाकतो. सर्जिओ कुठेतरी दूर पाहत बसलाय, पण अस्वस्थ दिसतो आहे. या दोघांशी कसं वागायचं, हे मला अजूनही नीटसं आणि नक्की समजत नाहीये. मला थोडक्यात इथली माहिती जेव्हा सांगितली गेली होती, तेव्हा आवर्जून असंही सांगितलं गेलं होतं की इथले अनेक कर्मचारी पूर्वी 'युनिटा'चे ज्येष्ठ सदस्य होते. पण ते काय म्हणून ज्येष्ठ होते? आरोग्यसेवक म्हणून? राजकारणी म्हणून? शिक्षक म्हणून? की लष्करी अधिकारी म्हणून? देवा... आत्ताच मी जी काही निवेदनपत्रं वाचली, त्यातल्या घटनांमध्ये यातल्या काही माणसांचाही सहभाग होता की काय? म्हणजे त्या क्रूर वागण्यालाही हेच जबाबदार होते का? गनिमीकाव्यानं युद्ध करणारं लष्कर चालवणाऱ्या लोकांशी मी वाद ओढवून घेतला आहे का?... मी असल्या विचारांना मनात थारा द्यायला नको, हे मला समजतंय. प्रत्येक जणच त्या तशा परिस्थितीचा बळी ठरला होता, हेही मी समजू शकतो. त्या परिस्थितीत केवळ जिवंत राहणं हे लोकांसाठी

महत्त्वाचं होतं, आणि म्हणून बळजबरीनं त्यांना काहीही करावं लागलं होतं, जे त्यांनी केलं होतं आणि म्हणूनच आता त्यांची काळजीही घ्यायला हवी आहे – हीच तर या संस्थेची मूळ भूमिका आहे. आमच्या कर्मचाऱ्यांबद्दल स्थानिक लोकांच्या मनात खूप आदरभाव आहे, हे तर खरंच. आणि त्याला तसंच काही कारण नक्कीच असणार. या लोकांना इथे नोकरी देण्याआधी एम.एस.एफ.नं त्यांची पार्श्वभूमी जाणून घेतलीच असेल, असंही मी गृहीत धरू शकतो. याबद्दल मी टीमलाही विचारू शकतो, पण मला वाटतं हे सगळं मी समजून घ्यायलाच नको आहे.

"या वैद्यकीय विषयात लक्ष घालण्याची माझी इच्छा नाहीये, कारण ते माझं काम नाहीये." टीम ती चर्चा थांबवत म्हणतो. "पण हा वाद जर असाच चालू राहणार असेल, तर वैद्यकीय सल्लागारांमार्फत आपल्याला याविषयी अगदी स्पष्ट आणि स्वच्छ नियम ठरवून घ्यावे लागतील, हे मात्र नक्की. पुढचे आणखी सहा महिने तुम्हाला इथं एकत्र काम करायचं आहे, त्यामुळे यातून तुम्ही काहीतरी मार्ग काढणं गरजेचं आहे. तेव्हा कृपा करून तो शोधा. तुमचे आणखी काही प्रश्न असतील तर तुम्ही थेट मला येऊन भेटा. ठीक आहे?"

सर्जिओ आणि रॉबर्टो उठतात आणि ताबडतोब त्या आवाराच्या बाहेर निघून जातात. मी मात्र तिथेच थांबतो.

"हा फारच पेचात टाकणारा प्रसंग आहे, नाही का?" टीम हसून विचारतो.

"या विषयावर आणखी थोडी चर्चा होईल असं मला वाटलं होतं रे, खरंच मनापासून सांगतोय..."

"तू ना, ऑफिसमध्ये ठेवलेले जुने वैद्यकीय अहवाल अगदी बारकाईनं वाचायला हवे होतेस," मला मध्येच थांबवत टीम म्हणतो, "सर्जिओ गेली अनेक वर्षं इथे आहे आणि असाच आहे. कर्मचाऱ्यांमध्ये समन्वय साधण्याचं काम करणाऱ्यांशी त्याचे फार चांगले संबंध आहेत. पण त्याला मनातून असं वाटतं की हे रुग्णालय त्याचं आहे. आणि रॉबर्टोबद्दल काय सांगू? युद्धात जखमी झालेल्यांवर शस्त्रक्रिया करण्याचा त्याला अनुभव आहे आणि तुला असा अनुभव नाही, हाच त्याच्या दृष्टीनं तुझ्यातला आणि त्याच्यातला मोठा फरक आहे. आणि मित्रा, त्या सगळ्यांच्या तुलनेत तू दिसतोसही खूप लहान!" माझी अस्वस्थता जाणवून टीम बहुतेक माझी समजूत घालण्याचा प्रयत्न करतोय.

माझ्या आधीचे डॉक्टर सगळं कसं काय जमवत होते, असं मी त्याला विचारतो.

त्यावर टीम शांतपणे सांगतो की, "तुझ्या आधीची डॉक्टर शस्त्रक्रियेच्या आणि प्रसूतीच्या बाबतीत अनुभवी होती. त्यामुळे या दोन गोष्टींतच ती तिचा

बराचसा वेळ घालवत असे. आणि 'जनरल वॉर्ड'मधल्या रुग्णांसाठी तितका वेळ देत नसे. त्या आधीच्या इतर डॉक्टरांची आणि माझी भेट मात्र झालेली नाही, कारण गेले काही महिनेच मी इथे काम करतो आहे. पण मी खात्रीनं तुला सांगू शकतो की, नव्यानं कुणीही इथे कामासाठी रुजू झाला, तरी आल्या आल्या त्याला असंच चाचपून पाहिलं जाणं हे नेहमीचंच आहे. दुसऱ्या एका प्रकल्पावर तर एकदा तिथल्या स्थानिक कर्मचाऱ्यांनी संप केलेलाही मी पाहिला आहे, आणि त्या संपाचं कारण एवढंच होतं की बाहेरून आलेल्या काही जणांबरोबर त्यांना काम करायचं नव्हतं.''

थोड्याच अंतरावर असणाऱ्या जेवणाच्या खोलीकडे आम्ही एकत्रच निघालो आहोत. वेगवेगळ्या लसी ठेवलेल्या फ्रिजमध्ये ठेवलेली 'कॅसल' बिअरची बाटली घेऊन, त्या खोलीतल्या प्लॅस्टिकच्या खुर्च्यांवर आम्ही धपकन जाऊन बसतो. जनरेटरचा विशिष्ट आवाज सुरू होतो. आपण चुकीच्या नकोशा वाटणाऱ्या जागी उगीच आगंतुकपणा करून आलोय, असं काहीसं मला वाटतंय. पण अजूनही आमच्या कुंपणाबाहेरून, अगदी जवळून खूप आनंददायक वाटेल असा एक आवाज मला ऐकू येतोय– जवळपासच्या झोपड्यात राहणारी मुलं तिथे खेळताहेत, त्यांचा आवाज – ती मुलं टाळ्या वाजवताहेत, किनऱ्या आवाजात गाणी म्हणत आहेत. शिवाय इथल्या उघड्या दारातून मला आकाशही दिसतंय – काहीच मिनिटांपूर्वी सूर्य अस्ताला गेलाय आणि आता आकाशात पसरलेल्या लाल–गुलाबी रंगांमुळे आकाश जणू लाजून गेलंय असं वाटतंय. माविंगामधली ही एक सुखद आणि आश्वासक गोष्ट आहे, असो. आत्ता आमच्यासमोर संत्र्यांच्या पांचट रसात बुडवून ठेवलेले, सकाळीच केलेले बकऱ्याचे छोटे छोटे तुकडे ठेवलेले आहेत.

''तुला त्यांच्याबरोबर जमवून घ्यायला हवं,'' टीम समजुतीच्या सुरात बोलायला लागतो. ''दर सहा महिन्यांनी किंवा कधी कधी त्याहूनही जास्त वेळा या लोकांची नव्या नव्या डॉक्टरांशी गाठ पडते. तुम्ही सगळेच डॉक्टर इथे आल्या आल्याच काही ना काही बदल करायचा प्रयत्न करता. काहीच महिन्यांत नवा डॉक्टर येऊन तेच करायला लागतो. त्यांच्या यादीत तूही तुझं नाव घालताना दिसतो आहेस रे मित्रा मला...!''

टीमचं म्हणणं पटल्यासारखी मी मान हलवतो. इथे जे जे प्रश्न मला हाताळावे लागणार आहेत, त्या प्रश्नांची एक छोटी पुस्तिकाच माझ्या नजरेसमोर तरळताना दिसत्येय मला.

टीम मात्र शांतपणे, हळूच हसत मला सांगतोय की, ''या सगळ्या परिस्थितीसाठी आपण सगळेच कारणीभूत आहोत. खरं तर हा प्रकल्प गेली अनेक वर्षं चालू आहे. इथल्या कर्मचाऱ्यांचे एकमेकांशी खूप जवळचे, सलोख्याचे संबंध आहेत.

त्यांच्या दृष्टीनं तू इथे आलेला आणखी एक त्रयस्थ माणूस आहेस. पण तू मात्र दिवसभर त्या वॉर्डमध्ये असणं आवश्यक आहे.'' तो क्षणभर थांबतो. एक मोठा घोट घेतो आणि शांतपणे एकटक खिडकीबाहेर बघतो. मग परत बोलायला लागतो, ''तुला कल्पना आहे ना की त्या सगळ्यांसाठी सध्या परिस्थिती कठीण म्हणावी अशी आहे. सहा महिन्यांनी आपण हे रुग्णालय सरकारच्या ताब्यात देणार आहोत. त्यानंतर मग अंगोलामध्ये एम.एस.एफ.चं वास्तव्य असणार नाहीये. त्यांचे सगळे प्रकल्प बंद होताहेत. त्यानंतर जर या आरोग्यसेवकांना काम करत राहायचं असेल तर त्यांना ते स्वतःच्या जबाबदारीवर करावं लागेल. पुढचे अगदी थोडेच महिने त्यांना एम.एस.एफ.चा औपचारिक आधार असणार आहे आणि त्यांच्याबरोबर एखादा डॉक्टर असण्याचीसुद्धा कदाचित ही शेवटचीच वेळ असेल. त्यामुळे तुला बरंच काही शिकवण्याची गरज आहे. प्रश्न नेमके काय आहेत ते शोधून काढ आणि मग सर्जिओशी तुझं दुमत होत असेल, त्याचा तुला विरोध असला, तरी तू तुझ्या मतांशी ठाम राहा. जे करण्याची खरोखरच गरज आहे तेच कर. आणि रॉबर्टोबद्दल काय सांगू? माझ्याशी तर तो एकदम नम्रपणाने वागतो आणि माझ्याबरोबर बिअरही पितो... त्याच्याशी जमवून घेण्यासाठी मी तुला शुभेच्छा देतो.''

इतक्यात धुळीनं पूर्ण माखलेला पास्कल घाईघाईनं आत येतो. खूप वैतागलेला दिसतोय. ''शी! सगळा नुसता बेफिकीरपणा आहे...'' तो थेट जाहीरच करून टाकतो, आणि आमचे प्रश्नार्थक चेहरे पाहून सांगू लागतो. ''ऐका, थोड्याच वेळापूर्वी जम्बा त्या तंबूत होता आणि या खूप मोठ्या ऑर्डरप्रमाणे सगळं सामान आलंय ना ते तपासत होता. पण नव्या गोंधळामुळे हे तपासणीचं काम बरेच दिवस चालणार आहे. खूप मोठा गोंधळ आहे– ऑर्डरमधल्या खूपशा गोष्टी सापडतच नाहीयेत.''

''म्हणजे चोरीला गेल्यात?''

''नक्कीच. काही खोकी उघडलेली होती आणि पुन्हा ती सील केली गेली आहेत– अगदी पहिल्यासारखी. आणि विशेष म्हणजे सगळ्या महागड्या वस्तूच हरवल्या आहेत – त्यातही बरीचशी औषधंच दिसत नाहीयेत. पण आता त्या प्रश्नासाठी आम्ही उद्याचा दिवस राखून ठेवलाय. आत्ता मला हे सांगायचं आहे की, जम्बाने एक खोकं उघडलं आहे असं... आणि तो त्या खोक्यामध्ये काहीतरी कसून शोधतो आहे. खोक्यात अगदी आत डोकं घालून एकाग्रपणानं त्याचं काम चाललं आहे. पण तेवढ्यात त्याच्या बाजूनं हळूच टोयोटा येतो – अगदी पायही न वाजवता असा...''

टोयोटा अजिबात आवाज न करता, अगदी हळूच तिथे कसा आला याची

हुबेहूब नक्कल करून दाखवणाऱ्या पास्कलकडे बघून मी आणि टीम हसायला लागतो. पण पास्कलची ती गोष्ट पुरी व्हायच्या आतच आमचं लक्ष विचलित करणारी एक गोष्ट घडते. आमचे विचार एकदम थांबतात. तीन डोकी एकदम गर्रकन वळतात – कार्निव्हलच्या मिरवणुकीतल्या विदूषकांसारखी – आणि आम्ही आ वासून बघत राहतो... कारण अंगाभोवती घट्टपणे फक्त टॉवेल गुंडाळलेली अँड्रिया नुकतीच अंघोळ करून बाथरूममधून बाहेर पडलेली असते आणि ती आवार ओलांडत तिच्या खोलीकडे चाललेली असते.

''काय हा बेफिकीरपणा!'' माझ्या बाजूला उभा असलेला कुणीतरी म्हणतो.

पण आता काही महिने तरी चवीचवीने चघळायला आम्हाला हा विषय पुरणार आहे हे नक्की.

माविंगा - एक वेगळंच शहर

सुसाट वारा सोबत घेऊन आलेली आणखी एक सकाळ. आगडोंब उसळल्यासारख्या भासणाऱ्या आकाशाच्या पार्श्वभूमीवर या रुग्णालयाच्या मुख्य प्रवेशद्वारावर फडकणारा एम.एस.एफ.चा लाल-पांढरा झेंडा चित्र रेखाटतोय असं काहीसं वाटतंय. त्या दरवाजापाशी प्लॅस्टिकच्या खुर्चीत आरामात रेलून बसलेला आमचा एक सुरक्षारक्षक सिगारेट पेटवण्याची खटपट करत बसलाय. त्याच्या शेजारूनच त्या दारातून मी आत येतो. तेवढ्यात एक लहान मुलगी मला अडवते.

'तिरे उमा फोटो' असं म्हणत ती चुणचुणीत मुलगी मला काहीतरी सांगते. या शहरात फिरता फिरता आता मला जी काही वाक्यं समजायला लागली आहेत त्यातलंच ते एक वाक्य आहे. मी तिचा फोटो काढावा असं तिला म्हणायचं आहे. तिच्यासोबत असलेली तिची मोठी बहीणही तिला दुजोरा देते. 'गोरा माणूस' संबोधत तीही मला फोटो काढण्यासाठी गळ घालते. लाकडी कुबड्यांवर भार देत ती उभी आहे आणि बऱ्याच वर्षांपासून ती त्या वापरत असावी असं वाटतंय. तिचा डावा पाय शक्तिहीन असल्यासारखा, वाळून गेल्यासारखा लोंबकळतो आहे. तो पाय पाहून तिला पोलिओ झाला असावा, अशी मला शंका येत्येय. हा आजार इथे अजूनही अस्तित्वात आहे तर... तिचं वय लक्षात घेता युद्धकाळातच तिला हा आजार झाला असावा, असं वाटतंय. तो काळच असा होता की एका संपूर्ण पिढीलाच कुठल्याही प्रतिबंधक लसी दिल्या गेल्या नसणार. त्या अनोळखी मुलीबद्दल मला खूप हळहळ वाटते.

माझ्याकडे कॅमेरा नसल्याचं मी त्या दोघींना सांगतो. माझे रिकामे खिसे त्यांना चाचपून दाखवतो. पण त्यांची डोकी खाली झुकलेली असली तरी त्यांचे छोटे छोटे बुजरे डोळे माझ्याकडे निरखून पाहत आहेत हे माझ्या लक्षात येतंय. त्यांच्या कोवळ्या आवाजाची पट्टीही थोडी वाढलेली आहे. त्यामुळे आता मला पर्यायच नाहीये. ऑफिसमध्ये जाऊन मी माझा कॅमेरा घेऊन येतो. त्या मुलींबरोबर

आता तिथे मोठ्याने ओरडत उड्या मारणारी आणखी काही मुलं गोळा झाली आहेत. ती जवळपास सहा–सात मुलंही फोटो काढण्यासाठी खूप उतावीळ झाली आहेत आणि स्वतःला पुढे उभं राहता यावं म्हणून त्यांचं एकमेकांना कोपरानं ढोसणं, ढकलणं सुरू आहे.

मी त्या इतर मुलांना थोडं थांबायला सांगतो. त्या दोन बहिणींचा फोटो काढून झाल्यावर मग त्या प्रत्येकाचा फोटो काढेन असं त्यांना समजावतो, पण त्यातल्या दोघांचा एकत्र फोटो काढणंही खरोखरच अशक्य आहे. ते सतत हालचाल करताहेत, सतत चुळबुळ करत पुढे येताहेत आणि कॅमेऱ्याला डोळे अगदी चिकटले तरच थांबताहेत. कॅमेऱ्याच्या त्या छोट्याशा छिद्रातून पलीकडे काय दिसतं ते पाहायला ती सगळीच मुलं अगदी उतावीळ झाली आहेत.

मी थोडासा मागे सरकतो... तर लगेच ते थोडे पुढे येताहेत.

"हे काय चाललंय?" मला त्यांच्यावर नीट रागावताही येत नाहीये. मी पुन्हा फोटो काढण्याचा प्रयत्न करत उभा राहतो, कारण त्या बहिणीमधली लहान बहीण हातातली तपकिरी रंगाची बाटली दोघींच्यामध्ये धरून, झोका दिल्यासारखी हलवत उभी आहे. मी खुणेनीच तिला तसं न करण्याबद्दल सांगतो. ती शांतपणे बाटली माझ्या हातात देते. नामीबियातून आयात केलेल्या 'विंडहोएक लॅगर' नावाच्या बिअरची ती बाटली असते. "तुला ही बाटली कशाला हवीये?" मी तिला विचारतो आणि नकळतच मला हसू येतं.

"ही बिअर नाहीये," डोकं हलवत ती निष्पापपणे मला सांगते. पण ती रिकामी बाटली नक्की बिअरचीच असते. तिच्या झाकणात काळ्याभोर केसांचा एक पुंजका अडकलेला असतो. "हे काय आहे?" तो लोकरीसारखा पुंजका तिला दाखवत मी विचारतो.

ती नुसतीच हसते, माझ्याकडून बाटली परत घेते आणि एखाद्या छोट्याशा राजकन्येच्या रुबाबात मला सांगते, "ती माझी बाहुली आहे." ...राजकन्या... फाटलेला, ढगळ–गबाळा आणि धुता–धुता नदीच्या काठावरच ज्याचा रंग जणू वाहून गेलाय असा झगा घातलेली राजकन्या... मला खूप गलबलल्यासारखं होतंय...

"ही माझी बाहुली आहे," हे तिनं जर इतक्या गंभीरपणे सांगितलं नसतं, तर कदाचित त्या उत्तरावर मी हसलो असतो. मागं त्या लग्नासाठी न्यायला म्हणून जी भेटवस्तू नेण्याचा सल्ला आम्हाला मिळाला होता, त्या भेटीची मला आत्ता उगीचच एकदम आठवण होत्येय. किंवा प्रत्येकच गोष्ट वाचवून, सांभाळून ठेवण्याची इथल्या लोकांची ही पद्धत असावी– प्रत्येक वस्तू– म्हणजे बाटल्या, प्लॅस्टिकच्या पिशव्या, जुने कपडे – किंवा दागिन्यांसारखे वापरण्यासाठी गुंफलेले सुतळीचे तुकडे किंवा पट्टा म्हणून वापरल्या जाणाऱ्या लांब लांब वायर्स... अशा

कितीतरी गोष्टी मला आठवतात. मोजमापच करता येणार नाही इतकं कमालीचं दारिद्र्य आहे हे– फक्त अस्तित्व– जिवंत असणं हीच स्थिती ... खोल गेलेले गाल, हाडकुळे हात–पाय आणि बांडगूळ वाटावं असं सुजलेलं पोट, अंगभर उठलेल्या नायट्याच्या चट्ट्यांमुळे त्वचेवर सगळीकडे पसरल्यासारखे दिसणारे रुक्ष डाग, अशीच दिसतात इथली ही लहान लहान मुलं – आणि माझ्या इथे येण्याचं हेच कारण आहे, असं मी मनाशी पक्कं ठरवलंय – या बहिणीसाठी, जिला कधीच पोलिओ व्हायला नको होता. एक केसाळ, बिन डोळ्यांची, बिअरच्या बाटलीची बाहुली आपल्याकडे आहे, याचाच अभिमान बाळगणाऱ्या या छोट्या मुलीसाठी, मी इथे आलोय. आणि हो, अशा इतर असंख्य लोकांसाठी मी आलोय, जे धुराने व्यापलेल्या झोपड्यांमध्ये खडबडीत जमिनीवर झोपतात. आणि त्यांच्या मुलांना मलेरिया झाला किंवा जोडीदाराला टी.बी. झाला, तर 'रुग्णालय' हेच ज्यांच्यासाठी आशेचं एकमेव स्थान असतं.

म्हणून आता मी इतर कशाचीच पर्वा करणार नाहीये– त्या गुबगुबीत आरोग्यसेवकाच्या दमदाटीला आता मी अजिबात घाबरणार नाहीये – आणि स्वतःचं म्हणणं माझ्यावर लादू पाहणाऱ्या त्या हडकुळ्या आणि युद्धकाळातला 'सर्जन' म्हणून ओळखल्या जाणाऱ्या त्याच्या सहकाऱ्यालाही घाबरणार नाहीये. त्यानं मला घाबरवून टाकलं होतं हे मी प्रामाणिकपणे मान्य करतो, पण आता पुन्हा तसं होणार नाही. आता आत्मविश्वासानं मी इथल्या माझ्या वास्तव्याचा तिसरा आठवडा सुरू करतो आहे. वॉर्डमध्ये माझ्यावर वाट्टेल ते आरोप करणाऱ्यांना आता मी धैर्यानं सामोरा जाणार आहे. कारण 'शस्त्रक्रिया' हा इथला एकमेव प्रश्न नाहीये, हे आता मला ठामपणे समजलंय.

***

"डॉक्टरांना भेटायचं आहे–" हातातली चिठ्ठी वाचत मॅन्युअल हा ज्येष्ठ परिचारक म्हणतो. आज स्त्रियांच्या वॉर्डची काळजी घेण्याचं काम त्याच्याकडे आहे.

"ही अशीच पद्धत असते का इथली?" मी विचारतो.

"हो."

"अशा चिठ्ठीवर दुसरं काहीच लिहायचं नसतं का?"

"नाही."

"तुम्ही या स्त्रीला कोणतीच औषधं देत नाही आहात का?"

"नाही, काहीच नाही."

सकाळच्या वेळी वॉर्डमध्ये अशा वेळखाऊ तपासण्या करत फिरावं लागतं, आणि नव्यानं दाखल झालेल्या रुग्णाची माहिती घेताना नेहमी असेच संवाद होत असतात.

“पण या स्त्रीच्या आजाराचं निदान काय झालंय? नक्की काय त्रास होतो आहे तिला?” मी विचारतो.

मॅन्युअल लगेच काहीच बोलत नाही. प्रयोगशाळेसाठी घातलेला आपला कोट सैल करतो, मान वाकडी करतो आणि तपकिरी रंगाच्या लोकरीच्या शर्टाच्या कॉलरमध्ये हात घालून तिथली त्वचा खाजवतो. आत्तापर्यंत त्याच्या अंगावर मी फक्त हाच एक शर्ट पाहिलाय. आता तो संथपणे म्हणतो, “अहो नवे डॉक्टर, अशा चिठ्ठ्यांवर कधीच आजाराचं निदान लिहिलेलं नसतं. ‘डॉक्टरांना भेटायचं आहे’ एवढंच लिहिलेलं असतं.”

“बरोबर आहे. पण ते बाह्य रुग्ण विभागातल्या आरोग्यसेवकानं लिहिलंय ना? आता तू तिची देखभाल करतो आहेस, तर तुला काय वाटतंय? काय झालं असेल त्या स्त्रीला?”

“छे! ते काही मी नक्की सांगू शकत नाही,” तो खांदे उडवत म्हणतो. तीन परिचारिका आणि आणखी पाच ज्येष्ठ आरोग्यसेवक त्याच्यामागे शांतपणे उभे असल्यासारखं वाटतं. पण त्या काँक्रीटच्या डागाळलेल्या फरशीवर उभं राहत चाललेली त्यांची चुळबुळ मला जाणवत्येय.

“तिची मलेरियाची चाचणी नकारात्मक आलेली आहे, आणि तिला कफही झालेला नाहीये.” मॅन्युअल सांगतो.

“ठीक आहे. मग हा मलेरिया नसेल किंवा छातीतला संसर्गही नसेल, पण तिच्या अंगात ताप आहे. तो ताप येण्याचं नक्कीच काहीतरी कारण असणार. त्यामुळे हा तापाचा संसर्ग कशामुळे झाला असावा ते आपण शोधायला पाहिजे. इतर कोणता संसर्ग असू शकतो हा?”

“काहीही असू शकतं हो नवे डॉक्टर. अगदी काहीही!” मॅन्युअल थंडपणे उत्तरतो.

त्याचं म्हणणं बरोबर आहे. खरोखरच हा कसलाही संसर्ग असू शकतो – बॅक्टेरियांमुळे झालेला, रोगांच्या विषाणूंमुळे झालेला, नाहीतर बुरशीजन्य किंवा परोपजीवी प्राण्यांमुळे झालेला – जगाच्या या भागात या विषयावरची जी पुस्तकं उपलब्ध आहेत, त्यातल्या मी वाचलेल्या पुस्तकांनुसार या संसर्गांमुळे सर्वांत जास्त आजार होतात. ज्यांच्या नावाचा उच्चारही करता येणार नाही असे, स्पष्टपणे दिसणार नाहीत असे, आणि ज्यांचं निदान करणं अतिशय कठीण असतं असे, शोधता येणार नाहीत असे हजारो प्रकारचे जंतू आहेत, ज्यांच्यामुळे असे हजारो प्रकारचे संसर्ग होतात, ज्यांच्याबद्दल मी ऐकलेलं असलं तरी प्रत्यक्षात कधी त्यांना पाहिलेलं नाहीये.

“मला तुझं म्हणणं पटतंय मॅन्युअल. तिला यापूर्वी काय काय त्रास झाले

होते ते जाणून घेऊन, आपण तिला इथपासून इथपर्यंत तपासायला हवं–'' आधी तिच्या डोक्याकडे आणि मग पायांकडे बोट दाखवून मी म्हणतो. वॉर्डमध्ये असताना केवळ 'मूकाभिनय' अर्थात, फक्त खाणाखुणांच्या माध्यमातून संवाद साधण्याची ही पद्धत, आत्ता माझ्यासाठी संवाद साधण्याची महत्त्वाची पद्धत ठरली आहे, कारण त्याला पर्यायच नाहीये. तसे वेगवेगळे पोर्तुगीज शब्द आणि त्यांचे इंग्रजी अर्थ लिहिलेला कागद नेहमीच माझ्या हाताशी असतो, आणि तरीही मी कुठं अडलोच, तर बहुतेक वेळा अँड्रियासुद्धा माझ्या मदतीला असते. ''त्यामुळे तुला आता या स्त्रीची संपूर्ण तपासणी करायला हवी, मॅन्युअल. तशी तपासणी तू केली आहेस का?'' मी विचारतो.

''नाही –'' परत एक थंड उत्तर.

''का नाही केलीस?'' मी पुन्हा विचारतो.

''कारण तिला तुम्हाला भेटायचं होतं हो, नवे डॉक्टर.''

''ते मला माहितीये. पण मॅन्युअल, तू अजूनही तिला तपासू शकतोस.''

''पण तसं करण्यात काहीच अर्थ नाही. काय करायचं ते आधीच ठरलेलं आहे. तसं लिहिलेलंही आहे.''

''कुठं लिहिलंय?'' मी विचारतो.

''हे काय इथे...''

''इथे काहीच लिहिलेलं नाहीये.''

''अहो आहे लिहिलेलं...'' मॅन्युअल आता माझा अंत बघतोय.

''कुठं आहे?''

''हे काय... डॉक्टरांना भेटायचं आहे, असं लिहिलंय की –'' मॅन्युअल माझ्या संतापण्याची वाट बघतोय असं मला उगीचच वाटून जातं.

आणि इथले कर्मचारी अकार्यक्षम आहेत, म्हणून हे असं घडतंय, अशातलाही भाग नाहीये. इथल्या अनेक वरिष्ठ आरोग्यसेवकांना या कामाचा अनेक वर्षांचा अनुभव आहे. सर्जिओचं बढाया मारणं सोडलं, तर रोगचिकित्सेच्या बाबतीत इतर अनेक जुन्या जाणत्या आरोग्यसेवकांप्रमाणेच तोही खूप हुशार आहे. जे आजार माझ्या देशात मी कधीच पाहिले नव्हते, अशा आजारांवर अनेक वर्षं ते उपचार करताहेत आणि इथला खरा प्रश्न हाच आहे...

आवाज जास्तीत जास्त शांत ठेवत मी मॅन्युअलला सांगतो, ''हे बघ, आपण काल याविषयी बोललो आहोत. या सगळ्या रुग्णांची तपासणी तू करायला पाहिजेस, असंही मी तुला सांगितलंय...'' बोलणं अर्धवट टाकून मी तसाच अँड्रियाला बोलवायला जातो. पुढे मी जे बोलणार आहे ते या लोकांना समजावून सांगण्यासाठी मला तिची मदत हवी आहे. कारण मी बोलायचा प्रयत्न करतो,

तेव्हा रागानं उंचावलेल्या भुवयांची एक रांगच माझ्यासमोर उभी आहे, असं मला वाटत राहतं. मग मी पुन्हा बोलायला सुरुवात करतो, "हे पाहा, तुम्ही आरोग्यसेवक आहात, फक्त कागदांशी संबंध असणारे कारकून नाही. मी जे म्हणतो ते फक्त कागदावर उतरवून काढण्यासाठी तुम्ही इथे आलेले नाही आहात. तुम्हाला वैद्यकीय ज्ञान आहे, वैद्यकीय अनुभव आहे, बरोबर ना? हे ज्ञान, हा अनुभव तुम्ही उपयोगात आणायला पाहिजे मॅन्युअल. माझी अशी इच्छा आहे की तुम्ही सर्व जणांनी रुग्णांना तपासून त्यांच्या आजाराचं निदान करायचं, त्यावर कोणते उपचार करायला हवेत हे ठरवायचं, आणि नंतर आपण सर्वांनी त्यावर चर्चा करायची. ठीक आहे?"

पण त्यांच्यापैकी कुणाच्याच दृष्टीनं हे 'ठीक' नसतं.

'हे सगळं खूप गोंधळात टाकणारं आहे' असं सगळेच आरोग्यसेवक तक्रारीच्या सुरात मला सांगतात. आधीच्या एका डॉक्टरांचा असा आग्रह असे की, त्या सर्व आरोग्यसेवकांनी दिवसभरात म्हणजे कामाच्या वेळेत कोणताच निर्णय घ्यायचा नाही. कामाची वेळ संपल्यानंतर काय ते ठरवायचं. त्याआधी इथे ज्या महिला डॉक्टर होत्या, त्यांनी या सेवकांना बजावून ठेवलं होतं की त्यांनी रुग्णाला पाहिल्याशिवाय कोणतेही उपचार सुरूच करायचे नाहीत. आणखी एका डॉक्टरांनी तर लहान मुलांवर औषधोपचार करण्यास या सेवकांना जणू बंदीच घातली होती; पण मोठ्या माणसांवर उपचार करण्याची त्यांना परवानगी होती. या सगळ्यामुळे या सेवकांच्या कामात आणि त्यांच्यावर असणाऱ्या जबाबदारीतही कुठलंच सातत्य नव्हतं. आणि यामुळेच इथे कोणीच कशासाठीच जबाबदार असत नाही, हे उघड आहे. रुग्णाच्या उपचारांसाठी नक्की कोण जबाबदार असतं मग?... मी या विचारानं चक्रावून जातो. सगळंच अवघड आहे, असं वाटल्याशिवाय राहत नाही.

महिलांच्या वॉर्डमध्ये दाखल असलेल्या इतर आठ जणींना बघण्यासाठी आम्ही तिकडे जातो. पहिल्या रुग्णापासून शेवटच्या रुग्णापर्यंत, सगळ्यांचं निदान गृहीतच धरलेलं असतं... टायफॉईडचा ताप, गुप्तरोग, महारोगरोधक औषधांचे त्वचेवर झालेले परिणाम, वेगळेपणाने निदान करता येणार नाही अशी पोटदुखी, मासिकपाळीमध्ये होणाऱ्या वेदना, पाठदुखी आणि मूत्रपिंडात जंतुसंसर्ग... अगदी ठोक निदान. आणि स्तनांचा कर्करोग झालेली मारिया नावाची जेमतेम एकोणतीस वर्षांची एक तरुण स्त्री. तिच्या स्तनातील गाठींना व्रण पडले आहेत; आणि त्यातून दुर्गंधीयुक्त द्राव सतत झिरपतो आहे. याच्या जोडीला तिच्या काखेतही मोठ्ठं गळू झालं होतं. कॅन्सर तिथेपर्यंत पसरला असण्याची शक्यता आहे. काल आम्ही त्या गळवाचा निचरा केला होता. आज सकाळी तिचा रक्तदाब सत्तरपर्यंत खाली गेला होता, असं मॅन्युअल सांगतोय.

“सत्तर? तुला खात्री आहे?” मी विचारतो.

मॅन्युअलच्या खांद्यामागून डोकावत सॅबिनो पुन्हा एकदा तिच्या प्रकृतीचे तपशील लिहिलेला तक्ता तपासतो. हा सॅबिनोही एक उंचापुरा आरोग्यसेवक आहे. त्याच्या पुढच्या दोन दातांत मोठी फट आहे. लहान मुलासारखा वाटणारा त्याचा चेहरा झाकणारी काळ्या रंगाची कातडयाची टोपी त्यानं घातलेली आहे... “हो, सत्तरच आहे. इथे तरी तसंच लिहिलंय,” तो नेभळटपणानं म्हणतो.

“पण म्हणजे हा झटकाच म्हणायला हवा– हे गंभीर लक्षण आहे. हिच्यावर अजून उपचार कसे सुरू केले नाहीयेत कोणी? या तक्त्याप्रमाणे काल दुपारपासून हिचा रक्तदाब इतका कमी झालाय. ही नोंद कुणी केली आहे?” मी माझी अस्वस्थता लपवू शकत नाही.

“मी केली आहे,” एक परिचारिका कबूल करते.

“अगं वेरॉनिका, ही गोष्ट तू लगेच कुणाला तरी सांगायला हवी होतीस. याकडे तातडीनं लक्ष द्यायची गरज असते. नुसती नोंद करून निघून जायचं, याला काय अर्थ आहे?”... आता तिला बोलत बसण्यातही वेळ घालवायला नको, हे क्षणात मला जाणवतं...

मग ताबडतोब शिरेतून औषधं देण्याची साधनं आणि द्रवरूप औषधांच्या पिशव्या आणल्या जातात. योग्य शीर पाहून औषध सुरू केलं जातं. आणि मग... मग तितक्याच तातडीनं एकमेकांवर आरोप करण्यास सुरुवात होते...

“या तक्त्यावर अगदी समोरच आणि लाल अक्षरात मी ही नोंद करून ठेवली होती. वरिष्ठ आरोग्यसेवकांनी ती पाहायला हवी होती–” वेरॉनिका ठामपणे म्हणते.

“ती नोंद केल्याची वेळ बघा,” सॅबिनो स्वतःचा बचाव करत म्हणतो. “मी त्या वेळी जेवायला गेलो होतो. कार्लोस इथलं काम पाहत होता.”

“म्हणून काय संपूर्ण रुग्णालयाची जबाबदारी माझ्यावर होती का?” कार्लोस ओरडून म्हणतो, “सगळेच जेवायला गेले होते. इथे पासष्ठ रुग्ण होते. तो अतिदक्षता विभागात ठेवलेला रुग्ण फारच अस्वस्थ झाला होता. रात्रपाळीला असणाऱ्या आरोग्यसेवकानं का नाही पाहिली ही नोंद?”

“कारण तो झोपलेला असतो,” जवळच असलेला सफाई कामगार उपरोधिकपणे म्हणतो.

“नाही, तो झोपलेला नव्हता. त्यानं चार नवे रुग्ण दाखल करून घेतलेत. विचारा ना हो त्याला नवे डॉक्टर,” थेरेसा त्या रात्रपाळीच्या माणसाची बाजू घेत म्हणतो, कारण त्या नव्या रुग्णांसाठी तोही तेव्हा आलेला असतो.

“पण अहो नवे डॉक्टर,” इतका वेळ गप्प असलेला सर्जिओ सुस्कारा

टाकत म्हणतो... "तुम्ही या रुग्णालयाचे प्रमुख आहात ना? आम्ही याविषयी चर्चाही केली होती, पण या गोष्टी तुम्हीच तपासायला पाहिजेत."

हे सगळेच मुद्दे बरोबर आहेत. मला असं वाटतं की या लोकांची आणि माझी पार्श्वभूमीच वेगळी असल्याचा हा परिणाम आहे. अठरा वर्षं अतिशय पद्धतशीर आणि औपचारिक असं शिक्षण मी घेतलंय, त्यातून मला मार्गदर्शन मिळालंय. पण हे लोक युद्धकाळात कसेबसे तग धरून राहिलेले आहेत. बऱ्याच आरोग्यसेवकांना त्यांनी घेतलेल्या शिक्षणाची पातळी लक्षात न घेता, खूप पट्‌कन बढती मिळालेली आहे, कारण हा प्रांतच असा आहे, जिथे साक्षरता आणि आकडेमोड करण्याचं कौशल्य हे फार थोड्या लोकांकडेच आहे आणि त्यांच्यासाठी ते फायदेशीर ठरलेलं आहे.

पण या सगळ्या गोष्टींबद्दल बोलायलाच पाहिजे. मी इथे आणखी फक्त पाचच महिने असणार आहे, पण तरीही मला खात्री वाटते की, इथल्या सर्वसामान्य वैद्यकीय स्थितीवर आम्ही जर सातत्यानं परत परत लक्ष केंद्रित केलं आणि वॉर्डमधल्या कामांची जबाबदारी सर्वांना स्पष्टपणे वाटून दिली, तर रुग्णांची देखभाल करण्याच्या दृष्टीनं त्याचा नक्कीच थोडातरी फायदा होईल. अर्थात, असा प्रयत्न करणारा मी काही इथला पहिलाच डॉक्टर नाहीये. माझ्या आधी इतर देशांतले जे डॉक्टर इथे येऊन गेले, त्यांनीसुद्धा इथल्या कर्मचाऱ्यांना खूप काही शिकवण्याचा प्रयत्न केला होता. त्यांनी त्या संदर्भात वेळोवेळी काढलेल्या पत्रकांनी इथल्या ऑफिसमधल्या फायली ओसंडून गेल्यात. पण मी जर इथला शेवटचा स्वयंसेवी डॉक्टर असणार आहे, तर मग हे रुग्णालय लवकरच पुरेसं कार्यक्षम होईल आणि स्वतंत्रपणे चालवलं जाईल, हे बघणं माझ्यासाठी गरजेचं आहे. निदान माझ्या दृष्टीनं तरी, 'स्वयंसेवक' म्हणून आमचं हे ध्येय असायला हवं की, आम्ही स्वतःला खूप परिपूर्ण आणि खरोखरचे स्वयंसेवी बनवू. इथून परत जाताना इथे स्वयंपूर्ण आणि कायमस्वरूपी सुविधा करून जाऊ.

सर्वप्रथम लक्ष द्यायला हवं ते इथल्या कुपोषित बालकांकडे. कारण रुग्णांच्या या गटाची अवस्था खूपच नाजूक आणि जास्त काळजी घ्यायला हवी अशी असते. इथे जो कायमस्वरूपी बसवलेला एक धातूचा वजनकाटा आहे, त्यावर रोज सकाळी आम्ही या मुलांचं वजन करतो. त्या काट्याखाली वजनानुसार उपचारांच्या तीन पद्धती लिहिलेल्या आहेत. तो कागदही कडेनं दुमडला गेलेला आणि ताकद वाढण्यासाठी दिल्या जाणाऱ्या विशेष दुधाचे डाग पडलेला आहे. त्यातल्या दोन पद्धती स्पॅनिश भाषेत आणि एक पोर्तुगीज भाषेत लिहिलेल्या आहेत. त्या तिन्हींमध्ये खूप फरकही आहे. त्या तिन्ही पद्धतींवरून एकच अद्ययावत आणि मार्गदर्शक पद्धत तयार करण्याचं काम सध्या मी करतो आहे आणि मग

टीमच्या मदतीनं त्याचं भाषांतर करून घेणार आहे.

दुसरी गोष्ट म्हणजे इथल्या आरोग्यसेवकांबरोबर एक औपचारिक चर्चासत्र घेण्याची माझी योजना आहे. हे काम तसं सोपंच आहे. कारण एम.एस.एफ.च्या पुस्तिकेत त्यांच्या सर्व प्रकल्पांमध्ये महत्त्वाच्या आजारांवर उपचार करण्याच्या प्रमाणभूत धोरणांची रूपरेषा त्यांनी दिलेली आहे. त्यामुळे मला एकच गोष्ट करण्याची आवश्यकता आहे, ती म्हणजे पोर्तुगीज भाषा शिकणं. त्यामुळे आता यापुढचे काही दिवस, रुग्णालयातलं काम इतरांवर सोपवून झालं की मी डॉमिंगासोबत थांबणार आहे. आणि बकऱ्याच्या पायांवर ती कांदा कसा चोळते आहे हे पाहता-पाहता एकीकडे तिच्याकडून काही शब्द, काही वाक्प्रचार शिकून घेणार आहे. त्यानंतर टीमच्या मदतीनं शिकवण्याच्या पहिल्या सत्रात काय बोलायचं ते मी लिहून काढणार आहे. वारंवार ते वाचून, व्यवस्थित बोलण्याचा सराव करणार आहे आणि डॉमिंगाकडून माझं बोलणं तपासून घेणार आहे...

आणि त्यानंतर आता काहीच दिवसांनी म्हणजे या तिसऱ्या शुक्रवारी मी आमच्या बाह्यरुग्ण विभागाच्या प्रशस्त खोलीत आरोग्यसेवकांसमोर बसलेलो आहे. चिडलेल्या माणसांची ती गर्दी आहे. जमलेली वीसेक अंगोलन माणसं शांत वाटत असली तरी ती माझ्याकडे एकटक पाहत बसली आहेत. पण मी मात्र शांत आहे, आशावादी आहे. थायलंडमध्ये असताना मी अगदी असंच केलं होतं. माझ्या तिथल्या वास्तव्यातला तो क्षण अविस्मरणीय ठरला होता. कितीतरी तास, चाळीस बर्मी आरोग्यसेवक नुसते फरशीवर मांडी घालून माझ्यासमोर बसले होते, नम्रपणे प्रश्न विचारून मला भंडावून सोडत होते आणि मी पुढचा पाठ कधी घेणार हेही विचारत होते. "डॉक्टर, याच आठवड्यात आणखी दोन वेळा असाच वर्ग घ्याल का?" हा प्रश्न ऐकून मला खूप छान वाटलं होतं – आणि माविंगात याहून वेगळं काही घडण्याचं काहीच कारण नाहीये. या सत्रामुळे आम्ही सगळेच आणखी चांगल्या प्रकारे काम करू शकणार आहोत... मी मनाशीच विचार करतो... रुग्णांचा फायदा होईल, आरोग्याची देखभाल आणखी चांगल्या प्रकारे केली जाईल आणि सगळ्यांचंच मनोधैर्यही उंचावेल. या प्रकल्पात सगळ्यात जास्त उणीव कशाची असेल तर ती उत्साहाची आणि तरुणाईच्या नव्या, ताज्या दृष्टिकोनाची... मी हे सगळं समोरच्या माणसांना सांगायचा प्रयत्न करतो आहे, पण तेवढ्यात एक प्रश्न अचानकपणे विचारला जातो. मला नाही – त्या उपस्थितांना...

"हे नवे डॉक्टर काय बोलताहेत हे कुणाला तरी समजतंय का?"

"मी असं म्हणतो आहे की..." माझं वाक्य पूर्ण होतच नाही...

"अहो नवे डॉक्टर, तुम्ही काय म्हणताहात ते आम्हाला नीटसं समजतच नाहीये." पुढच्याच रांगेत बसलेला सॅबिनो माझ्याकडे सहानुभूतीनं पाहत म्हणतो.

"मी थोडंसं सावकाश बोललो तर कळेल का?" मी प्रयत्नपूर्वक म्हणतो.

"नाही, त्याचा काही उपयोग होणार नाही." सर्जिओ एकदम उफाळल्यासारखा म्हणतो, "अशा तऱ्हेनं हे पूर्ण सत्र आम्हाला समजणारच नाही. आम्ही समजू शकणारच नाही. अजिबात नाही."

माझ्या बोलण्याचं भाषांतर करून सांगायला आत्ता इथे अँड्रिया असायला हवी– मी पळतच प्रसूती विभाग गाठतो. पूर्ण दिवस भरण्याआधीच जन्मलेल्या आणि शरीराचं तापमान धोकादायकरीत्या कमी झालेल्या एका बाळाला, चांदीच्या पत्र्यासारख्या (सिल्व्हर फॉइल) ब्लँकेटनं त्याच्या आईच्या छातीशी गुंडाळण्यात अँड्रिया व्यस्त आहे. "गरोदरपणातली तपासणी करण्यासाठी इथे आणखी किमान वीस बायका येऊन थांबल्या आहेत. आणखी कितीतरी तास मी इथेच असणार आहे," अँड्रिया दिलगिरी व्यक्त करते.

आता मी टीमला शोधण्यासाठी रस्त्यातून चक्क पळत जातो. अंगोलन सरकारच्या आरोग्य मंत्रालयाला पाठवायच्या एका पत्राचं काम तो करतो आहे. माझं काम त्याला सांगितल्यावर तो हसून म्हणतो की, "ही संधी खूपच रोचक वाटते आहे, ती मी चुकवायला नको. चल जाऊ या." पुन्हा त्या बाह्यरुग्ण विभागात जात असताना मी माझा हेतू स्पष्ट करण्याच्या दृष्टीने टीमला सांगतो की, "इथे जी वैद्यकीयदृष्ट्या अयोग्य आणि साधनसामग्रीचा अपव्यय करणारी उपचार पद्धती वापरली जाते, त्याविषयी मला बोलायचं आहे." टीम नुसतीच मान हलवतो. आता मी पुन्हा त्या खोलीत सर्वांत पुढे त्या आरोग्यसेवकांसमोर जाऊन बसतो. मी खुर्चीत बसलेलो नसून जणू माझ्या चितेवरच बसलोय, असा एक विचित्र विचार विजेसारखा माझ्या मनात चमकून जातो. पण मी नीट बसतो आणि जणू आगीची काडी टाकल्यासारखा म्हणतो, "इथे कोणत्याही कारणानं होणाऱ्या जुलाबांवर आपण सर्रास जी बुरशी प्रतिबंधक औषधं वापरतो, ती आपण बंद करण्याची खरोखरच खूप गरज आहे."

झालं... त्या काडीनं एकदम ज्वाळाच उसळतात.

"हे कशाबद्दल बोलताहेत?" टीमने माझ्या बोलण्याचं भाषांतर करून सांगताच सर्जिओ मोठ्याने ओरडूनच विचारतो.

"का? हे असं का म्हणताहेत? या म्हणण्याला काहीच अर्थ नाहीये." इथल्या बाह्यरुग्ण विभागाचा प्रमुख सेन्हॉर कॅसोमा आपल्या बसक्या घोगऱ्या आवाजात म्हणतो.

निषेध व्यक्त करणारे अनेक हात हवेत फेकल्यासारखे वर उठतात. मागच्या बाजूने अविश्वासदर्शक फुरफुरण्याचा मोठा आवाज येतो. रॉबर्टो त्वेषानं त्याचं डोकं हलवतो; आणि मी किती मोठी चूक केली आहे हे आता माझ्या लक्षात

येतं. या सर्वांनी काय करायला पाहिजे किंवा काय करायला नको हे सांगण्याची मी खूपच जास्त घाई करतो आहे. त्यापेक्षा मी सरळसरळ एखाद्या वैद्यकीय विषयावरच बोलायला हवं होतं. पण आता काय उपयोग? जे नको तेच नेमकं होऊन गेलं आहे. परिस्थिती बिघडलीच आहे.

"हे डॉक्टर काय बोलत आहेत, हे त्यांचं त्यांनाही समजत नाहीये!" आपल्या जाड भिंगाच्या चश्म्यातून खोलीभर डोळे फिरवून पाहत कॅसोमा म्हणतो, "यांना याबद्दल काहीच कल्पना नाहीये. गेली अनेक वर्षं आम्ही हाच उपचार करतो आहोत. आमच्याइथल्या आजारांची, रोगांची यांना काहीच माहिती नाहीये."

आता या सगळ्यातून बाहेर कसं पडायचं? मी आशेनं टीमकडे बघतो. पण तो नुसतेच खांदे उडवतो. माझ्या बोलण्याचं भाषांतरही तो आता करत नाहीये. मी पुन्हा पळतच आमच्या आवाराच्या दिशेनं जातो, आणि या विषयीची अनेक पुस्तकं घेऊन पळतच परत येतो. प्रत्येक पुस्तकातली या विषयावरची पानं उघडतो आणि पुन्हा माझं म्हणणं पटवून देण्याचा प्रयत्न करतो... "हे पाहा, इथे मुलांना होणाऱ्या जुलाबांविषयी माहिती दिलेली आहे, आणि त्यात बुरशीप्रतिबंधक औषधांचा उल्लेखही नाहीये."

गोंगाटाचा आधीचा आवाज थोडा मंदावला आहे.

"आणि हे मॅन्सन यांनी लिहिलेलं पुस्तक पाहा. उष्णकटिबंधात वापरायच्या औषधांचं हे बायबल समजलं जातं आणि हे पाहा – 'जुलाब' या विषयावर चाळीस पानं आहेत यात आणि बुरशीप्रतिबंधक औषधांचे उपचार नियमितपणे करण्यासंदर्भात इथे कुठलीही शिफारस केलेली नाही. मी इतरही काही पानं उलगडतो, वेगवेगळे तक्ते, आकृत्या, पुस्तकं उंचावून त्यांना दाखवतो; पण या कशानंही काहीही फरक पडत नाहीये.

"अहो नवे डॉक्टर, यातलं एकही पुस्तक आफ्रिकेविषयी लिहिलेलं नाही!" सेन्हॉर कॅसोमा स्पष्टपणे म्हणतो. खरं तर तो खूप अस्वस्थ, थोडासा दुखावल्यासारखा वाटतोय. आत्ता त्याला पाहणाऱ्या कुणीही विश्वासच ठेवला नसता की, मागं त्या लग्नसमारंभात अँड्रियाबरोबर शरीराला हिसके देत– आकर्षकपणे नृत्य करणारा हाच तो वृद्ध माणूस होता. "आणि शिवाय तुम्ही याआधी आफ्रिकेत कधीच काम केलेलं नाही," तो पुष्टी जोडतो.

त्यातली दोन पुस्तकं आफ्रिकेबद्दलच लिहिलेली होती आणि तिसऱ्या पुस्तकाचे संपादक आफ्रिकन होते, हे मी त्यांच्या लक्षात आणून देतो. पण हा माणूस माझा एकही शब्द खाली पडू देत नाहीये.

"ते ठीक आहे; पण यातलं एकही पुस्तक माविंगाविषयी लिहिलेलं नाही," तो काही ऐकायलाच तयार नाहीये.

"तुझं म्हणणं बरोबर आहे सेन्हॉर, पण ही पुस्तकं उष्णकटिबंधातल्या आफ्रिकेबद्दल लिहिलेली आहेत आणि आपण आफ्रिकेत या उष्णकटिबंधातल्या प्रदेशातच राहतो, नाही का?"

"नाही. आपण माविंगात राहतो. माविंगा हे तंतोतंत इतर शहरांसारखं नाहीये. तुमच्यासारख्या गोऱ्या लोकांसाठी कदाचित ते तसं असेलही; पण आमच्या दृष्टीनं हे शहर खूप वेगळं आहे. तुम्ही मला असं सांगू शकत नाही की काँगोमधल्या माणसाला जो आजार असेल, तोच झांबियामधल्या माणसालाही झालेला असेल. इथे अंगोलामध्ये अनेक गोष्टी खूपच वेगळ्या आहेत. युद्धामुळे गोष्टी बदलून गेल्यात. आणि या सगळ्यापेक्षा महत्त्वाची गोष्ट म्हणजे, गेल्या वर्षी जे डॉक्टर लॉरेन्झो इथे होते, त्यांची ही औषधं वापरायला काहीच हरकत नव्हती. ते खूप चांगले डॉक्टर होते आणि अतिशय अनुभवीसुद्धा होते."

इतर लोकही कॅसोमाच्या म्हणण्याला दुजोरा देत उभे राहतात, आणि या नव्यानं सुचलेल्या मुद्द्यावर तुटून पडतात. "हो, हो, माविंगा हे वेगळंच शहर आहे," बाह्यरुग्ण विभागातल्या चार क्लिनिकोजपैकी एक असणारा सेन्हॉर कॅल्विनो री ओढत म्हणतो. हा एक अतिशय धिप्पाड माणूस आहे– आमच्या शंभर कर्मचाऱ्यांमधला एकमेव लठ्ठ माणूस – "आता हे शहर इतर शहरांसारखं राहिलेलं नाही–" तो बोलतच असतो.

या उपचाराला पाठिंबा देणारा, बाहेरून आलेला दुसरा डॉक्टर होता, हे मला माहिती असायला हवं होतं. आता त्यांनी माझ्या सांगण्यावर विश्वास का ठेवावा? ते सगळे जण बोलतच असतात. माझं मन मात्र मला सापडलेल्या त्या निवेदनपत्रांपर्यंत तीर मारल्यासारखं क्षणार्धात जाऊन पोहोचलंय. आणखी कुठेतरी असं वाचल्याचंही मला आठवतंय की देशभर चालू असलेल्या त्या यादवी युद्धामध्ये सर्वांत जास्त हिंसक आणि निकराची जी युद्धे झाली, त्यामध्ये माविंगातील युद्धाचाही समावेश होता. अजून त्या युद्धाला पुरती दोन दशकंही झालेली नाहीत आणि मी 'जुलाब' या विषयावर वाद घालत इथे उभा आहे.

काही मोजके आरोग्यसेवक तिथून निघून जाण्यासाठी उठतात. टीमही अस्वस्थ होत मला विचारतोय की आता मी काय करणार आहे? आणि माझ्या निराश मनःस्थितीतूनच एकदम एखादा झटका यावा, तशी मला अचानक प्रेरणा मिळते आणि मी एक प्रस्ताव मांडतो : "काही आठवडे आपण एक प्रात्यक्षिक करून पाहू शकतो. काही ठराविक दिवशी दाखल झालेल्या मुलांवर बुरशीप्रतिबंधक औषधांचे उपचार केले जातील. इतर दिवशी दाखल झालेल्या मुलांना मार्गदर्शक सूचनांनुसार फक्त द्रवरूप औषधं दिली जातील. उपचारांमध्ये समतोल राहावा म्हणून आपण उपचारांचे दिवस बदलत राहू आणि बरं व्हायला किती वेळ लागतो,

यावर लक्ष ठेवू, म्हणजे या उपायानं काही फरक पडतो आहे का ते आपल्याला कळेल.'' माझा हा प्रस्ताव ऐकून टीमची जिज्ञासाही जागी झालीये. तो माझ्या बोलण्याचं भाषांतर करून सांगतो. पण बहुतेक त्यानं तसं करायला नको होतं.

''आता हे आमच्या माणसांवर प्रयोग करू इच्छितात की काय?'' कॅसोमा मोठ्यानं ओरडून म्हणतो – ''नाही, हे अजिबात जमणार नाही. कधीच नाही.''

''आपल्याला फक्त एक प्रात्यक्षिक करून पाहायचं आहे सेन्हॉर, नव्यानं कुठला प्रयोग करायचा नाहीये.'' मी शक्य तितक्या शांत आवाजात म्हणतो – ''आणि या पुस्तकांमध्ये असं स्पष्ट लिहिलंय की मी जो उपाय करायचा म्हणतोय तो अगदी सुरक्षित आणि परिणामकारक आहे– धोकादायक असं मी काहीच करत नाहीये.''

मग काही काळ ती खोली कुजबुजत्या आवाजात चाललेल्या चर्चांनी भरून जाते.

''आणि माझ्या उपचारांनी एकाही मुलाची तब्येत आणखी बिघडली, तरी मी ताबडतोब ते उपचार थांबवेन,'' मी दिलासा देण्याचा प्रयत्न करतो.

क्लिनिकोजमध्ये चाललेल्या त्या चर्चेचं नेतृत्व कॅसोमा करतो आहे. त्या सगळ्यांमध्ये असं एकत्रितपणे पसरलेलं चैतन्य पाहायला छान वाटतंय, कॅसोमा त्यांचा नेता झालाय, हे तर स्पष्टच दिसतंय. रॉबर्टोनं गप्प बसणंच पसंत केलंय. पण सर्जिओबाबत मात्र मला खात्रीनं काहीच सांगता येणार नाही.

पुन्हा माझ्याकडे वळत कॅसोमा विचारतो, ''आणि आमच्याकडची मुलं जर जास्त लवकर बरी झाली, तर मात्र आम्ही बुरशीप्रतिबंधक औषधंच वापरत राहू. ठीक आहे?''

मला आत्यंतिक आशा आहे की, या प्रस्तावाचा अपेक्षित तोच परिणाम साधला जाणार आहे, कारण या लोकांचे उपचार तीव्रपणे परिणाम करणारे नाहीयेत.

''ठीक आहे. मला मान्य आहे. पण तुमच्या उपचारांनी जर काहीच फरक पडला नाही, तर अशी औषधं वापरणं आपण पूर्णपणे थांबवायचं. कबूल आहे?'' – मी अतिशय ठामपणे म्हणतो.

थोड्याशा उतावीळपणाने पण सावधपणे त्या सगळ्यांच्यात चर्चा सुरू होते. रॉबर्टो आणि सर्जिओ विरोधात दिसताहेत, तर या दुपारच्या चर्चेमुळे इतर अनेक जणांचं मनोरंजन होतंय, असं वाटतंय. कॅसोमा मात्र या प्रस्तावासाठी अनुकूल मत व्यक्त करताना दिसतोय. त्या सगळ्या लोकांकडे पाहत तो म्हणतो, ''हे पाहा, हे नवे डॉक्टर जे सुचवताहेत ते खरंच विचार करण्यासारखं आहे. थोड्या दिवसांसाठी आपण तसा प्रयत्न करून पाहू या. आणि ते चुकताहेत हे सिद्ध

करून दाखवू या.'' तो अचानक माझ्याकडे वळतो आणि बोट रोखत मला ताकीद द्यावी तसं म्हणतो, ''अहो नवे डॉक्टर, तुमचं म्हणणं चुकीचं आहे हे तुम्हाला दिसेलच. नक्की दिसेल. आणि मग तुम्हाला पटेल की माविंगा हे इतरांपेक्षा वेगळं शहर आहे!''

***

इथे शनिवारी अर्धा दिवसच काम असतं. दुपारच्या जेवणाची वेळ झाली, की बाह्यरुग्ण विभाग बंद होतो. वॉर्डांमध्ये मात्र दुपारी उशिरापर्यंत आम्ही कामात व्यस्त असतो. संध्याकाळ व्हायच्या आधीच रुग्णांच्या कुटुंबीयांची स्वयंपाकासाठी आमच्या आवारातच चुली पेटवायला सुरुवात होते. त्या सगळ्या भागातच कुठे कुठे अशा चुली पेटलेल्या दिसतात. थंडी सोबत घेऊन आलेल्या संध्याकाळच्या वेळी त्या चुलींमधून येणाऱ्या विरळ अशा धुराची रजई संपूर्ण शहरावर पसरली आहे असं वाटतं. सूर्यास्ताच्या वेळी रक्तासारखा लालबुंद दिसणारा सूर्य पाहणं ही एक अतिशय छान गोष्ट असते. थोडीशी शुद्ध हवा श्वासात भरून घेण्यासाठी फिरायला जाणं, ही दिवसभराच्या कामानंतर आवश्यक गोष्ट वाटते : तोपर्यंत धुराबरोबर धुकंही जास्तीत जास्त दाट झालेलं असतं– असं वाटून जातं की, दिवसभर कामाची गर्दी दाटते, त्या गर्दीचा पाठलाग करत हे धुकंही तसंच दाटून आलंय. पण अशा वेळी लक्ष वेधून घेणाऱ्या फार थोड्या गोष्टी आसपास असतात. तिथल्या एकमेव नदीवर फेरफटका मारणं, ही अशीच एक चित्ताकर्षक गोष्ट आहे, जी चुकवून चालणारच नाही...

''आज इथे जुळी मुलं जन्माला आली,'' डावीकडे वळून आम्ही मुख्य रस्त्याला लागत असताना अँड्रिया मला सांगते. आज टीम आणि पास्कल यांनी घरीच थांबायचं ठरवलंय, कारण त्यांना त्यांचा पत्त्याचा डाव पूर्ण करायचा आहे. ''आयुष्यात पहिल्यांदाच मी अशी प्रसूती केलीये,'' अँड्रिया उत्साहानं सांगत असते. ''हा अगदी विलक्षण अनुभव आहे. त्या स्त्रीच्या पोटात आणखी एक बाळ आहे, याची पहिलं बाळ जन्माला येईपर्यंत तुम्हाला कल्पनाही नसते. मला वाटतं त्या आईच्या पोटाची तपासणी करताना पोटात दोन बाळं असल्याचं मला जाणवलंही होतं, पण माझी खरोखरच तशी खात्री झाली नव्हती. हे सगळं नेहमीच खूप आश्चर्यकारक वाटतं मला!''

काम संपल्यानंतर अँड्रियाशी अशा मनमोकळ्या गप्पा मारण्याची मी उत्सुकतेनं वाट पाहायला लागलोय हल्ली. पास्कल मला नेहमी सांगतो, की प्रेम व्यक्त करण्याच्या प्रयत्नांमध्ये या मुली असं केविलवाणं ढोंग करत असतात. पण ते काहीही असलं तरी सध्या इतर देशांमधून आलेली माझ्याव्यतिरिक्त ती एकमेव डॉक्टर आहे. तिचा आधार माझ्यासाठी खूप मोलाचा आहे. यापूर्वी ब्राझीलमधल्या

एका अनाथालयात तिनं वर्षभर काम केलेलं असल्यानं ती आत्मविश्वासानं पोर्तुगीज भाषा बोलते. प्रसूती विभागातलं तिचं ज्ञान आणि कौशल्य म्हणजे या रुग्णालयासाठी अतिशय मोलाची आणि महत्त्वाची गोष्ट आहे. अंगोलन सुईणींच्या मदतीनं रुग्णालयात आणि अन्यत्र समाजात गरज असेल तेव्हा, प्रसूतीसाठी आवश्यक त्या सर्व सेवांकडे ती अतिशय काळजीपूर्वक लक्ष देते. गरोदरपणातील तपासणीसाठी सकाळच्या वेळेत जो दवाखाना इथे चालवला जातो, तो पाहणं मला फार आवडतं– अगदी बघण्यासारखं दृश्य असतं तिथे– गडद कपडे घातलेल्या आणि आई होण्यासाठी उत्सुक असलेल्या अनेक स्त्रिया आपली भली मोठी पोटं सांभाळत, तिथल्या लाकडी बाकांवर एकमेकीला चिकटून रांगेनं बसलेल्या असतात. ते पाहून मला कसली आठवण येते सांगू? झाडाच्या एखाद्या फांदीवर वेगवेगळ्या रंगाची फळं पिकायला आलेली असताना ती फांदी जशी दिसेल, तसंच दृश्य वाटतं मला ते. पण दुर्दैवाची गोष्ट ही आहे, की इथे पोहोचण्यासाठी त्यांना बरंच लांबपर्यंत यावं लागत असल्यानं, कितीतरी स्त्रिया प्रसूतीची वेळ आली तरी इथपर्यंत पोहोचूच शकत नाहीत. त्यामुळे त्यांच्या घरातच त्यांची प्रसूती होते. इथे नेहमीच घडणारी ही कमालीची धोकादायक बाब आहे. आई होऊ घातलेल्या तीस स्त्रियांपैकी एक तरी स्त्री गर्भारपणात, नाही तर प्रसूतीच्या वेळी उद्‌भवलेल्या गुंतागुंतीच्या समस्यांमुळे मरण पावते. आता युद्ध संपलं असल्यानं, इथल्या स्त्रीसाठी मुलाला जन्म देणं, ही सर्वांत जास्त धोकादायक गोष्ट झालेली आहे. कारण युद्ध चालू असताना त्या युद्धाचा धोका सर्वांत जास्त होता ना!

फिरत फिरत शाळेच्या इमारतीपासून जात असताना, आम्ही इथल्या इतर रुग्णांची माहिती एकमेकांना पुरवत असतो. ती शाळा कशी आहे, हेही जाता जाता सांगितल्याशिवाय मला राहवत नाहीये. देवीचे व्रण उठल्यासारख्या दिसणाऱ्या त्या इमारतीच्या पुढच्या भागावर 'शाळा' अशी एक पाटी लटकवलेली आहे. पण त्या इमारतीवर छप्परच नाहीये. आणि समोरच्या भिंतीवर फुटलेल्या फळ्यांचे तुकडे चिकटवलेले आहेत. त्या भिंतीपाशी काही मुलं लाकडी भोवरे घेऊन खेळत आहेत– भोवरे म्हणजे तरी काय तर लाकूड कसंतरी ओबडधोबडपणे कोरून त्याला शंकूसारखा आकार दिलेला आहे. तो ते जमिनीवर फिरवताहेत आणि तो फिरतच राहावा यासाठी कुठल्यातरी जाड्याभरड्या कापडाच्या लांब पट्ट्यानं त्या भोवऱ्यांवर सपासप मारताहेत... दरम्यान, त्या मुख्य रस्त्यावर संध्याकाळचं रोजचंच घाईगडबडीनं करायचं जे काम असतं, त्यासाठी जाणारा माणसांचा लोंढा आमच्यासमोरून जातो. अर्थात, हे काम असतं स्वच्छ पाणी भरून नेण्याचं. त्या दिवशीची पाणी मिळण्याची ही शेवटची वेळ असते. एक लाख वीस हजार लिटर इतकं शुद्ध, स्वच्छ पाणी त्या वेळी वाटलं जातं. कसातरी तोल सांभाळत

पाण्यानं भरलेली भांडी डोक्यावरून घेऊन जाताना, त्यातलं पाणी हेंदकाळत खाली सांडतं आहे. त्या इमारतीला लागून असलेल्या ओसाड आवारांमध्ये काही कोंबडे अगदी क्षीणपणाने पण पटकन् तिथून दूर जाण्याचा प्रयत्न करताहेत आणि कशातरी बांधलेल्या डुकरांच्या कोंडवाड्याकडे जाता जाता पाहत तिथून दूर पळताहेत. तिथेच हडकुळ्या, अवखळ पण घाबरट बकऱ्याही फिरताहेत. दिसेल ती गोष्ट कुरतडून खात आहेत. बहुतेक वेळा तिथल्या काटेरी झुडपांकडेच त्या जाताना दिसताहेत. पण एका बकरीचं लक्ष मात्र तिथे पडलेल्या ट्रकच्या एका निरुपयोगी टायरकडे आहे. तरुण मुलींचा एक घोळकाही आमच्या पाठोपाठच येतो आहे. अँड्रियाच्या फिकट तपकिरी रंगाच्या कुरळ्या केसांना हात लावण्याचा प्रयत्न करत आहेत. याव्यतिरिक्त तिथे तीन पोलीस आहेत, ज्यांच्याकडे गाडी नसल्यानं अजूनही त्यांना पायीच फिरावं लागतं आहे. आणि तिथे गाडीला जुंपलेले आणि चाबकाचे फटकारे खाणारे दोन बैलही आहेत आणि त्या बैलगाडीवर चढून बसलेला एक तरुण मुलगा ती गाडी हाकता-हाकता शिट्टी वाजवून त्या बैलांना सूचना देतो आहे. त्या गाडीच्या खाली लावलेल्या ट्रकच्या ॲक्सलचा, धीमेपणानं चालणाऱ्या चाकांना घासल्यामुळे 'करकर' असा कर्कश आवाज येतो आहे.

पण विशेष करून आमचं लक्ष मात्र तिथे खेळणाऱ्या लहान-लहान मुलांकडे आहे. डझनावारी किंवा कदाचित शंभर मुलं तिथे आहेत आणि खरोखरच इथल्या संध्याकाळची ही सर्वांत जास्त चित्तवेधक बाब आहे. या वेळेला हे संपूर्ण शहरच जणू या मुलांच्या मालकीचं असतं. तसंही इथल्या लोकसंख्येमधला अर्धा वाटा या मुलांचाच आहे. माझ्या देशातल्या मुलांच्या संख्येपेक्षा इथल्या मुलांची संख्या दुपटीपेक्षाही जास्त आहे. आता मोठी माणसं शेकोट्यांच्या भोवती जमा होऊ लागली आहेत किंवा मग त्यांच्या झोपड्यांच्या मोडक्यातोडक्या भिंतींबाहेर येऊन विसावलेली दिसताहेत. पण या शहरात त्यांच्यापेक्षाही चटकन लक्षात येईल, इतक्या संख्येनं मुलं आहेत. रस्त्यावर मुलींचा घोळका दिसत नाही असा एकही रस्ता नाही. सगळ्या रस्त्यांवर मुली अशा घोळक्यानं बागडत, गाणी म्हणत जात असतात किंवा भोवतालच्या एखाद्या कुणाचा तरी पाठलाग तरी करत असतात. आणि मुलगे मात्र त्यांच्यामागे कोणी लागले नसेल, तर शीतपेयांच्या डब्यांच्या किंवा प्लॅस्टिकच्या डब्यांच्या गाड्या करून त्या ढकलत नेत असतात किंवा जागा मिळेल तेथे फुटबॉलला लाथा मारून उडवत असतात. फुटबॉलही बहुतेक वेळा खरा नसतोच. कागदाचा किंवा प्लॅस्टिकचा घट्ट बोळा करून, तोच फुटबॉल म्हणून वापरतात. त्या मुलांच्या या वागण्याचं मला कौतुकही वाटतं आणि कीवही येते...

आता आम्ही उजवीकडे वळतो. गाड्यांच्या चाकांचे खोलवर ठसे उमटलेल्या

त्या रस्त्यावरून जात, बाजारावरून पुढे जाऊन आम्ही लवकरच आमच्या ईप्सित जागी पोहोचतो. ती जागा म्हणजे इथली 'मोठ्ठी' कुबिया नदी : जेमतेम दोन मीटर रुंद आणि जास्तीत जास्त गुडघाभर पाणी असलेली नदी. या नदीचा गाळानं भरलेला, अतिसंथ आणि काहीसा अडखळत जाणारा प्रवाह, कुणीतरी पायानं चेंडू लाथाडत न्यावा तद्वत पुढे जात, झांबेझी नदीला जाऊन मिळतो आणि ही झांबेझी नदी हा सगळा प्रदेश ओलांडून शेवटी आफ्रिकेच्या पूर्व किनारपट्टीपाशी समुद्राला जाऊन मिळते. कुबिया नदीचा हा फारसा छान वगैरे न दिसणारा प्रवाह, हा या शहरासाठी बहुधा पाण्याचा एकमेव स्रोत आहे. पण फक्त 'पाणी मिळण्याची जागा' एवढ्याच दृष्टिकोनातून या नदीकडे पाहणं म्हणजे– माविंगाच्या दृष्टीनं ती निभावत असलेल्या भूमिकेला निष्ठुरपणे कमी लेखण्यासारखं होईल. कारण ही नदी म्हणजे माविंगाचा प्राण आहे. फक्त पाच मिनिटं जरी मी या नदीकाठी येऊन थांबलो ना, तरीही मी या शहरात का आलोय आणि इथे काय करतोय याबद्दल माझ्या मनात उठणारे सगळे संदेह निघून जातात.

या कुबिया नदीचे घाट म्हणजे इथल्या लोकांचं मित्रमंडळींबरोबर गप्पाटप्पा करण्याचं केंद्रच झालेलं आहे. लोक इथे येतात, निवांत बसतात आणि हवापाण्याबद्दल नाहीतर इतर कुठल्याही विषयावर गप्पा मारतात. या शहराची कपडे धुण्याचीही हीच जागा आहे. नुकत्याच तारुण्यात पदार्पण केलेल्या मुली इथल्या मोठमोठ्या वाटोळ्या दगडांवर कपडे जोरजोरात घासत असतात खऱ्या, पण त्यांचे डोळे आणि लक्ष मात्र असतं त्या तरुण मुलांकडे, जी तिथेच थोड्या वरच्या अंगाला, वेळूच्या बेटांच्या मागं, नदीच्या उथळ पात्रात अंघोळी करत असतात. थोड्या पलीकडच्या बाजूला मासेमारी करण्यासाठी योग्य अशी एक जागा आहे. साध्या काठीला आकडा अडकवून केलेल्या गळानं तिथल्या छोट्याशा डबक्यातले मासे पकडण्याचा प्रयत्न काही जण करत असतात. अधूनमधून त्यांना तिथे 'टिलापिया' नावाचे मासे मिळतातही. तरुण–तरुणींना प्रणयचेष्टा करण्यासाठीही तिथे एक 'राखीव' जागा आहे. आणि त्या जागी मलेरियाच्या डासांचंही प्रणयाराधन चालू असतं, असं उपरोधिकपणे म्हणावंसं वाटतं, इतके डास तिथे असतात. मला तर अशी शंका येते, की अधूनमधून त्या जागेचा मुतारी म्हणूनही वापर होत असावा. आणि म्हणून मी मनापासून अशी आशा करतो की निदान लहान मुलं तरी या कारणासाठी ती जागा वापरत नसतील. अर्थात, तिथे आसपास चिखलात लोळणारी गुरं–ढोरं मात्र हे मलमूत्र विसर्जनाचे शिष्टाचार नक्कीच पाळत नाहीत.

तर असा तो गढूळ पाण्याचा प्रवाह आणि त्या भोवतालचा परिसर. आणि तरीही या शहरातली ती माझी आवडती जागा आहे. फक्त त्या पाण्यात पाय बुडवायला मला कुणी सांगू नये. आमच्या प्रयोगशाळेत येणाऱ्या शौचाच्या नमुन्यांमध्ये

ती हुकसारखी दिसणारी अंडी दिसतात ना? 'सिस्टोसोम' नावाच्या परोपजीवी डासांची ती अंडी– जगभरातल्या असंख्य लोकांना आजाराचा संसर्ग करण्यात मलेरियाच्या डासांपाठोपाठ या डासांचा क्रम लागतो. काही दिवस अंघोळीनंतर अंगावर खाजणारं लाल पुरळ उठत असल्याचं तुमच्या लक्षात येतं आणि तोपर्यंत या जिवाणूंनी तुमच्या त्वचेच्या आतपर्यंत शिरकाव केलेला असतो. हळूहळू ते तुमच्या फुफ्फुसांपर्यंत जाऊन पोहोचतात. त्यानंतरच्या टप्प्यात ते हृदयापर्यंत पोहोचतात आणि मग यकृतापर्यंत. यकृतामध्ये ते पोहोचले की मग तिथे त्यांच्यासारख्या इतर जिवाणूंबरोबर त्यांचा संयोग होतो. खरा त्रास मग इथे सुरू होतो. गर्भवती माद्या एकतर आहेत तिथेच थांबतात, नाहीतर आतड्यापर्यंत जाऊन पोहोचतात आणि दिवसाला शेकडोंनी अंडी घालायला सुरुवात करतात. काही अंडी मग माणसाच्या विष्ठेतून पुन्हा बाहेर पडतात आणि त्या नदीच्या पाण्यात मिसळतात. पण बाकीची अंडी मात्र पोटात आहेत तिथेच राहतात. त्याचा परिणाम? जुलाबाबरोबर रक्तस्राव होणं, आतड्याला जखमा होणं, सिऱ्हॉसिस होणं किंवा अगदी यकृताचं कामच बंद पडणं, यांसारखे गुंतागुंतीचे आजार होण्याची शक्यता निर्माण होते. अशा प्रकारचाच आणखीही एक जिवाणू असतो, ज्याच्यामुळेही बरेचसे असेच आजार उद्‌भवतात, पण त्यांचा उपद्रव मूत्राशयाला अधिक होतो. या सगळ्यामुळेच त्या पाण्याकडे मी कुतूहलानं पाहत असलो तरी त्याला स्पर्श करण्याचं धाडस मात्र मी कधीच करत नाही. आणि अनवाणी पायात किंवा कुल्ल्यांमध्ये जाऊन लपणारे किडे किंवा जंत, मलेरियाच्या डासांचे ढगांसारखे भासणारे थवे आणि शरीराच्या वेगवेगळ्या भागात शिरू शकणाऱ्या, चावे घेणाऱ्या, संसर्ग करणाऱ्या किंवा शरीराला चिकटून बसणाऱ्या इथल्या लाखो इतर गोष्टी मी टाळतो आणि पाण्याकडे पाहताना या सगळ्याकडे दुर्लक्ष करतो.

"तू कुठं राहतोस?" नदीच्या काठावर वाकून हातातल्या दोन पिवळट जुनाट डब्यांमध्ये पाणी भरणाऱ्या एका मुलाला मी विचारतो.

"त्या तिथे," दक्षिणेकडे जाणाऱ्या एका नागमोडी रस्त्याकडे बोट दाखवत तो हसून म्हणतो. तिथे काही झोपड्या असलेल्या दिसतात. हाच रस्ता पुढे नामीबियाला जातो.

"इथून खूप दूर आहे का तुझं घर?" मी उगीचच काहीतरी बोलायचं म्हणून विचारतो. पण त्यानं उत्तर देण्याआधीच माझा वॉकीटॉकी वाजतो. रुग्णालयाच्या आवाराच्या बाहेर जायचं असेल, तर हा सेट आम्हाला बरोबर न्यावाच लागतो. मी हॅन्डसेटवर विचारतो, "कोण, सीम का?"

तो सीमच असतो. आमचा सुरक्षारक्षक. रुग्णालयात काहीतरी तातडीची गरज निर्माण झालेली असते.

आम्ही अक्षरशः पळत जातो. नक्की काय झालंय, याची आम्हाला काहीच कल्पना नसते. सीमने काहीच सांगितलेलं नाही किंवा कदाचित त्यालाही काही माहिती नसेल. याच्या आधी जेव्हा रिंग वाजली तेव्हा कुणाचा तरी घोटा मोडला होता. त्याच्या आधी पास्कलचा फोन होता आणि तो आम्हाला काहीतरी घेऊन यायला सांगत होता आणि आताची ही रिंग– कदाचित काहीच घडलेलं नसेल – किंवा कदाचित खरंच काही अरिष्ट ओढवलं असेल...

आम्ही रुग्णालयात पोहोचतो. मुख्य रस्त्यावर कोपऱ्याजवळ समोरून मुलांचा एक मोठा घोळका येताना दिसतो. "इकडे आहे ती, छोटीशी मुलगी आहे." सुरक्षारक्षक हातानं खुणा करत मला पहिल्या खोलीकडे पाठवतो. त्या खोलीतही बरीच माणसं भिंतीला लागून दाटीवाटीनं उभी आहेत. एक छोटी मुलगी तपासण्यासाठी असलेल्या टेबलावर झोपलेली आहे. तिची छाती आत्यंतिक वेगानं वरखाली होत आहे. त्याच्या अगदी टोकाचं विरुद्ध वाटावं असं तिचं शरीर मात्र निपचित पडलं आहे. ती खूपच अशक्तही दिसते आहे आणि पूर्णपणे गुंगीत आहे. थोडंसंच अंतर पण खूप भरधाव वेगानं धावत आल्यास एखादा छोटा धावपटू जसा धापा टाकेल, श्वास घेण्यासाठी धडपडेल, तशीच त्या मुलीची गत झालेली आहे. मी पटकन स्टेथोस्कोप घेऊन तिच्या छातीला लावतो. तिच्या फुप्फुसांना जंतुसंसर्गानं पूर्णपणे ग्रासलेलं आहे, हे मला लगेचच जाणवतं.

"आधी काय होत होतं हिला?" मी कार्लोसला विचारतो. तो तिच्या हाताच्या शिरेत सुई टोचण्याच्या प्रयत्नात आहे. "किती दिवस ही अशी आजारी आहे?" तिची आई शेजारीच असते, पण ती काहीच उत्तर देत नाही. त्या मुलीच्या गालावर हळुवारपणे थोपटत, ती तितक्याच हळू आवाजात कोणतं तरी गाणं म्हणते आहे. खोलीत असणाऱ्या आम्हा इतर माणसांकडे तिचं लक्षच नाहीये. खरं तर ती मुलगी सोडून तिला इतर जगाचंच भान नाहीये, असं वाटतंय. त्या खोलीच्या छताला टांगलेल्या एकुलत्या एका दिव्यामुळे खोलीभर अगदी नकोशा वाटणाऱ्या, भेसूर सावल्या पसरल्यात. पण आत्ता इथं काम करण्यासाठी आवश्यक असणारा तो एकमेव प्रकाशझोत आहे. या इतक्या प्रकाशातही ती काळसर वर्णाची लहानगी मुलगी अगदी पांढुरकी आणि निस्तेज दिसते आहे.

"गेले काही दिवस तिला बराच कफ झाला होता; पण आता त्याच्या जोडीला तिला खूप तापही आलाय आणि बरेच जुलाबही होताहेत. तिला इथे आणण्यामध्ये या लोकांचा आजचा सबंध दिवस गेलाय," कार्लोस थोडक्यात माहिती देतो, आणि तिची मलेरियाची चाचणी करण्यासाठी अक्षरशः पळतच जातो. मी शेल्फातून सलाईन आणि अँटिबायोटिक्स काढतो आणि त्या मुलीच्या शिरेतून ती देण्यास सुरुवात करायला परिचारिकेला सांगतो. कार्लोस परत येतो

आणि तिच्या बोटाला सुई टोचून चाचणीसाठी रक्त घेतो. पण त्या चाचणीचा निष्कर्ष कळायला काही वेळ तरी लागणार असल्यानं आम्ही लगेच तिला मलेरिया प्रतिबंधक औषधंही सुरू करतो. आता पुढचं काम म्हणजे तिला शिरेतून ग्लुकोजही द्यायला सुरुवात करायची, कारण तिच्या रक्तातली साखरही कमी झालेली असू शकते आणि इथे आम्ही ती तपासू शकत नाही. तिचं हिमोग्लोबिन तपासण्यासाठी आम्ही प्रयोगशाळेतल्या एका कर्मचाऱ्याला ताबडतोब बोलावलं आहे.

आम्ही द्रवरूप औषधांचा आणखी एक डोस त्या मुलीला देतो, पण ती मुलगी अजूनही गुंगीतच आहे. शिरेतून औषधं देण्यासाठीची सुई व्यवस्थित आहे ना हे तपासून आम्ही त्या मुलीला अतिदक्षता विभागात हलवतो. तिथे तिची आई तिला हातात घेऊन झोके देत राहते. या मुलीला खरं म्हणजे ताबडतोब ऑक्सिजन लावण्याची गरज आहे, पण आमच्या इथे तशी सोयच नाहीये... दुर्दैवच आहे हे. कामाची वेळ संपल्यानं नंतरच्या पाळीतल्या कर्मचाऱ्यांवर काम सोपवून आधीचे सगळे कर्मचारी निघून गेलेत, पण कार्लोस मात्र आपणहून माझ्याबरोबर थांबलाय – घड्याळाकडे न पाहता. मला त्याचं मनापासून कौतुक वाटतं. आम्ही सतत त्या मुलीला तपासतो आहोत, तिला दिल्या जाणाऱ्या औषधांची मात्रा कमी-जास्त करतो आहोत. तिच्याशेजारीच उभे आहोत. तिला औषधाचा आणखी डोस देऊन आम्ही पुन्हा एकदा या आजाराबद्दलची माहितीपुस्तिका वाचतो. तिला लवकरात लवकर थोडं तरी बरं वाटावं यासाठी आमचा आटापिटा चालू आहे. आता उपचार सुरू करून तासभर होऊनही तिचा श्वास अजूनही अगदी मंदपणेच चालू आहे. प्रकृतीत काहीच फरक पडलेला नाहीये. तिचे डोळे मात्र खूपच थकलेले, निर्जीव दिसताहेत. अजून कितीतरी तास आम्हाला इथे दिवा हवा आहे, म्हणून जनरेटर चालूच ठेवण्यासाठी पास्कलला सांगायला मी त्या खोलीबाहेर पाऊल टाकतो, आणि मी पास्कलला काही निरोप देण्याआधीच मला खोलीतून मोठ्यानं रडल्याचा आवाज ऐकू येतो.

मी घाईघाईने आत जातो. त्या मुलीची आई तिच्याभोवती नुसतीच चकरा मारते आहे. 'आ' वासलेल्या तोंडावर हात ठेवून अविश्वासानं तिच्याकडे वळून-वळून पाहते आहे. चार माणसं अगदी तिच्या खाटेभोवती येऊन थांबलेली आहेत. त्यांना बाजूला करत मी तीरासारखा त्या मुलीजवळ जातो. तिचा श्वास थांबल्याचं क्षणार्धात माझ्या लक्षात येतं. देवा! काय झालं हे... कार्लोस घाईघाईनं कपाटातून रबरी पिशवी आणि मास्क काढून माझ्याकडे देतो. तिला कृत्रिम श्वासोच्छ्वास सुरू करायला हवा आहे. अगदी ताबडतोब... तिच्या तोंडावर मास्क नीट बसवून तिचा श्वास पुन्हा चालू करण्याचा मी निकरानं प्रयत्न करतो आहे. पण तसा प्रयत्न करण्यात खरं तर काहीच अर्थ नाहीये, कारण त्याचा उपयोग होण्याची

शक्यताच नाहीये... निदान इथे या रुग्णालयात तरी नाही. त्या क्षणी माझ्या मनाचा माझ्याच सदसद्विवेकबुद्धीशी झगडा चालू आहे... हतबल झाल्यासारखं वाटतंय मला... तिची आई सारखी माझ्या मागे मागे येते आहे... वस्तुस्थिती समोर दिसत असतानाही त्या मुलीच्या आई-वडिलांना आणखी काही मिनिटं खोटी आशा दाखवत राहणं, हा निव्वळ दुष्टपणा नाही का? माझ्या मनाची अवस्था दोलायमान झाली आहे. माझ्या हातातल्या पिशवीतली हवा निघून गेल्यामुळे तिची छाती थोडी उंचावल्यासारखी वाटत्येय, पण त्यात काही अर्थ नाहीये. तिची नाडी लागतच नाहीये. तिचे सगळे कुटुंबीय एकदम गप्प झालेत. तिचा श्वासोच्छ्वास चालू आहे, असं वाटतंय का त्यांना? बिचारे...

कार्लोसनं तिच्या छातीवर दाब द्यायला सुरुवात केली आहे. मी परिचारिकेला ग्लुकोज आणि ॲड्रेनलाइनची छोटी बाटली आणायला सांगतो आणि दोन्ही बाटल्या शिरेतून देतो. या वॉर्डात जे आणखी तीन रुग्ण दाखल केले गेले आहेत, त्या तिघांचेही कुटुंबीय त्या मुलीच्या खाटेजवळ येऊन उभे राहतात. माणसांची खूपच गर्दी झाली आहे इथे. त्या मुलीला वाचवण्यासाठी आणखी काय करावं हे मला समजत नाहीये. मी तिला कृत्रिम श्वासोच्छ्वास पुरवतो आहे आणि कार्लोसचंही तिच्या छातीवर दाब देणं चालूच आहे. हा निष्फळ प्रयत्न आम्ही कसा आणि केव्हा थांबवणार आहोत? तिच्या कुटुंबाची आमच्याकडून काय अपेक्षा असेल? अजूनही आशा वाटत असेल त्यांना?... मी कुजबुजतच कार्लोसला प्रश्नामागून प्रश्न विचारतो आहे आणि तो म्हणतोय की आम्ही अजूनही त्या छोटीला वाचवू शकू, अशी त्या सगळ्यांना आशा वाटते आहे. मी अगदी हळुवारपणे त्याला ती मुलगी गेल्याचं सांगतोय, तोही मान हलवून 'मला माहितीये' असं सांगतोय. त्या मुलीला आता रुग्णालयात आणलंय आणि इथले परदेशी डॉक्टर तिला वाचवण्याचा प्रयत्न करतील, अशी समजूत करून घेऊन या मुलीचे कुटुंबीय रात्री नीट झोपू शकतील, हा विचार मला अस्वस्थ करतो आहे... सगळंच चमत्कारिक वाटतंय मला.

"हिला झालेला संसर्ग खूपच गंभीर स्वरूपाचा आहे, असं सांग त्यांना कार्लोस," कृत्रिम श्वासोच्छ्वासाची पिशवी मी अजूनही फुगवतोच आहे. तिच्या टीचभर छातीवर दाब दिला तर तिची संपूर्ण कॉटच करकर असा मोठ्यानं आवाज करत वाजत राहते आहे. माझ्या मागे उभ्या असणाऱ्या माणसांचं आता त्यांच्या भाषेत काहीतरी बोलणं चालू झालं आहे. तिची आई माझ्याकडे अगतिकपणे पाहते आणि तिचे डोळे क्षणार्धात पाण्यानं डबडबतात. ती पुन्हा तिचं तोंड हातानं झाकून घेते आणि रडायला लागते. "मला माफ करा. मी मनापासून तुमची माफी मागतो," मी तिला अगदी मनापासून म्हणतो. या अतिदक्षता विभागात हे शब्द

मला अगदी वरचेवर उच्चारावे लागत आहेत. मी कृत्रिम श्वास देणं थांबवतो. कार्लोसही थांबतो. तिची आई मोठ्यानं ओरडायला लागते... धाय मोकलून रडते आहे बिचारी...

वर्तमानपत्रातले लेख आणि दूरदर्शनवरचे अनुबोधपट यामध्ये दुःख सहजपणे स्वीकारणाऱ्या लोकांचा म्हणून जो आफ्रिका देश दाखवतात, तो हा देश नक्कीच नाहीये... मी खूप बेचैन झालो आहे. काय करू?...

त्या मुलीची आई आक्रोश करत आता जमिनीवर कोसळली आहे. ती जमिनीवर थपडा मारते आहे, स्वतःची छाती पिटवून घेते आहे. शेजारी उभ्या असलेल्या माणसाचा पाय पकडून ठेवते आहे. आता सगळेच लोक आकांत करायला लागलेत. बाहेर असणाऱ्या स्त्रिया आत येताहेत, त्या मुलीचे निश्चेष्ट पडलेले शरीर पाहताहेत आणि रडतच बाहेर जाताहेत. पुरुषही हुंदके देत त्या मुलीच्या वडलांभोवती गोळा झालेत... सगळी धिप्पाड, ताकदवान वाटणारी माणसं– हात उंचावून किंचाळल्यासारखं काहीतरी बोलताहेत – काहीतरी विचारायचं आहे त्यांना... पण काय आणि कसं?... आणि मी?... गाडीच्या दिव्यांच्या प्रखर झोतामुळे स्तंभित झालेल्या, भांबावलेल्या हरणानं निश्चल उभं राहावं, तशीच काहीशी अवस्था झालीये माझी. हे लोक संतापलेत का? समुद्राच्या लाटांसारख्या सतत हलणाऱ्या, थपडा मारणाऱ्या या हातांचे सांत्वन करण्याचा प्रयत्न मी कसा करू? मी क्षमायाचना केली तर होतील का हे लोक शांत? त्या लोकांचा हा आक्रोश असह्य होतोय... कधी थांबतील हे? पण त्या मुलीचा मृतदेह ब्लँकेटमध्ये गुंडाळून कार्लोस बाजूला होतो. चोळामोळा झालेल्या छोट्याशा पार्सलसारखा दिसणारा तो देह ते उचलतात आणि रडतरडतच रुग्णालयाचं आवार ओलांडून अंधारात दिसेनासे होतात. कार्लोस घरी जायला निघतो. परिचारिका ते अंथरुण पुसून स्वच्छ करते आणि मी मात्र दिङ्मूढ होऊन उभाच आहे. आता काय घडेल ते मला माहिती नाही. काही कल्पनाच करता येत नाहीये मला. मग मीही घरी जायला निघतो. पण पास्कल आणि टीमबरोबर पत्ते खेळण्याव्यतिरिक्त दुसरं मला काय करता येईल?... मला काहीच समजत नाहीये...

शरीराच्या अवयवांबाबत सौदा

मी खोलीवर येतो खरा... पण ही रात्र संपणारच नाही असं वाटतंय.

मी अंथरुणावर पडलो आहे. कितीतरी तास सगळीकडे भयाण शांतता पसरली आहे– कुठलाही आवाज नाहीये, म्हणून ते आवारही अस्वस्थ झालं असेल बहुधा असं वाटतंय. रहदारी नाही, माणसांचे आवाज नाहीत, जिवंतपणाचं कुठलंच लक्षण जाणवत नाहीये आसपास. कितीतरी वेळानं आता कोंबडे आरवायला लागलेत. त्यांच्या पाठोपाठ गाढवं खिंकाळायला लागली आहेत. आणि आता त्या धावपट्टीवर व्यायाम करणाऱ्या सैनिकांचाही आवाज ऐकू यायला लागलाय... इतका वेळ विळखा घालून बसलेल्या शांततेपेक्षा असला कुठलाही आवाज नक्कीच चांगला वाटतोय. त्या सैनिकांचं गाणंही आज जरा जास्तच सुखद वाटतंय. विचारांच्या ओघात मी अजूनही काही वेळ वाहू शकतो. आता सूर्योदय व्हायला लागला आहे. माझ्या खोलीच्या लाकडी खिडकीच्या फटीतून अंधाराला भेदत, प्रकाशाचा एक तेजस्वी झोत आत येऊ पाहतोय.

मी उठतो. उगीचच गोंधळल्यासारखा खोलीभर नजर फिरवतो. पण खोलीत फारच थोड्या गोष्टी आहेत. पॅन्टच्या दोन जोड्या, एम.एस.एफ.नं दिलेले काही टी-शर्ट्स आणि इतर काही कपडे खिडकीशेजारच्या लोखंडी शेल्फात ठेवलेले आहेत. प्लॅस्टिकच्या मेजावर धुळीनं माखलेला माझा लॅपटॉप ठेवलेला आहे. सिमेंटच्या थंडगार फरशीवर आतले कपडे पडलेले आहेत. निळसर राखाडी भिंतीवर काहीच नाहीये. लक्षात घेण्यासारखी वेगळी एकच गोष्ट आहे, ती म्हणजे माझी अर्धा डझन पुस्तकं. एक पुठ्ठ्याचं खोकं मी पलंगाशेजारचं टेबल म्हणून वापरतो. त्यावर ठेवलेल्या मेणबत्तीच्या शेजारीच हा पुस्तकांचा ढीग पडलाय. पण आजच्यासारख्या दिवसासाठी ही पुस्तकं अगदीच कुचकामीच आहेत, असं मला वाटतंय. कारण ही पुस्तकं आहेत आफ्रिकेचा इतिहास, उष्णकटिबंधातले औषधोपचार याविषयीचे संदर्भग्रंथ, अफगाणिस्तानात लिहिली

गेलेली एक कादंबरी आणि रॅन्डनमधल्या वंशहत्येचा लेखाजोखा. कोणत्या विचारानं मी ही अशी पुस्तकं इथे घेऊन आलो, हे आत्ता मलाच सांगता येणार नाही.

काही न सुचून मी पुन्हा पलंगावर आडवा होतो.

माझ्या खोलीच्या उजव्या हाताची खोली अँड्रियाची आहे. तिच्या खोलीत तिची हालचाल चालू झालेली दिसत्येय. आता ती धावण्याच्या व्यायामासाठी बाहेर पडेल. बाकी सगळे बहुतेक अजूनही झोपलेलेच आहेत. पुन्हा एकदा सगळीकडे काहीशी शांतता पसरते. मला वाळवीचा किंवा तत्सम अळ्यांचा 'सळसळ' असा सौम्यसा आवाज ऐकू येतो. माझ्या डोक्यावरच्या छताच्या चौकटीला पडलेल्या आकारहीन भोकांजवळ त्यांचं लाकूड कुरतडणं चालू असावं. त्या भोकांमधून अगदी सूक्ष्म अशी धूळ धुक्यासारखी खालपर्यंत ओघळत्येय. माझ्या मच्छरदाणीच्या जाळीमधील धाग्यांमध्ये तपकिरी रंगाचा थर साठेल असं वाटतंय. अगदी मिलिग्रॅमच्या हिशेबानं का होईना, पण माझ्या डोक्यावरच्या या छपराला आधार देणारी चौकट चावून चावून खाल्ली जात्येय... माझ्या मनात विचार येतो, की ते उरलेलं भगदाडही कोसळायला फारसा काही वेळ लागणार नाही. पावसाळ्यात काही दिवस पाऊस पडला किंवा एखादं मालवाहू जेटविमान इथल्या धावपट्टीवर उतरताना मोठ्यानं गडगडाट झाला तरी पुरेसं होईल. किंवा मग एखादा खूप मोठ्या आकाराचा भलं मोठ्ठं पोट असणारा पाणपक्षी त्या छतावर येऊन बसला तरी ते भगदाड कोसळेल, कारण या पक्ष्यांचं वजन थोडंथोडकं नाही, तर चक्क पाच ते दहा किलोपर्यंत असतं. त्यामुळे हे असलं छत कदाचितच तसल्या पक्ष्याचं वजन पेलू शकेल. पण पूर्वीसारखे आता इतके मोठाले पक्षी इथे उडत येण्याची शक्यता खूपच कमी आहे. युद्धामुळे इथलं प्राणीजीवन संकटात आलंय. तीस वर्षांपूर्वी इथे काळ्या रंगाचे ऱ्हिनो, हत्ती, सिंह, गवे, जिराफ, काळवीट, झेब्रा असल्या प्राण्यांचं अस्तित्व असल्याचं ऐकिवात आहे. पण माणसाळलेली जनावरं आणि लहान लहान पक्षी मात्र मी इथे आल्यापासून सतत पाहतोय. वन्य प्राण्यांसाठी मुद्दाम राखीव ठेवलेल्या या भूभागात आम्ही राहत आहोत, हा खरोखरच अतिशय निर्दय असा दैवदुर्विलास म्हणायला हवा.

युद्धकाळात अन्नाला मोहताज झालेले इथले स्थानिक लोक जिवावर उदार होत. काहीशा अविचारानंच, अन्न मिळवण्यासाठी धडपडत. आणि त्याच कारणानं त्यांनी हे प्राणीसुद्धा मारून खाल्ले. या देशाचा राष्ट्रीय प्राणी म्हणून ओळखले जाणारे पूर्व आफ्रिकेतले काळ्या रंगाचे हरिणसुद्धा अशा हत्येतून वाचले नाही. अशी हरणे या कत्तलीमुळे नामशेष झाल्यासारखी वाटताहेत, पण सर्वांत जास्त दुर्दैवी ठरले ते इथले हत्ती. अन्नासाठी तर त्यांना मारले गेलेच, पण त्याहीपेक्षा एका वेगळ्याच आणि भयानक कारणासाठी 'युनिटा'च्या टोळ्यांनी हत्तींचे असे

कळपच्या कळप ठार केले– अगदी निर्दयपणाने हेलिकॉप्टरमधून त्या कळपांवर हल्ले करायचे आणि त्याच वेळी मशिनगन्स वापरून त्यांची कत्तल करायचे. आणि हे सगळं चाललं होतं हस्तिदंत मिळवण्यासाठी, कारण आशियामध्ये हस्तिदंत विकून त्यांना युद्धासाठी पैसे जमा करता येत होते. युद्धकाळात प्राण्यांची झालेली ही दारुण अवस्था पाहता, एक गोष्ट आता मला प्रकर्षानं जाणवतेय... मी इथे रुजू झाल्यादिवशीच एका माणसावर चित्त्यानं हल्ला केल्याची घटना घडली होती. ही घटना कितीही थरारक असली, तरीही अनेक जणांनी त्याकडे सकारात्मक दृष्टीनं पाहिलं होतं. कारण त्या प्रदेशातले प्राणी अखेर तिथे परत यायला लागल्याचं ते लक्षण होतं. नदीच्या खालच्या अंगाला असणाऱ्या डोहांमध्ये हिप्पो डुंबत असतात, हे तर अनेकांना माहिती होतंच. पण आणखी दक्षिणेकडे हत्तींना फिरताना पाहिल्याचंही आमचे कर्मचारी सांगत असताना मी ऐकलंय. अर्थात, अजूनतरी माविंगामध्ये एकही प्राणी दिसलेला नाही.

माझ्या डाव्या बाजूला असणाऱ्या खोलीचं दार धाड्दिशी उघडलं जातं. ती पास्कलची खोली आहे.

"आपण याबद्दल काहीतरी केलंच पाहिजे!" अचानक समोर उभा राहून तो म्हणतो. त्याचं येणं, उभं राहणं, बोलणं सगळंच निदान आत्ता तरी मला अस्वाभाविक वाटतंय.

"कशाबद्दल काय केलं पाहिजे?" दुसऱ्या टोकाला उभा असलेला टीम त्याला विचारतो.

"या बेपर्वाईनं वागणाऱ्या गाढवाचं काहीतरी केलं पाहिजे!" पास्कल अजून चिडलेलाच आहे. मला मात्र मुश्किलीनं हसू आवरावं लागतंय...

"अरे मी अंघोळ करतोय –" टीम ओरडून सांगतो.

पास्कलचं तक्रार करणं चालूच आहे... कोणाला उद्देशून बोलतोय कोण जाणे... "यूजलेस माणसं! त्यांची जनावरं आमच्या कम्पाउण्डच्या मागं आणून बांधतात... स्वतःच्या घरापासून लांब आणि आमच्या मात्र डोक्याशी... त्यांच्या ओरडण्याच्या या असह्य आवाजात आम्ही झोपायचं तरी कसं इथे? रोज न चुकता, माझ्या खोलीच्या मागे ओरडत असतात लेकाची ही गाढवं..."

"अरे थांब जरा. मी अंघोळ करतोय." टीम पुन्हा सांगतो. पण पास्कल आता थांबायला तयार नाही. त्याचं शिव्या देणं चालूच आहे. आणि माझी मात्र छान करमणूक होत्येय. कारण त्याचं असं आकांडतांडव इतके वेळा आणि इतकं संतापून चालू असतं, की ज्याबद्दल तो इतका चिडलेला असतो, तो प्रसंग खरंच तितका गंभीर आहे की सोडून देण्याइतका साधासा आहे, याचाही विचार त्याच्या मनात येत नाही.

टीम अजूनही काही वेळ अंघोळच करत राहील असं वाटतंय. ते बर्फासारखं गोठवून टाकणारं पाणी, पण तो खरोखरच त्याची मजा घेतोय. त्या छोट्याशा जागेत, अतिशय गार पडलेल्या स्वतःच्या शरीराला कुरवाळत, कुठल्या तरी विचित्र सुरात तो दिलखुलासपणे गातोही आहे. पास्कल आणि मी मात्र असलं काही करत नाही. आमची अंघोळ यापेक्षा खूप वेगळी असते. पातेल्यात पाणी गरम करून घ्यायचं आणि त्या क्षणी जशी वाटेल तशी, म्हणजे बऱ्याचदा अंगावर नुसतं पाणी उडवत अंघोळ उरकायची, तीही दुपारच्या वेळी हवा थोडी गरम असते तेव्हा. ही झाली आमची पद्धत. पण अँड्रिया मात्र आम्हा सगळ्यांनाच अगदी लाज वाटावी अशी वागते. पहाटेचा तिचा पळण्याचा व्यायाम करून आल्या आल्या ती थेट अंघोळीला जाते– इतकी लवकर की तोपर्यंत आम्ही बाकीच्यांनी अंथरुणातून उठण्याचा विचारही केलेला नसतो. त्यानंतर पुन्हा एकदा रात्री अशा वेळी अंघोळ करते, की टीमलाही हवा खूपच गार असल्याचं जाणवत असतं.

हे सगळं मी सांगतोय याचा अर्थ असा मात्र नाही की मी माझ्या सहकाऱ्यांच्या जगण्याच्या सवयींमध्ये फार रस दाखवतोय. पण इतक्या बंदिस्तपणे एकत्र राहत असताना, जगण्यातलं हे न टाळता येणारं वास्तव आहे इतकंच. सगळ्यांचं असं एकमेकांच्या सान्निध्यात राहणं, खोल्यांची करकरणारी दारं, एकेरी विटांच्या भिंती, वीजपुरवठ्याची दुरवस्था, या सगळ्यांनी मिळून, इथे कुणाला एकांत मिळेल ही भ्रामक कल्पना कधीच वास्तवात येणार नाही, याची खूप आधीपासूनच पुरेपूर काळजी घेतली गेली आहे. एकमेकांच्या वैयक्तिक विक्षिप्त सवयी आम्हाला चांगल्याच परिचयाच्या झालेल्या आहेत... आणि अशा सगळ्या परिस्थितीत उत्कट प्रणयाचा वगैरे विचार करणंही मला त्रासदायक वाटेल. आमच्यापैकी प्रत्येकाचा विक्षिप्तपणाही सांगण्यासारखाच आहे. आता अँड्रियाचंच उदाहरण देतो. खास करून जर्मन लोकांना असणारं नीटनेटकेपणाचं आणि टापटिपीचं जे पछाडल्यागत वेड तिला आहे, त्याची स्पर्धा तिच्या सहकाऱ्यांकडे नेमक्या याच गुणांच्या असणाऱ्या अभावाशी चालू असतं. रात्रीच्या वेळी संडासात जातानाही ती सॅन्डल्स घालून जाते. मला हे माहिती असायचं कारण म्हणजे माझ्या खोलीतल्या खिडकीचं तोंड त्याच बाजूला आहे आणि त्या खिडकीच्या दारांनी जेवढा भाग बंद होणं अपेक्षित आहे, त्यापेक्षा ती दारं इंचभर तरी लहान आहेत. पास्कलची तऱ्हा वेगळीच आहे. दिवसभर सिगारेटस आणि 'न्यूटेला' या खाद्य पदार्थावर राहू शकणारा (न्यूटेला हा पऱ्यांनी खास देवांसाठी बनवलेला त्यांचा आवडता पदार्थ आहे, अशी समजूत आहे.) आणि चे गवेराशी फक्त शारीरिकच नाही तर इतर अनेक बाबतीत साम्य असणारा हा पास्कल, संडासात अनवाणीच जातो, आणि

त्यावरचं झाकण कायम उघडंच ठेवणारा तोच गुन्हेगार आहे, असं इतरांचं ठाम मत आहे. चे गवेरावरून आठवलं... पास्कल जर तीस वर्षं आधी जन्माला आला असता, तर मी खात्रीनं सांगतो की एम.एस.एफ.चा टी-शर्ट घालण्याऐवजी त्यानं स्वातंत्र्य सैनिकाचा गणवेष घातला असता. असो. टीम मात्र त्याच्या अगदी विरुद्ध आहे. तो संडासाचं दारही न विसरता बंद करतो. तो झोपेत बोलतो आणि मोठमोठ्यानं घोरतोसुद्धा. आणि प्रेमभंग झाल्यापासून, प्रेम नावाची कोणती गोष्ट अस्तित्वात आहे यावर त्याचा विश्वासच राहिलेला नाही. त्याच्या दृष्टीनं प्रेम म्हणजे समुद्रात तरंगणाऱ्या हिमनगाचं फक्त वरचं टोक आहे– वरवर मोहक पण आत भयंकर असं काहीसं... आमच्यापैकी कुणाला तरी कल्पना होती का की आम्ही असे एकमेकांचे सल्लागार होऊ म्हणून... नातेसंबंधांबाबतचे सल्लागार, व्यवसाय–मार्गदर्शन, राजकारणावर चर्चा करणारे आणि हो, ऐकण्याची इच्छा असो वा नसो, लैंगिक बाबतीत ओढवलेल्या संकटांच्या गोष्टी ऐकणारे खासगीतले श्रोतेही होऊ म्हणून? असं एकमेकांवर कुरघोडी करत, स्वतःला सर्वोत्तम ठरवत जगण्याचं मोल कमी लेखताच येणार नाही.

माझ्या निद्रानाशाबद्दल बोलायचं तर, त्याबद्दल गाढवंच थोडंसं काहीतरी करू शकतील. त्या छोट्या मुलीच्या मृत्यूमुळे मी मनानं दुबळा झालोय. आत्तापर्यंत मी असा लहान मुलाचा मृत्यू कधीच पाहिलेला नाही. त्या दुर्दैवी घटनेवर लोकांची जी प्रतिक्रिया उमटली होती तशी प्रतिक्रियाही पाहिलेली नाही. खरं सांगायचं तर इथले लोक कशाबद्दलच त्यांची प्रतिक्रिया व्यक्त करत नाहीत. मृत्यू ही इथली अपरिहार्य गोष्ट असेल असं मला वाटतं. चार अंगोलन मुलांपैकी एक तरी मूल स्वतःच्या पाचव्या वाढदिवसाआधीच मरण पावतं. माविंगासारख्या ठिकाणी तर हे प्रमाण बहुतकरून जास्तच असणार. एक डॉक्टर म्हणून मृत्यूशी माझा परिचय आहेच. ऑस्ट्रेलियामधल्या रुग्णालयात मरण पावलेल्या लोकांसाठी मी मृत्यूचे दाखलेही दिलेले आहेत. तिथे असताना, सकाळचा काही वेळ तिथल्या प्रादेशिक रुग्णालयात शवागारातल्या मृतदेहांच्या पिशव्या उघडण्यासाठी मला बोलावलं जात असे. मृत व्यक्तीच्या नातेवाइकांना त्याच्या मृत्यूची बातमी सांगण्यासाठी मी अनेकदा फोन केलेले आहेत आणि ती बातमी ऐकून, त्यांना हुंदके देत रडतानाही मी ऐकलं आहे. इतकंच नाही, तर रुग्णाचं आयुष्य संपत असल्याचं पाहून त्याविषयी काय निर्णय घ्यायचा याबद्दलच्या त्याच्या कुटुंबाच्या चर्चेतही मी सहभागी झालेलो आहे. हे सगळं नेहमीच दुःखदायक असतं. पण ते दुःख त्या मुलीच्या मृत्यूमुळे झालेल्या दुःखासारखं मला कधीच वाटलं नाही. लहान मुलांच्या मृत्यूचं दुःख मी आजपर्यंत कधीच अनुभवलेलं नाही. अशा दुःखाची जात वेगळीच आहे आणि ते सगळं दृश्य जवळून पाहायचं, त्या कुटुंबाचा शोक हतबल होऊन

पाहत तिथे थांबायचं म्हणजे... नको, नको. ते सगळं आठवलं तरी त्रास होतोय मला.

ती मुलगी गेल्याची बातमी गावात जशी पसरली, तसं सकाळी सकाळीच मला पुन्हा रडणं ऐकू आलं. मला असं सांगितलं गेलं की त्या मुलीचा मृतदेह घेऊन तिचे कुटुंबीय गावात सगळीकडे फिरले आणि आज तिची अंत्ययात्रा संथपणे तिच्या खेड्याच्या दिशेनं जाऊ लागेल. हे ऐकून आता मी स्वतःशीच असा विचार करू लागलोय की तिची काळजी घेण्यात आम्ही काही चूक केली होती का? आमचे उपचार तिला मिळाले असते किंवा नसते, तरीही इथे येऊन ती वाचेल अशी शक्यता तरी होती का? या प्रश्नांची उत्तरं वस्तुनिष्ठपणे शोधण्याचा कोणताच मार्ग मला दिसत नाहीये. इथे दाखल केलेल्या अनेक रुग्णांच्या बाबतीत हीच परिस्थिती आहे. ही सगळी परिस्थिती इथे येऊन व्यवस्थितपणे समजून घेऊन, इथे एक दिवस राहून, मला मार्गदर्शन करणारा, माझं काय चुकतंय ते सांगणारा आणि गरज पडली तर कडक शब्दात मला तंबी देणारा एखादा ज्येष्ठ वैद्यकीय सहकारी जर इथे यायला तयार असेल तर त्यासाठी मी काहीही करायला तयार आहे. कारण वैद्यकशास्त्राबाबत मार्गदर्शन करणारे साहित्य मी अनेकदा वाचलेलं आहे, आणि तत्त्वतः मला ते सगळं समजलेलंसुद्धा आहे. पण जे वाचलंय त्याचा प्रत्यक्षात उपयोग करणं, ही गोष्ट मात्र अगदी साधी–सरळ अशी नाहीये.

पुष्कळ वेळा असं होतं की रुग्ण इथे यायला खूप उशीर करतात. त्यांचा आजार खूप पुढच्या थराला गेल्याचं त्यांना कळलेलंच नसतं. पाश्चिमात्य औषधोपचारांच्या बाबतीत ज्या गोष्टींवर मी नेहमी अवलंबून राहतो, नेमक्या त्याच गोष्टींचा इथे अभाव आहे. रुग्णाच्या वेगवेगळ्या चाचण्या करण्याची सोयच नाहीये इथे. असं वाटतं की आम्ही एकोणिसाव्या शतकात वैद्यकीय व्यवसाय करतो आहोत. रुग्णाचं हिमोग्लोबिन किती आहे हे ठरवायचं असेल तर मी त्याची खालची पापणी खाली ओढतो आणि तिथे दिसणाऱ्या रंगावरून निदान काढतो. म्हणजे तशी आमच्या इथल्या प्रयोगशाळेत हे तपासण्याची सोय आहे, पण ती अगदीच प्राथमिक अवस्थेतली आहे आणि एखाद्या स्त्रीच्या पोटातल्या गर्भाच्या हृदयाचे ठोके मोजायचे असतील, तर रिकाम्या कोनासारखं दिसणारं एक साधन त्या स्त्रीच्या पोटाला लावून, अँड्रिया त्यातून ते ठोके ऐकते. या साधनाला 'पिनार्डचा स्टेथोस्कोप' असं म्हणतात. म्हणजे शेजारच्या खोलीत चाललेलं कुणाचं तरी खासगी संभाषण चोरून ऐकण्यासारखाच प्रकार असतो हा. तापाच्या कारणांचं निदान करणं ही तर एक विशेष समस्या असते इथे. कारण तापाची असंख्य कारणं असतात. ताप आलेले रुग्णही अनेक असतात

आणि आमच्या इथे फक्त एच.आय.व्ही., गुप्तरोग, मलेरिया आणि हिपॅटायटीस म्हणजे यकृताला सूज आल्यामुळे येणारा ताप या चारच प्रकारच्या चाचण्या करण्याची सोय आहे. तसेच रक्तगट ठरवण्यासाठी एक छोटी दुर्बीण आणि त्यासाठी लागणारी साधनं, एवढंच उपलब्ध आहे. मग एखादं तरी काही कारण सापडतंय का, ते शोधण्यासाठी मी याविषयीची अनेक पुस्तकं पिंजून काढतो. ऑस्ट्रेलियात मला असं काही करण्याची कधी गरजच पडली नव्हती. उदाहरणार्थ, जर टायफॉईड झालेला असेल, तर नाडीचे ठोके नेहमीपेक्षा खूपच संथपणे पडत असतील. एखाद्या नवजात अर्भकाला धनुर्वात झाल्याची शक्यता असेल, तर त्याला तोंडात स्तन व्यवस्थित धरता येणार नाहीत. 'बॉरेलिया' प्रजातीतील सूक्ष्म रोगजंतूंच्या मुळे ताप येत असेल, तर तो पुन्हा पुन्हा येत राहील. गोवर असेल तर तोंडामध्ये स्पष्ट असे पांढरे डाग दिसतील. पण अशी लक्षणं पटकन लक्षात येत नाहीत आणि त्यामुळे त्यांच्याकडे दुर्लक्ष होऊ शकतं. अगदी हातपाय असे अवयव मोडले आहेत असं बाहेरून उघडपणे जाणवत असलं, तरी त्याचं नेमकं निदान करण्यातही अडचणी असतातच. गेल्याच आठवड्यामधली गोष्ट आहे... प्रशिक्षण चालू असताना हातावर पडलेला एक सैनिक आमच्याकडे आला होता. त्याच्याशी झालेलं संभाषण सांगतो...

"कसं काय मोडलंस तू हे हाड?" आम्ही विचारतो.

"म्हणजे मोडलंय का ते?" तो विचारतो.

"शक्यता आहे. तुला जाणवतंय का ते मोडल्यासारखं?"

"हाड मोडलं आहे हे कसं जाणवतं?" तो निष्पापपणे विचारतो.

"चांगला प्रश्न आहे हा. खूप दुखतंय का तिथे तुला?"

"हो."

"तू खूप जोरात एखाद्या कठीण वस्तूवर पडलास का?"

"हो."

"इथे मी हात थोडा पिरगाळला तर?"

"आऽऽऽ ... नको..." तो कळवळतो.

"माफ कर, पण हात इथे मोडलाय असं आपण गृहीत धरू. आम्ही त्याला प्लॅस्टर घालतो, आणि चार आठवडे तुला ते तसंच ठेवावं लागेल. ठीक आहे?"... आणि आम्ही त्याच्या हाताला प्लॅस्टर घातलं.

काही वेळा तर असं होतं की, एखाद्या दुखण्याचं अगदी सहज आणि स्पष्ट निदान झालं असलं तरी नेहमीच त्यावरच्या उपाययोजना करण्याची गोष्ट सोपी नसते. काही दिवसांनी आणखी एक सैनिक आमच्याकडे आला. अगदी तरुण मुलगाच होता तो – त्याच्या मनगटापासून कोपरापर्यंतचं हाड जागेवरून सरकल्याचं

निश्चितपणे कळत होतं– ते मोडलं होतं यात शंकाच नव्हती. पण ते नक्की कुठे आणि किती प्रमाणात मोडलंय हे ठरवायचं कसं? आम्ही त्याला चांगली वेदनाशामक औषधं दिली आणि मोडलेल्या पूर्ण भागाला, त्यावर सूज असूनही, हाडावर दाब पडेल अशा बेतानं घट्ट पट्टी बांधून टाकली. हाडाचे दोनच तुकडे झाले होते, की त्याहून जास्त... कोणाला कसं कळणार हे? हाडाजवळच्या मज्जातंतूंना किंवा रक्तवाहिन्यांना काही इजा झाली होती का... कसं समजणार? पण वरकरणी तरी अशी इजा झाली असावी असं वाटत नव्हतं. म्हणून मग आम्ही त्याला आणखी तीव्र वेदनाशामकं दिली. क्षणभर थांबलो. मग तो हात ओढून, वाकवून, चोळून नेहमीच्या आकाराला आणला... पण हे सगळं करताना मी अस्वस्थ झालो होतो. कारण एक पाश्चिमात्य डॉक्टर म्हणून उपचारापूर्वी निदानाची खात्री करून घेण्याची जी माझी सहजप्रवृत्ती होती, तिच्या विरुद्धच हे सगळं चाललं होतं. न्यायनीतीची बूज राखणाऱ्या आणि साधनसंपन्न असणाऱ्या समाजात अशा गोष्टी कुणी करेल का? थायलंडमध्ये मला आलेले अनुभव नक्कीच आव्हान देणारे होते, पण तिथे इतर अत्याधुनिक रुग्णालयंही होती, जिथं आम्ही रुग्णांना पाठवू शकत होतो.

आता मला जेव्हा जेव्हा सल्ला घेण्याची गरज वाटेल, तेव्हा तेव्हा योग्य वाटेल त्या कुणाशीही थेट संपर्क साधायच, असं मी ठरवूनच टाकलंय. एम.एस.एफ.चे युरोपमधले जे सर्जन आहेत, ते माझ्या अनेक ई–मेल्सना आनंदानं उत्तर पाठवतात. ऑस्ट्रेलियातील तज्ज्ञांनाही मी वेळोवेळी माझ्या शंका विचारत असतो. गेल्या आठवड्यात, इथून तासाभराच्या अंतरावर असणाऱ्या ख्रिश्चन मिशननं एक तरुण माणूस आमच्याकडे पाठवला होता, जो अचानकपणे आंधळा झाला होता. त्या वेळी मी ताबडतोब आमच्या सॅटेलाईट फोनवरून मेलबर्न इथल्या 'रॉयल आय ॲन्ड इअर हॉस्पिटल'शी संपर्क साधला होता आणि तिथल्या नेत्रतज्ज्ञांशी थेटपणे बोललो होतो. त्यांनी मला अतिशय उत्तम सल्ला दिला होता. मला नेहमी असं जाणवतं की लोक मदत करायला नेहमीच उत्सुक असतात, पण अडचण ही असते की त्यांनी सुचवलेले उपचार करण्यासाठी लागणारी साधनसामग्री किंवा उपकरणं आमच्या इथे क्वचितच उपलब्ध असतात. औषधं आमच्या इथे सामान्यतः उपलब्ध असतात. एखादं औषध मला हवंय आणि आमच्या इथल्या औषधाच्या दुकानात ते नाही, असं सहसा होत नाही. एखादं औषध नसेल तर त्यासाठी योग्य ते पर्यायी औषध तरी असतंच... पण साधनसामग्री नसणं हा मात्र खराच प्रश्न आहे.

म्हणून मला खरंच आता एखाद्या अनुभवी सहकाऱ्याची गरज आहे. आणि तो इथे असताना माझी रात्रपाळी असेल तेव्हा, एखादी तरी रात्र त्याने कृपा करून माझ्याबरोबर थांबावं, अशी मी त्याला विनंती करेन. कारण आता पुन्हा कुठचं

अरिष्ट ओढवेल, याची सतत मला खूप भीती वाटत राहते. मी इथे असेपर्यंत रोजच मला ही भीतीची भावना ग्रासून टाकेल, ही कल्पनाच माझ्या शक्तीचा ऱ्हास करणारी आहे.

स्वतःबद्दलच अशी करुणा वाटून घेत, त्यातच मी स्वतःला गुरफटून घेतलेलं असताना, काल रात्री मी माझ्या प्रेयसीला फोन केला... म्हणजे पूर्वी जी माझी प्रेयसी होती तिला किंवा आता आमचं जे काही नातं असेल तिला... कारण अजूनही आम्ही एकमेकांना भरपूर ई-मेल्स पाठवतो, त्यामुळे आमच्यात नेमकं काय नातं आहे, हे मी खरंच खात्रीनं सांगू शकत नाही. पण माझ्या आयुष्यात ती महत्त्वाची होती. "मी तुला कोणताही आधार देऊ शकत नाही. तुला तिकडे जायचं होतं, म्हणून तू मला सोडून गेलास. आता मला माझं वेगळं अवकाश असण्याची गरज आहे." ती काल मला शांतपणे म्हणाली.

...मला सोफियाची आठवण येत्येय... ती बरोबरच म्हणाली होती... 'तुम्ही इथे असताना तुमचं असं कोणीतरी पाहिजे, ज्याच्याबद्दल तुम्ही विचार करू शकाल...'

सुदैवानं माझ्या आई-वडिलांना असं काही स्वतःचं अवकाश वगैरे नको असतं. माझ्याकडून इथल्या हकिगती ऐकायला त्यांना खूप आवडतं आणि इथल्या माझ्या सगळ्या अनुभवांमुळे त्यांनाही धीर येतो. आणि त्यांच्याकडून हे ऐकण्याची मला अतिशय गरज असते. कारण इथे आल्यापासून कधी कधी मला असं वाटत राहतं की या खंडामधल्या हजारो खेड्यांपैकी कुठल्यातरी एका गरजू खेड्यांमधल्या लोकांची सेवा केल्यामुळे इथल्या परिस्थितीत जरासा तरी फरक पडणार आहे का? आणि तेही आम्ही काही महिन्यांपुरतंच इथे राहून लवकरच इथून निघून जाणार असताना? ... पण या असल्या विचारांनी अस्वस्थ होणारं मन शांत करण्यामध्ये पालक फारच हुशार असतात... आता पाहा ना... सॅटेलाईटवरून एका मिनिटाला फक्त चार डॉलर्स खर्च करून मला कितीतरी गोष्टी इत्थंभूत कळत असतात... अगदी आमच्या घरचा कुत्रा कसा आहे, रग्बीचा स्कोअर काय झाला आहे, स्वयंपाकघरात बसवलेल्या नव्या फरश्या कशा काय वाटताहेत... आणि अशा अनेक गोष्टींची माहिती मिळत असते. मला अगदी घरीच असल्यासारखं वाटत राहतं... असं घर, जे सोडून मला जेमतेम काहीच आठवडे झालेले असूनही मला विचित्रपणानं ते अनोळखी वाटायला सुरुवात झाली होती.

असो. काल काय घडलं त्यावर आज विचार करण्यात काहीच अर्थ नाही; कारण मी ते बदलू शकत नाही. आणि उगीचच अंतर्मुख होऊन आत्मनिरीक्षण वगैरे करण्यात आजचा दिवस मला वाया घालवायचा नाहीये. कारण आज रविवार आहे – आमचा सुट्टीचा दिवस.

"ए डॅमियन," टीम मला हाक मारतोय.

"हाय."

"उठलास का तू?"

तो ऑफिसमध्ये बसून बोलतोय असं वाटतंय. आमच्या आवाराच्या एका टोकाला रुग्णालयातल्या स्नानगृहाजवळ हे ऑफिस आहे.

"नाही, अजून अंथरुणातच आहे." मी त्याला सांगतो.

"काय?"

"मी अजून उठलेलो नाही..." मी मोठ्यानं सांगतो.

"ॲना नावाच्या कुणाची तरी ई-मेल आलीये तुला इथे..." तो ओरडून सांगतो.

"थँक यू..." ती ई-मेल नंतर वाचायची असं मी ठरवून टाकतो. ॲना विद्यापीठातली माझी जुनी मैत्रीण आहे.

"तू याआधी आम्हाला ॲनाबद्दल कधी काही सांगितल्याचं आठवत नाहीये मला," टीम म्हणतो, आणि लगेचच माझ्या खोलीच्या शेजारच्या खोलीचं दार हेलकावे खात उघडल्याचं माझ्या लक्षात येतं.

"कोण ॲना?" पास्कलला राहवतच नाहीये बहुधा... "तू ॲनाबद्दल नक्कीच काही सांगितलं नाहीयेस आम्हाला. टीम, काय रे हा आपल्यापासून काही गोष्टी लपवून ठेवतोय का?"

कुठली गोष्ट? एकत्र राहण्याबद्दलची? एखाद्या गोष्टीबद्दल गुप्तता राखता यावी या कल्पनेच्याच चिंधड्या उडताहेत... पुन्हा एकदा...

"आणि अजून एक मेल आहे रे... निकोल नावाच्या मुलीची ... देवा हा नवा डॉक्टर इंटरनेटवरून नक्की काय करत असतो रे?" टीम माझी खिल्ली उडवू पाहतोय...

"ती बहीण आहे माझी," मी ओरडून सांगतो.

"तू म्हणतो आहेस तर असेल बाबा ती तुझी बहीण," टीम खांदे उडवतो.

"पास्कल आणि ॲड्रिया तुमच्यासाठी पण आहेत बरं का काही मेल्स... बापरे, डॅमियन अजून एक निनावी मेल आलीये रे तुला... या मेल्स कधी संपणारच नाहीत का?..." आता टीम जरासा वैतागल्यासारखा वाटतोय...

"जाऊ दे..." मी मनाशीच म्हणतो आणि पुन्हा डोकं उशीत खुपसतो.

***

माविंगामध्ये सुट्टीचा दिवस घालवणं, यातही कधी कुठलं आव्हान नाही असं होतच नाही. सर्वांनी एकत्रितपणे शहराभोवती एक फेरफटका मारायचा, हा सुट्टीचा कार्यक्रम तर नेहमीचाच आहे, पण सकाळपासून जाणवणारं कडक ऊन

दुपारनंतर ओसरेपर्यंत तरी बाहेर पडणं शक्य नसतं. आज तर डॉमिंगाही आलेली नाही, त्यामुळे दुपारचं आणि रात्रीचं जेवण आमच्यापैकीच कुणाला तरी बनवावं लागणार हे नक्की– त्या अंधारलेल्या कळकट स्वयंपाकघरात काम करणं अजिबात सुखावह नसतं. शिवाय आम्हाला थोडा व्यायामही करणं गरजेचं असतं. त्या धावपट्टीवर पळण्याचा व्यायाम तरी करायला हवा, नाहीतर बॅडमिंटन तरी खेळायला हवं, कारण नुकतंच आम्हाला आमच्या स्टोअररूममध्ये बॅडमिंटनचं नेट सापडलंय. पण हे सगळं करण्याआधी, किंबहुना कुठचीही गोष्ट करण्याआधी आम्हाला दोनदोनदा विचार करावा लागतो. कारण काहीही करायचं तर इतरांबरोबरच, नाहीतर मग रुग्णालयात आम्हाला बारा–बारा तास घालवावे लागतात. या सगळ्यापेक्षा, खरोखरच अंथरुणातून उठण्याची घाई न करणंच बरं...

सकाळचा बहुतेक वेळ आम्ही आमच्या खोल्यांभोवतीच रिकामटेकडेपणा करत घालवतो. आळीपाळीनं घरी संपर्क साधण्याचा प्रयत्न करतो. थोडं जास्त वाचनसुद्धा करतो. आज दुपारी मी दाढी केली, ई-मेल्स पाहिल्या, लापशी बनवली, जास्त आजारी असणाऱ्या काही रुग्णांची चौकशी केली आणि पास्कलकडून बुद्धिबळात हारसुद्धा पत्करली. अँड्रिया स्वयंपाकघरात व्यस्त आहे. आम्हा इतर सगळ्यांऐवजी आज तिच्यावरच स्वैपाकाची जबाबदारी पडली आहे. आणि स्वतःवर पडणारा ताण खुशीनं स्वीकारत ती कोणतातरी भाजून करायचा पदार्थ बनवते आहे... अर्थात, हे आमच्या पथ्यावरच पडलंय म्हणा! मग मधल्या वेळात आम्ही तिघं मागच्या आवारात फुटबॉल खेळत बसलोय. पण बॉल कुंपणाच्या पार पलीकडे जाऊन पडल्यामुळे आमचा खेळ थांबलाय.

"तू जाऊन आण बॉल."

"अजिबात नाही."

"पण आता तुझी पाळी आहे."

"जमणार नाही, इतक्या लांब मी जाणार नाही..."

या टोलवाटोलवीचं कारण एकच आहे, की तो बॉल नक्की कुठंपर्यंत जाऊन थांबला आहे हे आम्हाला नक्की माहिती नाहीये. आमच्या डावीकडच्या धावपट्टीवर आता अजिबात सुरुंग नाहीयेत. त्यापुढे ज्या काही झोपड्या आहेत तिथेही तसा धोका नाहीये. आणि आमच्या समोरच्या नजरेच्या टप्प्यात असणाऱ्या भागातही सुरुंग असण्याची कोणतीच चिन्हं दिसत नाहीयेत. पण आमच्या ऑफिसमध्ये लावलेल्या नकाशानुसार ही जागा सुरुंगाच्या हद्दीच्या बाहेर असलेली दाखवली आहे. आम्हाला वाटतंय, की ही जागा त्या दृष्टीनं सुरक्षित आहे. धावपट्टीच्या उत्तरेला सुरुंग निकामी केल्यानंतर लावण्यात येणाऱ्या तारांच्या अनेक जाळ्या मी पाहिलेल्या आहेत आणि आम्ही आता दक्षिणेकडे आहोत. तसंच पूल, पाणवठ्याच्या

जागा, फळझाडं असणाऱ्या जागा या दृष्टीनं धोकादायक असण्याची शक्यता जास्त असते, पण यापैकी आमच्यासमोर काहीच नाहीये. आणि इथे सतत चरत असणाऱ्या गाढवांपैकी कुणालाच कुठली जखम झालेली दिसत नाहीये. पण तो बॉल परत आणायला नक्की कुणी जायचं, यावर आमचं एकमत होण्याआधीच लहान मुलांचा एक घोळका समोरून पळत येताना दिसतो... ''ए, पोरांनो सांभाळून या रे,'' आम्ही एकदम ओरडून त्यांना सांगतो... पण त्या मुलांना बॉल सापडलाय, ते स्वतः आपापसात काही वेळ त्याच्याशी खेळतात आणि मग दयाळूपणाने तो बॉल आमच्याकडे फेकतात.

अर्धी दुपार उलटून गेलीये आणि आता आमची इतर सर्व कामे करून झाली आहेत. थोडंसं लिखाण करण्याचा मात्र आम्ही सगळ्यांनीच कंटाळा केलाय आणि आता तापमानही इतकं झरझर कमी व्हायला लागलंय, की आता आम्ही बाहेर पडायलाच हवंय.

आधीच्या सुट्टीच्या दिवसांप्रमाणेच, फिरत फिरत जाण्याचं आमचं शेवटचं ठिकाण असतं ते म्हणजे इथला बाजार. तिथे खरेदी करण्यासारखं फारसं काहीच नसतं, असं टोयोटा म्हणतो, ते बरोबरच असतं. पण तरीही आम्ही तिथे जातोच आणि तिथे जाऊन लोकांचं निरीक्षण करणं, हे त्याचं खरं कारण असतं. बाकी तिथं नव्यानं बघण्यासारखं काहीही नसतं. कुणीतरी दान केलेल्या कपड्यांचे आणि स्वस्तात मिळणाऱ्या वस्तूंचे तसेच ढीग प्रत्येक वेळी पाहायला मिळतात. या वस्तूंमध्ये मेणबत्त्या, बॅटऱ्या, साबण, सिगारेट्स, हातात धरून ऐकता येतील असे छोटे रेडिओ, डोक्यावर लावायच्या मण्यांच्या माळा आणि पाश्चिमात्य स्टाइलचे केसांचे टोप, अशासारख्या वस्तू असतात. कुठल्याही क्षणी ढासळून पडतील असं वाटणाऱ्या तिथल्या तीन डझन गाळ्यांमधल्या शेल्फांवर या वस्तू अस्ताव्यस्तपणे ठेवलेल्या असतात. त्यामानानं शहराच्या अगदी टोकाला खाद्य पदार्थांचा अपुरा पुरवठा करणारी जी ठिकाणं आहेत, ती थोडीतरी चांगल्या स्थितीत असतात. या इथल्या बाजारात स्त्रिया आणि मुली, समोर कपड पसरून, आपल्याकडच्या वस्तू मांडून, त्यामागे गुडघे टेकून बसलेल्या असतात. त्या कापडावर मक्याचे छोटे छोटे ढीग करून ठेवलेले असतात, कोरडी बिस्किटे असतात, थोडीशी भेंडी वाटे करून ठेवलेली असते, काही कंद असतात आणि कधी कधी थोडेसे तेल, नाहीतर डबाबंद मासेही असतात. या सगळ्या गोष्टींनी त्या शहराची भूक कशी काय भागते कोण जाणे! या सगळ्या वास्तवाशी उपरोध वाटावा अशा ज्या इतर वस्तू आम्हाला दिसल्या, त्या म्हणजे एकतर बिअर आणि त्याव्यतिरिक्त हिरे. ही गोष्ट जरी अगदी खोटी वाटण्यासारखी असली, तरी आत्ताच दोन वेळा आमच्याकडे अशी माणसे येऊन गेली, ज्यांना न कापलेले मौल्यवान खडे विकायचे होते.

आमच्या रुग्णालयाच्या उत्तरेकडे जी गाळाची जमीन आहे, त्यातून बहुधा ते खडे त्यांनी शोधून आणले असावेत, असा आमचा तर्क आहे. ते खडे खरं तर फुटलेल्या काचेसारखे दिसत होते, पण ते अस्सल असण्याची दाट शक्यता होती. कारण त्या प्रांतात सीमेवरून चालणारा व्यापार अजूनही जोमाने चालू आहे. पण अंगोलन राज्यकारभाराच्या नियमांमुळे आम्ही त्यात पैसे गुंतवण्यापासून चार हात लांबच आहोत...

तर असा हा इथला बाजार. मी माझा कॅमेरा चार्ज करतो. अंगोलन क्वान्झा नावानं ओळखली जाणारी तिथली नाणी आणि नोटा खिशात ठेवतो, वॉकी–टॉकीच्या बॅटऱ्या बदलतो आणि रुग्णालयाच्या सुरक्षारक्षकांशी संपर्क साधून आम्ही बाजारात असल्याचं सांगतो. पंधरा मिनिटांत इथून परत फिरायचं असं आम्ही ठरवलं आहे. फक्त सर्जिओ तेवढा आता ऑफिसच्या दारात उभा आहे, आणि मला अशी शंका येत्येय की मला आता जे काम करावं लागणार आहे, त्याची सोय कधी करायची, याच्या पर्यायांचा तो विचार करतोय... ते काम आहे 'ऑपरेशन.'

***

गेल्या तीन आठवड्यात ऑपरेशन थिएटरमध्ये जावं लागेल, अशी एकही गंभीर केस आम्ही हाताळलेली नाही. ऑपरेशनची वेळ ज्यांच्यावर येऊ शकणं संभव वाटत होतं, त्या रुग्णांना केवळ औषधोपचार करून आम्ही बरं केलेलं आहे. अर्थात, त्या प्रत्येक वेळी रॉबर्टो आमच्याशी सहमत होता असं नाही. पण आता मात्र सर्जिओ मला अशा एका तरुण स्त्रीला तपासायला नेतो आहे, जिला ऑपरेशनची निःसंशयपणे गरज आहे. मला या गोष्टीची प्रचंड काळजी वाटत्येय. म्हणजे तिच्या प्रकृतीची काळजी वाटत नाहीये. ॲपेन्डिसायटिसमुळे तिला त्रास होतो आहे बहुधा. काळजी वाटत्येय ती हे ऑपरेशन आम्ही ज्या परिस्थितीत करणार आहोत त्याची.

इथलं ऑपरेशन थिएटर म्हणजे प्रसूतीच्या खोलीला लागून असलेली, विटांचं बांधकाम केलेली एक छोटीशी खोली आहे; जिथे आधुनिकपणाची झलक दाखवणाऱ्या दोन गोष्टी आहेत– एक म्हणजे पल्स–ऑक्झिमीटर आणि दुसरा इथला हॅलोजन दिवा, जो मोटारीच्या बॅटरीवर चालतो. याखेरीज तिथे वैद्यकीय साधनं ठेवण्यासाठी दोन शेल्फ आहेत. स्टीलचं ऑपरेशन टेबल आहे, आणि बाकी सगळ्या उपकरणांच्या ऐवजी, पडदे लावलेली एक खिडकी आहे. बस्! भिंतीला जी चीर पडली आहे त्यातून थोडीशी हवा येत असते.

मी या खोलीत प्रवेश करतो, तेव्हा भूल देण्यासाठी आलेली नर्स तिथे तिच्या कामाची तयारी करताना दिसते आहे. तिचं नाव आहे वेरॉनिका. ती बहुतेक

वेळा अँड्रियाबरोबर औषधांच्या दुकानात काम करते आणि कधी कधी वॉर्डमध्ये नर्स म्हणूनही काम करते.

वेरॉनिका थोडीशी घाबरल्यासारखी दिसते आहे.

"याआधी हे भूल देण्याचं काम तू कधी केलं आहेस का?" मी तिला विचारतो.

"फारच थोड्या वेळा केलं आहे." ती नम्रपणे सांगते.

"तुला याविषयी कोणतं प्रशिक्षण दिलं गेलं आहे का?" मी विचारतो.

"आधीच्या एका डॉक्टरांनी मला दाखवलं होतं. आणि मी हा भिंतीवर लावलेला तक्ता वापरते," ती उत्तरते.

"तू भूल देण्यासाठी कोणतं औषध वापरतेस?"

"केटॅमाईन."

"आणि दुसरं कोणतं औषध?"

"नाही, फक्त केटॅमाईनच. कारण इथे आपल्याकडे फक्त तेच उपलब्ध आहे."

म्हणजे हा एक प्रश्नच आहे तर. तातडीचे उपचार करण्यासाठी असलेल्या विभागात मी हे औषध एक उपशामक म्हणून दिलं आहे. काही अगदी किरकोळ शस्त्रक्रियांच्या वेळी वेदनाशामक म्हणूनही दिलं आहे. प्राण्यांचे डॉक्टर प्राण्यांवर शस्त्रक्रिया करण्यासाठी हे औषध मोठ्या प्रमाणात वापरतात. काही पार्ट्यांमध्येसुद्धा हे मादक पदार्थ म्हणून बेकायदा वापरलं जातं. ज्याला 'स्पेशल के' असं म्हणतात. आणि ते प्यायल्यावर विभ्रम निर्माण होतात, काहीतरी वेगळं असल्यासारखं वाटतं, म्हणून ते वापरलं जातं. पण पोट उघडून करायच्या शस्त्रक्रियेसाठी भूल देण्याचं एकमेव औषध म्हणून हे केटॅमाईन वापरायचं? छे, मला हे पटतच नाहीये.

रॉबर्टोही इथे आलेला आहे. सर्जिओनं आधीच त्याला बोलावलंय आणि सर्जिओनं तो आल्याचं आत्ता मला सांगितलं आहे. प्रौढांच्या वॉर्डच्यामागे एक जी छोटीशी शेड आहे, तिथे जाणाऱ्या रस्त्याच्या दारापाशीच तो उकिडवा बसला आहे, आणि त्या शेडमध्ये पेटवून ठेवलेल्या कोळशाच्या ढिगाकडे एकटक पाहतो आहे. त्याला आलेला राग तो कष्टाने आवरण्याचा प्रयत्न करतोय, असं मला वाटतंय. तो मान वर करून माझ्याकडे पाहतो.

"ओ! नवे डॉक्टर!" तो नाईलाज झाल्यासारखा म्हणतो, आणि पुन्हा त्या कोळशाच्या ढिगाकडे बघायला लागतो.

"रॉबर्टो कसा आहेस तू?"

"ठीक आहे."

"छान, तू या स्त्रीला तपासलं आहेस का?"

तो नुसतंच डोकं हलवतो... नजर मात्र त्या कोळशाच्या ढिगाकडेच आहे...

"मग..." मी चिकाटी सोडत नाही.

तिला ॲपेन्डिसायटिसचा त्रास आहे असं त्याला वाटत असल्याचं तो मला सांगतो. "मी तुझ्याशी सहमत आहे," असं मी त्याला सांगतो, पण त्यावर तो काहीच बोलत नाही.

"मग आता काय करायचं?" मी विचारतो.

"आपण ते काढून टाकू."

"ठीक आहे."

अजूनही तो तसाच बसून आहे... शांतपणे कोळशांचा ढीग पाहत...

"कधी?" मी विचारतो.

"लगेचच..." त्याचे एका शब्दात जेवढ्यास तेवढे उत्तर...

"ठीक आहे..."

पुन्हा एक चमत्कारिक शांतता... सर्जिओ तिथून निघून जातो.

"याआधी अशी अपेन्डिसायटिसची बरीच ऑपरेशन्स केली आहेस का रॉबर्टो?"

तो माझ्याकडे एकटक पाहतो... बोलत मात्र काहीच नाही.

"तुझं उत्तर 'हो' आहे असं समजू का?"

तो तसाच न बोलता माझ्याकडे टक लावून पाहतो आहे. त्याचं उत्तर 'हो' आहे असं मी समजून चालतो.

"ठीक आहे, तर मग आपण आत्ताच हे ऑपरेशन करायचं का?"

"हे निर्जंतुकीकरण करून झालं की लगेच करू," तो म्हणतो.

"ठीक आहे, पण कुठे आहे ते निर्जंतुकीकरण करण्याचं साधन?"

"हे काय इथे..."

"कुठं आहे इथे काही?" मी न कळून विचारतो.

तो मान वळवतो आणि त्या पेटत्या कोळशांवर ठेवलेल्या एका मोठ्या भांड्याकडे मानेनेच निर्देश करतो.

"हा 'स्टेरिलायझर' (निर्जंतुकीकरणाचं साधन) आहे का?" मी नाही म्हटलं तरी अस्वस्थच झालोय.

"अहो नवे डॉक्टर, याला 'ऑटोक्लेव्ह' असं म्हणतात. माझी चूक दुरुस्त करत तो सांगतो... "ऑटोक्लेव्ह– वाफेच्या दाबावर काम करणारं साधन आहे हे." तो आणखी स्पष्ट करतो.

–देवा! म्हणजे प्रेशर कुकरच आहे की हा. विस्तवावर ठेवलेलं हे भांडं म्हणजे आमचा 'स्टेरिलायझर' म्हणायचं का? मी आता खरंच खूप अस्वस्थ झालोय.

“आम्ही इथली उपकरणं आजपर्यंत कशी साफ करत आलोय असं वाटलं होतं तुम्हाला?”... रॉबर्टोच्या या प्रश्नानं तर माझी अस्वस्थता खूपच वाढली आहे. पण या गोष्टीचा मी खरंच कधी विचारही केला नव्हता. म्हणजे या क्षणापर्यंत मला तशी गरजच जाणवली नव्हती. पण इथल्या एकूण समस्या पाहता हा मुद्दा अगदीच गौण आहे. ही तर फक्त सुरुवात आहे, असंच म्हणायला हवं. कारण आता तासाभरानंतर आम्ही ऑपरेशन थिएटरमध्ये उभे आहोत... फक्त हात स्वच्छ धुवून आणि ऑपरेशनसाठी असणारा गाऊन घालून. त्या स्त्रीच्या पोटाचा, आयोडिनने काढलेला एक चौरस भाग तेवढा समोर दिसतो आहे. तिचं बाकी सगळं शरीर निर्जंतुक केलेल्या हिरव्या कापडात लपून गेलंय. रॉबर्टो त्या स्त्रीच्या नवऱ्याला ऑपरेशन सुरू करण्याची परवानगी मागतो. बापरे! तिचा नवराही इथे थिएटरमध्येच थांबणार आहे की काय?... मला आणखी एक धक्का बसतो.

“सर, आपण आता हिच्या पोटावर छेद घ्यायला सुरुवात करतो आहोत. ठीक आहे?”... रॉबर्टो उगीच विचारल्यासारखं दाखवतो.

सोफियाने याविषयी खरंतर मला आधीच सावधगिरीचा इशारा दिला होता; पण प्रत्यक्षात हे सगळं पाहणं अविश्वसनीय, वास्तवाच्या काहीसं पलीकडलं असावं, असं काहीतरी वाटत होतं मला. खरंच... तर आजारी स्त्रीचा नवरा आमच्या तसा जवळच एका लाकडी स्टुलावर बसला आहे. तो एक शेतकरी आहे आणि थिएटरमध्ये घालायचे हिरवे कपडे त्यानंही घातल्यानं तो गांगरल्यासारखा झाला आहे. आता आम्ही त्याच्या बायकोचं पोट उघडणार आहोत, म्हणून तो पाहत बसला आहे. “हा एक सावधगिरीचा भाग आहे.” सोफियानं मला याविषयी आवर्जून सांगितलं होतं, ‘जर काही नको ते घडलं, तर ऑपरेशन थिएटरमध्ये नक्की काय चालू आहे, हे रुग्णाच्या कुटुंबीयांना कळणं महत्त्वाचं असतं. म्हणजे रुग्णाचे नातेवाईक थिएटरमध्ये उपस्थित असल्याशिवाय इथे ऑपरेशन केलंच जात नाही म्हणे.’

या छोट्याशा खोलीत आणखी चौघं जण असल्यानं जरा गर्दीच झालीये. वेरॉनिका आहे, स्थानिक प्रशिक्षण घेतलेली एक नर्स तिची मदतनीस म्हणून आलेली आहे. ॲगोस्तिन्हो हा ऑपरेशनसाठीचा मदतनीस आहे, आणि चौथी आहे ॲंड्रिया, जी दयाळूपणे आपणहून माझ्या मदतीला आली आहे.

त्या रुग्ण स्त्रीचा नवरा किंचित हसत मानेनंच ऑपरेशन सुरू करायला परवानगी देतो.

शेजारीच ठेवलेल्या स्टीलच्या उपकरणांच्या ट्रेमधून रॉबर्टो ऑपरेशनसाठी वापरायचा चाकू उचलतो, पुन्हा एकदा त्या स्त्रीचं पोट तपासतो आणि नेमका

छेद कुठे घ्यायचा यासाठी हातानंच तिचं पोट चाचपून पाहतो. स्वतःची त्याविषयी खात्री करून घेतल्यावर, ठामपणानं तिच्या बेंबीखाली मध्यभागी सरळ रेषेत छेद देतो. त्याच्या हातातल्या चाकूच्या धारेनं तिच्या पोटाच्या अस्तराचे पडदे व्यवस्थित कापले जातात. आधी काळी त्वचा कापली जाते, मग चरबीचे पिवळ्या रंगाचे लहान लहान तुकडे, मग मांसासारखे लालभडक स्नायू... एकापाठोपाठ एक कापले जातात. ॲगोस्तिन्होला पाझरणाऱ्या रक्तवाहिन्या बांधून टाकता याव्यात म्हणून रॉबर्टो क्षणभर थांबतो, आणि मग दोन कात्र्या घेऊन, प्रत्यक्ष पोटाची पोकळी उघडतो. मी घेतलेल्या निर्णयाबद्दल मला जरासं बरं वाटतं. रॉबर्टो नेमकं जे करतोय ते समजून उमजून करतोय, असं जाणवतंय. मोजा घातलेल्या उजव्या हाताची बोटं तो त्या स्त्रीच्या पोटात हळुवारपणे सरकवतो आणि क्षणभर तिथे चाचपतो. मग हात बाहेर काढतो आणि छेद थोडा मोठा करतो. मग पुन्हा त्या पोकळीची नीट तपासणी करतो आणि मोठ्या आतड्याचे वळसे असलेले एक टोक बाहेर काढतो.

बोटाच्या आकारासारखा दिसणारा तो फुगलेला भाग दाखवत तो म्हणतो, "हे पाहा तिचं ॲपेन्डिक्स" तो पुन्हा हात आत घालतो. त्याची तपासणी चालू असताना आतले ओलसर अवयव थोडेसे एकमेकांवर घासताहेत. त्याचं बोलणं ऐकून खोलीभर चुकचुकण्याचा आवाज पसरलाय. आता तो तिचं अंडाशय हाताने दाखवत, "हे बघा अंडाशय." असं सांगतो.

मी मानेनेच त्याला होकार देतो.

"या दोन्हीतलं आपण काय काढून टाकायचंय?" तो विचारतो. तोंडाला लावलेल्या मास्कमुळे त्याचा आवाज खूपच हळू ऐकू येतोय.

"माफ कर, मला ऐकू नाही आलं."

"अहो नवे डॉक्टर, या दोन अवयवांपैकी आपल्याला कोणता अवयव काढून टाकायचा आहे?" तो थोडा मोठ्यानं विचारतो.

"तुला नक्की काय म्हणायचं रॉबर्टो?" तो असं का विचारतोय हे माझ्या खरंच लक्षात येत नाहीये.

"अहो नवे डॉक्टर, तिचं ॲपेन्डिक्स काढायचं आहे की अंडाशय? मी यातलं काय काढून टाकावं असं तुम्हाला वाटतंय?" रॉबर्टो पुन्हा तेच विचारतो.

मी काही चुकीचं ऐकलं का? मी ॲन्ड्रियाकडे बघतो. ती वेरॉनिकाच्या शेजारीच उभी आहे. पण तिचे विस्फारलेले डोळे पाहून, रॉबर्टोच्या प्रश्नामुळे तीही गोंधळून गेलीये हे स्पष्टपणे जाणवतंय.

"तू हे गंभीरपणे विचारतोयस का रॉबर्टो?"

हो, तो गंभीरपणेच विचारतो आहे.

आधीपासून अस्वस्थपणामुळे मला थोडासा घाम फुटलाय, पण आता तो उन्हाळ्यात घामाचा पूर येतो, तसा वहायला लागलाय.

"तू सर्जन आहेस, तर हा निर्णय तू घ्यायला हवास, नाही का?" मी भीतभीतच त्याला म्हणतो.

खरं तर अशीच पद्धत असते.

"मी सर्जन नाहीये आणि तुम्हाला हे माहिती आहे." तो ठामपणे म्हणतो.

"तू माझी चेष्टा करतोयस का?"... मी आणखी अस्वस्थ...

"मी ऑपरेशनच्या वेळी डॉक्टरांना मदत करणारा 'क्लिनिको' आहे. मला फ़क्त अवयव कापायची माहिती आहे. तुम्ही डॉक्टर आहात, त्यामुळे तिचं निदान तुम्हीच करायला पाहिजे आणि तिच्या पोटातला कुठला अवयव ठीक आहे आणि कुठला नाही हेही तुम्हीच ठरवायला पाहिजे. तर मग आता सांगा, ॲपेन्डिक्स काढणं तुम्हाला योग्य वाटतंय की अंडाशय?" हा रॉबर्टो सूड उगवतोय का माझ्यावर?

याआधी सगळ्यांना असंच काही चर्चा करण्यासाठी बोलावलेलं असताना तिथे जे कोर्टातल्यासारखं नकोसं वाटणारं नाटक घडलं होतं आणि मी अपराधी असल्याचं मत व्यक्त केलं गेलं होतं, तेव्हाच्या संभाषणाची आठवण, रॉबर्टोचं हे बोलणं ऐकून मला येत्येय. तेव्हाचे त्याचे शब्द माझ्या डोक्यात प्रतिध्वनीसारखे घुमताहेत. रॉबर्टो हातातलं हत्यार पुन्हा ट्रेमध्ये टाकतो... ते ठणकन आवाज करत, पुन्हा एकदा उसळी घेऊन खाली पडतं... न्यायाधिशाच्या हातोड्यासारखा त्याचा आवाज घुमतो... आम्ही इथे नक्की काय करतोय हेच मला समजत नाहीये. बापरे... खूपच गरम होतंय इथे... ॲँड्रियालाही असंच होतंय का? ऑपरेशनसाठी घातलेले हे कपडे मला गुदमरून टाकताहेत. मला माझा मास्कही नीट करायचा आहे. मला थोडा मोकळा श्वास हवा आहे. देवा, काय वेळ आली आहे ही... ॲँड्रिया, अगं कशासाठी आलो आपण या शहरात. शी! मी उगीचच खोलीभर नजर फिरवतो, त्या स्त्रीच्या नवऱ्याकडे पाहतो. तोही माझ्याकडे पाहतो. त्याच्या चेहऱ्यावर केवळ विनम्रता दिसते आहे. त्यानं आमच्यावर टाकलेला प्रचंड विश्वास त्याच्या चेहऱ्यावरून पूर्णपणे लक्षात येतो आहे. ते पाहून मी थोडासा भानावर येतो आणि माझ्या मनातल्या नको त्या विचारांना आवर घालण्याचा प्रयत्न करतो. माझ्याशेजारी ऑगोस्तिन्हो उभा आहे, तो अगदी निवांत असल्यासारखा वाटतोय आणि वाहणाऱ्या रक्तवाहिन्या सफाईदारपणे बांधतो आहे. त्या स्त्रीच्या उघड्या पोटाच्या पलीकडून रॉबर्टो माझ्याकडे निरखून पाहतोय. कुठलाही निर्णय घेण्याचं ओझं मनावर नसलेल्या माणसाच्या चेहऱ्यावर जो एक आत्मविश्वास दिसतो ना, तोच आत्ता त्याच्या चेहऱ्यावर दिसतोय मला. माझ्या उजव्या बाजूला

आहे वेरॉनिका. त्या रुग्ण स्त्रीला श्वासोच्छ्वास घ्यायला मदत व्हावी म्हणून जे एक साधं प्लॅस्टिकचं साधन तिच्या तोंडात घातलंय ते नीट करता करता वेरॉनिका घामाघूम झालीये. खरं तर हे साधन म्हणजे एक मोठी प्लॅस्टिकची नळी आहे, पण त्यामुळे त्या स्त्रीच्या घशातून 'खळखळ' असा कसला तरी आवाज येतोय, त्यामुळे वेरॉनिका ते साधन नीट बसवण्याचा पुन्हा प्रयत्न करते, मग तिच्या श्वासमार्गात अडकलेला आवंढा काढण्यासाठी एक वेगळी नळी तिच्या तोंडात घालते, आणि आता ती स्त्री नीट श्वास घ्यायला लागली आहे – आणि अँड्रिया... ती जणू धापा टाकायला लागलीये... तेवढ्यात टेबलाखालून खण्ण... असा मोठा आवाज ऐकू येतो, म्हणून मी वाकून पाहू लागतो, तर त्या स्त्रीच्या तोंडात घातलेल्या नळीत हवा नीट ओढली जावी, म्हणून पायाने चालवायच्या एका धातूच्या छोट्याशा पंपावर सर्व ताकदीनिशी जोरजोरात पाय आपटणारी वेरॉनिका मला दिसते. हा तर अगदी शुद्ध वेडेपणा आहे! मला असं वाटतंय की आम्ही या स्त्रीचं पोट शक्य तितक्या लवकर बंद करायला पाहिजे. पण त्या ब्रॉन्झसारख्या पोटावर त्या स्त्रीच्या अंडाशयाचा मुलायम असा पांढरेपणा माझ्यासमोर चमकताना मला दिसतोय...

"अरे देवा..." मी चाचरत म्हणतो... "रॉबर्टो, अरे तिची अंडाशयं पूर्ण नेहमीसारखी, सामान्य स्थितीत दिसताहेत. त्यांना आपण हात लावायला नको." अशा अनेक शस्त्रक्रियांच्यावेळी मदतनीस म्हणून मी काम केलेलं आहे आणि सामान्य स्थितीतले अवयव कसे दिसतात हे समजून घेण्यासाठी त्या प्रत्येकवेळी नीट निरीक्षणही केलं आहे आणि या स्त्रीची अंडाशयं अगदी व्यवस्थित असल्याचं दिसतंय.

माझं म्हणणं रॉबर्टोला पटतं. "मग आपण हिचं फक्त ॲपेन्डिक्स काढू या," तो म्हणतो.

म्हणजे आता हिच्या शरीराच्या अवयवांबाबत आम्ही एखादा सौदा करतोय, की काय?

"थांब रॉबर्टो, आपण पुन्हा एकदा नीट बघू या."

पोटावरच्या छेदातून तो हळुवारपणे ती अंडाशये योग्य तिथे परत ठेवतो, आता त्यातून फक्त ॲपेन्डिक्स दिसतंय. ते लगेचच फुटेल अशा अवस्थेत नसलं तरी, ते नक्कीच खूप फुगलेलं आहे. ते काढून टाकायला पाहिजे या रॉबर्टोच्या म्हणण्याला मी संमती देतो. तो मान हलवतो आणि पुन्हा एकदा त्या स्त्रीच्या नवऱ्याशी बोलण्यासाठी वळतो. हा माणूस अजूनही त्या मागच्या भिंतीपाशी स्टुलावर तसाच बसून आहे. "जरा इकडे या. पण कशालाही हात लावू नका." रॉबर्टो त्याला जवळ बोलावतो.

तो माणूस येतो आणि रॉबर्टोच्या उजव्या खांद्यावरून डोकावून पाहतो. तो बोटासारखा दिसणारा छोटासा भाग उचलून रॉबर्टो त्याला दाखवतो, आणि अतिशय अलिप्तपणाने तो नवरा त्या पेशींनी बनलेल्या भागाकडे बघतो. त्याच्या नजरेत अजिबात उत्सुकताही नसते आणि भीतीचा लवलेश तर नसतोच नसतो. असं काही दुरून पाहतानाही चक्कर आलेले वैद्यकशास्त्राचे विद्यार्थी मी पाहिलेले आहेत – आणि ही तर या माणसाची बायको आहे! खरंच कमाल आहे याची... तो नवरा मानेनंच त्याची संमती असल्याचं दर्शवतो.

"छान, आता तुम्ही पुन्हा तुमच्या जागेवर जाऊन बसू शकता," रॉबर्टो त्याला सांगतो, आणि तो माणूस पुन्हा तिथे जाऊन थांबतो : त्याच्या स्टुलावर अगदी शांतपणे अंग आखडून बसलेला तो... त्याच्या बायकोच्या फाडलेल्या पोटावर ठेवलेल्या तिच्या अवयवांच्या भवितव्याबद्दल चर्चा करणाऱ्या दोन अनोळखी माणसांकडे एकटक पाहत बसलेला तो...

रॉबर्टो मग तिचं ॲपेन्डिक्स काढून टाकण्याची शस्त्रक्रिया करतो – तो फार जलदपणे ते करत नाहीये, पण अतिशय कार्यक्षमतेने करतो आहे, हे जास्त महत्त्वाचं आहे. मला खूपच विसावल्यासारखं झालंय. पोटातल्या अस्तराचा प्रत्येक पदर शिवून बंद करायला आम्ही तिघेही त्याला मदत करतो, मग जखमेवर मलमपट्टी करतो आणि त्या स्त्रीला अतिदक्षता विभागात हलवतो. केटॅमाईन औषधाचा अंमलही झट्कन उतरतो.

आमचं काम पाहून त्या नवऱ्यालाही खूप आनंद झालाय.

कपडे बदलण्यासाठी आम्ही शेजारच्या खोलीत जात असताना रॉबर्टो मला म्हणतो, "तुम्ही अगदी योग्य तेच केलंत, नवे डॉक्टर."

मी नुसतीच मान हलवतो. जे घडलं, जे मी पाहिलं, त्यामुळे मला अजूनही धडधडतं आहे.

"तुम्ही योग्य तेच केलंत." तो पुन्हा म्हणतो.

मी खरोखरच योग्य तो निर्णय घेतला असावा, अशी मनापासून आशा करतोय. त्याहूनही ती तरुण स्त्री पूर्ण बरी व्हावी, अशी मी आशा करतोय. आणि हो... पुन्हा कधीही, कुणावरही अशी शस्त्रक्रिया आम्हाला करावी लागणार नाही, अशीही आशा करतोय.

क्यूबन लोकांशी लढा

उगवतीच्या सूर्यानं आकाशात जमा होऊ पाहणारे ढग मात्र उजळून टाकलेत. मला इथे येऊन पाच आठवडे झालेत आणि आल्यापासून पहिल्यांदाच मला असे ढग दिसताहेत. शांत आकाशाचं चुंबन घेण्यासाठी आसुसलेले ते दोन लोकरी ओठ आहेत असं वाटतंय. पावसाची ही पहिली चाहूल आहे. इथलं जग नेहमीच असं तपकिरी रंगाचं आणि धुळीनं माखलेलं असणार नाही, अशी आशा दाखवली जाते आहे. लवकरच हे शहर स्वतःची भूक योग्य तऱ्हेनं भागवू शकेल, असं जणू आश्वासन दिलं जातं आहे. याआधी येऊन गेलेला पिकांचा हंगाम आणि आता नव्यानं येऊ घातलेला हंगाम यांच्यामधला हा काळ– ज्याला 'हंगर गॅप' असं म्हणतात, तो अनिष्ट काळ आता आमच्यासाठी सुरू होत आहे. बाजारात दुकानं मांडून बसलेल्यांची काळजीही दर दिवशी वाढतेच आहे, असं दिसतंय आणि जमीन आणखीच कोरडी ठक पडत चालली आहे.

इथल्या प्रतीक्षा कक्षावर जे किंतानाचं छत घातलंय, त्यावर चढून काहीतरी काम करत असलेले पास्कल आणि टोयोटा, रुग्णालयात प्रवेश करता करताच मला दिसतात. थोड्या वेळानं ते इथल्या आवारावरचं छतही तपासताना दिसतील. पण ते आत्ता जिथं आहेत तो भाग त्यांचं लक्ष जरा जास्तच वेधून घेतोय, असं दिसतंय. मला तर अशी शंका येत्येय, की त्या छताखाली बसलेल्या आणि रुग्णांच्या उपचारांबाबतचा प्राधान्यक्रम ठरवण्याचं काम करणाऱ्या त्या कारकून मुलीशी याचा काहीतरी संबंध असावा.

"तुम्ही पुन्हा तिथे वर का चढलात?" मी पास्कलला विचारतो.

"काय?"

"गेल्याच आठवड्यात तुम्ही तिथे गेला होतात ना?"

"हो बहुतेक..." तो हसत म्हणतो.

"तुमच्याबरोबर प्रेमाचं नाटक करायला ती रिकामी नाहीये. प्रचंड काम आहे

तिला," त्या तरुण आणि आकर्षक स्त्रीकडे पाहून मान हलवत मी त्यांना डिवचतो. सकाळी सकाळीच आलेले जवळपास शंभर बाह्यरुग्ण तिच्यासमोर रांग लावून उभे आहेत, आणि या सगळ्या गडबडीची अजिबात दखल न घेता, एक लहान मूल तिच्या शेजारीच असणाऱ्या झाडाखाली सतत रडत बसलंय.

पास्कल डोकं हलवत म्हणतो, "आम्ही फक्त हा कॅनव्हास नीट बसवतोय."

"हा कॅनव्हास सारखा खूप सैल होतो हो नवे डॉक्टर, आणि वाऱ्यामुळे तो इतका जास्त सैल होतो," टोयोटा हसत हसत सांगतो.

मला त्याचं म्हणणं अजिबात पटत नाही. पण ते दोघं प्रेमाचे चाळे करत असोत किंवा नसोत, मला मात्र पास्कलच्या कामाबद्दल त्याचा अजूनही हेवा वाटतो. हे रुग्णालय कसं सांभाळायचं हे मला नक्की कळतच नाहीये. एम.एस.एफ. तर्फे दर वर्षी जे तीन हजार स्वयंसेवक पाठवले जातात, त्यांपैकी निम्मे स्वयंसेवकही दुसऱ्यांदा हे काम स्वीकारत नाहीत. त्याची कारणं वेगवेगळी आहेत आणि इतर कारणांबरोबरच, कौटुंबिक आणि व्यावसायिक जबाबदाऱ्या, वेगळ्या संस्थेबरोबर स्वयंसेवक म्हणून काम करणं, भ्रमनिरास होणं किंवा फक्त त्रासून किंवा कंटाळून जाणं हीसुद्धा त्याची कारणं असतात. आणि आज माझ्या इथल्या वास्तव्याचा दुसरा महिना सुरू होत असताना, दर सोमवारी एकाकडून दुसऱ्याकडे काम सुपूर्त करण्याची नित्याचीच गोष्ट पार पाडण्यासाठी, मी जेव्हा या गटात सामील होण्यासाठी या खोलीत प्रवेश करतो आहे, तेव्हा मला या कंटाळून जाणाऱ्या लोकांच्या भावना पूर्णपणे समजू शकताहेत. पण इथल्या बाकी सगळ्याच गोष्टी समजायला मला कठीण वाटताहेत.

आम्ही वीस जण इथल्या नको इतक्या थंड पडलेल्या लाकडी बाकांवर दाटीवाटीनं बसलो आहोत. सगळ्यांनीच आपल्या लोकरी टोप्या शक्य तितक्या खाली ओढल्यात, प्रयोगशाळेत घालायचे कोट अंगाभोवती घट्ट लपेटून घेतलेत आणि प्रत्येकालाच खोकला झालाय— इथली कोरडी हवा आणि धुरानं भरलेल्या झोपड्या या खोकल्याची तजवीज करताहेत. या खोलीतला अंधूक प्रकाश जसा उदास वाटतोय, तशीच सगळ्यांची मनःस्थितीही तेवढीच उदास, विमनस्क आहे. भरीस भर म्हणून हा वास आहे : जळलेल्या मांसाचा वास. वासापासून तर सुटकाच नाहीये. या खोलीची दोन्ही दारं सताड उघडी आहेत आणि आम्ही वीस जण इथे अगदी गर्दी करून, एकमेकांना चिकटून बसलो आहोत, तरीही आम्हाला तो वास येतोय. प्रत्येक श्वासागणिक आम्ही तो वास घेतोय आणि त्या वासामुळे अजूनही माझ्या पोटात ढवळतंय. आमच्या मागेच असलेल्या अतिदक्षता विभागात ठेवलेल्या एका माणसाच्या शरीराचा हा वास आहे. तो आगीत पडल्यामुळे त्याची बरीचशी कातडी कोळशासारखी जळली असल्यानं दोन दिवसांपूर्वी त्याला

इथे दाखल केलं गेलं आहे. मृत झालेल्या त्वचेच्या काळ्याशार खपल्यांनी त्याच्या शरीराचा बहुतेक सगळा खालचा भाग व्यापून टाकला आहे. त्याच्या शरीररूपी झाडाची सोललेली साल असावी, तशा त्या खपल्या कुडकुडीत आणि कडक झाल्यात आणि त्या सगळ्या काढून टाकण्याची गरज आहे. आम्ही या माणसाला दुसरीकडे हलवायला पाहिजे, यात शंकाच नाही. इथे तो जिवंत राहण्याची शक्यता खूपच कमी आहे. याविषयी आम्ही त्याच्याशी बोललोही आहोत. पण या शहरात एका ख्रिश्चन धर्मसंस्थेत तो राहतो आणि शहरात उपचार करून घेण्याइतके पैसे त्याच्याकडे नाहीयेत. परतीचा कुठलाच मार्ग त्याला दिसत नाहीये. तो म्हणतो की त्याला त्याच्या कुटुंबाबरोबर असावंसं वाटतंय, आम्ही जरी त्याला इथून पाठवण्याची आणि उपचारांची व्यवस्था करू शकलो, तरीही. आमच्या इथे त्याच्या संस्थेतले लोक येऊन त्याला भेटू शकतात, त्याची बायको आणि लहान मुलगी त्याच्याजवळ राहू शकतात. त्याच्या दृष्टीनं ही गोष्ट कुठल्याही उपचारांपेक्षा जास्त गरजेची आहे.

तो उग्र वास घेऊन वाहणाऱ्या हवेबरोबर आज सकाळी–सकाळीच कण्हण्याचाही आवाज येतोय. पण तो त्या जळालेल्या माणसाचा नाहीये. त्याच्या शेजारच्या खाटेवरून तो आवाज येतोय. दोन आठवड्यांपूर्वी तिथल्या रुग्णाच्या कमरेतून मी पाणी काढलंय आणि आता त्याचं बुद्धिभ्रम झाल्यासारखं वागणं वाढतच चाललंय. कालच मी त्याला कापडी बँडेजनी अंथरुणाला बांधून ठेवलेला पाहिला. त्याचं जोरजोरात हातपाय झाडणं थांबवण्यासाठी आमच्या कर्मचाऱ्यांनीच त्याला असं बांधून ठेवलं होतं, पण संध्याकाळी मात्र तो इतका गुंगीत होता की असं हातपाय झाडणं त्याला शक्यच नव्हतं. रात्री जेव्हा मी त्याला शेवटचं तपासलं होतं, तेव्हा त्या छोट्याशा खोलीत आणखी दोन रुग्ण दाखल केले गेले होते. त्यांतली एक तरुण स्त्री होती जिला व्रण पडण्याच्या अवस्थेला आलेला स्तनाचा कर्करोग झाला आहे आणि त्या गंभीर स्वरूपाच्या संसर्गातून ती आता थोडी थोडी बरी होत्येय. दुसरा होता एक तान्हा मुलगा, जो आता इथे नाहीये. त्याच्या अस्वस्थ झालेल्या, गोंधळून गेलेल्या कुटुंबीयांनी काही तासांपूर्वीच त्याला ब्लँकेटमध्ये गुंडाळून घरी नेलंय.

'हॅलो, गुड डे!' असं म्हणत येणारा सेन्हॉर कॅसोमा, अतिदक्षता विभागाच्या विचारात गर्क असलेल्या माझं लक्ष वेधून घेतो. इथे समोरच तो उभा आहे. नेहमीसारखेच व्यवस्थित कपडे घालून. आज त्यानं नीटनेटका निळा शर्ट, राखाडी पॅन्ट आणि जुनेच कामावर वापरण्याचे बूट घातले आहेत. आजही त्यानं नेहमीसारखीच, समुद्रावर जाताना घालतात तशी खाली लोंबकळणारी डेनिमची हॅट घातली आहे– टक्कल पडलेलं त्याचं थंडगार डोकं झाकण्याचा हा उपाय आहे. तिथे

उपस्थित असणाऱ्या सगळ्यांकडे पाहून तो एकदा डोकं हलवतो आणि हातातली काळी डायरी उघडतो. गेल्या शुक्रवारी झालेल्या पर्यवेक्षकांच्या बैठकीनुसार तो मोजणी करायला सुरुवात करतो. आधी तो गेल्या महिन्याची आकडेवारी पाहतो. किती रुग्ण दाखल झाले होते, किती जणांचा मृत्यू झाला, प्रसूती झालेल्या स्त्रिया किती होत्या... आणि मग इतर मुद्दे तपशीलवार पाहायला सुरुवात करतो : कांजण्या झालेले रुग्ण किती होते इथपासून, ते इथे मोठ्या प्रमाणात पाठवल्या गेलेल्या सामानातून नक्की काय काय चोरीला गेलं आहे इथपर्यंत अनेक मुद्दे तो तपासतो. लोक लवकरच तिथून निघून जातात. पण मी थांबण्याचा प्रयत्न करतो – रॉबर्टो थेट माझ्यासमोरच उभा आहे. माझ्या उजव्या बाजूला गर्दी करून उभे असलेले पाच आरोग्यसेवक जरी केव्हाच निघून गेले असले तरी 'डुलकी लागणं, हिसका बसणं, जागं होणं' या चक्रात अडकलेले पांढऱ्या छातीचे छोटे पक्षी, फांदीवरून कधी पडतील याचा नेम नसल्यानं जसे पुढे–मागे हेलकावत बसलेले असतात, तसेच मागे–पुढे करत ते पाच जण तोपर्यंत इथे उभे होते... माझ्या या कल्पनेचं माझं मलाच हसू येतंय, पण मी ते आवरतो.

माझ्या डाव्या बाजूला, माझ्या आणि सर्जिओच्या मध्ये अडकल्यासारखा ॲडोल्फो उभा आहे. ॲडोल्फो हा चाळिशीच्या जवळ असलेला, सौम्यपणे बोलणारा आणि कार्यक्षम असा क्लिनिको आहे आणि अनाकलनीय कारणानं आंधळ्या झालेल्या एका मुलाचा काका आहे. तो मुलगा इथेच आहे आणि आम्ही दोघंही त्याच्याबरोबर बराच वेळ घालवतो. पण मेलबर्नमधल्या तज्ज्ञांकडून सल्ला घेतलेला असूनही आम्ही अजून त्याच्या आंधळेपणाचं नेमकं कारण शोधू शकलेलो नाही. (मेंदूतील गाठीमुळे असं झालं असावं अशी मला शंका आहे.) त्यामुळे त्या मुलाला घरी घेऊन जाण्याचा निर्णय ॲडोल्फोने गेल्या आठवड्यात घेतला होता. आणि या आठवड्यात... ॲडोल्फो शून्य नजरेने जमिनीकडे टक लावून बसला आहे... काही दिवसांपूर्वीच त्या मुलाचा मृत्यू झाला...

ॲडोल्फोच्या मागं, भिंतीवर रेलून मॅन्युअल उभा आहे. हा इथला आणखी एक क्लिनिको. तो मुळात मनमिळाऊ आणि आनंदी वृत्तीचा असला, तरी घाबरल्यासारखा, काळजीत असल्यासारखा दिसतो. रुग्णांच्या बाबतीत वारंवार झालेल्या चुकांमुळे एखाद्या भयभीत झालेल्या फुलपाखरासारखा गोंधळलेल्या अवस्थेत वॉर्डभोवती फिरत असतो. इथल्या सगळ्या आरोग्यसेवकांमध्ये सर्वांत कमी कार्यक्षमता असणारा असा हा मॅन्युअल आहे, म्हणून मी त्याला शिकवण्याचं उद्दिष्ट बाळगून आहे. आठवड्यातून दोन वेळा गुपचूप भेटायला आणि पायाभूत गोष्टींची उजळणी करायला आम्ही सुरुवातही केली आहे. पण कालचीच गोष्ट सांगतो. काल इथला माझा चौथा रविवार होता आणि अर्थातच आम्हाला सुट्टी

होती. मी वॉर्डजवळून जात होतो, तर तो मला वॉर्डात दिसला. दोन मुलांना, लिहून दिलेलं प्रमाण न पाळता, आणि खरोखरच अतिशय धोकादायक अशा प्रमाणात शिरेतून औषधं सुरू करण्याच्या तयारीत तो असल्याचं माझ्या लक्षात आलं. त्यानं वेगळ्याच रुग्णासाठी लिहून ठेवलेल्या सूचना वाचल्या होत्या. या मुलांपेक्षा त्या रुग्णाचं वजन किमान साठ किलोनं जास्त होतं... बापरे... आणि तरीही पुढच्या आठवड्यात मॅन्युअलनंच इथली रात्रीची व्यवस्था पाहणं अपेक्षित आहे... असो.

मॅन्युअलच्या पलीकडे अर्थातच सर्जिओ उभा आहे. भांडखोर वृत्तीचा, लहरी, कधी कधी ज्याच्या वागण्याचा अंदाजच बांधता येणार नाही, असा हा सर्जिओ. तो केवळ पोकळ धमक्या देणारा आहे असं हल्ली मला वाटायला लागलं आहे. तो एक कार्यक्षम आरोग्यसेवक आहे, यात मात्र शंका नाही. आणि तसंही या घडीला तरी आमचं एकमेकांशी बरंच बरं जमतंय.

आता मी इथं बसलोय. चौफेर बघताना मला असं जाणवतंय की आम्ही सगळे अगदी भिन्न-भिन्न प्रकारचे लोक इथे एकत्र आलो आहोत. स्थानिक प्रशिक्षण घेतलेल्या दहा परिचारिका, त्यांच्यापेक्षा थोड्या वरच्या दर्जाचे समजले जाणारे सात क्लिनिकोज, चार सुईणी, मी स्वतः आणि दवाखान्यातला एक कारकून – एवढे आम्ही या सकाळच्या पाळीत कामावर आहोत. आमची वयं म्हणाल तर तिशीच्या उंबरठ्यावर असणाऱ्यांपासून नुकतीच साठी सुरू झालेल्यापर्यंत, असे आम्ही आहोत. कामाच्या सवयी आणि क्षमताही इतक्या वेगवेगळ्या आहेत, की अगदी लक्षणीय म्हणण्याइतकी सक्षमता असणाऱ्यांपासून ते अगदी स्पष्टपणे धोकादायक असं काम करणाऱ्यांपर्यंत, असे सगळे प्रकार इथे आहेत. जाणीवपूर्वक आळशीपणाकडे कल असणारे आहेत, दयाळू आहेत, तसेच अगदी तटस्थ असणारेही आहेत. अगदी निर्मळ, सदाचारी लोक आहेत तसेच पूर्णपणे दारूच्या आहारी गेलेलेही काही जण आहेत. (त्या दवाखान्यातल्या क्लार्कचे डोळे हल्ली सकाळी-सकाळीच तांबारलेले दिसत असतात.) कधी कधी हे सांगणं कठीण होऊन बसतं की रुग्णांवर उपचार करणं आणि इथल्या कर्मचाऱ्यांना नीट ताब्यात ठेवणं, या दोन कामांपैकी नेमकं कोणतं काम जास्त आव्हान देणारं, कठीण आहे...

कॅसोमाचं आकडेवारी सांगणं अजूनही चालूच आहे. एव्हाना अर्धी खोली डुलक्या काढते आहे. पण एखाद्या अनुभवी शाळामास्तराप्रमाणे प्रेक्षकांचं लक्ष आपल्याकडे कसं वेधून घ्यायचं हे कॅसोमाला माहिती आहे, "ठीक आहे तर मग..." हातातली डायरी टेबलावर जोरात आपटत तो म्हणतो. डझनभर देह अचानक धक्का मारल्यासारखे ताठ होतात आणि तो नुसता कोरडेपणानं हसतो...

“चला मित्रांनो, आता आकडेवारी पुष्कळ झाली. आपण आता विषय बदलू या.”

घसे खाकरले जातात आणि इतका वेळ रिकाम्या डोक्यानं बसलेल्यांची चुळबुळ सुरू होते.

“तर आता शेवटचा मुद्दा. गेल्या महिन्यात एम.एस.एफ.नं कोणतं काम हाती घेतलं होतं, ते आपल्या समन्वयकानं मला सांगितलं आहे, ते मी आता तुम्हाला सांगतो.” तो ताठ उभा राहतो. त्याच्या वहीचं पान उलटतो. अर्धा डझन पेनं कोंबलेला त्याच्या शर्टाचा खिसा त्या पेनांच्या वजनामुळे खाली लोंबकळतो आहे. “मित्रांनो, आपल्या किनारपट्टीजवळ ज्या कॉलराच्या साथीचा उद्रेक झाला होता, ती साथ गेल्या आठवड्यात पूर्णपणे आटोक्यात आली आहे. अंगोलामधल्या लोकांसाठी ही फार चांगली बातमी आहे, असं तुम्हालाही नक्कीच वाटत असणार. सव्वीस हजार लोकांवर उपचार केले गेले –”

“बाप रे!”... खोलीभर आवाज घुमतो.

– “पण एम.एस.एफ. आता आपली उपचार केंद्रं बंद करत आहे.”

‘ठीक आहे’ असं सुचवत खोलीतली सगळी डोकी हलतात. अलीकडच्या काही वर्षांत आलेली ही सर्वांत मोठी साथ होती. तिनं जेव्हा कळस गाठला होता, तेव्हा रोज पाचशे लोक या आजाराला नव्यानं बळी पडत होते, असा अंदाज व्यक्त केला जात होता. या साथीत दोन हजार लोक दगावले होते.

“पुढे समन्वयकानं आपल्याला असं कळवलं आहे की, एम.एस.एफ.नं आता हा...” कॅसोमा बोलता बोलता थांबतो. क्षमा मागतो आणि आपला जाड भिंगाचा चश्मा नीट करत वहीचं पान थोडं तिरकं करून पाहतो...” ‘एच.ए. आय. टी. आय.’ त्या शब्दाचं स्पेलिंग वाचतो आणि मला हाक मारतो, “नवे डॉक्टर...” चेहऱ्यावर प्रश्नचिन्ह स्पष्ट दिसतंय...

मी मान हलवतो... “सेन्हॉर... हैती आहे ते.”

“धन्यवाद. तर हैतीमध्ये एम.एस.एफ.नं गेल्या महिन्यात हजारो लोकांवर उपचार केले. ते सगळे जण हिंसाचाराचे बळी होते. एम.एस.एफ.ला असं वाटतं आहे की...”

“कशाचे बळी होते?” थेरेसेनं मध्येच त्याला अडवत विचारलं. सडपातळ बांध्याची आणि रागीट चेहऱ्याची थेरेसे ही इथली मुख्य परिचारिका आहे... “का झाला संघर्ष? तिथे युद्ध चालू आहे का?”

कॅसोमालाही याबद्दल नक्की माहिती नाहीये. तो आशेनं माझ्याकडे पाहतो आणि मग मला त्याबद्दल जी थोडीफार माहिती आहे, ती सांगण्याचा मी प्रयत्न करतो आणि ‘युनायटेड नेशन्सचं’ एक मंडळ त्या देशात असल्याचंही आवर्जून सांगतो. अंगोलन माणसांना या ‘यू.एन.’बद्दल चांगलीच माहिती आहे – १९९०च्या

दशकात, युद्ध थांबवण्याचा, अल्पकाळ टिकलेला करार झाल्यानंतर ज्या निवडणुका झाल्या होत्या, त्या यू.एन.च्या शांतता पथकाच्या देखरेखीखाली झाल्या होत्या. त्या अयशस्वी ठरल्या होत्या, हा भाग वेगळा.

''धन्यवाद नवे डॉक्टर,'' कॅसोमा म्हणतो. नंतर तो आम्हाला नायगरमध्ये ओढवलेल्या कुपोषणाच्या संकटाबद्दल सांगतो. गेल्या आठवड्यात एम.एस.एफ.नं तिथे दोन हजार मुलांना उपचारासाठी दाखल करून घेतलं आहे, पण या आकड्याबद्दल त्याला खात्री नाहीये. ''

''खरं आहे ना?'' तो मला विचारतो.

मी मान हलवतो. ई-मेलद्वारा मी तिथल्या प्रत्यक्ष परिस्थितीची सतत माहिती घेत असतो.

''दोन हजार...'' तो डोकं हलवत थोडा मोठ्यानंच म्हणतो. खोलीतले इतर लोकही काहीतरी पुटपुट करत अविश्वास व्यक्त करतात. ''कृपा करा,'' कॅसोमा त्यांना गप्प करत म्हणतो, ''ही फार दुःखद गोष्ट आहे... खूपच वाईट आहे. नायगरमधल्या लोकांसाठी आपण प्रार्थना केलीच पाहिजे.''

तो क्षणभर थांबतो आणि डायरीचे पान उलटतो. ''पुढचा मुद्दा... एम.एस.एफ.ला आता चिंता आहे ती त्या दुर्घटनांची, ज्या सध्या घडत आहेत लेब... एल.इ.बी.ए.एन.ओ.एन.... नवे डॉक्टर?''

मी नाव उच्चारतो, 'लेबॅनन', आणि पुढे तो अर्धा डझन अशा देशांच्या नावांची यादी वाचतो, ज्या देशांमधल्या योजना महिन्यात आखल्या जात आहेत. एखादं महत्त्वपूर्ण प्रवचन देत असलेल्या धर्मोपदेशकाचा आविर्भाव त्याच्या चेहऱ्यावर दिसतो आहे. आमच्या कर्मचाऱ्यांमध्ये कॅसोमा हा वयाने सर्वांत मोठा आहे. त्यामुळे अर्थातच या रुग्णालयाचा कुटुंबप्रमुख असल्यासारखा आहे. सर्व जण त्याचा आदर करतात. म्हणून त्याचं बोलणं उत्सुकतेनं आणि मनापासून ऐकतात. पण तो आता ज्या विषयावर बोलतोय, त्यामुळे मात्र मला जरा आश्चर्यच वाटतंय. या सगळ्या देशांपैकी एक तरी देश नक्की कुठे आहे, एवढं तरी या लोकांना माहिती आहे का? नक्कीच माहिती नसणार त्यांना. कॅसोमा जो हा या शहरातला जास्त शिकलेला माणूस म्हणून आजपर्यंत ओळखला जातोय, त्याला यांपैकी बहुतेक कुठल्याच देशाच्या नावाचा साधा उच्चारही करता येत नाहीये! तरीही इथल्या प्रत्येकाला या विषयात मनापासून रस आहे असं दिसतंय... म्हणजे आमचं हे रुग्णालय नीट कसं चालवता येईल, यापेक्षाही हा विषय त्यांच्यासाठी जास्त जवळचा आहे असं वाटतंय... काही जण तर त्याच्या बोलण्यातली काही टिपणंही घेताहेत ! सेन्हॉर कॅल्विनो जो माझ्या उजवीकडे बसलाय किंवा बाह्यरुग्ण विभागात काम करणारा जोविअल नावाचा तो जाडजूड क्लिनिको– हे दोघे तर

त्याचं सगळं बोलणंच लिहून घेताहेत! तसंच रॉबर्टो आणि प्रसूती विभागाची राणी समजली जाणारी नेने, हे दोघंसुद्धा आपापल्या वह्यांमध्ये काहीतरी उतरवून घेताहेत! पण कुणासाठी करताहेत हे असं? बुद्धीला पटेल असं कोणतं कारण असेल याचं? ज्या देशांच्या नावाचा यांना साधा उच्चारही करता येत नाही, त्या देशांची यांनी एवढी काळजी का करावी? पण हे सगळं ते अगदी मनापासून करताना दिसताहेत. सगळे एकदिलानं त्या देशांमधल्या परिस्थितीबद्दल नापसंती व्यक्त करताहेत. तिथल्या लोकांच्या भावना समजल्यासारखी डोकी हलवताहेत... या कडाक्याच्या थंडीत आणि त्या जळालेल्या शरीराच्या दुर्गंधीत न्हाऊन निघत मी इथे बसलोय आणि या इतर माणसांना, त्या अपरिचित देशातल्या, त्याहूनही अपरिचित असणाऱ्या माणसांबद्दल वाटणारी सहानुभूती अगदी हळूच आणि नकळतच माझ्या मनाला स्पर्शून जात्येय. जगातले इतर लोक या अंगोलन लोकांबद्दल आणि त्यांच्या समस्यांबद्दल वाचतात आणि खेदानं स्वतःची डोकी हलवतात, हे यांना माहिती नाही आहे का? मी जेव्हा इथल्या बातम्या थोड्या वाढवूनच ई-मेलद्वारा माझ्या घरच्यांना आणि ग्रुपमधल्या इतरांना कळवतो, तेव्हा तिथेही दयेचा पूर येतो आणि त्या बातम्यांबद्दल अविश्वासही वाटतो, हे यांना माहिती नाही का? की एम.एस.एफ. इथून बाहेर पडण्याचा गांभीर्यानं विचार करत आहे, हे यांना ठाऊक नाहीये?

या सगळ्या गोष्टी यांना माहिती असतील, याची मला फारशी खात्री नाहीये. कदाचित मी चुकत असेन. पण मला अशी शंका आहे की, हे लोक स्वतःच बळी ठरलेले आहेत, हे यांना कळलेलंच नाहीये. आधी इथे युद्ध सुरू होतं. आता ते थांबलं आहे. आणि हे लोक तरीही स्वतःची तुलना कुणाशी किंवा दुसऱ्या कशाशी कसे करू शकतात? इथे कुणी प्रवासी येत-जात नाहीत. त्यांच्या लहानशा मोडक्यातोडक्या झोपड्यांमध्ये कुठल्याही टीव्हीवरून हॉलिवूडमधल्या जीवनशैलीची चित्रं दाखवली जात नाहीत. परदेशातल्या नातेवाइकांकडून इथल्या एकाही माणसाला कधी फोन येत नाही, कारण इथे फोनच नाहीयेत. अंगोलन रेडिओ एवढं एकच माध्यम त्यांना उपलब्ध आहे. युद्ध सुरू होण्याआधी इथल्या कुणी एखादं शहर पाहिलं असेलही कदाचित, पण युद्ध सुरू झाल्यापासून मात्र अनेकांनी शहरसुद्धा पाहिलेलं नाही. त्यामुळे आम्हा स्वयंसेवकांशी असणारा संपर्क हाच त्यांचा बाहेरील जगाशी नियमित म्हणावा असा एकमेव संपर्क आहे. आणि अशी परिस्थिती असताना लवकरच या लोकांना सोडून जाण्याची एम.एस.एफ.ला पुरेशी खात्री असेल आणि त्या इतर देशांमध्ये घाईघाईनं जाण्याचा अविचार त्यांना करायचा असेल, तर मग इथे आहे ते नक्कीच सगळं ठीकठाक आहे, असं समजायचं का?

मी काही गोष्टी गृहीत धरतोय. एम.एस.एफ.कडे कारणं असली तरीही माझ्याभोवती दाटीवाटीनं जमा होणाऱ्या इथल्या अत्यंत गरजू माणसांच्या भावनांपेक्षा इतर कशाचा तरी जास्त विचार करणं, एखाद्या गटाला कसं काय जमेल, हे मला नीटसं कळत नाहीये. कारण खरोखरच असह्य असे कष्ट किंवा दुःख इथल्या लोकांनी इतर कुणाहीपेक्षा जास्त भोगलेलं आहे. स्वतःच्या लहान मुलाला नाइलाजानं वाळू खायला लावण्याइतकी एखाद्याला परिस्थितीसमोर हार मानावी लागावी, हे अशा असह्य दुःखाचं फक्त एक उदाहरण आहे...

कॅसोमा त्याच्या यादीतल्या शेवटच्या मुद्द्याकडे वळतो, आणि हा मुद्दा आहे, 'बुरशीप्रतिबंधक औषधांच्या' चाचणीचा. त्या चाचणीला सुरुवात करून आज बरोबर दोन आठवडे झालेत. आज निर्णयाचा दिवस आहे. त्यामुळे मी आता माझं मन जरा घट्ट करतोय. कारण या चाचणीचे निष्कर्ष माझ्या बाजूनं नसतील तर कॅसोमाच्या यादीत लिहिलेल्या इतर कोणत्या ठिकाणी माझी बदली होऊ शकते, हे पाहण्यासाठी माझ्या मनाविरुद्ध मला ती यादी चाळावी लागेल.

कॅसोमा कार्लोसला पुढे बोलावतो. आरोग्यसेवकांमधला हा सर्वांत तरुण, देखणा आणि आकर्षक असा माणूस आहे आणि 'आफ्टर शेव लोशन'चं त्याला फार आकर्षण आहे. आमच्या त्या चाचणीचे निष्कर्ष टिपून ठेवण्याचं काम या कार्लोसवर सोपवलेलं आहे. तो त्याच्या खिशातून चुरगाळलेले कागद काढतो आणि कॅल्क्युलेटर घेतो. त्या खोलीतल्या, गप्पांमध्ये मग्न असलेल्या लोकांना उद्देशून म्हणतो, ''जरा शांत व्हा आणि ऐका. तर या चाचणीदरम्यान एकूण ब्याऐंशी मुलांचं निरीक्षण केलं गेलं.'' तो अगदी संथपणे ते सगळे आकडे वाचतो, भुवया उंचावतो... ''ठीक आहे, तर शेवटी असं दिसतंय की चाचणी घेतलेली मुलं हीच होती. त्यांतली जवळजवळ सगळीच मुलं तीन दिवसात बरी झाली होती. त्यामुळे या चाचणीमुळे काही वेगळं घडल्याचं मला दिसलं, असं मी म्हणू शकत नाही.''

खोलीभर कुजबुज पसरलीये. टेबलावरचा कॅल्क्युलेटर घेण्यासाठी सर्जिओ अक्षरशः उडी मारून जातो आणि ते कागद काळजीपूर्वक तपासतो. कॅसोमा त्याच्या खांद्यावरून वाकून उत्सुकतेनं पाहतोय.

''मी अगदी खात्रीपूर्वक नाही सांगू शकत,'' कॅसोमा म्हणतो, ''कदाचित नव्या डॉक्टरांनी त्यांचे आकडे काळजीपूर्वक नोंदवले नव्हते.''

''कार्लोसने प्रत्येक गोष्टीची नोंद केलीये. मी नाही.'' मी थोडा चिडूनच म्हणतो. अर्थात, मी सगळ्या रुग्णांवर बारीक लक्ष ठेवून होतो आणि कुणाचीच प्रकृती आणखी बिघडत नव्हती, हे तर स्पष्टच दिसत होतं.

''पण नवे डॉक्टर, दोन आठवडे यासाठी पुरेसे नाहीत,'' सर्जिओ त्या

निष्कर्षांना हरकत घेत म्हणतो, ''आणि मावींगामध्ये कितीतरी काळ आम्ही आमच्या रुग्णांवर हेच उपचार करतो आहोत. तुमचे उपचार काही जणांना कदाचित लागू पडत असतील.''

''आता हे खूपच झालं सर्जिओ. एखाद्याची प्रकृती खूपच बिघडली तर आपण तुमच्या उपचारांचा विचार करू शकतो; अन्यथा, आपण पैशांची फक्त नासाडीच करत आहोत. या बाटल्या फ्रान्सहून विमानाने पाठवल्या जातात हे माहिती आहे ना?'' मी परखडपणेच त्याला सुनावतो.

सर्जिओचं समाधान झालेलं नाहीये. अँड्रिया माझ्या मागेच बसली आहे. आणि आमच्या बोलण्याचं भाषांतर करून सांगू का असं विचारते आहे, पण... मी इथे आल्यापासून पहिल्यांदाच... आमचं बहुतेक सगळं संभाषण मला कळतंय असं वाटतंय. शेवटी कॅसोमानं गप्प करेपर्यंत सर्जिओ त्याच्या मुद्द्यावर वाद घालतच राहिला आहे. पण कार्लोसच्या आकडेमोडीत कॅसोमाला कुठलीच चूक सापडत नाहीये. ''हे पाहा, एकदा जे ठरलं ते ठरलं,'' असं हा वृद्ध कॅसोमा म्हणतोय खरा, पण त्या निष्कर्षाबद्दल त्याची स्वतःची खात्री पटली आहे असं वाटण्यापेक्षा त्यानं शरणागती पत्करली आहे, असंच दिसतंय. ''नव्या डॉक्टरांनी स्वतःचं म्हणणं सिद्ध करून दाखवलंय. तेव्हा आता हे औषध वापरणं थांबवायचं, असं आपण मान्य करू या आणि त्यामुळे काय घडतंय यावर नीट लक्ष ठेवू या. पण आत्ताची परिस्थिती जर बदलायला लागली, किंवा इथल्या एखाद्या मुलाची तब्येत जरी जास्त बिघडली, तर मात्र याविषयी आपल्याला पुन्हा बोलावं लागेल, बरं का हो नवे डॉक्टर...'' बोलता बोलता कॅसोमाचं बोट पुन्हा रोखलं गेलंय.

''हे मला मनापासून मान्य आहे सेन्हॉर...'' मी उत्तरतो.

''कारण आमच्या माणसांच्या तब्येती खूप बिघडलेल्या आम्ही सहन करणार नाही,'' तो मला धमकी देतोय की सावध करतोय, हे मला नक्की समजत नाहीये.

''तसं होणार नाही सेन्हॉर...'' मी म्हणतो.

''आणि तसं झालं तर आपलं ठरलेलंच आहे...'' तो जाहीर करतो.

आणि त्याचं बोलणं संपताच हे 'मावींगा जनरल हॉस्पिटल' हात पसरून मला जणू मिठी मारतंय... हे असं हॉस्पिटल, जिथे शस्त्रक्रियेची उपकरणं विस्तवावर ठेवून उकळली जातात, पोटं सुजलेल्या आणि पायात बूटही नसलेल्या जिथल्या मुलांना मोठमोठ्या गोष्टी हव्या असतात आणि जिथले कर्मचारी इथे मोठ्या प्रमाणात आलेल्या औषधसाठ्यातून चोरीला गेलेल्या औषधांची चिंता करण्यापेक्षा, हैती देशातल्या लोकांची जास्त चिंता करतात... अशा हॉस्पिटलनं मला अलगद का होईना पण मिठी मारली; हेही माझ्यासाठी खूप आहे. मला त्यामुळे खूप छान

वाटतंय. आणि आता हा उगवता सूर्य दारातून आपले प्रकाशकिरण आतपर्यंत पसरवतो आहे. बाहेरचं जग केशरी रंगाच्या ऊबदार प्रकाशात चमकतंय आणि मी... पुढचे काही महिने खरोखरच इथे राहू शकेन, असं छोटंसं आश्वासन देतानाचं सुख प्रथमच अनुभवतोय.

***

वॉर्डमध्ये तपासणी करत फिरत असताना कार्लोस नेहमी माझ्याबरोबर असतो. आम्ही मुलांच्या वॉर्डात जात असताना, त्यानं लावलेल्या कलोनचा, विरळ धुक्यासारखा, चुकवता येणार नाही असा सुगंध पसरलाय. आम्हाला तिथे पोहोचायला थोडा उशीरच झालाय. लोक केव्हाचे उठलेले दिसताहेत. खिडक्या उघडून टाकलेल्या आहेत आणि शुद्ध-स्वच्छ हवा सगळीकडे जाणवते आहे. आणि वॉर्डातल्या दृश्याबद्दल तर काय सांगावं? अर्धा भाग 'स्तनपान केंद्र' असल्यासारखा वाटतोय आणि अर्धा भाग 'केशकर्तनालया'सारखा दिसतोय. रुग्ण मुलांच्या आया आणि मोठ्या बहिणी त्या मुलांच्याच खाटेवर बसल्यात आणि एकमेकींच्या केशरचना करण्यात मग्न झाल्यात. जाड-जाड केसांच्या वेण्या घालणं, केसांना चुण्या पाडणं, पीळ घालणं, झुबके बांधणं... विविध प्रकार चालू आहेत आणि वर आणखी छान दिसण्यासाठी प्लॅस्टिकचे चमकदार मणीही बांधले जाताहेत... शिवाय एकीकडे स्तनपान देणंही चालूच आहे. वातावरण अगदी हलकं आणि आनंदी दिसतंय. बहुतेक सगळ्याच मुलांच्या तब्येतीही सुधारताहेत, म्हणून मग या वॉर्डातून आम्ही झटकन बाहेर पडतो.

वैद्यकीय उपचारांच्या दृष्टीनं प्रौढ माणसं जास्त अडचणी उभ्या करतात. सामान्यपणे गॅस्ट्रोएन्टरायटिस, मलेरिया, न्यूमोनिया यांसारख्या आजारांचा संसर्ग, ही लहान मुलांना दाखल करण्याची प्रमुख कारणं असतात. पण प्रौढांच्या बाबतीत ही कारणं तेवढी सर्रास दिसत नाहीत. त्यांच्याबाबतीतली कारणं ही युद्धाच्या शारीरिक आणि मानसिक परिणामांशी संबंधित असतात. अनेकांच्या अंगावर जुन्या जखमांचे व्रण दिसत असतात. बऱ्याचदा त्यांच्या सध्याच्या दुखण्याशी त्याचा फारसा संबंधही नसतो, त्या जखमा निमित्तमात्र असतात. नाहीतर मग मला जी शंका येते, त्यानुसार परिस्थितीचा दबाव किंवा ताण ही त्यांच्या आजाराची कारणं असतात. पण त्यांच्या तब्येतीच्या अवस्थेत मात्र खूपच वैविध्य असलेलं दिसतं हे खरं.

आम्ही स्त्रियांच्या वॉर्डात जातो. आज आत्ता इथे एकूण आठ रुग्ण दाखल आहेत, ज्यांतल्या सात स्त्रिया आहेत आणि एक पुरुष आहे, जो पुरुषांच्या वॉर्डात खूपच गर्दी झाल्यामुळे इथे हलवला गेलाय, असं तो मला सांगतोय. आम्ही तपासणी सुरू केल्या केल्या, सहा क्रमांकाच्या खाटेवर असणाऱ्या स्त्रीचा नवरा

आमचं लक्ष थोडं मजेदारपणेच विचलित करतो.

"माफ करा!" तो म्हणतो.

"तुमची बायको कशी आहे आता?" आम्ही विचारतो. तिच्यावर सध्या पोटदुखीसाठी उपचार चालू आहेत.

"छान आहे. म्हणजे खूपच बरी आहे आता. पण माझा गुडघा आता मला खूपच त्रास द्यायला लागलाय. फारच दुखतोय तो..." आमच्या प्रश्नाचं हे उत्तर?...

सर्जिओ दाराकडे बोट दाखवत त्याला सांगतो... "तुम्ही बाह्यरुग्ण विभागात जा. इथे आम्ही फक्त रुग्णालयात दाखल करून घेतलेले रुग्ण तपासतो आणि हा स्त्रियांचा वॉर्ड आहे... आणि हो... तुम्ही पण ऐका बरं का..." नाइलाजाने इथे ठेवलेल्या त्या पुरुष रुग्णालाही तो दटावतो.

गुडघे दुखत असणारा तो माणूस पुन्हा तेच विचारतो. तो खूप वयस्कर असल्यानं दिवसभर त्या बाकावर बसून वाट पाहत थांबणं त्याला शक्य नसल्याचं तो सांगतो. पॅन्टचा पाय वर गुंडाळून तो बायकोच्या कॉटवर चढून बसतो आणि विनंती करतो. "आता तुम्ही इथे आहातच, तर कृपा करून या आणि पटकन फक्त माझा गुडघा पाहा."

सॅबिनो त्याच्यावर उपकार करत दुखणं कधीपासून सुरू झालं आहे असं त्याला विचारतो. पण त्यानं काही उत्तर देण्याआधीच मला ते समजलेलं असतं, आणि गेली कित्येक वर्षं किंवा कदाचित काही दशकं आम्ही त्याबद्दल बोलतच आहोत. कारण त्याच्या गुडघ्याभोवती दिसणाऱ्या कापल्याच्या बारीक आणि एकमेकांत गुंतल्यासारख्या दिसणाऱ्या व्रणांमुळे, गुडघा वेलबुट्टीदार कापडासारखा दिसतो आहे. पारंपरिक पद्धतीनं आजार बरा करणाऱ्यांकडेही हा माणूस उपचारासाठी जातो आहे.

"बऱ्याच दिवसांपासून हे दुखणं सुरू आहे..." तो खांदे उडवत म्हणतो.

"म्हणजे अंदाजे किती दिवसांपासून?"

"युद्धादरम्यान सुरू झालंय ते.... म्हणजे क्यूबातील लोकांनी आमच्यावर तोफगोळ्यांचा भडिमार केला होता तेव्हापासून." तो सांगतो. त्याच्या या उत्तराकडे आपोआपच माझं लक्ष वेधलं जातं. "मी सुपरमार्केटमध्ये घसरून पडल्यापासून माझा गुडघा दुखतोय." अशासारखी उत्तरं ऐकण्याची मला जास्त सवय आहे.

"क्यूटोमध्ये... क्यूटो क्यूनावल..." तो हे सांगतो आणि त्या खोलीत लगेचच कुतूहलाची जणू ठिणगी पडते.

"तुम्ही क्यूटोमध्ये होतात का?" या स्त्री वॉर्डात दाखल केलेला तो पुरुष रुग्ण विचारतो. अतिस्फोटक अशा तोफगोळ्यांमुळे झालेल्या जखमेच्या कारणानं तो स्वतःही पाठदुखीनं त्रस्त आहे. "मी पण तिथे होतो."... घाईघाईनं उठून

बसत तो म्हणतो. "तुम्ही तिथे केव्हा होतात? तुम्ही दक्षिण आफ्रिकेतील लोकांच्या बाजूनं होतात का?" तो उत्सुकतेनं विचारतो... मग एकमेकांना एकमेकांच्या कहाण्या सांगणं सुरू होतं. आणि गुडघेदुखी, पाठदुखी, उपचारांसाठी केल्या जाणाऱ्या विनंत्या... सगळ्याचं अचानक विस्मरण होतं. क्यूटोमधल्या युद्धाबद्दल मी वाचलेलं आहे. दुसऱ्या महायुद्धानंतर या खंडात 'रणगाड्यांचा वापर करत झालेलं सर्वांत मोठं युद्ध' म्हणून ते ओळखलं गेलं होतं. आणि त्याबद्दल हे दोघं जे बोलताहेत, त्याला इतिहासाचीही जोड आहे. मुळात क्यूबन्स, म्हणजे क्यूबातले लोक युद्ध का करत होते? आणि तेही एवढ्या मोठ्या संख्येनं आणि अॅटलांटिकच्या विरुद्ध बाजूला? आणि दक्षिण आफ्रिकन माणसं तरी का लढत होती?

ते दोघं गप्पा मारत असताना, मी मात्र हे सगळं समजून घेण्याचा प्रयत्न करतोय. म्हणून मग मी त्या वॉर्डमधून बाहेर पडतो. मनातल्या शंका, अविश्वास थोडा बाजूला ठेवतो आणि 'ऑनलाईन' दिसणाऱ्या नकाशावर पृथ्वीवरचा हा छोटासा कोपरा कुठे असेल ते डोळ्यांसमोर आणतो. नंतर नकाशा थोडा वर-खाली सरकवतो, अटलांटिक महासागराच्या बऱ्याच वर असणाऱ्या प्रदेशात शोधतो. मग त्याच्या थोड्याशा डाव्या बाजूला जातो. माझ्या उजव्या बाजूकडे अंगोला, डावीकडे दक्षिण अमेरिका आणि वर युरोप दिसायला लागल्यावर थांबतो आणि मग नकळतच काही वेळ भूतकाळात जातो...

सुमारे दोन हजार ते तीन हजार वर्षांपूर्वीच्या काळादरम्यान, या लोकांच्या 'बान्ट्र' नावानं ओळखल्या जाणाऱ्या पूर्वजांनी या खंडाच्या पलीकडे सातत्यानं स्थलांतर करण्यास सुरुवात केली. आपल्या उत्तरेकडून हळूहळू सरकत, या खंडातल्या सहारा वाळवंटाच्या दक्षिणेकडे असलेल्या आफ्रिकेच्या उपनगरांमध्ये असे बरेचसे लोक स्थायिक झाले. १४ वे शतक संपत आले, तोपर्यंत तरी युरोपियन लोक आणि या दक्षिण टोकावरचे आफ्रिकन लोक यांचा फारसा संबंध नव्हता. पण वजनानं हलक्या आणि लहान आकाराच्या पोर्तुगीज जहाजांनी जेव्हा कांगो नदीपर्यंत प्रवास करण्याचा धोका पत्करला, तेव्हा ही परिस्थिती बदलली. आता ही नदी म्हणजे देशाची उत्तर दिशा आहे. साधारण याच सुमारास अटलांटिक महासागर ओलांडून थेट पश्चिमेकडे जात पोर्तुगीज लोक ब्राझीलमध्ये पोचले आणि ते शतक संपता संपता या दोन्ही प्रदेशांमध्ये त्यांनी आपल्या वसाहती स्थापन केल्या. त्या दोन्हींमध्ये व्यापारउदीम वाढला. ब्राझील आणि कॅरीबियन इथे मोठ्या प्रमाणात उसाची लागवड करण्यास सुरुवात झाली. उसाच्या शेतांची निगा राखण्यासाठी मोठ्या प्रमाणात मजुरांची गरज असते. आणि ती पूर्ण करण्यासाठी अटलांटिक महासागराच्या पलीकडून गुलामांचा व्यापार करण्याची पद्धत जन्माला आली. बघता बघता हा धंदा भरभराटीला आला. इतका की १९व्या शतकाच्या

सुरुवातीला, आत्ता जो प्रदेश अंगोला म्हणून ओळखला जातो, त्या प्रदेशातून, तीस ते चाळीस लाख आफ्रिकन लोक जहाजांमध्ये भरून पश्चिमेकडे नेले गेले, ज्यांतले बरेचसे लोक क्यूबापर्यंत नेण्यात आले. या वास्तवाचा अंगोलन युद्धाशी संबंध आहे असं म्हणता येतं, कारण कॅस्ट्रोनं स्वतःचं सैन्य इथे पाठवण्याचं कारण केवळ एवढंच नव्हतं की, अंगोलामधील, एम.पी.एल.ए. गटाच्या समाजवादी विचारसरणीशी तो सहमत होता, तर त्याचं बव्हंशी कारण, आपल्या पूर्वजांचा वारसा जपणं, हे होतं.

पण मग दक्षिण आफ्रिकन माणसांचं काय? आणि वर्णविरोधी धोरण अवलंबणारं गोऱ्या लोकांचं सरकार, जगाचा काठ समजल्या जाणाऱ्या या प्रदेशात तेव्हा नेमकं काय करत होतं? धुळीनं माखलेल्या या सरहद्दीवरच्या नाक्यासाठी काळ्या लोकांच्या बाजूनं लढत होतं का ते...?

मी पुन्हा नकाशाकडे वळलोय. अंगोलाच्या लांबलचक पसरलेल्या दक्षिण सीमेमध्ये नामिबियाचा काही भाग सामावलेला आहे आणि १९७०च्या दशकात याच भागात झालेल्या एका वेगळ्या आणि स्वतंत्र युद्धात दक्षिण आफ्रिकन माणसंही सहभागी झालेली होती. या वेळेपर्यंत बहुतेक सर्व वसाहतवाद्यांनी आपले आफ्रिकेतले हितसंबंध बरेचसे कमी केले होते, कारण तिथे राहण्यात त्यांना आता रस राहिला नव्हता. पण जर्मनीच्या ताब्यातून नामिबिया मिळवणाऱ्या दक्षिण आफ्रिकनांनी, एक स्वतंत्र बलवान सत्ता म्हणून नामिबियाला स्वातंत्र्य देण्यास साफ नकार दिला. त्यामुळे या विरोधात नामिबियामध्ये चळवळीचा उद्रेक झाला. दक्षिण आफ्रिकनांनी त्याविरुद्ध जोरदार संघर्ष केला. उत्तरेकडे अंगोलापर्यंत त्यांना हुसकून लावण्यासाठी त्यांचा पाठलाग केला, जिथं या गटाला एम.पी.एल.ए.चा पाठिंबा मिळाला. ही गोष्ट, तसंच अंगोला हा मार्क्सवादी देश बनण्याची उघडपणे दिसणारी लक्षणं, दक्षिण आफ्रिकेच्या सरकारला अजिबात मान्य नव्हती. त्यामुळे अखेर त्यांनी अंगोलावर हल्ला केला. त्याच वेळी त्यांनी 'युनिटा'ला पाठिंबा दिला, जो हल्ल्यासाठी पूरक ठरणार होता. कारण दक्षिणपूर्व प्रदेशातल्या आपल्या तळांवरून युनिटाचा आधीपासूनच एम.पी.एल.ए.शी संघर्ष चालू होता– आमचं हे लहानसं शहर याच प्रदेशात आहे.

दहा वर्षांपेक्षाही जास्त काळ हा संघर्ष चालू होता, आणि १९८०च्या दशकाच्या शेवटी शेवटी युनिटाला माविंगामध्ये कोंडीत पकडलं गेलं, जिथे ते पराभवाच्या काठावर उभे असल्यासारखी परिस्थिती निर्माण झाली होती. परिणामतः तिथे खूप मोठं युद्ध झालं. त्यांच्या मदतीसाठी दक्षिण आफ्रिकेनं आणखी सैन्य दलं पाठवली होती. असं सांगितलं जातं, की शहरातल्या धावपट्टीवर रात्रीच्या वेळी या सैनिकांना घेऊन येणारी विमानं उतरत असत. वैमानिकांना धावपट्टी

दिसावी म्हणून युनिटाचे सैनिक केरोसिनचे दिवे आणि मेणबत्त्या घेऊन तिच्या दोन्ही बाजूंनी उभे राहत असत. या सैनिकांनी एकत्रितपणे एम.पी.एल.ए.ला उत्तरेच्या दिशेनं, आमच्या या धुळीनं माखलेल्या रस्त्यावरून थेट क्यूटो क्यूनावल या शहरापर्यंत पिटाळून लावलं. हे शहर दोनशे किलोमीटर लांब आहे. या दोन्ही सैन्यांनी तिथे तळ ठोकले. त्यांच्यातली धुमश्चक्री चालूच होती. एम.पी.एल.ए.मधल्या आपल्या मित्रांना मदत म्हणून क्यूबाने पंधरा हजार अतिरिक्त दले तिथे पाठवली, आणि रशियाच्या जेट विमानांनी युनिटावर बॉम्बहल्ले केले. हे शहर काही महिने सतत तोफगोळ्यांचा मारा सहन करत होतं. आणि इतकं सगळं झाल्यानंतर हे युद्ध कुठलाही निर्णय न होता थांबलं. स्पष्ट असा विजय कुणालाच मिळाला नाही; पण या युद्धाचे जे परिणाम व्हायचे ते झालेच. दक्षिण आफ्रिका आणि क्यूबा या दोघांनीही अंगोलातून काढता पाय घेण्यास सुरुवात केली. आणि शांततेसाठी झालेल्या चर्चेमुळे, १९९३ मध्ये युद्धबंदी आणि निवडणुका या दोन्हींची एकदमच घोषणा करण्यात आली. पण युनिटाचा या निवडणुकीत पराभव झाला. वाढत्या प्रमाणात सतत संघर्षाचाच पवित्रा घेणारे त्यांचे नेते साविंबी, यांनी हा निकाल स्वीकारण्याचं नाकारलं आणि पुढचं आणखी एक दशक पुन्हा जे युद्ध सुरू झालं ते साविंबी यांच्या मृत्यूपर्यंत चालूच होतं...

"तर मग माझ्या गुडघ्यासाठी तुम्ही काय करू शकता?" तो वृद्ध गृहस्थ हसत विचारतो. त्याचे बहुतेक सगळे दात पडलेत हे हसताना दिसतंय. "हे दुखणं तुम्ही थांबवू शकता का?"

आणि लगेचच पलीकडून प्रश्न येतो... "माझ्या पाठीचं काय? तोफगोळ्यामुळे झालेल्या या जखमेवर काय उपचार करू शकता तुम्ही?" आता युद्धाचा विषय तितक्याच अचानकपणे बहुधा विसरला गेलाय...

त्या दोघांवरही इथे फारसे उपचार होण्याची शक्यता नाही, तरीपण कुणीतरी रॉबर्टोला बोलवायला गेलंय. आता मैदा आणि घेवड्याच्या बिया एकत्र करून बनवलेला खास अंगोलन पदार्थ स्वयंपाकघराच्या खिडकीतून, जेवणाच्या पत्र्याच्या वाडग्यांमध्ये पळीनं वाढला जाताना दिसतोय. त्यामुळे आता आम्हाला या वॉर्डच्या तपासणीचे काम झट्कन संपवणं गरजेचं आहे. आणि आमच्या या तपासणी फेरीतला जो शेवटचा टप्पा, म्हणजे पौष्टिक अन्न पुरवला जाणारा वॉर्ड, तिथल्याइतकी दुसरी चांगली जागा असू शकत नाही.

माझ्या दृष्टीनं, इथला बारा खाटांचा 'तो' गट, आम्ही इथे माविंगात हजर असण्याचं मोल किंवा महत्त्व सारांशाने लक्षात आणून देणारा ठरला आहे. त्या गटाबाबत मी अजूनही जागरुकता बाळगतो आहे. पण मी इथे आल्यावर सुरुवातीला एकदम एकाच वेळी मुलांचा तो जो गट इथे दाखल केला गेला होता, त्यांच्यात

झालेली सुधारणा, दुखण्यातून त्यांचं पूर्ण बरं होणं, हे सगळं मी आता स्वतः पाहिलेलं आहे. त्यांचा कायापालटच झालाय, जो माझ्या मनावर ठसलाय... त्यांच्या स्वभावात, वृत्तीत झालेला बदल तर अगदी मोहून टाकणारा आहे. पूर्वी सतत गुंगीत असल्यासारखी वाटणारी ही हडकुळी मुलं आता या रुग्णालयाच्या आवारभर एकमेकांच्या मागं पळत असतात आणि या रुग्णालयाच्या उदास वातावरणात चैतन्य निर्माण करत असतात. या मुलांची प्रकृती आणि एकूणच स्थिती पूर्वपदाला आणणं, म्हणजे मरगळलेल्या, निस्तेज झालेल्या फुलांना पाणी देण्यासारखं आणि त्यांना पुन्हा टवटवीत झालेलं पाहण्यासारखं समाधानकारक, सुखकारक असतं.

आम्ही या वॉर्डात पाऊल टाकता टाकताच, गडद गुलाबी रंगाचा फ्रॉक घातलेली एक लहान मुलगी थेट आमच्यासमोरच येऊन उभी राहते. आम्ही तिला हातानं नुसतं जवळ घेतल्यानंही ती स्वतःवरच खूप खूश असल्यासारखी दिसत्येय. तिचं नाव आहे वॅलेरिआनो. अतिशय पौष्टिक अशा बिस्किटांच्या छोट्या छोट्या तुकड्यांची तिच्या तोंडाभोवती जी छोटीशी दाढी तयार झाली आहे ना, त्यावरून असं दिसतंय की तिची भूक आता पुष्कळच पूर्वपदाला आलेली आहे. हे कमालीचं चांगलं लक्षण आहे, कारण कुपोषणाचा निर्दयी म्हणावा असा टोकाचा परिणाम असतो तो म्हणजे भुकेची भावनाच नष्ट होणे. आणि मग अशा स्थितीत काही मुलांच्या बाबतीत, नाकातून थेट पोटापर्यंत नळ्या घालून त्यांना हळूहळू अन्न पुरवण्याची सुरुवात करावी लागते. आज सकाळीच इथे दाखल केलेल्या अल्बर्टो काकुही या मुलाची अवस्थाही अगदी अशीच आहे. मी सॉबिनोला त्याच्याबद्दल विचारतो, कारण सकाळीच त्यानं त्या मुलाला तपासलं आहे.

सॅबिनो त्या मुलाची माहिती देतो. ''तो जेमतेम एक वर्षाचा आहे.''

''अलीकडे त्याला काही आजार झाले होते का?'' मी विचारतो.

''गेले दोन आठवडे त्याला थोडे जुलाब होत होते, पण बाकी तो ठीक आहे.'' सॅबिनो सांगतो.

''त्यांच्या जेवणाखाणाची परिस्थिती कशी आहे?'' त्या मुलाला पाहून मनात झट्‌कन उद्‌भवलेला प्रश्न मी विचारतो.

माझ्यासाठी अगम्य असणाऱ्या कुठल्यातरी स्थानिक भाषेत सॅबिनो त्या मुलाच्या आईशी बोलतो आणि मला नंतर त्याबद्दल जे सांगतो, त्यातून इथली नेहमीचीच कहाणी ऐकायला मिळते. ती आई तिचा रोडावलेला, नुसतं कातडंच लोंबल्यासारखा दिसणारा स्तन बाहेर काढते आणि पिळते... अर्थात, त्यातून दूध येतच नाही. मग आपल्या इतर तीन मुलांकडे बोट दाखवते. आणि त्या सगळ्यांनाच तिला दूध पाजावं लागतं असं सांगते. ती बाजारातून दूध विकत का आणत नाही असं

मला विचारावंसं वाटतं खरं; पण मला माझ्या त्या प्रश्नाचं उत्तर माहिती असतं– सहसा बाजारात दूध विकायला असतच नाही आणि जेव्हा कधी ते असतं तेव्हा ते खूपच महाग असतं.

त्यामुळे पुढचे काही आठवडे हे कुटुंब इथे आमच्याबरोबरच असणार आहे. अल्बर्टोला अँटिबायोटिक्स, काही जीवनसत्त्वं आणि पोटातल्या कृमी नाहीशा होण्यासाठी गोळ्या दिल्या जातील. त्याच्या नाकातून घातलेल्या नळीतून परिचारिका जेव्हा उष्मांक कमी असलेलं दूध, इंजेक्शन द्यावं तसं घालेल, तेव्हा तो चिडून पण केविलपणानं रडेल. पण काहीही झालं तरी दर तीन तासांनी त्याला ते द्यावं लागेल. अगदी रात्रीतूनसुद्धा. मग कदाचित दोन दिवसांनी आम्ही त्याच्या नाकातली नळी काढून टाकू. हळूहळू त्याचं अंगावर दूध पिणं बंद करून त्याला अधिक कसदार दूध द्यायला सुरुवात करू, मग अन्न भरवायला सुरुवात करू... आणि असं करता करता दोनच आठवड्यांत तो आपल्या भावंडांबरोबर खेळायला लागेल. तीन ते चार आठवड्यांनी तो घरी परत जाईल, आणि दर आठवड्याला तपासणीसाठी इथे येत जाईल. त्याच वेळी त्याच्या कुटुंबालाही इथून पुढचे तीन महिने नेमाने शिधा पुरवला जाईल. ही सगळी प्रक्रिया इथल्या कर्मचाऱ्यांच्या दृष्टीने जरी वेळखाऊ असली, तरी ती प्रचंड समाधानकारक अशीच आहे. एम.एस.एफ.नं पहिल्यांदा जेव्हा इथे काम सुरू केलं, तेव्हाची इथली परिस्थिती काय असेल याची कल्पना करून पाहा : तेव्हा संपूर्ण अंगोलामध्ये मिळून अगदी तातडीनं चव्वेचाळीस अन्नपुरवठा केंद्रं उभारण्याची गरज होती, आणि ती केंद्रं चालवण्यासाठी, इतर देशांतून आलेले जवळजवळ दोनशे स्वयंसेवक आणि दोन हजार अंगोलन स्वयंसेवक एवढ्या मनुष्यबळाची आवश्यकता होती. इथे माविंगामध्ये, एका केंद्रावर अशा तीनशेहून जास्त रुग्णांवर उपचार केले जात होते, जे गंभीर स्वरूपाच्या कुपोषणानं ग्रस्त झालेले होते. त्याखेरीज शहरातल्या इतर सात हजार लोकांना तातडीनं अन्नपुरवठा केला जात होता. एम.एस.एफ.नं केलेल्या या प्रचंड कामामुळे आता एक गोष्ट जाणवते ती ही, की सर्वत्र दिसणाऱ्या हडकुळ्या मुलांच्या बोचऱ्या पार्श्वभूमीवर आमचा हा छोटासा गट म्हणजे खरोखरच दिलासा देणारा, इथल्या लोकांना काही प्रमाणात आश्वासित करणारा असाच आहे.

पण आता मात्र आम्हाला इथून बाहेर पडायलाच पाहिजे. सर्वांना दुपारचं जेवण दिलं गेलंय आणि त्यातल्या त्यात बरी झालेली मुलं आपल्या आईच्या मांडीवर बसून जेवायलाही लागली आहेत– जेवण म्हणजे काय तर वेगवेगळे पोषक पदार्थ घालून बनवलेला मक्याचा तो पदार्थ चमच्यानं सगळ्यांना भरवताहेत. केसांना, ब्लँकेटला, स्वतःच्या आईला, जमिनीला आणि अधूनमधून स्वतःच्या तोंडातही जातोय, तो चमचा– हा सगळा गोंधळ पाहून सर्जिओची चिडचिड चालू

झाली आहे. अल्बर्टोच्या भावानं स्टेथोस्कोप घेऊन उलट्या बाजूनं कानाला लावलाय. नशीब, सर्जिओनं ते पाहिलेलं नाही. "आम्हालाही जेवायची गरज असते." तो गुरगुरत म्हणतो. "वॉर्डातल्या या तपासण्यांना नेहमीच खूप उशीर लागतो." त्याचा वैताग त्याच्या सुस्काऱ्यांमधून जाणवतो. मग त्याची गाडी माझ्याकडे वळते, "बरं का नवे डॉक्टर, तुमच्या आधीचे डॉक्टर खूपच लवकर संपवायचे ही तपासणी. आणि... आणि आम्हालाही खूप भूक लागून जाते या वेळी..." म्हणून मग कार्लोस त्याला अति पौष्टिक बिस्किट देतो. दरम्यान मगाचीच ती गुलाबी फ्रॉकवाली मुलगी पुन्हा मी तिला जवळ घ्यावं असं सुचवतेय, दोन लहान मुलं सॅबिनोचा कोट ओढताहेत आणि अल्बर्टोच्या बहिणीनं मॅन्युअलच्या प्रयोगशाळेच्या कोटावर उडवलेल्या लाल घेवड्याच्या चमचाभर बिया त्यानं नुकत्याच काढून टाकल्यात. ते पाहून आनंदानं ती मुलगी फिदीफिदी हसत्येय आणि त्या हसण्यामुळे तिच्या कानातले पांढऱ्या तारेचे डूल फडफडल्यासारखे हलताहेत.

कितीही म्हटलं तरी या माविंगा जनरल हॉस्पिटलमधल्या सगळ्याच गोष्टी काही वाईट नाहीयेत... माझं मन माझ्याही नकळत कबुली देतंय...

***

तसं या आवारात सगळंच काही वाईट नाहीये. आज जुलै महिन्यातल्या एका शुक्रवारची रात्र आहे. आम्ही चौघंही आमच्या मागच्या अंगणात शेकोटीभोवती बसलेलो आहोत. हल्ली आठवड्यातून दोन वेळा आम्ही असे इथे येऊन बसतो. गाढवांच्या गाडीतून लाकडं विकत फिरणाऱ्या मुलांकडून लाकडं विकत घेतो आणि इथे अशी शेकोटी तयार करतो... कारण काहीच नाही, पण उगीच आपला काहीतरी विरंगुळा... काहीतरी वेगळं करण्याचा अनुभव. पण काय छान, मजेदार विरंगुळा आहे हा. शेकोटीतले निखारे विझणार नाहीत याची काळजी घेत टीम शेकोटीसमोरच बसलाय. काजव्यांसारख्या भासणाऱ्या शेकडो ठिणग्या त्या निखाऱ्यांमधून उसळून जणू नाचत नाचत आकाशात चालल्यात. असं दृश्य मी आजपर्यंत कधी पाहिलेलंच नाही. कितीतरी वेळ मी त्या ठिणग्यांकडेच बघत राहिलोय. आज बहुधा अमावस्या असणार, कारण आकाशात चंद्र दिसत नाहीये. आम्ही वाळूवरच आडवं होतो आणि वर पाहतो. इतक्या अनेक पुरातन संस्कृतींना तारे–तारकांचं एवढं आकर्षण का वाटत असेल, हे समजायला मग मला जड जात नाही. माझ्या देशातल्या शहरांमध्ये डझनावारी दिवे, जे टाचणीच्या टोकाएवढाच उजेड पाडताहेत असं लांबून पाहिलं तर दिसतं. त्याची उपमा या ताऱ्यांच्या नजाऱ्याला अजिबात देता येणार नाही. हे एक अतिशय दाट, विस्तृतपणे पसरलेलं, अतिशय रमणीय, सुंदर असं एक चित्रच आहे जणू. 'आकाशगंगा' ही एक अस्पष्ट अशी संकल्पना आहे, जी तुम्ही प्रत्यक्ष पाहू शकणार नाही, असंच

तुम्हाला वाटत असेल. पण नाही... इथे आमच्या डोक्यावर अगदी तेजस्वी, सुस्पष्टपणे दिसणारा एक जाळीदार आणि भलामोठा पडदा पसरलाय... प्रकाशाचंच चमचमणारं रेशमी कापड असावं तसा... आणि तो इतका खरा, इतका जिवंत वाटतोय, की आम्ही उंच जाऊन त्याला हातात पकडावं, यासाठी जणू तो आम्हाला तिथूनच खुणावतोय...

...आणि या इतक्या नयनरम्य आकाशाच्या खूप खाली, इथे आमच्या शेजारच्या झोपड्यांमध्ये छोट्याशा रेडिओवरून 'किसांबा'चे मंदसे सूर तडतडल्यासारखे कानावर पडताहेत. या छोट्याशा शेकोटीभोवती आमच्या गप्पाही चालूच आहेत. खरं तर दररोज संध्याकाळी प्रत्येक बैठकीच्या वेळी, जेवणाच्या वेळी आम्ही एकत्रच असतो. पण कधीच गप्पा मारायला विषयांची कमतरता नसते. कदाचित खरं वाटणार नाही, पण टोयोटाला 'टोयोटा' हे नाव कसं पडलं किंवा कमोडवर लाकडी झाकण कधी कसं बसवता येईल, यासारखा कुठलाही विषय असतो आमच्या गप्पांचा. आणि म्हणूनच मी झटकन् या निष्कर्षापर्यंत आलोय की मी या आमच्या टीमबरोबर आहे, म्हणजे मी नशीबवान आहे. तशी 'मतभेद' ही सगळीकडे सर्रासपणे दिसणारी गोष्ट आह; पण आमच्यामध्ये मात्र इथल्या नाश्त्याच्या वेळी खावं लागणारं 'सिरियल' या एकाच मुद्द्यावर मतभेद आहेत. इथल्या स्थानिक भाषांसोबत फक्त इतर तीनच चेहरे असणं, या सगळ्या गोष्टी या सहा आठवड्यांत मला आपल्याशा वाटायला लागल्या आहेत, हेही काही कमी नाही. इथे कोणी पाहुणे आले तर तेवढाच थोडा 'सामाजिक' बदल किंवा वेगळेपणा जाणवतो. आणि त्या दृष्टीनं आम्ही नशीबवान आहोत, असं टीम आम्हाला सांगतो आहे. कारण आमच्या शहराजवळच असणाऱ्या ख्रिश्चन मिशनला 'ब्रिटस'चा एक गट पुढच्या महिन्यात भेट देणार आहे आणि कदाचित आमच्याइथेही ते लोक भेट देतील. मी तर आत्ताच त्या दिवसाची वाट पाहू लागलो आहे. आणि आम्हा चौघांमध्ये असलेल्या जिव्हाळ्याच्या नात्याबद्दल तर काय सांगायचं? या नात्यात रस वाटावा अशी एक गोष्ट नशिबाने आम्हाला दिलेली आहे, ती म्हणजे अँड्रिया, जी स्नान करून बाहेर येताना मान दुसरीकडे वळवते आणि जिला तिचे इथले पुरुष सहकारी उत्तम आहेत असं वाटू शकतं. तिच्याकडे पाहून असं वाटतं की, तिच्या रूपानं एखादा ख्रिश्चनच पुनर्जन्म घेऊन आलाय. आमच्याशी कुठच्याही बाबतीत जराशीही आणि थोडा वेळही जवळीक साधायची नाही, असा कडक नियम आहे बहुधा तिचा. असो.

आज संध्याकाळी आम्ही नदीवर फिरायला गेलो होतो. परत येताना मी हॉस्पिटलजवळ थांबलो. आमच्या कुंपणाला लागूनच पेटवलेल्या चुलींवर पत्र्याच्या भांड्यांमध्ये मका शिजवत बसलेली काही कुटुंबं, तिथे गोळा झालेली होती.

त्यांच्यासोबत मी सूर्यास्त पाहिला. आम्ही एकमेकांशी थोडंसं बोललो, म्हणजे जेमतेम एखादाच शब्द बोललो, 'काय, कसं काय?' या अर्थाचा, आणि हसलो. मुख्य रस्त्याच्या मागच्या बाजूला मातीच्या भिंती असणाऱ्या चर्चमध्ये तिथली गायकमंडळी गाण्याची तालीम करत होती आणि ते गाणं आम्हाला एखादं पार्श्वसंगीत ऐकल्यासारखं वाटत होतं. येशू ख्रिस्तांची शिकवण सांगणारं आणि कोणत्याही वाद्याच्या साथीशिवाय गायलं जात असलेलं पोर्तुगीज भाषेमधलं ते गाणं ऐकायला अतिशय छान वाटत होतं. मुलांच्या पोषणाची खास काळजी जिथं घेतली जाते, त्या वॉर्डमधली मुलंही बाहेर आली होती. कुठंही माणसांचा घोळका जमला की, त्या घोळक्यातून वगळलेलं त्या मुलांना अजिबात चालत नसे...

आणि आता टीमनं पुन्हा निखारे फुलवल्यामुळे पुन्हा ठिणग्यांचा जणू वर्षाव सुरू झालाय. पास्कल फुटबॉलचं 'स्तवन' करणारं इटालियन गाणं गातो आहे. गेल्या आठवड्यात इटलीनं फुटबॉलचा 'वर्ल्डकप' जिंकल्यापासून किमान हजाराव्यांदा तरी तो हे गाणं म्हणत असेल. हे सगळं पैशानं कधीच विकत घेता येणार नाही, अशी मी स्वतःलाच पुन्हा आठवण करून देतो आहे...

...या सगळ्यातून काहीही निष्पन्न झालं तरी चालेल आता...

काय ? ॲपेन्डिक्ससुद्धा ?

आजकाल रोजच सकाळी सोबत धूळ घेऊन वावटळीसारखा फिरणारा वारा इथे शहरभर अनुभवाला येतोय. आजही असाच वारा सुटलाय आणि त्याची पर्वा न करता शेकडो लोक आमच्या आवाराच्या मुख्य दाराशी जमा झालेत.

अनेक गोष्टींची नोंद करून ठेवण्यासाठी इथे नेमलेली माणसं दाराजवळ उभी आहेत. त्यांना उद्देशून पास्कल म्हणतोय की, "आपली योजना स्पष्ट आहे याची मला खात्री करून घ्यायची आहे. इथे लागलेली लोकांची ही रांग सरकत राहील हे आपण पाहायलाच पाहिजे. आपल्या योजनेपेक्षा खूप जास्त माणसं इथे आलेली आहेत. त्यामुळे लक्षात ठेवा– प्रत्येक व्यक्तीला एक ब्लँकेट, एक बादली, एक साबण आणि शक्तिवर्धक बिस्किटांचा एकेक पुडा मिळायला हवा. आणि या वस्तू फक्त विधवा स्त्रिया, वयस्कर माणसं आणि अपंग व्यक्ती यांनाच वाटायच्या आहेत. नीट लक्षात ठेवा. इतर कुणालाही काहीही मिळता कामा नये. याला कुणीही अपवाद नाही. नाहीतर कुठलीच वस्तू पुरेशी पडणार नाही."

असं वाटप करण्याची योजना आम्ही अगदी एवढ्यातच ठरवली होती. पास्कल शिल्लक साठ्याची नोंद करत होता तेव्हा काही गोष्टी इथे जास्त प्रमाणात असल्याचं लक्षात आलं. आम्ही हे हॉस्पिटल सोडून जाऊ तेव्हा या वस्तू स्थानिक प्रशासनाच्या ताब्यात देऊन जाण्यापेक्षा, आम्हीच त्यांचं असं मोफत वाटप करावं, असं आम्ही ठरवलं. आणि त्यानुसार आता हे वाटप चालू होतं आहे. दार उघडलं जातं. अनवाणी पायांनी आलेली वृद्ध माणसं, जुन्या जखमांनी अजूनही ग्रासलेली माणसं आणि एकटीनं मुलांना वाढवणाऱ्या आया अशा लोकांची रांग लागली आहे. या आयांनी आपली मुलं पाठीवर बांधली आहेत आणि बावरलेल्या लहानशा स्टारफिशनं कशामागे तरी दडून हळूच बाहेर डोकवावं, तशी ती मुलं पाठीमागून डोकावताहेत. प्रत्येक जण एकेक पॅकेट घेऊन चालला आहे. ज्या देशात, तिथल्या लोकसंख्येच्या निम्म्यापेक्षाही जास्त लोकांना दिवसाला एक डॉलरपेक्षाही

कमी पैशात जीवन कंठावं लागतं, त्या देशातली ही गरिबातली गरीब माणसं आहेत... हा नुसता विचारही मला अस्वस्थ करतो आहे... एवढ्यात चाकंवाली एक खुर्ची माझ्या शेजारून जाते. या माविंगात अशी खुर्ची मी पहिल्यांदाच पाहतोय... दोन्ही पाय नसलेला एक माणूस त्यात बसलाय आणि त्याचा मित्र ती खुर्ची ओढत मागं चाललाय. त्या खुर्चीच्या चाकांचे टायर्स खूप पूर्वीच झिजून गेल्याचं लगेचच समजतंय. आता सूर्य बराच वर आलाय आणि ऊन असह्य वाटायला लागलंय. पण अजूनही इथे बरीच गर्दी आहे आणि लोक अगदी शांतपणे उभे आहेत. इथल्या सामान साठवण्याच्या तंबूसमोरून स्वतःचं पॅकेट घेऊन एकएक करत माणसं हळूहळू बाहेर पडताहेत...

"लोक तुमचे आभार मानत आहेत!" माविंगाचा राजा म्हणतो. टेबलाच्या एका टोकाला प्लॅस्टिकच्या खुर्चीवर हा राजा बसला आहे. याआधी मी त्याला कधीच भेटलेलो नाही. खरंतर या माविंगाला एक राजा आहे, हेही मला आजतागायत ठाऊक नव्हतं. एखाद्या आफ्रिकन नेत्याची अगदी ठरावीक ठशाची जशी प्रतिमा असावी, त्यापेक्षा हा राजा अजिबात वेगळा नाहीये. म्हणजे निदान मला तरी तसं वाटत नाहीये. पांढऱ्या रंगाशी साधर्म्य सांगणारं आणि खेळासाठी वापरलं जाणारं जॅकेट आणि राखाडी रंगाची पॅन्ट घातलेला हा गृहस्थ किरकोळ अंगकाठीचा, पांढऱ्या केसांचा एक वयस्कर माणूस आहे, जो अतिशय मृदू बोलतो आहे आणि त्याच्यासमोरून जाणाऱ्या प्रत्येकाकडे पाहून स्मितहास्य करतो आहे. या राजाबद्दल टोयोटा असं सांगतो की या नेत्याविषयी लोकांना मनापासून आदर वाटतो. इथल्या सगळ्या खेड्यांचे 'सोबा' या नावानं ओळखले जाणारे जे पारंपरिक प्रमुख आहेत, त्यांनी लोकशाही पद्धतीने 'राजा' म्हणून या गृहस्थांना निवडलेलं आहे. जमीनजुमल्यांवरून किंवा गुराढोरांवरून होणाऱ्या तंट्यांसारखे जे पारंपरिक प्रश्न असतात, ते सोडवण्यासंदर्भातले सर्व अधिकार या राजाला बहाल करण्यात आलेले आहेत. याउलट 'युनिटा'च्या प्रभावाखाली असणाऱ्या या शहरातल्या 'एम.पी.एल.ए.'च्या सरकारनं नियुक्त केलेलं शासकीय मंडळ अस्तित्वात आहे की नाही अशी शंका यावी, ही वस्तुस्थिती आहे.

पण आमच्या या वस्तुवाटपाबद्दल मला जी जराशी अपराधीपणाची भावना जाणवते आहे, त्यात हा मनमोकळा, सभ्य आणि गोड स्वभावाचा राजा अजाणतेपणानं भरच घालतो आहे. "तुम्ही माविंगामध्ये जे काही काम करताहात, त्याबद्दल मीही तुमचे आभार मानतो. लोकही तुमच्याबद्दल कृतज्ञ आहेत..." राजा म्हणतोय. हे ऐकून मी खरोखरच गोंधळून गेलोय, अगदी पेचात पडलोय कारण एका बादलीसाठी आणि खरखरीत ब्लँकेटसाठी एवढी कृतज्ञता? आणि त्यासाठी आभार मानताहेत हे लोक? आम्ही जे करतोय ते अगदी लाक्षणिक स्वरूपाचं आहे, यात शंका

नाही. आम्हाला त्याची पूर्णपणे जाणीव आहे. पण मला वेगळीच गोष्ट सतावते आहे, ती म्हणजे या सगळ्यामध्ये अगदी अंधुकसा, अस्पष्टपणे जाणवणारा 'नववसाहतवाद' – अविकसित राष्ट्रांवर विकसित राष्ट्रांकडून गाजवले जाणारे वर्चस्व : भिकेला लागलेल्या आफ्रिकन लोकांना फुकटात वस्तू वाटून मोठेपणा मिळवू पाहणारे धनाढ्य गोरे लोक.

विकसित देशांमधून इथे आलेल्या आम्हा चौघांमध्ये यापूर्वीच या विषयावर चर्चा झाली होती. इथल्या नागरिकांच्या तुलनेत आम्ही संपत्तीच्या एका छोट्याशा बेटावर राहत असल्यासारखंच आहे. आमच्या मदतीसाठी इथे बरेच लॅपटॉप्स आहेत, वीजपुरवठा करणारे जनरेटर आहेत आणि खास आयात केलेलं अन्नही आहे. पास्कलचं असं ठाम म्हणणं आहे की इथले स्थानिक लोक जे अन्न खातात, तेच आम्हीही खाल्लं पाहिजे. पण टीम त्याच्याशी सहमत नाही. या अशा मदतकार्यांसाठी त्यानं बराच वेळ दिला आहे आणि त्यासाठी एका अतिशय फायदेशीर व्यापारातल्या आपल्या उज्ज्वल कारकिर्दीकडे पाठ फिरवली आहे, असं तो म्हणतो. त्याचं असं मत आहे की इथे येण्यासाठी आम्ही ज्या गोष्टींचा त्याग करून आलोय, त्याची परतफेड म्हणून इथल्या सुविधांचा विचार केला, तर या सुविधा त्या दृष्टीने अगदीच तोकड्या आहेत. टीमच्या या मताशी सहमत व्हावं असंच मला आणि अँड्रियाला वाटतं आहे– कारण गोठवून ठेवलेलं चिकन, दक्षिण आफ्रिकेची 'खासीयत' समजली जाणारी लापशी आणि काही चॉकलेट्स एवढ्याच गोष्टी आम्हाला आनंदी ठेवण्यासाठी इथे उपलब्ध आहेत, आणि म्हणूनच आम्हाला टीमचं म्हणणं पटतंय.

आणि आता इथे चाललेल्या या वाटपाबद्दल बोलायचं, तर या वस्तू वाटण्याऐवजी आम्ही या लोकांच्या आरोग्याची काळजी घेतली जाईल असं काहीतरी पुरवलं पाहिजे, त्या दृष्टीनं इथल्या लोकांना शिक्षण दिलं पाहिजे... इथल्या झोपड्यांमध्ये जाऊन मी पाहिलेलं आहे, एखादं–दुसरं भांडं, पाणी साठवण्यासाठी डबा किंवा तत्सम काहीतरी, अनेक वेगवेगळी ब्लँकेटं आणि काड्यांच्या बनवलेल्या टोपल्या, एवढीच इथल्या बहुतेक लोकांची मालमत्ता असते. आणि फार थोड्या लोकांकडे पैसे कमावण्याची क्षमता असते. आमच्या या प्रकल्पावर नोकरी करणारे जे शंभर–एक अंगोलन लोक आहेत, तेवढेच बहुधा या शहरातले पगारदार कामगार आहेत. पण आता या वाटपाबद्दल असं उपहासानं बोलणं मी थांबवतो.

इथली गर्दी कमी होतच नाहीये. रांगेतला एक माणूस सरकला, की मागे आणखी दोन माणसं जमा होताहेत. आता दुपार झालीये आणि तरुण माणसंही या गर्दीत आता घुसू पाहताहेत. "आम्हाला का काहीच मिळणार नाही? तुम्ही

आम्हाला का वगळता आहात?'' असा त्यांचा आरडाओरडा चालू झालाय.

गर्दी आटोक्यात ठेवण्यासाठी नेमलेला आमचा परिचारक दारावर उभा आहे. प्रत्येक 'सोबा'ने तयार केलेल्या यादीत ज्यांची नावं आहेत, त्यांनाच फक्त तो आत जाण्याची परवानगी देतो आहे. तो मेगॅफोन उचलतो आणि या वाटपासाठी आम्ही ठरवलेले निकष पुन्हा एकदा स्पष्ट करून सांगतो. कठोर निःपक्षपातीपणाविषयी आमची संस्था किती ठाम आहे, त्याच उद्देशानं किती भारलेली आहे, हे स्वच्छपणे माझ्या लक्षात येतं. पुन्हा काही माणसं उसळल्यासारखी बोलायला लागतात.

''हा म्हातारा माणूस 'ऑविम्बुन्दू' जातीचाही नाहीये!'' एक जण किंचाळतो, ''तुम्ही त्याला रांगेत का जाऊ देताय? तो 'गांगुएला' आहे. हा सगळा भूभाग ऑविम्बुन्दूचा आहे की नाही? मग आमच्या सगळ्यांचं काय?''

''हे वाटप गरज लक्षात घेऊन केलं जातंय... जात लक्षात घेऊन नाही. ज्यांना या वस्तूंची सगळ्यात जास्त गरज आहे, अशांसाठी आम्ही हे करतो आहोत.'' तो परिचारक पुन्हा त्यांना सांगतो.

पण आम्ही लावलेले निकष चुकीचे आणि अनावश्यक आहेत असं लोकांना वाटतंय. इथल्या प्रत्येकालाच या वस्तूंची खूप जास्त गरज आहे.

''माझी आई इतकी आजारी आहे की ती तुमच्या या आवारापर्यंत चालत येऊच शकणार नाही, मग तिच्या वतीने मी एक पॅकेट का नेऊ शकत नाही?'' एक तगडा तरुण माणूस जणू आपला निर्णयच जाहीर करतो. दुसरा एक जण त्या माणसाला ढकलून पुढे येतो, आणि आपल्या छातीवरचा लांब व्रण दाखवत तावातावानं म्हणतो, ''ही युद्धात झालेली जखम आहे. मीसुद्धा एक जखमी माणूस आहे, मग मी या रांगेत का नाही येऊ शकत? त्या माणसासारखा माझा पाय तुटलेला नाही, म्हणून मला मदत मिळणार नाही का?''

आता इथे मारामारी होण्याची लक्षणं दिसायला लागली आहेत. या प्रदेशात वेगवेगळ्या जाती-धर्मांमध्ये तणाव आहेत हे मला माहिती आहे, पण आज पहिल्यांदा मी त्याचा प्रत्यक्ष पुरावा पाहतो आहे. मी इथे येण्याच्या काहीच महिने आधी, इथे राजकीय मतभेदांमुळे उसळलेल्या दंग्यामध्ये एक माणूस मारला गेला होता, हेही मला ठाऊक आहे. आत्ता मात्र इथे तरुण माणसं आणखीच खवळली आहेत, आणि ज्यांना नक्की आधीच पॅकेटस् मिळाली आहेत, अशाही माणसांचे चेहरे पुन्हा इथे रांगेत दिसत आहेत. हातात याद्या घेऊन नावं नोंदवायला बसलेली आमची माणसं गोंधळून जाऊन हातातले सुटे कागद वर खाली करून पाहताहेत, पण एकाही माणसाची कुठल्याही प्रकारची ओळख त्या याद्यांच्या कागदांमध्ये लिहिलेली नाही.

''तू जोसेफ लुमुम्बा आहेस का? सैक्स्टा, फेराहून आलेला?''

"हो, मीच जोसेफ लुमुम्बा आहे."

– लोक काय, त्यांना हवं तेच बोलताहेत, आणि खऱ्या–खोट्याची शहानिशा करणं केवळ अशक्य आहे. जे सर्वांत जास्त गरजू आहेत ते मागं ढकलले जाताहेत, आणि जे सर्वांत जास्त आक्रमक, म्हणजे खरं तर भांडखोर आहेत, ते आता कसंही करून या वस्तू मिळवतीलच. वाटप करणाऱ्या आमच्या माणसांनी हे सगळं पाहून आता आपले निकष पूर्णपणे बाजूला ठेवलेत आणि घाईघाईने एक न् एक वस्तू वाटून टाकलीये. आणि आता मी स्वतःशीच असा विचार करतो आहे की जेव्हा आम्ही हे हॉस्पिटल बंद करून टाकू, शंभर कर्मचाऱ्यांना कामावरून काढून टाकू आणि जाताना इथली सगळी साधनसामग्री घेऊन जाण्याचा प्रयत्न करू, तेव्हा काय होईल? ज्यांच्याकडे गमावण्यासारखं काहीच उरलेलं नाही अशी ही सर्व माणसं, हे सगळं नुसतं पाहण्यापलीकडे काहीच करू शकणार नाहीत... काय होईल तेव्हा?...

आता माझी हॉस्पिटलमध्ये परत जाण्याची वेळ झाली आहे...

***

आता आवार ओलांडून इथे आल्यावर संपूर्ण दृश्यच पूर्णपणे बदलून गेलंय. हॉस्पिटलचं पुढचं आवार कधी नव्हे इतकं शांत आहे. बहुतेक जण त्या वस्तुवाटपात गुंतलेत म्हणून इकडे ही शांतता आहे. पण मला इथल्या छोट्याशा खोलीतून कण्हण्याचा आवाज ऐकू येतोय. रॉबर्टो आणि ॲगोस्तिन्हो बाह्यरुग्णांच्या लहानसहान शस्त्रक्रियांसाठी ही खोली वापरतात. म्हणजे या कण्हण्याचा एकच अर्थ असू शकतो. माविंगामधलं 'दंत चिकित्सालय' उघडलेलं आहे.

"सुप्रभात ॲगोस्तिन्हो. सगळं काही ठीक आहे ना?" दरवाजाजवळ अस्वस्थ चेहऱ्यांनी उभ्या असणाऱ्या मोजक्याच रुग्णांना ओलांडून पुढे येत मी विचारतो.

तो मान वर करून नुसतंच पाहतो. तो एका तरुणाच्या मागं उभा आहे. त्या तरुणावर झुकून, एका हाताने ॲगोस्तिन्होनं त्याचं कपाळ घट्ट दाबून ठेवलं आहे, आणि दात काढण्यासाठी वापरल्या जाणाऱ्या पकडीनं एका हातानं तो त्या तरुणाचा दात उचकटून काढतो आहे. त्या दोघांपैकी नेमका कोण जास्त घामाघूम झालाय, हे सांगणं अवघड आहे.

मधेच थांबत ॲगोस्तिन्हो मला विचारतो... "हा दात निघत का नाहीये?" अचानकच या त्रासातून तात्पुरती सुटका झाल्यानं त्या रुग्णाला अतिशय बरं वाटतंय. थोडासा गोंधळूनच तो आपलं बोट तोंडात फिरवतो. त्याचा दुखरा दात अजून जागेवरच असल्याचं लक्षात आल्यानं त्याचा विरस झाल्याचं त्याच्या चेहऱ्यावरूनच दिसतंय.

"खरंतर काहीच कारण नाही. एकच दात काढायचा आहे ना?" मी विचारतो.

''नाही, नाही, आणखीही काही काढायचे आहेत,'' ॲगोस्तिन्हो कुरकुरत सांगतो आणि पुन्हा दात उपटायला लागतो. जोर लावल्यामुळे त्याचा हात थरथरल्यासारखा दिसतोय.

''हा भाग बधिर करण्यासाठी काही औषध दिलंय ना त्याला?'' मी विचारतो. ॲगोस्तिन्हो पुन्हा काम थांबवतो आणि थोडंसं तिरकसपणे हसत मला सांगतो... ''अहो नवे डॉक्टर, या माविंगामध्ये दातांच्या संदर्भातली सगळी कामं मीच करतो. तुम्हाला काय वाटलं?''

औषधाची अर्धीच रिकामी झालेली बाटली आणि इंजेक्शनची स्वच्छ नळी शेजारच्या ट्रे मध्ये ठेवलेली आहे, म्हणून मला तसं वाटतं. बधिर करण्याचं ते औषध पुरेशा प्रमाणात दिलेलं असेल, अशी मी फक्त आशा करू शकतो, कारण ॲगोस्तिन्होनं आता शर्थीचे प्रयत्न सुरू केलेत, तो आता जोर लावतोय आणि कुणाला तरी एकाला गळून पडावं लागणार आहे हे नक्की– म्हणजे एकतर ती पक्कड, नाहीतर तो दात आणि नाहीच तर ॲगोस्तिन्होचा खांदा– मी नक्की सांगू शकत नाही... आणि आत्ता या वेळी तो बाहेर बसलेला रुग्णांचा घोळका नक्की काय विचार करत असेल, हा प्रश्न मला सतावतो आहे. दंतचिकित्सेसाठी निश्चित केलेले जे काही वार आहेत, त्या दिवशी एकाही रुग्णाला इथून लांब पळून जाताना मी अजूनतरी पाहिलेलं नाही. फुकट मिळणाऱ्या उपचारांच्या बदल्यात त्यांनी हे सगळं स्वीकारलं असावं, असं मी समजतो.

''आज सकाळी तू रॉबर्टोला पाहिलंस का?'' मी विचारतो.

''हो.''

''कुठं?''

''उपकरणं निर्जंतुक करतात, तिथे पाहिलं, शस्त्रक्रियेची तयारी करताना.''

माझ्या पोटात गोळा येतो.

''तुम्ही एवढे चिंताग्रस्त का दिसताय, नवे डॉक्टर?'' गालातल्या गालात हसत ॲगोस्तिन्हो विचारतो. मी नुसताच मंदसा हसतो. त्याचा प्रश्न पटला नसल्यासारखं डोकं हलवतो आणि मला अजिबात चिंता वाटत नसल्याचं खोटंच सांगतो. पण मी खरंच काळजीत पडलोय. कारण आज सकाळी शस्त्रक्रियेच्या खोलीबाहेर फिरणारे कोंबडे, गाडीची बॅटरी, पाणी खेचण्यासाठी वापरला जाणारा पंप, भूल देण्यासाठीची औषधं... आणि काय काय मला आठवतंय आत्ता...

''तुम्ही एवढे चिंताग्रस्त का दिसताय, नवे डॉक्टर?'' आता एका तासानंतर रॉबर्टोही तसंच गालातल्या गालात हसत मला तोच प्रश्न विचारतोय. शस्त्रक्रियेच्या कक्षात एका तरुण स्त्रीच्या आयोडीन किंवा ब्रॉन्झसारख्या रंगाच्या पोटासमोर उभ्या राहिलेल्या रॉबर्टोच्या या प्रश्नावर मी नुसताच हसतो. तसंच नुसतं डोकं

हलवतो आणि मी चिंता करत नसल्याचं पुन्हा खोटंच सांगतो. पण खरोखरच मला खूप चिंता वाटते आहे, कारण...

"सर, तुम्हाला तुमची हॅट काढून ठेवावी लागेल," लांब एका कोपऱ्यात बसलेल्या त्या स्त्रीच्या नवऱ्याला रॉबर्टो सांगतो. 'माझ्या चिंतेचा हाही एक भाग आहे रे रॉबर्टो' असं मी मनातल्या मनात म्हणतोय.

तो माणूस पाय ओढत बाहेर जातो आणि क्षणार्धात परतही येतो.

"झालीये ना आपली सगळी तयारी?" शस्त्रक्रियेची उपकरणं नीट मांडून ठेवत रॉबर्टो विचारतो. ती मांडतानाचा आवाजही मोठा वाटतोय आता.

त्या स्त्रीचा नवरा मान डोलवतो.

"वेरॉनिका, तू तयार आहेस?" पायानं चालवायचा हवेचा पंप पायानंच ढकलून नीट जागेवर ठेवत, वेरॉनिकाही मानेनंच होकार देते.

"आणि तुम्ही हो नवे डॉक्टर?"

माझ्याही नकळत मी नुसतंच तोंड वाकडं करतो.

मग रॉबर्टो शस्त्रक्रियेचा चाकू हातात नीट पकडतो आणि त्या स्त्रीच्या पोटाच्या आतली अस्तरं नीटपणाने वेगळी करतो– आधी त्वचा, मग चरबी, मग स्नायू– मग तिच्या पोटाच्या पोकळीला लागून असणारं, मोत्यासारखी निळसर झाक असणारं अस्तर कात्रीनं अगदी हळुवारपणे कापतो. ते अस्तर त्यानं ताणल्यावर हवा जोरानं तिच्या पोटात शिरते. आतल्या अवयवांना ताणून ठेवणाऱ्या स्नायूंपर्यंत पोहोचता पोहोचता तो अचानकपणे मला उद्देशून म्हणतो की, "अहो नवे डॉक्टर, तुम्हीही शल्यविशारद व्हावं म्हणून खरं तर आम्ही तुम्हाला शिकवायला हवं."

"मग तर फारच चांगलं होईल," उत्तरादाखल मी म्हणतोय खरा, पण माझ्या पाठीवरून आधीच घामाच्या धारा ओघळायला लागल्या आहेत. आतल्या जाड आणि खरखरीत सुती कपड्यांवर हा शस्त्रक्रियेचा गाऊन घातलाय मी, त्यामुळे असेल कदाचित, पण ही छोटीशी खोली मला असह्य कोंदट वाटते आहे.

चेहऱ्याला लावलेल्या मास्कवरून डोळे बारीक करून पाहत रॉबर्टो मला म्हणतोय की, "या गोष्टींचं आम्हाला फार आश्चर्य वाटतं. तुम्हीच आम्हाला असं सांगा की, शस्त्रक्रिया कशी करायची हे ज्या डॉक्टरला माहिती नाही, तो कुठल्या प्रकारचा डॉक्टर म्हणायचा?" ॲगोस्तिन्हो कापलेली रक्तवाहिनी बांधतोय, म्हणून रॉबर्टो जरासा थांबलाय. रक्तवाहिन्या बांधण्याचं हे काम खूप वेळखाऊ आहे, कारण झिरपणारी प्रत्येक शीर किंवा ज्यातून रक्त उसळ्यासारखं बाहेर येतं अशी धमनी, नंतर विरघळून जाईल अशा दोऱ्यानं खूप काळजीपूर्वक बांधून बंद करावी लागते. माझ्या देशात यासाठी वापरलं जाणारं 'डायथर्मी मशिन' हेच काम काही

सेकंदांमध्ये करतं... पण इथे ते उपलब्ध नाही, म्हणून एवढा खटाटोप करावा लागतो, वेळ घालवावा लागतो... असो.

''माझ्या आधी इथे पाठवले गेलेले डॉक्टर्स शस्त्रक्रिया करू शकायचे का?'' मी विचारतो.

''सगळेच नाही, पण त्यांतले बरेच जण करू शकायचे,'' तो म्हणतो.

''पण रॉबर्टो, माझ्या देशातले बहुतेक कुठलेच डॉक्टर शस्त्रक्रिया नाही करू शकत.'' मी निरागसपणे सांगतो.

''नाही करू शकत?'' रॉबर्टोचा छद्मी प्रश्न.

''नाही, अजिबात नाही. फक्त सर्जन्स, म्हणजे शल्यविशारदच शस्त्रक्रिया करतात. आमच्यापैकी बहुतेक जण फक्त औषधोपचार करतात.''

रॉबर्टो पुन्हा कुत्सितपणे गालातल्या गालात हसतोय खरा, पण तोही विचारात पडल्यासारखा दिसतोय... ''आणि मग डॉक्टर शस्त्रक्रिया करू शकत नसेल तर त्याच्या रुग्णाला बरा कसा करणार?'' तो विचारतो.

मी जरा सविस्तरच उत्तर देतो त्याला, ''रॉबर्टो, आम्ही आमच्या इथे वेगवेगळे आजार पाहतो. या स्त्रीचीसुद्धा शस्त्रक्रिया करण्याचा निर्णय घेण्याआधी, तिच्या आजाराची नेमकी अवस्था कळण्यासाठी आम्ही वेगवेगळ्या यंत्रांच्या मदतीनं तिच्या चाचण्या घेतल्या असत्या, रक्ताच्या चाचण्या घेतल्या असत्या. आणि या प्रकारे बहुतेक वेळा योग्य ते औषधोपचार करून किंवा क्वचित कापाकापीची अगदी कमीत कमी प्रक्रिया करून आमचे रुग्ण पुरेसे बरं करणं आम्हाला शक्य होतं.''

रॉबर्टो त्या पोटावर घेतलेल्या छेदातून उजवा हात आत सरकवत त्या स्त्रीच्या पोटाची पोकळी आणखी थोडी उघडी करतो...

पण माझं बोलणं मात्र अजून चालूच आहे... ''आमच्याइथे कधी युद्धही झालेलं नाही,'' माझा जे सांगण्याचा उद्देश आहे, त्या उद्देशाशी मिळते-जुळते असणारे पोर्तुगीज शब्दच माझ्या तोंडून बाहेर पडताहेत, अशी मी आशा करतोय. मला बोलता बोलता वरचेवर थांबावंच लागतं नेहमी आणि काही समजावून सांगण्याचा वेगळा मार्ग शोधावा लागतो. ''आमच्या हॉस्पिटलमध्ये आम्ही जास्त करून अशा वयस्कर माणसांना तपासतो आणि उपचार करतो, ज्यांना हृदयविकाराचा झटका, मधुमेह किंवा फुप्फुसातील विकारामुळे श्वासोच्छ्वासाला त्रास होणं, अशासारखे आजार झालेले असतात,'' मी रॉबर्टोला सांगतो... आणि बोलता बोलता मला अचानक आत्ता असं जाणवतंय की अशासारखे त्रास असणारा एकही माणूस मी इथे पाहिलेला नाही. रॉबर्टोची आणि माझी वैद्यकीय पार्श्वभूमी पूर्णपणे टोकाची आहे. रॉबर्टोला हे सगळं वैद्यकीय शिक्षण युद्धादरम्यान, दक्षिण

आफ्रिकेच्या लष्करातल्या सर्जन्सकडून मिळालेलं आहे आणि अगदी धडधाकट असणाऱ्या तरुणांच्या बाबतीत उद्‌भवलेल्या गंभीर आणि तीव्र स्वरूपाच्या शारीरिक समस्याच त्यांना मोठ्या प्रमाणात हाताळाव्या लागलेल्या आहेत. त्यांतलेही बरेच जण असे असत, ज्यांना तातडीच्या शस्त्रक्रियेची गरज पडलेली असे. माझं मात्र याच्या अगदी उलट झालंय. अतिशय श्रीमंतीत जीवन जगणाऱ्या आणि उतारवयाकडे झुकलेल्या लोकांमध्ये सर्वसामान्यपणे आढळणाऱ्या जुन्या दुखण्यांना हाताळत हाताळत मी वैद्यकीय शिक्षण घेतलंय. आत्ता इथे मी जे काही शिकतोय, अनुभवतोय त्यातल्या फारच थोड्या गोष्टी ऑस्ट्रेलियातल्या शहरी हॉस्पिटलमध्ये मला वापरता येतील, अशा आहेत. मी इथून जेव्हा परत जाईन, तेव्हा तिथल्या पद्धतींशी, परिस्थितीशी माझा काहीच संबंध उरलेला नसल्याचंच मला बहुधा जाणवणार आहे.

"तर मग काय हो नवे डॉक्टर, तुम्ही तातडीच्या उपचार केंद्रात काम करता की नाही?" रॉबर्टो विचारतो.

"मी करतो ना अशा विभागात काम."

त्या रुग्ण स्त्रीच्या ओटीपोटाभोवती चाचपणी करता करता तो पुन्हा ॲगोस्तिन्होकडे पाहतो. "आणीबाणीची परिस्थिती आहे डॉक्टर," तो खोडकर स्वरात म्हणतो... "अशी कल्पना करा. अशा प्रसंगांसाठी नेमलेला डॉक्टर आहे, पण तो तातडीनं शस्त्रक्रिया करण्याची गरज पडली तर ती करू शकत नाही." स्वतःचं डोकं हलवत तो बहुधा हाच विचार करतोय. हातानं पिळदार आतड्यांची बारकाईनं तपासणी करता करता तो म्हणतो, "पण काही हरकत नाही नवे डॉक्टर. तुम्ही इथल्या लहान मुलांच्या बाबतीत छान काम करताय. हो, खरंच सांगतोय मी. आणि प्रौढांच्या वॉर्डचं कामही अगदी छान सुरळीत चालू आहे. सॅबिनोही मला असं सांगत असतो की कुपोषित मुलांच्या वॉडमध्येही अनेक गोष्टी बदलताहेत, सुधारताहेत आणि त्या बाबतीतले अगदी स्पष्ट असे लेखी नियमही तुम्ही तयार केलेत– आणि तेही चक्क पोर्तुगीज भाषेत? मला ही कल्पना खूपच आवडली आहे. बुरशीविरोधी औषधं न वापरण्याबाबत तुम्ही जो आग्रह धरला होतात, त्याला माझा फारसा पाठिंबा नव्हता हे तर तुम्हाला माहितीच आहे. त्यात तुम्ही आमच्या माणसांवर नव्यानं प्रयोग करणार होतात... पण आता मुलं ठीक आहेत. सुधारताहेत. अहो नवे डॉक्टर, ही खूप चांगली गोष्ट आहे. आणि काल रात्री त्या रुग्णांच्या छातीत तुम्ही जी नळी घातलीत ना, ते काम मी कधीच करत नाही."

...त्या रात्री मला ज्यासाठी बोलावलं गेलं होतं, तोही प्रसंग अगदी नाट्यपूर्ण होता. रस्त्यावरून जाताना झालेल्या अपघातात फुफ्फुसाला छिद्रे पडलेला आणि घोटा निखळलेला एक माणूस इथे दाखल झाला होता. इथे आल्यापासून मी

ऐकलेला हा पहिलाच अपघात होता. नदीच्या काठानं जात असताना त्या माणसाची दोन चाकी गाडी उलटीपालटी झाली होती. त्याचा घोटा थोडा ठोकून पुन्हा नीट जागेवर बसवणं त्यामानानं सोपं होतं, पण त्याच्या छातीला झालेली दुखापत ही मात्र मोठी बाब होती. बारीक छिद्रे पडलेल्या त्या फुप्फुसातून बाहेर पडणारी हवा शरीराबाहेर घालवणं गरजेचं होतं, जेणेकरून फुप्फुसं पुन्हा फुगवली गेली असती. मग त्याच्या छातीच्या पिंजऱ्याच्या एका कडेला, दोन बरगड्यांच्या मध्ये एक छोटासा छेद देऊन मी त्यातून प्लॅस्टिकची एक नळी आत घातली. ऑस्ट्रेलियातही मी असा उपचार केला होता– अर्थात, एक्स–रे न काढता आणि नेहमीची सवयीची उपकरणे न वापरता इथे मला जे करावं लागलं, तसं तिथे मी कधीच केलेलं नव्हतं. पण इथे मात्र आयत्या वेळी जी साधनं उपलब्ध होती, तीच वापरून आम्ही हे काम केलं. जुन्या पाठ्यपुस्तकांमध्ये दिलेल्या सूचनांनुसार, शस्त्रक्रियेसाठी वापरल्या जाणाऱ्या हातमोज्याचं एक बोट मी दोन्ही बाजूंनी कापलं. मग त्याचं एक टोक त्या छातीत घातलेल्या नळीवर घट्ट बसवलं आणि दुसरं टोक तसंच मोकळं लोंबकळत ठेवलं. त्या गुंडाळता येण्यासारख्या मोकळ्या बाजूकडील पोकळी, एका बाजूनं उघडणाऱ्या झडपेसारखं काम करते, ज्यामुळे आतली हवा बाहेर पडते. पण बाहेरची हवा त्यातून छातीत जाऊ शकत नाही आणि या नळीनं उत्तम काम केलं. दुसऱ्या दिवशी यासाठी आणखी चांगला पर्याय शोधेपर्यंत तरी माझ्या या प्रयोगाचा फार चांगला उपयोग झाला.

"तू असं काम कधी केलं आहेस?" रॉबर्टो ॲगोस्तिन्होकडे पाहून विचारतो. ॲगोस्तिन्हो तोंडातल्या तोंडात काहीतरी पुटपुटतो. पण त्याच्या तोंडावर मास्क असला किंवा नसला तरी तो काय बोलतोय हे समजण्यासाठी मला नेहमीच झगडावं लागतं.

रॉबर्टो पुन्हा गालातल्या गालात हसत मला म्हणतो... "पण नवे डॉक्टर, तुम्ही छान काम केलंत असं म्हणण्याचं धाडस मला करावंच लागेल. म्हणजेच एखाद्या डॉक्टरनं अशा वेळी जे करायला हवं, ते तुम्ही केलंत. पण तरीही इथून जाण्याआधी तुम्ही खऱ्या अर्थानं डॉक्टर व्हावं, यासाठी तुम्हाला आणखी काही शिकवण्याची गरज आम्हाला नक्कीच पडणार आहे– एक असा डॉक्टर जो आपल्या रुग्णांवर शस्त्रक्रिया करू शकतो. जो रुग्णांवर खरोखरच परिपूर्ण उपचार करू शकतो."

इतर सगळे माना हलवतात.

"तर मग ॲगोस्तिन्हो, आता या नव्या डॉक्टरांना ही रक्तवाहिनी बांधून टाकण्याचं काम करू दे. त्यांना शिकवण्याचं काम आता आणखी लांबणीवर टाकून चालणार नाही. जखम शिवायचा तो दोरा त्यांच्या हातात दे!" आमचं

बोलणं थांबवत रॉबर्टो त्या स्त्रीच्या बीजकोषांची जागा चाचपतो आणि थोडीशी ओढून ती वर आणतो.... माझी अस्वस्थता शिगेला पोहोचलीये आता.

'शस्त्रक्रिया' हा विषय इथे नेहमीच अगदी वादाचा ठरत आला आहे. त्यातही विशेषतः कुठल्या रुग्णांची शस्त्रक्रिया करायची याबाबतचा निर्णय, वाद न होता कधीच घेतला जाऊ शकत नाही. या कामाविषयी संस्थेनं केलेले नियम अगदी स्पष्ट आहेत– जेव्हा रुग्णाच्या अगदी जीवनमरणाचा प्रश्न असतो आणि आम्ही प्रत्यक्ष शस्त्रक्रिया व्यवस्थित पार पाडू शकणार असतो, तेव्हाच शस्त्रक्रिया करायची. पण यातही घोटाळा व्हावा अशी एक विशेष बाब आहेच. ती अशी की, एखाद्या रुग्णाच्या अवस्थेचं नक्की निदानच आम्ही करू शकत नसलो, तर त्याच्या जिवाला धोका आहे की नाही, हे आम्हाला समजणार कसं?... विरोधाभासाचं हे उत्कृष्ट उदाहरण म्हणायला हवं, कारण रुग्णाची नक्की अवस्था समजून घेण्याचा एकमेव मार्ग, म्हणजे त्रास देणारा अवयव उघडून पाहायचा आणि तरीही असा अवयव उघडून पाहायचं एकमेव कारण हे असायला हवं की, त्या रुग्णाच्या स्थितीबद्दल आम्हाला तशी बरीच खात्री असायला हवी... अवघडच आहे हे सगळं...

मी इथे आल्यानंतरच्या त्या पहिल्या ॲपेन्डिक्सच्या शस्त्रक्रियेनंतर, आम्ही आणखी दोन शस्त्रक्रिया केल्या आहेत. एक म्हणजे गुडघ्याच्या खालचा पाय कापून टाकण्याची आणि दुसरी प्रसूतीसाठी तातडीने केलेली शस्त्रक्रिया. आणि या दोन्ही रुग्णांच्या बाबतीत शस्त्रक्रियेतील धोक्यांपेक्षा ती करण्याची गरज खूप जास्त होती. पण बऱ्याचदा असं होतं की वेदना नक्की कुठे आणि किती होताहेत हे सांगता न येणाऱ्या एखाद्या स्त्रीला रुग्णालयात आणलं जातं आणि शस्त्रक्रियेचा आग्रह धरला जातो – 'शस्त्रक्रिया' ही इथल्या लोकांच्या समजानुसार उपचारांमध्ये 'सर्वश्रेष्ठ' मानली जाते. गाड्यांमध्ये जे रोल्स राईसचं स्थान असतं, तेच स्थान या लोकांनी इथे शस्त्रक्रियेला दिलेलं आहे. बऱ्याचदा शक्यता ही असते की रुग्णाचा आजार सौम्य स्वरूपाचा असतो, पण नेहमीच आम्ही ठामपणे तसं सांगू शकत नाही. जेव्हा रुग्ण स्वतःच सांगतो की त्याची प्रकृती जास्तच बिघडत चालली आहे, त्याच्या कुटुंबीयांना वाटत असतं की आपला हा माणूस आता मरायला टेकला आहे आणि आमचे इथले हे सहकारी अस्वस्थ होतात, यात भरीस भर म्हणून वॉडमधले इतर सगळे जण त्या रुग्णाभोवती गोळा होतात आणि आम्ही त्या माणसावर ताबडतोब शस्त्रक्रिया केलीच पाहिजे असं सांगतात, तेव्हाची परिस्थिती तर सांगायलाच नको. या सगळ्या पार्श्वभूमीवर वस्तुनिष्ठ राहायचं तरी कसं? इथे यंत्रांद्वारा अचूक चाचणी करून मी त्यांना धीरही देऊ शकत नाही, पण आजाराचं नेमकं निदान करण्यासाठी शस्त्रक्रिया करायची आणि

त्यामुळे अनेक प्रकारे आजारात आणखी गुंतागुंत होऊन त्यात भरच पडण्याचा धोका पत्करायचा, हे पूर्णपणे असमर्थनीय आहे. आणि काही न करता खूप वेळ वाया घालवायचा, तर रुग्णाची प्रकृती आणखी खालावू शकते. अनिश्चित अवस्थेत निर्दयपणे घुटमुळत राहायचं किंवा धोकादायक ठरेल इतका अतिउत्साह दाखवायचा, या दोन्ही गोष्टी टाळून समतोल साधणं ही कमालीची अवघड गोष्ट आहे. आणि म्हणूनच अशा प्रत्येक रुग्णाच्या बाबतीत माझा आणि रॉबर्टोचा वाद होतो. तरी त्यातल्या त्यात हल्ली आम्ही दोघं बरेच सामोपचारानं वागत असतो. हे सगळं जरी खरं असलं तरी वॉर्डमध्ये हा प्रश्न म्हणजे मोठीच अडचण असते नेहमी.

– पण आत्ता मात्र त्या स्त्रीच्या बीजकोषाकडे आम्ही लक्ष देणं गरजेचं आहे. दिव्याच्या प्रकाशात ते चकाकल्यासारखं दिसतंय खरं, पण त्या दिव्यासाठी वापरली जाणारी गाडीची बॅटरी आणि 'केटामाइन' हे भूल देण्यासाठी वापरलेलं औषध, दोन्हीही जास्त काळ तग धरणार नाहीयेत.

"तुला हे दिसतंय का?" रॉबर्टो विचारतो.

मी मानेनेच 'हो' म्हणतो. बीजकोषांच्या दुधट पृष्ठभागावर गळवांचे दोन डाग दिसताहेत, जे नेहमीपेक्षा वेगळे आहेत. त्यातनं एक गळू साधारण एक सेंटीमीटर आकाराचं आणि रक्तानं भरलेलं आहे. त्यामुळे जीवाला धोका उद्‌भवण्याची अजिबातच शक्यता नाही, पण त्यामुळे निदान तिच्या वेदनांचं संभाव्य कारण तरी आम्हाला सापडलंय.

"ही गळवं मी काढून टाकली, तरी काही हरकत नाही ना?" रॉबर्टो मला विचारतो.

"ती काढायला तुझी हरकत नाही ना?" मी प्रतिप्रश्न करतो.

"सर, तुम्ही कृपा करून इकडे या." रॉबर्टो त्या स्त्रीच्या नवऱ्याला बोलावतो. तो नवरा उठून येतो आणि त्याला दाखवण्यासाठी जराशा उचलून धरलेल्या बीजकोषावरच्या डागांकडे डोळे बारीक करून पाहतो. हा नवरा म्हणजे अजिबात न घाबरणारा, मुळीच चिकित्सा न करणारा आणखी एक नातेवाईक पाहतो मी!

"आपण ही दोन्ही गळवं काढून टाकू," रॉबर्टो म्हणतो.

तो नवरा मान डोलवतो.

रॉबर्टो अगदी काळजीपूर्वक ती दोन्ही गळवं कापून टाकतो आणि खडबडीत झालेला बीजकोषाचा तो भाग व्यवस्थित शिवून बंद करतो. बीजकोषाच्या उरलेल्या भागाला तो स्पर्शही करत नाही आणि तितक्याच काळजीपूर्वक बीजकोष पुन्हा पोटाच्या त्या पोकळीत जागेवर ठेवतो. आता तो त्या स्त्रीचं अपेन्डिक्स बारकाईनं पाहतो आहे.

"आपण हे ॲपेन्डिक्सही काढून टाकू, ठीक आहे?" तो मला विचारतो.

माझं उत्तर त्याला अभिप्रेतच असल्याची शंका मला येत्येय.

"पण का?" मी न कळून विचारतो.

"कारण आम्ही नेहमी असंच करतो," तो थंडपणे म्हणतो.

"अरे पण हे तर अगदी व्यवस्थित दिसतंय रॉबर्टो," मी चक्रावून म्हणतो. तो बेफिकीरपणे नुसते खांदे उडवतो आणि ॲगोस्तिन्होकडे पाहून त्याला विचारतो, "यावर आपलं एकमत आहे ना रे?"

"आपण या ॲपेन्डिक्सला हात लावायला नको," मी पुन्हा अगदी पोटतिडकीनं सांगतो. मला जाणवेल एवढा मोठा सुस्कारा टाकत तो म्हणतो, "हे पहा नवे डॉक्टर, माझं ऐका. आम्ही नेहमीच ॲपेन्डिक्स काढून टाकतो. या माविंगात तर नेहमीच."

हे खरं असण्याचीही शक्यता आहे. बरेचसे सर्जन नेहमीच असं करतात की एकदा रुग्णाचं पोट उघडलं की, अगदी निरोगी असणारं ॲपेन्डिक्सही काढून टाकायचं, म्हणजे जखमेमुळे भविष्यात होऊ शकणारी गुंतागुंत टळते. पण या स्त्रीचं ॲपेन्डिक्स तर अगदी व्यवस्थित आहे आणि त्याहीपेक्षा महत्त्वाची गोष्ट ही आहे की, त्या रुग्ण स्त्रीच्या तोंडात लाळ साठायला लागल्याने हवा पुरवणारा पंप वाजायला लागलाय. वेरॉनिकाचा पाय त्यासाठी निकराचे प्रयत्न करतोय. आता हे काम इथेच थांबवणं अधिक योग्य आहे, असं मी रॉबर्टोला सांगतोय.

पण त्याला ते पटत नाहीये. तो चिडलेला स्पष्ट जाणवतंय. इतरांशी तो पुटपुटत काहीतरी बोलतोय. हा त्याच्या कौशल्याचा अपमान आहे, असाच विचार तो कदाचित करत असावा. त्या स्त्रीच्या नवऱ्याकडे वळून तो मोठ्यानंच त्याला विचारतो, "सर हिचं ॲपेन्डिक्स आम्ही काढून टाकलं तर तुम्हाला चालेल ना? जर आम्ही ते काढलं नाही तर तिला गंभीर स्वरूपाचा संसर्ग होऊ शकतो."

ते काढून टाकणंच उत्तम होईल, असं उत्तर देणारा तिचा नवरा रॉबर्टोच्या बोलण्याला फसलाय. पण मी नाही– आणि रुग्णाच्या नातेवाइकांसमोर मला असं कोंडीत पकडायचं नाही, असंही मी त्यांना सांगून ठेवलंय.

"रॉबर्टो, आत्ता या भूलीच्या औषधाच्या बाबतीत या नवऱ्याची काहीच जबाबदारी असणार नाहीये," मी अगदी ठामपणे म्हणतो. "हिचं ॲपेन्डिक्स अगदी व्यवस्थित आहे, पूर्ण निरोगी आहे, हे याला समजावून सांग. आपण लगेच तिचं पोट शिवून टाकू आणि शस्त्रक्रिया संपवू."

"अहो नवे डॉक्टर..." अचानक या खोलीचं दार उघडलं जातंय आणि एक क्लिनिको आत डोकावतोय. तो सॅबिनो आहे आणि तो खूप गोंधळलेला, घाबरलेला दिसतोय. "त्या कुपोषित मुलांच्या वॉर्डमध्ये तुमची खूप गरज आहे डॉक्टर. पटकन चला," तो सांगतो.

“आत्ता लगेच?”

“हो, अगदी लगेच.”

मी अंगातला गाऊन काढतो आणि त्याच्या मागोमाग बाहेर जायला लागतो. पण जाता जाता मागे वळून पुन्हा रॉबर्टोला सांगतो, “कृपा करून तिचं पोट आता शिवून टाक. अॅपेन्डिक्स आहे तसंच राहू देत!” पण मला रॉबर्टोची खात्री वाटत नाहीये अजून.

सॅबिनो मला त्या वॉर्डमध्ये घेऊन आलाय आता. आत्ताच दाखल केली गेलेली एक मुलगी मृत्यूशी झगडते आहे. आम्ही तिला शिरेतून थेंबथेंब औषध देणं चालू करतो आणि मग इतर उपचार सुरू करतो. अतिदक्षता विभागात हलवण्याआधी तिची प्रकृती थोडीतरी स्थिर होणं गरजेचं आहे. खरं तर शस्त्रक्रिया केलेली ती स्त्रीसुद्धा एव्हाना इथे बाहेर असायला हवी होती, शुद्धीवर यायला हवी होती. पण ती इथे दिसत नाहीये. कुणी तिला बघितलंही नाहीये.

नक्कीच काहीतरी अडचण निर्माण झाली असणार.

मी अक्षरशः पळतच शस्त्रक्रियेच्या खोलीत परत आलोय. ती स्त्री अजून तिथे टेबलावरच आहे... बेशुद्धावस्थेत. तिथले सगळेजण तिच्याभोवतीच उभे आहेत.

“काय झालं?” मी विचारतो.

रॉबर्टो अचानक मान वर करतो आणि ‘नवे डॉक्टर’ एवढंच म्हणतो. तो घाबरला आहे, हे स्पष्ट दिसतंय.

“काय झालंय? ती ठीक आहे ना?”

आश्चर्यचकित झालेल्या माझ्या एकटक नजरेकडे तो नुसताच बघत राहिलाय. काही सेकंद कुठलीच हालचाल होत नाही.

“रॉबर्टो?” मी अस्वस्थ होत हाका मारतोय, पण तो काहीच बोलत नाहीये.

मी टेबलाच्या आणखी थोडा जवळ जातो. तिथून मला ऑक्सिमीटर दिसतोय. त्याचा बिप बिप असा आवाज अजून चालू आहे आणि त्या स्त्रीची छातीही वरखाली होत्येय.

“रॉबर्टो? अरे काय झालंय?” मी पुन्हा विचारतो.

तिथे अगदी स्मशानशांतता पसरली आहे. वेरॉनिका विचित्रपणे चुळबुळ करत उभी आहे, पण रॉबर्टो मात्र काहीच बोलत नाहीये. आणि मी जेव्हा आजूबाजूला पाहतो, तेव्हा त्याने खरंच काही बोलण्याची गरजच नाहीये हे स्पष्टपणे दिसतंय. त्यानं हातात धरलेल्या पकडीतून एक गुलाबी दिसणारी वस्तू खाली लोंबकळते आहे.

“अॅपेन्डिक्स आहे हे?” मी विचारतो.

माझ्या प्रश्नाला होकार देण्यासाठी तो हळूच मान हलवतो. त्या मान हलवण्यातही

एक अपराधीपणाची भावना आहे यात शंकाच नाही.

"हे या स्त्रीचं ॲपेन्डिक्सच आहे असं समजू ना मी?"

रॉबर्टोचं मान हलवणं चालूच आहे.

"ते होतं तिथे पुन्हा ठेव असं तुला सांगण्यात काहीच अर्थ नाहीये आता, हो ना?" मी उद्विग्नपणे विचारतो.

या वेळीही फक्त मानच हलत्येय; पण थोडी जोरात. मी गंभीरपणे बोलतोय का, चिडलोय का, याचा ते सगळेच जण विचार करताहेत, असं मला जाणवतंय.

***

या ऑगस्ट महिन्याच्या सुरुवातीलाच टीमने सुट्टी घेतली आहे. त्यामुळे त्याचं काम आता पास्कल बघतोय. ज्या भागात एकही बँक नाही, अशा या ठिकाणी लोकांना महिन्याचे पगार वाटण्याचं दिव्य त्याला करावं लागणार आहे, हे त्याच्या आता लक्षात आलंय. आमच्या इथल्या शंभर कर्मचाऱ्यांपैकी बहुतेक सगळ्यांनाच पगार म्हणून वेगवेगळ्या रकमा दिल्या जातात. म्हणजे कनिष्ठ सुरक्षारक्षकाला दरमहा एकशे ऐंशी डॉलर्स इतका पगार आहे, तर वरिष्ठ क्लिनिकोला तीनशे पन्नास डॉलर्स मिळतात. त्यामुळे पगारवाटपासाठी नेमके किती पैसे लागतील याचा हिशेब आधीच करावा लागतो, त्या पैशांची व्यवस्था करावी लागते. आणि आधीच ते आणून सुरक्षितपणे ठेवावे लागतात. कमी परिमाणातल्या म्हणजे ५ डॉलर्सच्या, १० डॉलर्सच्या नोटाच दिल्या जाव्यात असा लोकांचा आग्रह असतो. त्यातही खूप जुन्या नोटा स्वीकारल्या जात नाहीत, कारण इथे बनावट नोटा तयार करण्याचं प्रमाणही खूप जास्त आहे. दोन दिवस पास्कल हे नोटांचे गड्डे स्वतःभोवती मांडूनच बसलाय. प्रत्येक नोट तपासतोय. परत परत मोजतोय आणि एकेका कर्मचाऱ्याला ऑफिसमध्ये बोलावून पगार देतोय.

"पण ही नोट १९८२ सालातली आहे साहेब," आपलं पाकीट टेबलावर मोकळं करून एक सुरक्षारक्षक म्हणतो. "आणि ही पाहा, ही पाच डॉलर्सची नोट १९९७ सालची आहे. मी या नोटा घेऊ शकत नाही."

पगार घेऊन गेलेला एक जण परत ऑफिसमध्ये येतो आणि तक्रारीच्या सुरात म्हणतो, "दहा डॉलर्सच्या माझ्या सगळ्या नोटा १९९६ सालच्या आहेत. बाजारात या नोटा स्वीकारणार नाहीत आणि ही एक डॉलरची नोट थोडीशी फाटली आहे. हीसुद्धा मी वापरू शकणार नाही."

या सगळ्या गोंधळामुळे पास्कल फारच थकून गेलाय. तो बिघडलेला पाण्याचा पंप, सुट्या भागांची कमतरता याही गोष्टी हाताळत असतो. ॲंड्रियासाठी आणि माझ्यासाठीही सध्या कठीणच परिस्थिती आहे. दहा दिवसांत इथे दोन बाळं मृतावस्थेत जन्मली आणि आणखी दोन मलेरियामुळे दगावली– आता आणखी

दोन मुलं अशी आहेत ज्यांच्याकडे त्यांच्या जेवणाच्या वेळी लक्ष द्यावं लागतं. या सगळ्यामुळे या ऑफिसमध्ये उगीचच अस्वस्थपणा भरल्यासारखं वाटतंय. आम्ही एकमेकांवर उगीचच कसले ना कसले तरी आरोप–प्रत्यारोप करत बसलोय. एका अगदी सहज चाललेल्या चर्चेचं रूपांतर आता माझ्यामध्ये आणि पास्कलमध्ये दिवसभर रंगलेल्या वादात झालं आहे... आणि विषय काय? तर रचनेच्या दृष्टीने काच घनरूप असते की द्रवरूप... वा! आणि एकीकडे अँड्रिया वेगळाच काहीतरी विचार करत्येय. तिला ब्राझीलमध्ये असला काही अनुभव आला नव्हता म्हणे. शिवाय डॉमिंगाला स्वयंपाकात कमी तेल वापरायला लावणं तिला अजूनही जमलेलं नाहीये, तसंच इथल्या नवजात बालकांना सुईणींनी अगदी नेमानं तपासायला पाहिजे, हे कामही त्या सुईणींकडून करून घेता आलेलं नाहीये. त्यामुळे ती इथे यायला का तयार झाली याबाबतचं तिला वाटणारं आश्चर्य आणि खेद ती जाहीरपणे बोलून दाखवत्येय. या सगळ्या चर्चा आता नको इतक्या लांबल्या आहेत. आणि पोटात अन्न जाऊनही आता खूप वेळ झालाय. आमच्यापैकी एक जण तरी आता नक्कीच वेडा होणार आहे.

मी रुग्णालयातून बाहेर पडत असताना पास्कल, धावपट्टीकडून पळत–पळतच परत येताना दिसतोय. तो धापा टाकतो आहे, उगीचच काहीतरी अर्धवट वाक्य बोलतो आहे. एखाद्या शर्यतीत पहिल्या येणाऱ्याची जशी स्थिती होते, तशीच काहीशी त्याचीही झालेली दिसत्येय.

"ठीक आहेस ना तू?" मी ओरडूनच त्याला विचारतो.

"काय?" तोही हात हलवत ओरडूनच मला उलटं विचारतो.

कुठल्यातरी विमानाबद्दल मला सांगण्याचा त्याचा ओरडतच प्रयत्न चाललाय.

"पास्कल?" मला त्याचं बोलणं कळलेलंच नाहीये.

"एक परदेशी मंडळ येतंय." तो आणखी किंचाळल्यासारखं बोलतोय... "मंडळ."

आता तो आमच्या मुख्य प्रवेशद्वारापर्यंत पोहोचलाय आणि विमानाबद्दलच काहीतरी बोलतोय. पण काय ते मला समजत नाहीये.

"अरे कसलं विमान? पुढच्या मंगळवारपर्यंत आपल्याकडे कुठलंच सामान पाठवलं जाणार नाहीये, नाही का?" 'विमान' या एकाच शब्दाचा संदर्भ लावत मी म्हणतो.

नेमकं काय सांगावं हे कळत नसल्यानं तो नुसतेच डोळे विस्फारून बघतोय आणि एकदम युरोपियन लोकांबद्दल बोलायला लागलाय.

"युरोपियन? नेमकं काय म्हणायचंय तुला पास्कल?" मी पुरता चक्रावून गेलोय.

"तो युरोपियन लोकांचा गट– भेट द्यायला आलेला..." तो परत धापा टाकायला लागलाय. मी रुग्णालयात असतानाच त्या लोकांचं विमान इथे उतरल्याचं तो मला सांगतोय.

"काय सांगतोस? कधी?" आता मी आश्चर्यानं त्याला विचारतो.

"थोड्या वेळापूर्वी. त्या तिकडच्या टोकाला त्यांचं विमान थांबलंय. आता ते लोक शहरात गेलेत. पण लवकरच ते इथे येतील. आपल्याला इथली आवराआवरही करायला पाहिजे. सगळं स्वच्छ करायला पाहिजे. शी! कटकट आहे नुसती." तो खरंच वैतागलेला दिसतोय.

त्याच्या बोलण्यावर मी हसतो. त्याला जेवणाच्या खोलीकडे घेऊन जात आठवण करून देतो की असं काहीतरी होईल असं टीम म्हणाला होता... दोन महिने होऊन गेले, आमच्यापैकी कुणीच कुणाचंही चुंबन घेतलेलं नाही. एवढंच कशाला, कुणी कुणाला साधी मिठीही मारलेली नाही आणि त्यामुळे आमचा ताण आणखी वाढलाय आणि याच्यावर दूरदूर पर्यंत काही उपायही दिसत नाहीये. कारण या दृष्टीनं इथल्या स्थानिक स्त्रियांशी संबंध जोडणं हे विचारापलीकडचं आहे. इथे आम्ही सर्वांत जास्त माणसांना नोकऱ्या देणारे मालक आहोत. कदाचित ज्यांच्याकडून काही आशा, अपेक्षा ठेवता येतील असेही आम्ही इथले एकमेवच आहोत. या थोड्या संदिग्धच म्हणता येतील अशा दोन नैतिक गोष्टींव्यतिरिक्त सुसंस्कृत आचारविचार असण्याची अपेक्षाही आमच्याकडून केली जात असणारच आहे. या सगळ्यांमुळे असे संबंध असणं कठीणही आहे आणि धोकादायकसुद्धा आहे. एखाद्या माजी सैनिकाप्रमाणे कॉफी पिता पिता अजाणतेपणानं प्रेम व्यक्त करायचं म्हटलं तरी त्यामुळेसुद्धा आमच्या या सगळ्या प्रकल्पाची सुरक्षितता धोक्यात येईल.

पास्कल परत परत आवर्जून तेच सांगतोय आणि वर्णनही करतोय त्या माणसांचं की तपकिरी केस, गोरा रंग आणि निळे डोळे असणारी चार माणसं त्या विमानातून आली आहेत; इतरही काही माणसं असावीत सोबत, पण हे चौघे तर नक्कीच आलेत. हे सगळं सांगतानाचा त्याचा आविर्भाव पाहून मला हसूच येतंय. मी त्याला सांगतो की आज रात्री आपण सगळेच जण सुट्टी घेऊ या. त्याला खूप काम करावं लागतंय हे तर उघडच आहे– पण तो खूप काळजीत असल्यासारखा दिसतोय, अस्वस्थपणे चुळबुळ करतोय आणि मी आणखी काही बोलायच्या आधीच सुरक्षारक्षक त्या चौघांना घेऊन आत आलायसुद्धा... देवा... हे तर विशीच्या आसपासचे, नितळ सुरेख त्वचेचे आणि...

मी काहीच बोलू शकत नाही. एकीकडे अविश्वास आणि एकीकडे चैतन्य माझ्या नसानसातून एकत्रितपणे जसं सळसळायला लागलंय, तसतसा माझा मेंदू

आणि बोलणं यांचा संबंधच संपायला लागल्यासारखं मला जाणवायला लागलंय. मी आणि पास्कल आता खुर्च्यांची शोधाशोध करायला लागलोय, आमचे कपडे ठाकठीक करतोय, हे करतोय... ते करतोय...

मी उभा राहतोय, परत बसतोय. परत उभा राहतोय. ते लोक येताच मी त्यांच्याशी हस्तांदोलन करतो– पाहुण्याचं असं स्वागत करतो का हल्ली आम्ही? पण हे लोक युरोपियन असतील म्हणून मी त्यांच्या गालाचे चुंबन घेऊन त्यांचं स्वागत करतो. पण मी तसं करायला नको होतं. हे लोक युरोपियन नाहीत, इंग्लिश आहेत. आणि इंग्लिश लोकांमध्ये अशी पद्धत नाही आणि हे माझ्या लक्षातच आलं नाही. जाऊ दे आता...

हे सगळे एकएक करून स्वतःची ओळख करून देताहेत, पण त्यांची नावं काही नीटशी कळत नाहीयेत. त्यांचे ओठ अगदी हळुवारपणे हलताहेत आणि मी डोळे विस्फारून पाहत नुसताच उभा आहे. त्यांनी ओठांना लावलेले खास वॅसलिन, मॅक्स फॅक्टर कंपनीच्या वासना उद्दीपित करणाऱ्या लिपस्टिकची आठवण करून देणारे आहे. बापरे, क्षणार्धात कुठपर्यंत धावलं माझं मन! असो. आता त्यांच्यापैकी एक जण मला औपचारिकपणे आलिंगन देत असतानाच आमच्या जेवणाच्या खोलीतले दिवे मंद होतात आणि एखाद्या चक्रवातासारखं भोवळ आणणारं नृत्य करायला आम्ही सुरुवात करतो, मनमोकळं हसतो, आधीची सगळी काळजी आता गायबच झालीये. एकमेकांबद्दल आकर्षण वाटणारी षोडषवर्षीय जोडी जशी रात्रीच्या वेळी वागेल तसेच वागतोय बहुधा आम्ही...

आता मात्र आम्ही सावरलो आहोत.

पास्कल त्या माणसांशी बोलतो आहे. ते लोक कितीही दिवस राहू शकतील असं घरही त्यांच्यासाठी पाहून दिलंय. आमच्या या हॉस्पिटलच्या आवाराबाहेर पडून त्यांनी इतरत्रही फेरफटका मारावा असा आग्रह आम्ही करतो आहोत, आणि त्यासाठी सुरुंगांपासून संरक्षण देणारी गाडीही आम्ही तयार ठेवली आहे. त्या गाडीतून आता आम्ही निघालोसुद्धा.

"पास्कल, अरे जरा गाडी थांबव. नदीजवळ..." मी माझ्याही नकळत बोलल्यासारखा त्याला सांगतो... "अरे जरा थांब, या नदीजवळून दिसणारा सूर्यास्ताचा अप्रतिम नजारा त्यांना पाहू तरी दे एकदा! सूर्यास्ताच्या वेळचं ते आकाश, नदीशेजारून जाणाऱ्या त्या बैलगाड्या, तिथे आसपास बागडणारी लहान मुलं... हे सगळं पाहून ते नक्कीच खूप खूश होतील बघ. शिवाय आपण ज्याला 'ऑक्सफर्ड स्ट्रीट' म्हणतो ना, त्या जराश्या रुंद रस्त्यावरही घेऊन चल त्यांना. त्या रस्त्यावर च्युइंग गम, बिस्किटं आणि बॅटऱ्या विकणारी जी छोटी छोटी दुकानं आहेत ना, तीही नक्की आवडतील बघ त्यांना!"

आणि अचानक माझं मन जरासं भूतकाळात जातं. काही वर्षांपूर्वी युरोपात एम.एस.एफ.बद्दल जे मत सर्रासपणे व्यक्त केलं जात असे, त्याची आता मला आठवण होते आहे. तेव्हा असं म्हटलं जात असे की, स्त्री आणि पुरुष यांच्यातल्या आकर्षणाची झालर लाभलेली भूमिका या पृथ्वीवर जर कुणाला करायला मिळत असेल तर ती सर्वांत जास्त या संस्थेतल्या डॉक्टरांनाच मिळते. अर्थात, डॉक्टरांनी या संस्थेसाठी स्वयंसेवक म्हणून काम करायला उद्युक्त व्हावं, यासाठी मुद्दाम तयार करून पसरवलेली ही एक दंतकथा होती हे वेगळेपणानं सांगायची काही गरजही नाही; पण तरीही या कथेत म्हटल्याप्रमाणे प्रत्यक्षात वागण्याची संधी आता मला मिळाली आहे असं मला वाटतंय! आत्ता इथे मी आणि पास्कल दोघेच आहोत, पण मला वाटतंय की आम्ही दोघं 'आम्ही' नसून सोळा वर्षांची दोन मुलं आहोत, आणि हायस्कूलमधल्या पहिल्या नृत्यासाठी इथे आलो आहोत, मुलींबरोबर नृत्य करायला मिळणार म्हणून खूप उत्तेजित झालो आहोत, उतावीळ झालो आहोत आणि त्याच वेळी मुलींबरोबर काहीतरी करायचं या कल्पनेनंच अतिशय घाबरलोही आहोत...

ॲंड्रिया आत आली आहे. अगदी शांत शांत वाटते आहे. जराशी आश्चर्यचकित झाल्यासारखीही वाटत्येय, पण अस्वस्थ मात्र नक्कीच दिसत नाहीये. पाहुण्यांच्या आदरातिथ्याची जबाबदारी घेणारी एखादी गृहिणी असावी तशी वागत, ती पाहुण्यांना चहा–कॉफी विचारते आहे आणि त्यांनी रात्री आमच्या इथेच जेवायला यावं असं आमंत्रणही तिनं दिलं आहे. मग मी आणि पास्कल आमच्या सुरक्षारक्षकाला म्हणजे वास्कोला बोलावून आणतो आणि त्याला शेकोटी पेटवण्याची तयारी करायला सांगतो. शिवाय त्याला एक बकरा मारून ठेवायलाही सांगतो. खरं तर हे काम त्याचं नाहीये. पण तो नाही न म्हणता, आमच्यावर उपकार केल्यासारखं ते करतो – नेहमीचंच आहे म्हणा हे.

अचानक माझं माझ्या अवताराकडे लक्ष गेलंय. एखादा बरा दिसणारा टी-शर्ट शोधण्यासाठी मी माझ्या खोलीकडे अक्षरशः धूम ठोकली आहे. पण या पाहुण्यांसमोर घालण्याच्या लायकीचा एखादा तरी टी-शर्ट मला मिळेल अशी शक्यता फारशी वाटत नाहीये. माझा शोध बहुधा निष्फळच ठरणार असं दिसतंय. माझ्या खोलीतली प्रत्येक गोष्ट हॉस्पिटलमधल्या कुठल्या ना कुठल्या घटनेची आठवण मला करून देत असते. शेवटी मी त्यातल्या त्यात बरे कपडे घालून तयार झालो आहे. आज डॉमिंगानंही नेहमीपेक्षा थोडं उशिरापर्यंत थांबून सर्वांसाठी भात आणि इतर काही पदार्थ बनवावेत, अशी आम्ही तिला विनंती केली आहे आणि तिनं चक्क ती मान्यही केली आहे.

आता आम्ही सर्व जण शेकोटीभोवती जमलो आहोत. ताट-वाट्या असं

जेवणाचं सगळं साहित्यही आम्ही इथे बाहेरच घेऊन आलो आहोत आणि या लुकलुकणाऱ्या चांदण्यांच्या छताखाली आता सगळी मांडामांडसुद्धा करून झाली आहे. याहून जास्त नयनरम्य किंवा अद्भुत असं इथे काही असेल अशी शक्यताच वाटत नाही मला.

"तुम्ही साधारण किती दिवस इथे असणार आहात?" बकऱ्याचं खमंग कालवण प्लेटस्मध्ये वाढता-वाढता मी विचारतो. माझ्यासमोर बसलेली मुलगी माझ्याकडे पाहून हसते आहे. अरे बापरे? माझ्याकडे पाहताना लाजते आहे की काय ही? मान जराशी तिरकी करून हसताना ती उगीचच केसांमधून हात फिरवते आहे. माझ्या प्रेमात पडल्याचं नाटक तर करत नाहीये ना ही? माझ्या रोमारोमात नकळत मला थरथर जाणवते आहे...

"काही दिवस राहू आम्ही इथे," ती सांगते, "म्हणजे माविंगामध्ये जवळपास चार दिवस राहू, पण या अंगोलासाठी दोन आठवडे दिले गेले आहेत आम्हाला."

वा-वा! असे चक्क चार दिवस मिळणार आहेत आम्हाला! या सर्वांशी उगीचच काहीतरी जुजबी बोलतो आहोत मी आणि पास्कल, पण आम्हाला फुटणाऱ्या आनंदाच्या उकळ्या काही आम्ही थांबवू शकत नाही आहोत. इथे दुर्मिळच असणाऱ्या या सगळ्या रोमांचक अनुभवाला टीम मात्र मुकला आहे – सुट्टी घेण्याची पण काय वेळ निवडली आहे ना त्यानं! बिच्चारा! आता एकीकडे एकमेकांशी बोलता बोलता एकमेकांबद्दल आणखी काही माहिती काढण्याचा नकळतच प्रयत्न चालू आहे आमचा.

"नेमक्या कोणत्या संस्थेतर्फे तुम्ही इथे आला आहात?" अँड्रिया विचारते.

"ख्रिश्चन एड ऑर्गनायझेशनतर्फे" – त्यांच्यातला एक जण सांगतो... आणि अचानक पास्कल त्याच्याकडे रोखून पाहतो...

"असं? पण त्या संस्थेसाठी नेमकं कोणतं काम करताय तुम्ही?" पास्कल न राहवून विचारतो.

"सध्या माविंगा इथे कार्यरत असणाऱ्या या संस्थेच्या कामात मदत करण्यासाठी आम्ही काही दिवस इथे आलो आहोत. त्यांच्या कामासंदर्भातली कागदपत्रं तयार करणं, लोकांच्या मुलाखती घेणं, अशासारखी त्यांची कामं करतो आम्ही," माझ्यासमोर बसलेली ती मुलगी सांगते.

"मग तुम्ही माविंगामध्ये राहत नाही का?" मी न राहवून विचारतो. शरीर पूर्ण भाजल्यामुळे इथे दाखल झालेला जोस नावाचा रुग्ण ज्या गावातून आला होता, त्याच ठिकाणी ही संस्था कार्यरत आहे तर! या शहरापासून पायी चालत गेलं तर साधारण एक तास लागेल त्या गावी पोहोचायला.

"नाही, आम्ही तिथे राहत नाही. फक्त त्या संस्थेसाठी काम करतो."

खरं तर हे योग्य नाही, पण तरीही चालण्यासारखं आहे म्हणा. ही यांची संस्था जिथं कार्यरत आहे, त्या दिशेनं जाणाऱ्या रस्त्याचा वापर करण्याची परवानगीही आमच्या एम.एस.एफ.नं आम्हाला दिलेली नाही. पण आमच्या या पाहुण्यांच्या संस्थेनं मात्र संस्थेची गाडीही यांना वापरायला दिली आहे. त्यामुळे ते आम्हाला भेटू तरी शकताहेत.''

या पाहुण्यांच्या कामाबद्दल आम्ही आणखी काही बोलतो. या क्षेत्रात काम करायला ते कसे उद्युक्त झाले याविषयीही मी उत्सुकतेनं विचारतो. आणि पास्कलच्या आणि माझ्याही मनात केव्हापासून खदखदत असलेला एक प्रश्न अखेर मी विचारूनच टाकतो... ''हे असं काम करण्यासाठी, म्हणजे मला म्हणायचं आहे की, तुमच्या या संस्थेसाठी काम करण्यासाठी, तुम्ही ख्रिश्चन असणं आवश्यक आहे का?''

च्युइंग गम चघळत बसलेला पास्कल हा प्रश्न ऐकून इतका दचकतो की, आपलं चघळणंच विसरतो. त्याच्या भुवया इतक्या उंचावल्यात, की त्या आता वर केसांपर्यंत पोहोचताहेत की काय असं वाटतंय.

''हो, तुम्ही ख्रिश्चन असायला हवं यासाठी,'' समोरून उत्तर येतं, ''म्हणजे तसा काही लेखी नियम वगैरे नाही आहे खरं तर. पण इथे काम करणारे आम्ही सर्वच आमच्या चर्चशी बांधील आहोत. खरं म्हणजे यासाठीच पुनर्जन्म झालाय आमचा!'' मी एकदम दचकतोच. इतका वेळ माझ्या प्रेमात पडल्याचं भासवणारी ही समोरची मुलगी बोलते आहे हे असं?... चर्चशी असणारी बांधिलकी जपण्यासाठी पुनर्जन्म झालाय असं म्हणत्येय?...

माझं वासलेलं तोंड पाहून अँड्रिया टेबलाखालून मला पायाने ढोसते आहे. गेल्या काही महिन्यांपासून एका एकुलत्या एक स्त्री–सहकाऱ्याबरोबर इथे राहणाऱ्या आम्हा तीन पुरुषांचा हा खरोखरच दैवदुर्विलास म्हणायला हवा. ही अशी एक स्त्री, जी आकर्षक आहे, आवर्जून मुद्दाम वेळ काढून जिच्या सहवासात राहावं अशीही आहे, पण तरीही आमच्यातल्या कुणाहीपेक्षा तिला चर्चचं आकर्षण जास्त आहे. आमच्या या टीमच्या सहवासात ती हरखून गेलेली नाहीये, हरवून गेलेली नाहीये. त्यामुळे या पाहुण्यांची अवस्था आमच्यासारखीच आहे, असं म्हणावंसं वाटत नाहीये मला.

''माझं ज्याच्याशी लग्न ठरलंय ना, तोही याच संस्थेसाठी काम करतो आहे,'' पास्कलच्या शेजारी बसलेली मुलगी सांगते.

अँड्रियानं आपलं हसू प्रयत्नपूर्वक दाबून ठेवलंय, हे स्पष्ट दिसतंय मला.

''आणि माझा नवरा आधी एम.एस.एफ.साठीही काम करत होता. खरं तर त्यामुळेच आमची एकमेकांशी ओळख झाली,'' तिसरी स्त्री सांगते.

या सगळ्यात आपण उगीचच वेळ वाया घालवतो आहोत, असं अँड्रियाला वाटत असावं बहुधा. पास्कलनं आता आपलं लक्ष पूर्णपणे जेवणावर केंद्रित केलंय. उगाचच काहीतरी बोलायचं म्हणून तो म्हणतो, "वा! फारच मनोरंजक आहे हे सगळं..." चक्क खोटं बोलतोय हा माणूस. मग आम्ही आमच्या गप्पांची गाडी वेगळ्याच दिशेला नेतो. या देशाच्या विकासाकडे पाहण्याचे वेगवेगळे दृष्टिकोन, लंडनमधलं हवामान... आणि अशाच इतर निरर्थक विषयांवर आम्ही उगीचच बोलत राहतो. काय करणार? रात्र तर संपायला हवी ना? पण तरीही तशी काही फार वाईट गेली नाही ही रात्र. पण आम्हाला त्या रात्रीचं जसं वर्णन करायला आवडलं असतं तशी ती नव्हती, एवढं मात्र नक्की! आणि मगाशी ती बाई पुनर्जन्माबद्दल जे बोलत होती, ते प्रामाणिकपणे मान्य करायचं झालं, तर मग मलाही असंच मान्य करायला हवं की, पास्कलच्या सहवासात आणि सध्याच्या अवस्थेत मी राहणं आणि काम करणं, यासाठीच माझा पुनर्जन्म झालेला आहे. पाहा ना! किती आठवडे झाले आमची डिओडरन्ट्स संपलेली आहेत आणि केव्हापासून साधी रेझर्सही शिल्लक नाहीयेत आमच्याकडे.

मला तर असं वाटतंय की, या असल्या क्षेत्रात काम करताना घडलेल्या उत्कट प्रेमाच्या ज्या घटना सांगितल्या जातात, त्या नक्कीच दंतकथा असाव्यात आणि कायम त्या दंतकथाच राहतील. शहरातल्या इतर लोकांच्या मच्छरदाण्या, त्यांच्या पहाऱ्यात चाललेल्या प्रणयाच्या जशा साक्षीदार असतात, तशी साक्षीदार माझी मच्छरदाणी कधीच असणार नाही, एवढं मात्र खरं! पण मला दिलासा देणारी एक गोष्ट मात्र मला खुणावते आहे... दोनच आठवड्यांनंतर मी सुट्टीवर जाणार आहे. फारशा सुखकारक न वाटणाऱ्या माझ्या सध्याच्या दिनचर्येत, निदान काही दिवस तरी थोडासा का होईना, पण बदल होईल ही छोटीशी आशा मला आत्ता खूप मोठी आणि महत्त्वाची वाटते आहे. अर्थात, हा क्षण अगदी लगेचच येणार नाहीये याची पूर्ण कल्पना आहे मला. एकमेकांपेक्षा वरचढ होण्याची जी एक नकळत स्पर्धा चालू असते ना इथे सारखी, त्यामुळे माझ्या मनावर वेगवेगळ्या प्रकारे ताण येताहेत, जे वाढतच चाललेत. आणि म्हणूनच मला सध्या गरज आहे, ती मी ड्यूटीवर नसण्याची, कुठल्याही क्षणी हॉस्पिटलमधून बोलावणं येईल ही धास्ती नसण्याची, एम.एस.एफ.बद्दल अवाक्षरही न बोलण्याची, आणि सर्वांत महत्त्वाचं म्हणजे, शेवटच्या घटका मोजणाऱ्या आणखी एखाद्या लहानग्यावर बारकाईनं लक्ष ठेवण्यासाठी मला केव्हाही बोलावलं जाईल की काय, ही धास्ती न बाळगता, एकदाही झोपमोड न होता, एक पूर्ण रात्र तरी मला निश्चिंत झोपता येईल याची.

खरंच मला थोडंसं थांबण्याची गरज आहे. स्वतःसाठी!

सहजपणे लागणारी झोप

विमानाची घरघर ऐकू यायला लागलीये आणि अचानकच अँड्रिया चिंतेत पडल्यासारखी दिसते आहे. अर्थात, ही चिंता विनाकारण नक्कीच नाहीये. मी सुट्टीवर चालल्यानं पुढचे दहा दिवस, डॉक्टर म्हणून ती एकटीच इथे असणार आहे.

वॉर्डमधली सकाळची तपासणी फेरी लवकर संपवण्यासाठी आमची लगबग चालू असतानाच, एकीकडे तिचं प्रश्न विचारणं चालू आहे. "आणि स्तनांचा कर्करोग झालेल्या त्या बाईचं काय करायचं?" ती विचारते.

"तिची व्यवस्था आपण वेगळ्या तंबूमध्ये करायला हवी. नाहीतर मग तिला आपण अतिदक्षता विभागात हलवू." मी लगेच म्हणतो. त्या स्त्रीच्या स्तनांमधील गाठीवर आता व्रण पडलेत आणि त्यांच्या दुर्गंधीमुळे अस्वस्थ झालेले मारियाच्या वॉर्डमधले इतर रुग्ण आता त्याबद्दल तक्रार करायला लागलेत. आता या बाकीच्या रुग्णांच्या तक्रारीपासून मारियाला सुटका करून घ्यायची आहे.

"आणि मॅन्युअलचं काय? त्याच्याबाबतीत काय करायचं आहे मी?" अँड्रिया लगेच पुढचा प्रश्न विचारते आहे. पण चांगला प्रश्न आहे हा – आज सकाळची ड्यूटी मॅन्युअलची आहे. त्यानं एका लहान मुलाला शिरेतून दोन लिटर सलाईन दिलं होतं, त्याचं कारण मला किंवा आमच्यापैकी इतर कोणालाच कळलेलं नाही. याबद्दल त्यानं स्पष्टपणे काही नोंदही केलेली नाही. आम्ही इतका वेळ इथे आहोत, पण त्याचा अजून पत्ताच नाहीये.

"त्याला रात्रपाळीला ठेवू नकोस. आणि हो, त्याला अतिदक्षता विभागात किंवा लहान मुलांच्या वॉर्डमध्येही कामाला पाठवू नकोस. तुला विचारल्याशिवाय कुणावरही त्यानं उपचार सुरू करायचे नाहीत, असं बजावून सांग त्याला. नाहीतर एक काम कर– काही दिवस त्याला हॉस्पिटलपासून लांबच ठेव. सर्जिओला सगळ्यांच्या कामाच्या वेळा बदलायला सांग आणि मॅन्युअलला काही दिवस सुट्टीच दे म्हणावं," मी अगदी ठामपणे तिला सांगतो.

"आणि त्या भाजलेल्या माणसाच्या बाबतीत काय करायचं?'' अँड्रियाचे प्रश्न संपतच नाहीयेत.

आणि तिकडे तो पायलट माझ्यासाठी खोळंबला आहे. मला आता निघायलाच हवं. काही दिवस अँड्रिया आता इथली एकमेव वैद्यकीय तज्ज्ञ असणार आहे, आणि तिच्या एकटीवर ही जबाबदारी सोडून जाताना मलाही वाईटच वाटतंय. इथला सगळा व्याप एकटीनं सांभाळायचा म्हटल्यावर पुढचा एक-दीड आठवडा तिला नीट झोपही घेता येणार नाहीये खरं तर. पण त्याला पर्याय नाही. त्यातल्या त्यात समाधान मानण्यासारखी एक गोष्ट म्हणजे मी सुट्टीवरून परत आल्यावर लगेचच ती सुट्टी घेऊ शकेल.

माझी बॅग घेण्यासाठी आणि डॉमिंगाचा निरोप घेण्यासाठी मी पळतच माझ्या खोलीकडे जातो. त्या विमानातून आलेलं टपाल आणि अन्नधान्य विमानातून उतरवून घेण्यासाठी टीम आणि पास्कल आधीच तिथे गेलेले आहेत. लहान लहान मुलांचं एक टोळकं उतावीळपणे आणि अतिउत्साहानं त्या विमानाभोवती घुटमळत आहे. सुट्टी घेऊन केपटाऊनला गेलेला आणि तिथून नुकताच परतलेला टीम धमकी दिल्यासारखं मला बजावतोय की, "आपली ही टीम तोंडघशी पडेल असं काही करू नकोस बरं का. आम्हाला तुझा अभिमान वाटला पाहिजे. रेडक्रॉसमधल्या त्या मुलीला फोन किंवा ई-मेल, काही केलंस की नाही?''

मी नुसतीच मान डोलवतो.

"हो, आणि परत येशील तेव्हा आम्हाला सांगण्यासारखं काहीतरी असायलाच हवं बरं का तुझ्याकडे. नाहीतर बघ, आमच्याशी गाठ आहे.'' तो दमच देतो आहे मला.

"हो, आम्हाला नवं काहीतरी ऐकायचं आहे. नवं, वेगळं आणि चांगलं.'' पास्कल त्याची री ओढत म्हणतो.

पण असं कुठलंच आश्वासन न देता मी त्यांचा निरोप घेतलाय आता. 'वर्ल्ड फूड प्रोग्राम'चं हे वीस आसनी विमान आज इथून परत जाणार आहे. सुरुंग निकामी करण्याचं काम करणारे काही मोजकेच तंत्रज्ञ त्या विमानात आधीच बसलेले आहेत. त्यांच्याबरोबर मीही विमानात जाऊन बसतो. लगेचच विमानाचे पंखे घरघरायला लागलेत. काही महत्त्वाच्या सूचनाही दिल्या गेल्या आहेत. आमच्या सगळ्यांच्याच मनात अतिशय सुखकारक अशी दिवास्वप्नं तर आधीच तरळायला लागली आहेत. आणि या माविंगातून काही दिवसांसाठी तरी सुटका होते आहे, या विचारानंच आम्हा सगळ्यांना खूप आनंद झाला आहे. आम्ही कुठे जायला निघालोय हे मुळीच महत्त्वाचं नाहीये आता. आमच्या मनाप्रमाणेच हे विमानही उडालंय आता आकाशात.

***

लुआंडा ही अंगोलाची राजधानी. मुळातलं हे एक खाणींनी भरलेलं शहर आहे. या देशाच्या उत्तर–पश्चिम भागात अस्ताव्यस्तपणे पसरलेलं आणि अतिशय सुंदर आणि चित्तवेधक समुद्रकिनारा लाभलेलं हे शहर आहे. क्यूबाची राजधानी असणाऱ्या हवानाची, ही एक जुनाट आणि दयनीय आवृत्ती आहे असंच मला तरी वाटतंय इथे आल्यावर. उष्णकटिबंधातल्या अतिशय दमट हवामान असलेल्या या शहरावर लॅटिन संस्कृतीचा प्रभाव आहे, हे स्पष्टपणे जाणवतंय. इथल्या समुद्रकिनाऱ्यालगत एका बाजूनं 'कोकोनट पाम'च्या झाडांची लांबलचक रांग अगदी डौलदारपणे उभी आहे. दुसरी बाजू मात्र परकीय वसाहतींच्या काळात बांधलेल्या जुन्यापुराण्या इमारतींनी व्यापलेली आहे. युद्धकाळात झालेल्या विध्वंसातून बऱ्यापैकी वाचलेल्या या जुनाट इमारती म्हणजे एके काळी त्या वसाहतींची सुंदर सरहद्द समजली जात असे. अत्यंत भरभराटीच्या काळात या शहराला, विशेषतः समुद्रकिनाऱ्यालगतच्या या भागाला आफ्रिकेतलं 'पॅरिस' असं कौतुकानं संबोधलं जात असे. पण आता मात्र या भागाची जी दुरवस्था झालेली दिसते आहे, त्याचं कारण युद्धादरम्यान इथे झालेला तोफांचा भडिमार हे नक्कीच नाही. कारण सध्या हा सगळाच परिसर अतिशय दुर्लक्षित झालेला आहे, हे स्पष्टपणे जाणवतं आहे. पण इथे नव्यानं गगनचुंबी इमारती उभ्या राहत आहेत आणि त्यासाठी चिनी बांधकाम कंपन्यांनी आणलेल्या मोठाल्या क्रेन्स इथे जागोजागी पाहायला मिळत आहेत.

हे एक प्रचंड मोठं शहर आहे खरं, पण हे शहर म्हणजे तितकाच मोठा विरोधाभास आह, हे सतत जाणवतंय मला. गुन्हेगारीच्या विळख्यामध्ये गच्च आवळल्या गेलेल्या आणि या संपूर्ण शहराला घेरा घालून बसलेल्या इथल्या प्रचंड विस्तारलेल्या झोपडपट्ट्यांमध्ये, कोंबून भरल्यासारखी इतकी माणसं राहत असावीत, की त्यांची संख्या संपूर्ण अंगोला देशाच्या पंधरा–सोळा दशलक्ष इतक्या लोकसंख्येच्या निम्मी तरी असेल असंच दिसतंय. कुजलेल्या, सडलेल्या कचऱ्यांच्या ढिगात सतत काहीतरी शोधत फिरणारी, रस्त्यावर राहणारी बेवारशी मुलं आणि भटकी कुत्री हे तर जागोजागी दिसणारं दृश्य आहे. खरं तर भिकेला लागलेलं आणि अगदी मोडकळीला आलेलं हे शहर ही या देशाची मोठी राजधानी आहे. तरीही बाहेरून इथे येणाऱ्यांसाठी, जगातलं हे सर्वांत महागडं शहर म्हणून ओळखलं जातं. आहे ना केवढातरी मोठा विरोधाभास! या शहरातल्या बऱ्यापैकी मध्यभागी वसलेल्या उपनगरांमध्ये अगदी सर्वसामान्य घरांचं दरमहा भाडं जवळपास दहा हजार अमेरिकी डॉलर्स इतकं आहे. बहुतेक सगळंच, पण त्यातल्या त्यातही अगदी मूलभूत गरजेचं असलेलं अन्नधान्य इथे इतर देशांमधून आयातच करावं लागतं. अतिशय फॅशनेबल असे असंख्य नाईटक्लबही इथे आहेत, जे त्या झोपडपट्ट्यांपासून फारसे लांब नाहीयेत. शुभ्र पांढरी वाळू पसरलेल्या समुद्रकिनाऱ्याच्या

जवळच हे क्लब आहेत. उष्णकटिबंधामध्ये अस्ताला चाललेला, तेजाळलेला सूर्य जेव्हा क्षितिजाला टेकतो, तेव्हा ते क्षितिज किती सुंदर आणि मोहक दिसतं खरं तर! पण असं आकर्षक क्षितिज इथे दिसतच नाही. खोल समुद्राखालच्या जमिनीतून तेल काढण्यासाठी बसवलेली आणि उन्हामध्ये चकाकणारी प्रचंड मोठ्ठी यंत्रसामग्री आणि उपकरणं, ते सूर्यास्ताच्या वेळचं चमचमणारं क्षितिज पूर्णपणे झाकोळूनच टाकतात. मग ते क्षितिज, सूर्यास्ताचा तो सुंदर नजारा पाहताच येत नाही इथे. आणि इथल्या नाईटक्लब्सचं वर्णन काय करावं? निव्वळ भोग–विलास आणि चंगळवाद यापलीकडे दुसरं काय असणार म्हणा तिथे! तेलाच्या खाणीत काम करून भरपूर पैसे कमावणारे कामगार आणि परदेशातून येणारे सल्लागार यांचाच सर्वांत जास्त राबता असतो तिथे. एकीकडे पंधरा डॉलर्सला मिळणारं मद्य प्राशन करणं आणि एकीकडे अतिशय आकर्षक अशा 'मुलाटो' वेश्यांबरोबर प्रणयचेष्टा करण, एवढंच दृश्य पाहायला मिळतं तिथे आणि या नाईट क्लब्सच्या बाहेर पाहायला मिळतं ते प्रखर आणि कटू वास्तव! अगदी किरकोळ पैशांच्या बदल्यात तुमच्या गाडीवर लक्ष ठेवण्यास तयार असलेली, समाजाच्या अगदी खालच्या थरातली, अस्वच्छ दिसणारी अनेक लहान लहान मुलं आणि जोडीला अक्षरश: छिन्नविच्छिन्न अवस्थेत असणारी अंगोलातली असंख्य अपंग माणसं, ज्यांची संख्या तिथल्या एकूण लोकसंख्येच्या किमान दहा टक्के तरी असेल, असं म्हटलं जातं. स्वतःच्या कुबड्या, कृत्रिम अवयव आणि शरीरावरच्या अनेक प्रकारच्या जखमा घेऊनही माणसं सतत तिथे आसपास वावरताना दिसतात. बापरे, या असल्या वातावरणात इथे दोन दिवसांपेक्षा जास्त काळ राहूच शकत नाही मी! हे दोन दिवसही खूप मोठे वाटताहेत मला...

पण व्हिसा सहजपणे मिळण्यासारखा नसल्यानं मी हा अंगोला देश सोडून जाऊही शकत नाहीये लगेचच. त्यामुळे लगेचच विमानाचं तिकिट काढून मी आता इथल्याच 'लुबॅन्गो' या शहरात आलोय. लुबॅन्गो हे या देशाच्या मध्यवर्ती भागात, डोंगराळ प्रदेशात वसलेलं एक छोटंसं शहर आहे. कॉलरा या रोगावर उपचार करण्यासाठी आमच्या एम.एस.एफ.नं काही दिवसांपूर्वीच इथे एक केंद्र चालवलं होतं. सुट्टी घालवण्यासाठी कुणीही आवर्जून यावं, अशी काही या शहराची ओळख नाहीये खरं तर– पण हे एक शांत आणि सुंदर, आवडावं असं शहर आहे. अनेक लहान–मोठ्या टेकड्यांच्या कुशीत वसलेलं हे शहर पाहताना मला प्रकर्षानं जाणवतंय की अनेक महिन्यांनंतर मी अशा टेकड्या आणि छोटे – छोटे डोंगर पाहतोय आज. या शहरात दोन सुपरमार्केट्स आहेत आणि डझनभर रेस्टॉरन्ट्सही आहेत. आणि हो, चक्क गवतही दिसतंय इथे... लुसलुशीत, हिरव्यागार आणि तजेलदार गवताचा मोठा गालिचाच पसरलाय जणू काही इथे.

असं सुंदर काही असू शकतं हेच पूर्णपणे विसरून गेलो होतो मी इतक्या दिवसांत! अंगोला देशाला शेतीसाठी अतिशय किफायतशीर असणारा असा भूभाग, म्हणून पूर्वी हे शहर ओळखलं जात असे आणि १९७० च्या दशकाच्या सुरवातीला, पोर्तुगालमधून स्थलांतर करून या शहरात राहायला आलेल्या पोर्तुगीज लोकांची संख्या आफ्रिकन माणसांपेक्षा जास्त होती. पण युद्धाला सुरवात होताच, त्या वेळी अंगोलात इतरत्र राहत असलेल्या जवळजवळ पाच लाख युरोपियन नागरिकांबरोबर हे पोर्तुगीज नागरिकही अंगोला सोडून पोर्तुगाल, ब्राझील किंवा दक्षिण आफ्रिकेत पळून गेले.

एम.एस.एफ.च्या इथल्या अतिथिगृहात माझं सामान ठेवून, आता मी लगेचच स्टेफनीला भेटण्यासाठी निघालो आहे. स्टेफनी ही रेडक्रॉस सोसायटीची प्रतिनिधी आहे. मी माविंगाला जात असताना माझी तिच्याशी ओळख झाली होती. शहराच्या एका टोकाला असलेलं तिचं घर शोधायला मला फारसा वेळ लागला नाही. आमची एम.एस.एफ. ही संस्था ज्या प्रकारची घरं आपल्या स्वयंसेवकांना राहायला देते, त्या घरांच्या तुलनेत स्टेफनीचं घर म्हणजे स्वर्गच वाटतोय मला. सॅटेलाईट टी.व्ही., गरम पाण्याचे शॉवर्स आणि अगदी हुश्श... वाटावं असं स्वच्छतागृह – आता मला इकडेतिकडे भटकण्याची गरज नाही असाच कौल दिलाय जणू माझ्या मनानं! अर्थात, इथे राहण्यासाठी 'स्टेफनी' हे कारण पुरेसं नाही असं नाही म्हणा. ही तपकिरी केसांची एक ऑस्ट्रियन स्त्री आहे आणि अशा एका गटाची प्रमुख आहे, जो गट, युद्धादरम्यान एकमेकांपासून विखुरल्या गेलेल्या अंगोलन कुटुंबांना पुन्हा एकत्र आणण्यासाठी प्रयत्न करतो आहे. इतस्ततः पांगल्या गेलेल्या अनेक माणसांना त्यांचं कुटुंब सापडावं यासाठी मदत करण्याच्या हेतूनं, त्याबद्दलची प्राथमिक माहिती गोळा करण्यासाठी हा गट देशभर फिरत असतो आणि कोणाचं कुटुंब कुठे आहे हे नक्की झाल्यावर त्या माणसांच्या जाण्या-येण्याची व्यवस्थाही करतो. खूपच मोठं आणि मोलाचं काम करताहेत हे सगळेच, याचं खूप कौतुक वाटतंय मला. आणि हो, स्टेफनी दिसायला अगदी सुंदर आहे आणि एक मैत्रीण म्हणूनही खूप छान आहे. तिने मला हे शहर दाखवलं आहे, आम्ही एकमेकांमध्ये पुस्तकांची देवाणघेवाण केली आहे. आणि ती जेवणही फार मस्त बनवते. आता माझ्या सुट्टीतला शेवटचा शनिवार–रविवार जवळ आला आहे, आणि त्या वेळी मस्त भटकंती करता येईल अशी एक छोटीशी ट्रिपही तिनं आखली आहे.

आत्ता आम्ही निघालोयसुद्धा त्या ट्रिपला. सुरुंग निकामी करण्याचं काम करणारे स्टेफनीचे काही मित्र आणि आम्ही दोघं असे आम्ही दोन मोठ्या 'लॅन्ड क्रूझर' गाड्यांमधून निघालो आहोत. अंगोलाच्या मध्यवर्ती भागात बऱ्याच उंचीवर असणाऱ्या पठारी प्रदेशातून अचानकपणे खाली उतरत, 'सेरा डी लेबा' या नावाने

ओळखल्या जाणाऱ्या भागात त्या देशाच्या संपूर्ण लांबीइतका पसरलेला, वाळंवटाने व्यापलेला समुद्रकिनारा, त्या किनाऱ्याच्या दिशेनं, अतिशय उतार असलेल्या रस्त्यावरून आम्ही जात आहोत... आणि आता सगळीकडे वाळूच वाळू पसरलेल्या सपाट भागातून दक्षिण-पश्चिम दिशेकडे जात असताना, प्रचंड झीज झालेले वाळूंच्या खडकांचे उंचच उंच कडे आणि डळमळीत झालेले दगडी पूल पार करत, एकदाचे आम्ही समुद्रकिनाऱ्यावर येऊन पोहोचलो आहोत! लांबच लांब पसरलेला, मधाच्या रंगाचा आणि उजाड उद्ध्वस्त वाटणारा हा किनारा, पुढे दक्षिणेकडे वळत नामीबियामधल्या 'स्केलेटन कोस्ट' नावानं प्रसिद्ध असणाऱ्या किनाऱ्याला जाऊन मिळतो. शनिवार आणि रविवार असे दोन दिवस आम्ही इथेच राहणार आहोत– वाळूतच उभारलेल्या तीन तंबूंमध्ये – जवळच्याच एका छोट्या खेड्यात राहणारे आणि मासेमारी हेच उपजीविकेचं एकमेव साधन असणारे लोक, हे दोन दिवस आमचे इथले सख्खे शेजारी असणार आहेत. या खेड्यात सगळीकडे एकच दृश्य दिसतंय... लाकडी खुंटाळ्यांच्या असंख्य रांगांवर वाळत ठेवलेले, खारवलेले मासेच मासे आणि त्यातून जागोजागी डोकावणाऱ्या लहान लहान मुलांचे चेहरे... इथल्या आजूबाजूच्या भागात राहणाऱ्या मुलांपेक्षा ही मुलं लक्षात यावीत इतकी जास्त गोरी आहेत– हा गोरा रंग म्हणजे याआधी इथे येऊन गेलेल्या परदेशी खलाशांची ओळख सांगणारा असावा बहुतेक.

हे दोन दिवस अतीव सुखाचे असल्यासारखं वाटतंय मला. आम्ही फारसं काही करतच नाही आहोत इथे... नुसतं समुद्रकिनाऱ्यावर भटकायचं, शेकोट्या पेटवायच्या आणि रात्री इथल्या विस्तीर्ण निरभ्र आभाळाखाली वाईनचे घुटके घेत निवांत पडायचं.... बास! माझ्याबरोबर सुरुंग निकामी करणारे जे तंत्रज्ञ आले आहेत, ते रात्रीसाठी 'चांगली' सोबत शोधण्यात गर्क आहेत, याचं अर्थातच मला आश्चर्य वाटत नाहीये. त्यांतले दोघे जण मध्यम वयाचे इटालियन गृहस्थ आहेत, ज्यांनी बराच काळ सैन्यामध्ये काम केलं आहे आणि तिसरा जो आहे तो एक ब्रिटिश तरुण आहे. संगीत नाटकांमध्ये गाणी म्हणणं हा त्याचा व्यवसाय आहे. सुरुंग निकामी करण्यासंदर्भातला एक लेख त्यानं एकदा वाचलेला आहे. "याआधी कधी मी बंदुकीला साधा स्पर्शही केलेला नाहीये..." हे जे तो सांगतोय ते खेदानं की अभिमानानं, यावर मी उगीचच विचार करतो आहे. पण बंदुकीला हातही न लावणं, हे फार मोठं देशहिताचं काम केल्यासारखं वाटतं आहे बहुधा त्याला. म्हणजे मला तरी जाणवतंय तसं. बाकीचे दोघे तर वाईन पिता-पिता फक्त 'सुरुंग' या एकाच विषयावर बोलत आहेत. सुरुंग पेरून ठेवलेल्या, पण अजून ते निकामी न केलेल्या हजारो जागा आणि असेच सुरुंग भरून ठेवल्याची शक्यता असणारे शेकडो रस्ते त्यांना माहिती आहेत आणि त्याबद्दल ते मला सांगताहेत.

वाईनची आणखी एक बाटली रिचवून आता ते पुन्हा माझ्या ज्ञानात भर घालायला लागलेत... अनपेक्षितपणे फुटणारी स्फोटके, सुरुंग निकामी करून झालेल्या लांबलचक रस्त्यांवर पुन्हा नव्यानं सुरुंग पेरणारी आणि ते शोधून निकामी करण्यासाठी आलेल्या माणसांना त्या जागा दाखवण्याच्या बदल्यात, त्यांच्याकडून भरमसाट पैसे उकळणारी माणसं... बाप रे! जेमतेम तीनच महिन्यांपूर्वी व्याजाच्या दरांबद्दल, त्यातील चढ–उतारांबद्दल चर्चा करत मेलबर्नमध्ये बसलेला मीच होतो, यावर विश्वास ठेवणं आता मलाच अवघड वाटायला लागलंय. इथून परत गेल्यावर, इथे मिळालेल्या या माहितीबद्दल काहीतरी सांगू शकणार आहे का मी? आणि कसं सांगणार आहे? कोण जाणे...

गेल्या आठवड्यात अँड्रियानं स्टेफनीच्या नंबरवर मला फोन केला होता. थोड्याशा नाइलाजानंच मी तो फोन घेतला होता. काहीशी धास्तीही वाटत होती मला. सोबत नेलेल्या अनेक डी.व्हि.डी.ज कधी बघाव्यात याचा विचार करत, त्या वेळी मी अगदी निवांतपणे हातपाय पसरून, आरामात पहुडलो होतो खरं तर. पण फोनवर ती जे सांगत होती, त्याबद्दलही मला काळजी वाटायला लागली होती. गेले काही दिवस हॉस्पिटलमध्ये खूपच धावपळ चालू होती म्हणे त्यांची, आणि तिला माझा सल्ला हवा होता. त्या भाजलेल्या माणसाची प्रकृती आणखीच ढासळली असल्याचं ती सांगत होती. शिवाय वेळेआधीच जन्माला आलेल्या एका बाळाचीसुद्धा अगदी काळजी करण्यासारखी स्थिती होती... हे सगळं ती सांगत असताना, माझ्या डोळ्यांपुढे हॉस्पिटलमधली ती परिस्थिती स्पष्ट दिसत होती. मी अशा वेळी तिथे असायला हवं हे मला प्रकर्षानं जाणवायला लागलंय आता. मला हवी होती तशी भरपूर झोप काढून झालीये आता. गरमागरम पाण्याच्या शॉवरखाली मनसोक्त अंघोळ करण्याचं सुखही पुरेसं अनुभवून झालंय आणि हो, हॉस्पिटलशी संबंधित नसलेल्या इतर माणसांशीही खूप गप्पा मारून झाल्यात. आता मी हॉस्पिटलमध्ये परत जायला हवंय, असं अगदी मनापासून वाटतंय मला. आणि मी निघायची तयारीही केली आहे.... अगदी मानसिक तयारीसुद्धा !

चांगलंच आहे म्हणा हे! त्या समुद्रकिनाऱ्यावर अगदी मजेत दोन दिवस घालवून आता एका छोट्याशा विमानातून मी मुख्य विमानतळाकडे निघालो आहे... आणि आता विमानातून मला ते धुळीनं माखलेलं, सदैव सगळीकडे गोंधळ–गडबड चालू असलेलं, कंटाळवाणं वाटणारं छोटंसं शहर दिसायला लागलंय– तीन महिन्यांपूर्वी मी जेव्हा पहिल्यांदाच या शहरात आलो होतो, तेव्हाचं सगळं आठवतंय मला आता. तेव्हाची माझी पोर्तुगीज भाषेत बोलण्याबद्दलची दुरवस्थाही चांगलीच आठवते आहे... पण आता ही भाषा शिकण्यात खूपच

प्रगती झाली आहे बरं का माझी! म्हणजे इथे राहणारा एखादा सहा वर्षांचा मुलगा जसा पोर्तुगीज भाषा बोलेल, तसा बोलायला लागलोय मी आता चक्क! इथे राहताना याआधी जी भीती माझ्या मनात घर करून राहिली होती, ती आता नाहिशीच झाल्याचं स्पष्ट जाणवतंय मला... व्वा! अगदी छान, खूप समाधानी असल्यासारखं वाटतंय आता मला .

***

"अरे वा! नवे डॉक्टर! आलात तर तुम्ही सुट्टीवरून परत..." मला पाहून सॅबिनो मोठ्यानं म्हणतो.

नवे डॉक्टर हे मला लावलेलं लेबल कायमच असंच राहणार बहुतेक माझ्यासोबत. इथे येऊन तीन महिने होऊन गेले मला, पण हा शिक्का जरासाही पुसला गेलेला नाहीये... 'नवे डॉक्टर'... असो.

"सुट्टीमध्ये कुठं गेला होतात तुम्ही?" मी वॉर्डमध्ये नेहमीसारखी राऊंड मारायला जात असताना, शेजारून जाणारा सेन्हॉर कॅसोमा मला विचारतोय. इतर शहरांमध्ये काय काय घडतंय सध्या, हे जाणून घ्यायला इथला प्रत्येक जणच उत्सुक आहे... लुआंडामध्ये तर इथल्या बऱ्याच जणांचे नातलग राहतात.

"म्हणजे तू तुझ्या घरच्यांना भेटायला गेलाच नाहीस?" माझ्या ट्रिपबद्दल मी सांगताच सॅबिनो आश्चर्यानं विचारतोय मला. ऑस्ट्रेलिया इथून खूप दूर आहे. तिथे गेलो असतो तर एक आठवडा नुसत्या येण्या-जाण्यातच गेला असता माझा, असं मी त्याला सांगतोय; पण त्याला ते पटलेलं दिसत नाहीये...

"हे शक्यच नाही नवे डॉक्टर. इतकाही काही लांब नाहीये ऑस्ट्रेलिया!" कॅसोमा हसत हसत म्हणतोय.

एका रुग्णाच्या तपासणीचा तक्ता घेऊन, त्याच्या मागच्या बाजूला मी एक नकाशाच काढलाय आता आणि सहा विमानं बदलत, तीन खंड पार करून या शहरात मला कसं पोहोचावं लागतं, हे या सगळ्यांनाच समजावून सांगण्याचा प्रयत्न करतोय मी, पण बहुधा हा प्रयत्न निष्फळ ठरणार: कारण त्यावर हे सगळे माझी टर उडवावी तसं हसताहेत. "माझ्या काही हे लक्षात येत नाहीये," गालातल्या गालात हसत कॅसोमा म्हणतो. माझा नकाशा हातात घेऊन, त्यावर माविंगापासून थेट मेलबर्नपर्यंत एक सरळ रेष ओढून, "तुम्ही सरळ असा प्रवास का नाही करत?" असं निष्पाप चेहऱ्यानं विचारतो.

मी मनातल्या मनात कपाळाला हात लावतो. इथे पोहोचून मला जेमतेम एक तास झालाय, आम्ही अतिदक्षता विभागाच्या बाहेर उभे आहोत आणि तरीही कुठल्या तरी वेगळ्याच विषयावर आमच्या अगदी सुखद गप्पा चालू आहेत...वा! ऑस्ट्रेलियात सध्या घरांच्या किमती काय आहेत, या त्यांच्या प्रश्नावर मी जे

उत्तर दिलं आहे, त्यावर त्यांचा विश्वास बसत नाहीये. मी समुद्रकिनाऱ्यावर दोन दिवस राहिलो होतो, हे ऐकून ते अगदी स्तंभित झालेत... समुद्र कसा असतो हेच कधी पाहिलं नाहीये ना त्यांनी. त्या किनाऱ्याच्या अगदी जवळ मी डॉल्फिनही पाहिले असं सांगताच, त्यांचे चेहरे म्हणजे प्रश्नचिन्हंच आहेत असं वाटतंय मला... बिच्चारे... डॉल्फिनबद्दल, म्हणजे नक्की मी कशाबद्दल बोलतोय हेच त्यांना कळत नाहीये, त्यांना नेमकं कसं सांगावं... कळतच नाहीये मला...

पण तरीही हे सगळं चांगलं वाटतंय मला. आम्ही वॉर्डमधली तपासफेरी सुरू केली आहे आता. आम्ही लहान मुलांच्या वॉर्डमध्ये पोहोचताच तिथे दाखल केलेला मार्को नावाचा एक छोटा मुलगा कसातरी डुलतडुलत चालत आमच्यासमोर येऊन उभा राहिला आहे. त्याला टी.बी. झाल्यानं सलग सहा महिने त्याच्यावर उपचार करणं गरजेचं आहे. त्यांपैकी दोन महिने आता पूर्ण झालेत. तो आता कुपोषित राहिलेला नाही, हे अगदी स्पष्ट दिसतंय. खरं तर थोडं जास्तच पोषण होत आहे त्याचं. तो पहिल्यांदा इथे आला होता, त्यापेक्षा त्याचा चेहराही वेगळा दिसायला लागला आहे आता. केसही दाट आणि जास्त काळे झाले आहेत. मला आठवतंय की एका रात्री त्याची आई त्याला ब्लँकेटमध्ये गुंडाळून जेव्हा इथे घेऊन आली होती, तेव्हा त्याची अवस्था खूप वाईट होती. भीती वाटावी इतका कमालीचा अशक्त झाला होता तो. धड डोळे उघडण्याचीही ताकद त्याच्यात नव्हती... आणि आज किती सुधारलेला, छान दिसतो आहे तोच मार्को... कुपोषित मुलांवर योग्य वेळी योग्य उपचार करून त्यांना पूर्ण बरं करण्याचं मी केलेलं उत्तम काम, म्हणून मार्कोचं उदाहरण इतरांना दाखवायचं, असं मी ठरवून टाकलंय आता. इथून त्याला परत घरी पाठवताना मला खरंच वाईट वाटणार आहे. अर्थात, पेशंट्सना घरी सोडण्याची घाई इथे अजिबात केली जात नाही, असं मात्र नक्कीच नाही. ''आणि तो दुसरा पेशंट कुठं आहे? चार नंबरच्या कॉटवर होता तो?'' चालता चालता मी विचारतो.

''आम्ही दिलं त्याला घरी पाठवून आणि तुम्ही इथे नसताना आणखी काही जणांनाही घरी सोडलंय आम्ही.'' क्लिनिको थंडपणे सांगतो. ''अहो नवे डॉक्टर, कधीकधी तुम्ही लोकांना उगीचच जास्त दिवस इथे ठेवून घेता. म्हणजे तुम्ही चूक करता असं नाही म्हणत मी, पण इथे किती दिवस राहायचं हे जर या रुग्णांच्या हातात असतं ना, तर ते कायमचंच इथे राहणं पसंत करतील, याची खात्री आहे आम्हाला. म्हणून मग आम्ही इथे थोडी जागा 'रिकामी' केली इतकंच. ज्या माणसांना नेमका काय त्रास होतोय हे आम्हाला कळलं नाही आणि जे आजारी आहेत असं आम्हाला वाटलं नाही, त्यांना आम्ही घरी पाठवून दिलं; पण तुम्ही काळजी करू नका... ते सगळे नक्कीच बाह्य-रुग्ण विभागात परत येतील...''

यावर काय बोलावं ते कळतच नाहीये मला.

पण टोटो मात्र अजून इथेच आहे. त्याला काही घरी पाठवलेलं नाही. त्याच्या तंबूच्या लोंबकळणाऱ्या कॅनव्हासच्या दारापाशी अजूनही तो सारखा बसलेला असतो. ज्याला घरी पाठवायला नक्कीच काही हरकत नाही अशा रुग्णासारखी स्थिती आहे खरं तर त्याची... स्वतःचं वय ऐंशीच्या आसपास असावं असं वागतो तो. त्याला त्याचं नेमकं वय माहिती आहे की नाही कोण जाणे, पण तो दिसतो मात्र तेवढा वयस्कर असल्यासारखा. त्या सिमेंटच्या पायऱ्यांजवळ बसून सारख्या काहीतरी खाणाखुणा करत असतो आम्हाला. त्याच्या निकामी झालेल्या प्रोस्टेट ग्रंथींचा अडथळा टाळून, त्याला साफ लघवी व्हावी म्हणून आम्ही त्याच्या पोटावर एक बारीकसा छेद दिलाय आणि त्यातून एक रबराची नळी थेट त्याच्या मूत्राशयात घातली आहे– थोडक्यात, एक उत्तम प्रतीचा 'कॅथेटर' बसवला आहे त्याला. पण हा उपचार मी सुट्टीवर जाण्याच्या कितीतरी दिवस आधीच केलाय आम्ही. मग तरी अजून तो इथेच का आहे? मी याबद्दल क्लिनिकोला विचारतो. टोटो हा मी इथे आल्यापासून पाहिलेला सर्वांत वयस्कर माणूस आहे. म्हणून हे लोक आदरानं त्याला 'अवर ओल्ड फादर' असं संबोधतात. ''या आमच्या 'ओल्ड फादर'ना आणखी काही दिवस इथे राहण्याची इच्छा आहे.'' क्लिनिको सांगतोय... ''त्याला इथलं जेवण आणि इथली सगळी माणसं खूप आवडतात म्हणे आणि म्हणून तो घरी जायला तयार नाहीये. मग राहू शकतो ना तो इथे आणखी काही दिवस?'' अर्थात यावर मी 'हो' म्हणणार असं गृहीतच धरलेलं असणार यांनी, कारण गेली किमान चार वर्षं तरी इथेच राहतोय हा टोटो... टोटो अभिमानानं, आपला तपकिरी रंगाचा सूट उगीचच ताठ करतोय, लघवीची पिशवी हातात नीट धरतोय आणि दात नसलेलं आपलं तोंड वासून मनापासून हसतोय... जणू म्हणतोय... की ''बघा, इकडे बघा... पोट कसं फुगत चाललंय माझं.'' हजारो लहानसहान गोष्टी त्याच्या मनात साठून राहिल्यात हे त्याचा सुरकुतलेला चेहरा पाहून मला स्पष्ट जाणवतंय आणि त्याचं पोटही अगदी मजेदार दिसतंय, हात लावून पाहावं असं, पण तरीही दया वाटावी असं... पण त्याच वेळी त्याच्याकडे पाहणं नकोसंही वाटतंय.

त्याच्या मागच्या बाजूला असणाऱ्या लहान मुलांच्या वॉर्डमधली कामं उत्तमपणे चालू आहेत. सर्वांनाच लागू असणारे काही नियम जे आम्ही तयार केले आहेत, त्याचा फलक अजूनही भिंतीवर तसाच आहे, अगदी चांगल्या अवस्थेत आहे, आणि त्यातले बरेचसे नियम पाळलेही जाताहेत. पण आता मात्र या तपासणी फेऱ्या चटकन संपवून इथून कधी एकदा निघून जातोय असं वाटायला लागलंय मला. तेवढ्यात सेन्हॉर कॅसोमाची हाक ऐकू येत्येय. ज्या काही रुग्णांना त्यानं

आज परत यायला सांगितलं होतं, त्यांना तपासण्याचं काम करावंच लागणार आहे आता.

मलेरियाच्या चाचण्या करून देण्यासाठी आलेली ही जवळजवळ दोन डझन माणसं बाह्यरुग्ण विभागाजवळ थांबली आहेत. कॅसोमाच्या सोबत मी आता तिकडे चाललो आहे. मलेरियाचे त्रासदायक असे चार प्रकार असतात, त्यांपैकी सर्वांत धोकादायक समजल्या जाणाऱ्या मलेरियानं या लोकांपैकी किमान अर्धे लोकतरी ग्रासलेले असावेत, असं त्यांना पाहताक्षणीच वाटतंय मला. कॅसोमाच्या खोलीत रांगेतला पहिला रुग्ण जिथं बसला आहे, त्याच्याजवळच्या प्लॅस्टिकच्या एका छोट्याशा टेबलाभोवती मी आणि कॅसोमा कशीतरी जागा करून घेत बसलो आहोत.

"गेल्या अनेक वर्षांपासून या माणसाच्या अंगावर असं पुरळ उठलेलं आहे," कॅसोमा त्या पहिल्या रुग्णाबद्दल सांगायला लागलाय. हाच कॅसोमा दोन महिन्यांपूर्वी बोलतही नव्हता माझ्याशी.... मला जरा चांगलं वाटतंय त्याच्याशी बोलताना... त्वचारोगांवरचं एक पुस्तक काढून, त्यातला एक फोटो मला दाखवत कॅसोमा म्हणतोय... "मला वाटतं, या माणसाला फोटोतल्यासारखा आजार असावा – 'ऑन्कोसर्सियासिस'. युद्ध सुरू असताना हा माणूस कॉन्गोमध्ये राहत होता. या माविंगात अशा प्रकारचा आजार आढळत नाही. पण तिकडे कॉन्गोमध्ये असतानाच याला हा आजार झाला असावा का?"

त्या फोटोतल्या चेहऱ्याशी आम्ही त्या रुग्णाची तुलना करतोय हे पाहून त्याला खूप मजा वाटते आहे बहुधा... छान! पण खरं सांगतो, मला मात्र उगीचच क्षणभर काळजी वाटून गेलीये... त्या माणसाच्या जागी मी असतो तर? असं मला वाटण्याचं काहीच कारण नाही खरं तर, पण मन कुठंही धावतं लगेच, त्याला काय करणार? ... असो. पण त्या फोटोत आणि या माणसात साम्य असल्याचं आम्हाला स्पष्टपणे दिसतंय. कॅसोमाच्या निदानाशी मी सहमत आहे, म्हणून तशी चिठ्ठी देऊन आम्ही त्या माणसाला आमच्या दवाखान्यात पाठवलं आहे.

कॅसोमानं बोलावलेले इतर रुग्ण तपासण्यात एक–दीड तास सहज गेलाय आणि आता हा शेवटचा रुग्ण म्हणजे एक अगदी तान्हं बाळ आहे. या बाळाच्या आजाराचं कारण अगदी स्पष्टपणे दिसतंय. त्याच्या मेंदूमध्ये आणि मेंदूच्या भोवती इतका जास्त द्राव साठला आहे की, त्यामुळे त्याच्या डोक्याचा आकार अगदी सहज लक्षात येण्याइतका वाढलेला आहे, आणि आता ते वजन पेलणं त्याला शक्य होत नाहीये. दोन्ही हातांच्या पाळण्यात अगदी अलगद धरून त्याची आई त्याला इथपर्यंत घेऊन आली आहे. त्या मुलाची अवस्था इतकी कठीण आहे की

आम्ही इथे त्यावर काहीच इलाज करू शकत नाही. त्याच्या मेंदूवर शस्त्रक्रिया करणं, एवढा एकच पर्याय यासाठी आहे आणि आम्ही त्या बाळाच्या आईला हे सांगताच ती एकदमच खचून गेल्यासारखी, मोडून पडल्यासारखी झाली आहे. लुआंडामध्ये किंवा नामीबियामध्ये या आजारावर उपचार होऊ शकतील, पण त्यासाठी त्यांना बराच खर्च करावा लागेल असं, त्या स्त्रीला सांगायला मी कॅसोमाला सांगतो.

"छे, ते शक्यच नाही. या गरीब शेतकऱ्यांना तो खर्च कधीच परवडणार नाही... कधीच..."

निव्वळ हतबल होण्यापलीकडे काहीच करू शकत नाही मी... आणखी एका रुग्णाच्या बाबतीत हा अनुभव येतो आहे मला... असा रुग्ण, जो दुसऱ्या एखाद्या ठिकाणी जन्माला आला असता किंवा त्याच्याकडे जास्त पैसे असते तर तो नक्कीच बरा झाला असता. पण खूप पूर्वीच एक सत्य स्वीकारणं मला भाग पडलेलं आहे... जास्तीत जास्त लोकांना जास्तीत जास्त चांगल्या सेवा–सुविधा पुरवण्याच्या व्यवसायात आम्ही आहोत. हे रुग्णालय चालवण्यासाठी, आधीच वर्षाला दहा लाख डॉलर्स इतका खर्च होतो आहे. त्यामुळे काही विशिष्ट रुग्णांना उपचारांसाठी इतरत्र कुठे घेऊन जाणं आमच्या आवाक्यातलं नाही. हा निर्णय तत्त्वतः अगदी समर्थनीय असला, तरी तो प्रत्यक्ष अमलात आणायची वेळ येते, तेव्हा आम्हाला फार कठीण जातं.

मी आता पुन्हा वॉर्डमध्ये आलो आहे. एच.आय.व्ही. बाधित एक रुग्ण दाखल झाला आहे इथे. एक विरोधाभास इतका जाणवतोय इथे मला, की युद्धामुळे या सगळ्याच भागात खूप नासधूस झाली, विध्वंस झालाय हे खरं, पण युद्धामुळेच जणू वाळीत टाकल्या गेलेल्या या प्रांतात राहणारे लोक एच.आय.व्ही.पासून काही प्रमाणात तरी सुरक्षित राहिले आहेत. शेजारीच असणाऱ्या नामीबिया आणि झांबियाच्या नागरिकांपैकी पंधरा टक्के नागरिक एच.आय.व्ही. बाधित आहेत. स्वाझीलंडमध्ये तर याच्या दुपटीने असे बाधित लोक आहेत. आणि या पार्श्वभूमीवर अंगोलामध्ये मात्र हे प्रमाण फक्त दोन टक्के आहे, असा अंदाज व्यक्त केला गेला आहे. मी तर आमच्याकडे आलेला हा पहिलाच एच.आय.व्ही. ग्रस्त रुग्ण पाहतो आहे. पण या भागात अशा रुग्णांचं प्रमाण तुलनेनं कमी आहे. याचा अर्थ नक्कीच असा आहे की, आमच्या या भागात त्या आजारावरचे उपचार उपलब्धच नाहीत.

"लुआंडामध्ये अशा काही सेवाभावी संस्था आहेत, ज्या यासाठी तुम्हाला मदत करू शकतात..." मी खासगीत बोलल्यासारखं त्याला सांगतोय.

"पण लुआंडा इथून खूप दूर आहे."

"मग तू नामीबियाला जाऊ शकतोस का?"

"नाही. पण झांबियाचा परवाना आहे माझ्याकडे. बरीच वर्षं तिथे राहिलो होतो मी."

"मग तुला तिकडेच जायला हवं..." निर्णयात्मक बोलत, मी त्याची माफी मागतो आणि त्याच्या आजाराच्या संदर्भात एक पत्र त्याला लिहून देतो – केवळ दुसऱ्या देशातल्या, मला अपरिचित असणाऱ्या शहरामधल्या कुठल्याही दवाखान्यात संदर्भासाठी उपयोगी पडेल या हेतूनेच लिहिलेलं पत्र. नकळतपणे, अगदी संधी साधल्यासारखा त्याला जो संसर्ग झालाय त्यावर उपचार म्हणून आम्ही त्याला अँटिबायोटिक औषधं तर दिलीच आहेत, पण त्याच्या जोडीला कंडोम्सचा एक अख्खा बॉक्सही दिला आहे. ते वापरणं किती महत्त्वाचं आणि आवश्यक आहे हे त्याला समजावून सांगण्याचा अगदी मनापासून प्रयत्न करतो आहे मी...

"पण हे वापरण्यात काही मजा नाही. फार त्रासाचं आहे हे, असल्या गोष्टी मला अजिबात आवडत नाहीत." ... तो अगदी सहजपणे हसतहसत सांगतोय मला.

"हे वापरलं नाही, तर काय परिणाम होतील, हे समजतंय का तुला?"

तो बेफिकीरपणे नुसते खांदे उडवतो.

आलेला राग कसातरी आवरत, मी आता त्याच्याशी थोडा आवाज चढवूनच बोलायला लागलोय, "ऐक तर मग. तुझ्यामुळे तुझ्या बायकोलाही लागण होईल या रोगाची... कायमची आणि तीसुद्धा आजारी पडेल."

तो शरमेनं नजर दुसरीकडे वळवतो.

"मी काय सांगतोय त्याकडे लक्ष दे. तुला हे समजून घेतलंच पाहिजे. तुझ्या बायकोला जर हा आजार झाला, तर तिच्याकडून तुझ्या मुलांना याची लागण होऊ शकते. कंडोम का वापरायचा, याचं एवढं कारण पुरेसं आहे ना?"

"पण असली साधनं वापरून संभोग करण्यात काय अर्थ आहे? हे म्हणजे प्लॅस्टिकमध्ये गुंडाळलेली मिठाई त्या प्लॅस्टिकसकट खाण्यासारखं आहे. त्यात काहीच मजा नाही..." अजूनही हसूच येतंय त्याला. कमाल आहे... याला काय म्हणायचं – निर्लज्ज की अडाणी?

मी चिकाटी न सोडता त्याला बजावतोय, "या क्षणी तरी, मजेसाठी संभोग करण्याला तू प्राधान्य देऊन चालणार नाही. तुझ्या कुटुंबाच्या आणि तुझ्या स्वतःच्या प्रकृतीलाही तू प्राधान्य द्यायला हवंस यापुढे."

"पण मी हे वापरलं तर माझ्याबाबतीत काहीतरी विचित्र, नको ते घडलंय, हे नक्कीच समजेल माझ्या बायकोला."

"मग तिला सांग की आणखी एखादं मूल वाढवणं तुला परवडण्यासारखं नाहीये म्हणून. काहीही थाप मार पण माझं ऐकच... हे कंडोम वापर! तुझ्या

कुटुंबाचं रक्षण करणं ही तुझी जबाबदारी आहे– कायमचा– हे विसरू नकोस आणि कधीही," मी त्याला निक्षून सांगितलं आहे आता.

तो नाखुशीनेच तो बॉक्स घेतो आणि जातो... बहुतेक आता तो दुसऱ्या देशातच निघून जाईल असं वाटून गेलंय मला.

...नंतर काहीच कळलं नाहीये आम्हाला त्याच्याबद्दल.

***

सकाळ अर्धी उलटून गेली आहे. अतिदक्षता विभागाच्या बाहेर, एका बाजूला असलेल्या छोट्याशा खोलीत आम्ही उभे आहोत. पूर्वी ही सामान साठविण्याची खोली होती आणि आताही या हॉस्पिटलमधली ही एकमेव 'प्रायव्हेटरूम' आहे. या खोलीत भरून राहिलेला नकोसा वास टाळणं केवळ अशक्य आहे. अतिशय गंभीरपणे भाजलेला जोस नावाचा एक माणूस विवस्त्र अवस्थेत इथे उताणा पडलेला आहे. काही आठवड्यांपूर्वी त्याला अचानक फेफरे आले होते आणि तो स्वयंपाकासाठी पेटवलेल्या मोठ्या चुलीत फेकला गेला होता. बऱ्याच आधीपासून त्याला हा अपस्माराचा त्रास होतो आहे, पण त्यावर कधीही आणि काहीही उपचार केले गेलेले नाहीत, असं समजलंय आम्हाला. जळून कोळसा झालेली त्याची कातडी आता आम्ही काढून टाकली आहे, आणि त्या जागी आता लालभडक मांसाची मोठमोठी ठिगळं लावली आहेत असं वाटतंय. त्या आगीत पडल्यावर तो जेव्हा शुद्धीवर आला होता, तेव्हा त्याला काय वाटलं असेल, याची मी नुसती कल्पनाही करू शकत नाही.

त्याची बायको दूर एका कोपऱ्यात अंग चोरून उभी आहे आणि आमच्याकडे पाहून केविलवाणेपणानं कसनुशी हसते आहे. हे एक अतिशय देखणं जोडपं आहे असं पाहताक्षणीच लक्षात येतंय– टपोऱ्या डोळ्यांची, कॉफीच्या रंगाची तुकतुकीत त्वचा आणि रेखीव अवयव लाभलेली ती आणि डेन्झेल वॉशिंग्टन नावाच्या प्रसिद्ध अमेरिकन अभिनेत्यासारखी दाढी राखलेला, तरुण वयातला तो... वा!

रॉबर्टो आणि ॲगोस्तिन्हो त्या तरुणाच्या जखमांवर बांधलेल्या पट्ट्या बदलताहेत. ते अगदी हळुवारपणे एकेक पट्टीचा तुकडा ओढून काढताहेत आणि तेवढ्या वेदनाही सहन होत नसल्यानं जोस तळमळतो आहे.

"वेदना कमी होण्यासाठी काय देत आहोत आपण त्याला?" मी विचारतो.

"पॅरासेटॅमॉल."

"आणखी?"

"अधूनमधून आयब्यूप्रोफेन..."

"आणखी काही नाही?" मी आश्चर्यानं विचारतो. कारण ही औषधं तर मी

सौम्यशा डोकेदुखीसाठी वापरली असती.

"तुम्ही इथे नव्हतात तेव्हा ट्रॅमॅडॉलाही देऊन पाहिलं आम्ही त्याला." – रॉबर्टो म्हणतोय – "पण त्यामुळे आणखीच त्रास व्हायला लागलाय त्याला. आणि हे बघा– इकडे– त्यानं हातानं ही सगळी त्वचा खरवडून टाकल्यानं जखमा आणखीच चिघळल्यासारख्या झाल्या होत्या व त्याच्या वेदनाही वाढल्या होत्या. त्यामुळे आता आम्ही थोडंसं डायझेपामही द्यायला सुरवात केली आहे."

या सगळ्या औषधांचा एकत्रित परिणाम होऊन फार तर त्याला थोडीशी झोप लागेलही; पण तेवढंच पुरेसं असणार नाही. म्हणून मी लगेचच विचारतो की, "पेथिडाईन का दिलं नाही याला?"

"या औषधाचे फक्त दहा डोस शिल्लक राहिलेत आपल्याकडे आणि अगदीच निकड भासेल त्या वेळी ते उपलब्ध असायला हवेत इथे, असं अँड्रियाचं म्हणणं आहे. हा माणूस लगेचच ते सगळं औषध संपवून टाकेल याची खात्री आहे म्हणे तिला." सर्जिओनं माझ्या प्रश्नाचं ताबडतोब उत्तर दिलंय.

अँड्रियाचं म्हणणं अगदी योग्यच आहे, हे मलाही पटतंय.

रॉबर्टो बँडेजचा आणखी एक भाग ओढून काढण्याचा प्रयत्न करतोय, पण तो तुकडा कातडीला अगदी चिकटून बसलाय. मग त्यावर थोडं सलाईन टाकून रॉबर्टोनं तो ओला केलाय आणि त्याचं टोक चिमटीत पकडून, अगदी किंचितसा जोर देऊन पण सावकाशपणे तो ते टोक ओढतो आहे.... अखेर एकदाचा निघालाय तो बँडेजचा तुकडा, पण त्या वेदनांपासून मात्र या तरुणाची सुटका झालेली नाही. एक निःशब्द अश्रू त्याच्या गालावरून ओघळतो आहे. तो काही विचारतही नाहीये, काही मागतही नाहीये– गुदमरून टाकणाऱ्या या लहानशा खोलीत, विवस्त्र अवस्थेत तो नुसता पडून आहे. आम्ही जवळ गेल्यावर स्मितहास्य करण्याचा मनापासून प्रयत्न करतो तो. त्याला प्रतिसाद देण्यासाठी दिवसात काही वेळा मी त्याच्याकडे पाहून नुसतीच मान झुकवतो. पण मी कितीही नाही म्हटलं तरी प्रत्येक वेळी तो मला त्याच्याजवळ बसण्याचा आग्रह धरतो– जखमांनी व्यापलेल्या त्याच्या मांड्या आणि कुल्ले – गुप्तांगामधून पाझरत खालच्या चादरीवर चिकटलेला द्राव – छे! अशा परिस्थितीत त्याच्याजवळ जाऊन बसणं हे सोपं काम नाहीये. जोसला स्वतःचं स्वतः उठून बसायला मदत व्हावी म्हणून टोयोटानं त्याच्या कॉटला पायाच्या बाजूला एक लाकडी चौकट बांधली आहे आणि त्याला एक जाड दोर बांधून, त्याचं एक टोक जोसच्या हाताशी आणून ठेवलं आहे, जेणेकरून त्या दोराच्या आधारानं जोस स्वतःचं शरीर थोडंतरी उचलू शकेल. पण तरीही त्यासाठी जोसला अगदी निकराचे प्रयत्न करावे लागताहेत आणि त्यासाठी कोणाची मदतही नको असते त्याला. एकदा त्याला उठून ताठ बसता आलं की

एकएक करत तो गुडघ्याच्या खालचे दोन्ही पाय उचलतो आणि अगदी सावकाश, सावधपणे ते पाय हलवत कॉटच्या कडेवर कसातरी उठून बसतो– तसाच– विवस्त्र– अंगावर इतक्या जखमा असताना कोणतंही वस्त्र पांघरणं सहनच होण्यासारखं नाही त्याला. आणि असं उठून बसता आलं की मगच तो आमचे हात हातात घेतो आणि आमच्याशी बोलतो. माझे वडील अधूनमधून मला काही मासिकं पाठवत असतात. त्यातली काही मासिकं मी त्याला वाचायला दिली होती. अर्थात, त्याला नवीन काहीतरी बघायला, वाचायला मिळावं, थोडा विरंगुळा मिळावा, एवढाच हेतू होता माझा. आता एक महिना झाला असेल या गोष्टीला. पण ती मासिकं अजूनही तशीच तिथे आहेत– त्याच्या कॉटशेजारी – एका जुन्या चौकोनी कापडात व्यवस्थित बांधून ठेवलेली. टोयोटानं मेणबत्ती ठेवण्यासाठी त्याच्यासाठी एक लाकडी स्टॅन्ड बनवून दिला होता. त्या स्टँडवर ठेवलेली ही मासिकं आणि एक मेणबत्ती एवढ्याच वस्तू आहेत त्याच्या कॉटजवळ.

"आम्हाला आणखी मलमपट्ट्यांची गरज आहे. याच्यासाठी पूर्ण खोकीच्या खोकी वापरतो आहोत आम्ही. याच्या सगळ्या जखमा बांधण्यासाठी किती पट्ट्या लागतात बघा," रॉबर्टो मला सांगतोय.

"ठीक आहे. ई–मेल करून लुआंडातून मागवून घेतो मी," मी त्याला सांगतो.

मी सुट्टीवर असताना, हा जोस खूपच जास्त प्रमाणात भाजला असल्याचं अँड्रियानं मला फोन करून सांगितलं होतं; पण सुदैवानं त्याचा जीव वाचला आहे आता.

जोसच्या जखमांवर पट्ट्या बांधण्याचं रॉबर्टोचं काम अजून संपलेलं नाही. आता त्याच्या जांघेवर रॉबर्टो पट्टी गुंडाळतोय आणि जोस वेदनेनं कळवळतोय. पण त्याला इलाज नाही. याही मलमपट्ट्या दर अठ्ठेचाळीस तासांनी बदलाव्याच लागणार आहेत. आणि त्याला ते मुकाट्यानं सहन करावंच लागणार आहे– पुढचे काही आठवडे तरी.

रॉबर्टोचं काम संपल्यावर आम्ही तिथून बाहेर पडू लागताच जोसनं अगदी हळुवारपणे आमचे आभार मानलेत– हेही नेहमीचंच आहे.

अशाच अवस्थेत असलेल्या आणखी एका रुग्णाची अवस्था मात्र अतिशय वाईट आहे. यातून तो वाचेल अशी खात्री वाटत नाहीये मला. अतिदक्षता विभागात ठेवलेल्या या 'किड्जे' नावाच्या तरुणाच्या प्रकृतीत आता काहीच सुधारणा होत नाहीये. मी सुट्टीवर जाण्याआधीच तो वारंवार बेशुद्धावस्थेत जायला लागला होता आणि आता तर पूर्णपणे बेशुद्धच आहे.

"अजून याला तेच औषधोपचार केले जाताहेत का?" मी सर्जिओला विचारतो.

"हो. आम्ही त्यात काहीच बदल केलेला नाही. दिवसातून दोन वेळा या नळीतून आम्ही त्याला टी.बी. साठीच्या गोळ्या आणि दूध देतो. म्हणजे अँड्रिया त्या गोळ्यांची पूड करून देते आम्हाला. आता त्याला शिरेतून औषधं देण्यासही सुरवात केली आहे आम्ही," सर्जिओ तपशीलवार सांगतो.

किड्जेच्या या अवस्थेत, सतत त्याची कूस बदलत राहावी आणि त्याच्या अंथरुणाला उशांची टेकणं लावावीत, एवढंच फक्त मी सुचवू शकतोय आता. तिथे असलेल्या त्याच्या भावाची मी माफी मागतो. किड्जेला त्यानं इथे दाखल केल्यापासून तो सतत इथे त्याच्याजवळच असतो. स्वतःचं जेवण बनवण्यासाठी इथल्याच कुंपणापाशी थोडा वेळ जातो, तेवढाच वेळ जवळ नसतो तो. खूप कौतुक वाटतं मला या भावाचं!...

आता आमचा शेवटचा स्टॉप आहे या तंबूमध्ये. इथे राहणाऱ्या टोटोशी आम्ही जेव्हा हवेत मारल्यासारख्या गप्पा मारतो ना, तेव्हा खूप बरं वाटतं आम्हाला. त्याची प्रकृती चांगली वाटते आहे आता. त्याच्या शेजारच्या तंबूत राहणारी ती पांढऱ्या कातडीची आंधळी स्त्री आणि तिची वेडसर आई या दोघीही ठीक दिसताहेत. सध्या त्यांच्या तंबूत आणखी काही जण राहताहेत– स्तनांचा कर्करोग झालेली आणि स्तनांवर व्रण पडल्याने त्रासून गेलेली मारिया नावाची एक तरुण आई, तिचा नवरा आणि तिची छोटी मुलगी हे तिघे गेले काही दिवस आहेत तिथे राहायला.

"ती अंघोळ करायला गेली आहे का?" मारिया त्या तंबूत नाहीये, पण तिची छोटी मुलगी मात्र एकटीच त्यांच्या अंथरुणावर बसलेली दिसते आहे, म्हणून मी माझ्याबरोबरच्या इतरांना विचारतोय. ही मुलगी फार तर दहा वर्षांची असेल. मी तिच्याकडे पाहून स्मितहास्य केल्यावर तीही माझ्याकडे पाहून सौम्यपणे हसते आहे.

मला एका बाजूला घेऊन सॅबिनो अगदी हळू आवाजात मला सांगतोय की, "नवे डॉक्टर, माफ करा पण तुम्ही नसताना एक घटना घडली आहे इथे. गेल्या आठवड्यात मारियाचं निधन झालं, पण अजून ही छोटी मुलगी इथेच राहिली आहे. इथे तिच्या आईच्या बिछान्यावरच झोपते ती. तिचे वडील घरी गेलेत. ते दुसऱ्या खेड्यात राहतात आणि ते खूप लांब आहे इथून. एक–दोन दिवस लागतात तिथे जायला. मारिया गेल्याचं या मुलीच्या वडलांना तर कळलेलंच नाही अजून. पण आम्ही निरोप पाठवलाय त्यांना. ते येईपर्यंत ही मुलगी इथे राहिली तर काही हरकत नाही ना तुमची?"... कशी हरकत घेऊ मी या गोष्टीला? हे सगळं ऐकून खूप गलबलून गेलोय मी...

***

कर्मचाऱ्यांची बैठक फारच लांबली होती आज. सगळी दुपार संपत आली आहे. हवा खूप दमट आणि उष्ण असल्याचं जाणवतंय. आता संध्याकाळ व्हायला लागली आहे. आमच्या जेवणाच्या खोलीला असलेल्या काचेच्या खिडकीतून, मला कापसासारखे विखुरलेले काही पांढरेशुभ्र ढग दिसताहेत. सूर्य अस्ताला चाललाय आणि त्याची किरणं त्या ढगांवर पडल्यानं, ते ढग मध्येच केशरी रंग लावल्यासारखे दिसताहेत. पण अजून पावसाचं मात्र मुळीच चिन्ह दिसत नाहीये. आता आम्ही तिघंच उरलो आहोत इथे. कोळशाच्या चुलीवर कॉफीचा एक जुना डबा ठेवून त्यात 'चीज फॉन्ड्यू' नावाचा एक पदार्थ बनवण्याचा प्रयत्न चालू आहे आणि एकीकडे आता माझ्यावर कुठल्या प्रश्नांचा भडिमार होणार आहे, हे माझ्या चांगलंच लक्षात आलंय आधीच.

"तू त्या मुलीबरोबर राहिलास, पण तिच्यासोबत बाकी काहीच केलं नाहीस?" टीमनं त्वेषानं विचारलंय मला.

"अरे थांब, तसं काही नव्हतं –" मला नीट बोलूही देत नाहीयेत हे कोणी.

"आणि हे बघ, तुला इथे येऊन दोन महिने होऊन गेलेत– आणखी काही महिने इथे राहायचं आहे तुला अजून – मग असाच राहणार आहेस का तू? कुठल्याही स्त्रीच्या सहवासाशिवाय?" पास्कल धारेवरच धरतोय मला – "अशानं वेडा होशील तू एक दिवस–" तो स्वतः आता सुट्टीवर जाणार आहे आणि लवकरच त्याची प्रेयसी त्याला भेटणार आहे, याची खात्री आहे त्याला.

"आणि तुला हे जमलं तरी कसं," टीम अविश्वासानं विचारतोय – "इथल्यासारख्या अशा कामात सहभागी असताना एखादा माणूस तुझ्यासारखा कोरडा राहिल्याचं आम्ही तरी ऐकलेलं नाही कधी."

"अरे तसं काहीच नव्हतं आमच्यात. आमची छान गट्टी जमली होती. ती खरंच खूप छान मुलगी होती, पण तुम्हाला वाटतंय, त्या प्रकारची नव्हती." मी अगदी मनापासून सांगतोय, पण त्यांचा विश्वासच बसत नाहीये माझ्यावर –

माझ्या बोलण्यावर ते दोघे हसताहेत. "आपण इथे जे काम करतो आहोत तशा कामासाठी जेव्हा कुणी तयार झालेला असतो ना, तेव्हा प्रत्येक जण 'त्या प्रकारचा असतो.' अनेक महिने आपण सगळे अडकून पडलेले असतो अशा ठिकाणी – प्रत्येकाची अवस्था सारखीच असते इथे – एकाच बोटीत अडकून पडल्यासारखी."

"तोच तर प्रश्न आहे ना," मी त्यांना थांबवत सांगायचा प्रयत्न करतोय.. "आमची खरंच खूप छान ओळखही झाली होती. पण तिच्याबरोबर तिथे काम करणाऱ्या तिच्या सहकाऱ्यांनी तिला अशाप्रकारचा इतका त्रास दिला होता की, ती अगदी वैतागून गेली होती, असं तिनं मला सांगितलं. वारंवार हे असं घडत

असतं, आणि त्यामुळे ती अगदी मेटाकुटीला आली आहे, दमून गेली आहे, असं म्हणत होती ती...''

''याचा कंटाळा आलाय तिला?'' साक्षात अविश्वास माझ्यासमोर उभा आहे.

मी आमच्या गप्पांचा विषय बदलण्याचा प्रयत्न करतो आहे– कधीपासून, पण फारसं यश मिळत नाहीये मला. असो. दुपारच्या त्या बैठकीनंतर जरासा सुखद विरंगुळा आहे हा... तसंही इथे एकाच विषयावर चर्चा करण्यात बराचसा वेळ जातोय आम्हा सर्वांचाच– आता आमचा हा प्रकल्प दुसऱ्या कुणाच्या तरी हातात सोपवायचा आहे, हाच मोठा चिंतेचा विषय आहे. इथल्या सगळ्यांसाठीच हा विषय सध्या जिव्हाळ्याचा आणि दुःखदायक ठरतो आहे. अंगोलामधली परिस्थिती आता बरीच स्थिरस्थावर झाली आहे म्हटल्यावर, इथून आम्ही जायचं ठरवणं, हे अपरिहार्यच आहे. आणीबाणीच्या परिस्थितीमध्ये, एक मानवहितवादी संस्था म्हणून आम्ही इथे आलो होतो, काम करत होतो. पण आता अजूनही इथेच थांबणं समर्थनीय नाही. जर अनिश्चित काळापर्यंत आम्हाला याच कामासाठी इथे आफ्रिकेत राहायचं असेल, तर इथे अशी अजून हजारो शहरं आहेत, जिथे अजूनही मदतीची खूप गरज आहे. मग अशा ठिकाणी आम्ही असे प्रकल्प सुरू करायला काय हरकत आहे? संस्थेच्या या निर्णयाशी मी पूर्णपणे सहमत आहे. इथे आरोग्यसेवा पुरवण्याचं आम्ही सुरू केलेलं काम आता इथल्या सरकारच्या हाती सोपवणंच योग्य आहे. तत्त्वत: तेच करायला हवं आम्ही.

पण त्या सरकारी हॉस्पिटलचा व्यवस्थापक आणि टीम दोघांची भेट काही होऊ शकलेली नाही अजून. नामीबियातील कॉन्ट्रॅक्टर्सनी एक वर्षापूर्वीच शहरातलं हे हॉस्पिटल बांधून पूर्ण केलंय, पण अजूनही ते तसंच रिकामं पडलंय. तिथे अजून पाणीपुरवठ्याची सोय झालेली नाही. रुग्णांसाठी बेडस्‌ची व्यवस्था केली गेलेली नाही, की कुठलीही वैद्यकीय उपकरणंही आणली गेलेली नाहीत. या सगळ्याची पूर्तता करून देण्याची तयारी आम्ही दाखवली आहे खरं तर. सगळ्या गोष्टींची ने–आण मोफत करायला तयार आहोत आम्ही. त्या बदल्यात कुठली अपेक्षाही नाही आमची – पण समोरून आम्हाला काही उत्तरच मिळत नाहीये. त्या हॉस्पिटलला तीन महिने पुरेल एवढा औषध–पुरवठा देणगी म्हणून द्यायला आम्ही तयार आहोत आणि आमच्या इथला कर्मचारी वर्ग आणि साधन–सामग्रीही त्यांच्याकडे पाठवू असंही त्यांना सांगितलं आहे. पण नाही – आमच्या या प्रस्तावालाही त्यांच्याकडून काहीच प्रतिसाद मिळालेला नाही. या सगळ्यामध्ये टीम मात्र उगीचच भरडला जातो आहे. त्या सरकारी माणसांशी योग्य ते संबंध टिकवण्यासाठी चतुराईनं वागावं तर लागतंच आहे त्याला, आणि आवश्यक ती सगळी खटपटही करावी लागते आहे. त्याचवेळी आता अधिकच वैतागायला

लागलेल्या आमच्या सगळ्या लोकांना सांभाळण्याचं कामही या टीमलाच करावं लागतंय. आमचा हा प्रकल्प इथल्या सरकारच्या ताब्यात देण्याच्या दृष्टीनं आमच्या एम.एस.एफ.च्या संस्थेनं आता वरच्या पातळीवर प्रयत्न करायला हवेत, असं आम्ही आमच्या समन्वय–समितीला सांगितलंही आहे. पण अजूनतरी संस्थेतल्या संस्थेतच डझनावरी ई–मेल्स नुसत्या इकडून तिकडे आणि तिकडून इकडे पाठवल्या जाताहेत. अंगोलातल्या या प्रकल्पाशी ज्यांचा फारसा काहीच संबंध नाहीये, अशा प्रत्येकाला या मेल्सच्या कॉपीज पाठवल्या जात आहेत – कशाला कोण जाणे! मला तर असं वाटायला लागलंय की, कुठल्याही राजकारणाशी अजिबात संबंधित न राहणं, हीच एक मोठी राजकीय प्रक्रिया असावी... खूप विरोधाभास वाटतोय हा...

"आणखी काय म्हणाली ती?".... टीम अजून तिथेच आहे.

"काही नाही. तिच्या सहकाऱ्यांना कंटाळली आहे ती. बस..."

"पुरे कर डॅमियन! तुझ्या बोलण्यावर मी विश्वास ठेवूच शकत नाही. अरे तू अविवाहित आहेस, ती अविवाहित आहे. तुम्ही दोघे एकत्र राहताय आणि इथेच संपते आहे ही गोष्ट?".... टीम अस्वस्थच झालाय.

"आणि मला एक सांग..." पास्कल विचारतोय आता– त्या कॅनमध्ये ठेवून गरम केलेल्या चीजमध्ये ब्रेड बुडवता बुडवता हा प्रश्न विचारावा का, असा विचार करतोय बहुतेक तो... "तू इथे आलास तेव्हा तुला या प्रकल्पाबद्दलची माहिती दिली गेली होती आणि त्याचबरोबर खूप सारे कंडोम्सही दिले गेले होते ना? त्यांचं काय करणार आहेस तू? अहो नवे डॉक्टर... सांगा त्या संपूर्ण भरलेल्या बॉक्सचं काय करणार आहात तुम्ही?" हा प्रश्न इतका अचानक कोसळलाय माझ्यावर की मी एकदम दचकलोच आहे आता– उत्तरच नाही आहे ना माझ्याकडे काही...

जेवण झाल्याझाल्या, अतिदक्षता विभागातल्या एका रुग्णाला तपासण्याचं कारण सांगत मी तिथून बाहेर पडलोय आता. आवार ओलांडून रुग्णांना तपासण्याच्या खोलीत पाय ठेवताठेवता अचानक मी थांबलोय. त्या खोलीतलं दृश्य भीती वाटण्यासारखंच आहे... एका कॉटशेजारी एक क्लिनिको उभा आहे. त्या कॉटवर एका अगदी लहान मुलाला एका कुशीवर वळवून झोपवलेलं आहे आणि इंजेक्शनची सुई त्या लहानग्याच्या कुल्ल्यात खुपसण्याचा प्रयत्न करत तो क्लिनिको अगदी ऐटीत उभा आहे. त्याचा तो तपकिरी रंगाचा ढगळा शर्ट पाहून, तो कोण आहे हे ओळखण्यात चूक होऊच शकत नाही...

"मॅन्युअल?" मी घाईघाईनं त्याला हाक मारतो.

तो कसातरी डगमगत मागे वळलाय... "ओह... सुट्टीवरून आलात तुम्ही

परत? कसे आहात? तुम्ही परत आला असाल असं वाटलंच नाही मला...'' कसंतरी अडखळत बोलतोय हा.

"तू काय करतो आहेस?'' माझ्या नकळत माझा आवाज चढला आहे.

"नवे डॉक्टर, मी या मुलावर उपचार करतो आहे." मॅन्युअल सहजपणे सांगतोय. कदाचित या मुलाच्या मरणाचाच अनुभव घेण्यासारखं आहे हे सगळं दृश्य. माझा विश्वासच बसत नाहीये या सगळ्यावर. या माणसाचं चुकीचं आणि अस्वस्थ करणारं वागणं दिवसेंदिवस का वाढत चाललंय याचं कारण आत्ता समजलंय मला – हा अगदीच कुचकामी माणूस म्हणायला हवा खरं तर, पण लोक याला 'डॉक्टर' नाही तर 'सुपरवायझर' समजतात. छे! चक्क दारूडा आहे हा.

"ते इंजेक्शन आधी खाली ठेव मॅन्युअल,'' मी दरडावून सांगतोय, पण त्यानं ऐकलंय की नाही कोण जाणे. "हो, एवढं इंजेक्शन तेवढं देऊन टाकतो आधी.'' पुन्हा त्या मुलाकडे आपलं तोंड वळवत तो म्हणतोय– त्याचा हात अगदी विचित्रपणे हलतोय...

मी त्याच्या जवळ जातो. त्याच्या श्वासालाही दारूचा वास येतोय. तो मान वर करून माझ्याकडे पाहतो आणि हात खाली घेतो. काही न बोलता, नजर दुसरीकडे वळवून उभा राहिलाय हा आता– क्षणात शांतता पसरली आहे आता.

"तू आत्ताच्या आत्ता घरी जा मॅन्युअल,'' मी त्याला निक्षून सांगतोय. पण तो मला काहीतरी कारण सांगण्याचा प्रयत्न करतोय... "काल मला सुट्टी होती; मी थोडी दारू प्यायलो आहे काल, हे मी कबूल करतो. पण त्यानंतर कितीतरी वेळ मी घरीच होतो. कामावर आलो नव्हतो. खरंच.''

मी त्याच्या हातातून इंजेक्शन काढून घेतो आणि त्याला दरवाजाबाहेर पाठवून देतो. त्या मुलाचे आई–वडील हे सगळं बघताहेत. रात्रपाळीसाठी दुसरा एखादा क्लिनिको बघ, असंही मी इथल्या सुरक्षारक्षकाला सांगितलं आहे लगेच. पण मॅन्युअल मात्र दरवाजातच उभा आहे. अजून जायला तयार नाहीये. क्षमा मागतोय माझी... आता माझा हात हातात धरून चक्क रडायला लागलाय तो – त्याच्या कुटुंबातला तो एकटाच कमावता माणूस आहे, आणि यापूर्वी तो असं कधीच वागलेला नाहीये हे मला पटवून देण्याचा प्रयत्न चाललाय त्याचा... खूप दयनीय वाटतंय मला हे सगळंच – युद्धातून कसातरी वाचलेला पन्नास वर्षांचा हा वयस्कर माणूस – ज्याला दुसरं कुठलंही काम मिळण्याची शक्यताही नाही – त्याला, त्याच्या निम्म्या वयाचा, गोऱ्या कातडीचा, एक श्रीमंत म्हणावा असा माणूस ताकीद देतोय– त्याला नोकरीवरून काढून टाकण्याची भीती दाखवतोय... योग्य करतोय का मी हे?

मी त्याला 'सकाळी परत ये' असं सांगितलंय आता. पण त्याच्या बाबतीत आम्ही काय निर्णय घेऊ हे मला समजत नाहीये. टीमला जर हे सगळं कळलं तर तो मॅन्युअलला फैलावर घेतल्याशिवाय राहणार नाही हे नक्की. त्याला तो नोकरीवरूनही काढून टाकू शकतो. पण मग काय करावं?... हां... आम्ही कहाणी थोडी बदलून सांगू शकतो टीमला... मॅन्युअलच्या दारू पिण्याविषयी न बोलता, त्याच्या या अशा कामाच्या क्षमतेबाबत मुद्दा उपस्थित करू शकतो. यापुढे रुग्णांवर उपचार करण्याची परवानगी त्याला देता येणार नाही, हे तर नक्कीच आहे. वैद्यकीय सेवा देण्यासंदर्भातलं कुठलंच काम त्याला न देता, केवळ एक सेवक म्हणून आम्ही त्याला कामावर ठेवू शकू की. आणि त्याचं दारूचं व्यसन सुटण्यासाठी आम्ही प्रयत्न करू, असा आग्रहही नक्कीच धरेन मी...

सुट्टी संपवून आजच सकाळी मी इथे परत आलो आहे, हे खरं आहे का?

...चीज संपवायला मदत करून मी माझ्या खोलीत परत आलोय आणि आता अंथरुणावर पडलोय खरा, पण हे असं सगळं घडून गेल्यावर कुणाला झोप तरी कशी लागेल?...

पण आश्चर्यच आहे... मला चक्क झोप येत्येय आत्ता. त्याच त्याच विचारचक्रात अडकायचं नाही, असं ठरवूनच टाकलंय मी आता. गेले काही महिने, माझी मनःस्थिती आमच्या यशानुसार किंवा अपयशानुसार बदलत होती, हे अगदी खरं आहे. यापुढे मात्र मी तसं अजिबात होऊ देणार नाहीये. आम्ही इथे जे काम करतो आहोत, त्यामुळे खरंच काही फरक पडतो आहे का, यातल्या प्रत्येक कामाचा प्रत्यक्षात कितपत उपयोग होतोय, असल्या विचारांमध्ये स्वतःचं मन भरकटू देऊ शकत नाही मी यापुढे. त्यामुळे मनात येणारे असले विचार लगेचच झटकून टाकणं आता जमायला लागलंय मला. खूप छान, हलकं हलकं वाटतंय त्यामुळे आता. मी मेणबत्ती पेटवतो– एक पुस्तक घेतो– माझी मच्छरदाणी सगळीकडून नीट खोचतो आणि अंथरुणावर पडतो– मनाला वाळवीसारखे चिकटू पाहणारे, नकोसे विचार झटकून टाकतो आणि आम्ही मिळवलेलं यश आठवू लागतो – आता मला जाणवतंय की अनेक वेळा आम्ही आमच्या कामात यशस्वी झालो आहोत.

इथलं काम कधीकधी खूप कंटाळवाणं असतं, हे तर खरंच आहे. ते तसं का असतं, याचा विचार करण्यात मी पुष्कळ वेळ घालवत असतो. आम्ही जे काम करतो, त्यातलं बरंचसं काम सोपं आहे आणि बहुतेक सगळेच आरोग्यसेवक हे काम उत्तमप्रकारे करतात. अतिशय गंभीर अवस्थेत असणारे काही मोजकेच रुग्ण जेव्हा इथे दाखल झालेले असतात, तेव्हा मात्र मी अस्वस्थ होतो, गोंधळून जातो – एन्सेफॅलायटिसने, म्हणजे मेंदूला आलेल्या प्रचंड सुजेमुळे आणि होणाऱ्या असह्य दाहामुळे गंभीर अवस्थेत असलेला किड्जे, आणि प्रचंड भाजलेला जोस,

यांची अवस्था सध्या खरोखरच अस्वस्थ करणारी आहे. इथे दाखल केल्या गेलेल्या बऱ्याचशा रुग्णांची देखभाल क्लिनिकोच करतात– अगदी शांतपणे. आणि दर महिन्याला जे दोन ते तीन हजार बाह्यरुग्ण येतात ना, त्यांच्यावरही हे क्लिनिकोच उपचार करतात अनेकदा. अशा रुग्णांचे आजारही साधारणपणे ठरल्यासारखेच असतात आणि त्यावरचे उपचारही– म्हणजे मलेरिया झाला असेल तर अगदी वेळेत उपचार व्हावेत म्हणून तीन दिवस गोळ्या दिल्या जातात– आणि रुग्ण बरा होतो. थोडासा कफ झालाय म्हणून आलेल्या लहान मुलांना वेळेत अँटिबायोटिक्स दिली जातात. थोडक्यात, बरेच दिवस खोकला बरा होण्याची वाट पाहत बसून, मग न्यूमोनिया होऊन रात्री-बेरात्री त्यांना इथे आणलं जाऊ नये याची पुरेशी काळजी घेतली जाते. उलट्या-जुलाब सुरू झाल्यानंतर लगेच इथे न येता, कितीतरी तासांनंतर त्यावर उपचार घेण्यासाठी तर शेकडो लोक येतात इथे –त्यांना योग्य तो सल्ला देऊन आणि तोंडाने घ्यावयाच्या औषधांच्या स्वस्तात उपलब्ध असणाऱ्या पुड्या देऊन, त्यांच्यावर पुरेसे उपचार केले जातात.

आमच्या इथली पाणीपुरवठ्याची व्यवस्थाही इतकी उत्तम आहे की त्यामुळे दूषित पाण्यामुळे होणारे बरेचसे आजार परस्परच टाळले जातात. मी तर अगदी ठामपणे असं म्हणू शकतो की, आत्तापर्यंत आम्ही आरोग्यसेवकांनी जितकी आयुष्यं वाचवली आहेत ना इथे, त्यापेक्षा कितीतरी जास्त आयुष्यं, पाणीपुरवठ्याची इथली व्यवस्था पाहणाऱ्या पास्कलनं आणि त्याच्या सहकाऱ्यांनी वाचवली आहेत. मी आत्तापर्यंत इथे जे काही पाहिलं आहे, त्यावरून तर मला असंच म्हणावंसं वाटतं की, प्रगतीच्या वाटेवर चालणाऱ्या सगळ्याच देशांमध्ये, तिथल्या नागरिकांना उपलब्ध होणाऱ्या औषधोपचारांच्या बाबतीतलं वास्तव हेच आहे की, ज्या लोकांच्या आजारावर सहजपणे उपचार होण्यासारखे असतात किंवा मुळातच असे आजार टाळता येऊ शकतात, त्याच आजारांनी लोकांचा मृत्यू उद्भवतो. एक वर्षही जगू शकणार नाहीत अशा अवस्थेत असणाऱ्या लाखो लहान मुलांपैकी बहुतेक मुलं मोजक्या सहा आजारांचे बळी ठरलेले दिसतात. अपुरे किंवा हलक्या दर्जाचे पोषण, न्यूमोनिया, डायरिया, मलेरिया, गोवर, नाहीतर मग जन्मतःच बाळाच्या आणि त्याच्या आईच्या आरोग्याची मूलतःच जी काळजी घेणं गरजेचं असतं, ती न घेतली जाणं. खरं तर या सगळ्या आजारांवर अगदी सहजपणे उपचार करता येतात. किंबहुना हे आजार रोखलेही जाऊ शकतात. यातल्या कुठल्याच आजारावरचे उपचार खर्चिकही नसतात किंवा एखादं रॉकेट बनवण्यासारखे अवघडही नसतात. आमच्या या छोट्याशा हॉस्पिटलमध्ये मात्र मृत्युदर तसा नियंत्रणात आहे. (साधारण तीनशे रुग्णांपैकी चार ते पाच असा) पण इथे आम्ही अधूनमधून शस्त्रक्रिया करतो किंवा अतिशय हुशारीनं आजारांचं अचूक निदान करतो, त्यामुळे हे मृत्यूचं प्रमाण

कमी आहे, असं मात्र मुळीच नाही. तर हे प्रमाण कमी आहे, कारण आमचे क्लिनिकोज दिवसरात्र इथे काम करत असतात. रुग्णांच्या सहज हाताळता येण्यासारख्या अवस्थेत त्यांच्यावर उपचार करत राहतात. स्वस्तात उपलब्ध असणाऱ्या औषधांचा वापर करून सातत्यानं हे उपचार चालू असतात. आम्हाला प्रोत्साहन देणारी, आणखी काम करण्यासाठी ताकद देणारी ही गोष्ट आहे. असं जरी असलं तरी लोकांची अशी दयनीय अवस्था जागोजागी दिसते, ही गोष्ट मनाला खूप त्रास देणारी आहे, हेही तितकंच खरं आहे.

आणि माझ्या दृष्टीनं या माविंगाबद्दल सांगण्यासारखी ही अशी सगळी परिस्थिती आहे... अतिशय प्रभावशाली पण परस्परविरोधी असणाऱ्या अनेक गोष्टी आणि ठळकपणे नजरेत भरणारी, सहजपणे जाणवणारी अनेक बाबतींतली तफावत, यामुळे इथे राहणं आणि काम करणं कसं होऊन जातं सांगू का?... सतत गोंधळून टाकणारं... झिंग आल्यावर जसं नेमकं काय करावं हेच कळत नाही ना, तशी अवस्था करून टाकणारं, मनाला वैफल्य आणणारं, अतिशय करुणाजनक, तरीही प्रेरणादायक आणि त्याच वेळी भ्रमनिरास करणारं... आमचं इथलं जगणं म्हणजे सर्वांत चांगल्या आणि सर्वांत वाईट अशा गोष्टींचं अतिशय बेमालूम; परंतु आशादायक, सकारात्मक असं मिश्रण आहे. या सगळ्या गोष्टी, या अशा सगळ्या भावना अगदी रोज एकदा तरी आणि अगदी एकाच वेळी जाणवल्याशिवाय राहत नाहीत. अर्थात, या सगळ्या गोष्टींचा अर्थ मला आता पूर्णपणे कळायला लागलाय, असं मात्र मला नक्कीच म्हणता येणार नाही. मी सोडून दुसऱ्या कुणाला तो समजला असेल, असंही मी खात्रीपूर्वक सांगू शकणार नाही.

त्यामुळे आत्ता तरी मी हे सगळं समजून घेण्याचा प्रयत्नही करत नाहीये. मी मेणबत्ती विझवतो– डोळे मिटतो आणि रोजच्याप्रमाणेच डोळ्यांपुढे एखादं चांगलं चित्र उभं करण्याचा प्रयत्न करतो... जसं की, तो मार्को नावाचा छोटासा मुलगा डोळ्यांपुढे आणतो– ज्याला कुपोषित म्हणून इथे दाखल करून घेतलं होतं, आणि आता त्याचं वजन वाजवीपेक्षा जरा जास्तच वाढलंय... पण छे:! हे काय... त्या मुलाबरोबर मला तो वृद्ध गृहस्थही दिसतोय – पुसटसा... गडद तपकिरी रंगाचा त्याचा तो एकमेव सूट घालून, सकाळचं ऊन खात त्या सिमेंटच्या पायऱ्यांवर बसलेला... बोळकं झालेल्या तोंडानं तोंडभरून हसणारा... कसला तरी विजय मिळवल्यासारखा आनंदानं डोलणारा... हो, तोच दिसतोय मला माझ्या बंद डोळ्यांसमोर... मूत्र विसर्जनासाठी त्याला लावलेली ती सोनेरी रंगाची पिशवी तर अगदी स्पष्ट दिसते आहे मला.

असलं काही चित्र डोळ्यांसमोर यावं, असं वाटलं तरी होतं का मला? पण ठीक आहे... या परिस्थितीत हे चित्रंही चांगलंच म्हणायला हवं.

अविस्मरणीय गोष्टी

आता ऑगस्ट महिना संपत आलाय. आमच्या खोल्यांच्या बाहेरच्या बाजूला पास्कलनं अगदी आवडीनं एक छोटीशी बाग तयार केली आहे. तुळशीची रोपं, टोमॅटोची लहान लहान रोपं, झुकिनी असं काय काय लावलंय त्यानं त्या बागेत. आणि सूर्यफुलांची झाडंही आहेत; पण ती अजून फुलायची आहेत. खत म्हणून गाईचं शेण घातलंय आणि झाडांना पाणी देण्यासाठी नळाची सोयही केली आहे त्यानं. शिवाय काही पाळीव पक्षी, म्हणजे जास्त करून कोंबड्याही आणल्या आहेत. आमच्या आवारातच एक वेगळं मोठं कुंपण बांधून तिथे त्यांना ठेवण्याची व्यवस्थाही केली आहे. त्यामुळे इथल्या आमच्या कुटुंबात एक छान, सुंदर; पण गोंगाट वाढवणारी भर पडली आहे. त्यामुळे आता इथली ही खुराडी, हे नव्यानं आणलेले पक्षी, आधीपासूनच इथले रहिवासी असणारी मांजरं, गाढवं, सतत आक्रमणाच्या पवित्र्यात असणाऱ्या मोठमोठ्या मुंग्या, या सगळ्यामुळे शांततेचा एकही क्षण आता इथे उरलेला नाही. तरीही अगदी आश्चर्य वाटावं इतकं घरच्यासारखं वाटतंय आता मला इथे.

झोप संपवून मी उठलोय. खोलीबाहेरच्या छोट्याशा बागेत शिरलेल्या कोंबड्याला हुसकावून लावून मी आता मागच्या बाजूला असणाऱ्या बाथरूमकडे चाललोय. बाथरूममध्ये कायमस्वरूपी वास्तव्याला असणारा एक मोठा कोळी, नेमका कुठे आहे ते शोधणं, हे तर माझ्या रोजच्या कामातलं पहिलं काम असतं. बाथरूमचं दार उघडून मी तसाच थांबतो. आत सगळीकडे नजर टाकतो. नजर थोडी स्थिरावल्यावर दार आणखी थोडं उघडतो. अगदी बारीक नजरेने सगळीकडे बघतो. सापडला एकदाचा तो कोळी... मागच्या डाव्या कोपऱ्यात... नेहमीसारखाच... दिवसेंदिवस आणखी-आणखी मोठाच होत चाललाय हा... जेवणाची छोटीशी प्लेट असते ना, तेवढा मोठा झालाय आता हा... जेवणाची छोटीशी 'केसाळ' प्लेट... शी:! मी पायानं ढकलून दार आणखी थोडं उघडतो आणि माझ्या कामाला लागलोय

खरा... पण माझा एक डोळा माझ्या टॉवेलकडे आणि एक त्या कोळ्यावर रोखलेला आहे. तो कोळी आता हळूहळू माझ्या टॉवेलच्या दिशेनं यायला लागलाय... मी टॉवेल आणखी लांब सरकवतो आणि घाईघाईनं माझं काम उरकतो; पण तो आणखी जवळ आलाय आणि घाईघाईनं पळून जात आता दिसेनासाच झालाय... कुठं असेल?

जाऊ दे... दात घासण्याचं काम आता नंतरच करीन मी...

मी आमच्या स्वयंपाकघरात आलोय. अँड्रिया आधीच तिथे आली आहे आणि नाश्ता बनवते आहे. गेल्या आठवड्याच्या शेवटी शेवटी ती सुट्टीवरून परत आली, तेव्हापासून जरा वेगळीच वाटते आहे- अगदी ताजीतवानी, उजळल्यासारखी, एकदम शांत–प्रसन्न–आनंदी. ती आल्यामुळे मीही तितकाच आनंदी झालोय. कारण ती नसताना दहा दिवस इथला प्रसूती विभागही मलाच सांभाळावा लागला होता ना? पण आता ती आली आहे परत त्या कामासाठी... म्हणजे मी सुटलो... आणि आत्ता तिच्या कडेवर हे कृष्णवर्णीय बाळ कोण आहे?...

"तुझं बाळ आहे हे?" मी नकळतच विचारतो. माझ्याकडे पाहत ती कोरडेपणानं हसते; पण डॉमिंगा मात्र आपली फक्त मानच नाही तर सगळं शरीर हलवत मला सांगते आहे की, "अतिदक्षता विभागात, अतिशय तापानं फणफणणारी ती स्त्री दाखल झाली आहे ना, तिचं बाळ आहे हे. काही तास तिला सांभाळावं, म्हणून मीच घेऊन आले आहे हिला. किती देखणी आणि सुंदर आहे ना ही?"

खरंच खूप गोड आहे ही छोटी. आम्ही तिघंही अगदी प्रेमानं तिला काही वेळ खेळवतो. मग डॉमिंगा परत कामाला लागते. सकाळच्या स्वयंपाकासाठी मांस स्वच्छ करून ठेवण्याचं काम असतं ना तिला. त्याच त्या उघड्या पडलेल्या लाकडी बाकावर तिचं ते काम चालू होतं. हाच तो कधीही झाकून न ठेवला जाणारा बाक, ज्यावर गेले काही रविवार आम्ही पिझ्झाचं पीठ मळत होतो.

डॉमिंगा सुट्टीवर असताना अँड्रिया नेहमीच तिची जागा घेते. माझ्यासारखीच तीही सुट्टीत लुबँगोलाच गेली होती आणि डॉमिंगाला आम्ही तिचा देश थोडातरी पाहिला, म्हणून खूप बरं वाटत होतं. "सुंदर आहे ना माझा देश?" ती विचारत होती आणि अर्थातच आम्ही तिच्याशी सहमत होतो. आता अँड्रिया डॉमिंगाला तिच्या सुट्टीबद्दल विचारते; पण डॉमिंगा काहीच उत्तर न देता, नुसतंच हसत आकाशाकडे डोळे लावून उभी आहे. मी गोंधळल्यासारखा तिथेच घुटमळतो आहे... कारण डॉमिंगाच्या सुट्टीबाबतची सगळी हकिगत मी आधीच ऐकली आहे; पण अजूनही मी त्यावर विश्वास ठेवू शकत नाहीये...

...दोन आठवड्यांपूर्वी डॉमिंगानं तिची वार्षिक सुट्टी घेतली होती. इथून

चारशे कि.मी. दूर असणाऱ्या 'मेनाँग' या एका प्रांतीय राजधानी असणाऱ्या शहरात तिला जायचं होतं. एका जुन्या ट्रकनं ती हा प्रवास करणार होती आणि त्या ट्रकचं भाडंही तिनं भरलं होतं. सतत खडखडणारे हे जुने ट्रक आठवड्यातून दोन वेळा आमच्या इथून त्या शहरात ये-जा करत असतात, आणि त्यांच्या येण्याजाण्याच्या वेळा कधीच निश्चितपणे सांगता येत नाहीत. हे असले ट्रक जेव्हा प्रत्यक्षात इथे पोहोचतील, तेव्हा तीच त्यांची 'येण्याची वेळ' समजावी लागते. डॉमिंगा तिच्या नव्या नातवंडांना पहिल्यांदाच भेटायला निघाली होती. त्यासाठी मेनाँगच्या उत्तरेकडे असणाऱ्या क्यूटो या शहरात जाण्यासाठी मेनाँगहून तिला बस मिळेल असं तिला वाटत होतं. अर्थात, त्यासाठी तिला आणखी पन्नास डॉलर्स खर्च करावे लागणार होते; पण त्याला पर्याय नव्हता.

तिच्या प्रवासातला पहिला दिवस चांगला गेला होता. ट्रकच्या मागच्या छत नसलेल्या भागात ती बसली असल्यानं, वाळूनं भरलेल्या रस्त्यांवरून भरपूर हिसके खातच तिचा प्रवास चालू होता; पण तिच्याबरोबर खाण्याचे काही पदार्थ होते आणि गप्पा मारायला इतरही काही प्रवासी होते; पण दुसऱ्या दिवशी सकाळीच ट्रक नादुरुस्त होऊन बंद पडला आणि अशा जागी बंद पडला, जिथं आसपास कुठे फोनची सोयही नव्हती. तिथून तो ट्रक दुसऱ्या वाहनाला दोरीनं बांधून कुठे हलवता येईल अशी काही व्यवस्थाही उपलब्ध नव्हती. पुढचे दोन दिवस तो ट्रक ड्रायव्हर इंजिनाशी झटापट करत होता. दोन रात्री त्या ट्रकमधले सगळेच जण त्या टप नसलेल्या ट्रकमध्येच झोपले होते. अधूनमधून इतर काही वाहनांना या मध्येच बंद पडलेल्या ट्रकमुळे खोळंबून राहावे लागत होते; पण अंगोलाच्या या ग्रामीण भागातील रस्त्यांवर गाडी चालवणारे ड्रायव्हर खरोखरच धाडसी आणि शूरच म्हणायला हवेत. रस्त्यावर पेरलेले सुरुंग निकामी करताना रस्त्याच्या कडेच्या भागांचा त्यात समावेश केला जात नाही. हातानं खणून सुरूंग शोधण्याचं आणि मग ते निकामी करण्याचं काम खूप जास्त वेळखाऊ असतं; पण हेच काम वेगानं आणि कमी वेळात करण्यासाठी वापरलं जाणारं तंत्रज्ञान तितकंसं परिपूर्ण नाही. या तंत्रज्ञानात वापरली जाणारी धातुशोधक साधनं आधी रस्ते वरवर शोधून पाहतात आणि त्यानंतर अतिशय वजनदार असे ट्रेलर त्या जागी आणून, धातुविरहित सुरुंग स्फोट करून निकामी केले जातात. या अशा परिस्थितीत त्या रस्त्यांवरून गाड्या चालवणारे ड्रायव्हर धाडसीच असायला हवेत... असो.

तर डॉमिंगा ज्या ट्रकमधून जात होती तो हा ट्रक, तिसऱ्या दिवशीही जागेवरून हलण्याचं काहीच चिन्ह दिसत नव्हतं– डॉमिंगाची मग खात्रीच झाली की, त्या सुट्टीत ती काही तिच्या कुटुंबीयांना भेटू शकणार नाही. त्यापेक्षा वेळेत

इथे परत येणं चांगलं, असा विचार करून तिनं माविंगाच्या दिशेनं चक्क चालत यायला सुरुवात केली. त्यासाठी तिला आणखी दोन दिवस लागले. ‘‘मग हे दोन दिवस तू झोपत कुठे होतीस?’’ अँड्रियाच्या या प्रश्नावर, ‘‘अर्थात, रस्त्यावर,’’ असं उत्तर डॉमिंगानं सगळं शरीर हलवत, अगदी सहजपणे दिलं; पण आत्ता या आठवड्यात डॉमिंगाकडे पाहिलं, तर ती एवढ्या लांब, सलग दोन दिवस चालत आली, दोन रात्री तिनं रस्त्यावर झोपून काढल्या, असं कुणालाही वाटणार नाही. तिने तिचे बूट घासून घासून पुन्हा पहिल्यासारखे पांढरे शुभ्र केलेत - चालत चालत ती एकदाची जेव्हा आमच्या कंपाउंडमध्ये पोहोचली होती आणि कुणालातरी आपल्या पायाकडे बघायला सांगत होती, तेव्हा धुळीनं पूर्णपणे माखली गेलेली होती... आयसिंगखाली केक झाकला जावा ना, तशी ती त्या धुळीच्या आवरणाखाली पूर्ण झाकून गेली होती... पण आता मात्र त्या धुळीचा मागमूसही दिसत नव्हता तिच्याकडे पाहताना...

हे सगळं ऐकून अँड्रिया मुखस्तंभासारखी उभी आहे... डॉमिंगाकडे आ वासून पाहत; पण डॉमिंगा मात्र नेहमीसारखेच शरीराला हिसके देत आणि हसत हसत तिला म्हणते आहे... ‘‘अगं हे असं सगळं घडलं; पण जाऊ दे... असंही होतं कधीकधी...’’ मला कौतुकच वाटतंय डॉमिंगाचं; पण या शहराच्या सध्याच्या पीक-पाण्याच्या आणि अन्नधान्याच्या परिस्थितीच्या बाबतीत मात्र तिलाही चिंता वाटते आहे. इथे आता उपासमारीची वेळ येते की काय, अशी अवस्था होऊ लागली आहे. जमिनी याहून जास्त कोरड्याठाक पडू शकत नाहीत, अशा स्थितीत आहेत. जे लोक उपजीविकेसाठी पूर्णपणे शेतीवर अवलंबून आहेत, त्यांचं तर जगणंच अनिश्चित झाल्यासारखं वाटतंय त्यांना. असहायपणे सगळा भार देवावर आणि दैवावर टाकण्याशिवाय दुसरा पर्यायच दिसत नाही त्यांना. टोयोटा तर म्हणतो की युद्ध संपल्यापासून आजपर्यंत एवढा वाईट काळ कधीच आला नव्हता. आम्हाला आता सर्वांना सरसकट अन्नधान्य वाटप करण्याचा विचार करण्याची गरज निर्माण होऊ शकते. काही कुटुंबं तर त्यांनी पेरणीसाठी साठवून ठेवलेली बी-बियाणे खाऊन गुजराण करू लागली आहेत; पण सध्यातरी आम्ही फक्त अशा मुलांच्या बाबतीत विचार करतो आहोत, ज्यांचं वय पाच वर्षांहून कमी आहे आणि ती कुपोषणाची लक्षणं घेऊन इथे बाह्यरुग्ण विभागात तपासणीसाठी येत आहेत आणि हो... लवकरच पाऊस पडेल अशी आशाही करतो आहोत एकीकडे. हवामान नक्कीच बदलतं आहे. रात्रीच्या वेळी खूप गरम आणि दमट हवा असते. दुपारच्या वेळेला वॉर्डमध्ये गेलं, तर अगदी गुदमरल्यासारखं होतं आणि ढगांचे पुंजके अवतीभोवती रेंगाळताना दिसतात– पण आता सप्टेंबर महिना सुरू होईल, तरीही पावसाचं मात्र नाव नाहीये. तापमान सारखं वाढायला

लागलंय... आणि त्याबरोबर इथल्या कर्मचाऱ्यांच्या बैठकीमध्ये राग-चिडचिड यांचं प्रमाणही वाढायला लागलंय...

हा प्रकल्प आता सरकारच्या ताब्यात देण्याचं ठरल्यावर, इथे कर्मचारी कपात तर करावीच लागणार आहे आणि अशा कर्मचाऱ्यांना नोकरी संपताना किती पैसे दिले जातील, याविषयी माहिती देण्यासाठी सर्व कर्मचाऱ्यांना इथे या बागेत दुपारी बोलावलेलं आहे. टीम त्याविषयी माहिती देतोय... ''आम्ही तीन महिन्यांचा पगार देऊ, शिवाय नोकरीच्या प्रत्येक वर्षासाठी बोनससुद्धा देऊ.''

''पण एवढं पुरेसं नाही. एवढ्याशा पैशात मी माझ्या सगळ्या कुटुंबाला कसं काय सांभाळू शकेन?'' एक कर्मचारी चिडून म्हणतो.

''आणि आम्हाला जर इथे दुसरी नोकरी मिळाली नाही, तर आम्हाला हे माविंगा सोडून जावंच लागेल. एवढ्याशा पैशात आम्ही शहरात कसं राहू शकू? शहरात राहण्यासाठी तुम्ही मदत करणार आहात का आम्हाला?'' एक सुरक्षारक्षक तावातावानं विचारतोय. खरं तर इथे हजर असलेले सगळेच कर्मचारी हा प्रस्ताव ऐकून चिडलेत- वैतागलेत- अस्वस्थ झालेत...

पण आम्ही आणखी काहीच करू शकत नाही या सगळ्यांसाठी. आमची एम.एस.एफ. ही संस्था अंगोलामधली त्यांची सगळीच कार्यालयं, सगळेच प्रकल्प आता बंद करायला लागली आहे. त्यामुळे आता प्रत्येकाशी स्वतंत्रपणे किंवा छोटे-छोटे गट करून टीम कर्मचाऱ्यांशी बोलायला लागला आहे. तो सोडून बाकीच्या सगळ्या जगाला ही परिस्थिती त्याला समजावून सांगावी लागणार आहे बहुधा. वेगवेगळ्या फोन नंबर्सची आणि ते कसे वापरायचे याची माहिती द्यायची, नोकरीसाठी मुलाखती कशा द्यायच्या, बँकेचे व्यवहार कसे करायचे, कोणतं अन्नधान्य किंवा गरजेच्या कोणत्या वस्तू महाग होण्याची शक्यता आहे, लुआंडाचा रफ नकाशा कसा बघायचा... कसा वापरायचा... एक ना दोन, अशा वेगवेगळ्या गोष्टी इथल्या लोकांना शिकवण्याचं एक नवं कामच त्याच्या मागे लागलंय. कर्मचाऱ्यांकडे कुठली प्रमाणपत्रं किंवा कोणते दाखले असतील तेही त्यांनी आणून दाखवावेत, असं तो सगळ्यांना कळकळीनं सांगतोय. कारण 'युनिटा'नं इथे पूर्वी शाळा चालवल्या होत्या, काही अभ्यासक्रम राबवले होते. तिथे मिळालेले दाखले काही जणांकडे होते आणि सर्वच कर्मचाऱ्यांना दुसऱ्या नव्या नोकरीसाठी, आवश्यक असणारी स्वतःची सर्व माहिती व्यवस्थित लिहून, टाइप करून द्यायलाही टीमनं आता सुरुवात केली आहे... किती मनापासून विचार करतोय हा इथल्या लोकांचा. मला खूप कौतुक वाटतंय त्याचं... आणि या कर्मचाऱ्यांपैकी काही जण त्यामुळे अगदी भारावून गेलेत, काही जण खूप घाबरलेत; पण काही जण मात्र सरळसरळ खूप चिडले आहेत टीमवर... आणि आम्हा सगळ्यांवरच.

नेमक्या याच दरम्यान पास्कलनं सुट्टी घेतली आहे. सामानाची ने-आण करण्याचं आणि इतर तत्सम काम टोयोटानं बरंचसं स्वतःकडे घेतलं आहे; पण मी आणि टीम मात्र काल संध्याकाळभर इथला 'जनरेटर' या विषयावर विचार करत बसलो होतो... कारण एका सुरक्षारक्षकानं घाईघाईनं येऊन आम्हाला सांगितलं की, "थोडा वेळ फकफक करत जनरेटर एकदम बंदच पडला आहे." तसा तर तो जनरेटर काही बिघडलेला नाही; पण त्याच्या टाकीतलं इंधन मात्र चक्क एका वाकड्या नळीचा वापर करून काढून घेतलं गेलं आहे. बंद असणाऱ्या जाळीच्या खोलीतूनही चोऱ्या करण्याची ही नवी पद्धत सध्या वाढताना दिसते आहे. त्यामुळे आणखी कड्या-कुलपं लावण्याची, असल्या खोल्यांना चारही बाजूनं कापडानं झाकण्याची आणि प्रत्येक गोष्टीवर लक्ष ठेवण्यासाठी जास्त जागरूक राहण्याची नितांत गरज असल्याचं आता आमच्या चांगलंच लक्षात आलंय. पण सप्टेंबरमधल्या एका दुपारी, माविंगामधला अति त्रासदायक ठरलेला एक प्रश्न काहीसा सुटलाय... अगदी नाट्यमय रीतीनं... कारण त्या दुपारी चक्क पाऊस पडला आहे इथे - तोही अगदी ढग फुटल्यासारखा - कोणी कल्पनाही केली नव्हती इतक्या प्रमाणात... कितीतरी तास पडत या शहराला चिंब भिजवून गेला तो... आणि त्यानंतर रोजच दुपारी तो तसाच आवेगानं येतो आहे. काही दिवसातच अख्खं शहर हिरवंगार दिसायला लागलंय. किती झटकन् बदललं आहे सगळं. सगळीकडे दाटीवाटीनं उगवलेल्या गवतानं जमिनीचा रंगच बदलून गेलाय. आधीच्या त्या तीव्र दुष्काळात या गवताच्या बिया जिवंत राहिल्या असतील, असं कुणाला वाटलं तरी असेल का? पण एकूणच छान वाटतंय आता. शेतकऱ्यांची पेरणी करण्याची लगबग चालू झाली आहे. लवकरच मका आणि इतर गरजेची पिकं, त्या ढगाळलेल्या आकाशाच्या दिशेनं वाढू लागतील. यासाठी किती वाट पाहत होते सगळेच. आता इथे उद्‌भवू घातलेली अन्न-पाण्याच्या तुटवड्याची समस्या टळली आहे, असं वाटू लागलं आहे... आणि सगळ्यासाठी हवा होता तो फक्त एक थोडासा पाऊस... वा!

याच महिन्यात, आणखी एका कारणामुळेसुद्धा माविंगामधलं वातावरण बदललं आहे. या प्रांतात नेमलेल्या एक हजाराहून जास्त पोलिसांना कामावरून कमी करण्यात आलं आहे. अतिशय खर्चिक पण लक्षणीयरीत्या परिणामकारक ठरू शकणारी सरकारची ही कृती म्हणजे 'इच्छा तेथे मार्ग' या जुन्या प्रसिद्ध म्हणीला दुजोरा देत, इतर कशाचाही विचार न करता बेधडकपणे उचललेलं पाऊल होतं...

***

सप्टेंबर महिना आता अर्धा उलटून गेलाय. आज रविवार आहे, आणि सकाळी

सकाळीच आम्ही चौघं इथे धावपट्टीवर येऊन उभे आहोत. आम्ही इथे एखादा समारंभ बघायला आलोय, एखादा उत्सव बघायला आलोय की इथे होऊ घातलेला गोंधळ बघायला आलोय, हेच मला अजून नेमकं समजलेलं नाहीये.

धावपट्टीच्या दोन्ही बाजूंनी खूप सारे पोलीस रांगेनं उभे आहेत. गेले दोन आठवडे या पोलिसांना घेऊन सतत इथे विमानं येत आहेत. शहराच्या मध्यवर्ती भागात असणाऱ्या मोठमोठ्या शेड्समध्ये त्यांची राहण्याची व्यवस्था केली गेली आहे आणि नामीबियन कामगारांचे कितीतरी गट अगदी घाईघाईनं या शेड्समध्ये पोलिसांची राहण्याची सोय करून देत आहेत. आणि आता हेच सगळे पोलीस इथे धावपट्टीच्या दोन्ही बाजूंना उभे आहेत. संपूर्णपणे शस्त्रसज्ज असणारे, संतापलेल्या चेहऱ्यांचे तरणेताठे आणि कंटाळून गेल्यासारखे दिसणारे हे पोलीस, समोर जमा होऊ लागलेल्या गर्दीवर लक्ष ठेवत उभे आहेत.

अगदी ओसंडून वाहणारी गर्दी इथे झालेली नाहीये. जास्तीत जास्त दोनशे लोक गोळा झालेले असतील इथे; पण ही संख्या झपाट्यानं वाढताना मात्र दिसते आहे. गर्दीचे दोन वेगळे गट ठळकपणे लक्षात येताहेत. एक गट आमच्या कम्पाउंडपासून अगदी काही मीटर्सच्या अंतरावर आहे. या गटातले लोक उत्कटपणे नाचताहेत, सरकारच्या समर्थनार्थ गाणी म्हणताहेत. सरकारला दुजोरा असल्याचं दाखवणारी चित्रं आणि वाक्यं छापलेले टीशर्ट्सही त्यांनी घातलेले आहेत. सरकारची भलामण करणारे फलक नुकतेच त्यांना देण्यात आलेले आहेत आणि हे फलक हातात धरून हलवत हा गट उभा आहे... मी इथे आल्यापासून इथल्या प्रशासनानं या शहरातल्या नागरिकांना दिलेली ही पहिलीच गोष्ट आहे, हे माझ्या चांगलंच लक्षात येतंय... वा! कापडी फलक.

दुसऱ्या गटातही साधारण तेवढीच माणसं आहेत. आमच्या डाव्या बाजूला साधारणपणे वीस मीटरवर ती उभी आहेत. अन्नधान्य आणि इतर सामान पोहोचवायला इथे आलेली चार विमानं तिथे जवळच उभी आहेत. त्या विमानांसमोर ही माणसं अतिशय उत्साहानं आणि जोमानं अगदी ठेका धरून नाचताहेत; पण सरकारची भलामण करण्याच्या उद्देशानं ते असं काही करत नाहीयेत, हे स्पष्ट लक्षात येतंय. या दोन गटांमधला परस्परविरोध लगेचच जाणवतोय. लाल-हिरव्या रंगाचा आणि मध्यभागी काळ्या रंगाच्या लहानश्या कोंबड्याचं चित्र असलेला 'युनिटा'चा झेंडा या माणसांच्या हातात असणाऱ्या कापडी फलकांवर आणि टी-शर्ट्सवर अगदी ठळकपणे उठून दिसतोय आणि हे फलक फडकावत हे लोक अगदी ऐटीत आपला निषेध व्यक्त करताहेत. इथे झालेल्या यादवी युद्धात अगदी कडवेपणानं एकमेकांशी लढणारे हेच दोन राजकीय पक्ष होते; पण आत्ता तरी या दोन्ही पक्षांतले हे लोक आणि त्यांची मनःस्थिती बदललेली दिसत्येय. सगळे

आनंदी दिसताहेत. आमचे सर्व कर्मचारी आणि इथे असलेले सगळे रुग्ण आमच्या आवाराच्या कुंपणाजवळ जमलो आहोत. इथला 'सोबा' जमातीतला 'राजा'सुद्धा इतर ज्येष्ठ 'सोबां'च्या लवाजम्यासह इथे येऊन हे सगळे पाहत आहे. त्यामुळे इथल्या गर्दीची मला अजिबात काळजी वाटत नाहीये. पण इथे इतक्या मोठ्या संख्येनं उपस्थित असणाऱ्या पोलिसांची मात्र मला नक्कीच काळजी वाटते आहे.

सूर्य जसजसा हळूहळू वर चढू लागलाय, तसतशी इथली गर्दीही वाढायला लागली आहे. लोकांची उत्सुकता शिगेला पोहोचलीये. ड्रम वाजवणारे त्यांच्या गटाला गाणं म्हणण्याची सूचना करताहेत, अगदी काळपट रंगाचे लाकूड आणि प्राण्यांची कातडी वापरून बनवलेल्या त्यांच्या हातातल्या 'ड्रम स्टिक्स' जोरानं ड्रमवर आपटताहेत. सर्वांत पुढे असणाऱ्या गटाच्या म्होरक्यानं शिट्टी वाजवताच गटातल्या उंच स्त्रिया आपल्या हातातली वाद्यं जोरानं वाजवू लागल्या आहेत. एकीकडे अतिशय उतावीळपणे दणदण पाय आपटत कोणतेतरी नृत्यही करत आहेत. गटातले इतर लोक त्या स्त्रियांच्या हालचालींचं अनुकरण करताहेत. हे सगळंच दृश्य अगदी नेत्रदीपक वाटतंय मला... लक्षवेधी असे भडक रंग... सुंदर गाणी... जोरदार वाजणारे ड्रम्स... आणि... आणि घामाचा वास... वा!... अतिशय भुरळ पाडणारं आहे हे सगळंच दृश्य. इथे कसलातरी उत्सव साजरा केला जाणार असल्याचं आम्हाला आधीच सांगण्यात आलं होतं... म्हणजे आज 'नॅशनल हिरोज डे!' आहे म्हणे... ॲगोस्तिन्हो नेटो यांचा वाढदिवस. नेटो हे अंगोलन डॉक्टर होते आणि नावाजलेले कवीही होते. स्वातंत्र्यप्राप्तीच्या वेळी ते एम.पी.एल.ए. या पक्षाचे नेते होते... पण हा दिवस अशाप्रकारे साजरा केला जातो याची आम्हाला अजिबात कल्पना नव्हती.

आता सकाळ अर्धी उलटली आहे आणि आजच्या दिवसातलं तिसरं विमान इथे उतरत आहे. रशियन लष्कराचं हे आणखी एक विमान, धावपट्टीवर फिरून आता जवळ येऊन थांबलंय. माल उतरवण्यासाठी असलेली विमानाची दारं खाली ओढली जाताहेत आणि आता इथे जमलेली गर्दी आणखीच उतावीळ झाली आहे; पण त्या विमानातून फक्त पोलीस बाहेर पडताहेत आणि ते पाहून सगळ्यांची उत्सुकता एकदमच संपून गेली आहे. आम्ही सगळेच ज्यासाठी इथे इतका वेळ थांबून वाट पाहत होतो, तसं तर काही घडलंच नाहीये... अरे हो... सांगायचं राहिलंच... अंगोलाचे उपाध्यक्ष स्वतः इथे येणार होते म्हणे... यावर विश्वास ठेवणं अवघडच होतं जरा... पण इथे मोठ्या प्रमाणावर होऊ घातलेल्या 'पोलीसकपात' या कार्यक्रमाचं उद्‌घाटन करायला ते येणार आहेत म्हणे आणि एकही 'गोलपोस्ट' नसलेलं आमचं इथलं जे फुटबॉलचं मैदान आहे, त्यावर हा कार्यक्रम होणार आहे.

काही मिनिटांनी चौथं विमान इथे उतरलंय. पुन्हा एकदा इथल्या गर्दीची उत्सुकता वाढली आहे. विमानाचं दार उघडलं जातं आणि अगदी कडक सूट-बूट घातलेली काही माणसं विमानाच्या पायऱ्या उतरताना दिसताहेत. त्यांच्या पाठोपाठ टी.व्ही.साठी काम करणारी काही माणसंही उतरताहेत. त्यांच्या हातात कॅमेरे, जनरेटर्स, ट्रान्समिशन डिश आणि केबलची कितीतरी भेंडोळी आहेत. खाली उतरताच हे सगळं सामान त्यांनी तिथल्या वाळूवर ठेवलंय; पण हे सगळं तर्कविसंगत नक्कीच म्हणता येणार नाही... झुरिचहून थेट इथेच आल्यासारखं वाटावं, असं एक चमचमणारं खासगी जेट विमान आमच्या या छोट्याशा शहराच्या दिशेनं खाली उतरताना दिसतंय. या धावपट्टीच्या कडेनं उभ्या असलेल्या चिखल मातीच्या झोपड्या आणि तिथे उभी असणारी पाठ-पोट एक झालेली हडकुळी मुलं, यांना धुळीनं माखून टाकत हे जेट आता आमच्या या छोट्याशा धावपट्टीवर, आमच्या अगदी जवळच येऊन थांबलं आहे. लगेचच पोलीस त्या विमानाच्या भोवती येऊन उभे राहिलेत. आणखीच कडक कपडे घातलेली काही माणसं त्या जेटमधून खाली उतरली आहेत आणि आता गर्दीचा जणू उद्रेक झाला आहे. गर्दीत स्पष्टपणे जाणवणारे ते दोन्ही गट गाणी म्हणत आणि नाचत एकमेकांवर कुरघोडी करण्याचा प्रयत्न करताहेत. एम.पी.एल.ए.ला पाठिंबा असणारे लोक आनंदोत्सव साजरा करत असल्यासारखे दिसताहेत, तर 'युनिटा'चे समर्थक निषेध नोंदवत आहेत असं वाटतंय. दोन्ही पक्षांची स्तुतिगीतं गायली जाताहेत. या भावपूर्ण समूहगीतांपाठोपाठ एकच आवाज ऐकू येतोय, जो त्या स्वरांशी अगदी छान जुळणारा आहे... माझ्या भूतकाळातल्या काही सुखद आठवणी अचानक माझ्या मनात दाटून आल्यात... असं संगीत मी पहिल्यांदा जेव्हा ऐकलं होतं, तो दिवस मला आठवतोय... केपटाऊनमधल्या एका प्राथमिक शाळेतल्या सभागृहात आम्ही सगळी मुलं बसलो होतो. कृष्णवर्णीय मुलांचा एक गट आमच्या तिथल्या स्टेजवर आला. एका छोट्याशा शहरातून हा गट आला होता. शाळेत असताना मी पहिल्यांदाच अशी कृष्णवर्णीय आफ्रिकन माणसं पाहत होतो. आम्हा पाचशे गोऱ्या मुलांसमोर जेव्हा ते आपापली जागा धरून उभे राहिले, तेव्हा ते आता नक्की काय करणार आहेत हे आम्हाला कळतच नव्हतं. त्यांना पाहून थोडीशी भीतीच वाटत होती... पण ही भीती, मनातली शंका एका क्षणात पळून गेली, ज्या क्षणी त्या सर्वांनी गाणं म्हणायला सुरवात केली... मनाला अतिशय भिडणाऱ्या, त्या सुंदर संगीतानं तो हॉल भरून आणि भारावूनही गेला होता- ते संगीत, ती गाणी नेमकी कोणत्या भाषेतली आहेत, हे आम्हा कोणालाच कळत नव्हतं, तरीही...

पास्कल मला कोपरानं ढोसतोय आणि मी पुन्हा वर्तमानकाळात आलोय...

युनिटाचा झेंडा अंगाभोवती गुंडाळून येत असलेला एक सडसडीत अंगयष्टीचा माणूस पास्कल मला दाखवतो आहे. सरकारच्या बाजूनं असणाऱ्या गटाच्या मधून तो माणूस अगदी बेधडकपणे चालत जातोय. तो त्या गटात आणखी आत शिरल्यावर गाण्याचा आवाज आणखीच वाढलाय... त्या माणसाला आता मारझोड होईल किंवा दंगा उसळेल की काय, अशी मला शंका येऊ लागली आहे... भूतकाळातल्या त्या गावाकडच्या गायक-मंडळींच्या आठवणी एकदमच विरून गेल्यात. त्याऐवजी त्या वेळी साऊथ आफ्रिकन टी.व्ही.वरून दाखवली जाणारी दृश्यं मला आता आठवायला लागली आहेत. दक्षिण आफ्रिकेतल्या सरकारच्या वर्णविरोधी धोरणाच्या विरोधात गावागावात जाहीरपणे नोंदवले जाणारे निषेध, अशा बऱ्याचशा निषेधांना लागलेलं हिंसक वळण... हे सगळं दाखवलं जायचं तेव्हा टी.व्ही.वर. ते सगळं आठवून मी या विचारात पडलो आहे की, आता ही समोर दिसणारी गर्दी पेटून उठायला किती वेळ लागेल आणि किती उद्रेक होईल इथे...

आता विमानातून मंत्री बाहेर पडले आहेत. पोलीस त्यांच्या संरक्षणासाठी त्यांच्या जवळ उभे आहेत. पोलीसप्रमुखांनी आम्हाला अगदी पुढच्या रांगेत येऊन उभं राहायला सांगितलं आहे – राजा आणि कायम गायबच असणारा त्याचा कारभारी या दोघांच्या शेजारी. इतर अनेक वरिष्ठ मंडळीही इथे उपस्थित आहेत. शिवाय, लष्करातले खाकी कपडे आणि डोक्यावर काऊबॉय हॅट्स घातलेली काही वयस्कर माणसंही नेटोची भित्तिपत्रकं छातीशी धरून इथे उभी आहेत. नेत्यांचा एक गट आमच्याशी हस्तांदोलन करण्यासाठी आमच्या दिशेनं येतो आहे. आमच्याभोवती फिरत ते टी.व्ही.वाले या सगळ्यांचं चित्रीकरण करत आहेत. आणखी किती वेळ आम्ही इथे असं उभं असू हे मी नक्की सांगू शकणार नाही, पण इथे हे जे सगळं चाललंय ते फारच रोमांचक वाटतंय मला- अगदी भुरळ पडल्यासारखं वाटतंय. युद्धाच्या शेवटच्या टप्प्यात याच माणसांच्या हातात सत्ता होती. जवळच उभ्या असलेल्या एका मंत्र्याच्या हातांकडे खुणेनंच माझं लक्ष वेधत पास्कल या सगळ्या गोष्टी मला थोडक्यात सांगतोय... प्रत्यक्ष युद्धात या लोकांनी स्वतःचं रक्त किती सांडलंय याविषयी त्याला शंकाच आहे, असंही सांगतोय... उपरोधिकपणानं...

आता पोलिसांच्या जीप्स इथे आल्या आहेत. अतिमहत्त्वाच्या व्यक्तींना इथल्या सॉकरच्या मैदानाकडे घाईघाईनं घेऊन चालल्यात. इथे जवळपास हजार एक माणसांची गर्दी जमली आहे... चांगली कणखर अशी हजार माणसं... इथून अर्ध्या कि.मी. अंतरावर असणाऱ्या त्या मैदानाच्या दिशेनं ही गर्दी आता पायीच निघाली आहे– आमच्या आवाराला मागं टाकत आणि डावीकडच्या मुख्य रस्त्यानं

जात आता ही सगळी माणसं त्या मैदानावर या कार्यक्रमासाठी मुद्दाम बांधलेल्या स्टेजसमोर दाटीवाटीनं उभी आहेत. उच्चपदस्थांच्या लांबलचक भाषणांची मालिकाच इथे सुरू झाली आहे आता. आम्हाला असं सांगण्यात आलंय की स्वतः उपाध्यक्षांनी भाषण केलेलं नाही; पण संरक्षणमंत्र्यांचं भाषण झालंय. आता पार्लमेंटमधल्या इतर सदस्यांची भाषणं चालू आहेत. आता हळूहळू दुपार व्हायला लागलीये– सूर्याच्या बदलत्या रंगाबरोबर गर्दीचा मूडही बदलायला लागलाय, असं जाणवायला लागलंय मला आणि आता इथे काही अशांतता किंवा गडबड होईल, अशी शक्यताही कमी झाल्यासारखी वाटते आहे. शस्त्रधारी सैनिक चौफेर बारीक नजर ठेवून आहेत आणि लोक मात्र फार म्हणजे फारच कंटाळले आहेत, हे स्पष्ट दिसतंय.

आणि हे सगळं या आमच्या माविंगामध्येच का घडतंय, हे काही आम्हाला अजून नीटसं कळलेलं नाहीये. "With the thought of Neto, we rebuild Angola" असं घोषवाक्य छापलेले टीशर्ट्स आणि फलक नुकतेच इथे लोकांना दिले गेलेत; इथल्या सरकारच्या प्रयत्नांबद्दल शंका घेण्याचाही प्रश्न नाही. इथला विकासदर वीस टक्क्यांच्या आसपास आहे. संपूर्ण आफ्रिकेचा विचार करता, तेलनिर्यातीच्या बाबतीत नायजेरियाच्या खालोखाल या राज्याचा नंबर लागतो आणि अब्जावधी डॉलर्सची उलाढाल असणाऱ्या हिऱ्यांच्या व्यापारात तर या राज्याची मक्तेदारी आहे; पण या सगळ्या परिस्थितीकडे सोईस्करपणे दुर्लक्ष केलं जातंय की काय अशी शंका यावी, असं चित्र लुआंडामध्ये दिसतंय... तिथे असलेल्या नाटोच्या मोठ्या किंबहुना भव्य म्हणता येईल अशा कबरीवर अक्षरशः अतोनात पैसे उधळले जाताहेत... पैशांचा धूर निघतोय तिथून, असंही म्हणायला हरकत नाही खरंतर. आसपास दाटीवाटीनं वसलेल्या असंख्य झोपडपट्ट्यांच्या पार्श्वभूमीवर, त्या कबरीभोवती रॉकेट उभं केल्यासारखं वाटावं इतके उंच सिमेंट काँक्रीटचे मनोरे उभारण्यात आले आहेत. या सगळ्या कामासाठी शंभर दशलक्ष डॉलर्स खर्च केले गेले आहेत, असं बोललं जातंय...

आता गोष्टी बदलायला लागल्या आहेत असं दिसतंय. माझी सुट्टी संपवून दोन आठवड्यांपूर्वी मी जेव्हा इथे परत आलो होतो, तेव्हा या माविंगात अगदी मोजक्याच गाड्या होत्या, जेमतेम डझनभर पोलीस होते, आणि विजेचा तर पत्ताच नव्हता आणि आज... इथं नव्यानं बांधलेल्या बराकींमध्ये पंधराशे पोलीस राहताहेत. रस्त्यांवर घाईघाईनं दिव्यांचे खांब उभारले गेलेत आणि डिझेलवर चालणाऱ्या मोठमोठ्या जनरेटर्सच्या साहाय्यानं त्या खांबांवर दिवेही लावले गेले आहेत; ज्यामुळे इथला मुख्य रस्ता उजळून गेला आहे. खास विमानांची सोय करून दोन डझन जीप्ससुद्धा इथे आणल्या गेल्या आहेत. शिवाय इतर अनेक

वस्तू आणण्यासाठी सतत विमान फेऱ्या चालू आहेत. राज्यकर्त्यांच्या म्हणण्यानुसार, या सगळ्याच प्रांताचं पुनर्वसन करण्यासाठी आणि हिऱ्यांचा बेकायदा व्यापार रोखण्याच्या हेतूनं सीमा-सुरक्षा आणखी कडक करण्यासाठी सरकारचे जे प्रयत्न चालू आहेत, त्या प्रयत्नांचाच हा एक भाग आहे; पण आता दहा वर्षं उलटून गेल्यानंतर, पुढच्या दोन वर्षांत इथे पहिली राष्ट्रीय निवडणूक होईल, असं ठरवण्यात आलं आहे. संरक्षणमंत्र्यांच्या बोलण्यावरून, हा या प्रयत्नांचाच एक भाग असल्याचं वाटतंय आणि इथेच मनात शंकेची पाल नकळतच चुकचुकते आहे. युनिटाच्या आधिपत्याखाली असणाऱ्या या शहरातल्या नागरिकांना उद्देशून, एम.पी.एल.ए.चे पुरस्कर्ते असणारे हे मंत्रिमहोदय स्पष्टपणे म्हणताहेत की, ''कोणतीही चूक करू नका. आम्हाला त्रास देणाऱ्यांना किंवा आमच्या कामात अडथळे आणणाऱ्यांना आम्ही गोळ्या घालू...'' ...व्वा!

सूर्यास्त होऊन गेला तरी भाषणं चालूच आहेत. या फुटबॉलच्या मैदानावर, प्रखर दिव्यांच्या प्रकाशझोतात झगमगणाऱ्या त्या मंचावरच्या टेबलामागे उभा राहिलेला अंगोलन सूत्रसंचालक सगळ्या वक्त्यांचं आतिथ्य सांभाळतोय. आता बहुधा ही सगळी औपचारिक भाषणं संपली असावीत असं वाटतंय, कारण मंचाच्या मागच्या बाजूला स्वतंत्रपणे उभारलेल्या एका खास शामियान्याकडे सगळे मंत्री जराशा घाईघाईनंच जाताना दिसताहेत. परिस्थितीनं एकदमच एक सूचक वळण घेतल्याचं स्पष्ट जाणवतंय. नीट बघितल्यावर लक्षात येतंय की या सगळ्या खास मंडळींसाठी तिथे अतिशय स्वादिष्ट आणि उत्कृष्ट अशा भोजनाची व्यवस्था केली गेली आहे. माशांचे विविध प्रकार आणि गोमांस– तेही वाईनमध्ये स्वच्छ धुवून घेतलेलं– बहुतेक वेळा अर्धपोटीच राहणारी हडकुळी मुलं आणि इतका वेळ अनवाणीच उभी असलेली मोठी माणसं यांच्यापासून अगदी काही मीटर अंतरावरच हा भोजनसमारंभ चालू आहे. स्वतःच्या बाबतीत काही जुलूम होतोय या भावनेपेक्षाही, या गर्दीला या सगळ्या समारंभाचं आश्चर्य आणि कुतूहलच जास्त वाटतंय, असं त्यांच्या एकटक पाहणाऱ्या नजरा पाहून लक्षात येतंय... आणि जितक्या घाईघाईनं हा सगळा कार्यक्रम सुरू झाला होता, तितक्याच घाईघाईनं आता तो संपलाही आहे. टी.व्ही.च्या प्रतिनिधींनी आपलं सगळं सामान आवरलंय आणि मंत्र्यांबरोबरच तेही सगळे विमानातून निघून चाललेत. आमचं हे हॉस्पिटल सरकारकडे सुपूर्त करण्यासंदर्भात आमच्या लुआंडा येथील कार्यालयानं मंत्र्यांबरोबर जी बैठक ठरवली होती, ती तर झालीच नाही... म्हणजे अशा बैठकीचा विषय त्या कोणाच्या डोक्यातही नव्हता, असंच वाटतंय मला...

...आता हा सगळा कार्यक्रम होऊन जेमतेम एक आठवडा होतोय; पण त्यासाठी नव्यानं आणलेला जनरेटर बंद पडलाय. विमानांची ये-जा थांबली आहे

आणि बांधकामही थांबलंय; पण पोलीस मात्र अजून आहेत – जेवढे आले होते तेवढे सगळे– तसेच शस्त्रधारी, कंटाळलेले, तरुण आणि पगार चालू असणारे... आणि हो, नियमितपणे मद्यही पुरवलं जातंय त्यांना – त्यांना होणाऱ्या त्रासावरचा खात्रीशीर इलाज म्हणून.

***

आज आमचा साप्ताहिक सुट्टीचा दिवस; पण आम्ही सगळ्यांनी मिळून सुट्टी साजरी करावी असा हा शेवटचा दिवस ठरतोय. आज.. अगदी अचानकपणे. कारण टीमचं इथलं काम संपलंय आणि पुढच्या आठवड्यात तो इथून जाणार आहे. आणखी एखाद्या महिन्यात मीही जाईन. कारण मला दिल्या गेलेल्या माहितीनुसार आणि इथे येणाऱ्या विमानांची उड्डाणंही कमी झाल्यानं, माझा इथला कार्यकाळही सहा महिन्यांऐवजी पाच महिन्यांमध्येच संपणार आहे. बाकीचे सगळे माझ्या पाठोपाठ लवकरच इथून निघून जातील. त्यामुळे इथले आत्तापर्यंत एकत्र घालवलेले दिवस आठवतच, आजचा सुट्टीचा दिवस आम्ही सगळे एकत्र जमून साजरा करतो आहोत- म्हणजे इतके महिने आम्ही जास्तकरून जे करत होतो, तेच आत्ताही करतोय... जेवणाच्या खोलीत बसून टवाळक्या!

"माहीत आहे का रे तुम्हाला? टीम प्रेमात पडलाय..." हातातल्या सिगारेटची राख प्लेटमध्ये झटकत पास्कल मिस्कील हसत म्हणतो.

"काय?"

"सांग आता टीम यांना आणि लाजतोयस कशाला इतका?" टीमकडे रोखून पाहत पास्कल त्याला म्हणतोय.

टीम नुसताच हसतो आणि कागदाचा आणखी एक कपटा हातात घेऊन त्याने छातीवर आलेला घाम पुसतो. आत्ताशी सूर्य आणखी थोडा वर आलाय, अजून सकाळ संपलेलीही नाही; पण आत्ताच खूप उकडायला लागलंय. इतकं की अंगात शर्ट घालून बसणंही कठीण आहे; पण अँड्रिया मात्र तसं करू शकत नाही ना! तिला बिचारीला हा असह्य उकाडा मुकाट्यानं... अंगातल्या कपड्यांसह सहन करावाच लागणार आहे. बिचारी...

"आम्ही फक्त मित्र आहोत," असं सांगत टीम हळुवारपणे हसतोय.

"ए, हे आम्हाला सांगू नकोस हं प्लीज," पास्कल म्हणतो, "मित्रा, अरे सॅटेलाइट फोनवरून झालेल्या तुमच्या गप्पांच्या नोंदी आहेत माझ्याकडे. या फोनची बिलं भरण्यासाठी तुला कर्जच काढावं लागणार आहे बहुतेक. तिच्याबरोबर त्या प्रेमाच्या गप्पा मारण्यात तास न् तास घालवत असतोस तू... त्या गप्पा तुला केवढ्यात पडतील, हे माहिती आहे का तुला?"

पण टीमला ते नक्कीच माहिती आहे... एका मिनिटाला चार डॉलर्स... तो

परत येईल तेव्हा बिल दिलं जाईलच म्हणा त्याला. पण प्रश्न खर्चाचाही नाहीये आणि त्या मैत्रिणीशी बोलण्यात तो किती वेळ घालवतो याचाही नाहीये, तर प्रश्न हा आहे की, गेले काही महिने तो गुरगुरतच आम्हाला सांगत आलाय की त्याचा अशा प्रेमावर वगैरे अजिबात विश्वास नाहीये आणि आम्ही मुकाटपणे त्याचं हे बोलणं ऐकत आलोय. आता एकाच आठवड्यात त्यानं त्याचं मतं सपशेल मागे घेतलंय हे स्पष्ट दिसतंय. मी सुट्टी घेऊन लुआंडाला गेलो होतो आणि रेडक्रॉससाठी काम करणाऱ्या त्या मुलीबरोबर तिथे राहिलो होतो, त्या गोष्टीला जेमतेम एक आठवडाच तर झालाय. मी इथे नव्हतो त्या दरम्यान एक इटालियन स्वयंसेविका इथे भेट द्यायला आली होती म्हणे आणि त्या आठच दिवसांत टीमची आणि तिची चांगलीच मैत्री जमली होती, हे लगेचच कळलंय मला.

"आम्ही फक्त एखाद्या छोट्याशा ट्रिपला जायचा विचार करतोय, बाकी काही नाही. पुढच्या आठवड्यात आमच्या दोघांचं कामही संपतंय, त्यामुळे दोघंही बरोबरच एखादी छोटीशी ट्रिप करून येऊ आम्ही. बस... इतकंच. तुम्ही समजताय तसं बाकी काही नाहीये." टीम हसत अगदी सहज सांगितल्यासारखं सांगतोय.

पण त्या मुलीच्या ई-मेल्सचे जे शृंगारिक मथळे असतात ना, ते मात्र वेगळं काहीतरी सुचवणारे असतात हे नक्की. पण टीमला असा भांबावून गेलेला पाहण्यातही मजा आहे.

...हे हॉस्पिटल, इथल्या सगळ्या गोष्टी दुसऱ्या कुणाकडे तरी सुपूर्त करायच्या, याचं आम्हा सर्वांनाच खूप दडपण आलंय. गेल्या आठवड्यात आम्ही याविषयी चर्चा करत असताना, आमच्या चौघांमध्ये खूप जोरदार वाद झाले. वाद कसले, भांडणंच झाली आमच्यात... अगदी प्लेट्स भिरकावणं, जेवण फेकून देणं या टोकाला गेले होते सगळे; पण त्यानंतर आता मात्र आम्ही जोमानं कामाला लागलो आहोत. इथल्या वैद्यकीय बाबींबद्दल एम.एस.एफ.नं आम्हाला तातडीनं आणि अगदी स्पष्टपणे सूचना देणं किती गरजेचं आहे, हे मी आणि अँड्रियानं त्यांना ई-मेल करून कळवलं आहे. म्हणजे याबद्दल अगदी भावनिक आव्हानच केलंय आम्ही त्यांना. पास्कलला तर याहून कितीतरी जास्त गोष्टी हातावेगळ्या करायच्या आहेत. इथे केल्या गेलेल्या सुधारणा कायमस्वरूपी राहतील यासाठी सतत पाठपुरावा करणाऱ्या पास्कलला, आमचं काम बंद करून हे सगळं दुसऱ्याकडे सुपूर्त करण्यासाठी चाललेली ही सगळीच प्रक्रिया कोणतेही व्यावसायिक निकष न लावताच चाललेली आहे, असं ठामपणे वाटतं आहे. निदान इथली सध्याची पाणीपुरवठ्याची उत्तम व्यवस्था तरी पुढेही तशीच चालू राहावी यासाठी, एखादी सक्षम अशी अंगोलन संस्था शोधण्याचं त्यानं स्वतःच ठरवलं आहे आणि ती

जबाबदारी स्वत:च्याच अंगावर घेतली आहे. यापुढे एम.एस.एफ.साठी तो पुन्हा कधी काम करेल की नाही, याची शंकाच आहे मला.

...''आमच्यात तसं विशेष असं काही नाही, असं कसं म्हणतोस तू,'' पास्कल हसत हसत विचारतो. टीमचा पिच्छा सोडायला काही तयार नाहीये तो. ''कायम गलिच्छ राहणारा माणूस आहेस तू खरं तर. इतके वरचेवर कपडे बदलताना तुला कधीच पाहिलं नाहीये मी आजपर्यंत; पण तुला सांगतो डॅमियन, ती मुलगी जेव्हा इथे होती ना तेव्हा हा टीम रोज नवा शर्ट घालत होता.''

''रोज?''

''हो, अगदी रोज...'' पास्कल गंभीर होत सांगतोय.

''एवढंच नाही, तर तेव्हा रोज कॉन्टॅक्ट लेन्सेसही लावत होता तो.'' मला कोपरानं ढोसत अँड्रियाही हसत हसत पुस्ती जोडते आहे.

''हो, कॉन्टॅक्ट लेन्सेस... विश्वास बसत नाहीये ना तुझा? आजपर्यंत या टीमनं लेन्सेस लावल्याचं कधी पाहिलं होतंस तू? आणि काय रे टीम, तेव्हा केसांना ते जेल लावत होतास त्याचं काय? मला सांग, एखाद्या स्त्रीला आकर्षित करण्यासाठी या माविंगामधल्या एखाद्या तरी माणसानं असं जेल वगैरे लावलेलं दिसलंय का आजपर्यंत?''

पास्कलनं तर नक्कीच असं कधी केलेलं नाही. आम्ही इथे आल्यापासून तर त्यानं केसही कापलेले नाहीत. फक्त एकदाच त्यानं दाढी नीटनेटकी कोरल्याचं आठवतंय मला... इतक्या दिवसांत फक्त एकदाच. एक अँड्रिया सोडली, तर रोज सकाळी साधा पळण्याचा व्यायामही करत नाही कुणी इथे. आम्ही सगळेच अगदी राठ आणि थोडेसे असंस्कृतही दिसायला लागलोय आता. अर्थात, आधीपेक्षा थोडे बारीक आणि अशक्तही झालोय म्हणा.

''हे पाहा, तुम्ही दोघं माझ्याबाबतीत तुम्हाला पाहिजे तो विचार करा,''...टीम मनापासून काहीतरी बोलू पाहतोय...

...पण अचानक आरडाओरडा ऐकू येतोय... काहीच क्षण मध्ये गेलेत... आणि मी अँड्रियाबरोबर आता प्रसूतिकक्षात उभा आहे... श्वास रोखून... एक स्त्री इथे बेशुद्धावस्थेत आहे... सुईणी अस्वस्थ होऊन, चिंतातुर अवस्थेत उभ्या आहेत... त्या स्त्रीचे कुटुंबीय हताशपणे ओरडत आहेत... हे देवा, मी कसा आणि का आलोय इथे? काही क्षणांपूर्वी मी टीमशी मजेत बोलत होतो ना? आणि या क्षणी इथे? अशा परिस्थितीत? ही स्त्री किती अशक्त, किती निस्तेज दिसते आहे... रक्तदाब किती आहे हिचा... कोणी पाहिलाय का?

सत्तर... नाही नाही पासष्ठ... रक्तदाब नेमका किती आहे हे पाहण्यासाठी अँड्रियाची धडपड चालली आहे.

तिथे असलेल्या आणखी दोघी सुईणीसुद्धा अस्वस्थ दिसताहेत. पण या आफ्रिकन बायका इतक्या काळजीत पडलेल्या मी याआधी कधीच पाहिल्या नव्हत्या. गर्भवती स्त्रीच्या पोटातली जुळी मुलं किंवा पायाळू मुलं अक्षरशः ओढून बाहेर काढायची, किंवा मृतावस्थेतल्या मुलांना बाहेर काढायचं, अशासारखी कामं त्या अगदी सहजपणे करत असतात, आपल्या डोक्याला बांधलेला रूमाल जरासाही हलू न देता. मला बोलावण्याची गरज फार क्वचितच पडते त्यांना. ...त्या बेशुद्ध पडलेल्या स्त्रीला नेमकं काय झालंय असं मी विचारल्यावर त्या सांगताहेत की ती स्त्री कुठूनतरी जोरात खाली पडली, त्यामुळे तिच्या पोटात खूप दुखायला लागल्याचं तिनं सांगितलं आणि मग तिला गुंगी आली...

त्या स्त्रीजवळ अँड्रिया गुडघ्यावर बसली आहे आणि शिरेतून औषधं आणि सलाईन देण्यासाठी शिरेत सुई टोचण्यासाठी तिचे प्रयत्न चालू आहेत- एकदाची ती सुई व्यवस्थित लावली गेली आहे आणि आम्ही त्यातून सलाईन द्यायला सुरुवात केली आहे.

"ही बाई पोटावर पडली होती का?" मी विचारतो.

नेने इथेच आहे. त्या स्त्रीच्या नातेवाइकांशी ती त्यांच्या भाषेत बोलते आणि मला सांगते की, "त्यांना तसं वाटतंय. ती बैलगाडीतून मागच्या बाजूला बसून चालली होती आणि तिथून खाली पडली."

"आता रक्तदाब किती आहे हिचा?"

"सत्तर."

आम्ही तिला शिरेतून औषधं आणि सलाईन देण्याचा वेग आणि प्रमाण दोन्ही वाढवलंय आता. तिचं पोट खूप कडक झाल्याचं लक्षात येतंय आणि आता तिच्या पोटाच्या पडद्याखाली, पोटातल्या बाळाचे हातपाय, अगदी हाताला जाणवताहेत माझ्या – अगदी पोटाच्या त्वचेच्या आत चिकटल्यासारखे... म्हणजे हिचं गर्भाशय फाटलंय की काय? असं झालेलं मी कधी पाहिलं नसलं, तरी याबद्दल वाचलं होतं आणि त्यावरून याची लक्षणं आणि तिची अवस्था लक्षात येत्येय माझ्या. या आईच्या पोटात नक्कीच खूप रक्त साठलेलं असणार. अँड्रियानं तिला तपासलंय आणि माझं म्हणणं तिला पटतं आहे. अशा अवस्थेत त्या स्त्रीचं मूल वाचण्याची शक्यता खूपच कमी आहे; पण तिच्या पोटात होणारा रक्तस्राव जर आम्ही थांबवला नाही तर लवकरच तीही मरेल.

"रक्तदाब पासष्टपर्यंत उतरलाय आता," अँड्रिया सांगते आहे.

ही अतिशय गंभीर समस्या आहे. आम्ही घाईघाईनं द्रवरूप औषधांची आणखी एक पिशवी शिरेतून देतो. तिथे जवळच उभ्या असलेल्या एकाला बोलावून मी त्याला आमच्या सुरक्षारक्षकाला घेऊन यायला सांगतो आणि तो आल्यावर त्या

स्त्रीला रक्तदान करण्यासाठी तातडीनं लोकांना जमवायला सांगतो. आमच्या रस्त्याच्या कोपऱ्यावर असणाऱ्या चर्चमध्येही अशाप्रकारची सेवा देण्यास सुरुवात झाली आहे आता. त्यामुळे एका माणसाला अगदी पळत-पळतच तिकडंही पाठवलंय आणि आता अगदी काही मिनिटांतच स्वतःचा रक्तगट तपासून घेण्यासाठी आमच्या आवारात माणसांची रांग लागली आहे.

"अरे थांबा जरा. या स्त्रीला शिरेतून रक्त देणं सुरू करू शकेल असा क्लिनिको कुठं आहे?" माझी अस्वस्थता वाढायला लागली आहे.

आता सुरक्षारक्षक त्या क्लिनिकोला शोधायला परत गेलाय. वॉकीटॉकीवरून रॉबर्टोचा शोध सुरू आहे; पण त्याच्याकडून काहीच उत्तर येत नाहीये. ॲगोस्तिन्होशी मात्र संपर्क झालाय आणि काही मिनिटांतच अगदी धावत-पळत येऊन तो इथे पोहोचला आहे. "रॉबर्टो कुठं आहे?" मी त्याला विचारतो. "तो खूप घाईत आहे. हवाईयन शर्ट आणि सॅन्डल्स् घालून तयार होऊन बसलाय. इथे जवळच्याच खेड्यात त्याचं कुटुंब राहतं... चालत गेलं तर काही तासांच्या अंतरावर... त्यांना भेटायला चाललाय तो." सुरक्षारक्षक पुस्ती जोडतो.

छे! कठीण आहे हे सगळंच. ॲगोस्तिन्होला फारसा अनुभव नाहीये; आणि तो सतत तोंडातल्या तोंडात पुटपुटल्यासारखं बोलतो, जे मला नीटसं समजतही नाही. "आपल्याला रॉबर्टोलाही बोलावून आणायला पाहिजे. त्यासाठी इतर सुरक्षारक्षकांना पाठवा. त्यासाठी ते सुरुंगरोधक गाडी वापरू शकतात." मी घाईघाईनं सांगतो.

"आम्ही सुरक्षारक्षक तिकडे जाऊ शकत नाही."

"जाऊ शकता तुम्ही. पास्कलला बोलवा. तो त्या गाडीच्या किल्ल्या देईल तुम्हाला."

"पण आज ड्रायव्हर नाही आहे इथे."

"नसू दे नसला तर. तू चालव. कोणीही चालवू शकतं ती गाडी."

"अहो नवे डॉक्टर, फक्त जांबा चालवू शकतो ती गाडी. फक्त त्याच्याकडेच ती गाडी चालवण्याचा परवाना आहे."

"परवान्याचा विचार करू नका. पास्कल किंवा टीमही चालवेल. त्यांना बोलवा..." माझा आवाज वाढायला लागलाय का?

आणि सुरक्षारक्षक थंडपणे सांगतोय.... "तो रस्ता सुरक्षित नाहीये आणि खूप लहानही आहे. म्हणजे फक्त चालत जाता येईल एवढा. त्यावरून गाड्या जाऊच शकत नाहीत."

शी! काही पर्यायच उरलेला नाही आता. ॲगोस्तिन्हो आणि मी... आम्हा दोघांनाच काहीतरी करावं लागणार आहे. अँड्रिया भूल देण्याचं काम करेल.

आम्ही परत प्रसूतीच्या खोलीत आलोय. त्या स्त्रीचे कुटुंबीय अस्वस्थपणे

येरझाऱ्या घालताहेत... गोंधळून गेलेत अगदी. त्या स्त्रीला आत्तापर्यंत शिरेतून जवळजवळ चार लिटर औषध दिलं गेलंय आणि तरीही तिच्या रक्तदाबात काहीही फरक पडलेला नाहीये आणि आता अर्ध्याच तासात तिच्यावर शस्त्रक्रिया करण्यासाठी आम्ही तिला शस्त्रक्रियेच्या टेबलावर आणलं आहे. या प्रांतातला हा बहुतेक एक नवा विक्रम ठरू शकतो. आमच्यातला प्रत्येक जण आता या शस्त्रक्रियेसाठी मन घट्ट करून इथे उभा आहे; पण ॲगोस्तिन्हो मात्र या शस्त्रक्रियेसाठी तयार नाहीये. त्यानं शस्त्रक्रियेला तयार नसणं हे पहिल्यांदाच पाहतोय मी...
"आपण रॉबर्टो येईपर्यंत थांबावं असं मला वाटतंय. या स्त्रीचा रक्तदाब खूपच कमी झालाय आणि अशा परिस्थितीत तिच्यावर शस्त्रक्रिया करणं खूपच धोकादायक आहे." तो न राहवून म्हणतोय.

"म्हणूनच तर आपण आता आणखी थांबू शकत नाही ॲगोस्तिन्हो, अरे अशा अवस्थेत ती अर्ध्या तासात गतप्राण होईल, यात शंकाच नाही."

मी त्याला ठणकावून सांगतो, "तूच हे केलंस तर शक्य आहे नाहीतर, नाही. पोटातलं बाळ जिवंत असण्याची शक्यता फारशी नाहीच आहे; पण हिचं फाटलेलं गर्भाशय शिवून टाकून या स्त्रीला वाचवणं मात्र आवश्यक आहे आत्ता. ठीक आहे? आणि आता याविषयी कुठलीही चर्चा किंवा वाद नको आहे. या टेबलावरच तिने प्राण सोडले तर इलाज नाही; पण काहीच न करता आपण नुसतं बसून तिला मरताना पाहू शकत नाही आणि तू ही शस्त्रक्रिया करू शकतोस. तुला असलं काम करताना पाहिलंय मी. तुला हे करावंच लागेल."

एखाद्यावर अशी जबरदस्ती करण्याची कसली वेळ आलीये माझ्यावर...

काही क्षण तो नुसताच जमिनीकडे टक लावून पाहत उभा राहतो. आमच्या छोट्याशा लॅबोरेटरीसमोरची लोकांची रांग आता वाढली आहे आणि आमचा तंत्रज्ञ त्यांच्या रक्ताचे नमुने घेतो आहे.

"ठीक आहे. सिम चल पटकन..." बहुतेक असंच म्हणतोय ॲगोस्तिन्हो.

तो झटझट हत्यारं आणि इतर साधनांची मांडामांड करतो. शस्त्रक्रियेसाठी सज्ज झालाय आता तो. मी तिथल्या कारच्या बॅटरीला विजेच्या केबल्स जोडतो आणि भिंतीवर लावलेला तक्ता पाहून त्यानुसार ॲंड्रियानंही त्या स्त्रीला भूल द्यायला सुरुवात केली आहे. एकीकडे तिच्या रक्तदाबावरही ॲंड्रिया बारकाईनं लक्ष ठेवून आहे. ॲगोस्तिन्हो त्या स्त्रीचं पोट स्वच्छ करतो आणि सर्व बाजूंनी हिरवं कापड घालतो. इतक्यात कोणीतरी धावतच आत येऊन आम्हाला सांगतो की, "त्या स्त्रीच्या रक्ताशी जुळणारं रक्त मिळालंय. अर्ध्या तासात त्याची एक बाटली तयार असेल."

"धन्यवाद; पण रक्ताची आणखी गरज पडणार आहे. तेव्हा तुमची तपासणी

चालू राहू दे. आणखी कोणाला तरी मदतीला बोलवा. आलेल्या प्रत्येकाचं रक्त तपासा आणि जास्तीत जास्त रक्त मिळेल असं पाहा.''

ॲगोस्तिन्होनं आता त्या स्त्रीचं पोट उघडलं आहे. पोटाच्या मध्यभागावर चाकूनं एकच छेद दिला आहे आणि मग कात्रीनं पोट फाडून, आतला भाग बाहेर काढण्यासाठी आत एक साधन घातलं आहे. तिचं संपूर्ण पोट रक्तानं भरलं आहे. ती जखम बाजूनं ओढून पोट आणखी थोडं फाडण्यासाठी आम्ही सगळेच प्रयत्न करतो आहोत, कारण त्यामुळे पोटातली आणखी थोडी जागा शस्त्रक्रियेसाठी वापरता येईल. अगदी जीव तोडून दणादण धक्के मारूनही रक्त खेचून घेणारं यंत्र नीट चालत नाहीये. एखादं बेसिन तुंबल्यावर पाणी वर उसळून यावं तसं त्या स्त्रीच्या पोटातून रक्त जोरात बाहेर येतंय. पोटावर केलेल्या जखमेच्या सर्व बाजूंनी ते वाहतंय आणि आता ते जमिनीवरही पडायला लागलंय- आजूबाजूच्या प्रत्येकाच्या पायावर पडायला लागलंय. तिथेच गर्भाशयाच्या बाहेर आलेलं बाळ दिसतंय. त्याच्या नाडीचे ठोके बंद पडलेत– आधीच गेलेलं आहे ते- आम्ही त्या बाळाला पोटातून बाहेर काढून नेनेच्या हातात दिलंय आणि त्याला नीट तपासण्यासाठी ती धावतच त्याला घेऊन प्रसूती कक्षात गेली आहे; पण आत्ता आम्हाला त्या आईची काळजी घेण्याची जास्त गरज आहे.

रक्त आणखी जोरात वाहायला लागलंय. ते शोषून घेण्यासाठी हातात मावेल तेवढा कापूस मी पोटावर ठेवतोय; पण काही क्षणातच तो ओलाचिंब होऊन जातोय. नवीन कापूस ठेवताना अगदी क्षणभर आम्हाला तिचं गर्भाशय दिसतंय आणि ते नेमकं कुठे फाटलंय याचा अंदाज आता आम्हाला आलाय. वाहणाऱ्या रक्तावर मी आणखी कापूस दाबून धरतो. ॲगोस्तिन्हो मान वळवून माझ्याकडे एकदा पाहतो, मग तिच्या ओटीपोटावर हात फिरवत अंदाज घेतो, मनात काहीतरी निश्चित ठरवतो आणि कामाला सुरुवात करतो. आता गर्भाशय बंद करण्यासाठी– त्याला जाडसर दोऱ्यानं शिवण घालायला त्यानं सुरुवात केली आहे. सतत वाहणाऱ्या रक्तामुळे गर्भाशय नेमकं कुठे आणि किती फाटलंय हे स्पष्टपणे दिसत नाहीये, त्यामुळे हातानं चाचपतच त्याला हे काम करावं लागतंय. रक्त शोषून घेणारा पंप तर निरुपयोगीच ठरलाय. ॲड्रिया शिरेतून आणखी औषध लावते. त्याचा वेगही वाढवलाय. तिचं वाहणारं रक्त थांबावं म्हणून, ज्यातून रक्त वाहतंय त्या नसा चिमट्यानं घट्ट दाबून ठेवण्यासाठी मी आटापिटा करतोय. तिचा रक्तदाब अजूनही धोकादायक म्हणावा इतका कमी आहे; पण अजूनही रक्त जोरानं वाहणं चालूच आहे. हे रक्त तातडीनं थांबवणं अतिशय आवश्यक आहे आमच्यासाठी. एखाद्या माणसाच्या शरीरात इतकं रक्त असतं हे आजपर्यंत माझ्या लक्षातच आलं नव्हतं; पण अजूनही तिच्या नाडीचे ठोके मात्र चालूच

आहेत. या ऑपरेशन थिएटरमधलं तापमान आता चाळीस अंशाइतकं तरी नक्कीच असणार आहे. आधीच खूप गरम होतंय इथे. त्यात तिचा नवरा आणि काही परिचारिका यांनी या टेबलाभोवती गर्दी केली आहे. देवा! अरे काय करू आता! रक्त थांबायलाच तयार नाहीये हिचं... अजून किती रक्त असेल हिच्या शरीरात?

ॲगोस्तिन्हो अगदी व्यवस्थितपणे त्याचं काम करतोय... आणखी दोरा – आणखी टाके. आणखी कापूस आणि... आणखी रक्त... त्या लालभडक रक्तानं माझे बूट गच्च भिजलेत आता. गर्भाशय शिवून बंद करण्याचं काम अजून चालूच आहे. परत परत टाके घालून, त्या गर्भाशयाच्या फाटलेल्या कडा आता हळूहळू एकत्र सांधल्या जाताहेत आणि रक्तप्रवाहही हळूहळू कमी होतोय; पण तिचा रक्तदाब अजून सत्तरवरच स्थिरावला आहे आणि काळजी वाटावी इतका रक्तानं गच्च भिजलेल्या कापसाच्या बोळ्यांचा मोठा ढीग जमिनीवर साठला आहे.

ॲगोस्तिन्होचं काम अगदी स्थिरचित्तानं चालू आहे. आता त्यानं कडांची शेवटची टोकं एकत्र जुळवली आहेत. त्यातून अगदी थोडासाच रक्तस्राव होतो आहे आता. आम्ही त्या गर्भाशयावर अगदी हलकी चापटी मारतो आणि रक्त थांबल्याची खात्री करून घेण्यासाठी जरासं थांबतो. आणखी थोडा रक्तस्राव होतोच आहे म्हणून आणखी एक टाका घातलाय त्यानं.... आम्ही पुन्हा एक चापटी मारतो... परत थांबतो... अगदी थोडंच रक्त बाहेर येतंय अजून... मग आणखी एक टाका... रक्त वाहणं पूर्णपणे थांबेपर्यंत आणखी काही वेळा हेच करावं लागतं आहे... आणि एकदाचं रक्त थांबलंय. ॲगोस्तिन्होनं ते थांबवलंय. मनातल्या मनात मी देवाचे आणि ॲगोस्तिन्होचेही आभार मानतो. आता त्या जखमेमध्ये थोडंसं सलाईन टाकून आम्ही तिचं पोट स्वच्छ केलंय; आणि एकएक करत पोटातली अस्तरे शिवून आता पोटही पूर्ण बंद केलंय; रक्ताची पहिली बाटली घेऊन क्लिनिकोनं कुणालातरी पाठवलंय, आणि आणखी रक्त गोळा करण्याचं काम चालू असल्याचा निरोपही दिलाय. आता त्या स्त्रीला आम्ही अतिदक्षता विभागात हलवलं आहे, आणि आता यानंतर तिला रक्ताच्या ज्या अनेक बाटल्या लावाव्या लागणार आहेत, त्यातली पहिली बाटली लावलीही गेली आहे.

कपडे बदलण्यासाठी मी आणि ॲगोस्तिन्हो परत ऑपरेशन थिएटरमध्ये आलो आहोत आता.

''फार उत्तम काम केलंस तू ॲगोस्तिन्हो,'' मी अगदी मनापासून म्हणतो. माझं हृदय अजूनही धडधडतं आहे; पण तो मात्र कमालीचा शांत आहे.... विशेषच वाटतंय मला हे. तो माझ्याकडे पाहून काहीतरी पुटपुटतो आणि नेहमीसारखा

अगदी हळूच हसतो. या माणसाबद्दल पास्कल नेहमी विनोदानं असं म्हणतो की, हा अंगोलातला सर्वांत मोठा, सर्वांत प्रसिद्ध 'फिल्मस्टार' होऊ शकला असता... अंगात भडक रंगाचा शर्ट घालून त्याचं या आवाराभोवती तोऱ्यात फिरणं, त्याचा तो रेखीव चेहरा, व्यवस्थितपणे कोरलेली दाढी आणि त्याच्या मुखातून बाहेर पडणारी अगदी लक्षात ठेवावीत अशी वाक्यं... वा!... अर्थात, त्याचं ते बोलणं आम्हाला समजलं असतं तरच म्हणा!

"खरंच सांगतो, ही स्त्री जगणार नाही अशी खात्रीच वाटत होती मला." मी म्हणतो.

यावर तो काहीतरी उत्तर देतो, जे मला समजत नाही.

"काय म्हणालास?"

तो पुन्हा काहीतरी सांगतो. पण शपथ सांगतो, तो जे बोलत होता ती पोर्तुगीज भाषा नक्कीच नव्हती.

"तू खरंच तिचं आयुष्य वाचवलंस ॲगोस्तिन्हो. नाहीतर तिच्या जगण्याची अजिबात शक्यता नव्हती."

तो नुसते खांदे उडवतो, त्याचा तो हवाईयन शर्ट चढवतो आणि तोऱ्यात बाहेर निघून जातो. त्याच्याकडे केवळ आश्चर्यानं बघत राहिल्याशिवाय मला राहवत नाही. शस्त्रक्रिया करू शकतील असे दोनच क्लिनिको इथे आहेत आणि त्यातल्या त्यात याला तेवढा अनुभव नाहीये. युद्धादरम्यान लष्करानं इथे जी रुग्णालयं उभारली होती, तिथे जेमतेम एक वर्ष शिकून यानंसुद्धा रॉबर्टोसारखंच हे सगळं कौशल्य आत्मसात केलं होतं; त्यापूर्वी त्यानं कुठलंही औपचारिक वैद्यकीय शिक्षण घेतलं नव्हतं, हे विशेष. मी यांच्याबद्दल खूप चुकीचा ग्रह करून घेतला होता, असं राहून राहून मला वाटतंय. मी इथे आल्यापासून एका डझनापेक्षाही जास्त आणि अगदी मोठ्या शस्त्रक्रिया या जोडीनं केलेल्या आहेत आणि त्याही त्यात एकही गुंतागुंत न होता... प्रसूती करण्यासाठी दोन तातडीच्या शस्त्रक्रिया, अतिशय त्रासदायक झालेल्या हार्नियाची शस्त्रक्रिया, एखादा हात किंवा पाय कापून टाकण्यासाठीच्या दोन शस्त्रक्रिया, ॲपेन्डिक्स काढून टाकणं, आतड्याला पडलेली छिद्रं दुरुस्त करणं, अशासारख्या मोठ्या शस्त्रक्रिया केल्या आहेत या दोघांनी. शिवाय दात काढणं, जखमा शिवणं, गळवांचा निचरा करणं, अशासारख्या किरकोळ शस्त्रक्रियांची तर गणतीच नाही करता येणार. आणि विशेष म्हणजे अशा शस्त्रक्रिया झालेल्या एकाही रुग्णाच्या बाबतीत कोणताही विपरीत परिणाम झालेला पाहिला नाहीये मी. कसं शक्य होत असेल हे?... तेही या इथल्या परिस्थितीत? कमालच वाटत्येय मला.

मी अंघोळ करण्यासाठी माझ्या खोलीत परत येतो. सगळं आवरून पुन्हा

हॉस्पिटलमध्ये पोहोचेपर्यंत, त्या अतिदक्षता विभागाच्या बाहेर बरेच लोक जमलेले दिसताहेत मला. त्यांतले बहुतेक सगळे चर्चचे सदस्य असावेत. ती स्त्री त्या चर्चच्या मुख्य धर्मोपदेशकाची मुलगी आहे, हे आत्ताच समजतंय आम्हाला आणि ती रॉबर्टोची पुतणी आहे म्हणे. माझा तर विश्वासच बसत नाहीये यावर. तिला आता रक्ताची दुसरी पिशवी लावली आहे आणि हळूहळू तिची भूलही उतरायला लागली आहे. तिची जखमही ठीक वाटत्येय, रक्तदाब स्थिर आहे आणि रक्तस्राव पूर्णपणे थांबला आहे. आता ती नक्कीच पूर्ण बरी होईल याची खात्री वाटते आहे मला. इथला प्रत्येक जणच हेलावून गेल्यासारखा, कृतज्ञतेनं भारावून गेल्यासारखा वाटतोय. सगळ्यांसाठी ही अगदी आनंदाची गोष्ट आहे आणि आता या अतिदक्षता विभागाच्या बाहेर त्या स्त्रीच्या नातलगांनी आणि चर्चच्या सदस्यांनी चक्क गाणी म्हणायला सुरुवात केली आहे. ती गाणी ऐकायला इतर रुग्णही त्यांच्या भोवती गोळा झाले आहेत. स्वतःच्या कॅनव्हासच्या घरातून बाहेर पडून टोटोही आलाय इथे. शरीर भाजल्यामुळे इथे दाखल असणारा जोसही त्याच्या छोट्याशा खोलीच्या खिडकीतून इकडेच पाहताना दिसतोय मला. आता त्या स्त्रीचे कुटुंबीय माझे आभार मानायला आलेत. मी त्याबद्दल आनंद व्यक्त करतो आणि आभार खरं तर ऑगोस्तिन्होचे मानायला हवेत असं सांगतो. सगळं श्रेय त्याचं आहे; पण ऑगोस्तिन्हो मात्र उलट मलाच श्रेय देतोय. अर्थात, त्या निकराच्या क्षणी त्या स्त्रीसाठी कोण झगडत होतं, हे या लोकांनाही कळणं नक्कीच महत्त्वाचं नाहीये त्यांच्यासाठी. रॉबर्टो आणि त्याचा धर्मोपदेशक भाऊ दोघांनाही अतीव आनंद झालाय हे स्पष्ट दिसतंय. आता आम्ही सगळेच हसतोय, एकमेकांच्या पाठीवर थापड्या मारतोय. मी अतिशय कणखर डॉक्टर असायला हवंय खरं तर; पण नाही... माझा आवाज फाटतोय आणि डोळ्यांत जमा होणारी आसवं मी प्रयत्नपूर्वक आवरतो आहे. निदान इथून बाहेर आवारात जाईपर्यंत तरी अश्रू आवरायलाच हवेत मला... मी इथून बाहेर पडलोय आणि खूप रडू यायला लागलंय मला आता... इथे आल्यापासून पहिल्यांदाच. मनात साठलेलं सगळं बाहेर टाकणारे, नकोसे वाटणारे मोठमोठे हुंदके येताहेत मला... पण का? मलाच नीटसं समजत नाहीये. मनात दाटलेली निराशा, वैफल्याची भावना अशी बाहेर पडते आहे का? की सुटकेची भावना... की आनंद? नेमकं काय बाहेर पडतंय या हुंदक्यांमधून? कोण जाणे! पण हा असा विचार तरी का करू मी? मला रडावंसं वाटत होतं आणि मी रडलो... आता बरं वाटतंय मला.

...आणि आता ही जागा, हे हॉस्पिटल सोडून जावंसं वाटत नाहीये मला... खरंच नाही वाटत आहे.

वादळ अनुभवणं

हा पाऊस अक्षरशः कोसळतो आहे. इतका जोरात पडतोय की, इथल्या छपरातून पागोळ्यांच्याऐवजी हजार धबधबे वाहताहेत असं वाटतंय. त्याच्या आवाजानं तर कानठळ्याच बसताहेत. ढगांचाही प्रचंड गडगडाट चालू आहे खरं तर; पण इथल्या पत्र्यांच्या छतांवर धबाधबा कोसळणाऱ्या पावसाचाच आवाज इतका मोठा आहे, की ते ढगांचं गडगडणंही नीटसं ऐकू येणं कठीण आहे. मी इथे आमच्या बाह्य रुग्ण विभागाच्या बाहेर एका बाकावर बसलोय. ढगाळलेलं, गढुळलेलं आकाश आणि तितकंच गढूळ, चिखलमय पाणी जणू एकजीव झालंय. सगळ्या विश्वासाठी हे करड्या, राखाडी रंगाचं सूप तयार होतंय. असले काहीतरी विचित्र विचार येताहेत माझ्या मनात. या विक्षिप्त हवामानानं इथल्या जगावर अगदी विजेच्या वेगानं जोरदार लष्करी हल्ला चढवलाय असंही काहीसं मनात येतंय माझ्या. हे असलं वादळ आहे की, या ढगांमध्ये, किंबहुना इथल्या हवेमध्ये अजून किती पाणी शिल्लक असू शकेल याचा विचार प्रत्येकाच्या मनात यायलाच पाहिजे आणि त्याही आधी मुळात हे इतकं पाणी तिथेपर्यंत पोहोचलंय कसं, हा एक कोड्यात टाकणारा प्रश्नही नक्कीच सगळ्यांना पडला असणार.

कालच आम्ही इथल्या नदीवर फिरायला गेलो होतो. ती खरंच नदी आहे, की कसातरी वाहत राहणारा ओढा आहे, असा प्रश्न पडावा अशीच तिची अवस्था होती इतके दिवस; पण आता तिचं रूप जरासं पालटलंय. काठावरचा जो भाग कपडे धुण्यासाठी वापरला जातो, तिथे घर्षण होऊन होऊन वाटोळे झालेले बरेच खडक आहेत. आता त्या खडकांवरून जात नदी ओलांडण्यासाठी जरा जास्तच सावधगिरी बाळगावी लागते; पण नदीकाठावर दाटपणे उगवलेलं गवत आणि कपडे वाळवण्यासाठी कशातरी बांधलेल्या दांड्या-दोऱ्या यांच्या पार्श्वभूमीवर, त्या झुळझुळत्या पाण्यात घोटाळल्यासारखं फिरत राहणारे 'टिलापिया' जातीचे लहान लहान मासे सुळसुळताना पाहत राहणं खरोखरच मजेचं असतं.

एकूणच या शहराला सध्याच्या हवामानाचा फायदाच होतो आहे असं वाटतंय मला. बरेच दिवस जीर्ण-शीर्ण अवस्थेत कशातरी तग धरून राहिलेल्या झोपड्यांचा कायापालट होताना दिसतोय- नव्यानं तयार झालेला चिखल जुन्या भिंतीवर कसाही थापला जातोय आणि असंख्य ठिगळं लावलेली, झोपडी जेमतेम झाकणारी छपरं नव्यानं शाकारली जाताहेत. ताज्या, ताज्या, लुसलुशीत आणि गुबगुबीत अशा भेंड्यांच्या ढिगांनी भाजीबाजार गच्च भरलाय, आणि शहराच्या मध्यवर्ती भागाजवळ मोठ्या संख्येनं असणाऱ्या संत्र्यांच्या बागांमध्ये, हिरव्याशार पानांआड दडलेली कच्ची फळं हळूहळू मोठी व्हायला लागली आहेत. याच संत्र्याच्या झाडांभोवती पूर्वी भूसुरुंग पेरले गेले होते. आता त्याच झाडांच्या खाली मुलं बागडताना दिसताहेत - व्वा!

"हे सगळं नेहमी असंच असतं का?"... बाकावर माझ्याशेजारीच बसलेल्या रॉबर्टोला मी उत्स्फूर्तपणे नकळतच थोडंसं ओरडून विचारतो.

"नेहमी नाही, पण कधीकधी... विश्वास बसत नाही ना पटकन?"

मी अर्थातच त्याच्याशी सहमत आहे.

या बाह्यरुग्ण विभागाच्या वळचणीला आम्ही दोघंच आहोत, असं मात्र नाही. आणखी काही जण या इमारतीच्या भिंतींना अगदी चिकटल्यासारखे कधीचे उभे आहेत. काही स्त्रिया आणि लहान मुलं त्यांच्या वॉर्डमध्ये परत जाण्यासाठी खोळंबली आहेत. सध्या मदतनीस म्हणून काम करणारा मॅन्युअलही इथे आहे. शिवाय काही पोलीसही आहेत; कारण दुर्दैवानं त्यांच्या सहकाऱ्यांनीच पुरुषांचा वॉर्ड बराचसा व्यापून टाकलाय. काल रात्री दारूच्या नशेत त्या सगळ्यांची एकमेकांशी जोरदार मारामारी झाली होती. म्हणून जखमी अवस्थेत त्यांना कालच इथे दाखल केलं गेलं आहे. त्यांतल्या एकाला मी चांगला ओळखतो. कारण त्याच्या बायकोच्या गालावर भोसकल्यासारखी जखम झाली होती म्हणून ती इथे आली होती. तिची जखम अजून पूर्ण भरलेली नाही. त्यानंच तिला इतकं मारलं होतं, असं त्यानं स्वतःच आम्हाला सांगितलं होतं. याचं कारण काय तर तो दारू पीत बसला होता, तिला अडखळत काहीतरी सांगत होता आणि ती त्याच्या बोलण्याकडे लक्ष देत नव्हती म्हणे. म्हणजे त्या वेळी नेमकं काय घडलं असेल ते वेगळं सांगण्याची गरज नाही. शिवाय इथले पोलीस पाहिल्यावर, ते इथे अजिबात नसणंच जास्त सुखाचं होईल आम्हाला असं वाटतंय. माझ्या इंडोनेशियातल्या मित्रानं मागं मला एक छान समर्पक वाक्य सांगितलं होतं, त्याची आत्ता मला अगदी प्रकर्षाने आठवण होते आहे. तो म्हणाला होता, "तुमचं कोंबडीचं पिल्लू हरवल्याची तक्रार तुम्ही पोलिसांकडे केलीत, तर त्यांच्याकडून ते पिल्लू शोधलं जाण्याची वाट पाहता पाहता तुम्ही तुमची गायही गमावून

बसाल शेवटी.'' तेव्हा पोलिसांपासून चार हात लांब राहिलेलंच बरं नाही का?

पाऊस आता आणखीच जोरानं पडायला लागलाय. आमच्या समोरच्याच भिंतीला चिकटून टोयोटा उभा आहे; पण कॅसोमा मात्र प्रतीक्षागृहाच्या गळक्या छताखाली अडकला आहे. डेनिमची लोंबकळणारी टोपी डोक्यावर घालून तो त्या छताखालून पळतच बाहेर पडला आहे आता; पण पावसाच्या जोरदार माऱ्यामुळे त्याची टोपी इतकी चिकटली आहे डोक्याला, की पोहताना घालतात तशी टोपी वाटायला लागली आहे ती आता. आमच्यापर्यंत येऊन पोहोचताच ती टोपी त्यानं घाईघाईनं काढली आहे आणि घट्ट पिळली आहे. या सगळ्याचं हसूही येतंय त्याला. हसतहसतच तो आपला चश्मा पुसतोय आणि ओरडून म्हणतोय... ''वेड लागायची वेळ आली आहे आता...''

मी थोडा पलीकडे सरकून त्याला माझ्या शेजारी जागा करून देतो.

''अहो नवे डॉक्टर''... त्याचा तोच गंभीर आवाज... मी इथे आल्या आल्या पहिल्याच दिवशी ऐकला होता, तितकाच गंभीर... ''अशी परिस्थिती असतानाही तुम्ही जाणार आहात का घरी....म्हणजे विमानानं...?''

मी जोरानं मान हलवतो. पुढच्या आठवड्यात मी इथून निघणं अपेक्षित आहे खरं तर; पण तेव्हा हवामान आत्तापेक्षा थोडंसं तरी बरं असेल असं जरी गृहीत धरलं, तरीही जंगली घोड्यांचा कळप यावा तसे दाटून येणारे ढग आणि त्यासोबत तितक्याच जोरानं वाहणारा वारा, मला त्या हलक्या वजनाच्या छोट्याशा विमानात बसून जाऊ देतील, असं मला वाटत नाही. जंगली घोड्यांची उपमा देत मी जे वर्णन सांगतोय ते यांच्या भाषेत मला नीटसं सांगता आलंय, असं वाटत नाहीये. तरीही कॅसोमा उगीचच गालातल्या गालात हसतोय. खरं तर इथून जाण्याचा विषय काढणंच टाळण्याचा प्रयत्न करत असतो मी. रॉबर्टोला आणि कॅसोमाला अजून दुसरी नोकरी मिळालेली नाहीये. म्हणजे आमच्या इथल्या कर्मचाऱ्यांपैकी बहुतेकांना अजून इतर कुठंही नोकरी मिळालेली नाहीये. फक्त सर्जिओला आणि इतर जेमतेम दहा-बारा जणांना नव्या रुग्णालयात सरकारकडून कामाचं कंत्राट देण्यात आलेलं आहे. एकीकडे, नव्या रुग्णालयाचं सर्व काम पूर्ण करून, तिथली सर्व व्यवस्था सुरळीतपणे चालू करण्याचं काम आम्ही करावं यासाठी इथल्या शासकीय व्यवस्थापनानं दयाळूपणे मान्यता दिलेली आहे आणि या सगळ्या कामावर देखरेख करण्यासाठी एम.एस.एफ.नं एका फ्रेंच बांधकाम कंपनीची काही माणसं इथे पाठवलीदेखील आहेत. पुढची दोन वर्षं तरी इथली पाणीपुरवठ्याची सध्याची व्यवस्था तशीच सुरळीत चालू राहावी, यासाठी पास्कलनंही एक एजन्सी निश्चित केली आहे– त्यामुळे आमच्या सगळ्यांच्याच मनातली मोठी चिंता दूर झाली आहे; पण तरीही, प्रकल्प बंद करायचा हा विषयच खूप त्रासदायक आहे

आम्हा सर्वांसाठीच.

वादळ आणखीनच वाढत चाललंय. आत्ता कुठे दुपार सुरू झालीये; पण संध्याकाळ झाल्यासारखा अंधार पडलाय. ठरावीक वेळानं लख्खकन् चमकून जाणाऱ्या विजा काही क्षण तो अंधार चिरून टाकताहेत. परत एकदा विजेचा लखलखाट होतो आणि मी मोठ्यानं आकडे मोजतो... सहा सेकंद... आणि लगेच ढगांचा मोठा गडगडाट होतो– अगदी आमच्या बाकावर ढग आदळताहेत असं वाटण्याइतका मोठा... "वादळ दोन किलोमीटर अंतरावर आहे फक्त..." मी ओरडून सांगतो. "तुला कसं माहीत?" सगळे एका सुरात विचारतात. मी समजावल्यासारखं सांगतो की, विजांचा लखलखाट आणि ढगांचा गडगडाट यामध्ये तीन सेकंदांचा वेळ जातो. तेवढ्या वेळात वादळ ढकलल्यासारखं आणखी एक किलोमीटर पुढे सरकतं. कॅसोमाला बहुतेक गंमत वाटत्येय माझ्या बोलण्याची.

"खरंच का हे?" तो विचारतो.

"हो अरे खरंय हे," मी म्हणतो.

पुन्हा एकदा आकाश चमकून जातं; पण या वेळी लगेचच वादळाचा झोत येऊन धडकतो. "शी:" कॅसोमा ओरडतो आणि रॉबर्टो अगदी घाईघाईनं आपली जमिनीवरची पावलं वर उचलतो... पेटलेल्या कोळशांवर पावलं पडू नयेत म्हणून ज्या त्वरेनं उचलली जातात, तशी... "बाप रे." तो किंचाळतो आणि आम्ही तिघं हसतो. क्षणभरानं पुन्हा तो तसेच पाय झरकन् वर उचलतो. हे सगळं दृश्य आता कित्येक दिवस आठवणीत राहील माझ्या... तीन पुरुष, वेगवेगळ्या दशकात जन्मलेले, वेगवेगळ्या वर्णाचे... पण या एकाच हॉस्पिटलमध्ये काम करणारे... पण हो... आणखी एक अगदी छोटंसं साम्य आहे यांच्यात– या लाकडी बाकावर हे तिघंही हसत बसलेत आत्ता... ठरवूनही आम्ही असं एकत्र भेटलो नसतो एरवी कधी. या जगात अशी माणसंही आहेत हे खरं तर एरवी कळलंही नसतं. अशी माणसं... म्हणजे इथल्या या क्लिनिकोसारखी... जे डॉक्टरही नाहीयेत आणि नुसते परिचारकही नाहीयेत... जे दात काढतात, रुग्णांची पोटं उघडू शकतात, जंतुसंसर्गामुळे निकामी झालेल्या पायावर करवत चालवू शकतात आणि दररोज इथे येणाऱ्या डझनावारी रुग्णांवर शांतपणे उपचार करू शकतात... आणि तेही जगाच्या कुठल्यातरी टोकावर असणाऱ्या या भूमीवरच्या एका अशा गैरसोयींनी भरलेल्या... स्वत:च 'अशक्त' असलेल्या हॉस्पिटलमध्ये... कमाल आहे खरंच! आणि यांच्याबरोबर मी आत्ता इथे बसलोय... एरवी खरंच वाटलं नसतं मला हे कधी... पण हो... आम्ही तिघं रॉबर्टो सारखे आपले पाय घाबरून वर उचलतोय ते पाहून हसतोय. इथल्या धावपट्टीजवळच्या झाडांवर वीज कोसळल्यावर स्वतःच घाबरून जातोय.

अंगोला देशातील माविंगा शहराचे, विमानातून झालेले पहिले दर्शन... सर्वत्र फक्त कोरडी ठणठणीत जमीन आणि जागोजागी दिसणाऱ्या मातीच्या झोपड्या.

...ला पाऊस पडून गेल्यानंतर, ...गातील क्यूबिया नदीकाठावर धुण्यासाठी आलेली माणसं.

मालवाहतूक करणाऱ्या एका जुन्या रशियन विमानातून, माविंगात पाठवण्यात आलेले सामानसुमान, जे थेट आमच्याकडच्या एका जुन्या सुरुंगरोधक लष्करी वाहनात उतरवले जाते. उजव्या बाजूला आमच्या राहण्याच्या जागेचे आवार दिसते आहे.

माविंगा हॉस्पिटलमधली, ...गांना थांबण्यासाठीची जागा.

माविंगा हॉस्पिटलमध्ये पेशंट्सना जेवणासाठी मका आणि घेवड्याच्या बिया जिथे वाटल्या जातात, तिथे पेशंट्सची लागलेली रांग.

माविंगा हॉस्पिटलचे मागचे आवार. मुख्य वॉर्ड्स डाव्या बाजूला आहेत. प्रसूती विभाग मागच्या बाजूला आहे आणि आमच्या इथे दीर्घ काळ वास्तव्याला असणाऱ्यांचे तंबू उजव्या बाजूला आहेत. इथल्या स्थानिक गायकांचा एक गट, गाणे गाऊन, त्यांच्या इथे दाखल असलेल्या एका ारी सभासदाचे मनोरंजन करण्यासाठी आला होता, तेव्हाचा फोटो.

आवश्यकतेनुसार सतत जागा बदलणाऱ्या, माविंगातल्या अनेक शाळांपैकी, एका शाळेतला हा वर्ग - बॉम्ब वर्षावात पडझड झालेल्या एका जुन्या इमारतीमधली थोडीशी धड राहिलेली ही जागा आहे.

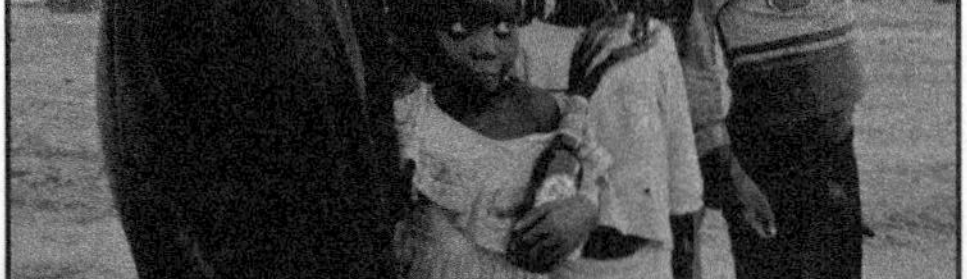

बिअरच्या बाटलीला ‘बाहुली’ म्हणून हातात घेऊन उभी असलेली मुलगी- काळ्याभोर केसांचा मोठा पुंजका त्या बाटलीच्या तोंडाशी, ‘बाहुलीचे केस’ णून घट्ट बसवलेला आहे. आणि बाकी नाक-डोळे वगैरे काहीही नाहीये. टलीवरचे लेबलही अजून तसेच आहे.

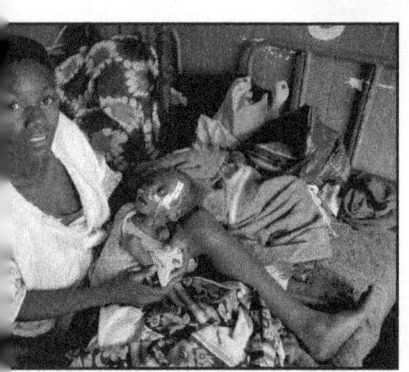

नदीवरून पाणी भरून नेणारा
माविंगातला एक लहान मुलगा.

ंगा हॉस्पिटलमध्ये, नुकत्याच
ोठ्या शस्त्रक्रियेतून वाचलेल्या
महिलेच्या नातेवाइकांसह

आमच्या अतिदक्षता विभागात दाखल केलेल्या आणि गंभीर आजारी असलेल्या एका छोट्या मुलाला जोजवणारी त्याची आई. हा मुलगा अतिशय कुपोषित आहे, त्याचे केस खूप पातळ व्हायला लागले आहेत आणि त्याला श्वास घ्यायलाही खूप प्रयास करावे लागत असल्याचे, त्याच्या गळ्याच्या पुढच्या बाजूकडे पाहता लगेच लक्षात येते आहे.

न महिन्यांच्या उपचारांनंतरचा,
फोटोतलाच हा छोटा मुलगा.

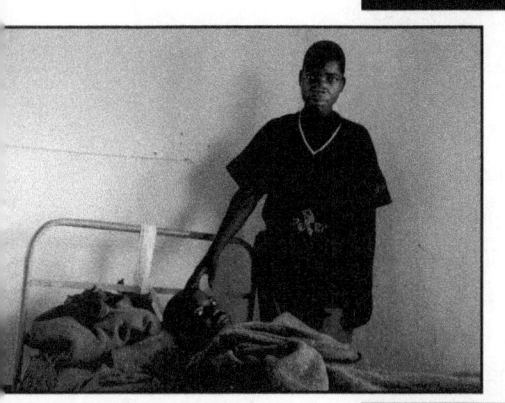

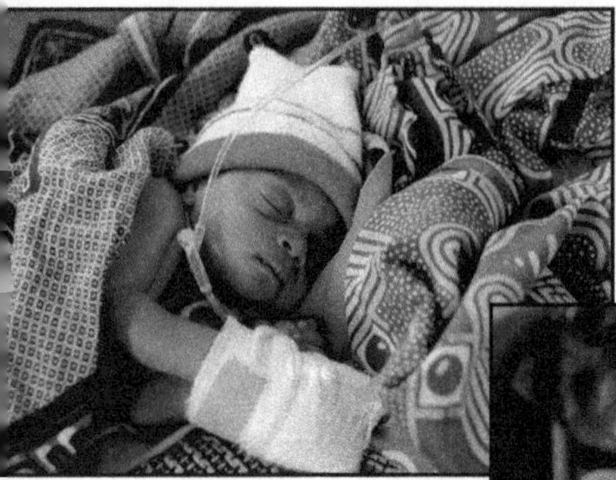

माविंगा हॉस्पिटलमध्ये शिरेतून अँटिबायोटिक्स दिले जात असलेला एक आजारी तान्हा मुलगा.

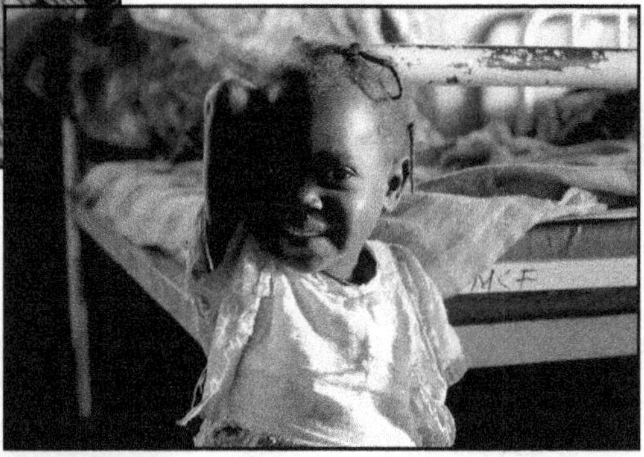

कुपोषणावरचे उपचार संपल्यानंतर बरी झालेली एक लहान मुलगी. तिला जणू अतिशक्तिवर्धक बिस्किटांच्या चुऱ्याची दाढी लावली आहे... खूश दिसते आहे.

गा हॉस्पिटलमधला हा पेशंट, एक यापेक्षाही जास्त काळ कोमात होता. ाविंगातून जाण्याआधी काहीच ा, तो शुद्धीवर आला होता; पण त्रा मेंदूला थोडी हानी पोहोचली शेजारी उभा असलेला दुसरा ा, त्याची काळजी घेण्यासाठी सतत थांबलेला असायचा. तो पेशंटचा असावा असे आम्हाला वाटले होते; तो भाऊ नसून त्याचा जवळचा मित्र जो इतके दिवस त्याच्याजवळून ाही नव्हता.

माविंगा हॉस्पिटलमध्ये अंगोलन वैद्यकीय कर्मचारी.

माविंगा हॉस्पिटलमधले जास्तीचे सामान वाटून टाकले, त्या दिवशी, स्वत:लाही असे फुकट एक ब्लँकेट, एक बादली, साबणाचा एक तुकडा आणि काही बिस्किटे मिळावीत, या आशेनं हॉस्पिटलच्या आवाराजवळ कितीतरी तास, संयम बाळगून, ताटकळत उभी असलेली माणसे.

तील एल्डोरेट इथे, देशातल्या
थापित झालेल्या नागरिकांसाठी
घाईघाईनं उभारलेली छावणी.
ातील निवडणुकीनंतर, मोठ्या
सरलेल्या हिंसाचारामुळे घरदार
ळून जावं लागलेल्या लोकांना
इथं आसरा दिला गेला होता.

मोझाम्बिकमधल्या लहान मुलांबरोबर मी.

सोडून, आजूबाजूच्या प्रदेशात
लेल्या पुरातून, कशीबशी वाट
ापलं सामानसुमान घेऊन उंच
गी जायला निघालेली माणसं.

दक्षिण सुदानमधील, नासिर शहरातल्या सोबॅट नदीच्या काठावर, एका अपघातग्रस्त विमानाचे पडलेले अवशेष आणि त्यावर चढून खेळणारी मुलं.

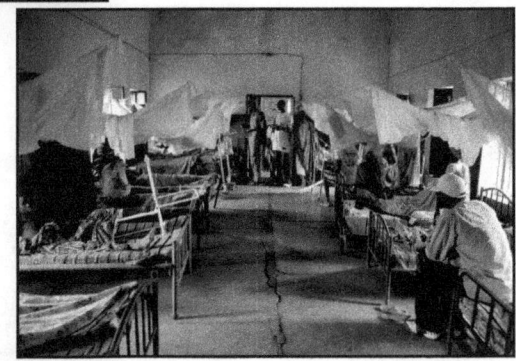

नासिर हॉस्पिटलमधला सर्जिकल वॉर्ड.

नासिर येथील हॉस्पिटलमधल्या, स्वच्छ पाणी पुरवणाऱ्या नळांवरून पाणी भरण्यासाठी जमलेले स्थानिक लोक.

दक्षिण सुदानमधल्या, कुडियर या शहरातील एका झोपडीसमोर फोटो काढण्यासाठी पोज देऊन उभ्या असलेल्या मुली व छोटी मुलं.

नासिरमधल्या सोबॅट नदीत, मासेमारीसाठी फेकले जात असलेले जाळे.

त्ररील उपचारांसाठी स्वतंत्रपणे या केलेल्या 'टी.बी. व्हिलेज' वसाने गच्च भिजलेले आवार यामुळे तयार झालेल्या भरपूर खलापासून खेळणी बनवणारी लहान मुले.

अंधपणात सोबतीला फक्त एक काठी असणारा, नासिरमधला एक वयस्कर अंध माणूस- एक लहान मुलगा, त्या काठीचे दुसरे टोक हातात धरून त्याला घेऊन जाताना.

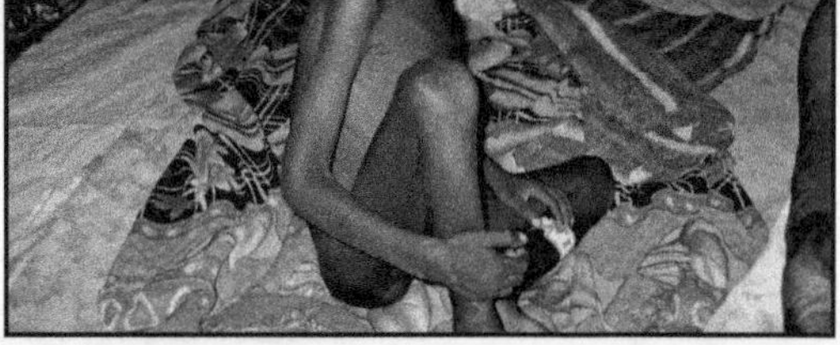

ची कमाल दु:खद अवस्था... ा आमच्या छोट्याश्या पोषण विभागात दाखल केलेली कुपोषित लहान मुलगी आता सुधारते आहे.

नासिर हॉस्पिटलमधल्या सर्जिकल वॉर्डबाहेर गप्पा मारत बसलेले कर्मचारी आणि पेशंट्स... त्यातल्या बऱ्याच जणांच्या कपाळावर, मुद्दाम कापून पाडलेल्या ज्या सहा आडव्या समांतर रेषा दिसताहेत, त्यांना 'गार' (gaar) असे म्हणतात.

नासिरमधल्या सूर्यास्ताच्या सुंदर ार्श्वभूमीवर ठळकपणे उठून दिसणारा, कूच्या आकाराच्या 'टुकुल्स'चा समूह.

रमध्ये माझे नित्याचेच झालेले ... आपल्याला उचलून हवेत वे, यासाठी माझ्याकडे हट्ट ाऱ्या मुलांचा, तो हट्ट तानाचा फोटो... अशा मुलांची ा दिवसेंदिवस वाढतेच आहे.

दक्षिण सुदानमधली दोन लहान भावंडे... आणि त्यांचा आगळावेगळा, गंमतशीर 'हेअरकट.'

आणि गेल्या महिन्याभरात जवळजवळ रोजच हे असं सगळं चालू आहे. वॉर्डामध्ये तपासणी करण्याचं रोजचंच काम खूप जास्त वेळ चालतंय हल्ली... सकाळचा वेळ खूप व्यस्त असतो; कारण मलेरियाच्या रुग्णांची संख्या दिवसेंदिवस वाढतेच आहे आणि त्यामध्ये हजारो पोलीसही आहेत. त्यामानानं दुपारी थोडी शांतता असते. कारण अतिशय आजारी असणारे रुग्ण वगळता इतर सगळ्यांनाच दुपारी येणारी वादळं गप्प बसायला लावताहेत. त्यामुळे सध्या दुपारी मी इतरांशी गप्पा मारतो. कर्मचाऱ्यांमध्ये मिसळतो, त्यांच्याविषयी प्रत्यक्ष जाणून घेण्याचा प्रयत्न करतो आणि हो... सतत वाढत जाणाऱ्या लिखापढीच्या कामाकडे चक्क दुर्लक्ष करतो. हा सगळा अनुभव असा आहे, जो खरं तर काही महिन्यांपूर्वीच मी घ्यायला हवा होता.

"ऑस्ट्रेलियातही हे असंच असतं का रे?" पावसाकडे वैतागून पाहत, जरासं ओरडूनच रॉबर्टो विचारतोय मला.

"मी ज्या भागात राहतो, तिथे नाही. मी दक्षिण भागात राहतो; पण उत्तरेकडच्या उष्ण प्रदेशात मात्र बरंचसं असंच असतं हवामान..." मी सांगतो.

"काय म्हणालास?" माझ्या दुसऱ्या बाजूला बसलेला कॅसोमा मोठ्यानं विचारतो आणि त्याच्याकडे वळून मी पुन्हा तेच उत्तर देतो.

"खरंच का?"

"खरंच सेन्टॉर," मी म्हणतोय खरा; पण त्यावर कॅसोमा मला विचारतोय, की मी नेमका कशाबद्दल बोलतो आहे.... पावसाबद्दल की या हॉस्पिटलबद्दल... कारण त्याला रॉबर्टोचा प्रश्नच नीट कळला नाहीये.

"मी पावसाबद्दल बोलतोय."... मी शांतपणे सांगतो.

"काय म्हणालास...?"

तेवढ्यात परत वीज लखलखते... "बाप रे..." म्हणत पाय परत वर उचलले जातात.

दोन वयस्कर आजोबांबरोबर व्हरांड्यात निवांत बसून मी गप्पा मारतोय, असं वाटतंय मला आत्ता.

मी इथे जेव्हा आलो, तेव्हा सुरुवातीला या सगळ्या लोकांची मला खरोखरच भीती वाटली होती का?

काय गंमत आहे ना? इथे स्वयंसेवक म्हणून काम करण्यासाठी मी जेव्हा अर्ज केला होता, तेव्हा मला अगदी खात्रीनं वाटत होतं की, इथल्या कर्मचाऱ्यांशी माझी नक्की मैत्री होईल, ते मला त्यांच्या घरी बोलावतील. त्यांच्या कुटुंबीयांशी माझी ओळख होईल... पण असं काहीच झालं नाही. बाहेरच्या देशातून इथे आलेले लोक आणि इथले स्थानिक कर्मचारी यांचे दोन स्वतंत्र गट आहेत, ज्यात

कधीही बदल होऊ शकत नाही. थोडक्यात सांगायचं तर इथे मालक आणि कर्मचारी असे दोन ठळक गट पडलेले आहेत. अर्थात, काही मोजके अपवादही आहेत म्हणा याला. आता उदाहरणच द्यायचं झालं तर, मी रॉबर्टोला माझ्याबरोबर रात्री जेवायला ये, असं सांगू शकत नाही, कारण इथे इतर आरोग्यसेवकही असताना, त्याला एकट्याला कसं बोलवायचं? या परिस्थितीमुळे आम्ही सगळेच एका विचित्र कोंडीत सापडलो आहोत. त्यामुळे मी इथे येऊन पाच महिने झाले आहेत; पण मला या सगळ्यांबद्दल आत्तापर्यंत फारच थोडी माहिती झाली आहे, असं मला अगदी खेदानं म्हणावं लागतंय. म्हणजे टोयोटाबद्दल मला एवढंच माहिती आहे की, 'युनिटा' या संघटनेत तो मेकॅनिक म्हणून काम करत होता, इथे झालेलं बरंचसं युद्ध त्यानं प्रत्यक्ष पाहिलेलं आहे. त्याला तीन मुलं आहेत आणि इथल्या स्टोअररूममध्ये जाण्यास पास्कलनं त्याला अधिकृतपणे बंदी घालावी असं त्यानं स्वतःच पास्कलला सांगितलं आहे. खरं तर ही स्टोअररूम हीच त्याची कामाची जागा आहे; पण आता हा प्रकल्प बंद होत असल्यानं, या स्टोअरमधून त्याला शक्य होतील तेवढ्या गोष्टी त्यानं चोरून आणाव्यात, असा दबाव या शहरातले लोक त्याच्यावर आणत आहेत आणि त्याला हे करायचं नाहीये. मला खरंच कौतुक वाटतंय या टोयोटाचं. अर्थात, या सगळ्या गोष्टी मला पास्कलकडून कळल्या आहेत. पास्कल अतिशय सफाईदारपणे पोर्तुगीज भाषा बोलू शकतो आणि अनेक दिवस तो या कर्मचाऱ्यांबरोबर काम करतोय, त्यामुळे त्याचे या लोकांशी खूपच जवळचे संबंध आहेत. अगदी अपवाद वाटावा इतके. रॉबर्टोची गोष्ट मात्र याच्या अगदी विरुद्ध आहे. आठवड्यातले सहा दिवस आम्ही बराचसा वेळ बरोबरच काम करत असतो; पण कितीतरी दिवस त्यानं त्याच्या बायकोबद्दल अजिबात काहीही सांगितलं नव्हतं मला. अगदी काही आठवड्यांपूर्वी त्यानं माझी तिच्याशी ओळख करून दिली आहे... "त्यांच्या पुतणीवर शस्त्रक्रिया करणारे नवे डॉक्टर," अशी... आणि अशी माझी ओळख मला खरंच आवडली होती. त्यानंतर काही वेळा तो बायकोला घेऊन इथे आलेलाही आहे. तिच्या नेहमीच वाढत असणाऱ्या रक्तदाबावर मी चांगले औषधोपचार सुचवू शकतो का, असंही विचारलं होतं त्यानं मला. हे खूप चांगलं झालं, असं वाटतंय मला. म्हणजे हल्ली दुपारी आम्ही इथे एकत्र बसतो, ते जसं चांगलं वाटतंय ना मला, तसंच. अर्थात, काही महिन्यांपूर्वी आम्ही सगळ्यांनी इथे काम करायला कशी सुरुवात केली होती, हेही विसरू शकत नाहीये मी... असो.

पाऊस थोडासा कमी झालाय. टोयोटा आमचं आवार पळत पळतच ओलांडून आमच्याजवळ आलाय. त्याचे निळ्या रंगाचे कपडे गच्च भिजलेत. "अहो नवे डॉक्टर, त्या स्त्रियांच्या वॉर्डमध्येही खूप पाणी गळतंय. तात्पुरत्या बऱ्याच बादल्या

ठेवून आलोय मी तिथे सगळीकडे. छतांना पडलेली भोकं बुजवायला मी नंतर चढेनच छपरांवर; पण सध्या तरी फक्त बादल्याच ठेवू शकतोय मी. सगळीकडे नुसत्या बादल्याच बादल्या दिसताहेत.'' तो हसत सांगतोय.

हे सगळं कॅसोमाला पटत नसल्याचं, त्याच्या हातवाऱ्यांवरूनच समजतंय. ''या गळतीवर काहीतरी कायमचा उपाय करायला पाहिजे. अशा अवस्थेत काम करणं फार अवघड आहे.'' तो त्वेषानं म्हणतो.

टोयोटा मान हलवत दिलगिरी व्यक्त करतो. वादळ थांबल्यावर लगेचच तो हे काम करेल असं सांगतो. एवढं बोलून तो पळतच बाहेर जातो आणि लगेचच परत येतो... ''नवे डॉक्टर, मी सांगायलाच विसरलो... त्या लाकडी चौकटीचं काम पूर्ण झालंय. तयार आहे ती चौकट आता...'' तो मला सांगतो.

''कसली चौकट?'' रॉबर्टो विचारतो. इथे दाखल केल्या गेलेल्या एका लहान मुलासाठी ती बनवल्याचं मी सांगतो. हा तीन वर्षांचा मुलगा झाडावरून पडल्यानं त्याच्या मांडीचं हाड मोडलं आणि म्हणून त्याला इथे आणलं आहे. ते हाड इतकं जास्त मोडलंय की त्याला नुसतं प्लास्टर घालणं पुरेसं होणार नाहीये. आमच्या ऑफिसमध्ये असलेली शस्त्रक्रियेसंबंधीची जुनी पुस्तकं चाळत असताना, अवयव ताणून ठेवता येईल, अशा एका साध्याशा साधनाचं चित्र मला सापडलं, ज्याला 'गॅलोज' असं म्हणतात. ही एक साधी लाकडी चौकट आहे, जिच्या साहाय्यानं, टेप आणि दोरीचा उपयोग करून त्या मुलाचा पाय घोट्यापासून वर उचलून आम्ही सरळ उभा टांगून ठेवू, ज्यासाठी त्याचे कुल्लेही थोडेसे वर उचलावे लागतील. अशा अवस्थेत, त्याच्या शरीराच्या वजनामुळे मोडलेल्या हाडाच्या जवळच्या हाडाचे टोक स्थिर राहील आणि पायाच्या स्नायूंचा भार पेलण्यासाठी, मोडलेल्या हाडापासून थोडंसं लांब असलेलं हाड ताणून ठेवण्याचं कामही हे साधन करेल. यामुळे काही आठवड्यात त्याच्या हाडाची तुटलेली टोकं व्यवस्थित जुळली जातील.

हा उपाय रॉबर्टोला आवडलेला दिसतोय. आम्ही टोयोटाचे आभार मानतो आणि लवकरात लवकर ती चौकट घेऊन यायला सांगतो.

''आत्ताच घेऊन येतो,'' असं म्हणत तो परत पळतच बाहेर जातो, पण तसाच लगेच परत येतो.

''नेनेबद्दल सांगायलाही विसरलो मी नवे डॉक्टर. इथल्या लहान बाळांसाठी लागणारी कॉफी आजच्या दिवस तुम्ही आणू शकाल का असं तिनं विचारलंय. अँड्रिया आणि ती एका प्रसूतीमध्ये व्यस्त आहेत. त्यामुळे बाळांना कॉफी द्यायला उशीर झालाय. तिला काय म्हणायचं आहे हे तुमच्या लक्षात येईल, असंही म्हणाली ती. तिला काय म्हणायचं आहे, ते माहितीये का तुम्हाला?''

मी मानेनंच 'हो' म्हणतो. रॉबर्टोचे आणि कॅसोमाचे कान पुन्हा टवकारले गेलेत. "कॉफी?" कॅसोमा न राहवून विचारतोच. आता हे सगळं काळजीपूर्वक आणि सविस्तर समजावून सांगावं लागणार की काय, अशी शंका नकळतच माझ्या मनात आली आहे. आम्ही पुन्हा बुरशीनाशक औषधांच्या किंवा उपचारांच्या चाचण्या घेतोय अशी शंका जर यांना आली असेल, तर या शंकेतून हे लोक काय रामायण रचतील हे मी नक्की सांगू शकणारच नाही. खरं तर या हॉस्पिटलमधील उपचारांमध्ये ज्या सुधारणा करणं चालू आहे त्याबाबत रॉबर्टो अनभिज्ञ आहे असं मुळीच नाही. जोस नावाच्या रुग्णाच्या भाजल्यामुळे झालेल्या जखमांसाठी रॉबर्टो गेले कित्येक आठवडे निर्जंतुक केलेल्या ड्रेसिंगपट्ट्या स्वतः तयार करतो आहे. त्यासाठी कापसाचं जाळीदार तलम कापड व्हॅसलिन लावून, निर्जंतुक करून घेतोय. यासाठी लागणारा खास प्रकारचा गरम करण्याचा डबा वापरतोय. शिवाय जन्मतःच अधू आणि खुरटे पाय असणाऱ्या दोन बाळांवर शांतपणे उपचार करतोय. त्यासाठी अगदी काळजीपूर्वक मोजमाप करून स्वतः प्लास्टरचे साचे तयार करतोय... अगदी सातत्यानं... तरीही त्याच्या मनात या कॉफीवरून शंकेची पाल चुकचुकावी? मग आता मीही या 'कॉफी'बद्दल त्यांना पूर्णपणे माहिती द्यायला सुरुवात करतोय... "नुकतीच इथे दोन बाळं, पूर्ण दिवस भरण्याआधीच जन्माला आली आहेत, आणि वरचेवर त्यांचा श्वास तात्पुरता बंद होतोय. याला 'ॲप्नोइक ॲटॅक' असं म्हणतात. हा त्रास कमी होण्याचा एकमेव उपाय असतो तो म्हणजे शरीराला 'कॅफेन'चा पुरवठा करणे आणि तोसुद्धा अगदी अचूक प्रमाणात आणि शास्त्रशुद्ध पद्धतीनं. याखेरीज या अशा बाळांना सतत 'मॉनिटर'ही लावून ठेवावा लागतो. या दोन्हींपैकी एकही उपचार आपण इथे करू शकत नाही. असे ॲटॅक दीर्घ काळ येत राहिले तर मृत्यू ओढवू शकतो. त्यामुळे आम्हाला काहीतरी पर्यायी उपाययोजना करणं आवश्यक आहे. म्हणूनच ज्यात भरपूर प्रमाणात 'कॅफेन' असतं, अशी भरपूर कॉफी आम्ही या बाळांना देतो आहोत, जी इथे उपलब्ध आहे. तात्त्विकतः तरी या उपायाचा उपयोग व्हायला हवा. म्हणून आम्ही हा उपाय करून पाहतो आहोत. त्यासाठी त्यांच्या नाकातून थेट पोटात नळी घातली जाते आणि दिवसातून अनेक वेळा त्या नळीद्वारा थंड कॉफी त्यांना दिली जाते आणि याचा योग्य परिणाम व्हावा या दृष्टीनं कॉफीचं प्रमाणही ठरवलं जातं. असा त्रास असणाऱ्या अगदी नवजात अर्भकांना कॉफी उकळवून काढलेला अर्क इंजेक्शनद्वारा दिला जातो. निदान आत्ता तरी या बाळांची प्रकृती ठीक आहे. अर्थात, ती या उपचारामुळे की कशामुळे, हे मी खात्रीने सांगू शकत नाही."

"खरंच की काय?" रॉबर्टो आश्चर्यानं विचारतो.

कॅसोमा मात्र गप्प आहे. त्याच्या जाड-जाड भिंगांच्या चश्म्यातून तो माझ्याकडे रोखून पाहतोय. त्याच्या उजव्या डोळ्यात मोतीबिंदू तयार व्हायला लागल्याचं मला पुसटसं दिसतंय. ''खरं सांगतो आहेस का?'' तो विचारतोय... माझ्याबद्दल, माझ्या बोलण्याबद्दल त्याला जरा शंकाच वाटत असल्याचं त्याच्या नजरेतून स्पष्ट जाणवतंय मला.

''हो अगदी खरं...'' पण त्याला अजूनही खरं वाटत नाहीये बहुतेक. काही वेळातच पावसाचा जोर खूपच कमी झालाय. आता झिमझिम पाऊस पडतोय. लहान मुलं बाहेर पडून चिखलात खेळायला लागली आहेत. हळूहळू रुग्णही यायला सुरुवात झाली आहे. त्यामुळे आम्ही उठून कामाला लागलो आहोत. मी कॉफी बनवण्यासाठी जायला निघतोय. तेवढ्यात सुरक्षारक्षक मला हाक मारून गेटपाशी बोलावतोय. तिथे एक माणूस उभा आहे आणि त्याला माझ्याशी बोलायचंय म्हणे. अक्षरश: धावतपळतच तो इथे आलाय आणि आमची गाडी घेऊन आम्ही त्याच्याबरोबर जावं असं काकुळतीनं सांगतोय तो. एक स्त्री आजारी आहे आणि आम्ही लगेच निघायला हवंय, असं त्याला वाटतंय.

''खूप आजारी आहे का? म्हणजे इतक्या तातडीनं येणं गरजेचं आहे का?'' मी त्याला विचारतो.

''परिस्थिती अगदी टोकाला गेलेली नाही; पण आम्ही लवकरात लवकर तिथे पोहोचलेलं बरं...'' तो सांगतो.

मी जांबाला बोलावतो. जांबा म्हणजे आमचा ड्रायव्हर. सुरुंगरोधक गाडीतून जायचं म्हटलं की त्याला नेहमीच खूप आनंद होतो. त्या दोघांबरोबर मी गाडीत बसलोही आहे लगेच. अशा गाडीतून या शहरात मारलेली ही माझी शेवटची चक्कर असू शकते बहुधा... खडखड आवाज करत आमची गाडी गेटच्या बाहेर पडली आहे आता आणि हा आमच्या समोरचा रस्ता आम्ही ताशी जेमतेम तीस कि.मी.च्या वेगानं पार केला आहे. ही गाडी जास्तीत जास्त एवढ्याच वेगानं धावू शकते... म्हणजे पोहोचण्याची घाई असो की नसो.

पावसामुळे रस्त्यात पडलेले मोठमोठे खड्डे चुकवत जांबा गाडी चालवतो आहे. पळत-पळत इथे आलेला तो माणूस आमच्या दोघांच्या मध्ये बसलाय आणि आम्हाला रस्ता दाखवतोय. ''आता उजवीकडे वळायचं आहे.'' तो सांगतोय आणि तेवढ्यात बांधकाम साहित्याचा एक ढीग घसरत येऊन आमच्या गाडीच्या मागच्या बाजूला पडलाय. नशीब गाडीवर नाही पडला तो... ठीक आहे... आता इकडे खालच्या अंगाला जायचंय. डावीकडे. त्या झोपडीच्या मागच्या बाजूला तो मुलांचा घोळका उभा आहे त्याच्या पलीकडे... हं बरोबर आहे... तो मातीचा ढिगारा दिसतोय ना, त्याच्याही पलीकडे जायचंय... नेमकं कुठं पोहोचायचं आहे

आम्हाला कोण जाणे...!

हे रस्ते सुरक्षित आहेत ना, असं मी जांबाला विचारतो. तो त्याची अगदी खात्री असल्यासारखी मान हलवतोय... रस्त्याच्या मधेच उभ्या असणाऱ्या शेळ्या-मेंढ्यांना हाकलण्यासाठी मोठ्यानं हॉर्न वाजवतोय, रस्त्यात खेळणाऱ्या लहान लहान मुलांवर ओरडतोय... या शहरात ज्या मोजक्याच सायकली आहेत, त्यातली एक वाटेत आल्यावर कशीतरी चुकवली आहे त्यानं... रस्ता चुकल्यानं गाडी थोडी मागं घेऊन त्यानं वळवली आहे आणि क्षणार्धात तो योग्य रस्त्यावर वळलाय... इतक्या घाईनं गाडी वळवणं पहिल्यांदाच जमलंय त्याला. या रस्त्याला वळल्या वळल्याच, बरीच माणसं घोळका करून उभी असल्याचं दिसतंय आणि तिथेच त्या माणसानं गाडी थांबवण्यास सांगितलं आहे. आम्हाला बोलवायला आलेला माणूस आता पटकन गाडीतून उतरलाय. माझा हात पकडून म्हणतोय, ''इकडं चला डॉक्टर, इथेच आहेत त्या बाई...'' नेमकं काय झालंय ते देवालाच माहीत, कारण अजून या माणसानं आम्हाला काहीच सांगितलेलं नाहीये. त्या गर्दीतून वाट काढत काढत आम्ही जराशा मोकळ्या असणाऱ्या जागेवर आलोय आता... आणि... बाप रे... काय दृश्य आहे हे... काही माणसांनी एका छोट्या मुलीला चिखलात अक्षरश: पुरलं आहे. ती मुलगी कुशीवर झोपल्यासारख्या अवस्थेत दिसते आहे. तिचं डोकं आणि गळाच तेवढा उघडा पडल्यासारखा दिसतो आहे. लोक तिच्यावर सगळ्या बाजूंनी ओला चिखल टाकताहेत आणि तिचं शरीर चिखलानं पूर्ण झाकलं जावं यासाठी प्रयत्न करताहेत. मी तिच्या शेजारी गुडघे टेकून बसलोय आता आणि अजूनही तिचा श्वासोच्छ्वास चालू असल्याचं मला स्पष्टपणे जाणवतंय.

''हे या मुलीचं काय करताय तुम्ही?'' काही न कळून मी विचारतो.

''हे आमचे उपचार आहेत डॉक्टर....'' एक वयस्कर माणूस अगदी ठामपणे सांगतो. ''तिच्या अंगावर विजेचा लोळ आला होता. या चिखलामुळे तिचं शरीर थंड होईल. या उपायाची मदतच होणार आहे तिला. तुम्ही तिला हॉस्पिटलमध्ये नेऊ शकता.... पण आमचे उपचार संपल्यानंतर...'' आणखी ठाम उत्तर येतं.

आमच्या मागं उभ्या असलेल्या स्त्रियांचा आकांत चालू आहे... तेवढ्यात कोणीतरी मला जवळच्याच एका झोपडीत येण्यास सांगतं. मी त्या झोपडीत जातो. जवळजवळ अगदी रिकामीच आहे ही. तिथे फर्निचर वगैरे असण्याचा प्रश्नच नाही; पण चिखलानंच भरलेल्या जमिनीवर एक रखरखीत असं अंथरूण मात्र दिसतंय. शेजारीच दोन स्त्रिया एकमेकींना खेटून निश्चलपणे पडल्या आहेत. त्यांच्या नाडीचे ठोके पाहण्यासाठी मी खाली वाकतो; पण ठोके लागत नाहीयेत. त्या दोघींचेही डोळे उघडेच आहेत. तिथल्या जमिनीवर आगीचा लोळ पडल्यासारख्या

स्पष्ट खुणा दिसताहेत आणि काटक्यांनी बनवलेल्या छपराला मोठं भोकंही पडलेलं दिसतंय. तिथेच वीज पडली असावी असं मला वाटतंय. विजेच्या बळी ठरलेल्या त्या दोन स्त्रियांपैकी एकीचं पोट खूपच मोठं दिसतं आहे. ती दिवस अगदी भरत आलेली गर्भवती होती, असं कुणीतरी मला सांगतंय... देवा... का रे व्हावं असं?

बाहेरच्या बाजूला काही माणसं त्या मुलीला आता चिखलातून बाहेर ओढताहेत. त्या मृत स्त्रियांपैकी एकीची ती मुलगी आहे. ती शुद्धीवर आहे, तिचे डोळे अगदीच निस्तेज, निर्जीव दिसताहेत आणि ती बोलू शकत नाहीये. पण तिच्या बाकी शरीराची सगळी लक्षणं चांगली दिसताहेत. आम्ही तिला उचलून आमच्या गाडीच्या मागच्या भागात ठेवलं आहे आता. तिला उचलून आणणारे दोघं जण आणि मी असे आम्ही तिच्याजवळ मागंच बसलो आहोत आणि जांबा गाडी अगदी हळू चालवत आम्हाला हॉस्पिटलमध्ये परत घेऊन चाललाय... गुरं-ढोरं वाटेत आली की थांबतोय, शेळ्या मेंढ्यांना बाजूला हाकलतोय... आणि आता आम्ही एकदाचं हॉस्पिटलमध्ये येऊन पोहोचलोय. आम्ही गाडीतून उतरायच्या आधीच दहा-बारा लहान मुलं आमच्या गाडीभोवती जमून आनंदानं उड्या मारायला लागली आहेत.

आम्ही त्या मुलीला अतिदक्षता विभागात घेऊन जातो. शेजारच्याच खोलीत असणाऱ्या जोसच्या जखमांचा दर्प हवेत दाटल्यासारखा वाटतोय अजूनही. ही मुलगी अजिबात बोलू शकत नाहीये. तिच्या डोळ्यांत पाण्याचा टिपूसही नाहीये; पण तिला जबरदस्त मानसिक धक्का बसल्याचं तिच्या नजरेतून जाणवतंय. तिच्यासाठी भरपूर साखर घातलेलं एखादं पेय बनवायला आम्ही आमच्या एका कर्मचाऱ्याला सांगितलंय, कारण दुसरं वेगळं असं काहीच करू शकत नाही आम्ही इथे. थेरेसा त्या मुलीच्या शरीराला हातानं वेढा घालून खाली बसली आहे, तिनं तिला ब्लँकेटमध्ये गुंडाळलंय आणि आता लाडीगोडी लावत त्या मुलीला ते पेय पाजण्याचा प्रयत्न करतेय. या मुलीला फार मोठ्या किंवा गंभीर स्वरूपाच्या जखमा झालेल्या नाहीयेत. तिच्या प्रकृतीच्या चढउतारांचे निरीक्षण करण्यासाठी आमच्याकडे ई.सी.जी.ची सोय नाहीये; पण इतका वेळ जाऊनही ती जिवंत राहिली आहे, म्हणजे यातून ती बहुतेक पूर्ण बरी होईल.

"तू आहेस ना हिच्याजवळ?" मी थेरेसाला विचारतो. ती मान हलवते.

...मी त्या खोलीतून बाहेर पडलोय आता... आवार ओलांडून मी क्षणभर तिथेच थबकतो आणि आमच्या कम्पाउण्डकडे वळून पाहतो.

इथून परत जाण्यासाठी आता एक आठवडाही राहिलेला नाही पुरता... मी नकळतच एक लांब श्वास घेतो... की उसासा टाकतो? माझं मलाच कळत

नाहीये. ढग थोडेसे पांगले आहेत आणि नारिंगी रंगाचा उबदार सूर्य त्यातून डोकावून पाहतोय. टोयोटा छतावर चढलेला दिसतोय... गळती थांबवण्याचा प्रयत्न चालला आहे त्याचा. त्याला मदत करण्यासाठी जांबाही आता शिडी चढून तिथे गेलाय. पुढच्या बाजूच्या कुंपणाजवळ जोसची बायको उकिडवी बसली आहे आणि हातातलं भांडं धुवून पाणी ओतून देते आहे... इतक्यात तिची मुलगी लाकडाच्या काही ढलप्या घेऊन आली आहे. आता त्यांनी त्या ढलप्या, काटक्या नीट रचून ठेवल्यात, काडी पेटवून टाकली. आणि त्या हळुवारपणे फुंकायला सुरुवात केली आहे...; पण नाही... ती लाकडं पेटतच नाहीयेत. त्या दोघी पुन्हा पुन्हा प्रयत्न करताहेत... अगदी चिकाटीनं... ओली लाकडं स्वतःच्याच कपड्यांच्या कडेवर घासून वाळवणारे आणि पुन्हा त्यांचा ढीग रचून ती पुन्हा पेटवण्याचा प्रयत्न करणारे दोन तेजस्वी योगी कसे दिसतील ना, तशा दिसताहेत त्या दोघी... निराशेचं कुठलंच लक्षण दिसत नाहीये त्यांच्या चेहऱ्यावर... त्यांच्या हालचालीत.

मी मागच्या आवाराकडे जाण्यासाठी वळतो. नदीवर फिरायला जाण्यासाठी अँड्रिया उत्सुकतेनं वाट पाहत असेल कदाचित, असं मला वाटतं; पण वाटेतच काही पोलीस मला हाक मारून थांबवताहेत. "अहो तरुण डॉक्टर..." पुरुषांच्या वॉर्डमधून डोकावत एक जण म्हणतोय. "तुम्ही आम्हाला लुआंडाला कधी पाठवणार आहात? हे हॉस्पिटल चांगलं नाही आहे. म्हणजे खरं तर नेहमीसारखं हॉस्पिटल नाहीच आहे आणि इथलं जेवण तर...शी: शी:... एकदम वाईट."

मी शांतपणे नुसती मान हलवतो; पण मला मनापासून त्यांना सांगावंसं वाटतंय की, मला त्यांच्याशी बोलायचं नाहीये. त्यांचं तोंडही पाहावंसं वाटत नाहीये मला. हे हॉस्पिटल इथल्या लोकांसाठी काय काय करतं, इथले कर्मचारी काम किती यशस्वीपणे पार पाडतात, याची त्यांना कल्पनाच नाहीये, हे यांना खडसावून सांगावंसं वाटतंय मला; पण मी काहीच बोलत नाही. त्यांना फक्त एवढंच सांगतो, की त्यांनी दुसरीकडे कुठं त्यांच्या जेवणाची व्यवस्था केली तर आम्हाला चालेल. माझ्या मनात या वेळी वेगळेच विचार चालू झाले आहेत... इथे येऊन आता पाच महिने झालेत मला; पण इथल्या परिस्थितीबद्दल, या हॉस्पिटलबद्दल मला पुरेसं आणि नीटसं काही कळलंय, असं मला अजूनही वाटत नाहीये. आमच्यापैकी एकाला तरी नेमकेपणानं कळू शकलं असेल का हे? गेल्याच आठवड्यातली गोष्ट आहे... दोन लहान मुलांना एक न फुटलेला हातबॉंब सापडला. पावसामुळे तो स्वच्छ धुतला गेला होता. त्या मुलांनी एक नवं चमकदार खेळणं समजून तो खेळायला घेतला. जोरजोरात आपटल्यामुळे शेवटी त्या बॉम्बचा स्फोट झाला आणि ती दोन्ही मुलं जागच्या जागीच ठार झाली. यानंतर काहीच तासांनी आम्ही एका स्त्रीची प्रसूतीसाठी तातडीनं शस्त्रक्रिया केली

आणि दोन आयुष्यं वाचवली. दहा दिवसांपूर्वी एक स्त्री इथे आली होती... इतकी घाबरली होती, की तिच्या तोंडून एक शब्दही फुटत नव्हता... पोलीस वसाहतीत तिच्यावर अमानुषपणे बलात्कार केला गेला होता. त्याच दिवशी जोसच्या जखमांमध्ये परत एक गंभीर संसर्ग झाला होता... हे सगळं असलंच काहीतरी चालू असतं इथे सतत... विनाकारण घडणाऱ्या, टाळता येण्यासारख्या दुःखद घटना आणि आजारांमधून मुक्तता मिळण्याची असंभाव्यता... एकीकडे लोकांना ठकवणारे पोलीस आणि दुसरीकडे काम करायला प्रोत्साहन देणारे, प्रेरणा देणारे इथले कर्मचारी.

पण या सगळ्यापैकी माझ्या सर्वांत जास्त लक्षात राहतील, अशा गोष्टी म्हणजे टोटो, ती पांढऱ्या कातड्याची स्त्री आणि तिची मनोरुग्ण झालेली वयस्कर आई... या तिघांनाही औषधांच्या गोळ्या देणं, मलमपट्ट्या करणं आणि दररोज तीन बाऊल्स भरून मका आणि घेवड्याच्या बिया देणं, याव्यतिरिक्त या तिघांसाठी आम्ही फारसं काहीच करत नाही आणि तेही दुसरं काही मागतही नाहीत. भाजल्याच्या जखमांमुळे त्रस्त असलेला जोसही आमच्याकडून कसलीच अपेक्षा करत नाही... काही महिन्यांपूर्वी मी त्याला दिलेली मासिकं अजूनही कवटाळून बसतो तो. आणि ते एक वयस्कर गृहस्थ... मूत्रविसर्जनासाठी पिशवी लावावी लागते ते... प्रकृती तपासण्यासाठी कालच इथे बाह्यरूग्ण विभागात येऊन गेले. त्यांना नवीन पिशवी लावल्यानं फार खूश झाले होते. आमचे मनापासून आभार मानत होते. इथले पोलीस सोडले तर आमचा एकही रुग्ण आमच्याकडून कुठलीच जास्तीची अपेक्षा करत नाही आणि माझ्यासाठी हीच गोष्ट सर्वांत महत्त्वाची, जास्त लक्षात राहील अशी आहे. कोणीच आमच्याबद्दल नाराजी व्यक्त करत नाही किंवा आम्हाला नावंही ठेवत नाहीत... जे जसं आहे तसं चालवून घेतात इथले सगळेच रुग्ण.

***

इथे माविंगात आल्यापासून आम्ही तिघांनीही एकदासुद्धा दारू प्यायलेली नाहीये; पण आज शनिवारी रात्री मात्र, हा नकळत पाळलेला नियम मोडणार आहोत आम्ही... अगदी छान पद्धतीनं. आम्ही काही बकरे आणि काही कोंबड्या विकत आणल्या आहेत आणि आमच्या आवाराच्या मागच्या बाजूला मोठी चूल पेटवून वास्कोनं ते भाजायला सुरुवात केली आहे. इथल्या सगळ्या कर्मचाऱ्यांना आज रात्री जेवायला बोलावलं आहे आम्ही. भरपूर बियर आणली आहे. डॉमिंगानं बादलीनं मोजावे लागतील एवढे पिठाचे गोळे तयार केले आहेत. भरपूर तेलात ते गोळे खरपूस तळून काढण्यात ती गर्क आहे. मी इथे आल्याआल्या आम्ही ज्या लग्नाला गेलो होतो ना त्या लग्नाचे यजमानपद सांभाळणाऱ्या गृहस्थांनासुद्धा

आमंत्रण दिलंय आम्ही... अर्थात, इथे त्यांनी मायकेल बोल्टनची गाणी लावायची नाहीत या अटीवर. हा काही आमचा निरोपसमारंभ नाहीये. आमच्या कर्मचाऱ्यांचे आभार मानण्यासाठी ठरवलाय आम्ही हा कार्यक्रम... पण सारखं मला स्वतःलाच मी का समजावतो आहे हे?...हो... कारण याला निरोपसमारंभ म्हणणं मलाच योग्य वाटत नाहीये... म्हणजे त्रासदायक आणि नकोसं वाटतंय मला ते... नुसतं असं म्हणणं नकोसं वाटतंय की... खरोखरच इथला निरोप घेणं जड जातंय मला...?

सोमवार उजाडलाय आता. आम्ही सगळे एकत्रितपणे इथल्या वॉर्डमधली शेवटची तपासणीफेरी करायला निघालोय. अगदी शेवटच्या मिनिटाला काही गोष्टी ठरवल्या जाताहेत, अखेरची जुळवाजुळव चालू आहे, उगीचच आठवून आठवून काहीतरी सूचना करणंही सुरू आहे. माझ्याही नकळत माझ्या डोळ्यांसमोर आता इथे येणार असलेल्या नव्या डॉक्टरचं चित्र उभं राहिलंय. आम्ही जे करत होतो तेच करत्येय तीही– आम्ही कुठले नियम पाळत होतो ते पाहतेय...आणि गेले काही महिने मी इथे नेमकं काय काम केलंय असा प्रश्न स्वतःला विचारतेय... मी भानावर येतो... कारण आमच्यामधून वाट काढत इथली लहान मुलं अचानक पळत बाहेर चालली आहेत... इथल्या धावपट्टीवर विमान येऊन धडकलंय ते पाहायला.

म्हणजे निघायची वेळ झाली तर आता.

मी सगळ्या रुग्णांना शुभेच्छा देत, त्यांचा निरोप घेतो. टोटोला भेटतो... "लवकर बरा हो." असं जोसला सांगतो... पण आत आत कुठंतरी खूप अस्वस्थ वाटतंय मला... काळजी वाटते आहे... कोण पाहील आता यांच्याकडे? कोण यांची आपुलकीनं काळजी घेईल? आणि पुढच्या वर्षी यांच्या उपचारांचा, देखभालीचा खर्च कोण करेल ?... देवालाच माहिती...!

मी माझ्या बॅग्ज् उचलतो आणि धावपट्टीकडे जायला निघतो. माझ्या जागी येणारी डॉक्टर अजून इथे पोहोचलेली नाही. तिच्या कागदपत्रांची पूर्तता झालेली नाहीये अजून; पण एम.एस.एफ.नं एक अनुभवी परिचारिका पाठवली आहे इथे. माझ्या पाठोपाठ ॲंड्रियासुद्धा पुढच्या आठवड्यात निघेल इथून; पण हे हॉस्पिटल पूर्णपणे बंद करेपर्यंत पास्कल मात्र इथेच थांबेल, असं त्यानं कबूल केलंय. खरंतर त्याला असं थांबायला लागायला नको होतं.... तो कमालीचा दमलाय आता... आणि त्याच्या प्रेयसीची उणीवही खूप जाणवते आहे त्याला.. पण नवीन हॉस्पिटल पूर्णपणे तयार झाल्याची खात्री करून घ्यायची आहे त्याला.

मी विमानात माझ्या बॅगा चढवतो आणि धावपट्टीवर उभं राहून कर्मचाऱ्यांशी थोड्या गप्पा मारतोय खरा... पण मनात भावनांचा नुसता कल्लोळ उठलाय...

नेमकं काय वाटतंय तेच कळत नाहीये... आता मला हॉस्पिटलमध्ये तातडीनं बोलावलं जाणार नाही, याचा आनंद होतोय... इथून जायचं म्हणून वाईट वाटतंय... यापुढे मनाला येईल तेव्हा मला हॉटेलात जाता येईल या विचारानं छान वाटतंय... आणि आता हे हॉस्पिटल, इथली माणसं, हे गाव, सगळं सगळं कायमचं सोडून जायचंय... पुन्हा कधीही यायचं नाहीये इथे, या जाणिवेनं दुःखही होतंय... एका बुडायला लागलेल्या जहाजाचं दुःख अनुभवतोय जणू मी... मन खूप सैरभैर झाल्यासारखं वाटतंय... कुणाशी फारसं बोलावंसंही वाटत नाहीये या क्षणी...

पण दक्षिणेकडून ढग आता वेगानं इकडच्या दिशेनं सरकताहेत, असं त्यांच्या गडगडाटावरून वाटतंय. आमच्या कॅनेडियन पायलटला मी हे सांगितल्यावर त्यालाही तसंच वाटत असल्याचं तो म्हणतोय आणि आता लगेच इथून निघायला हवं असं सांगतोय. या जोरानं सरकणाऱ्या ढगांमुळे आणि जोरदार वाऱ्यामुळे एकच इंजिन असणाऱ्या या छोट्याशा विमानाचे पंखच फाटून जातील असं त्याचं म्हणणं आहे. अगदी मनापासून, कळकळीनं तो हे सांगतोय. त्यामुळे मी आता लगेचच विमानाकडे चाललो आहे.

...घाईघाईनं हात हलवून एकमेकांचा निरोप घेतला जातोय.

अरे बापरे... त्या लहान मुलाच्या उपचारांबाबतचा तपशील त्याच्या कार्डावर लिहून ठेवायला विसरलोच की मी गडबडीत...

पण आता परत जाऊन हे काम करायला वेळच उरला नाहीये... जाऊ दे.

पुन्हा एक फोटो काढला गेलाय आमच्या ग्रुपचा... शेवटचा... हात मिळवले जाताहेत, भविष्यासाठी शुभेच्छा दिल्या जाताहेत... मी परत विमानाच्या दिशेनं जायला लागलोय आणि रॉबर्टो भेटलाय मला. घट्ट मिठीच मारलीये त्यानं मला... मला संकोचल्यासारखं वाटतंय... कारण माझ्यापेक्षा चार इंचानं उंच आहे तो... कसं दिसत असेल हे दृश्य!... चिखलानं भरलेल्या या धावपट्टीवर उभं राहून, एक बुटका, निस्तेज चेहऱ्याचा तरुण, एका तजेलदार, उंच अशा अंगोलन माणसाला मिठी मारतोय... असू दे पण... आता हात मिळवता मिळवता सगळ्यांचीच गळाभेट घेतली जाते आहे... चवड्याच्या अगदी टोकावर उभं राहून कॅसोमाला आलिंगन देताना मी अक्षरशः हेलपाटतोय... नेनेला भेटताना परत नीट उभा राहिलोय... डॉमिंगासाठी थोडा खाली वाकलोय... तिला मिठी मारताना माझे हात पुरत नाहीयेत. खरं तर... आता राहिला आहे पास्कल आणि ॲड्रिया. भावनाविवश होऊन, अगदी खूप वेळ एकमेकांना मिठी मारली आहे आम्ही... इतके महिने एकमेकांसोबत राहिल्यानं, ते माझ्या कुटुंबातलेच असल्यासारखे अगदी जवळचे वाटताहेत मला.

...आणि झालं आता... संपलं... लहान लहान मुलांना बाजूला हटवलं

गेलंय. विमानानं झटकन हवेत झेप घेतली आहे आणि आता लांब गेलंय ते त्या जागेपासून... जगाच्या एका टोकाला असलेली ती जागा... ते शहर... तो देश आता अगदी अंधूक अंधूक होत चाललंय सगळं... आणि क्षणार्धात दिसेनासं झालंय...

स्वयंसेवकांच्या माहितीसाठी थोडंसं...

“स्वयंसेवक म्हणून प्रत्यक्ष काम करायला जाण्यापेक्षा, त्या ठिकाणाहून घरी परत येणं जास्त कठीण असतं,” असं अनुभवी स्वयंसेवक नेहमीच सांगत असतात. पण या सल्ल्याशी मी सहमत नव्हतो... म्हणजे पहिले काही आठवडे तरी.

एखाद्या मोठ्या गलोलीतून आपल्याला कुणीतरी हवेत उंच उडवलंय... खरं तर फेकलंय... असंच, नव्यानं स्वयंसेवक बनून प्रत्यक्ष काम करायला गेल्यावर वाटतं, हा विचार मनात येताच झर्रकन माझं मन भूतकाळात गेलंय... अंगोलामधले ते समुद्रकिनारे, बार रेस्टॉरन्ट्स... सगळं आठवतंय आणि जिनिव्हामध्ये पोहोचल्यावर या कामाबद्दलचा तपशील सांगताना झालेली प्रश्नोत्तरेही आठवताहेत आता. अनेक दुकानं, कितीतरी विमानतळं, आठवडाभराची सुट्टी आणि सिडनीमध्ये पुन्हा एकदा कामाबद्दल झालेली चर्चा. ...कितीतरी गोष्टी आठवताहेत... आणि आता एकदाचा मी मेलबर्नला येऊन पोहोचलोय. आल्या आल्या मित्रांना भेटायची फार तातडीची गरज होती मला. त्यांना भेटण्यात आणि एखादा चांगला मोबाईल प्लॅन शोधण्यात पहिले काही दिवस कसे संपले ते कळलंही नाही. कधी काय घडेल याचा अंदाजच बांधता येणार नाही असं माविंगातलं आयुष्य, आणि आत्ता घरात बसून अनुभवतोय ते आरामदायक, निवांत आयुष्य, असा अतिशय वेगवान, महत्त्वाचा पण धक्कादायक प्रवास... या क्षणी जरी मला एक दिशाहीन प्रवास वाटत असला, तरी मला तो कधीच नकोसा मात्र वाटला नाही, हे नक्की. पण यावर फारसा विचार करायला आता माझ्याकडे वेळ नाहीये. आजच सकाळी एका हॉस्पिटलमधल्या अतिदक्षता विभागात काम करायला मी सुरुवात केली आहे.

“हे मि. फेल्डमन,” माझा सहकारी एका रुग्णाची माहिती करून देतो. “ब्याऐंशी वर्षांचे आहेत हे. यांना ‘टाइप-टू डायबेटिस आहे. आधी ठरल्याप्रमाणे इथे दाखल झाल्यादिवशीच त्यांच्यावर ‘बायपास’ शस्त्रक्रिया केली गेली आहे,

आणि काल रात्री त्यांना ऑपरेशन थिएटरमधून इथे हलवण्यात आलं आहे. यांच्या हृदयात तीन ठिकाणी कलम केले गेले आहे...'' आणि या ऑपरेशनची अगदी तपशीलवार माहिती दिली आहे आत्ता यानं.

आम्ही मि. फेल्डमन यांच्याकडे पाहतो. त्यांच्या तोंडातून काहीतरी आवाज येतोय; पण ते बोलत मात्र नाहीयेत. अगदी निश्चलपणे पडून आहेत. जंतुविरहित केलेल्या पांढऱ्या चमकदार नळ्यांमध्ये गुंडाळल्यासारखे दिसताहेत. एकवीस अंशाइतकेच तापमान राखले जाईल, अशा बेतानं छतावरच्या झरोक्यातून या खोलीत हवा खेळवली जाते आहे. त्याचा अगदी बारीकसा आवाजही सतत ऐकू येतोय.

''कुठलीही गुंतागुंत न उद्‌भवता यांचं ऑपरेशन पार पडलं. रात्रभर यांची प्रकृती स्थिर राहिलेली आहे. स्नायूंचं आकुंचन-प्रसरण योग्य तेवढंच व्हावं यासाठीचे उपचारही आता कमी केलेत. हृदयाचं काम नीट चालू व्हावं यासाठी दिली जात असलेली औषधंही सकाळी सहा वाजल्यापासून बंद केली आहेत. मेंदूचा रक्तपुरवठा व्यवस्थित राहावा, यासाठी मात्र अजून औषध चालू आहे... आणि ते सतत गुंगीतच आहेत. पण छातीतील जखमांमधून स्रवणारा द्राव अजूनही बऱ्यापैकी बाहेर पडतो आहे. पहिल्यापेक्षा तो कितपत कमी झालाय हे तपासून तो पूर्ण थांबावा यासाठी खरं तर आम्ही त्यांना एफ.एफ.पी.चा (फ्रेश फ्रोझन प्लाझ्मा) डोस दिलाय, पण अजूनही हा स्राव चालूच आहे.''

''आय.एन.आर. दिलंय?'' अतिदक्षता विभागात तज्ज्ञ म्हणून काम करणारे एक वरिष्ठ डॉक्टर विचारतात.

''हो. एक पॉइन्ट एक इतकं दिलंय.''

''आणि रक्त गोठण्याच्या प्रमाणाची चाचणी केली आहे?''

''हो. ते प्रमाण योग्य आहे.''

''आणि रक्त गोठावं म्हणून दिलं जाणारं 'फॅक्टर सेव्हन' हे प्रोटीन दिलंय का आपण याला?

''नाही, अजून नाही. तुम्ही यांना तपासेपर्यंत आम्ही थांबावं असं आम्हाला वाटलं.'' माझा सहकारी उत्तर देतो.

पेशंटच्या कॉटशेजारच्या टेबलावर ठेवलेला लॅपटॉप ते तज्ज्ञ चालू करतात, कुठलेतरी दोन पासवर्ड टाकतात, त्यांचं ओळखपत्र 'स्वाईप' करतात आणि झरझर तपासण्यांचे तपशील पाहतात. अनेक पानं आहेत या सगळ्या रिपोर्ट्‌सची. त्यानंतर या रुग्णाच्या शुश्रूषेचे तपशील पाहतात आणि मग मि. फेल्डमनना तपासतात... म्हणजे वेगवेगळ्या नळ्यांमधून त्यांच्या शरीरात काय काय जातंय आणि काय काय बाहेर येतंय, हे तपासतात. कारण मि. फेल्डमनना तपासण्याचा

काहीच उपयोग नाहीये, ते अजूनही बेशुद्धच आहेत. त्यांना मोठ्या प्रमाणात गुंगीची औषधं दिलेली आहेत आणि व्हेन्टिलेटरही लावलेला आहे. त्यामुळे कृत्रिमपणे का होईना, पण त्यांचा श्वासोच्छ्वास सुरळीतपणे चालू आहे. तसंच त्यांच्या डोक्याच्या बाजूला जे अनेक मॉनिटर्स लावलेले आहेत, त्यावरून त्यांच्या हृदयाच्या लहरी दिसताहेत आणि आवश्यक त्या इतर घटकांची मोजमापेही कळताहेत. एका तासापूर्वीच त्यांच्या छातीचा एक्स-रे काढण्यात आला आहे, ज्यावरून त्यांच्या फुप्फुसांची आणि हृदयाची रूपरेषा समजते आहे. आणि हो, त्यांच्या शरीरात घातलेल्या आणि शरीरातून बाहेर येणाऱ्या कितीतरी नळ्याही नेमकेपणाने दिसताहेत त्यात... शेवया दिसाव्यात तशा... तोंडातून श्वासनलिकेत घातलेल्या नळ्या, नाकातून पोटात घातलेल्या नळ्या, वेगवेगळी औषधं, द्रवपदार्थ यांसारख्या गोष्टी शरीराला पुरवण्यासाठी घातलेल्या लांब लांब, पातळ आणि लवचिक नळ्या आणि छातीतील जखमेतून स्रवणारा द्राव बाहेर पडण्यासाठी लावलेल्या दोन नळ्या. आणखी तीन अगदी सूक्ष्म नळ्या मात्र त्यात दिसत नाहीयेत. रेडिओग्राफवरसुद्धा काही गोष्टी दिसताहेत... जखमेवर वेगवेगळ्या ठिकाणी घातलेल्या टाक्यांच्या रांगा दिसताहेत, गोलाकार घातलेले टाके दिसताहेत आणि शस्त्रक्रियेसाठी फाकवलेल्या छातीच्या हाडांच्या कडा पुन्हा नीट सांधल्या जाव्यात म्हणून, उभ्या रेषेत जागोजागी मारलेल्या त्या टाक्यांच्या गाठी दिसताहेत. हे सगळं पाहून मि. फेल्डमन यांना हृदयात केलेल्या कलमांची ही जी नवी भेट मिळाली आहे, त्यासाठी हा धातूचा दोरा वाकून त्यांना अभिवादन करतो आहे, असले काहीतरी विचित्र पण मजेदार विचार माझ्या मनात गर्दी करताहेत. वयाच्या ब्याऐंशीव्या वर्षी, आणखी काही वर्षांचं आयुष्य त्यांना नव्यानं मिळालंय, हे मात्र खरं.

ते तज्ज्ञ खाली वाकतात. छातीतून वाहणारा स्राव गोळा करण्यासाठी लावलेली पिशवी लक्षपूर्वक पाहतात आणि मान वर करून माझ्या सहकाऱ्याला विचारतात... ''मध्यरात्रीपासून आत्तापर्यंत जमा झालेला आहे का हा एवढा स्राव?''

सहकारी मानेनेच 'हो' म्हणतो.

''मग आपण आता याला 'फॅक्टर सेव्हन' द्यायलाच हवं.''

मी आणि माझा सहकारी, दोघे एकमेकांकडे पाहून मान हलवतो.

''चला सुरू करू आपण ते द्यायला.'' तज्ज्ञ म्हणतात.

''आत्ता लगेच का?''... मी विचारतो.

''हो.''

''किती? एक लहान बाटली द्यायची का?''

ते मानेनंच 'हो' म्हणतात.

मि. फेल्डमन यांच्या उपचारांबाबतची कागदपत्रं मी वर-खाली करतो. मागच्या बाजूला काही लिहिलंय का ते पाहतो. पण त्यावर या आता करायच्या असलेल्या उपचाराबद्दल नेमकी कुठं नोंद करायची, याबाबत मला काहीच माहीत नाहीये. त्यांच्या डोक्याच्या बाजूला असलेल्या टेबलावर वेगवेगळ्या तक्त्यांचा जणू डोंगरच तयार झालाय. मी ते सगळे कागद चाळत असताना, इतर लोक माझ्याकडे रोखून पाहताहेत... आणि मला अचानक मॅन्युअलची आठवण येते आहे आत्ता... माविंगामधल्या त्या हॉस्पिटलमध्ये वॉर्डमधल्या तपासणी फेरीच्या वेळी, मी जेव्हा त्याला क्विनाइनबद्दल किंवा एखाद्या रुग्णाला सलाईन किती दिलंय, याबद्दल प्रश्न विचारायचो, तेव्हा मॅन्युअलही असाच गोंधळून जायचा का?...

"माफ करा, पण कुठं नोंद करायची याची?"

"इथे... शिरेतून दिल्या जाणाऱ्या औषधांची नोंद इथे आणि तातडीनं द्यायच्या औषधांची नोंद तिथे..." सहकारी तत्परतेनं सांगतो.

मला 'हुश्श' वाटतं.

"सापडलं ना..."

"हो, आपण पुन्हा किती देतोय हे औषध?"

"एक छोटी बाटली..."

मग मी आवश्यक ती नोंद करतो. मि. फेल्डमन यांच्याकरता पुढच्या बारा तासांसाठी नेमलेली नर्स ते औषध आणायला गेलीये आता, आणि मी अगदी हळू आवाजात माझ्या सहकाऱ्याला विचारतोय... "फॅक्टर सेव्हन म्हणजे काय?" पूर्वी ऑस्ट्रेलियातल्या एका मोठ्या हॉस्पिटलमध्ये मी काम करत होतो, त्याला आता अठरा महिने होऊन गेलेत. त्यानंतर मी उष्णकटिबंधातील औषधोपचारांसंदर्भातला एक कोर्स केला. त्यानंतर आधीचे काही महिने थायलंडमध्ये आणि नंतरचे काही महिने अंगोलामध्ये काम केलं. त्यामुळे या इथल्या अशा उपचारांशी कित्येक दिवसांत माझा काही संबंधच आलेला नाहीये. आणि तसंही हे 'फॅक्टर सेवन' नावाचं औषध यापूर्वी मी कधीच वापरलेलं नाहीये.

मग माझा सहकारी मला त्याबद्दल सांगतो... "रक्तस्राव गोठवण्यासाठी मदत करणारं हे औषध आहे. बायपास शस्त्रक्रिया झालेल्या रुग्णांना नेहमीच देतो आम्ही हे. जखमेतून वाहणाऱ्या स्रावासाठी तर फार उत्तम आहे हे औषध. पण ही एक छोटीशी बाटली खूप जास्त परिणामकारक असते, त्यामुळे हे औषध देण्याआधी पुरेशी काळजी घेणं नेहमीच गरजेचं आहे. आणि या औषधाचा एक थेंबही वाया जाऊ देऊन चालणार नाही."

मी मान हलवतो. ते तज्ज्ञ मध्येच त्या व्हेंटिलेटरपाशी जाऊन उगीचच काहीतरी खुडबुड करतात आणि त्यांच्याकडे कौतुकानं पाहत उभ्या असलेल्या

प्रेक्षकांना, त्यावर दिसणाऱ्या इतर काही आकड्यांबद्दल सांगतात. पण माझ्याकडे त्यांचं लक्षच नाहीये. म्हणून मग मी आजूबाजूला बघतोय आणि इथल्या इतर गोष्टींचा अंदाज घेण्याचा प्रयत्न करतोय. कारण आम्ही आत्ता ज्या खोलीत उभे आहोत, ती खोली अत्याधुनिक औषधं आणि वैद्यकीय साधनं यांनी परिपूर्ण अशी आहे. या खोलीत आणखी अकरा 'मि. फेल्डमन' आहेत, जे शेजारी शेजारी ठेवलेल्या बेड्सवर झोपलेले आहेत. त्यांना लावलेल्या व्हेंटिलेटरवर दिसणारे आकडे त्यांच्या प्रकृतीतले चढउतार दाखवताहेत आणि या सगळ्यांवर उपचार करताना किंवा त्यांची देखभाल करताना खर्चाचा विचार केला जाणार नाहीये... लागेल तेवढा खर्च केला जाणार आहे, हे अगदी उघड आहे... त्या तज्ज्ञ डॉक्टरांनी आता 'फॅक्टर सेव्हन'ची दुसरी बाटली मागवली आहे... आणि माझ्या आता पक्कं लक्षात आलंय, की या अशा विभागात मला भरपूर वेळ घालवावा लागणार आहे. एखाद्या विद्यार्थ्यासारख्या अनेक गोष्टी शिकून घ्याव्या लागणार आहेत. जसं की... या रुग्णांना आम्ही काही आठवडे इथेच ठेवणार आहोत. गरज पडली तर काही महिनेही ठेवावं लागेल... आम्ही वेळोवेळी यांच्या वेगवेगळ्या तपासण्या करू, स्कॅनिंग करू, औषधोपचार करू, शस्त्रक्रिया करू, रक्ताचे शुद्धीकरण करू, काही उपचार थांबवू, काही नव्यानं सुरू करू, त्यांना वेगवेगळी औषधं देण्यासाठी वेगवेगळ्या नळ्या लावू, किडनी किंवा इतर कुठला अवयव काम करेनासा झाला तर त्याचं काम पुन्हा नीट चालू राहावं यासाठीचा प्रयत्न म्हणून 'हेमो-फिल्टरिंग'सारखे उपचार करू, हृदयाच्या रक्तपुरवठ्याची काही समस्या असेल तर 'कॅथेटर' लावू, त्यांना रक्त देऊ,... आणि त्यांच्यासाठी आणखी जे जे काही करावं लागेल ते सगळं करू... आणि हे सगळं तेव्हाच थांबवू, जेव्हा त्यांच्या प्रकृतीत दुर्दैवानं कोणतीच सुधारणा होताना दिसणार नाही – स्पष्टपणे लक्षात येईल, की आता अशी पायरी गाठली गेलीये जिथून कधीच परत येता येणार नाही. इथे कुठलेच निर्णय, पैशांच्या किंवा इतर सुविधांच्या उपलब्धतेवर अवलंबून नसतील. रुग्णाच्या कुठल्याही क्रेडिट कार्डाचा तपशील विचारला जाणार नाही, विमा-पॉलिसीवरून उपचार ठरणार नाहीत, आणि स्तनांचा कर्करोग झालेल्या तरुण आईला उपचार घेण्यासाठी एखाद्या तंबूत ठेवावं लागणार नाही. मला प्रकर्षानं जाणवतंय की, या अशासारख्या प्रत्येकच बाबतीत इथली परिस्थिती माविंगाच्या अगदी विरुद्ध आहे. माविंगा म्हणजे साधनसामग्रीचा, सोयीसुविधांचा संपूर्ण अभाव... खडखडाट, पण म्हणून मला या इथल्या सुसंपन्न उपचार पद्धतीची चीड येत्येय असं मात्र अजिबात नाही. उलट इथे ज्या पातळीवर रुग्णांची काळजी घेतली जाते, तशीच काळजीची अपेक्षा मी माझ्या कुटुंबासाठी करेन. मला तर मनापासून असं वाटतं की अशा प्रकारची देखभाल केली जाणं हा

अधिकार प्रत्येकालाच असायला हवा. माविंगासारख्या ठिकाणी काम करून आल्यावर आता मला हा प्रश्न पडलाय की, या इथल्या हॉस्पिटलमध्ये काम करत असताना, इथल्या परिस्थितीत आणि माविंगामधल्या परिस्थितीत जी तफावत आहे, कमालीची विषमता आहे, ती मला सतत अगदी प्रकर्षानं आणि त्रासदायकपणे जाणवत राहणार आहे की काय?

खरं तर हे मोठं हॉस्पिटल, हे वातावरण, हे सगळंच माझ्यासाठी काही नवीन नाहीये. पण तरीही इथे पुन्हा रुळणं मला अवघड का वाटतंय कोण जाणे! पण त्यासाठी मी अगदी मनापासून प्रयत्न करतोय. आणखी काही वर्षांनी परिस्थिती कशी असेल हेही लक्षात यायला लागलंय माझ्या. माविंगाला जाण्याआधीच मी हे इथलं काम स्वीकारलं होतं. कारण इथे परत आल्या आल्या, 'तातडीचे औषधोपचार' या विषयातलं विशेष प्रशिक्षण पूर्ण करायचं हा माझा हेतू होता. 'अतिदक्षता विभागातलं काम हा त्या प्रशिक्षणाचाच एक भाग आहे, पण हे प्रशिक्षण आणखी पाच वर्षं चालणार आहे. अतिशय नियोजनबद्ध आणि बंधनकारक असा हा पाच वर्षांचा कालावधी असणार आहे आणि त्यासाठी मला पाश्चिमात्य रुग्णालयांमध्येच काम करावं लागणार आहे.

अतिदक्षता विभागात काही महिने काम करून झाल्यावर आता मी 'तातडीचे औषधोपचार' या विभागात रुजू झालो आहे. इथलं काम खूप महत्त्वाचं आणि आवडेल असं आहे. आणि या कामाला 'कंटाळवाणं' काम नक्कीच म्हणता येणार नाही. इथली अनेक कामं करण्यात मला खूप रस वाटतोय. पण अंगोलामध्ये पुन्हा एकदा कॉलऱ्याचा उद्रेक झालाय. एम.एस.एफ.नं पुन्हा तिथे मदतीसाठी धाव घेतली आहे. त्यामुळे मी एकीकडे त्या संस्थेसाठीही काही काम करायला लागलो आहे. पत्रव्यवहार, माहिती उपलब्ध करून देणं, शुश्रूषा घरांची व्यवस्था, अशी कामं मी अधिक करतोय आणि या कामांच्या दृष्टीनं इथे अनेकदा मला करावी लागणारी रात्रपाळी, मला खूप सोयीची आणि महत्त्वाची ठरते आहे. आणि हो, रात्रपाळीमध्ये अनेक दारूडे इथे उपचारासाठी आणले जातात. त्यांतले काही जण खूप मनोरंजनही करतात आमचं. अर्थात, सगळेच काही तसे नसतात म्हणा.

''डॉक्टर, एका गल्लीमध्ये मारामारी करत असताना उचललंय आम्ही याला.'' नेमकं एका शनिवारी रात्री एक पोलीस अधिकारी मला सांगतोय. सुरक्षारक्षकासोबत मी ॲम्ब्युलन्स उभ्या करतात त्या जागी जाऊन बघतो, आणि त्या पोलीस वॅगनच्या दारामागे बसलेल्या, शंभर किलो वजनाच्या, मद्यधुंद झालेल्या आणि अतिशय संतापलेल्या त्या माणसाला नेमकं कसं हाताळायचं, याचा विचार करायला लागतो. ''त्या वेळी फार चवताळलेला होता हा. आवरतच नव्हता.

याला काबूत आणण्यासाठी आम्ही दोन वेळा याच्या तोंडावर फवारा मारला. पण मग हा जास्तच वेड्यासारखा वागायला लागला,'' पोलीस अधिकारी हतबुद्ध झाल्यासारखा सांगतोय. त्या माणसाचा संताप आणि चवताळणं आटोक्यात आणण्यासाठी त्याला 'ॲम्फेटॅमाईन' हे औषधच द्यायला हवं, हे माझ्या लक्षात आलंय. डोळ्याची पापणीही हलवली नाहीये यानं इतक्या वेळात. मारामारी करताना याचं डोकंही फुटलंय आणि त्यातून रक्त वाहतंय.

''आपल्याकडे किती सुरक्षारक्षक आहेत?'' त्या माणसाची अवस्था पाहून उसासा टाकत मी विचारतो.

''तीन.''

''ठीक आहे. सिंडी, तू 'मिडझोलम'चं इंजेक्शन तयार करतेस का? पूर्ण बाटली वापर. गाडीतून बाहेर काढल्या काढल्या लगेचच देऊ आपण ते त्याला,'' मी सिंडीला सांगतो. असल्या केसेसच्या बाबतीत कोणती पद्धत वापरतात हे मला चांगलं माहिती आहे.

''नाही, नाही, तो गाडीत बसलेला असतानाच तुम्ही त्याला इंजेक्शन द्यायला पाहिजे.'' एक पोलीस घाईघाईनं म्हणतो. गाडीतून बाहेर काढण्याआधी त्याला शांत करायला हवं, थोडी गुंगी यायला हवी त्याला. इथून त्याला निसटून जाऊ द्यायचं नाहीये आम्हाला.''

'वा! फारच छान आहे हे,' मी मनाशीच म्हणतो. म्हणजे आता एखादी स्त्री नर्स आम्ही त्या गाडीत पाठवू शकणारच नाही. त्यामुळे त्या पोलीस अधिकाऱ्याबरोबर आणि सुरक्षारक्षकांबरोबर आता मलाच त्या गाडीत जाऊन हे काम करावं लागणार आहे. एक गोष्ट मान्य करायलाच हवी की, आजच्यासारखी रात्र जेव्हा उगवते, तेव्हा आमच्यापेक्षा आमच्या सुरक्षारक्षकांना रात्रपाळीत काम करणं जास्त अवघड असतं. असो. मी आधी त्या खवळलेल्या माणसाला समजावण्याचा प्रयत्न करतोय आता, पण त्याचा कितपत उपयोग होईल ते सांगता येत नाही. तुमच्या नशिबात नेमकं काय आहे, हे तुम्हाला कधीच कळत नाही, नाही का? ''मित्रा, आम्ही इथे फक्त तुला मदत करायला आलोय.''... शक्य तितक्या सौम्य आवाजात मी त्या माणसाशी बोलायचा प्रयत्न करतोय... ''हे बघ, तुझ्या डोक्याला झालेल्या जखमेतून वाहणारं रक्त थांबवायचं आहे आम्हाला, बास... नंतर आम्ही तुला अजिबात त्रास देणार नाही. आमचं काम झालं की तू झोपू शकतोस, मग पुन्हा आम्ही तुला उठवणार नाही... नक्की नाही. तुला काही खायला आणून देऊ का? तुला भूक लागली आहे का?''

''ए, तू जा रे...'' गाडीच्या मागच्या बाजूनं ओरडण्याचा आवाज येतो.

''हे बघ मित्रा, काहीही झालं तरी तुझी जखम आम्हाला बघायलाच पाहिजे.

आणि यासाठी आमच्याकडे दोन मार्ग आहेत. कुठला निवडायचा ते तू ठरव... तू थोडंसं सहकार्य केलंस तर खूप सोपं होईल सगळं.''

''हा पोलिसांचा नीचपणा आहे! मला माहिती आहे माझे... माझे..''

''तुझे अधिकार... असं म्हणायचंय का तुला?''

''हो.''

या माणसाची काळजी घेण्याची जबाबदारी जर माझ्यावर नसती ना तर त्याची अवस्था पाहून मी नक्कीच खूप हसलो असतो. ''त्याच्या डोक्यातून खूप जास्त रक्त येतंय का?'' मी दोघांपैकी एका पोलीस अधिकाऱ्याला विचारतो.

तो मानेनंच 'हो' म्हणतो.

''सिंडी, जाऊ या त्या गाडीत?''

ती मान हलवते.

''गार्डस्, तयार आहात ना तुम्ही?''

तेही मानेनंच 'हो' म्हणतात.

पोलीस तर तयारीतच आहेत. मग आम्ही हातमोजे घालतो, गॉगल घालतो आणि गाडीच्या त्या मागच्या दारापाशी जातो... 'भरपूर पगार घेऊन या असल्या प्रसंगांना सामोरं जाण्यापेक्षा, विनावेतन मलेरियाचे रुग्ण हाताळलेले बरे...' हा विचार या क्षणी माझ्या मनात आल्याशिवाय राहत नाही.

...अर्थात, या विभागात सगळंच काही अशासारखं घडत नाही म्हणा. बहुतेक सगळे रुग्ण आम्हाला सहकार्य करणारे असतात आणि मदतीसाठी अनेक वरिष्ठ मंडळीही असतातच आजूबाजूला... पण एका गोष्टीची मात्र शंका वाटतेच आहे मला... इथे मी आणखी खूप काही जरी शिकलो, तरी माविंगासारख्या परिस्थितीत प्रत्यक्ष काम करायला गेल्यावर, या शिकण्याचा काही उपयोग करता येईल का मला?...

***

इथे येऊन जवळपास सहा महिने झालेत मला. आत्ता मी 'एड्स'साठी काम करणाऱ्यांची वेबसाईट पाहत बसलोय... म्हणजे अगदी वरवरच बघतोय... ''माझं मलाच समजावतोय का मी?'' ...कोण जाणे आणि माझ्या मनातलं ज्याच्यापाशी बोलता येईल, असं कुणीतरी मला भेटावं अशी वाट पाहतोय मी, नकळतच... या हॉस्पिटलमधल्या एका तज्ज्ञ डॉक्टरांसोबत कॉफी पीत बसलोय मी. माविंगासारखी परिस्थिती असणाऱ्या वेगवेगळ्या ठिकाणी राहून या डॉक्टरांनी प्रत्यक्ष काम केलेलं आहे. मी त्यांना सल्ला मागतो... ''मी इथलं प्रशिक्षण पूर्ण करावं, की प्रत्यक्ष काम करण्यासाठी परत जावं?''

''परत तिकडे काम करायला जा.'' माझा प्रश्न संपतो न संपतो तोच ते

उत्तरही देतात... अगदी निःसंदिग्धपणे. "प्रशिक्षण पूर्ण झाल्यावर तिकडे जाणं सोपं असणार नाही तुझ्यासाठी. तू इथे प्रगतीच्या पायऱ्या चढत राहशील... उत्तम तऱ्हेनं स्वतःच बस्तान बसवशील. पण मग या पाच वर्षांत, तू इथून निघून प्रत्यक्ष बाहेर का पडू शकत नाहीस, याची आणखी शंभर कारणं तयार असतील तुझ्याकडे. हे बघ... वैद्यकीय क्षेत्रातली वेगवेगळी कामं करण्याची खूप क्षमता आहे तुझ्यात. तुला खरंच जर पुन्हा लोकांमध्ये प्रत्यक्ष राहून काम करावंसं वाटत असेल, तर जा... लगेच जा."

एम.एस.एफ.ची कामं सध्या कुठं-कुठं चालू आहेत हे विचारण्यासाठी मी त्यांच्याशी संपर्क साधलाय आता... म्हणजे केवळ मला माहिती असावं म्हणून... हे उगीचच स्वतःला बजावतोय का मी?... म्हणजे मनापासून की मनाविरुद्ध?... कोण जाणे... पण अनेक ठिकाणी कामं चालू आहेत त्यांची.... यानंतरच्या काही महिन्यांत एम.एस.एफ.च्या खूपच संपर्कात आलोय मी... आणि आता त्यातल्या एखाद्या ठिकाणी काही आणीबाणीचा प्रसंग उद्‌भवला तर त्यासाठी जो गट नेमलेला आहे, त्या गटात सामील होण्यासाठीचं एक वर्षाचं कंत्राट मला मिळण्याची शक्यताही निर्माण झालेली आहे. या संधीचा कमालीचा मोह होतोय मला. अँड्रियाची ई-मेल मिळाल्यापासून तर या मोहात भरच पडली आहे. पश्चिम आफ्रिकेमधील एका प्रकल्पामध्ये स्वयंसेवक म्हणून ती एवढ्यातच काम करायला लागली आहे आणि तिला अगदी मनापासून ते काम आवडलंय, असं लिहिलं आहे तिनं.

या सगळ्यादरम्यान माझ्या घरीही सांगण्यासारखं फारसं काहीच घडत नाहीये. माविंगात असताना ऐकण्यासारख्या काहीतरी बातम्या यायच्या घरून. पण आता येतात त्या बातम्यांमध्ये काहीच अर्थ नसतो फारसा. आमच्या घरच्या कुत्र्याला त्याच्या डॉक्टरांकडे नुकतंच नेऊन आणलं आहे. ते त्याच्यावर नवे औषधोपचार करू इच्छितात, हे माझी मम्मी मला मुद्दामहून फोन करून सांगते... "त्याचा अस्वस्थपणा कमी करण्यासाठी गोळ्या देणार आहेत ते..." ती सांगत असते. "शारीरिक किंवा मानसिक अस्वस्थतेमुळे त्याची तब्येत बिघडली असावी, असं आत्ता तरी वाटतंय." मम्मीच्या स्वरात ओतप्रोत काळजी भरलेली जाणवते मला.

"कुणाला? कुत्र्याला झालाय का हा आजार?" मी हसू दाबत विचारतो.

"हो ना रे, नर्व्हस ट्रेमरसारखं काहीतरी झालंय त्याला. झटके आल्यासारखं विचित्रपणे अंग हलवत राहतो तो बऱ्याचदा..." आता यावर मी काय बोलणं तिला अपेक्षित आहे कोण जाणे!... जाऊ दे.

'तातडीचे उपचार' या विभागातल्या रात्रपाळीचा आणखी एक आठवडा संपलाय आज. तांबारलेल्या डोळ्यांनी मी एका सुपरमार्केटमध्ये बिल मिळण्याची वाट पाहत उभा आहे... अतिशय थकल्यामुळे ग्लानी आल्यासारखं वाटतंय,

शरीर खूप रखरखलेलं, मळलेलं वाटतंय... तिथेच उभ्या असलेल्या एका अतिस्थूल लहान मुलाकडे पाहून माझा संताप होतोय; कारण चॉकलेटचे इतर अनेक प्रकार तिथे असताना, त्याच्या आईनं त्याला नेमकं नको तेच चॉकलेट घेऊन दिलंय. त्याऐवजी आरोग्यवर्धक दुधाचा एखादा कप त्याच्या तोंडाला लावला तर काय होईल? आवडणार नाही का त्याला?... मला आश्चर्य वाटतंय हे पाहून.

पण असल्या तुलना करत राहणं व्यर्थ आहे. उगीच चांगुलपणा दाखवायला जाणं नेहमीच चुकीचं ठरतं. नाकासमोर चालत राहणं केव्हाही उत्तम असतं, हे क्षणार्धात लक्षात आलंय माझ्या.

सर्वांत जास्त त्रासदायक काय वाटतं सांगू का? छान वाफाळलेल्या दुधाच्या कॉफीचा कप हातात घेऊन जेवणाच्या टेबलापाशी निवांत बसलेलं असावं आणि त्याचा आस्वाद घेण्याऐवजी, समोरच्या माणसानं विचारावं की, 'या कॉफीसाठी जितके पैसे मोजले, त्या पैशांत किती लहान मुलांना लस टोचता आली असती?' गोष्टी इतक्या साध्या-सोप्या कधीच नसतात हे खूप पूर्वीच जाणवलंय मला खरं तर. आत्ता तरी मी इथे आहे खरा, पण कुणी सांगावं, पुढच्या काही महिन्यांत परिस्थिती वेगळी असेल. नव्या नव्या गाड्या, घरांचे नूतनीकरण, अशासारख्या विषयांवर माझे सहकारी बोलत असतील, तेव्हा मी कदाचित त्यांच्यापाशी त्याविषयी काहीच बोलू शकणार नाही... ते बोलत असताना मला वेगळंच काहीतरी आठवत असेल... नव्यानं ठिगळं लावलेली, काटक्यांनी शाकारलेली झोपड्यांची छपरं आणि नव्यानं चिखल थापलेल्या त्यांच्या भिंती... आणि आमच्या कर्मचाऱ्यांचं काय झालं असेल? भाजलेला जोस आता कसा असेल... असे विचारही नक्कीच येत असतील तेव्हा माझ्या मनात...

पण जाऊ दे हे सगळं... मी विचारविश्वातून बाहेर आलोय आता. अपरिहार्य गोष्टींचा त्रास करून घेण्यात काहीच अर्थ नसतो कधी...

''दोन वर्षं... पुढची दोन वर्षं संस्थेसाठी काम करण्यासाठी मी तयार आहे. त्याहून जास्त काळही काम करेन कदाचित मी; पण ते त्या वेळच्या परिस्थितीवर अवलंबून असेल...'' एम.एस.एफ.ला मी सांगितलंय.

हे बोलणं झाल्यावर अगदी लगेचच, एका प्रकल्पावर काम करण्यासाठी मला विचारण्यात आलंय. माझं प्राधान्य नेहमीच कुपोषित मुलांसाठी काम करण्याला असतं आणि त्यासाठीच उभारलेल्या प्रकल्पावर काम करण्यासाठी मला विचारलं गेलंय. कुपोषित मुलांच्या अन्नपाण्याची सोय करणारं आणि त्यांच्यावर उपचार करणारं एक मोठं केंद्र उभारलं गेलं आहे, जिथे गंभीररीत्या आजारी असणाऱ्या शंभर-एक मुलांना दाखल करून त्यांच्यावर सध्या उपचार चालू केले गेले आहेत. शिवाय आणखी हजारो मुलांवर 'बाह्यरुग्ण' म्हणून उपचार केले जातात.

याविषयीचा सगळा तपशील संस्थेनं माझ्याकडे पाठवला आहे. त्या अहवालासोबत इतरही अनेक कागदपत्रं आलेली आहेत; ज्यात पोषणाविषयीची मार्गदर्शक तत्त्वं, माझ्या कामाचं स्वरूप, लसीकरणासाठी आवश्यक त्या गोष्टी, असं सगळं तर आहेच आणि शेवटचा एक कागद आहे... 'अपहरण झालं तर तग धरून कसं राहायचं' याविषयीचं मार्गदर्शन करणारा.

माझं हे काम सोमालियात असणार आहे. मी स्वप्नात पाहिलेला आहे हा देश... म्हणजे माझ्या दुःस्वप्नात. तिथल्या सुरक्षेची अवस्था अगदी भयानक आहे; आणि तिथे सतत वांशिक युद्धं चालू असतात. गेल्या दहा वर्षांपेक्षाही जास्त काळ तिथे स्थिर आणि प्रभावशाली सरकार नाहीये, आणि आता तर तिथे मूलतत्त्ववादी मुस्लिमांची बंडखोरीही सुरू झाली आहे. माझ्या आधीच्या प्रकल्पाच्या पार्श्वभूमीवर मी ज्या नव्या प्रकल्पाचा विचार करत होतो, तसा हा प्रकल्प अजिबातच नाहीये. आणि आता मला अंगोलामधला कुपोषित मुलांचा वॉर्ड आठवतोय. तिथल्या कुपोषित मुलांना पुन्हा पूर्वपदावर आणणं म्हणजे, मानवहितासाठी केलेल्या कामाचं सार आहे असं वाटायचं मला... आणि हे काम अगदी अत्यावश्यक आहे, असंही अगदी प्रकर्षानं वाटायचं.

"या प्रकल्पाच्या आवाराबाहेर तुला कधीही जाता येणार नाही." एम.एस.एफ.च्या वरिष्ठांनी मला ई-मेलवरून सांगितलंय... म्हणजे बजावलंच आहे. "हॉस्पिटलच्या कंपाउंडपर्यंत पोहोचेपर्यंत सशस्त्र सुरक्षा दल तुझ्यासोबत असेल. त्या हॉस्पिटलमध्येच तुला राहावं लागेल आणि तिथेच तुला काम करावं लागेल. सशस्त्र सुरक्षारक्षक नेहमीच तिथे हजर असतील." एम.एस.एफ.च्या बाबतीत हा अपवादच म्हणायला हवा, कारण सामान्यपणे ते त्यांच्या प्रकल्पाच्या आवारात बंदुका आणण्यास परवानगी देत नाहीत... "तुला कुठल्याही प्रकारे त्रास होतोय असं एखादं जरी लक्षण दिसलं, तरी आम्ही सरळ तुला इथून हलवू. सुरक्षेकडे तर आम्ही खूप गांभीर्यानं पाहतोय, पण तूही हे नीट लक्षात घेतलं पाहिजेस की, हा भाग अस्थिरतेनं व्यापलेला आहे आणि इथे असं काहीही घडू शकतं, ज्याचा अंदाज आम्ही आधीपासून बांधू शकत नाही. आणि शक्य होऊ शकणारी प्रत्येकच गोष्ट आम्ही थांबवूही शकत नाही. अशा ठिकाणी स्वयंसेवक म्हणून जाण्याचा निर्णय सर्वस्वी तुझा असणार आहे."

ती सगळी कागदपत्रं मी अगदी लक्षपूर्वक वाचली आहेत आणि अगदी गांभीर्यानं नीट विचार करून मी निर्णय घेतलाय आता. माझं जास्तीचं सगळं सामान मी स्टोअरमध्ये ठेवलंय आणि साश्रूनयनांनी इथल्या सगळ्यांचा निरोप घेतलाय. नव्या कामाची पूर्ण माहिती करून घेण्यासाठी मी पुन्हा सिडनीला आलोय. हेही काम झालंय आणि आता मी स्वित्झर्लंडला पोहोचलो आहे. इथे

सुरक्षाविषयक काही कागदपत्रं आणि हयातीचा दाखला यावर सह्या करण्याचं कामही लगेचच पूर्ण झालंय माझं. पण पुढचे दोन आठवडे कमालीची थंडी असलेल्या जिनिव्हामधल्या एका जुन्या हॉटेलमध्ये राहण्याची वेळ आली आहे माझ्यावर. त्यामुळे आता उत्सुकतेनं, त्याहीपेक्षा थोड्याशा अस्वस्थपणेच या नव्या प्रकल्पाबद्दल विचार करायला, थोडासा अभ्यास करायला आयताच वेळ मिळालाय मला... मनुष्यबळाविषयी काही समस्या असल्यानं हा उशीर होतोय असं कळलंय.

शेवटी एकदाचा केनियाला येऊन पोहोचलोय मी... मला थोडीशी काळजीही वाटते आहे. उतावीळ झाल्यासारखं, खूप उत्साह आल्यासारखंही वाटतंय आणि एकीकडे पूर्णपणे घाबरलोही आहे मी. पण तिथे जाऊन प्रत्यक्ष काम सुरू करण्यासाठी खूप उत्सुकही झालोय. एम.एस.एफ.चा ड्रायव्हर नैरोबी विमानतळावर मला घ्यायला आलाय. आणखी काही बोलणी करण्यासाठी तिथल्या प्रादेशिक कार्यालयात आता तो घेऊन चाललाय मला. मोगादिशाला पोहोचण्यापूर्वीची ही शेवटची औपचारिकता आहे, पण त्या कार्यालयात पोहोचल्यावर सगळे गंभीर चेहरेच दिसताहेत मला. मागच्या वेळेसारखं हसतमुखानं स्वागत केलं गेलं नाहीये माझं.

''तू डॅमियन ना?'' ते विचारतात.

''हो.''

ते मला बसायला सांगतात. ''आम्हाला एक दुःखद बातमी कळली आहे,'' प्रकल्पाचा फ्रेंच समन्वयक सांगतो... ''तू सध्या तरी सोमालियाला जाणार नाहीयेस.''

देवा, इतकी सगळी यातायात करून झाल्यावर हे काय आता?

''का?'' मी शांत राहण्याचा प्रयत्न करत विचारतो.

''आजच सकाळी एम.एस.एफ.च्या तीन कर्मचाऱ्यांचा खून करण्यात आला आहे, सोमालियात...'' ते सांगतात. अगदी ठरवून हल्ला करण्यात आला होता म्हणे त्या तिघांवर... आणि तोही त्यांच्या आवारापासून अगदी काही मीटर्सच्या अंतरावर...

झांबेझी नदीच्या जाळयात...

ही विस्फोटक घटना घडल्यानंतर काहीच दिवसांनी, केनियातील नैरोबी इथल्या पानगळतीने ग्रासलेल्या एका बागेत भर दुपारी सामुदायिक प्रार्थनासभा आयोजण्यात आली आहे. एम.एस.एफ.सोबत सोमालियात काम करण्यासाठी बाहेरील देशांतून आलेल्या शंभर एक स्वयंसेवकांना घाईघाईनं इतरत्र हलवण्यात आलं आहे. इथल्या अतिथिगृहातल्या खोलीत माझ्याबरोबर सध्या राहत असलेला जो स्वयंसेवक आहे, तो तर नेसत्या कपड्यांनिशी इथे आला आहे. एक त्याचा लॅपटॉप सोडला, तर त्याचं बाकी सगळं सामान अजून सोमलियातच आहे. पण असे सगळेच जण आज या प्रार्थनासभेसाठी इथे हजर आहेत. हा खरोखरच खूप दुःखद आणि गंभीर प्रसंग आहे.

मारल्या गेलेल्या तिघांचेही फोटो आमच्या समोरच्या टेबलावर ठेवले गेले आहेत. पण इतका जोरदार वारा वाहतोय इथे की वाऱ्याच्या फटकाऱ्यानं ते फोटो सारखे खाली पडताहेत. पण इथे एकही शवपेटी नाहीये. सामानाची ने-आण करण्याचं काम करणारा फ्रेंच स्वयंसेवक डॅमियन लेहाल याचा मृतदेह विमानानं त्याच्या घरी पाठवण्यात आला आहे. व्हिक्टर ओकुमू या केनियन शल्यविशारदाच्या मृतदेहाचं दफन त्याच्या गावीच या एक-दोन दिवसात केलं जाणार आहे, पण त्यांचे कुटुंबीय या सभेसाठी आमच्याबरोबर इथे उपस्थित आहेत आणि या दुर्घटनेत सापडलेल्या गाडीच्या, मोहम्मन विधान नावाच्या सोमालियन ड्रायव्हरचा मृतदेह त्याच्याच देशात ठेवण्यात आला आहे.

या सभेत तीव्र दुःख तर व्यक्त केलं जातंच आहे, पण त्याच्या जोडीला अतीव संतापही व्यक्त केला जातोय. एम.एस.एफ.चे वरिष्ठ स्वयंसेवक असणारे गृहस्थ अगदी पोटतिडकीनं, हृदय पिळवटून टाकणाऱ्या शब्दांत या घटनेबद्दल बोलताहेत. त्या तिन्ही स्वयंसेवकांनी केलेला त्याग, मूर्खपणानं केलेला तो तसा हल्ला, याबद्दल बोलताना ते उद्वेगानं सांगताहेत, की हा हल्ला फक्त

त्या तिघांवर झालेला नसून संपूर्ण सोमाली समाजावर झालेला आहे. हा प्रकल्प असाच पुढे चालू ठेवणं कितपत व्यवहार्य आहे याचा एम.एस.एफ. नव्यानं विचार करायला लागल्यामुळे, परिणामतः हाच समाज या संस्थेच्या मदतीपासून वंचित होऊ घातला आहे. यानंतर मृत व्यक्तींच्या टीममधले सहकारी एकेक करत बोलायला उभे राहताहेत. मृत सहकाऱ्यांची प्रशंसा करताना त्यांना रडू आवरत नाहीये. व्हिक्टर ओकुमू यांची जेमतेम पंधरा-सोळा वर्षांची मुलगी दुःखानं, नैराश्यानं पार कोलमडून गेली आहे. तिला तिच्या जागेवर बसवायलाही मदत करावी लागते आहे. त्यांची विधवा पत्नी त्यामानानं शांतपणे बसली आहे. पण त्यांचे नातेवाईक मात्र एम.एस.एफ.च्या वरिष्ठ सदस्यांशी वाद घालायला लागले आहेत. "तुम्ही असं कसं करू शकता?" वरिष्ठांच्या समोर उभं राहून त्यातली एक स्त्री रडतरडत विचारते आहे. "अशा जागी या माणसाला पाठवलंतच कसं तुम्ही? हा देश सुरक्षित नाही हे माहिती असूनही?"

हा अगदी त्रासदायक आणि चमत्कारिक क्षण वाटतोय मला. म्हणजे खरं तर सगळ्यांसाठीच हे सगळं त्रासदायक आहे. या सगळ्यांच्या उद्रेकाला तोंड देता देता, एम.एस.एफ.चे समन्वयक स्वतःच उद्ध्वस्त झाल्यासारखे दिसताहेत. त्या रडणाऱ्या, जाब विचारणाऱ्या स्त्रीच्या जागी जर मी असतो, तर मीही तिच्यासारखाच वागलो असतो, असं वाटतंय मला. पण माझ्यापुरतं बोलायचं तर या प्रकल्पाविषयी मला माहिती देताना, सुरक्षेच्या समस्येबाबत एम.एस.एफ.नं काहीही लपवून ठेवलेलं नव्हतं. तिथे जाण्याचा निर्णय आणि तिथे काम करताना उद्भवू शकणाऱ्या धोक्यांची पूर्ण जबाबदारी माझी असेल, असं त्यांनी मला अतिशय स्पष्टपणे आणि ठासून सांगितलं होतं. सर्वांसाठी खुल्या असलेल्या त्यांच्या वेबसाईटवर अगदी वरवर जरी पाहिलं, तरी असे धोके त्यांनी अधोरेखित केलेले दिसतात. याआधी स्वयंसेवकांवर बलात्कार झालेले आहेत, त्यांचं अपहरण करण्यात आलेलं आहे किंवा त्यांचे अगदी खूनही करण्यात आलेले आहेत, अशासारखी सावधगिरीच्या सूचना देणारी विधानं त्या वेबसाईटवर केलेली आहेत. आणि अगदी अलीकडच्या काळात घडलेल्या अनेक शोककारक घटनाही मला आता आठवताहेत. २००४ मध्ये अफगाणिस्तानमध्ये एम.एस.एफ.च्या पाच स्वयंसेवकांची हत्या केली गेली. 'एम.एस.एफ.चे स्वयंसेवक' असं त्यांच्या गाडीवर ठळकपणे लिहिलेलं होतं, तरीही त्याच गाडीतून जाणाऱ्या त्या स्वयंसेवकांना गाडीतच मारण्यात आलं होतं. गेल्याच वर्षी सेन्ट्रल आफ्रिकन रिपब्लिकमध्ये एका फ्रेंच नर्सवर प्राणघातक हल्ला केला गेला. स्वयंसेवक म्हणून पहिल्यांदाच तिची नेमणूक झाली होती

आणि त्यानंतरच्या काही आठवड्यांतच ही घटना घडली होती. अगदी काही महिन्यांपूर्वीच सोमालियाच्या उत्तरेकडील भागात दोन स्वयंसेवकांचं अपहरण करण्यात आलं होतं. आणि नंतर त्यांना कोणतीही इजा न करता सोडण्यात आलं होतं. २००२ मध्ये माविंगाजवळही एक मोठी दुर्घटना घडली होती. जमिनीवर ठेवलेल्या सुरुंगावर एम.एस.एफ.ची गाडी धडकली होती आणि त्यामुळे झालेल्या स्फोटात गाडीतल्या सात जणांचा जागीच मृत्यू झाला होता. माझ्या आत्तापर्यंतच्या अनुभवावरून मी असं सांगू शकतो की, एम.एस.एफ.बद्दल लोकांना इतर काहीही माहिती नसलं तरी ही संस्था अतिशय धोकादायक ठिकाणी काम करत असते, ही या संस्थेची ख्याती मात्र सर्वपरिचित आहे. तर मुळात मला हे सांगावंसं वाटतंय की, अंगोलातलं काम, तिथले अनुभव हे सगळं माझ्या मनात अजूनही साठलेलं आहे, आणि मी एम.एस.एफ.बरोबर काम करत होतो, याबद्दल माझं मलाच कौतुक वाटतंय.

ही संस्था सुरू झाल्यापासून, सतत वेगवेगळ्या संघर्षग्रस्त ठिकाणी ती कार्यरत आहे. खरं तर अनेक प्रकारे झालेल्या संघर्षातूनच ही संस्था जन्माला आली आहे, असं म्हणता येईल. १९७०च्या दशकात तरुण डॉक्टरांचा एक गट 'रेडक्रॉस' या संस्थेसाठी काम करत असताना, आजूबाजूच्या परिस्थितीबद्दल, घडणाऱ्या घटनांबद्दल मौन बाळगण्याच्या त्या संस्थेच्या धोरणामुळे त्या संस्थेवर नाराज झाला होता. ही नाराजी दिवसेंदिवस वाढतच होती. विशेषतः 'बायफ्रान सिव्हिल वॉर' या नावानं नंतर ओळखल्या जात असलेल्या नायजेरियातील यादवी युद्धादरम्यान, नायजेरियन सैन्याने ज्या अतिघातक कारवाया केल्या, त्यासंदर्भातही या संस्थेनं काहीही प्रतिक्रिया व्यक्त न करता गप्प राहण्याचा मार्ग अवलंबला होता. त्यावर या डॉक्टरांच्या गटानं असं जोरदार मत व्यक्त केलं होतं, की या असल्या कारवायांकडे जगाचे लक्ष वेधून न घेणं, म्हणजे या असल्या गुन्ह्यांना साथ देण्यासारखंच होतं. मग या मतांशी आणि अशा विचारांशी सहमत असणारे इतर काही वैद्यकीय व्यावसायिक आणि काही पत्रकार यांच्या सहकार्यानं या तरुण डॉक्टरांनी 'एम.एफ.एस.' या संस्थेची स्थापना केली. 'टिमॉइनेज'च्या मूळ संकल्पनेनुसार, स्वतःच्या अनुभवांमधून किंवा आठवणींमधून एखाद्याला जे ज्ञान मिळालं असेल, त्याबद्दल त्याला अचूकपणे सांगता आलं पाहिजे आणि उघडपणे त्याबद्दल बोलता आलं पाहिजे. आणि हेच या नव्या संस्थेच्या तत्त्वप्रणालीमधलं केंद्रस्थानी असणारं महत्त्वाचं तत्त्व होतं. याव्यतिरिक्त काटेकोरपणे तटस्थता पाळणं, निःपक्षपातीपणा, स्वातंत्र्य आणि जागतिक मान्यताप्राप्त वैद्यकीय नीतितत्त्वांचं पालन, ही या संस्थेची

इतर तत्त्वं ठरवण्यात आली.*

प्रत्यक्ष काम करण्याचे निर्णय घेताना कुठल्याही बाह्य दबावाला बळी पडावे लागू नये, म्हणून ही संस्था सरकारी मदतीपेक्षाही खासगी देणगीदारांवर अधिक अवलंबून आहे. या संस्थेतर्फे जे प्रकल्प चालवले जातात, त्यातल्या प्रत्येक प्रकल्पाची व्याप्ती वेगवेगळी आहे. सार्वजनिक रुग्णालये, सामाजिक आरोग्यविषयीचे प्रकल्प, एच.आय.व्ही., एडस, टी.बी. अशासारख्या आजारांसाठी उभारलेले खास प्रकल्प, कॉलरा, मेनिन्जाइटिस, कुपोषण यांसारख्या तातडीने उपचारांची आवश्यकता असलेल्या आजारांसाठी अल्पकालीन प्रकल्प आणि याव्यतिरिक्त अतिशय गरीब असणाऱ्या देशांमध्ये, आवश्यक ती औषधे तिथल्या नागरिकांना परवडतील अशा दरात उपलब्ध व्हावीत म्हणून राजकीय पातळीवर चालवल्या जाणाऱ्या मोहिमा... अशी अनेक कामे ही संस्था सातत्यानं करत असते.

पण संघर्षग्रस्त भागांमध्ये मदतकार्य सुरू करण्याचं त्यांचं वचनही संस्थेनं सातत्यानं पाळलेलं आहे. गेल्या दशकात त्यांनी ज्या सत्तर देशांमध्ये काम केले आहे, त्यांत इराक, अफगाणिस्तान, चेचेन्या, सुदान, अंगोला, कॉन्गो, लायबेरिया, सिएटा लिऑन आणि रवांडा अशांसारख्या देशांचा समावेश आहे. आणि ही सगळीच समस्याग्रस्त, त्रासदायक अशी ठिकाणं आहेत आणि विशेषत्वानं सांगायलाच हवं ते हे, की या संस्थेला १९९९ सालचा 'नोबेल शांतता पुरस्कार' प्रदान करण्यात आला आहे.

या सगळ्या प्रकल्पांसाठी मोठी गरज असते ती स्वयंसेवकांची. असे स्वयंसेवक सातत्यानं मिळत राहणं आवश्यक असतं. यासाठी वेगवेगळ्या अनेक व्यवसायांतली माणसं उपलब्ध व्हावी लागतात. अशा ठिकाणांचे काही अनुभव असलेली किंवा अनुभव घेण्यास तयार असलेली, आणि तिथले धोके पत्करण्यास तयार असणारी माणसं असावी लागतात ही... आणि आत्ता या बागेत उभा असताना माझं मलाच आश्चर्य वाटतंय की, माझ्यासारखा तिशीतला एका संपन्न देशातला वैद्यकीय व्यावसायिक, ज्याचा सुरक्षेशी, आंतरराष्ट्रीय राजकारणाशी किंवा संघर्षांशी अजिबातच कधी संबंध आलेला नाही, तो स्वतःला याबद्दल अगदी खरीखुरी माहिती मिळाल्यानंतरही या सगळ्यासंदर्भात एक निर्णय घेतोय – सकारात्मक निर्णय.

---

* 'टिमॉइनेज' ही संकल्पना मुळात विरोधाभासी आहे. अती चिकित्सक गट तटस्थतेच्या तत्त्वाशी सुसंगत असू शकत नाहीत आणि उपेक्षित जनतेपर्यंत मदत पोहचवण्यापासून संस्थेला अलिप्त ठेवू शकतात. उदा. युथोपियन सरकारने मदतीच्या गैरवापराचा आरोप होताच एमएसएफला निष्कासित केलं. त्यानंतर अनेक संस्थापक सदस्यांनी गट सोडला.

मी सगळी कागदपत्रं अगदी नीट लक्षपूर्वक वाचतो. याआधी सोमालियात राहिलेल्या लोकांशी बोलतो. पण मला एक गोष्ट कळत नाहीये की लोकांना मदत करत मी जर दिवसभर हॉस्पिटलमध्येच असणार आहे तर 'माणसांवरचे वाढते ताण' किंवा 'मानवजातीवरचा वाढता तणाव' यासारख्या वाक्यांचा माझ्या बाबतीत काय संबंध असणार आहे, किंवा माझ्यावर त्याचा काय परिणाम होणार आहे? असं नक्कीच गृहीत धरलं जात असेल की ज्याअर्थी अशा जागी स्वयंसेवक पाठवले जातात, त्याअर्थी संस्थेला ती जागा पुरेशी सुरक्षित वाटत असणार. किंवा उलटपक्षी असंही गृहीत धरलं जात असेल की एखादा स्वयंसेवक जेव्हा अशा धोकादायक ठिकाणी जाण्याचं मान्य करतो, तेव्हा तिथल्या धोक्यांचा त्यानं गंभीरपणे विचार केलेला असतो आणि मगच तिथे जाण्याचं त्यानं मान्य केलेलं असतं. मला तर असं वाटतं की, काहीही झालं तरी या धोकादायक ठिकाणी जाऊन काम करू शकणं, आणि दैवावर भरवसा ठेवून खूप मोठा धोका पत्करणं, या दोन गोष्टीत अगदी सूक्ष्मसा फरक आहे. पण माझ्यापुरतं सांगायचं, तर माझ्या मनातला या असल्या सगळ्या प्रश्नांचा, शंकांचा बुडबुडा आज दुपारी फुटला आहे. समोर ठेवलेल्या त्या तीन फोटोंकडे मी एकवार टक लावून पाहतो. हे सगळे धोके आता फक्त तात्त्विक पातळीवरचे राहिलेले नाहीयेत... प्रत्यक्ष अनुभव येताहेत अशा धोक्यांचे.

आणि तरीही नुकतेच तिथून इकडे हलवलेले हे स्वयंसेवक पुन्हा तिथे परत जाण्यासाठी अतिशय उत्सुक आहेत. अशा दहा-बारा स्वयंसेवकांसोबत नैरोबीतल्या एका अतिथिगृहात मी सध्या राहतोय. यामध्ये एक कॅनडामधले शल्यविशारद आहेत, ज्यांची बायको तिकडे कॅनडातच आहे. मालवाहतुकीचं काम पाहणारे एक फ्रेंच गृहस्थ आहेत, ज्यांनी तत्त्वज्ञानाची पदवी घेतलेली आहे. आणि हे सगळेच जण अगदी मनापासून सोमालियातल्या लोकांविषयी बोलत असतात. तिथून त्यांना परत यावं लागलंय, याचं त्या सगळ्यांना अगदी मनापासून वाईट वाटतंय. तिथले कर्मचारी आणि रुग्ण यांची खूप आठवण येते आहे त्यांना. आणि तिथे परत जाण्याची परवानगी मिळाली तर मागे-पुढे न पाहता ते सगळे तिकडे परत जातील आणि त्यांच्यापैकी कुणालाही तिथल्या परिस्थितीबद्दल काही चुकीची माहिती दिली गेलीये, असं मला वाटत नाहीये.

हे सगळे परत तिथे जातील की नाही हे ठरवणारा सर्वांत महत्त्वाचा मुद्दा हा असणार आहे, की त्या तीन लोकांवर हल्ला करण्याचा नेमका हेतू काय होता? जर हे एखादे स्थानिक कारण असेल, जसे की एखाद्या असंतुष्ट किंवा चिडलेल्या व्यावसायिकाने हा हल्ला करवला असेल, तर हे स्वयंसेवक लवकरच तिथे परत जाऊ शकतील. पण जर एखाद्या मूलतत्त्ववादी गटाने मोठ्या प्रमाणात दहशत

निर्माण करण्यासाठी हा हल्ला केल्याचं सिद्ध झालं, तर मात्र यांना परत जाणं अशक्य होईल. नेमकं काय ते कळेपर्यंत आम्ही सगळे इथेच थांबलो आहोत. त्या हल्ल्याचा तपास करण्यासाठी एम.एस.एफ.ने तिथे माणसं पाठवलेली आहेत आणि औषधं, तसंच सोमाली कर्मचाऱ्यांचा पगारही विमानानं पाठवण्यात आलेला आहे. या कर्मचाऱ्यांनी तिथे आरोग्यसुविधा पुरवण्याचं काम बऱ्यापैकी चालू ठेवलेलं आहे.

***

केव्हाही प्रत्यक्ष प्रकल्पावर जावं लागेल यासाठी सज्ज राहत, केनियामध्ये राहणं, यात काहीच समस्या नाही, असं मात्र मुळीच नाही. आफ्रिकेच्या या भागात 'शांतता' ही बहुधा एखाद्या मृगजळासारखीच असते. गेल्याच महिन्यात, म्हणजे डिसेंबरमध्ये अध्यक्षीय निवडणुका झाल्यानंतर सगळीकडे मोठ्या प्रमाणात हिंसेचा उद्रेक झाला आहे. मतदानादरम्यान लांडीलबाडी केल्याचा आरोप दोन्ही पक्षांवर केला जातोय आणि अध्यक्षांच्या 'किकुयू' या गटाच्या सभासदांना हिंसाचारासाठी लक्ष्य केलं जातंय. जानेवारीच्या शेवटच्या काही दिवसांत शेकडो केनियन माणसांची कत्तल केली गेली आहे. हजारो माणसं आपली घरं सोडून पळून गेली आहेत. स्वतःच्याच देशात निर्वासित झालेल्या अशा माणसांसाठी देशभर अनेक ठिकाणी छावण्या उभारण्यात आल्या आहेत.

'एल्डोरेट' इथे कार्यरत असणाऱ्या एका गटात सामील होण्यासाठी सध्या मला पाठवण्यात आलं आहे. 'एल्डोरेट' हे आणखी पश्चिमेकडे असणाऱ्या 'रिफ्ट व्हॅली' या प्रांतातलं एक शहर आहे. तिथे सध्या आरोग्यविषयक परिस्थिती कशी आहे, याचं तातडीनं मूल्यमापन करण्यासाठी मला मदत करायची आहे. इथे उभारलेली मुख्य छावणी माझ्या कल्पनेपलीकडे प्रचंड मोठी आहे. चिखलानं भरलेल्या एका खेळाच्या मैदानावर, पांढऱ्या प्लॅस्टिकची छतं उभारून तयार केलेली तात्पुरती आश्रयस्थानं दाटीवाटीनं उभारलेली आहेत. जराशीही जागा रिकामी ठेवलेली नाहीये. सध्या इथे वीस हजार माणसं राहत आहेत. पावसामुळे आणखीच बिघडलेल्या परिस्थितीतही त्यांना धूळमाखल्या जमिनीवर किंवा नुसता एखादा प्लॅस्टिकचा कागद अंथरून झोपावं लागतंय. ही सगळी कुटुंबं त्यांच्या आधीच्या शेजाऱ्यांपासून संरक्षण मिळावं म्हणून इथे पळून आलेली आहेत. या शहरात जागोजागी अशांतता पसरल्याच्या अनेक खुणा दिसताहेत आम्हाला... अगदी निवडून, ठरवून लक्ष्य केलेल्या घरांचे, दुकानांचे पेटवून दिल्यामुळे जळून कोळसा झालेले अवशेष, तुटलेल्या खिडक्या, भिंतीवर बेकायदा वाट्टेल तसे खरडलेले निषेध वाटावा असे मजकूर, मोठमोठाले लाकडी ओंडके टाकून नाहीतर मोठमोठाल्या दगडांचे ढीग रचून बंद केलेले रस्ते... याच ठिकाणी कितीतरी

माणसांना मोटारीतून आणून अक्षरशः फेकून दिलेलं होतं... त्या बिचाऱ्यांच्या नशिबात नेमकं काय वाढून ठेवलेलं असेल कोण जाणे! पण तरीही हे 'मानवतावादी' म्हणवणारे विरोधी गट मात्र अगदी आनंदात दिसताहेत. गेल्या आठवडाभर सगळीकडे अगदी शांतता होती, अशा थाटात हे लोक शहरात जागोजागी घोळक्यानं उभं राहून गप्पा मारताना दिसत असतात. 'इथल्या सगळ्या हिंसाचाराला आणि विध्वंसाला त्यांच्यापैकी नेमके कोण जबाबदार होते, हा विचार माझ्या मनात आल्यावाचून राहत नाही. निवडणुकीबद्दल इतक्या गंभीरपणे त्यांनी खरोखरच विचार केला होता का? कोण जाणे!

काहीच दिवसांत स्पष्ट जाणवतंय की एक डॉक्टर म्हणून एल्डोरेटमध्ये माझी गरज असणार नाहीये. इथल्या मदतीसाठी खूप मोठ्या प्रमाणात प्रतिसाद मिळतो आहे. 'युनायटेड नेशन्स'च्या वेगवेगळ्या संलग्न संस्था आणि अशा मदतकार्यांसाठी वाहून घेतलेले डझनभर गट यांच्या सहकार्यानं केनियाचे सरकार पीडित लोकांच्या तातडीच्या गरजा भागवताना दिसते आहे. आम्ही राहतोय त्या हॉटेलची पार्किंगची जागा पांढऱ्या रंगाच्या चार चाकी गाड्यांनी गच्च भरून गेली आहे. त्या सगळ्या गाड्यांवर वेगवेगळ्या संस्थांच्या नावांची आद्याक्षरं आणि चिन्हं लावलेली आहेत. यांतील काही नावं मला माहिती आहेत, पण काही नावं मी कधी ऐकलेलीही नाहीयेत. तसंच मोठमोठ्या छावण्यांमध्ये ओळीनं खूप तंबू उभारलेले आहेत. अशा तंबूमध्येच 'युनिसेफ'नं दोन हजारांहूनही जास्त विद्यार्थ्यांची शिक्षणाची व्यवस्थाही केली आहे.

सोमालियाबद्दल बोलायचं तर तिथली सुरक्षा व्यवस्था आणखीच कोलमडली आहे. त्यामुळे इतक्यात तरी तिथे आमच्या संस्थेचं कुणीच जाणार नाही. त्याऐवजी मोझाम्बिकमध्ये जाण्याबद्दल मला विचारण्यात आलं आहे. आफ्रिकेच्या दक्षिण-पूर्व किनारपट्टीवर हा देश आहे. या प्रस्तावाला मी ताबडतोब मान्यता दिली आहे. आणि मला त्याबद्दलची ई-मेल मिळाल्यापासून अगदी दोन दिवसांत, तीन विमानं बदलत आणि बोटीनं थोडासा प्रवास करत, मी माझ्या या नव्या प्रकल्पावर येऊन पोहोचलोही आहे.

***

मोझाम्बिकमध्ये असणं म्हणजे अंगोलाच्या एखाद्या आनंदी चुलत किंवा मावसभावाला भेटल्यासारखंच वाटतंय मला. या दोन्ही देशांची राष्ट्रभाषा एकच आहे. लोकही अधिकतर 'बटू' जातीचे किंवा वंशाचेच आहेत. समुद्रकिनाऱ्यालगत असणाऱ्या अनेक बारमधून आफ्रो-लॅटिन भाषेतली गाणी हे लोक मोठमोठ्यानं गात असतात. पण या दोन देशांपैकी हा मोझाम्बिक देश 'सेक्स' या विषयात जरा जास्तच पुढारलेला आहे, हे स्पष्टच जाणवण्यासारखं आहे. हे दोन्ही देश एकाच अक्षांशावर,

पण अर्थातच या खंडाच्या दोन विरुद्ध बाजूंना आहेत. या देशाला लाभलेल्या हिंदी महासागराच्या लांबलचक किनारपट्टीवर, अतिशय सुखकारक अशी पामच्या झाडांची सुशोभित झालर लाभलेले सुंदर समुद्रकिनारे मोठ्या प्रमाणात आहेत. त्यामुळे जगभरातल्या पर्यटकांचा इथे सतत ओघ असतो. पण तरीही या दोन्ही देशांत पूर्वी जेव्हा पोर्तुगीज वसाहती होत्या, त्या वेळचा दोन्ही देशांतला इतिहास सारखाच आहे. आणि तितकाच विषण्ण करणाराही आहे... प्रचंड वाढलेला गुलामांचा व्यापार, वसाहतवादाच्या विरोधातल्या हिंसक चळवळी, स्वातंत्र्य मिळाल्यानंतर अगदी लगेचच उसळलेलं यादवी युद्ध आणि पंधरा वर्षांच्या जोरदार संघर्षानंतर १९९२ मध्ये झालेला शांतता करार... दोन्ही देशात हे सगळं अगदी असंच...

पण यावेळी मला ज्या कामासाठी इथे पाठवलंय त्या कामाचा या संघर्षाशी काहीही संबंध नाहीये. इथल्या झांबेझी नदीला आलेल्या महापुरामुळे नदी काठावरचे जवळपास पन्नास हजार खेडूत निर्वासित झालेत. आठ वर्षांपूर्वी अशाच महापुरात बरेच लोक आपलं घरदार गमावून बसले होते. परिणामतः इथे मोठ्या प्रमाणात कॉलऱ्याचा उद्रेक झाला होता. आताही तशीच परिस्थिती ओढवण्याची शक्यता एम.एस.एफ.ला वाटते आहे.

फेब्रुवारीच्या मध्याला मी इथे पोहोचलो आहे. गेल्या काही आठवड्यांपासून डझनभर स्वयंसेवकांनी स्थानिकांसाठी मदतकार्य चालू केलेलं आहे. फिरतं आरोग्यकेंद्र कसं सुरू करायचं, हे समजून घेण्यात माझा एक दिवस गेलेला आहे. एखाद्या खूप मोठ्या झाडाखाली मोठा तंबू उभारला जातो. रुग्णांना तपासण्यासाठी एक प्लॅस्टिकचं टेबल त्या तंबूत ठेवलं जातं आणि रुग्णांची पटापट तपासणी करून औषधं दिली जातात. मग नदीच्या आणखी वरच्या अंगाला जात अशाच दुसऱ्या तंबूमध्ये अशीच तपासणी करत औषधं दिली जातात... यासाठी आमची एक छोटीशी टीम आहे... मी, सामानाची ने-आण करणारी माणसं, माझ्यासारखेच बाहेरून आलेले दोन स्वयंसेवक आणि मालाबी देशाच्या सीमेजवळ राहणारे मोझाम्बिकचे चार नागरिक.

दोन आठवडे झाले, आम्ही हा आमचा फिरता दवाखाना चालवतो आहोत. रोज साधारण दीडशे रुग्ण तपासतो आहोत. सतत व्यस्त ठेवणारं काम आहे हे. आणि याआधी आमच्यापैकी कोणीच असं काम केलेलं नाही. त्यामुळे काम करता करता एकीकडे आमचं शिक्षणही चालू आहे. एकीकडे पुराबद्दल वर्तवले जाणारे अंदाज सारखे बदलताहेत. दिवसातून अनेक वेळा आरोग्यविषयक, उपचारविषयक नवी माहिती आम्हाला फोनवरून सांगितली जाते आहे. आणि त्यामुळे आमच्या कामाच्या योजनाही वारंवार बदलल्या जाताहेत. आता या कामाला

दोन आठवडे होऊन गेल्यावर, सगळ्यांच्या सहमतानं हे फिरते दवाखाने बंद करावेत, अशा सूचना आम्हाला देण्यात आलेल्या आहेत. त्याऐवजी पौष्टिक अन्न पुरवठ्यासंदर्भात सर्वेक्षण करण्यास सांगितलं गेलं आहे... हे असं काम आहे, ज्याबद्दल मला काहीच माहिती नाहीये. असं सर्वेक्षण कसं करतात, हे मी कधी पाहिलेलंही नाहीये... तरी मला हे एकट्यानंच करावं लागेल... त्यामुळे इथे येऊन आता तीन आठवडे होत असतानाही आमचा ठरावीक असा दिनक्रमच सांगता येणार नाही. आणि याला फक्त एकच अपवाद आहे, तो म्हणजे कितीही प्रयत्न केला तरीही सकाळच्या वेळी आम्ही कुठं निसटून जाऊ शकत नाही किंवा आमचे कर्मचारीही आम्हाला सापडत नाहीत.

***

''तू नर्सेसना पाहिलंस का?'' सिमॉन विचारतोय... सिमॉन... आमच्या या गटाचा व्यवस्थापक असणारा– तीस एक वर्षांचा तगडा कॅनेडियन माणूस. पास्कलच्या आणि या सिमॉनच्या शरीरयष्टीत विलक्षण साम्य आहे... पास्कलचे आणि याचे केसही अगदी सारखे आहेत... म्हणजे 'चे ग्वेवारा' या प्रसिद्ध क्रांतिकारकासारखे काळेभोर आणि लोकरीसारखे. दोघांच्या हनुवटीवरची छोटी टोकदार दाढीही अगदी एकसारखीच. याला पाहिलं की पास्कलची हटकून आठवण येतेच. एका हातात टॉर्च घेऊन, दुसऱ्या हातातली शिल्लक साठ्याची यादी आणि नकाशा लक्षपूर्वक बघतोय सिमॉन. आम्ही भाड्यानं घेतलेल्या तीन चारचाकी गाड्यांपैकी एका गाडीच्या बॉनेटवर जीर्ण झालेले बरेच कागद पसरून ठेवलेले आहेत त्यानं...

मला एकदम त्यानं विचारलेला प्रश्न आठवतो...

''नर्सेस ना? अजून झोपल्यात त्या...'' मी उत्तर देतो.

''देवा, आता तिकडे आपल्याला पुरेसा वेळ मिळणार नाहीये.''

मी त्याच्याशी सहमत असल्यासारखी मान डोलवतो.

''आणि ड्रायव्हर कुठं आहेत?''

मला खरंच काही कल्पना नाहीये. अर्ध्या तासापूर्वीच खरंतर आम्ही निघायला हवं होतं. आता साडेपाच वाजून गेलेत. ही उष्णकटिबंधातली पहाट असल्यानं, आकाशाचा काळा रंग हळूहळू कमी होत, धूसरसा प्रकाश दिसायला लागलाय. आम्ही अजून या गेस्टहाऊसच्या वाळूनं भरलेल्या पार्किंगच्या जागेतच उभे आहोत. या देशाच्या पश्चिम भागातल्या 'मोरम्बला' नावाच्या छोट्या गावात सध्या आमचा तळ आहे. तिथल्या एका रस्त्याच्या कडेला हे गेस्टहाऊस आहे, जिथं आम्ही सध्या राहत आहोत. आज आम्हाला ज्या खेड्यात जायचं आहे, तिथे गाडीनं पोहोचायला साडेचार तास लागतील आणि काम आटोपून परत यायला पुन्हा साडेचार तास... हे सगळ्यांनी स्पष्ट सांगितलं आहे. पुन्हा तिथल्या लोकांशी

बोलण्यात वेळ जाईल तो वेगळाच. आणि सूर्यास्ताच्या वेळेपर्यंत इथे परत यायलाच हवंय आम्ही. त्यामुळे नको त्या गोष्टीत वेळ घालवायला, गोंधळ-गडबड करायला कुणाला वावच नाहीये. आणि नेमकं याच्या उलटच घडत असतं नेहमी, कारण आमची टीम हेच काम अगदी उत्तम तऱ्हेनं करते.

मूळ मोझाम्बिकचे रहिवासी असणारे आणि सामानाची ने आण करणारे जे तिघे जण आमच्या टीममध्ये आहेत, त्यांपैकी जोओ नावाचा एक जण थोड्याच वेळात निवांत चालत आमच्यापर्यंत येऊन पोहोचलाय. ''अरे, मी लवकर आलोय का?'' तो विचारतोय.

''नाही, उशीरच झालाय तुला...''

''पण मग बाकीचे सगळे कुठे आहेत?''

हा खरोखरच खूप मौल्यवान प्रश्न आहे. एम.एस.एफ.च्या दोन नर्सेसचा पत्ता मला माहिती आहे. त्या अजून अंथरुणातच आहेत... गेल्या वेळीच त्यांचा हा पत्ता कळलाय मला. त्यांच्याप्रमाणेच न्यूझीलंडमधून आलेला केविन नावाचा एक जण काल रात्रीच दुसऱ्या एका खेड्यात गेलाय. पण आमचे तीन ड्रायव्हर आणि आणखी दोन मदतनीस यांचाही अजून पत्ता नाहीये. मोझाम्बिकच्या सरकारनं पाठवलेल्या ज्या दोन नर्सेसबरोबर आम्ही काम करणं अपेक्षित आहे, त्याही अजून आलेल्या नाहीत. आणि त्या नर्सेसमुळेच खरंतर अडचणी उभ्या राहायला लागल्यात हळूहळू. आरोग्य मंत्रालयाच्या स्थानिक प्रतिनिधींनी असा आग्रह धरलाय की, आम्ही ज्या ज्या ठिकाणी भेटी देणार आहोत, त्या प्रत्येक ठिकाणी या नर्सेस आमच्यासोबतच असतील – ''तुम्ही या देशात पाहुणे आहात. आणि आम्ही तुम्हाला बोलावलंय म्हणून तुम्ही आला आहात. त्यामुळे तुम्ही तुमच्या मनाप्रमाणे काम करत कुठेही फिरायचं नाही.'' अशी अप्रत्यक्ष तंबीच दिली आहे त्यांनी आम्हाला... पण तरीही आज पुन्हा त्यांच्यापैकी कुणीही अजून इथे पोहोचलेली नाही. त्यामुळे आज पुन्हा कालचीच पुनरावृत्ती होणार असं दिसतंय. आम्ही इथून निघेपर्यंत जर त्या इथे आल्या नाहीत, तर जोओ आहेच. इथल्या वळणावळणांच्या रस्त्यांवरून जात, रस्त्याच्या जवळपासच्या घराघरांमध्ये चौकशी करत जाण्यासाठी जोओ आम्हाला मदत करेल. आमची ही शोधमोहीम पुन्हा एकदा अयशस्वी होईल, असं गृहीत धरलं, तर मग आम्ही सरकारी रुग्णालयात जाऊ. दुसरी एखादी नर्स आमच्याबरोबर येऊ शकते का, याची चौकशी करू, कारण असं करायला आम्हाला सांगितलं गेलंय. पण या रुग्णालयात कमालीच्या बाहेर गर्दी आहे. पुरेसे कर्मचारीही नाहीयेत. आणि या आठवड्यात 'रेबीज'चेही अनेक रुग्ण इथे दाखल झालेले आहेत. त्यामुळे त्यांची एकही नर्स आमच्याबरोबर येऊ शकणार नाही, हे निश्चितच आहे. मग संध्याकाळी जेव्हा आम्ही परत जाऊ, तेव्हा

त्या मंत्रालयाच्या ऑफिसमध्ये आम्हाला पुन्हा बोलावलं जाईल. त्यांच्या नर्सला सोबत न घेता आम्ही का गेलो, याचा जाब आम्हाला द्यावा लागेल. "ज्या ज्या वेळी तुमच्या नर्सेस येत नाहीत, त्या त्या वेळी आम्ही आमचा दवाखाना चालवायचा नाही का?" असं अगदी त्या अधिकाऱ्याइतक्याच गंभीर चेहऱ्यानं आम्ही त्याला आज विचारणार आहोत... अपेक्षेप्रमाणेच आम्हाला तिथे बोलावलं गेलंय आता. आणि आम्ही सांगतोय की... "प्रामाणिकपणे सांगतो साहेब, त्या नर्सेस ठरल्याप्रमाणे कधीच येत नाहीत, त्यांच्यामुळे आमचा सगळा कार्यक्रम रद्द करायचा असं जर तुम्हाला म्हणायचं असेल, तर 'या कारणामुळे आम्हाला काम बंद ठेवावं लागतंय', असं मी अगदी आनंदानं माझ्या वरिष्ठांना कळवेन." माझं बोलणं ऐकून ते अधिकारी संतापले आहेत. उगीचच समोरचे कागद वर-खाली करताहेत, आणि मग चिडूनच आम्हाला दटावल्यासारखं सांगताहेत. "मी तुम्हाला पुन्हा आठवण करून देतो. तुम्ही आमचे पाहुणे आहात. आणि नर्सेस तुमच्याबरोबर येतील हे पाहण्याची जबाबदारी तुमची आहे." कमाल आहे...

"पण आम्हाला कुठं सापडतील त्या?"

"आणि ड्रायव्हर्सचं काय? ते कुठे आहेत?" जोओ विचारतोय.

आणि काही क्षणातच एक ड्रायव्हर आमच्या दिशेनं येताना दिसतोय. पार्किंगच्या पलीकडे काही खोल्या बांधलेल्या आहेत. त्यातल्या एका खोलीतून कसेतरी पाय ओढत येतोय तो. अगदी भीतिदायक दिसतोय... अंगात शर्ट नाहीये. पोक आल्यासारखे खांदे पडलेत. जवळजवळ स्वतःच्याच तोऱ्यात आहे... आजूबाजूचं काहीच भान नसल्यासारखा.

"मॉरिझिओ, दारू प्यायला आहेस तू?" जोओ विचारतो.

मॉरिझिओ आमच्याजवळ आल्याआल्याच जवळच्या एका गाडीवर कलंडतो. त्याच्या कपाळावर घामाचे मोठमोठे थेंब गोळा झालेत. "मला वाटतं, मला मलेरिया झालाय. आज मला बरं वाटत नाहीये..." तो वैतागून सांगतोय.

मी त्याच्या कपाळावर हात ठेवतो. त्याच्या अंगात खूपच ताप आहे. मी औषधाच्या एका खोक्यात काय काय आहे ते बघतो आणि मलेरियाची झटकन चाचणी करणारं एक मशिन शोधून काढतो. माविंगामध्येही आम्ही याच प्रकारचं मशिन वापरत असू. मॉरिझिओ उभा आहे, त्याच गाडीच्या बॉनेटवर मी ते ठेवतो. त्याच्या बोटातून अगदी थेंबभर रक्त काढून मी त्या मशिनच्या साहाय्यानं तपासतो. त्याला नक्कीच मलेरिया झालाय, हे ताबडतोब लक्षात येतं माझ्या.

"तुला मलेरियाच झालाय. पूर्वी कधी झाला होता का तुला हा आजार?"

"आता बऱ्याच वर्षांपासून नाही झालाय. पूर्वी कधीतरी झाला होता. पण आता कितीतरी वर्षं मी शहरात राहतोय." तो कसंतरी सांगतो.

आमच्या खोक्यातून मी मलेरियासाठी दिल्या जाणाऱ्या गोळ्या काढतो आणि तीन दिवसांसाठीच्या गोळ्या त्याला देतो. या गोळ्या खूप उपयुक्त आहेत. मी पुन्हा त्याला त्याच्या खोलीत पोहोचवतो. जोओ त्याला काही खाद्य पदार्थ आणि पाणी आणून देतो आणि इतरांना शोधण्यासाठी नाहीसा होतो.

थोड्याच वेळात त्या नर्सेसपैकी एक जण तिथे येते. झोपताना घातलेले कपडेही बदलले नाहीयेत तिनं अजून.

तिचा अवतार पाहून सिमॉन हसतोय.

"तू काय करते आहेस अजून? आपल्याला निघायला हवंय आता... लगेच," मी म्हणतो.

"मी त्या कपडे धुणाऱ्या मुलीला शोधत्येय. माझ्याकडे स्वच्छ कपडे नाहीयेत." ती थंडपणे सांगते आहे.

"कालच हे सगळं करू शकली नसतीस का तू?"

"काल परत यायला खूप उशीर झाला आम्हाला आणि तसंही कतरिना बाहेर गेली आहे. त्यामुळे ती येईपर्यंत आपल्याला थांबावंच लागेल."

"कुठं गेलीये बाहेर?"

"शहरात."

सिमॉनने हातातला नकाशा गुंडाळून ठेवलाय आणि तो आमच्या आवाराच्या अगदी कडेला असणाऱ्या एका मोठ्या दगडावर जाऊन बसलाय... आम्हाला आणखी काही वेळ इथे थांबावं लागणार आहे, हे तर उघडच आहे.

"शहरात कशाला गेली आहे ती आत्ता?"

"नाश्ता मिळतोय का ते पाहायला..." पुन्हा या नर्सचं थंड उत्तर. हिचं नाव 'मिरांडा' आहे म्हणे.

"पण आपली पाच वाजताची वेळ ठरली होती हे लक्षात नव्हतं का तुमच्या? पाच म्हणजे पाच वाजता निघायलाच हवं होतं आपण..." वाक्यागणिक वाढणाऱ्या रागावर ताबा कसा ठेवायचा, हे आता मला कळेनासं झालंय...

"हो. होतं लक्षात. पण आम्हाला नाश्त्याची गरज आहे."

"गाडीतून जाता जाता खाता येतील असे काही पदार्थ आहेत आपल्याकडे आणि काही पेयंही आहेत... जशी काल होती, परवाही होती..."

"तो दुसरा ड्रायव्हर अजून अंघोळ करतोय.." जोओ परत येऊन सांगतोय.

"मग मी पटकन जाऊन कतरिनाबरोबर नाश्ता करून येते. त्या ड्रायव्हरसाठी थांबणारच आहोत ना आपण? मग आता भरपूर वेळ आहे माझ्याकडे." परत जाता जाता मिरांडा सांगते आहे.

...आणि हे असंच चालू राहतं.

तासाभरात जवळजवळ सगळेच जमलेत आता. उरलेल्यांसाठी थांबायचं नाही असं आम्ही ठरवून टाकलंय. आणि आता त्या दोन सरकारी नर्सेस आणि ड्रायव्हरही घाईघाईनं येऊन पोहोचले आहेत. मालाबीच्या सरहद्दीच्या दिशेनं आमचा अगदी संथ प्रवास सुरू झाला आहे. आमच्या लॅन्डक्रूझर गाडीतल्या स्टिरिओ-सिस्टिमवर ड्रायव्हरनं मोठ्या आवाजात गाणी लावली आहेत. पण एखाद्या वयस्कर माणसासारखं मी ती बंद करायला सांगतोय. आत्ताशी सकाळचे साडेसहा वाजलेत... आफ्रिकेतल्या खेड्यांमधून प्रवास करत असताना इतक्या मोठमोठ्यानं गाणी लावून जाण्याची ही वेळ नाहीये... मी ड्रायव्हरला सांगतो... पण या दोन नर्सेसचा मूड तरी चांगला आहे आत्ता. कपडे धुण्याचा कार्यक्रम बारगळलाय. अंड्याचे रोल अधाशासारखे खाऊन झालेत आणि आता कॉफीपान चालू आहे. चिंता करणं आणि अस्वस्थ होणं आम्ही आधीच सोडून दिलंय. हवेतला दमटपणा वाढायला लागलाय. आणि आमचे टी-शर्ट अंगाला चिकटायला लागलेत. जोओचं विनोद सांगणं चालूच आहे. गाडीत ठेवलेली खोकी आणि इतर साधन-सामग्री यामध्ये आम्ही सगळे अगदी चेंगरून बसलोय. ही साधनसामग्री म्हणजे एका कुटुंबासारखी वाटते आहे मला. असं कुटुंब ज्यातले सभासद मनाला येईल तसं, कित्येकदा चुकीचंच वागत असतात आणि ज्यातले सभासद वेगवेगळ्या जाती-धर्मांचे, वेगवेगळ्या वंशांचे असतात... आणि ही कल्पना मनात येताच मला अगदी मनापासून हसू येतंय. पुन्हा एकदा आफ्रिकेच्या या ग्रामीण भागात परत आल्याचा आनंद तर होतोच आहे आणि रोजच सकाळी कामावर जाताना आमची आपोआपच जी एक निसर्गरम्य परिसरातली सहल होते, त्याहून जास्त रम्य सहल, कामावर जाताना कुणी अनुभवू शकत असेल का, याबाबत कुठलाच तर्क लढवू शकत नाहीये मी या क्षणी.

***

विस्थापनामुळे विस्थापितांच्या आरोग्यावर होणारा विपरीत परिणाम टाळणं, हे आमच्या प्रकल्पाचं उद्दिष्ट आहे. लोकांचं मोठ्या प्रमाणात स्थलांतर झाल्यास आणि त्यांच्या आरोग्याबाबत काही तातडीच्या समस्या निर्माण झाल्यास त्यावर जसे टप्प्याटप्प्याने, पण मोठ्या प्रमाणात उपाय योजले जातात, तीच पद्धत आम्हीही सध्या वापरत आहोत. अशा उपाययोजनांमध्ये अगदी मूलभूत पण एकमेकांवर अवलंबून असणाऱ्या चार घटकांकडे प्रामुख्यानं लक्ष दिलं जातं, ते घटक म्हणजे – अन्न, निवारा, पाण्याची सोय आणि आरोग्य रक्षणासाठी घ्यावयाची खबरदारी आणि अर्थातच परिपूर्ण आरोग्य... यात वैद्यकीय उपचार तर महत्त्वाचे असतातच, पण आवश्यक त्या साधनसामग्रीचा योग्य वेळी आणि पुरेसा पुरवठा होणंही तितकंच महत्त्वाचं असतं. आणि या बाबतीत एम.एस.एफ. ही संस्था

नेहमीच श्रेष्ठ ठरलेली आहे, अशी तिची ख्याती आहे.

कोणतंही संकट आल्यास जास्तीत जास्त कोणता अनर्थ घडू शकतो आणि त्या परिस्थितीत कोणकोणत्या गोष्टींची तातडीची गरज भासू शकते, याचा विचार करून त्यानुसार लागणाऱ्या साधनसामग्रीचे संच या संस्थेतर्फे आधीच तयार करून ठेवलेले असतात. त्यांच्या आंतरराष्ट्रीय गोदामांमध्ये ते साठवून ठेवले जातात. गरजेच्या वेळी क्षणात जगभरात कुठंही ते विमानानं पाठवले जातात. अशा वस्तू मागवण्यासाठी ज्या याद्या किंवा तक्ते तयार केलेले आहेत, ते अगदी वाचनीय आणि भारावणारे आहेत. त्यामध्ये अनेक पर्याय उपलब्ध करून दिलेले असतात, जसं की, ज्यांची क्षमता कितीही वाढवता येईल अशी रुग्णालयं, पाणी शुद्ध करण्यासाठीच्या साधनांचा पूर्ण संच, अती रक्तस्राव झाल्यानं येणाऱ्या तापावरील औषधांचा संच... इतकंच नाही तर चारचाकी गाड्यांचाही यात समावेश असतो. कॉलरा आटोक्यात आणण्यासाठी तयार केलेले असे अनेक संच मोझाम्बिकमध्ये आधीच पाठवण्यात आलेले आहेत आणि अशा प्रत्येक संचात सहाशे रुग्णांवर उपचार करण्यासाठी आवश्यक असणारी प्रत्येक गोष्ट समाविष्ट आहे. म्हणजे त्यात शिरेतून देण्यासारखी सलाईन व तत्सम द्रवरूप औषधं, रुग्णांसाठी पलंग, आवश्यक ते सगळं लेखनसाहित्य आणि कर्मचाऱ्यांसाठी कपडेही आहेत. अंगोलामध्ये जेव्हा मोठमोठे तंबू उभारून, अतिशय वेगानं अनेक उपचार केंद्रं सुरू केली गेली होती, त्या वेळी हे असे संच तिथे किती उपयोगी ठरले होते, हे मी अंगोला सोडून जाण्याआधी पाहिलं होतं आणि आता इथे कॉलऱ्याचा उद्रेक होण्याची खूप जास्त शक्यता निर्माण झालेली आहे आणि हाच काळजीचा विषय ठरला आहे. मालावीमध्ये तर कॉलराग्रस्त रुग्णांची संख्या दररोज वाढते आहे. वेळेवर योग्य उपचार मिळत नसल्यामुळे, शरीरातील पाण्याचं प्रमाण कमालीचं कमी होऊन, यांपैकी अर्ध्या रुग्णांचा तरी लवकरच मृत्यू ओढवू शकतो. योग्य उपचार मिळाले म्हणजे एक-दोन दिवस शिरेतून किंवा तोंडावाटे द्रवरूप औषधं जर दिली गेली, तर अशा मृत्यूचं प्रमाण एक टक्क्यापेक्षाही कमी असेल.

मोझाम्बिकमधल्या या प्रकल्पाबद्दल सांगायचं, तर सामानाची ने-आण करणाऱ्या दोन गटांनी इथे संडासांसाठीचे खड्डे आधीच खणून ठेवलेले आहेत. अन्नपुरवठा सोडून बाकी बऱ्याच वस्तूंचं वाटपही त्यांनी केलं आहे, ताडपत्री, साबण, मच्छरदाण्या, ब्लँकेट्स, पाणी भरण्यासाठी भांडी आणि अशाच इतर गरजेच्या वस्तू त्यांनी वाटलेल्या आहेत. पाणीपुरवठा आणि आरोग्यासाठी आवश्यक असणाऱ्या इतर गोष्टींसाठी नेमलेल्या इंजिनिअरनं, इथे पाणी शुद्ध करण्याची यंत्रणा उभारलीही आहे, ज्याद्वारा आसपासच्या खेड्यांना पाणीपुरवठा केला जातो. 'युनायटेड नेशन्स'ची

'वर्ल्ड फूड प्रोग्राम' नावाची जी संस्था आहे, त्या संस्थेनं अन्नधान्य पुरवठ्याचं काम हाती घेतलं आहे. या सगळ्या प्रांतात मिळून जे लक्षावधी लोक राहतात, त्यांच्यापैकी किमान एक-चतुर्थांश लोकांना अन्नधान्य पुरवण्याचं काम या संस्थेनं आधीच सुरू केलं आहे. आमच्या फिरत्या दवाखान्यांमार्फत थोडीशी मूलभूत आरोग्यसेवाही पुरवण्यात आलेली आहे. या इथल्यासारख्या परिस्थितीत लोकांना गोवराची लस देण्याला सामान्यतः सर्वांत जास्त प्राधान्य दिलं जातं. पण सध्या आम्ही इथे कॉलरावर जास्त लक्ष केंद्रित केलं आहे. आमच्या या भागात तरी अजून कॉलराची साथ आलेली नाही; पण आम्ही परिस्थितीवर बारीक लक्ष ठेवून आहोत. लोकांना पौष्टिक अन्न मिळतंय की नाही, हे पाहतो आहोत.

***

आम्ही दक्षिण-पश्चिम दिशेला चाललो आहोत त्याला एक तास झाला. धुळीनं माखलेल्या या रस्त्याच्या कडेला वाढलेल्या, पुरुषभर उंचीच्या दाट गवताचा सलग लांबलचक अरुंद पट्टा, रस्त्याच्या कडेनं कॅनव्हासचं कापड लावल्यासारखा दिसतोय. सूर्यप्रकाशात चमचमणारं आफ्रिकेतलं आल्हाददायक आकाश हे आमच्या डोक्यावरचं विस्तीर्ण छत आहे, असं वाटतंय मला. दक्षिणेकडे दुथडी भरून वाहत असलेली झांबेझी नदी आमच्यापासून फार लांब नाहीये. म्हणजे गाडीतूनही दूरवर दिसते आहे ती. नदीपेक्षाही ते एखादं धरण असल्यासारखं वाटतंय... आजूबाजूची शेतं गिळून बसलेला तपकिरी रंगाचा एक प्रचंड मोठा तलाव... आणि आता थोडी खालच्या पातळीवर असणारी खेडीही तो वेढून टाकू पाहतोय असंच दिसतंय. इथून अगदी दूर पश्चिमेकडे असणारी माविंगामधली नदीसुद्धा खरंतर पुढे वाहतवाहत याच नदीप्रवाहाला येऊन मिळते. त्या माविंगामधल्या नदीत दिसणाऱ्या साबणाच्या असंख्य बुडबुड्यांपैकी, एखादा छोटासा बुडबुडाही या लांबच्या नदीपर्यंत वाहत कसा आलेला नाही, याचं उगीचच आश्चर्य वाटतंय मला... आणि माविंगामधली नदी आठवल्यावर आता तिथल्या माणसांचीही मला आठवण येते आहे. ठीक असतील ना ते सगळे? त्यांच्यापैकी कुणाशीही संपर्क साधणं शक्य नाहीये.

आम्ही गाडीचा वेग कमी करतो. समोरच एका लाकडी डळमळीत चौकटीला ओबडधोबड सळया घट्ट बांधून तयार केलेला एक पूल दिसतोय. कसातरी तो पूल ओलांडून पुढे आल्यावर पुन्हा वेग वाढवलाय आता आमचा. कापसाची मोठमोठी शेतं मागे टाकत जाताना आता मध्येच मक्याची शेतं दिसायला लागली आहेत. म्हणजे आता पुढे एखादं खेडं असेल. सलग काही तास वरचेवर हेच सगळं दृश्य पाहत चाललोय आम्ही. इथे मोठ्या प्रमाणावर पडणाऱ्या पावसानं या थोड्याशा उंचावर असणाऱ्या भूभागाला इतकं टवटवीत, इतकं हिरवंगार

करून ठेवलंय, की त्यावर पडणाऱ्या सूर्यकिरणांमुळे हा सगळा भूभागच प्रकाशमान झाल्यासारखा वाटतोय. लाल माती असणाऱ्या आणि खूप कष्ट घेऊन मशागत केलेल्या या जमिनीवर एक सेंटिमीटरही जागा अशी दिसत नाहीये, जिथं कोणता ना कोणता भाजीपाला लावलेला नाहीये. अशी शेतांमध्ये लपलेली अनेक लहान लहान खेडी दिसताहेत.

तीन तास झाले तरी आमचा प्रवास सुरूच आहे. आम्ही नेमके कुठपर्यंत येऊन पोहोचलोय हे काही लक्षात येत नाहीये, पण अचानक मुलांचा एक घोळका रस्त्यावर आलाय. नेहमीपेक्षा वेगळाच असणारा आमच्या गाडीचा आवाज ऐकून घाबरलेली, भांबावलेली ही मुलं आमच्याकडे वळून पाहताहेत. त्यांच्या समोरून आम्ही जात असताना घाईघाईनं शेजारच्या उंच वाढलेल्या गवतात दिसेनाशी झालीयेत. त्या विस्तीर्ण पसरलेल्या हिरव्यागार गवतातून डोकावणारे, तोंडभरून हसणारे त्या मुलांचे चेहरे तेवढे मला एखाद्या चित्रफितीसारखे माझ्या शेजारच्या खिडकीतून दिसताहेत... आता आणखी एक खेडं जवळ आलंय... मक्याच्या शेतात काम करणाऱ्या बायका दिसताहेत, शेतात उगीचच उगवलेली रोपटी आपल्या खुरप्याने काढून टाकणारे पुरुष दिसताहेत... अचानक गाडी थांबते. स्कूलबससारखं काम करणाऱ्या एका गावठी वाहनामुळे रस्ता अडवला गेलाय... एक अगदी सावकाश चाललेली सायकल आहे. एक छोटा मुलगा ती चालवतोय, जी त्या मुलाच्या मानानं खूपच मोठी आहे... म्हणजे उजवीकडचं पेडल मारून झाल्यावर डावीकडचं मारण्यासाठी डावा पाय खाली घेताना, त्या सायकलचं हँडलही मधेच काठी घालावी तसं त्याच्या छातीपाशी अडकतंय... प्रत्येक पेडलवर स्वतःचं पूर्ण वजन टाकावं लागतंय त्याला, आणि तरीही पूर्ण ताकदीनिशी त्या सायकलला आणि स्वतःलाही अक्षरशः पुढे ढकलावं लागतंय. शिवाय त्या सायकलवर तो एकटाच नाहीये. त्याचे चार मित्रही आहेत त्याच्याबरोबर... सायकलच्या वेगवेगळ्या भागांना अगदी घट्ट धरून लटकावल्यासारखे चाललेत. इथे जवळच कुठंतरी शाळा असणार यांची... पण पुढे लगेचच, याहीपेक्षा अचंबित करणारं काहीतरी आमच्या पुढ्यात आमच्या गाडीला रोखत चाललेलं दिसतंय... एका माणसानं एका जिवंत बकऱ्याला त्याच्या सायकलच्या समोरच्या बाजूला घट्ट बांधलंय आणि त्याच्या मागं सायकलच्या सीटवर तो अगदी सहजपणे बसला आहे. त्या बकऱ्याचे पुढचे दोन खूर सायकलच्या हँडलला घट्ट बांधलेत आणि मागचे दोन खूर दोन पेडलच्या जवळ बांधलेत... त्यामुळे तो बकरा सायकलवर सरळ उभा राहिल्यासारखा दिसतोय आणि तोच सायकल चालवत असल्यासारखं वाटतंय. आम्ही त्यांच्या शेजारून जात असताना, तो सायकलवाला माणूस आणि दोन पाय दोन बाजूला बांधलेला त्याच्याबरोबरचा तो प्रवासी दोघंही

आमच्याकडे अगदी माना वळवून बघताहेत... जणू काही आम्ही म्हणजे, त्या रस्त्यावर दिसणारं एक नेहमीपेक्षा वेगळं आणि अपूर्व दृश्य आहोत.

***

आम्ही 'जोनास' नावाच्या खेड्यात पोहोचेपर्यंत सकाळ संपतच आली आहे. इथे वाळलेल्या पेंढ्याच्या घाईघाईने बनवलेल्या बऱ्याच झोपड्या दिसताहेत, ज्यावर निळ्या रंगाच्या प्लॅस्टिकचे कागद घट्ट बसवलेले आहेत. ते ताव मला तरी जागोजागी बॅन्ड-एडच्या पट्ट्या चिकवटल्यासारखे वाटताहेत. पण या झोपड्या सोडल्या तर या भागावर एखादं अरिष्ट कोसळलं असावं असं वाटण्यासारखं कोणतंच लक्षण इथे दिसत नाहीये... म्हणजे केनियातल्या त्या छावणीतल्यासारखं एकही दृश्य इथे नक्कीच दिसत नाहीये. मुलं अगदी आनंदात बागडताना, खेळताना दिसताहेत. आसपास सगळीकडे गुरंढोरं फिरताना दिसताहेत. रस्त्याच्या कडेला असणाऱ्या कोरड्या जागेत काही छोटे छोटे मासे वाळत घातलेले दिसताहेत. इथे आम्ही ज्या मच्छरदाण्या वाटल्या होत्या, त्याच या मासेमारीसाठी वापरल्या गेल्या असण्याची शक्यता आहे. झांबेझीच्या पुन्हा स्पष्ट दिसायला लागलेल्या काठांवरून नदीत उड्या मारून बाहेर येण्याचा काही लहान मुलांचा खेळ चाललाय. आजच्या दिवसभरासाठी जाळ्यात पुरेसे मासे पकडण्याचा त्यांचा प्रयत्न चाललाय बहुधा. त्यासाठी कमरेइतक्या पाण्यात ते अगदी बिनधास्तपणे उभेही राहताहेत. तिथल्या मगरींमुळे त्यांच्या जिवाला धोका आहे खरं तर; पण त्याकडे चक्क दुर्लक्ष करताहेत ही मुलं.

इथे जवळच चांगली साफ करून ठेवलेली, सावलीतली एक जागा दिसते आहे. तिथे नेऊन आम्ही गाडी थांबवली आहे आणि आतलं सामान बाहेर काढायला सुरुवात केली आहे. आमचं हे काम सुरू होतंय ना होतंय तोच लोकांची गर्दी अगदी घाईघाईनं जमा झाली आहे इथे. आज आम्ही इथे का आलोय हे यांच्यापैकी एकालाही माहिती नाहीये. आम्हीही अजून त्यांना काहीही सांगितलेलं नाहीये. पण तरीही अगदी उतावळेपणानं त्यांनी आमच्याभोवती गर्दी केली आहे. कदाचित पाण्यासाठी आणखी एखादं भांडं मिळेल किंवा जुन्या जखमांवर लावायला नव्या मलमपट्ट्या मिळतील, असं त्यांना वाटत असेल, असा माझा तर्क आहे.

पण आज आम्ही फारसं काही देणार नाही आहोत त्यांना. सहा महिने ते पाच वर्षं वयोगटातली मुलं आम्हाला तपासायची आहेत. या मुलांच्या पोषणाची अवस्था काय आहे हे नेमकेपणानं पाहण्यासाठी, आम्ही त्यांचा दंडघेर मोजणार आहोत. ज्या मुलांचे हे माप अपेक्षेइतके किंवा अपेक्षेपेक्षा जास्त असेल, त्यांना फक्त जंताच्या गोळ्या देऊन, आणि त्यांना तपासल्याची खूण म्हणून त्यांच्या बोटाच्या टोकापाशी जांभळ्या शाईचा ठिपका लावून आम्ही घरी पाठवून देऊ.

प्रमाण मापापेक्षा त्यांचा दंडघेर कमी असेल, तर आधी आम्ही त्यांचे वजन आणि उंची मोजू, मग त्यांची संपूर्ण तपासणी करू. या तपासणीनुसार जी मुलं अगदी थोड्याच प्रमाणात कुपोषित आहेत असं लक्षात येईल, त्यांना त्यांची ताकद वाढवण्यासाठी अतिशय आवश्यक असणाऱ्या पौष्टिक पावडरचे डबे दिले जातील. पुढच्या तपासणीसाठी सरकारी आरोग्यकेंद्रात जाण्यास सांगितले जाईल. गंभीर प्रमाणात कुपोषित असणाऱ्या मुलांना मात्र मोरम्बला इथल्या रुग्णालयात भरती करण्याची गरज आहे, असं बजावलं जाईल.

हे सगळं सोप्पं आहे असंच वाटतंय ना? मला जेव्हा आमच्या ऑफिसमध्ये या सगळ्याची तपशीलवार माहिती दिली गेली होती, तेव्हा मला तरी निदान असंच वाटलं होतं. कागदोपत्री माहिती वाचतानाही हे काम सोप्पं आहे असंच वाटतं. प्रत्यक्षात ते मुळीच सोप्पं नाहीये. आम्ही इथे ज्या लोकांसाठी काम करत आहोत, ते सगळे शेतीवर कसातरी उदरनिर्वाह चालवणारे आहेत. ते अजिबात साक्षरही नाहीयेत. त्यांना आकडेमोडही फारशी कळत नाही. मुलांचा साधा दंडघेर मोजायचा आणि तो आकडा लिहून ठेवायचा, या कामासाठी एखादा स्थानिक माणूस शोधायचा, हे काम अजिबातच सोप्पं नाहीये. पण या लोकांचा शिकण्याचा उत्साह मात्र खरोखरच अपार आहे. अशा असंख्य आया आहेत, ज्यांना त्यांचं मूल नेमकं कधी जन्माला आलं हे माहीतच नाहीये.

"पावसाळ्याच्या आधी जन्मलंय का हे?"

"पावसाळा? कोणता पावसाळा?"

...नुसतेच खांदे उडवले जातात.

त्यामुळे कुठेही वयाचा निकष लावणं हा निष्काळजीपणा ठरू शकतो. शिवाय प्रत्येक मुलाचं माप घेऊन झालं की आमच्याकडे असलेल्या तक्त्यांशी तो आकडा ताडून पाहणं आणि त्यावरून आजाराच्या अवस्थेचं निदान करणं, हेही तितकंच अवघड काम आहे. एकतर काही अगदी निरोगी असणारी मुलं विनाकारण रुग्णालयात भरती केली जातात, किंवा काही खरंच कुपोषित असणारी मुलं उगीचच सरळ घरी पाठवली जातात. त्यामुळे प्रत्येक गोष्टीवर नीट लक्ष ठेवावं लागतं. एकच गोष्ट पुन्हापुन्हा करावी लागते. शंभर प्रश्न विचारावे लागतात. नंतर एकच गोष्ट परत परत समजावून सांगावी लागते... तीही अगदी शांतपणे... चिकाटी न सोडता.

हे सगळं एकाच वेळी करावं लागतंय. एका तासात शेकडो मुलांची रांग उभी राहिली आहे समोर. सूर्य आग ओकायला लागलेला आहे. तापमान चाळीस अंशांपर्यंत पोहोचलेलं आहे. दमटपणाही अगदी छप्पर फाडून आत घुसलेला आहे आणि त्यात सर्वत्र धूळच धूळ. आमचा अगदी केक होतोय या असल्या

वातावरणात. डोकेदुखीवरच्या गोळ्यांसाठी मोठी माणसंही रांगेत उभी राहिली आहेत. नेमका कुठला नियम पाळायचा यावर आमच्या दोन नर्सेसची एकीकडे वादावादी चालू आहे. इथे नेमकं काय चाललंय याबद्दल कमालीची उत्सुकता असणारी मुलं, जमेल तिथून डोकावून डोकावून पाहण्याची धडपड करताहेत. काही मुलांना स्वतःचं वजन किती आहे ते पाहायचंय. काही मुलांना बोटावर लावलेले जांभळे शाईचे ठिपके आणखी गडद करून हवे आहेत, आणि लॉलीपॉपसारख्या दिसणाऱ्या जंताच्या गोळ्या आणखी मिळाव्यात म्हणून काही मुलं गर्दी करताहेत. पण तरीही बरीच मुलं अशीही आहेत जी शांत बसून आम्ही काय करत आहोत ते पाहताहेत.

दंडाचं माप घ्यायला समोर आल्यावर, एखादं मूल, आता दंडातून रक्त येईल या भीतीने मोठ्यांदा किंचाळतं... आणि मग रांगेतली सगळीच मुलं ओरडायला लागतात... ही खरी गर्दीची 'मानसिकता'... सगळ्यांच्यात खूप ऐक्य असल्याचं दाखवत, सहानुभूती मिळवण्याचाच हा प्रकार असावा... त्यामुळे खूप वेदना होत असल्यासारखं वागणाऱ्या या अशा प्रत्येक मुलासाठी, केवळ दंडाचं माप घ्यायला आम्हाला पंधरा मिनिटं घालवावी लागताहेत. त्या टेपमुळे त्यांच्या दंडाला कोणतीही दुखापत होणार नाही, हे त्या मुलाला पटवून देण्यातच वेळ व्यर्थ जातोय आमचा. पण त्यानंतर मात्र ती सगळी मुलं अचानक अगदी गप्प होतात. आता शांतपणे काम करता येईल, याचा आम्हाला पुन्हा एकदा आनंद वाटायला लागतो... पण पुन्हा दुसरा एखादा मुलगा घाबरून किंचाळायला लागेपर्यंतच हा आनंद टिकतो... आणि असं होत होतच दुपार संपत येते... कुठल्या मुलाचं वय किती असेल याचे अंदाज बांधायचे, दंडांची मापं घ्यायची, लॉलीपॉप चोरणाऱ्या मुलांना पकडायचं, जांभळी शाई लावून घेण्यास तयार नसणाऱ्या बोटांशी झटापट करणारे पालक पाहायचे आणि त्याच वेळी एकीकडे ते शाईचं मिश्रण पिऊ पाहणाऱ्या इतर काही मुलांना रोखण्याचा प्रयत्न करत राहायचं... बस... फक्त हेच करतो आहोत आम्ही.

आता अर्धी दुपार उलटून जाईपर्यंत, जवळजवळ तीनशे मुलांची तपासणी झाली आहे. परिस्थिती एकूणच दिलासा देणारी आहे. अतिशय कुपोषित म्हणावीत अशी फक्त नऊ मुलं सापडली आहेत. पण त्यातल्या दोन मुलांची स्थिती गंभीर म्हणावी अशी आहे, त्यामुळे त्या दोन मुलांना आमच्याबरोबर न्यावं लागणार आहे.

काम संपवून आम्ही निघण्याची तयारी करायला लागलोय. आता... आणि तेवढ्यात दहा-बारा माणसं आमच्याभोवती दाटीवाटीनं जमा झाली आहेत.

"डॉक्टर, कृपा करून याच्यावर उपचार करा." आपल्या पायावर झालेली

खोलवर जखम दाखवत एक बाई मला सांगते आहे.

"तुम्हाला सगळ्यांना रुग्णालयात यावं लागेल. मोरम्बलामध्ये..." मी तिला सांगतो... "पण आमच्या गाडीत अजिबात जागा नाहीये. मी..."

"माझा नवरा खूप आजारी आहे... घरी झोपून आहे. त्याला पाहण्यासाठी तुम्ही यायलाच पाहिजे. तो इतका अशक्त झालाय की इथपर्यंत येऊच शकणार नाही.. कृपा करा डॉक्टर..." दुसरी एक स्त्री मध्येच आम्हाला थांबवून काकुळतीनं सांगते आहे.

"हे बघा..." तिसरी एक स्त्री तिच्या मुलीला पुढे उभी करून सांगायला लागते. त्या मुलीच्या हाताला जखम झालेली आहे आणि कोपरापासून मनगटापर्यंत जे सलग गोलाकार हाड असतं, ते मोडलेलं दिसतं आहे. त्या हाडाचा एक मोठा तुकडा त्या जखमेतून बाहेर आलाय... बापरे... अविश्वसनीय आहे हे... कसं सहन करत असेल ही मुलगी? त्या जखमेत संसर्ग झाला आहे, हे तर नक्कीच आहे. मी त्या मुलीला रुग्णालयात घेऊन यायला सांगताच, त्या माय-लेकींनी तिथून चक्क पळच काढलाय. त्या दोघींना शोधायला गेलेला जोओ हात हलवत परत आलाय.

...आणि आता त्या खेड्यात काम करणाऱ्या आरोग्यसेवकांनी माझ्याभोवती गर्दी केली आहे. पूर्वी दुसऱ्या कुठल्या तरी संस्थेनं त्यांना दिलेले टी-शर्ट्स आणि टोप्या घातलेले हे सगळे अचानक इथे का गोळा झालेत हे काही माझ्या लक्षात येत नाहीये.

"गेले कित्येक महिने आम्हाला कामाचे पैसे दिले गेले नाहीयेत." ते सगळे एकदम सांगायला लागलेत... "आणि आम्हाला कोणते उपचारही मिळत नाहीयेत. लक्षच दिलं जात नाहीये आमच्याकडे. कृपा करून तुम्ही जे जे देऊ शकत असाल ते द्या आम्हाला."

मी आमच्या खोक्यात काय काय आहे ते पाहतो आणि मला शक्य आहे ते ते त्यांना वाटून टाकतो. पण आणखी माणसं तिथे गोळा झाली आहेत आता... त्या सगळ्यांनाही काही ना काही हवं आहे. पण मला त्यांच्या मागण्या पूर्ण करणं शक्य नाहीये. मी त्यांना समजावण्याचा प्रयत्न करतोय आता... "माफ करा, आमच्याकडे आता वेळ नाहीये... नाही नाही... यावर मी उपचार करू शकत नाही, सॉरी... आणि तुम्ही... तुमची ती गाठ काढून टाकण्यासाठी तुम्हाला मापुटालाच जावं लागेल."

"मंगळ ग्रहावर एक दवाखाना आहे, तिथले लोक ही गाठ काढू शकतील, असं जरी मी त्यांना सांगितलं तरी काय हरकत आहे?" एक नको तो विचार वैतागून माझ्या मनात येतोय. पण नाही... हे बरोबर नाही... 'मापुटा' हे यांच्या

आवाक्यातलं ठिकाण आहे.

आम्ही इथे परत कधी येणार आहोत असा प्रश्न विचारला जातोय आता.

''आम्ही ना?''

''कारण इथे इतर अनेक रुग्ण आहेत. कितीतरी जणांना तुम्ही तपासलंच नाहीये.''

''मला माहिती आहे, पण...''

''पुढच्या आठवड्यात याल का तुम्ही परत?''

''अहो, खरं तर...'' हे लोक माझं वाक्य पुरंच होऊ देत नाहीयेत.

''कधी याल?''

...कधीच नाही. हा आमचा शेवटचा दिवस आहे. नदीचा पूर आता ओसरायला लागलाय. पुन्हा पूर येईल असं काही लक्षण दिसत नाहीये. इतर काही ठिकाणी कॉलऱ्याची लागण झालेले काही रुग्ण आढळलेले आहेत; पण त्या मानानं त्यांची संख्या खूपच कमी आहे. आमच्या या भागात तर तसा एकही रुग्ण आढळलेला नाहीये. त्यामुळे एम.एस.एफ.नं अशा ठिकाणी बऱ्याच वस्तू, औषधं इ. पाठवलेलं आहे. आणि तिथे सरकारनं उभारलेल्या आरोग्यकेंद्रात मदतीसाठी एक नर्सही पाठवली आहे. गेल्या काही आठवड्यांमध्ये इथे आम्ही हजारो लोकांची तपासणी केलेली आहे. इथल्या आरोग्याच्या स्थितीचं बारकाईनं निरीक्षण केलं आहे. आणि आम्हाला असं दिसलंय की, इथे आजारांचं आणि मृत्यूचं प्रमाण नेहमीपेक्षा अजिबात जास्त नाहीये. म्हणजे, एखाद्या निर्धन, गरीब अशा आफ्रिकन देशात हे प्रमाण सामान्यतः जेवढं असतं, तेवढंच ते इथंही आहे. अर्थात, दुसरा कुठला निकष लावला तर इथलं हे प्रमाण भयानकच म्हणायला हवं. पण इथल्यासारख्या परिस्थितीत हे एवढं प्रमाण अपेक्षितच आहे. अनेक वर्षांपासून असं गृहीत धरलं गेलेलं आहे, की आरोग्यविषयक आणीबाणीची परिस्थिती अशा परिस्थितीला म्हणतात, जेव्हा तिथे मृत्यूचं प्रमाण नेहमीच्या प्रमाणापेक्षा दुप्पट झालेलं असतं. आणि इथे अशी परिस्थिती उद्भवल्याचं एकही लक्षण दिसत नाहीये. त्यामुळे आम्ही इथे उगीचच राहण्याचं काहीच प्रयोजन नाहीये.

त्यामुळे आम्ही आता परत निघालो आहोत. या भागात सर्वंकष सुधारणा करण्याच्या दृष्टीनं विशेष सेवा पुरवण्यासाठी आलेल्या काही संस्था, आता शेतीविषयक योजना आणि इतर काही मदतकार्य पुन्हा सुरू करण्यासाठी, इथून परत जायला निघाल्या आहेत... अगदी आजच. पण आम्ही मात्र उद्या आमचा गाशा गुंडाळू. इथला हा प्रकल्प बंद करणं, याचा अर्थ हा आहे की दुसऱ्या एखाद्या ठिकाणी उद्भवलेल्या आणीबाणीच्या प्रसंगाला तोंड देण्यासाठी सज्ज राहणं. आणि आमच्या कामाच्या या क्षेत्राची ही वस्तुस्थिती आहे. इथे कुठल्याही आजाराची लागण

झालेली नाही, हे पाहून आम्हाला खरं तर आनंद व्हायला हवा... मला तसा आनंद झालेलाही आहे. पण दुसरीकडे कुठेतरी पुन्हा असलीच काहीतरी परिस्थिती उद्भवलेली असणार... मग तिथे स्वयंसेवक म्हणून मला सहभागी व्हावं लागणार... पुन्हा अशीच कर्मचाऱ्यांची कमतरता असणार... शेवटी पुन्हा तिथल्या लोकांची अशीच क्षमा मागून निघावं लागणार... आणि परत जाताना त्यांना देण्यासाठी आमच्याकडे शुभेच्छांशिवाय दुसरं काहीच असणार नाही, या सगळ्याचा विचार आल्यावर मला त्रासही होतोय...

"मी आत्ताच बकऱ्याचं मांस मागवलं आहे." कतरिना सांगते. कतरिना म्हणजे आमच्यासोबत काम करणारी एक नर्स... "तुम्हाला काय हवंय?"

"बकरा चालेल... रात्रीच्या जेवणासाठी बरं का."

"डॉक्टर, तुम्ही जरा माझ्या मुलाचा पाय तपासाल का प्लीज?" एक स्त्री मधेच विचारत्येय.

"माझ्या घरी करायला सांगितलंय मी हे जेवण... खास माझ्यासाठी बनवणार आहेत ते. आणि तिथपर्यंत पोहोचायचं म्हणजे बरंच दूर जावं लागणार आहे आपल्याला..." कतरिना त्या स्त्रीकडे न बघताच मला सांगते आहे.

"कतरिना, अंधार पडल्यानंतर आपण इथे गाडी चालवू शकत नाही हे माहितीये ना तुला? आपल्याला ताबडतोब निघायलाच हवंय आता."

"डॉक्टर, माफ करा. पण गेल्या अनेक दिवसांपासून माझा दंड खूप सुजलाय. तुम्ही एकदा..."

"मी त्या मटणाचे पैसेही देऊन ठेवलेत आधीच..." कतरिना सांगते.

"हे पाहा, मला काहीही माहिती नाही... बस, आता आपण निघायला हवं..." मी म्हणतो.

"माफ करा डॉक्टर, पण या शहरातल्या इतर आरोग्यसेवकांसारखाच मीही एक आरोग्यसेवक आहे आणि आम्ही..."

"डॅमियन, तू आता कतरिनाला गाडीत बसायला सांग. आता जर इथे पाऊस पडायला लागला तर आपण इथेच अडकून पडू." सिमॉन म्हणतोय.

"डॉक्टर..." दुसरी एक स्त्री मला सांगते आहे. "ही गाठ बघा ना... सारखी वाढतेच आहे..."

"डॉक्टर... अहो डॉक्टर..." आता एक पुरुष काहीतरी सांगू पाहतोय.

"कतरिना पटकन गाडीत जाऊन बस. अशानं आपण इथेच अडकून बसू."

"नाही, नाही, तसं नको व्हायला."

"डॉक्टर, आता या कोंबड्याकडे पाहा..." जोओ म्हणतोय.

"अहो गोरे डॉक्टर, मला तुमचं पेन देता का?" एक लहान मुलगा विचारतोय.

"ते बघ, ती बाई काय देत्येय..." जोओ त्या मुलाचं लक्ष दुसरीकडे वेधण्याचा प्रयत्न करतोय आणि मला पुन्हा सांगतोय... "अहो हा गलेगट्ठ कोंबडा आपल्या गाडीत चढून बसेल आणि आपल्याबरोबर मोरम्बलाला येईल. चालेल का? बघा केवढा जाडजूड आहे तो."

"अहो गोरे डॉक्टर, आमचा फोटो काढा ना..."

"डॉक्टर... ते मटणबिटण विसरा आता तुम्ही..."

"डॉक्टर प्लीज, अशा आणखी गोळ्या आहेत का तुमच्याकडे?"

या लोकांच्या चिकाटीला दाद द्यावी की त्यांच्यावर रागवावं हेच कळत नाहीये मला.

...पण दूरवर आता वादळी ढग दिसायला लागलेत. आणि आता या नदीचं पाणी पुन्हा जर वाढलं, तर मात्र आम्हाला हलताच येणार नाही इथून. आम्ही घाईघाईनं आमचं सामान गाडीत टाकलंय आणि निघालोय इथून एकदाचे...

"डॅमियन, पुढच्या आठवड्यात इथून तू जाशील, पण नंतर आम्हाला विसरू नकोस हं..." गाडीत कतरिनाबरोबर मागच्या सीटवर बसलेला जोओ म्हणतोय. दोन आजारी मुलं आणि त्यांच्या आयाही गाडीत अक्षरशः कोंबल्यासारख्या बसल्यात... आणि तो मुलगाही आहे... जोओ ज्याला कोंबडा म्हणतोय तो. "आणि तू जेव्हा मापुटोला जाशील ना, तेव्हाही आमची आठवण ठेव आणि एम.एस.एफ.ला सांग की आम्हाला नोकरीची गरज आहे. त्यांना आवर्जून सांग की आम्ही चांगलं काम करतो..." जोओ.

यावर कोफ्फी हसते आहे. कोफ्फी म्हणजे मूळची मोझाम्बिकची रहिवासी असलेली, शांत स्वभावाची जोओची सहकारी. माझ्या आणि ड्रायव्हरच्या मधल्या सीटवर ती बसली आहे.

"नाही, नाही, आम्ही नुसतं चांगलंच नाही, तर उत्तम काम करतो असं सांगा त्यांना," कोफ्फी म्हणते आहे.

"हो, अगदी नक्की सांगेन मी त्यांना. पण आता या गाडीत चढून बसलेल्या या बिचाऱ्या पाखराचं काय करणार आहात तुम्ही?"

"कुणाचं... या कोंबडीच्या पिल्लाचं?"

"सिमॉन," मी सिमॉनला गप्प बसायला सांगतोय.

"याला ना? खाऊन टाकू आम्ही," सिमॉन म्हणतो.

"पण किती आनंदी दिसतोय ना हा?" ...मला खरंच आवडलाय.

"हो, आणि चांगला जाडजूडही आहे... आम्ही नक्कीच याला खाऊन टाकू आणि त्या वेळी तुम्ही पण या बरं का."

"पण प्लीज डॉक्टर, तुम्ही परत गेल्यावर त्यांना आम्हाला नोकरी द्यायला

सांगा.'' कोफ्फी अगदी चिंतेच्या सुरात मनापासून सांगतेय.

''हो. सांगेन मी.''

''प्लीज डॉक्टर... नक्की सांगा एम.एस.एफ.ला.''

''इथेच आसपास काम मिळणं खूप कठीण आहे का?'' मी विचारतो.

''वर्ल्ड व्हिजन' संस्थेसाठी अनुवादिका म्हणून मी गेल्या वर्षी दोन महिने काम केलं होतं. पण त्यानंतर?... काहीच काम नाही...'' कोफ्फी सांगते आहे... ''आणि आता या वर्षी एम.एस.एफ.बरोबर जेमतेम एक महिना काम केलंय, पण अजून मार्च महिना चालू आहे. अजूनही काहीतरी होऊ शकतं. या भागात विशेष मदतकार्य करणाऱ्या ज्या संस्था आहेत, त्याच फक्त चांगला पगार देतात. अशा एखाद्या संस्थेत जर काम मिळालं नाही, तर मग मला पडेल ते काम करावं लागेल. पण त्या पैशातून माझ्या कुटुंबाचा उदरनिर्वाह चालवणं फार कठीण जातं. कुणी सांगावं डॉक्टर... पुन्हा एकदा पूर येऊ शकतो ना इथे?''

'पुन्हा एकदा पूर यावा' या कोफ्फीच्या इच्छेमध्ये कोणताही आकस किंवा दुष्ट भाव मात्र जाणवत नाहीये मला. माविंगाप्रमाणेच इथेही कुठलीही मदतकार्य करणारी संस्था, 'गरजू लोकांना फक्त जीवनावश्यक वस्तू पुरवणारी संस्था' नसते, तर तिथल्या स्थानिक लोकांना रोजगार मिळवून देणारा 'एक मोठा मालक' या दृष्टीनंही त्या संस्थेकडे पाहिलं जातं. म्हणतातच ना की एका माणसावर संकट ओढवलं म्हणजे दुसऱ्या माणसाला काम करण्याची संधी मिळते...

आम्ही शहरात पोहोचेपर्यंत, आमच्या गाडीत मागच्या बाजूला बसलेल्या सगळ्यांना छान झोप लागलेली आहे. वादळ बहुतेक आम्हाला गाठू शकलेलं नाहीये. पूर्वेकडे इंद्रधनुष्य डोकवायला लागलंय. रात्रीची चाहूल देत पडलेल्या संधिप्रकाशात, ढगांच्या कडा चमचमतांना दिसताहेत. आम्ही मुख्य रस्त्यावर गाडी उभी करतो. या शहरात जेवण मिळू शकेल अशी तीन हॉटेल्स आहेत. त्यातल्या एका हॉटेलात आम्ही कसेतरी अडखळत, ठेचकाळत येऊन पोहोचलोय. हे एका भारतीय माणसाचं हॉटेल आहे, जिथं अंड्याचे रोल, कोक आणि भाजलेली कोंबडी असे मोजकेच पदार्थ मिळतात. आम्ही हे पदार्थ मागवलेत आणि एका व्हरांड्यात येऊन बसलो आहोत. या व्हरांड्याच्या पुढेच अगदी फाटकेतुटके कपडे घातलेली काही लहान मुलं एका घाणीनं माखलेल्या मरतुकड्या कुत्र्याशी खेळताहेत आणि तिथल्या उताराच्या रस्त्यावर, ब्रेक नसलेली एक सायकल अगदी वेगाने चालली आहे. ती सायकल चालवणारी दोन माणसं, त्यांचे बूट पायातून निसटून रस्त्यात पडल्याचं पाहून फिदिफिदी हसताहेत. शेजारीच भरलेल्या बाजारात काही तरुण मुलं पारदर्शक पिशव्यांमध्ये भरलेलं स्वयंपाकाचं तेल विकत उभी आहेत. अस्ताला चाललेल्या सूर्याचा मंद प्रकाश त्या पिशव्यांवर

पडत असल्यानं चमकणारं त्यातलं तेल सोनेरी रंगाचं एखादं जादूचं औषध असावं तसं दिसतंय. त्या बाजारातल्या एका वयस्कर स्त्रीकडून मी केळ्याचा एक घड विकत घेतलाय... जवळपास वीस सेंटस एवढी किंमत असेल त्याची तिथल्या स्थानिक चलनामध्ये... ती बाई मी सुटे पैसे द्यावे म्हणून हटून बसली आहे. हे सगळं असं एकीकडे चालू असताना सिमॉनसमोर मात्र माणसांची बरीच गर्दी गोळा झालीये. ती माणसं त्याच्याकडे काम मागताहेत. कुठचंही काम करायला तयार आहेत ती... गाडीतलं सामान उतरवायला... जड सामान उचलून न्यायला... काहीही साफसूफ करून द्यायला...

''नाहीये एकही काम तुमच्याकडे? ठीक आहे... आभारी आहोत...'' ती माणसं म्हणताहेत.

पण काम मिळालेलं नसतानाही त्या माणसांच्या वागण्या-बोलण्यातून जाणवणारा आदरभाव आणि त्यातून नकळतपणे दिसणारा त्यांच्या मनाचा मोठेपणा पाहून माझं मन मात्र हेलावून गेलंय. माविंगामधली माणसंही अशीच होती... कुठलीच निराशा नाही... खिन्नता नाही... उद्वेग नाही... फक्त हाताची अस्वस्थ चाळवाचाळव केली जाते... कसंतरी तग धरून फक्त जिवंत राहायचं, एवढंच पूर्ण वेळाचं काम असेल का यांचं? या सगळ्या परिस्थितीबाबत, अशा प्रकारच्या जगण्याबाबत इथल्या मोझाम्बिक लोकांची जी प्रतिक्रिया असते ना, तशी प्रतिक्रिया मी आत्तापर्यंत कधीच ऐकलेली नाही... अतिशय आश्चर्यकारक, पण तितकीच अर्थपूर्ण प्रतिक्रिया... 'पेला अर्धा भरलेला आहे,' या आयुष्याकडे बघण्याच्या दृष्टिकोनाचं हे सर्वांत उत्तम उदाहरण म्हणता येईल... ''सध्या आमच्या इथे युद्ध चालू नाहीये...'' ही ती प्रतिक्रिया. या लोकांच्या बोलीभाषेत, ''आता आम्हाला अजिबात चिंता नाही, कसलाच घोर नाही.'' असा याचा अर्थ अपेक्षित आहे. कारण युद्धामुळे होणाऱ्या त्रासाची तुलना इतर कुठल्याच त्रासाशी होऊ शकत नाही... ''आता इथे युद्ध चालू नाहीये...'' ...बस

आमचं जेवण आलंय. आम्हाला पटापट जेवण उरकायला हवंय. कारण इथल्या आरोग्य मंत्रालयाच्या प्रतिनिधीला पुन्हा आम्हाला भेटायचं आहे, असं त्यानं कोफ्फीला मोबाईलवर फोन करून सांगितलंय. पण त्याआधी आमच्या त्या मलेरिया झालेल्या ड्रायव्हरकडे लक्ष द्यायला हवंय. त्यानंतर आम्ही इथली आवराआवर करू. इथून आता दुसऱ्या कुठल्या प्रकल्पावर मला जायचंय, याविषयी जिनिव्हातल्या ऑफिसशी संपर्क साधणंही गरजेचं आहे. या इथल्या कामासाठी मी रुजू झालो, त्याला आता तीन महिने होत आलेत आणि या तीन महिन्यांत, विशेष म्हणावं असं फारसं कोणतंच काम मी केलेलं नाहीये. मी एखाद्या हॉस्पिटलमध्ये पूर्णपणे झोकून देऊन काम करावं, असं मला अगदी मनापासून वाटतंय... अशा एखाद्या

हॉस्पिटलमध्ये, जिथे थोडं स्थिरस्थावर होऊन मी काही काळ राहू शकेन. जिथल्या रुग्णांशी आणि कर्मचाऱ्यांशी माझी पुरेशी ओळख होईल आणि जिथे मी व्यवस्थित औषधोपचार करू शकेन... थोडक्यात, मला माविंगासारख्या असणाऱ्या दुसऱ्या एखाद्या ठिकाणी काम करायला मिळालं पाहिजे...

आणि आता मला काम कुठं मिळालंय? तर 'सुदान'मध्ये... वा!

पुन्हा एका नव्या धावपट्टीवर...

एका नव्या धावपट्टीवरची आणखी एक पहाट...

आणखी एक लहानसं विमान...

आणि आणखी एक पायलट– त्या विमानाच्या शिडीच्या अगदी वरच्या टोकावर उभा असलेला... रबरी नळीतून त्या विमानात स्वतःच इंधन भरत असलेला... हे सगळं अगदी योग्य तेच चाललेलं आहे अशा आविर्भावात काम करत असलेला. पण खरंच सगळं अगदी नेहमीसारखंच आहे का, अशी शंका माझ्या मनात डोकावायला लागली आहे. भोवताली दिसणाऱ्या नेहमीच्या दृश्यात अगदी जाणवण्याइतका फरक दिसतोय. सामान साठवण्यासाठी 'वर्ल्ड फूड प्रोग्राम'नं उभारलेले कॅनव्हासचे प्रचंड मोठमोठे तंबू, या धावपट्टीच्या मागे एखादा मोठा, लांब-रुंद पडदा बांधावा तसे दिसताहेत. या डांबरी धावपट्टीच्या कडेला, कुठेतरी आपटून मोडून पडलेल्या किंवा वापरातून काढून टाकलेल्या पाच-सात विमानांचे सांगाडेही गंजत पडलेले दिसताहेत... ही धावपट्टी आहे 'लॉकिचॉजिओ' या उत्तर केनियामधल्या एका शहरामधली... दक्षिण सुदानमध्ये मदतकार्यासाठी जाणाऱ्या मंडळांचा हा एक निश्चित असा थांबा आहे आणि गेली दोन दशकं हा वापरला जात आहे.

''मॉरिसला सुदान खूप आवडतो,'' काही मिनिटांतच धावपट्टीवर उतरणार असणारं आमचं छोटेखानी विमान मोठ्ठा आवाज करतंय. त्या आवाजात भर घालत माझा फ्रेंच सहकारी ओरडून माझ्याशी बोलतोय.

''हो का?'' त्याच्या आणखी थोडं जवळ सरकण्याचा निष्फळ प्रयत्न करत मी विचारतोय.

''हो ना. त्याचं फार प्रेम आहे सुदानवर;'' तो मोठ्यानं सांगतोय, ''मॉरिस म्हणतो की, दक्षिण सुदान हा थोडासा ओसाड, रुक्ष आणि फारसा माणसाळलेला नसलेला देश आहे आणि हा पृथ्वीवरचा सर्वांत लांब असणारा असा भाग आहे,

जिथे माणसं टोळ्या करून राहतात.''

"खरंच का?''

या विमानात आमच्यासोबत आणखी फक्त दोनच माणसं आहेत. एक हा पायलट आणि सुट्टी संपवून परत आलेली एक ऑस्ट्रेलियन सुईण.

"अरे हो! मॉरिस इथे अनेक वेळा आलेला आहे. तो म्हणतो की इथले लोक कित्येक वर्षांपासून आहेत तसेच आहेत. म्हणजे अश्मयुगातल्या माणसांसारखे. ते बघ...'' खिडकीबाहेर नजर टाकत तो म्हणतोय... "आता लवकरच तुला काही खेडी दिसतील... अगदी लहान लहान खेडी... इतिहासाच्या पुस्तकात दाखवतात ना, अगदी तशीच...''

इथे अर्धा तास थांबून, आता आमचं हे छोटं विमान निघालंय... आचके घेत, वेगवेगळे आवाज काढत हळूहळू उंच चाललंय... उत्तरेच्या दिशेनं... जेमतेम दहा हजार फुटांची उंची गाठत, आता आम्ही दक्षिण सुदानवरून चाललो आहोत. जगातला सर्वांत मोठा दलदलीचा प्रदेश आम्हाला खाली दिसतो आहे. शक्य तितक्या वेगवेगळ्या ठिकाणी पसरलेला... काळसर रंगाच्या पाण्याच्या असंख्य स्रोतांचे, वळसे घेत, वळणे घेत जाणं, म्हणजे एक मोठं जाळंच पसरल्यासारखं वाटतंय. खरंतर हा खाकी रंगाचा एरवी कोरडाठाक असणारा एक सपाट असा प्रदेश आहे. पण या लहानमोठ्या प्रवाहांच्या मधली अरुंद अशी जमीन आत्तातरी अगदी दाट हिरवाईनं झाकून गेलेली दिसते आहे... म्हणजे झाडाच्या सुकायला लागलेल्या एखाद्या प्रचंड मोठ्या पानावरच्या रेषा, त्या वाळलेल्या पानावर अगदी ठळकपणे उठून दिसाव्यात ना, अगदी तसं काहीसं वाटतंय हे दृश्य. पण जेव्हा यातल्या बऱ्याचशा पाण्याची वाफ होऊन जाईल, तेव्हा दमट, ओलसर आणि विरळसं धुकं तेवढं जमिनीलगत पसरलेलं दिसेल. शेवटी शिल्लक राहिलेलं थोडंफार पाणी श्वेत नाईल नदीपर्यंत जाऊन पोहोचणार नाही. ही नदी आमच्या दक्षिणेकडे असणाऱ्या 'व्हिक्टोरिया लेक'मधून उगम पावते आणि सुदानची राजधानी असणाऱ्या खार्टुमच्या दिशेनं, म्हणजे आणखी उत्तर दिशेला वाहत जाते.

"आणि आत्ता जरी इथे हवामान कोरडं असलं, तरी येत्या काही महिन्यांतच इथे इतका पाऊस पडेल की आत्ता आम्हाला खाली दिसणारा कोरडा भूभाग, पुरानं पूर्ण वेढला जाईल. त्या पुरानं वेढलेल्या भूभागाचा आकार संपूर्ण इंग्लंड देशाएवढा असेल. तरीही, आफ्रिकेमधला सर्वांत मोठा देश असणाऱ्या या सुदानच्या एकूण क्षेत्रफळापैकी अगदी थोडासाच भूभाग असेल हा... पुराने वेढलेला,'' माझा सहकारी मला सांगतोय.

"डिंका आणि न्यूएर हे या दक्षिण भागातले दोन मोठे गट आहेत. डिंका गट जास्त मोठा आहे... जवळपास वीस लाख माणसं असतील त्या गटात...

अरे पण तू तर नासिरला चालला आहेस ना?'' तो विचारतो.

''हो.''

''नासिर हे न्यूएर गटातील लोकांचे प्रमुख ठिकाण आहे. संख्येच्या दृष्टीनं हा गट दुसऱ्या क्रमांकावर आहे. या न्यूएर लोकांबरोबर याआधी मॉरिसनं काही दिवस काम केलेलं आहे. तो म्हणतो की हे लोक छान आहेत, अगदी आवडतील असे.''

''हो का?''

''हो ना. खूप परंपरावादी आहेत हे लोक... आणि खूप स्वाभिमानीसुद्धा.''

असंच ओरडून बोलत आम्ही दोघं आणखी थोडा वेळ गप्पा मारतो. असं ओरडून संवाद साधणंसुद्धा मला फारसं त्रासदायक नाही वाटत आहे. थोड्याच वेळात, खाली एक छोटीशी वस्ती दिसून गेलीये. छोटीशी म्हणजे किती तर पाण्याच्या एका प्रवाहाच्या कडेला, काटक्या बांधून उभ्या केलेल्या अक्षरशः जेमतेम पाच-दहा झोपड्यांइतकीच. आणि आसपास काही गुरं चरत असलेलीही दिसली. बस... इतकंच. बाकी सभोवतालच्या ओसाड प्रदेशात इतर कुठल्याच मानवी हालचालींचा जरासाही मागमूस नाहीये. माणसांचा एखादा गट इतरांपासून इतका वेगळा, इतका लांब राहू शकतो, अशी कल्पनाच करू शकत नाहीये मी. पण या सगळ्या भागाचं नावही इथल्या या प्रतिकात्मक दृश्याला पुष्टी देणारंच आहे की – 'सुद' (Sudd). या शब्दाचा शब्दशः अर्थ आहे 'प्रतिबंध' किंवा 'अटकाव'. आफ्रिकेच्या शेवटच्या टोकाला खूप आत आत असणारा, इथे पोहोचूच शकणार नाही असं वाटायला लावणारा हा दुर्गम दलदलीचा प्रदेश, म्हणूनच युरोपियन लोकांच्या आकर्षणाचा विषय ठरलेला आहे. मला आठवतंय, मी लहान असताना माझ्या वडलांकडे असणारी 'नॅशनल जिऑग्राफिक' ही मासिकं मी हट्टानं मागून घ्यायचो आणि त्या मासिकांमध्येही या आफ्रिकेविषयी बरीच माहिती दिलेली असायची... म्हणजे लव्हाळ्यानं आणि वेळूच्या बेटांनी व्यापलेला इथला भूभाग, अरबी गुलामांचे तांडे, 'नायलोटिक' नावानं ओळखल्या जाणाऱ्या लढाऊ वृत्तीच्या जमाती आणि अशी काही ठिकाणं जी आजसुद्धा अगदी दंतकथेत शोभतील अशीच आहेत... म्हणजे खरं सांगायचं तर अगदी भीती वाटावी अशी आहेत.

पण माझ्या पालकांना मात्र या सगळ्या गोष्टींची, इथल्या लोकांच्या एकटेपणाची कल्पना करणं फारसं त्रासाचं वाटत नाहीये. तर मी इथे या असल्या ठिकाणी काम करण्यास का तयार झालोय... हे समजून घेताना त्यांना जास्त त्रास होतोय. एका आठवड्यापूर्वी, म्हणजे मी मोझाम्बिक सोडून निघालो, तेव्हा मी त्यांना या नव्या ठिकाणी रुजू होत असल्याबद्दल सांगितलं होतं.

पैसे भरूनही नीट न चालणाऱ्या फोनवरून आम्ही बोलत होतो... "सुदानला चालला आहेस? नको नको... सुदान नको. हे लोक तुला थायलंडमध्ये किंवा तशा दुसऱ्या एखाद्या ठिकाणी काम का देत नाहीत रे? म्हणजे सुदानला जाण्याविषयी त्यांनी प्रत्यक्षात तुला विचारलं होतं का? की तू कुठंही जायला 'हो'च म्हणशील असं गृहीत धरून त्यांनी तिथे पाठवलंय तुला? तू पश्चिम सुदानमध्ये असणाऱ्या 'दारफर' प्रांतात तर जात नाहीयेस ना? अरे बापरे! तू तिथे जातो आहेस हे कळलं तर तुझी आई संतापानं वेडी होईल..."

"काय? दारफरला जायचं म्हणतो आहेस." दुसऱ्या लाईनवरून आमचं बोलणं ऐकत असणाऱ्या आईनं ओरडूनच विचारलं होतं... "अरे देवा, काय हे भलतंच... बाळा अरे तिथे नको जाऊस रे तू... नुसत्या कल्पनेनंच आम्ही किती काळजीत पडलोय ते तुला कळतंय का रे? आम्ही दोघे..."

"नाही, दारफरला नाही जाणार आहे मी..." मी त्या दोघांचं बोलणं मध्येच तोडत म्हणालो होतो... "दारफर हा पूर्णपणे वेगळा भाग आहे. म्हणजे सुदानचा एक अगदी पूर्णपणे वेगळा, दुसरा भाग आहे तो. मी त्या देशाच्या दक्षिण भागात चाललोय आई... ऐकलंस का?... दक्षिण भागात... तिकडे सध्या शांतता आहे आणि तो भाग सुरक्षितही आहे." मी त्यांना सांगितलं. गेली काही दशकं तिथे जी परिस्थिती आहे, तिचं जास्तीत जास्त आशादायक वर्णन मी सांगत होतो का त्यांना? आफ्रिकेत सर्वाधिक काळ सुरू असलेल्या यादवी युद्धाबद्दल त्यांना काही माहिती देणं गरजेचंच नव्हतं. तेलाच्या साठ्यांवरून तिथे अजूनही सतत ज्या चकमकी चालू असतात, त्याबद्दलही त्यांना काही सांगण्याची गरज मला वाटली नव्हती. तीन वर्षांपूर्वीच, म्हणजे २००५ मध्ये तिथे शांतता करारावर सह्या केल्या गेलेल्या आहेत, ही गोष्ट त्यांना आवर्जून सांगणं मला जास्त महत्त्वाचं वाटत होतं. म्हणून मी त्यांना पुनःपुन्हा त्याविषयी सांगितलं होतं. दर रविवारी रात्री मी त्यांना फोन करेन असं नेहमीसारखं वचनही दिलं होतं. म्हणजे तसंही माझं शिक्षण पूर्ण झाल्यानंतर मी जगभरात कुठंही असलो तरीही, दर रविवारी रात्री त्यांना फोन करणं हे माझ्यासाठी बंधनकारक होतं. आणि या वेळीही ही अट मी पुन्हा मान्य केली होती.

आता सोमालियात घडलेल्या शोकांतिका आणि अतिशय क्लेशकारक घटनांना जेमतेम तीन एक महिनेच झालेले असताना, मी तिथे काम करण्यास का तयार झालो याचं एकच उत्तर आहे, ते म्हणजे मला आलेलं नैराश्य... हो, तिथे जाण्याचा निर्णय घेण्यामागे मला सतत जाणवणारी विफलतेची भावना हे फार मोठं कारण होतं. माझ्यासाठी ही एकमेव जागा शिल्लक होती आणि ती न स्वीकारता घरी परत जाण्याचा पर्याय माझ्या विचारातही नव्हता. आणखी एक

वर्ष तरी असं स्वयंसेवक म्हणून काम करण्याचा माझा निश्चय पक्का होता. त्यातले आत्तापर्यंतचे तीन महिने फक्त प्रवास करणे, कामाबद्दलची माहिती घेणे किंवा मग गेस्टहाऊसमध्ये राहणे यातच बहुतांशी संपले होते. या कामाच्या निमित्तानं मला स्वतःला हा देश पाहता यावा, अशी माझी अपेक्षा तर अजिबातच नव्हती... कधीच. माझ्यासाठी सर्वांत जास्त महत्त्वाची गोष्ट ही होती की इथे प्रकल्प उभारणं, हा एम.एस.एफ.चा सर्वोत्तम अनुभव असल्याचं अनेकांचं म्हणणं होतं. या प्रकल्पांच्या दर्जाबाबत सर्वत्र एम.एस.एफ.चं कौतुक होत होतं. दुर्गम म्हणता येतील अशा ठिकाणी, मानवी वस्त्यांपासून काहीसं दूर आणि अतिशय कठीण अशा परिस्थितीत उभारलेल्या या प्रकल्पांमध्ये कामाचा जबरदस्त ताण आहे... म्हणजे माविंगामध्ये मी ज्या परिस्थितीत काम केलं होतं, बरीचशी तशीच परिस्थिती या इथल्या प्रकल्पांबाबतही आहे. इथली एक वाईट गोष्ट अशी आहे की, इथे जाती-जातींमधले किंवा वांशिक म्हणावेत असे संघर्ष अजूनही चालूच आहेत. पण बाहेरून इथे काम करण्यासाठी आलेल्या माणसांना या संघर्षात लक्ष्य केलं जात नाही, अशी ग्वाही मला आधीच देण्यात आली आहे. तशीही माझी नेमणूक झालेली जागा, सतत अस्थिर परिस्थिती असणाऱ्या इथल्या उत्तर-दक्षिण सीमेपासून बरीच लांब आहे. या सगळ्या गोष्टी लक्षात घेऊन जेमतेम एका आठवड्यापूर्वी मी इथलं काम स्वीकारलं आहे. हे आठ दिवस कसे गेले हे झर्रकन आठवून गेलंय आत्ता मला... म्हणजे आधी मी आफ्रिकेतून बाहेर पडलो, मग जिनिव्हामध्ये मला इथल्या कामाबद्दलची माहिती दिली गेली, मग पुन्हा ॲम्स्टरडॅममध्ये तेच धडे गिरवले गेले, मग पुन्हा मी आफ्रिकेत परत आलो आणि आता पुन्हा एकदा केनियामार्गेच मी माझ्या नव्या नेमणुकीच्या जागी चाललो आहे...

अचानक आमच्या विमानाच्या कॉकपिटमधून भोंग्यासारखा कसलातरी आवाज यायला लागलाय. पायलटनं त्याचा हेड-सेट काढलाय. शेजारीच लटकवलेला सॅटेलाईट फोनचा हॅन्ड-सेट घेऊन कानाला लावलाय. क्षणभरच तो कोणती तरी बातमी ऐकतो आणि ओरडूनच काहीतरी उत्तरही देतोय. पण बहुधा त्याचा आवाज पोहोचत नाहीये. रेडिओ-कॉल करून त्याने उत्तर दिले आहे.

"आपण आता वेगळीकडेच जाणार आहोत." आमच्याकडे मान वळवून तो मोठ्याने सांगतोय.

"अरे बापरे! का पण?"

"तिथे एक अत्यवस्थ रुग्ण आहे." खिडकीबाहेर कशाकडे तरी हात दाखवत तो ओरडूनच सांगतोय. "दुसऱ्याच एका शहरात आहे तो. आणि आपण त्याला आपल्या विमानातून न्यावं असं ते म्हणताहेत."

अंगठा दाखवून मी त्याला माझी काही हरकत नसल्याचं सांगतो. आमच्या प्रवासात बदल होणार आहे खरा, पण मला चालणार आहे. हा सगळा प्रकारच खूप विलक्षण वाटतोय मला. माझ्याबरोबरच्या प्रवाश्याची सतत चालू असलेली बडबड आणि माझ्या मांडीवर पडलेली नव्या प्रकल्पाची माहिती देणारी कागदपत्रं, या दोन्हीपेक्षाही या नव्यानं ओढवलेल्या प्रसंगाचा विचार करण्यातच माझं मन गुंतून गेलंय आत्ता.

आमचा प्रवास सुरू होऊन आता जवळपास दोन तास झालेत. उत्तरेच्या दिशेनं आमचा प्रवास सुरू आहे. आभाळ अगदी निरभ्र आहे, त्यामुळे काहीशे किलोमीटर्सपर्यंतचा भाग अगदी स्पष्टपणे दिसतो आहे. माझ्याबरोबर आणलेल्या नकाशावर मी नीटपणे नजर फिरवतो आहे. त्यावरून मी हे नक्की सांगू शकतोय की, आमच्या पूर्वेला असणारं 'इथियोपिया' आता फारसं लांब नाहीये इथून आणि त्याच्यापलीकडे सोमालिया आहे. आमच्या पश्चिमेकडे सुदानमधला दारफर हा प्रांत आहे. इथे सध्या आफ्रिकन युनियनच्या सैन्याची एक छोटीशी फळी तैनात आहे. त्या बिचाऱ्यांकडे पुरेसा निधीही उपलब्ध नाहीये, पण तरीही तीन वर्षांपूर्वी इथे उफाळलेल्या संघर्षाला काबूत आणण्याचा त्यांचा प्रयत्न आजही चालूच आहे. स्पेन देशाएवढा आकार असणाऱ्या या प्रांतावर ते सतत गस्त घालत असतात. दारफरच्या आणखी पश्चिमेकडे 'चाड' आणि 'सेंट्रल आफ्रिकन रिपब्लिक' हे प्रांत आहेत, जे संघर्षग्रस्त प्रांतच आहेत. तसंच आमच्या दक्षिण-पश्चिम दिशेला 'डेमॉक्रेटिक रिपब्लिक ऑफ कान्गो' हा प्रांत आहे. पण कोणताही निकष लावला तरी, जगाचा हा सर्वांत त्रासदायक भाग आहे, हे मात्र निश्चितपणे सांगता येईल.

सुदानमधल्या दोन यादवी युद्धांबद्दल आणि दारफरमध्ये उसळलेल्या तीव्र संघर्षाबद्दल सांगायचं तर या सगळ्याचं मूळ आहे ते म्हणजे उत्तरेकडचे मुस्लिम अरब आणि दक्षिणकडचे ख्रिश्चन आफ्रिकन लोक. तसंच सर्व वस्तूंमध्ये आत्मा आहे या तत्त्वाचा पुरस्कार करणारे लोक. या दोन गटांमध्ये पडलेली फूट... कमालीची वाढलेली दुफळी.

हजारो वर्षांपासून दक्षिणेकडच्या आफ्रिकन लोकांना पकडून गुलाम म्हणून त्यांची विक्री करण्याचं काम अरब व्यापारी करत होते. त्याचबरोबर दक्षिणेकडच्या जास्त सुपीक असणाऱ्या चराऊ कुरणांच्या जागेवरूनही वारंवार संघर्ष होतच होते. हे दोन्ही गट बहुधा नेहमीच स्वतःचं स्वतंत्र अस्तित्व अबाधित राहावं यासाठी ठाम होते– जेव्हा परकियांनी या भागात वसाहती स्थापन केल्या होत्या, तेव्हाही ब्रिटिश आणि इजिप्शियनांच्या संयुक्त व्यवस्थापनानं हे दोन प्रांत एकमेकांपासून अगदी वेगळे ठेवण्याचं तंत्र जमवलं होतं. त्यानुसार दक्षिणेकडे त्यांनी ख्रिश्चन

धर्माचा प्रचार आणि प्रसार केला होता, पण उत्तरेत मात्र त्यांनी हे काम अजिबात केलं नाही. या दोन भागांमध्ये प्रवास करण्यासाठीसुद्धा या व्यवस्थापनाचा परवाना घ्यावा लागत होता तेव्हा.

१९५६ मध्ये सुदानला स्वातंत्र्य मिळालं. उत्तरेकडच्या लोकांच्या तालावर नाचणारं सरकार सत्तेवर आलं आणि संपूर्ण देश त्या सरकारच्या आधिपत्याखाली आला. अरेबिक भाषा ही देशाची अधिकृत भाषा असेल असं जाहीर करण्यात आलं आणि 'शरियत' या नावानं ओळखला जाणारा मुस्लिम कायदा संपूर्ण देशावर लादला गेला. हा कायदा काटेकोरपणे पाळला जाणं म्हणजे, कोणी धार्मिक नीतिनियमांचे उल्लंघन केल्यास त्याचे हात-पाय तोडणं, दगडानं ठेचून मारणं, चाबकाचे फटके देणं, अशासारख्या खूप कडक, अगदी टोकाच्या शिक्षांना अधिकृतपणे परवानगी देणंच असतं. या कायद्याची अंमलबजावणी सुरू झाल्यानं दक्षिणेकडे संतापाची आणि असंतोषाची लाटच उसळली. मग दक्षिणेकडील लोकांनी या सगळ्याच्या विरोधात आक्रमक चळवळ सुरू केली. आणि परिणामतः या देशात पहिलं यादवी युद्ध सुरू झालं.

तब्बल सतरा वर्षं हा लढा चालू होता. मग १९७० च्या दशकात, अनेक वर्षं लोक ज्याची वाट पाहत होते, तो युद्धबंदी करार करण्यात आला. पण उत्तरेकडील लोकांनी पुन्हा संपूर्ण देशावर ताबा मिळवण्याचे प्रयत्न हळूहळू सुरू केलेच होते. दक्षिण भागात असणारे तेलाचे प्रचंड साठे आणि तिथे उपलब्ध असणारं भरपूर पाणी यावरून संघर्ष सुरूच होते आणि दिवसेंदिवस ते वाढतच होते. अखेर १९८३ मध्ये दुसऱ्या यादवी युद्धाला तोंड फुटलं. तब्बल २२ वर्षं हे युद्ध सुरू होतं. आणि त्यातून निष्पन्न काय झालं, तर २० लाख लोकांचा मृत्यू. दुसऱ्या महायुद्धानंतर कोणत्याही संघर्षात मारल्या गेलेल्या माणसांची ही सर्वांत मोठी संख्या होती. याखेरीज इतर ४० लाख लोक निर्वासित झाले ते वेगळंच.

अशा प्रकारे देश स्वतंत्र झाल्यानंतरच्या पन्नास वर्षांतली तब्बल ३९ वर्षं या यादवी युद्धातच व्यतीत झाली. आणि अखेर २००५ मध्ये झालेल्या शांतता करारामुळे हा संघर्ष वरवर पाहता तरी संपला. देशाच्या दक्षिण भागाला स्वायत्तता देण्यात आली. आणि त्या दक्षिण भागाला एका स्वतंत्र राष्ट्राचा दर्जा देण्यात येईल की नाही, हे ठरवण्यासाठी सार्वमत घेण्याचं निश्चित केलं गेलं.* आता हे

---

* २०११ साली यशस्वी सार्वमत घेण्यात आलं. जवळपास ९९ टक्के मतदारांनी स्वातंत्र्यासाठी कौल दिला आणि ९ जुलै २०११ साली दक्षिण सुदान जगातलं सर्वांत नवं राष्ट्र झालं.

सार्वमत घेऊन होईपर्यंतच्या मधल्या काळात, शांतता प्रस्थापित करण्यासाठी संयुक्त राष्ट्रसंघानं नेमलेलं मंडळ या सगळ्या प्रांतावर देखरेख करत आहे. पण अपेक्षित शांतता खरोखरच प्रस्थापित होईलच, हे निश्चितपणे सांगता येणं कठीण आहे. जिथे सर्वांत जास्त विरोध किंवा मतभेद आहेत, त्या उत्तर-दक्षिण सीमारेषेजवळच तेलाचे खूप मोठे साठे आहेत. सुदानच्या एकूण उत्पन्नापैकी निम्म्याहून जास्त उत्पन्न या तेलाच्या व्यापारातूनच मिळत असल्यानं, या प्रांतातल्या कुठल्याच भागावरचा हक्क दोन्ही बाजूंकडील लोकांपैकी एकही जण किंवा एकही पार्टी सोडून देऊ शकतच नाहीये, अशी लक्षणीय परिस्थिती निर्माण झाली आहे.

माझ्या सहकाऱ्याच्या मोठ्यानं बोलण्यामुळे माझी विचारांची तंद्री मोडलीये... "मॉरिस म्हणतो की न्यूएर गटाचे लोक जास्त ताकदवान लढवय्ये आहेत आणि त्यांनी आक्रमण करणाऱ्या परकीयांना नेहमीच हुसकावून लावलेलं आहे..." तो सांगतोय.

"हो का?"

"हो, खरंच. ती खूप छान माणसं आहेत. पण बाहेरच्या देशातून इथे येणाऱ्या ज्या लोकांशी अजून ते चांगले परिचित झालेले नाहीत, त्यांच्यासाठी ते थोडे त्रासदायक ठरू शकतात."

"वा छान! अशा लोकांच्या बाबतीत जिद्दीनं आणि चिकाटीनं वागणं हे तर माझं वैशिष्ट्य आहे." मीही ओरडूनच त्याला सांगतो. मोझाम्बिकमध्ये असताना, एका गाडीत १०-११ जणांना कोंबून मी कसं नेलं होतं, ते मला आठवतंय आत्ता.

"आणि मॉरिस तर नेहमीच सांगत असतो, की तुम्ही या लोकांवर कधी जरासे जरी रागावलात किंवा त्यांच्यावर अविश्वास दाखवलात, तर अशा वेळी तुम्ही एक गोष्ट लक्षात ठेवायला हवी की या लोकांनी आजपर्यंत गोऱ्या लोकांना फक्त एकाच भूमिकेत पाहिलेलं आहे- म्हणजे त्या लोकांना गोऱ्यांबद्दल एवढंच माहिती आहे की हे लोक त्यांना मदत पुरवतात. हे लोक खूप श्रीमंत आहेत आणि हे लोक त्यांना अनेक वस्तूंचं वाटप करतात."

"असं?"

"हो ना! मॉरिस म्हणतो की तुम्ही हे नेहमीच लक्षात ठेवलं पाहिजे. तुम्ही त्यांच्यावर जास्त रागावू नका. खूप जण तसं करतात. पण सुदानमधले लोक नेहमी फक्त स्वतःपुरताच विचार करतात. म्हणजे अगदी युद्ध चालू असतानाही त्यांचं असं वागणं त्यांनी सोडलं नव्हतं. या लोकांबद्दल खूप कुतूहल किंवा आश्चर्य वाटावं असेच आहेत हे लोक. पण फार म्हणजे फारच कणखर आहेत हे."

आडून आडून ही एक धोक्याची सूचनाच मिळाली आहे मला, हे माझ्या लक्षात आलंय. हा सल्ला मी अगदी लक्षात ठेवणार आहे.

आता आम्ही खाली उतरायला लागलो. मी पुन्हा खिडकीबाहेर बघायला लागलोय. खाली खुरट्या झाडांनी आच्छादलेला प्रदेशच दिसतोय. आणि आता अगदी बुटकी बुटकी झाडंही दिसायला लागलीत. माझा सहकारी इथल्या आणखी काही गोष्टी मला सांगतोय आणि या खेड्यात मॉरिस काही दिवस राहिला होता, असंही सांगतोय.

''या मॉरिस नावाच्या माणसाला खरोखरच भेटलं पाहिजे असं वाटतंय मला. अजूनही एम.एस.एफ.बरोबर काम करतोय का तो? इथे मी भेटू शकेन का त्याला?'' हे विचारताना मॉरिसचं मला उगीचच वाटायला लागलेलं आकर्षण लपवू शकत नाहीये बहुतेक मी. पण मी असं विचारताच, माझ्या सहकाऱ्याच्या कपाळावर सुरकुत्यांचं जणू जाळंच दाटपणे पसरल्याचं मला दिसतंय. माझ्या प्रश्नामुळे त्याच्या मनात काहीशी चलबिचल झाल्याचं त्याच्या चेहऱ्यावरून जाणवतंय मला. मग तो शांतपणे मला सांगतोय की...

''मॉरिस म्हणजे मीच.''

ओह... हा स्वतःच मॉरिस आहे तर...

स्वतःची ओळख करून देताना स्वतःकडे त्रयस्थाची भूमिका घेणं पसंत करणाऱ्या मॉरिसचा हा थोडासा उपरोधिकपणा मला फारच आवडलाय. हा मॉरिस म्हणजे ज्ञानाचं आणि अनुभवाचं एक लोभस कारंजं आहे असं वाटतंय मला... खूप बोलावंसं वाटतंय त्याच्याशी. खरं सांगायचं ना, तर हे असे प्रकल्प शेवटी नेहमीच वेगवेगळ्या संस्कृतींचं आणि भाषांचं 'फ्रूट सॅलड' बनवल्यासारखं वाटायला लागतात. आणि या अशा 'फ्रूट सॅलड'च्या जणू प्रेमातच पडतो मग मी. कल्पनाही करता येणार नाही इतक्या वेगवेगळ्या परिस्थितीतून, पार्श्वभूमीतून आलेले लोक, विचारही करता येणार नाही अशासारख्या इथल्या परिस्थितीत एकत्र येतात. बऱ्याचदा त्यांची भाषाही एक नसते. एकत्र राहणं, एकत्र जेवणं-झोपणं आणि 'काच' या शब्दाची व्याख्या काय? अशासारख्या निरर्थक गोष्टींवर वाद घालत राहणं, यासारख्या माध्यमांमधून आनंदी राहायचा प्रयत्न करत असताना, हे सगळेच कायम एकमेकांवर कुरघोडी करत असतात. आकर्षक वाटणारा हा एक प्रकारचा समाजशास्त्रीय अनुभव, एरवी अगदी मुद्दाम ठरवूनही घेता येणार नाही खरं तर!

''आपापले पट्टे बांधा. आपण लवकरच खाली उतरत आहोत. पण आपल्यापैकी कुणीही विमानातून बाहेर पडायचं नाहीये.'' आमच्याकडे वळून बघत पायलटनं मोठ्यानं सांगितलंय.

मी खुणेनंच त्याला 'बरं' म्हणतो. पण मॉरिसला मात्र हे नेहमीपेक्षा काहीसं

वेगळं वाटतंय. ''बहुधा नेहमीच आम्ही विमानातून बाहेर पडून आमच्या टीममधल्या लोकांना भेटतो, त्यांची विचारपूस करतो...'' मॉरिसचं हे वाक्य पूर्ण होण्याच्या आतच न उतरण्याचं कारण लक्षात आलंय... जोराचा आवाज करत आमचं विमान त्या धुळीनं माखलेल्या धावपट्टीवरून खूप वेगानं निघालंय... धावपट्टीच्या अगदी शेवटच्या टोकापर्यंत... विमानाचं इंजिन सुरूच आहे अजूनही... माझ्या जवळच्या खिडकीतून काही सशस्त्र माणसं मला पुसटशी दिसताहेत... त्यांच्या स्वयंचलित बंदुका त्यांच्या खांद्यांना लटकावलेल्या आहेत. धावपट्टी संपता संपता आमचं विमान अचानकपणे थांबलंय... थांबताना येणारा एक विशिष्ट आवाज अजून थांबला नाहीये, तोवरच एम.एस.एफ.चं चिन्ह असलेला पांढरा टीशर्ट घातलेली एक स्त्री आमच्या बाजूच्या दारापाशी आली आहे... आणि आता बाहेरून तिनं ते दार उघडलं आहे. स्वत:ची ओळखही न सांगता, ती मोठ्यानं म्हणतेय... ''त्या माणसाला पटकन विमानात घ्या.'' जवळच्या एका झाडाखाली एका स्ट्रेचरवर झोपलेल्या माणसाकडे बोट दाखवत ती सांगतेय... ''पटकन उचला... इतर काही जण त्याला उचलून नेऊ बघताहेत.''

पण या धावपट्टीवर तर सगळीकडेच सशस्त्र माणसं दिसताहेत...

''ते पोलीस आहेत आणि या माणसाचे काही कुटुंबीय आहेत. पण बाकी सगळी वेगळीच माणसं आहेत. म्हणूनच आपल्याला घाई करायला हवी.'' ती म्हणतेय.

पायलट पटकन आपल्या जागेवर चढून बसलाय आता, मागच्या बाजूच्या सहा खुर्च्यांच्या त्यानं घड्या घातल्या आहेत आणि त्याच्या केबिनच्या मागच्या बाजूला असणाऱ्या जाळीखाली त्या कोंबून बसवल्यात. आता मागच्या बाजूला पेशंटसाठी थोडी सपाट जागा तयार झालीये. एम.एस.एफ.चे टीशर्टस घातलेल्या काही कृष्णवर्णीय माणसांनी त्या पेशंटला उचलून तिथे ठेवलं आहे. मीही लगेचच त्या माणसाला तपासायला लागलोय आता. हा विशीच्या आसपासचा एक तरुण मुलगा आहे... शुद्धीवर आहे आणि सारखा कण्हतो आहे. त्याच्या छातीभोवती आणि गळ्याभोवती बांधलेलं बँडेज रक्तानं पूर्णपणे ओलं झालंय आणि त्यावर शेकडो माशा घोंघावताहेत. इंजिनाचा आवाज आता थांबलाय... बाहेर उभ्या असलेल्या आमच्या संस्थेच्या माणसांना मी नेमकं काय घडलंय ते विचारतोय. पण ती एम.एस.एफ.चा टीशर्ट घातलेली स्त्री त्याच्यावर गोळ्या झाडल्या गेल्या आहेत, एवढंच सांगून आम्हाला निघण्याची घाई करते आहे.

''याला न्यूमोथोरॅक्स झालाय का?''

''काय झालंय का?'

''म्हणजे त्याच्या फुप्फुसाला भोक पडलंय का?''

“मी डॉक्टर नाहीये.”

“मग इथल्या डॉक्टरांनी तपासलंय का याला?”

“नाही. त्या डॉक्टर बाई इथे नाहीयेत. काही दिवसांपूर्वी त्याच आजारी पडल्यामुळे त्यांना केनियाला पाठवलं गेलंय.”

जर त्या तरुणाच्या फुप्फुसाला छिद्र पडून त्यातून हवा थेट बाहेर फेकली जात असेल, तर आम्ही त्याला विमानातून घेऊन जाऊ शकणारच नाही. प्रवासाला लागणारा वेळ आणि उंचावर गेल्यावर कमी होत जाणारा हवेचा दाब यामुळे त्याच्या फुप्फुसांची आणि पर्यायाने हृदय आणि इतर अवयवांची कार्यक्षमता खूप कमी होऊ शकते. शिवाय त्याची प्रकृती जराशी तरी स्थिर व्हावी यासाठी धावपट्टीवर असणाऱ्या या इतक्या सशस्त्र माणसांचा काही उपयोग होण्याचीही शक्यता नाहीये.

मग आता मी विमानाच्या मागच्या बाजूला चढून बसलो आहे. घाईघाईनंच बॅग उघडून मी त्यातला माझा स्टेथोस्कोप शोधून काढलाय आणि लगेचच त्याचं सगळं बँडेज काढून टाकलंय. जखमेची सुरुवात त्याच्या पाठीपासून, म्हणजे डाव्या खांद्याच्या हाडाच्या टोकापासून झालीये हे अगदी स्पष्ट दिसतंय. तिथून ते त्याच्या मानेच्या डाव्या बाजूपर्यंत, इतकी मोठी जखम झालीये त्याला. त्याच्या प्रत्येक श्वासाबरोबर या जखमेच्या दोन्ही टोकांवर रक्ताचे लहान लहान बुडबुडे उमटताना स्पष्टपणे दिसताहेत. त्यावरून निश्चितच त्याच्या फुप्फुसांना छिद्र पडलेली आहेत. त्याच्या जखमेतून एव्हाना बराचसा रक्तस्राव झाला असण्याची शक्यता आहे आणि त्याला नीट श्वासोच्छ्वासही घेता येत नाहीये. हे सगळं पाहता, विमानप्रवास सुरू करून वाटेत त्याच्यावर उपचार करत जाणं, ही केवळ अशक्य गोष्ट वाटत्येय मला.

“मला फक्त एक-दोन गोष्टी हव्या आहेत,” मी सांगतो.

“चला, चला आपण निघू या,” पायलट त्याच्या खुर्चीत बसत म्हणतोय आणि विमान सुरू करता करताच आम्हाला घाई करतोय... “चला, पटकन् निघू आपण.”

या प्रकल्पावर काम करणारी डेबी नावाची एक ऑस्ट्रेलियन सुईण आहे. तिला प्रसंगाचं गांभीर्य लक्षात आलंय बहुधा. मला हव्या असलेल्या वस्तू आणून द्यायला ती तयार झालीये. क्षणभरही वेळ न दवडता, पळतच जाऊन इंजेक्शनची एक मोठी सुई आणि कितीतरी सिरिंजेस घेऊनही आलीये. आता ती माझ्याबरोबर विमानाच्या मागच्या बाजूला चढून बसली आहे. मी पायलटला एक मिनिट थांबायला सांगतो. ही उपचाराची पद्धत झटकन पूर्ण होण्यासारखी आहे. नंतर विमान चालू असतानाही आम्ही आमचं काम करू शकतो.

एम.एस.एफ.चे टीशर्ट घातलेल्या त्या सुदानी माणसांपैकी एक जण त्या रुग्णाला, आम्ही त्याच्यावर काय उपचार करणार आहोत ते सांगतो. त्यावर तो माणूस तोंड वेडेवाकडे करतो... साहजिकच आहे म्हणा ते! मी त्याची कातडी स्वच्छ पुसून घेतली आहे आता आणि जखमेचा भाग बधिर करण्यासाठी अगदी थोड्याशा औषधाचं एक इंजेक्शन दिलंय. त्याच्या छातीच्या डाव्या भागातील वरच्या बाजूला असणाऱ्या दोन फासळ्यांच्या मधून एक थोड्या मोठ्या तोंडाची नळी, तिथल्या शिरेतून आत घातलीये. ही एक साधीशी आणि तुलनेने सुरक्षित असणारी अशी पद्धत आहे, ज्यामुळे फुफ्फुसातून बाहेर ठिबकणारं रक्त आणि हवा शरीराबाहेर काढून टाकणं शक्य होतं. आणि असं ठिबकणारं रक्त आणि हवा जर शरीराबाहेर काढली नाही, तर ते रक्त धोकादायकपणे फुफ्फुसांच्या भोवती साठत राहतं आणि तिथेच थिजतं. आत घातलेल्या त्या जाड नळीतून सिरिंजच्या साहाय्यानं मी ते रक्त आणि हवाही वारंवार बाहेर काढून घेतोय.

आमचं हे काम पूर्ण होईपर्यंत आमच्याकडे अस्वस्थपणे पाहत बसलेल्या पायलटनं आता एकदाचं विमान सुरू केलंय. डेबी पटकन उडी मारून विमानातून खाली उतरली आहे. एक दिवस बिअर प्यायला सिडनीमध्ये भेटण्याचं मी आणि डेबीनंही मान्य केलंय. इतका वेळ बाहेर उभा असलेला मॉरिसही आता पायलटच्या शेजारच्या सीटवर येऊन बसलाय. त्या जखमी मुलाबरोबर येण्यासाठी अधीर झालेली, पण नक्की काय करावं या संभ्रमात पडलेली त्याची आईही शेवटी विमानात चढली आहे. विमानात सीटवर बसण्यास नकार देत ती त्या जखमी मुलाच्या शेजारी गुडघे टेकून बसली आहे. झटकन एक वळण घेऊन आमचं विमान आता या खडबडीत धावपट्टीवरून वेगानं धावायला लागलंय... बंदूकधारी माणसं आता हळूहळू पुसट होत दिसेनाशी झाली आहेत. आफ्रिकेतली खुरटी झाडं आणि झोपड्या यांचं एक सुरेख चित्र खिडकीतून दिसायला लागलंय.

क्षणार्धात आमच्या विमानानं उंची गाठली आहे. देवा... इतक्या उंचावरही गरम हवा इतकी जोरानं वाहते आहे, की त्यामुळे या चालत्या विमानालाही दणके बसत असल्याचं अगदी जाणवतंय... पण माझं सगळं लक्ष या जखमी तरुणाकडे आहे... दर दहा-पंधरा मिनिटांनी त्या नळीतून सिरिंजनं रक्त बाहेर काढण्याचं माझं काम चालूच आहे. दुसरीकडे त्याच्या श्वासोच्छ्वासावरही मी लक्ष ठेवून आहे... पण मनात मात्र वेगळेच विचार येताहेत... दक्षिण सुदानमध्ये अशा पद्धतीनं झालेलं माझं स्वागत.. हा विमानप्रवास... विमानाच्या मागच्या बाजूला बसलेला मी, गोळ्या झाडल्या गेलेला हा माणूस, त्याची वृद्ध आई आणि ऑस्ट्रेलियात अगदी वाइटातल्या वाईट उन्हाळ्यातही पाहायला मिळणार नाहीत, एवढ्या प्रचंड माशा... सारखे आचके खाणाऱ्या विमानाच्या मागच्या बाजूला

आम्हा या सगळ्यांचं एक गाठोडच बांधून ठेवलंय असं वाटतंय मला... इथल्या सुंदर आकाशात, जिथे पतंग आणि बहिरी ससाणे, आमचं विमान ज्या उंचीवर आहे, त्याच उंचीवर नेहमी विहरत असतात, तिथूनच एखाद्या पिंपात कोंबल्यासारखे आम्ही सगळे चाललोय. यामागे त्या देवाचा नेमका काय उद्देश आहे, हे त्याला बिचाऱ्यालाच माहीत...

...आणि या देशात प्रवेश करून आत्ताशी मला फक्त तीनच तास झालेत... वा!

***

जेमतेम अर्ध्याच तासात आम्ही नासिर शहरात उतरलो आहोत. आमची टीम आमची वाट पाहत धावपट्टीवरच उभी आहे. विमान थांबल्यावर लगेचच त्या पेशंटला एका लँडक्रूझर गाडीच्या मागच्या बाजूला उचलून ठेवलंय आणि लगेचच ती गाडी वेगानं हॉस्पिटलच्या दिशेनं गेली आहे. त्या पेशंटबरोबर एक सर्जनही त्या गाडीतून गेलेत. मी, मॉरिस आणि पायलट तिघंही आमच्या गाडीची वाट पाहत विमानाच्या पंख्याच्या सावलीत उभे आहोत. तिघंही फारसं काही न बोलता, नुसतंच इकडं-तिकडं पाहतोय. इथलं एकूण दृश्यच खरं तर खूप काही सांगतंय आम्हाला.

आमच्यापासून जवळच धुळीनं माखलेल्या या धावपट्टीच्या टोकाला एका आपटून पडलेल्या विमानाचे अवशेष पडलेले दिसताहेत. धावपट्टीच्या कडेला अगदी लागूनच चिखलमिश्रित पाण्यानं भरून वाहणारी एक मोठी नदी आहे. तिच्या काठाजवळही विमानाचे काही अवशेष पडलेले आहेत. मला वाटतं या विमानाला काहीतरी धोक्याचा इशारा मिळाल्यामुळे त्यानं घाईनं उतरण्याचा प्रयत्न केला असावा, आणि त्यात ते एकदम खाली आपटलं असावं. आमच्या जवळच एक खेळाचं मैदानही दिसायला लागलंय आता. आमच्या धडधाकट विमानाच्या पंखांना धरून लोंबकळणारी, तिथून धप्पकन खाली उड्या मारायला लागलेली काही लहान मुलं आमचं लक्ष वेधून घेताहेत.

आमच्या उजव्या बाजूला, अगदी जवळजवळ असणाऱ्या दोन-चार झाडांच्या सावलीत, साधारण डझनभर माणसं गोळा झालेली दिसताहेत. सूर्यही नाइलाज झाल्यासारखा आकाशात जागच्या जागी थांबलाय. अगदी सूड उगवल्यासारखा आग ओकतोय. येणाऱ्या काही महिन्यांमध्ये या सगळ्याच भागात दुपारचं तापमान ५० अंश किंवा त्याहीपेक्षा जास्त असणार आहे, असं मॉरिस सांगतोय. त्यामुळेच बहुधा हे न्यूएर लोक फेब्रुवारी महिन्याला 'फक्त आग' असं म्हणतात; पण काही काळापुरतीच असेल ही स्थिती... बस?

त्या झाडांखाली जमलेल्या माणसांपैकी तिघं जण सुदानी सैनिक आहेत.

शर्टाची बटणं काढून रायफली बाजूला ठेवून आणि डोक्याखाली हात ठेवून झाडाला रेलून शांत बसलेत, त्याअर्थी खूपच कंटाळलेले दिसताहेत ते. इतर माणसं जराशी प्रौढ वाटताहेत. अगदी जोरजोरात एकमेकांशी गप्पा मारताहेत... बहुतेक वायफळ गप्पाच असाव्यात. पण त्यांपैकी प्रत्येकाचाच हात, नाहीतर पाय असा एखादा अवयव तरी तुटलेला दिसतोय. विमानातून आणलेले काही कृत्रिम हातपाय आमच्या पायलटनं विमानातून खाली उतरवलेत. माझ्या बॅगेच्या शेजारी सांभाळून त्यांचा छोटासा ढीग रचून ठेवलाय. झाडाखाली उभ्या असलेल्या माणसाचं लक्ष त्या ढिगाकडेच आहे खरं तर. तुम्ही कुठं आहात हे जर तुम्ही क्षणभर विसरलात ना, तर तुम्हाला असंच वाटेल की, स्वतःकडच्या वस्तूंचे नमुने दाखवत फिरणारा हा एक निर्भीड विक्रेताच आहे... पायलट नाही. ...यामध्ये कृत्रिम पायांचे वेगवेगळे प्रकार आहेत. म्हणजे पूर्ण पाय आहे, फक्त गुडघ्याखालचा पाय आहे, गुडघ्याखालच्या पायाबरोबरच त्याला जोडलेला मांडीचा भाग आहे आणि पळण्यासाठी वापरले जाणारे लाल बूट घातलेला पायही आहे... पण मला असं वाटतंय की असे कृत्रिम अवयव इथे काही नवीन वाटत नसावेत. दक्षिण सुदानची राजधानी 'जुवा' इथे रेड-क्रॉस सोसायटीच्या तंत्रज्ञांनी हे गरजेनुसार किंवा मागणीनुसार बनवलेले आहेत आणि एम.एस.एफ.च्या हॉस्पिटलमध्ये रुग्णांना ते बसवले जाणार आहेत.

या भूप्रदेशाबद्दल सांगायचं तर, विमानातून पाहताना मला तो जसा वाटला होता, अगदी तसाच ओसाड म्हणावा असाच आहे हा प्रदेश... अगदी कोरडीठाक पडलेली, भेगाळलेली सपाट जमीन, राखाडी-तपकिरी अशा कुठल्यातरी रंगाची, सगळीकडे पसरलेली चिकणमाती, ज्यात साधी गवताची अगदी छोटीशी काडीही उगवलेली नाहीये... आणि ही जमीन दूरवर अगदी अंधूकपणे दिसणाऱ्या क्षितिजाच्या पोटात गडप झाल्यासारखी वाटते आहे. पण मध्येच या जमिनीला जणू चिरत चालल्यासारखी एक मोठी नदी वाहते आहे. जवळपास वीस मीटर एवढं रुंद पात्र असलेली ही नदी पश्चिमेकडे वाहते आहे. निसर्गातल्या आणखीही काही गोष्टी दिसताहेत मला कुठंकुठं. त्या नदीच्या पलीकडे दक्षिणेला दिसताहेत चार झाडं, काही गुरं आणि अगदी मोजक्याच झोपड्या. उत्तरेकडे नदीपासून अगदी काही मीटर्सच्या अंतरापर्यंत पसरत आलेल्या शहरानं तिथून पुन्हा एक वळण घेतल्यासारखं वाटतंय. पुढे ही वस्ती इथल्या प्रचंड उष्णतेत विरघळून गेल्यासारखी अगदी विरळ होत गेली आहे, पण नदीच्या या काठाकाठानं बऱ्याच गोष्टींची गर्दी झाली आहे. पूर्वेकडे अगदी टोकाला बाजार आहे आणि त्याच्याही पलीकडे, संयुक्त राष्ट्रसंघाच्या शांतता समितीच्या इमारतीभोवती घातलेलं उंच कुंपण दिसतंय. पश्चिमेकडे आमच्या एम.एस.एफ.चं हॉस्पिटल आहे. त्याच्या पलीकडे लष्करी

छावणी आहे. अर्थात, मी आत्ता जिथं उभा आहे, तिथून यांपैकी काहीच मला स्पष्टपणे दिसत नाहीये... उरलेला बराचसा भाग, वाळलेल्या गवताचा वापर करून बनवलेल्या झोपड्यांनी व्यापलाय. ठळकपणे असं जाणवतंय की प्रत्येक गोष्ट तपकिरी रंगाची आहे. हिरवा रंग नाहीच जवळपास. आणि हो... चारचाकी गाड्याही आसपास कुठं दिसत नाहीयेत. पण सायकली मात्र बऱ्याच आहेत आणि गुरं-ढोरं तर खूप दिसताहेत. तुतारीसारखी शिंगं असणारी, आकाराने मोठी, पांढऱ्या आणि तपकिरी रंगाची गायी-गुरं– अगदी तरुण वाटणारी माणसं त्यांची राखण करताहेत, ज्यांच्यापैकी बऱ्याच जणांच्या खांद्यावर लटकवलेल्या बंदुका ठळकपणे नजरेत भरताहेत...

मघाशी त्या जखमी तरुणाला घेऊन गेलेली लॅन्डक्रूझर त्याला सोडून परत आलीये. मी मॉरिसचा निरोप घेतो आणि आमचं सामानसुमान आणि हातपाय तुटलेली ती माणसं यांच्यासकट कसातरी धडपडत गाडीत बसलोय आता. आम्ही पश्चिमेच्या दिशेनं निघालो आहोत. गाडी एखाद्या ठरावीक रस्त्यानंच जायला पाहिजे असं काही बंधन दिसत नाहीये इथे. कारण आत्तापर्यंत आफ्रिकेतले जेवढे रस्ते मी पाहिलेत, त्यापेक्षा इथली एकूणच सगळी जमीन अगदी सपाट आहे. म्हणजे रस्त्यावरून जाताना धक्के बसतात, तसं इथून जाताना बसण्याची शक्यताच वाटत नाहीये. शिवाय इथल्या झोपड्याही अशा बांधल्यात की तीन-चार, तीन-चार झोपड्यांना मिळून एकत्रित कुंपण घातलेलं आहे आणि झोपड्यांचे असे पुंजके एकमेकांपासून पुरेशा अंतरावर आहेत...

काही मिनिटांतच आम्ही आमच्या मुक्कामाच्या ठिकाणी पोहोचलो आहोत. उंच अशा काटेरी कुंपणाला दोन लोखंडी दरवाजे बसवलेले आहेत आणि त्यावर आमच्या संस्थेचा झेंडा फडकतो आहे. दोन सुरक्षारक्षकांनी आम्हाला आत जाण्यास सांगितले आहे. रंगीबेरंगी कपडे घातलेल्या अनेक व्यक्ती आणि अपुऱ्या कपड्यातच वावरणारी मुलं यांच्यामधून वाट काढत म्हणजे अक्षरशः त्यांना हातानं बाजूला करतच आम्ही हळूहळू पुढे चाललो आहोत. आजूबाजूला विटांचं बांधकाम असणाऱ्या हॉस्पिटलच्या जुन्या इमारती आहेत. शेवटी मागच्या बाजूच्या दुसऱ्या एका कुंपणापाशी एकदाचे येऊन पोहोचलोय आम्ही. त्या कुंपणालाही एक छोटंसं दार आहे, आणि बाहेरून इथे काम करण्यासाठी आलेल्या माझ्यासारख्या लोकांच्या निवासस्थानाच्या आवारात तिथून जाता येतं. हुश्शऽऽ... आता पुढच्या आठ महिन्यांसाठी हेच घर असणार आहे माझं.

***

जवळजवळ संपूर्ण दुपारभर, झोए नावाची, या प्रकल्पाची समन्वयक असणारी बेल्जियन स्त्री मला या संपूर्ण परिसराची माहिती देत फिरवते आहे. तिनं मला

नासिर
उत्तर
तुकुलस
एमएसएफ कम्पाऊंड
इतर
इतर
लॅब
बाह्यरुग्ण
वॉर्ड - विभाग
वॉर्ड
विलगीकरण
क्षयरोग गाव
प्रसुती
शल्य चिकित्सा
पोषण विभाग
इतर
सोबत नदी
झाड
धावपट्टी, मार्केट
कोसळलेलं विमान
दलदल

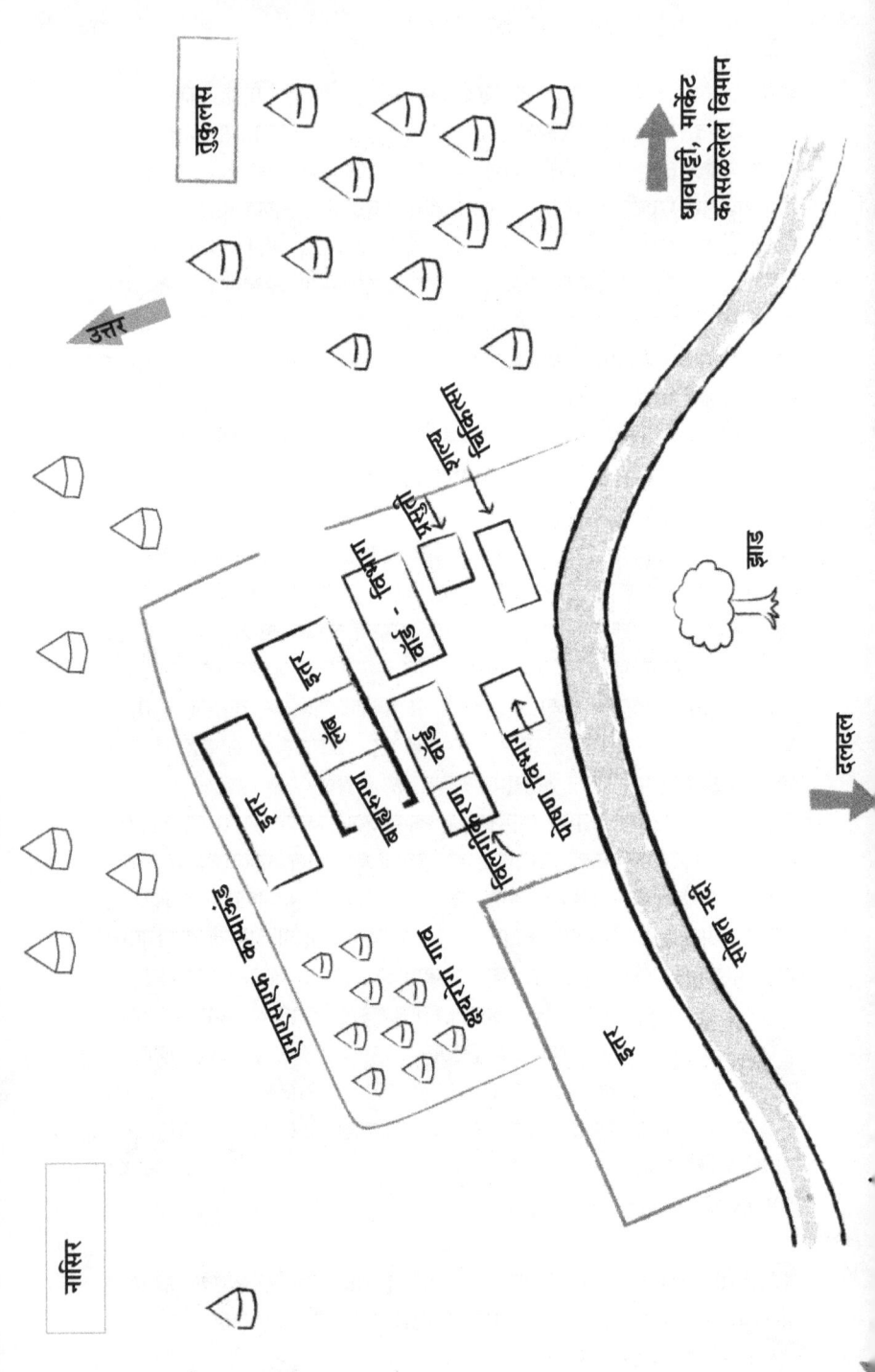

माझी झोपायची खोली दाखवली आहे. खोली म्हणजे काय तर उन्हानं अतिशय तापलेली, रंग वगैरे काही नसलेली आणि चिखलमातीने बांधलेली चक्क एक झोपडीच आहे ही. आणि त्या खोलीत भरून राहिलेला उग्र दर्प... ही राहण्याची जागा आहे, ही कल्पनाच झेपत नाहीये मला... असो. तिनं मला पूर्ण हॉस्पिटलही दाखवलं आहे. जे अपेक्षेप्रमाणे गच्च भरलेलं आहे आणि सर्वच कर्मचाऱ्यांची खूप लगबगही चालू आहेच. आमच्या या विटांच्या घरात, चांगल्या गलेलठ्ठ असणाऱ्या दोन काळ्याभोर आणि गोलाकार वस्तूही तिनं आवर्जून दाखवल्यात मला... बापरे ही तर वटवाघळं आहेत की चांगली मोठमोठी... दिवसा झोपणारी... आणि दोन महत्त्वाच्या खोल्या मात्र अगदी जाता जाता हातानंच दाखवल्यात... या खोल्यांना 'सुरक्षित खोल्या' असं म्हणतात... आणि बंदुकीचा गोळीबार ऐकू आला तर मी लगेच पळतच या खोलीत येऊन थांबणं अपेक्षित आहे म्हणे... आणि आता हे धुळीनं भरलेलं आवार ओलांडून पुढच्या इमारतीकडे जाताना, माझ्या मनात एकच एक विचार घोळतोय की टीम म्हणत होता ते अगदी बरोबर होतं... तो म्हणायचा की माविंगा म्हणजे स्वर्ग आहे... तिथे राहणं तुलनेनं खरंच खूप सुखाचं होतं, असं वाटल्याशिवाय राहत नाहीये आता... पण नाही, प्रथमदर्शनीच एखाद्या गोष्टीबद्दल ठाम मत बनवणं योग्य नाही ना? मी पहिल्यांदाच या ठिकाणी आलोय, त्यामुळे कुठलंही मत व्यक्त करण्याचा प्रयत्नही करत नाहीये या क्षणी. मी इतरांशी हस्तांदोलन करतोय. नवनवे चेहरे बघतोय आणि मला पूर्णपणे अपरिचित अशी या लोकांच्या तोंडची वेगळीच भाषाही ऐकतोय... एकीकडे या नव्या कामावर रुजू झाल्याचा आनंदही होतोय मला... खरंच गोंधळात टाकणाऱ्या वेगवेगळ्या भावभावनांची अगदी गर्दी झालीये माझ्या मनात. काहीशा संभ्रमातच पडलोय मी... पण तरीही छान वाटतंय मला हे सगळंच... म्हणजे सगळ्याच संवेदनांची खूप जास्त दाटी झाल्यासारखं काहीतरी वाटतंय... एखाद्या नव्या ग्रहावर आल्यासारखं वाटतंय, असं म्हणू का त्यापेक्षा?

बाहेरून इथे काम करण्यासाठी आलेले आम्ही सगळे जण, आमच्या घराच्या शेजारीच मांडलेल्या एका मोठ्या लाकडी टेबलाभोवती जमलोय... मोठा ग्रुप आहे आमचा... एकूण दहा जणांचा. चाळिशीच्या आसपासचे असावेत बहुतेक सगळे... पाच वेगवेगळ्या खंडांचे प्रतिनिधित्व करणारे आणि वेगवेगळ्या सात मातृभाषा असणारे... यांतली अर्धी माणसं आमच्या मागच्या बाजूला असणाऱ्या विटांच्या घरात झोपतात आणि बाकी सगळेजण या आवारात विखुरलेल्या चिखल मातीच्या झोपड्यांमध्ये.

आता सूर्यास्त झालाय, पण हवेत अजिबात गारवा नाहीये. जनरेटर चालू झाल्याचा आवाज येताच आमोस डी.व्ही.डी. बघायला आमच्या सार्वजनिक हॉलकडे

पळालाय. आमोस हा एक अतिशय बडबड्या केनियन इंजिनिअर आहे, जो पाणीपुरवठा यंत्रणेचं काम सांभाळतो. वयाच्या पन्नाशीच्या जवळ पोहोचलेली कॅरोल नावाची कोलंबियन सुईण उठून स्वयंपाकघराकडे निघाली आहे. आज सगळ्यांसाठी ती फक्त लापशीच बनवणार आहे म्हणे. आमच्या सर्वांसाठी 'स्पगेटी' नावाचं इटालियन शेवया आणि वाटाण्याचं कालवण बनवता बनवताच ती थकून जाते, असं तिचं म्हणणं असतं म्हणे नेहमी. बाकी आम्ही सगळे इथे टेबलापाशीच बसून आहोत. सगळे म्हणजे... झोए, जी या प्रकल्पाची समन्वयक आहे. हैदी... ही एक जर्मन नर्स आहे आणि तिची ही पहिलीच नेमणूक आहे. तिला पाहून मला जाणवतंय, की मी जेव्हा मार्विंगातल्या माझ्या पहिल्याच कामावर रुजू झालो होतो, तेव्हा मीही असाच अस्वस्थ, गोंधळलेला आणि थोडा उतावीळ झाल्यासारखा दिसत होतो. तिच्या शेजारी आहे अन्वर, जो अतिशय सौम्य आणि शांतपणे बोलणारा इंडोनेशियन हिशेबनीस आहे. त्यानंतर आहे पॉल. हा सामानाची ने-आण करण्याचं काम करणारा साठ वर्षांचा माणूस, जो न्यूझीलंडचा आहे आणि पहिल्यांदाच अशा कामासाठी आला आहे. पॉलच्या शेजारी आहे अतिशय स्वच्छ आणि नीटनेटके कपडे घातलेली माया, जी इथली व्यवस्थापक आहे आणि ती युगांडाहून आलेली आहे. तिच्याशेजारी बसली आहे तिचं नाव स्टेफी. सर्वांशीच अगदी तुटकपणे वागताना दिसणारी ही एक ऑस्ट्रियन डॉक्टर आहे. तिच्याजागी इथे आता माझी नेमणूक झाली आहे. नंतर आहे तो बेन – अतिशय कमी बोलणारा, हा शांत असा, लॅबोरेटरीतला तंत्रज्ञ केनियाचा आहे आणि शेवटी आहे ती मरिना नावाची अतिशय बडबडी इटालियन सर्जन... मी आल्याआल्याच तिनं मला अशी विनंती केली आहे, की पुढच्या वेळी मी जेव्हा इथे येईन, तेव्हा मानेत गोळी घुसलेल्या माणसाला घेऊन न येता, चीज आणि वाईन घेऊन यावं... गंमत आहे ना?

रात्रीचं जेवण झाल्यावर, थंडगार पाण्यानं अंघोळ करून, मी आता माझ्या या छोट्याशा झोपडीत परत आलोय. खरंतर असं ताजंतवानं होऊन काहीच उपयोग नाहीये, कारण गादीवर पडल्यापडल्या पुन्हा घामानं अगदी डबडबून गेलोय मी. आणि पुन्हा एकदा, या झोपडीत भरून राहिलेल्या, नकोशा वाटणाऱ्या असह्य वासाचा विचार करतोय... निरर्थकपणे. कोणत्याही दृष्टीनं पाहिलं तरी या हॉस्पिटलचं आवार अगदीच सामान्य म्हणावं असंच आहे... धुळीनं माखलेलं, गचाळ दिसणारं आणि माशा, किडे, मधमाशा यांनी व्यापून टाकलेलं आवार आहे हे अगदी... पण तरीही मी आता अशा निष्कर्षापर्यंत आलोय की, मला इथे जो अनुभव मिळणार आहे, तो यांपैकी कुठल्याच गोष्टीमुळे कमी होणार नाहीये. उलट, एक प्रकारे हा तर नवीन अनुभवच मिळालाय मला. काही स्वयंसेवक या

सगळ्याबद्दल खूप नाराज होतात. आपली नाखुशी सतत व्यक्त करतात. इथे आल्यामुळे, घरच्या लग्नकार्यांसारख्या समारंभांनासुद्धा मुकावं लागतं, उत्पन्न बुडतं किंवा एखाद्याला भौतिक सुखसमाधान देणाऱ्या अनेक गोष्टी मोठाल्या खोक्यांमध्ये कोंबून कुठंतरी लपवून ठेवल्या आहेत असं वाटायला लागतं. ...या सगळ्यामुळे आयुष्यातलं चैतन्यच हरवल्यासारखं वाटायला लागतं. आपल्या भविष्यात आपण एकटेच पडणार आहोत, याची खात्री वाटायला लागते. नाही, नाही... मला असं सुचवायचं नाही की, स्वयंसेवक म्हणून काम करताना आपल्या इतर आवडीनिवडींकडे लक्षच देता येत नाही किंवा कुठल्याच चांगल्या किंवा आनंददायक गोष्टी अनुभवाला येत नाहीत... इथेही अशा गोष्टी आहेत... अगदी भरपूर आहेत. पण एकच आहे की काही वेळेला, म्हणजे आत्ता इथे मी ज्या परिस्थितीत किंवा वातावरणात राहतो आहे, त्या वेळी अशा सगळ्या गोष्टी निस्तेज झाल्यासारख्या, थोडक्यात निरर्थक वाटायला लागतात. आता माझंच उदाहरण द्यायचं तर पाहा ना, या झोपडीत मी झोपायचा प्रयत्न करतोय खरा, पण इथे एका बाजूला नदीचा खळखळाट ऐकू येतोय, दुसरीकडे या हॉस्पिटलच्या आवारात लहान मुलं मूर्खासारखा आरडाओरडा करताहेत, आणि झोपडीच्या छतातून डोकावणारा चंद्रप्रकाश, इथल्या जमिनीवर जणू ठिपक्याठिपक्यांची चित्रविचित्र, अगदी विसंगत दिसणारी रांगोळी काढतोय. या सगळ्यापेक्षाही, झोपायचा प्रयत्न असफल ठरवणारे मनातले हे विचार आहेत की या पृथ्वीवरच्या सर्वांत जास्त आव्हानात्मक, सर्वांत जास्त दुर्गम आणि तरीही भुरळ पाडणाऱ्या अशा एका जागी उद्यापासून मला काम करायचं आहे.

जाणीवपूर्वक अशा ठिकाणी येणं याला 'स्वार्थत्याग' असं म्हणायचं का? पण मी अगदी निरपेक्षपणे स्वीकारलं आहे हे काम... अगदी मनापासून.

स्थलांतर

आणि आता काही तासांनीच सूर्योदय झालाय. 'टुकुल' नावानं ओळखल्या जाणाऱ्या या गोलाकार झोपडीला वरच्या बाजूला जे एक ८-९ इंचाचं भोक ठेवलं गेलंय, त्यातून सूर्यकिरणं आत डोकवायला लागली आहेत. खरं तर मी केव्हाचाच जागा आहे. झोप कशी लागेल याचाच सारखा विचार करतो आहे. हातात घेतलेल्या पुस्तकाच्या एका पानात खुणेसाठी बोट ठेवून ते नुसतंच छातीवर टेकवून ठेवलंय... हे पुस्तक आहे 'न्यूएर' जमातीबद्दल... नासिर शहरातले बहुतांशी लोक याच जमातीचे आहेत. या पुस्तकातला एक परिच्छेद, अगदी लक्षात राहण्यासारखा आहे. तो असा –

> 'हे लोक अशा तोऱ्यात चालत-बोलत असतात की जणू काही ते या संपूर्ण पृथ्वीचे स्वामी आहेत. म्हणजे खरोखरच ते स्वतःला जणू 'देव'च समजत असतात. इथे कुणीही मालकही नसतो आणि कुणी नोकरही नसतो. सगळे एकाच समान पातळीवर असतात. आणि आपण म्हणजे देवाची सर्वोत्तम, सर्वश्रेष्ठ निर्मिती आहोत, असं ठामपणे समजत असतात. या जमातीतल्या सगळ्यांनाच एकमेकांबद्दल वाटणारा आदरभाव आणि इतर सगळ्याच लोकांबद्दल वाटणारा तिरस्कार या दोन अगदी टोकाच्या अशा परस्परविरोधी गोष्टी आहेत.'

'मानवी विकास शास्त्र' या विषयातले तज्ज्ञ म्हणून ओळखल्या जाणाऱ्या मि. इ. इ. ईव्हान्स-प्रिचर्ड यांनी १९३० मध्ये लिहिलेलं हे पुस्तक आहे. आता ऐंशी वर्षांनंतरही ते बाजारात उपलब्ध आहे. 'सामाजिकदृष्ट्या मानवी विकास' या विषयावरचं हे सर्वोत्कृष्ट पुस्तक समजलं जातं. हे लेखक दक्षिण सुदानमध्ये एक वर्ष राहायलाच आले होते. कधी कधी लांबलांबच्या खेड्यांमध्ये राहत होते, तर कधी

कधी इथे राहत होते... इथे म्हणजे अक्षरश: इथे... आम्ही सध्या वापरत असलेल्या विटांच्या घरामध्ये. मुळात हे घर अमेरिकन धर्मप्रचारकांनी बांधलेलं होतं. ज्या चर्चमध्ये त्यातील सर्वांत श्रेष्ठ अशा व्यक्तीकडे चर्चचे सर्वाधिकार असतात, अशा चर्चचे ते अनुयायी होते. शंभर वर्षांपूर्वी वाफेवर चालणाऱ्या आगबोटीतून नाईल नदी पार करून ते इथे आले होते. या नासिरमधलं पहिलं हॉस्पिटल त्यांनीच बांधलं होतं... असो.

पण हे पुस्तक वाचत असताना, मला प्रकर्षानं काही गोष्टी जाणवताहेत. म्हणजे गुराढोरांवर या न्यूएर लोकांचं जे नितांत प्रेम आहे, त्याबद्दल या पुस्तकात काहीच लिहिलेलं नाहीये. 'भटकी धनगर जमात' म्हणून त्यांची राहणी कशी असते याविषयी किंवा पूर्ण जमातीला कोणी एक असा नेता किंवा राजा नसणे, ही जी त्या जमातीची पारंपरिक ओळख आहे, त्याविषयीसुद्धा या पुस्तकात कोणताच उल्लेख केलेला नाहीये. याउलट, त्यांचा तापट स्वभाव, इतरांशी वागताना दिसून येणारी त्यांची स्वभाववैशिष्ट्ये याविषयी मात्र त्यात बरीच टीका-टिप्पणी आहे. याविषयी मॉरिसनंही मार्मिकपणे इशारा दिलेला होता हे खरं. पण या लोकांमध्ये 'इतरांचा उपहास करणारा दुराभिमान' असतो, असा उल्लेख या पुस्तकात अगदी वारंवार केलेला आहे. तसंच, या जमातीतल्या काही जणांची सहजपणे हिंसक कृत्ये करण्याची वृत्ती असते, ही गोष्टही अनेक वेळा नमूद केलेली आहे. ... खरंतर आता माझ्या घड्याळाचा गजर वाजायला लागलाय. मला अंथरुणातून बाहेर यायला हवंय. पण या पुस्तकातल्या आणखी दोन उताऱ्यांनी माझं लक्ष वेधून घेतलंय...

> 'कुठल्याही शासन व्यवस्थेची गरज नाही, असं मानणाऱ्या ज्या जमातीत हे लोक राहतात, त्या जमातीच्या या व्यवस्थेशी, या लोकांची स्वभाववैशिष्ट्ये अगदी मिळती-जुळती अशीच आहेत. म्हणजे एखादा राजा किंवा शासक त्यांच्यावर हुकूमत गाजवतो आहे अशी नुसती कल्पनाही हे लोक करतील, ही अशक्य गोष्ट आहे.'

या लोकांचा स्वभाव आणखी थोडा जाणून घेण्याचा प्रयत्न करताना, लेखकाने पुढे असं म्हटलंय की...

> 'या लोकांच्या आयुष्याची खरी अवस्था आणि त्यातील असंख्य गैरसोयी आणि त्रास याबद्दल मी पुन्हा एकदा आवर्जून सांगू इच्छितो की, जीवनावश्यक गोष्टी किंवा इतर साधनसामग्रीच्या बाबतीत हे लोक अतिशय

दरिद्री आहेत; पण त्यांच्या अंगात असणारं धैर्य आणि हिंमत यांचा या लोकांना खूपच अभिमान आहे. उपासमार सहन करणे आणि प्रचंड कष्ट करत राहणे, या दोन्हीचे धडे गिरवतच हे लोक मोठे झालेले असतात... अति भयानक अशी नैसर्गिक संकटे ते निमूटपणे सहन करतात आणि धैर्याने अशी संकटे झेलत राहतात.'

काल मी जे काही पाहिलं, त्या अनुषंगानं विचार करता इथल्या लोकांना होणारा कुठलाच त्रास, कुठलीच गैरसोय किंवा त्यांना अस्वस्थ करणाऱ्या कुठल्याच गोष्टींचं प्रमाण किंवा तीव्रता कमी झाल्याचं दिसत नाही. उलट सगळी परिस्थिती आणखीनच बिघडली असावी असं वाटतं. हे पुस्तक जेव्हा लिहिलं गेलं, तेव्हा यादवी युद्धांना सुरुवात झालेली नव्हती. बंदुका... गोळ्या अशा गोष्टी अजिबात नव्हत्या. आणि आज अशी परिस्थिती आहे, की दक्षिण सुदानमधल्या ऐंशी लाख लोकांकडे मिळून बंदुका-पिस्तुलं अशी सहजपणे हाताळण्यासारखी वीस लाख शस्त्रं आहेत.

***

मी अंघोळ वगैरे उरकून मरिनाला भेटण्यासाठी निघालोय. इथून जेमतेम पन्नास मीटर अंतरावर असणाऱ्या शस्त्रक्रियेच्या वॉर्डमध्ये ती आहे. आत्ता फक्त सात वाजलेत. हातात मोजे घालून, काही मळकट मलमपट्ट्या घेऊन ती कामालाही लागली आहे. तिच्याबरोबर मीही त्या वॉर्डमध्ये राऊंड घ्यायला निघालोय. ती मला तिथल्या रुग्णांबद्दल पटापट माहिती सांगत्येय.

पहिल्याच कॉटवरच्या माणसाकडे बोट दाखवत ती सांगते... "बंदुकीची गोळी लागली आहे याला..." त्या माणसाच्या डोक्याला खूप मोठं बँडेज बांधलेलं आहे. तो अंथरुणात उठून बसलाय आणि थोडासा गोंधळून गेल्यासारखा दिसतोय.

"काय, डोक्यात गोळी लागली आहे याला?" मी विचारतो.

"नुसती लागली नाहीये. आरपार गेलीये डोक्यातून..." मरिना सांगते.

"काय? थेट आरपार गेलीये?" मी विचारतो.

"हो अरे! समोरच्या बाजूने आत घुसली आणि मागच्या बाजूने बाहेर पडली." मरिना सांगते आहे.

आम्ही बोलत असताना तो माणूस आमच्याकडे टक लावून पाहतोय... डोळ्यांची उघडझाप करतोय, पण काहीच बोलत मात्र नाहीये.

गोळी डोक्यातून आरपार गेलीये हे झेपतच नाहीये बहुतेक मला...

"खरं सांगते आहेस ना तू?" मी पुन्हा विचारतो.

"अरे हो." मरिना सांगत्येय... "अशा गोळ्या लागून जखमी झालेली आणखी

काही माणसं त्या दिवशी इथे दाखल झालेली आहेत. आता हा माणूस बघ... याच्या दोन्ही कुल्ल्यांवर गोळ्या झाडण्यात आल्यात. आणि या स्त्रीच्या मांडीत गोळ्या घुसल्या होत्या. ते तिकडं दोघं जण आहेत ना, त्यांच्या दंडांमध्ये आणि पायांमध्ये घुसल्या होत्या गोळ्या. गेला आठवडाभर असे गोळ्या लागून जखमी झालेले बरेच जण इथे दाखल होत होते, पण हे दोघं मात्र सगळ्यात शेवटी आलेले आहेत. आता परिस्थिती जरा बरी वाटत होती खरं तर, पण कालच तू एक नवा मित्र घेऊन आला आहेस ना इथे... तो मानेत जखमा झालेला...''

हा नवा पेशंट याच खोलीत थोडा पलीकडे एका कॉटवर बसलाय... थोडा पुढे वाकून... त्याची आई त्याच्या पायाशी बसली आहे. ''हा बरा होईल लवकरच. कदाचित हा यापुढे अजिबात बोलू शकणार नाही, पण बाकी सगळं पूर्ण ठीक होईल. त्याच्या छातीतून नळी घालून जखमेतून स्त्रवणारा द्राव बऱ्यापैकी काढलाय मी, आणि जखमही स्वच्छ केली आहे. पण त्याच्या स्वरयंत्राला आणि त्याच्या बाजूच्या पोकळ भागाला मात्र बरीच इजा झालेली आहे... म्हणजे कामातून गेल्यासारखाच झाला आहे तो भाग...'' मरिनाने मला तपशीलवार माहिती दिली आहे या माणसाची.

मी मरिनाच्या पाठोपाठ जात, उरलेल्या वॉर्डची राऊंड पूर्ण करतोय आता. हा एक लांबलचक पण अरुंद वॉर्ड आहे. दोन्ही बाजूंना सात-सात कॉट्स आहेत. विटांच्या भिंतींना अगदी गडद लाल रंग दिलेला आहे आणि इथे आत अशक्य दमट-कोंदट हवा गच्च भरून राहिल्यासारखं वाटतंय. आणि इतकं गरम होतंय... बाहेरच्यापेक्षाही इथे आत जास्त गर्मी जाणवते आहे. लांब रुंद खिडक्याही आहेत इथे, पण त्या बऱ्याच उंचावर आहेत. उतरत्या आणि समांतर फळ्या लावलेली त्या खिडक्यांची दारं सताड उघडी आहेत. आणि असं वाटतंय की, माना लववून ती दारं हवेनं आत यावं म्हणून तिची जणू गयावया करताहेत. इथले कितीतरी पेशंट्स अर्धनग्न अवस्थेत पडलेले आहेत. हलक्या रंगाचं सुती कापड तेवढं कसंतरी गुंडाळलेलं आहे त्यांच्या अंगावर. त्या सगळ्यांच्या नातेवाइकांची खूप गर्दी झाली आहे इथे. काही जण पेशंटच्या कॉटवरच बसलेत. काही खिडक्यांच्या खाली जमिनीवर बसलेत. काही जण जागा दिसेल तिथे कसंतरी बसलेत आणि काही जण तर चक्क येण्याजाण्याच्या वाटेतच बसलेत.

''थॉमस, आपला राऊंड चालू आहे ना इथे... पेशंटसूना तपासण्यासाठी...'' आमच्याबरोबर असलेल्या एका सुदानी आरोग्यसेवकाला मरिना दरडावूनच विचारतेय... ''मग काय आहे हे? रोज तेच तेच सांगायचंय का आपण या लोकांना? त्यांना बाहेर थांबायला सांग.''

थॉमस नुसताच गालातल्या गालात हसतोय. हा थॉमस म्हणजे सहा फूट

तीन इंच उंचीचा तगडा माणूस आहे, आणि मी आत्तापर्यंत इथे ज्या इतर न्यूएर लोकांना भेटलोय, तसाच आहे... इतर न्यूएर लोक म्हणजे अर्थातच आमचा इथला सगळा कर्मचारी वर्ग आणि इथले सगळे पेशंट्स. याआधी मी ज्या आफ्रिकन लोकांना भेटलोय, त्यांच्यासारखा अजिबातच नाहीये हा थॉमस. सर्वसाधारणपणे बंटू जमातीचे लोक थोडे जाडसर अंगयष्टीचे असतात. पण थॉमस त्यांच्यापेक्षा पूर्णपणे वेगळा, लांब आणि हडकुळ्या अंगयष्टीचा आहे आणि त्याचा चेहरा अगदी लक्षवेधक आहे. ठळकपणे उठून दिसणारी गालाची हाडं, दाट पापण्या, बरेचसे आशिया खंडातल्या लोकांसारखे दिसणारे डोळे, गडद काळ्या रंगाची त्वचा आणि कपाळावरच्या आडव्या समांतर आणि दोन्ही बाजूच्या कानशिलांपर्यंत जाऊन टेकलेल्या, जखमेचे व्रण असावेत, तशा खोलवर असणाऱ्या दाट सहा रेषा, असं त्याच्या चेहऱ्याचं वर्णन करता येईल.

थॉमस लोकांना वॉर्डच्या बाहेर जायला सांगतोय. लोकांचे 'चुकचुक' असे आवाज ऐकू येतायेत... भिरभिरणारे डोळे दिसताहेत... पण बहुतेक लोकांनी थॉमसचं ऐकलंय. आणि आता पेशंटसना तपासणं खरंच सोपं वाटतंय. आणि मरिनाला एव्हाना हे सगळं चांगलंच सवयीचं झालंय. गेली जवळजवळ दोन वर्षं ती या दक्षिण सुदानमध्ये काम करते आहे. आता तर तिचे कपडेसुद्धा इथल्या लोकांशी मिळतेजुळते झालेत, हे स्पष्टपणे जाणवतंय... म्हणजे तिच्या 'एम.एस.एफ. टीशर्ट'च्या बाह्या कापून टाकलेल्या आहेत. कॉलर अशी कापून टाकलीये, की आता टीशर्टचा गळा 'व्ही' आकाराचा झालाय, आणि जिथे जिथे त्याचं कापड फाटण्याची किंवा विरण्याची शक्यता आहे, तिथे तिथे आधीच चिकटपट्ट्यांची ठिगळं लावून टाकलेली आहेत. आत्तापर्यंत मी जे पाहिलंय, त्यावरून कायमच गर्दीनं भरलेला एक वॉर्ड ती एकटी सांभाळते आहे. प्रत्येक गोष्टीसाठी इथे जागा आहे आणि इथे वापरल्या जाणाऱ्या जंतुनाशकांचा दर्पही अगदी उग्र आहे.

आमचा राऊंड चालूच आहे. तिचे बहुतेक सगळे रुग्ण भाजलेले, जखमांमध्ये संसर्ग झालेले किंवा मग कुठल्या ना कुठल्या अवयवाला जखमा झालेले आहेत. आणि जवळजवळ मांडलेल्या दर तीन कॉट्सच्या मध्ये ट्रॅक्शन लावून अवयव ताणून ठेवलेल्या अवस्थेत एक तरुण माणूस दिसतो आहे. या ट्रॅक्शनसाठी इथे केलेली योजनाही पाहण्यासारखी आहे. तुटलेल्या पायाच्या टोकाला म्हणजे घोट्याच्या वरच्या बाजूला एक जाड पिन आरपार घातलेली आहे. घोड्याच्या रिकिबीला असते तशी एक चामड्याची दोरी, म्हणजे 'वादी' त्या पिनेला जोडलेली आहे. प्लॅस्टिकच्या पिशवीत ठेवून एकत्र बांधलेल्या तीन विटा, आवश्यक त्या लांबीच्या जाड दोराच्या साहाय्यानं या वादीला बांधलेल्या आहेत, आणि मग असा बांधलेला पाय कॉटच्या कडेला लटकावून ठेवलेला आहे. आणि पायाचा तुटलेला भाग

ताठ ओढलेला राहावा म्हणून उलट्या दिशेनेही पायाला ताण दिलेला आहे. माविंगामध्ये टोयोटानं, फाशीचा स्तंभ असतो तशी एक चौकट बनवली होती अशासारख्या कामासाठी... बरंचसं तसंच वाटतंय हे सगळं मला. आणि इथेही असा उपचार चालू असताना पेशंटला सहा आठवडे हलता-फिरता येत नाही.

''या इतक्या लोकांचे पाय कसे मोडलेत?'' मी मरिनाला विचारतो.

''गोळ्या लागून... हाडातून आरपार गेल्यात गोळ्या...'' ती म्हणते.

''एकाच गोळीबाराच्या वेळी या सगळ्यांना लागल्यात का गोळ्या?''

''नाही, नाही, प्रत्येकाला वेगवेगळ्या वेळी लागल्या आहेत.''

''बाप रे! म्हणजे असे गोळीबाराचे प्रकार वारंवार घडतात की काय इथे?''

''हो डॉक्टर... पण तुम्हाला लवकरच सवय होईल या सगळ्यांची. इथल्या परिस्थितीची माहिती तुम्हाला सांगितली गेली, तेव्हा याबद्दल काहीच सांगितलं नव्हतं का त्या लोकांनी? तुम्हाला सांगू का, इथे आम्ही 'वॉर्ड राऊंड' घेत नाही, तर 'वॉर राऊंड' घेतो...'' एखादी गंमत सांगावी तसं अगदी सहजपणे मरिना सांगते आहे.

''मग इथे झालेल्या शांतता कराराचं काय? आणि संयुक्त राष्ट्रसंघ यात काही हस्तक्षेप का करत नाही?'' मी जरासा अस्वस्थ होतच तिला विचारतोय. आणि ती अगदी शांतपणे असं उत्तर देत्येय की... ''या गोळीबाराचा त्या युद्धाशी काही संबंध नाही; किंवा संयुक्त राष्ट्रसंघाशीही नाही. कारण इथल्या उत्तर आणि दक्षिण भागात शांतता प्रस्थापित व्हावी म्हणून चाललेल्या प्रयत्नांवर फक्त लक्ष ठेवण्याचं काम संयुक्त राष्ट्रसंघाचे इथे आलेले प्रतिनिधी करतात. इथे वारंवार गोळीबार होतात, ते दोन गटांनी एकमेकांवर केलेल्या हल्ल्यांमध्ये आणि त्यात ही इतकी माणसं जखमी होतात. जमातीतला एक गट दुसऱ्या गटातल्या लोकांची गुरंढोरं चोरतो, आणि मग दुसरा गट आपली गुरं परत मिळवण्याचा प्रयत्न करतानाच या चोरीचा बदला घेण्यासाठी असं पाऊल उचलतो.''

''गायी-गुरांवरून असे संघर्ष होतात... अगदी गोळीबार करण्यापर्यंत?''

''हो, बहुतेक वेळा हेच कारण असतं. मग अशा गोष्टींची मालिकाच सुरू होते... सतत एकमेकांबद्दल मनात आकस बाळगायचा आणि मग सूड घेण्यासाठी एकमेकांवर असे हल्ले करायचे. आणि मध्येच तुम्हाला परिस्थिती जराशी निवळल्यासारखी वाटते न वाटते, तोच पुन्हा असा एखादा चोरीचा प्रसंग घडतो. मग दोन्हीकडून होणाऱ्या गोळीबाराला बिचाऱ्या बायका आणि मुलं नाहक बळी पडतात. आता इथेच बघ ना... गेल्या आठवड्यात इथे दाखल केल्या गेलेल्या जखमींपैकी तीन बायका आहेत. तू बघशीलच की आता या गटाच्या बाबतीत जे घडलंय त्याचा बदला घेतला जाईल. इथले जे दोन मोठे गट आहेत, त्यांच्यातला

संघर्ष दिवसेंदिवस आणखीच तीव्र होत चाललाय, असं बोललं जातंय सध्या. आता लवकरच अशा आणखी मारामाऱ्या, आणखी गोळीबार झालेले दिसतील आपल्याला.''

***

उरलेला सगळा वेळ मी इथल्या सगळ्या परिस्थितीची आपणहून माहिती करून घेण्यातच घालवलाय. माझ्याआधी इथे आलेल्या इतर स्वयंसेवकांनी इथे चाललेली त्यांची कामंही, आवारभर फिरून मला दाखवली आहेत, ज्यात माझा इथला हा दुसरा दिवसही आता संपलाय. आणि आज तिसऱ्या दिवशी, सकाळीच मी माझ्या वॉर्डचा राऊंड घ्यायला सुरुवात केली आहे. पण मरिनासारखा शिस्तबद्धपणा इथे कुठंच दिसत नाहीये.

रुग्णालयात दाखल केलेल्या रुग्णांपासून मी सुरुवात केली आहे. आणि मला बाह्यरुग्णांसाठी असणाऱ्या दवाखान्यातही बोलावलं गेलंय. पण आता माझी राऊंड पूर्ण करूनच मी या दवाखान्यात आलोय.

''हा दवाखानाही मीच बघायचा आहे का?'' तिथल्या मदतनिसाला मी विचारतो. इथे येत असतानाच भेटायला आला हा. मी त्याच्या पाठोपाठ पुढच्या बाजूला असणाऱ्या दरवाजाजवळच्या एका छोट्या खोलीत आलोय आता. या खोलीच्या उघड्या खिडकीबाहेर पेशंट्स रांगेत उभे असलेले दिसताहेत.

''हो,'' तो म्हणतो. इथे जे तीन न्यूएर कर्मचारी आहेत, त्यांच्यापैकी हा एक. बाह्यरुग्णांना दिलेल्या औषधाची नोंद करण्याचं काम हा करतो.

''इथे आम्ही नेहमीच डॉक्टरांना बोलावतो.'' तो सांगतोय – ''आणि आज इथल्या जंतांच्या गोळ्या संपल्या आहेत. म्हणजे लाल रंगाच्या असतात त्या गोळ्या संपल्यात. निळ्या रंगाच्या शिल्लक आहेत.''

आमच्या ऑफिसच्या मागच्या बाजूला असणाऱ्या स्टोअररूममध्ये मी आलोय. स्टीलच्या डब्यांची मोठी रांगच लावलेली दिसते आहे इथे. या स्टोअरचं काम पाहणाऱ्या दोन सुदानी माणसांना मी बोलावलंय आणि ''तुम्ही गोळ्या-औषधं इथे ठेवता का?'' असं विचारताच ते सांगताहेत की सगळी औषधं तिकडे औषधांच्या दुकानात ठेवलेली असतात. इथे स्टोअरमध्ये नाही.

त्या दोघांचे आभार मानून मी आता औषधांच्या दुकानाकडे जायला निघालोय. पण ते दुकान नेमकं कुठं आहे, हेच मला आठवत नाहीये. माविंगापेक्षा हे इथलं आवार खूपच मोठं आहे आणि तिथल्यासारखं कशाचंच नियोजनही केलेलं दिसत नाहीये. नदीला लागूनच असणाऱ्या या आयताकृती जागेवर चिखलमातीच्या झोपड्या आणि विटांचं बांधकाम असणाऱ्या एकमजली इमारती या कशाही, कुठंही बांधलेल्या आहेत.

मला औषधाच्या दुकानाचा रस्ता दाखवणारा त्या स्टोअरमधला एक जण मध्येच मला सांगतोय की, ''डॉक्टर, पॉल तुम्हाला शोधत होता. त्याला बरं वाटत नाहीये म्हणून आत्ताच तो घरी गेलाय.''

इथल्या इतर स्वयंसेवकांकडेही मलाच लक्ष द्यायला हवंय. आवाराच्या पश्चिमेकडील टोकाला असे स्वयंसेवक राहतात. मी तिकडे जाऊन पोहोचतो. त्या घराच्या समोर, मातीनं भरलेल्या जमिनीवर बसून, एका उथळ अशा प्लॅस्टिकच्या टबमधल्या डिशेस घासत बसलेली इथली स्वयंपाकीण मला दिसते आहे. तिनं पॉलला पाहिलंय का असं तिला विचारताच ती स्वच्छतागृहाकडे बोट दाखवते.

''पॉल तू तिथे आहेस का?'' मी मोठ्यानं विचारतो.

''हो...'' दरवाज्याजवळच्या एका छोट्याशा झोपडीतून तो रडक्या आवाजात सांगतोय.

''ठीक आहेस ना?''

''थोडासा, पण पुन्हा खूप मोठमोठे जुलाब होताहेत मला. या महिन्यातली तिसरी वेळ आहे ही.''

''मलाही असाच काहीसा त्रास झालाय असं वाटतंय मला. त्यामुळे काल रात्री दोन-तीनदा उठावं लागलं होतं मला.'' मी त्याला सांगतो.

''हो का? ठीक आहे मग. या नासिरमध्ये मी तुमचं स्वागत करतो. तुम्ही यासाठी काही औषध देऊ शकता का मला?''

वा! कुठं बसून आणि कुठल्या अवस्थेत स्वागत करतोय हा माझं!... असो.

मी दवाखान्यात परत जातो...

मग तिथून पुन्हा औषधाचं दुकान शोधायला निघतो...

परत येतो...

''अहो डॉक्टर, आम्ही केव्हाची तुमची वाट पाहत थांबलोय इथे...'' बाह्यरुग्णांचे काम पाहणारा एक आरोग्यसेवक मला हाक मारतो. कॅनव्हासचं कापड बांधून तयार केलेल्या बाहेरच्या आडोशाखाली तो उभा आहे. औषधं घ्यायला थांबलेले आणखी कितीतरी पेशंटही तिथे ठेवलेल्या लाकडी बाकांवर बसून वाट पाहताहेत, ''किती वेळ खोळंबून बसलेत हे...'' हातातल्या घड्याळावर उगीचच चापट्या मारत तो सांगतो. त्याच्या त्या कृतीतून मला वेगळाच काहीतरी अर्थ जाणवतोय.... तो हळूच हसतोय. पण तरीही त्याच्या त्या घड्याळावर चापट्या मारण्याकडे माझं लक्ष जातंच आहे. पण त्याकडे आवर्जून दुर्लक्ष करत मी त्याला सांगतो... ''मला इथलं काम घाईनंच संपवायला हवंय. कारण इथे दाखल केलेले पेशंटसही माझी वाट पाहताहेत.... प्लायवुडच्या भिंती असलेल्या एका छोट्याशा खोलीकडे तो मला नेतो... त्वचेला संसर्ग झालेली एक स्त्री तिथे झोपलेली दिसत्येय. ही

एक आकर्षक दिसणारी न्यूएर स्त्री आहे. काळ्या मिरीसारखे दिसणारे काळेभोर आणि बारीक कापलेले केस आणि तितकीच काळी त्वचा असणाऱ्या या स्त्रीनं, गळ्यापासून थेट घोट्यापर्यंत पोहोचलेला निळसर रंगाचा अगदी साधासाच ड्रेस घातलाय. मी माझी ओळख सांगितल्यावर ती नुसतेच स्मितहास्य करते आहे, पण मी तिथे आलोय हे तिच्या मुलीला अजिबात आवडलेलं नाहीये, हे तिच्या चेहऱ्यावर स्पष्टपणे दिसतंय.

"मला वाटतं की हिला गोऱ्या लोकांची भीती वाटते..." घड्याळावर चापट्या मारत राहणारा तो आरोग्यसेवक म्हणतोय... "बापरे, फारच घाबरलेली दिसत्येय ही... आणि केवढी किंचाळत्येय... डॉक्टर मी या मुलीला बघतो. तुम्ही त्या स्त्रीला तपासा... ठीक आहे?"

पण त्या मुलीच्या आईला मी तपासायला लागल्यावर, मी तसं करू नये म्हणून ती मुलगी इतक्या मोठ्यानं ओरडत्येय की त्या आवाजानं आम्ही तिघंही बहिरे होऊ की काय असं वाटतंय मला... इतकी छोटी मुलगी इतक्या मोठ्यानं ओरडायला लागल्यावर तिच्या फुफ्फुसाचं काय होईल? हा विचार झर्रकन मनात येऊन गेलाय माझ्या. त्या स्त्रीच्या पायाला गंभीर म्हणावा इतका जंतुसंसर्ग झालाय आणि त्यावरचा उपचार म्हणून तिला शिरेतून काही जंतुनाशकं देण्याची गरज आहे. त्यासाठी तिला इथे दाखल करून घ्यायला हवं, असं मी सांगतो. ती स्त्री दाखल व्हायला तयार झालीये आणि म्हणून आम्ही तिला त्या वॉर्डमध्ये घेऊन चाललोय आता... ती मुलगीही अगदी सावधपणे आमच्या मागोमाग येत्येय... पाय ओढत चालल्यासारखी. आम्ही वॉर्डमध्ये पोहोचताच मला पुन्हा तो आरोग्यसेवक आठवण करून देतोय, की त्या बाह्यरुग्ण विभागाबाहेर कितीतरी जणांना ताटकळत ठेवून मी इथे आलोय.

"त्याही लोकांना तपासायलाच पाहिजे डॉक्टर..." अतिशय सभ्य वाटणारा जोसेफ नावाचा आरोग्यसेवक मला सांगतोय. बाह्यरुग्ण विभागात काम करणारा हा एक ज्येष्ठ आरोग्यसेवक आहे. माझ्यापेक्षा बुटका असणारा हा एकमेव न्यूएर असावा असं मला वाटतंय. मी आधी त्या बाह्यरुग्ण विभागात थांबलेल्या लोकांना तपासावं म्हणून सकाळी सात वाजल्यापासूनच त्याचा प्रयत्न चाललाय. तो किंचित हसून नम्रपणे मला म्हणतोय की, "तुमची खूप धावपळ होत्येय हे दिसतंय मला डॉक्टर. पण सर्वांत आधी तुम्ही या एका माणसाला पाहावं असं मला वाटतं. तो खूपच आजारी आहे. त्याला एच.आय.व्ही.ची लागण झाली असावी असं वाटतंय मला..."

या माणसाचं हे निदान कदाचित बरोबर असावं... हा साधारण पंचवीस वर्षांचा तरुण आहे, पण वयाच्या मानानं खूपच जास्त हडकुळा आहे. त्याला

खूपच जुलाब होताहेत, आणि सतत खोकलाही येतोय. मी त्याला तपासायला लागतो न लागतो, तेवढ्यात एक स्त्री आरोग्यसेवक अचानक मला घाईघाईनं बोलवायला आलीये. मी ताबडतोब तिच्याबरोबर जायला निघतो. या आवारात उत्तरेच्या बाजूला असणाऱ्या ऑफिसच्या शेजारी, मुलांना लस टोचण्यासाठी एक तंबू उभारलाय, तिथे आलोय आम्ही. निश्चल पडलेल्या एका छोट्याशा देहाशेजारी एक मदतनीस गुडघ्यावर बसलेला दिसतोय...

"मी या मुलीला अजून इंजेक्शन दिलेलंही नाहीये..." तो मदतनीस म्हणतोय. "हे पाहा... मी फक्त खिशातून ते बाहेर काढलं... पण त्या मुलीनं ते पाहिलं... आणि ती एकदम अशी जमिनीवरच पडली.''

या मुलीला नक्कीच नुसती चक्कर आलेली आहे. लवकरच ठीक होईल ती. आम्ही तिचा रक्तदाब तपासलाय... खाली डोकं वर पाय करून तिला थोडावेळ धरलंय... आणि मग तिला पूर्ण बरं वाटावं म्हणून थोड्या वेळासाठी वॉर्डात हलवलं आहे.

"आणखी एक रुग्ण दाखल करायचाय?" जोसेफ गालातल्या गालात हसत विचारतो... "पण डॉक्टर आपल्याकडे आता कॉट्सच शिल्लक नाहीयेत. आपण आता इतर रुग्णांना बघू यात का? कदाचित काही जणांना आपण घरी पाठवू शकू.''

मी त्याचं म्हणणं मान्य करतो आणि इतर पेशंट्स तपासायला सुरुवात करतो. जेमतेम दोन-तीन पेशंट्स तपासून होतात, तोच एक सडपातळ पण चांगलाच उंच आणि राकट असा न्यूएर माणूस माझ्याशेजारी येऊन शांतपणे उभा असल्याचं माझ्या लक्षात येतं. नीटनेटका शर्ट आणि पॅन्ट घातलेल्या या माणसाला मी 'काही पाहिजे का?' असं विचारतो.

तो 'हो' म्हणतो.

"मी तुम्हाला काही मदत करू शकतो का?" मी पुन्हा विचारतो.

"हो, मी पीटर. त्या 'टीबी व्हिलेज'मधून आलोय.'' तोंडभर हसत तो माझ्याशी हात मिळवतो.

मीही ओळखलंय आता याला. टी.बी. झालेल्या रुग्णांची देखभाल करणारा हा इथला एक आरोग्यसेवक आहे. खरं तर अशा रुग्णांसाठी काम करणारा हा एकमेव आरोग्यसेवक आहे इथे. त्याच्याबरोबर मी लगेचच त्या 'टी.बी. व्हिलेज'मध्ये जावं आणि तिथे खूपच त्रास देणाऱ्या एका रुग्णाला पाहावं, असं त्याला वाटतंय. 'टी.बी. व्हिलेज' हा टी.बी. झालेल्या रुग्णांसाठी इथे तयार केलेला एक स्वतंत्र विभाग आहे... "हा माणूस म्हणजे निव्वळ त्रास आहे...'' पीटर सांगतोय... "तो अगदी वेडा झालाय आणि धोकादायक वाटायला लागलाय. सारखा माझ्यावर

ओरडत असतो... भांडत असतो. आणि मी जर तुम्हाला बोलावलं नाही तर तो इथून पळून जाईल, अशी धमकीही दिली आहे त्यानं.''

जोसेफला 'सॉरी' म्हणून मी पीटरच्या मागोमाग निघालोय. इथलं आहार केंद्र आणि रुग्णांसाठी असणारी शौचालयं ओलांडून आवाराच्या मागच्या बाजूला असणाऱ्या या 'टी.बी. व्हिलेज'मध्ये आम्ही पोहोचलोय. माझ्या खोलीपासून फारशी लांब नाहीये ही जागा. इथल्या पेशंट्ससाठी चिखलमातीनं बांधलेल्या बारा झोपड्या आहेत. त्यातल्या एका झोपडीसमोर साधारण विशीच्या आसपासचा एक तरुण उभा आहे. पण आम्ही आल्याची दखलही त्यानं घेतलेली नाही. मग पीटरच सांगतोय की, ''आपण जर याला जास्त जेवण दिलं नाही, तर इथून निघून जाईल असं म्हणतोय हा. शिवाय स्वतःबरोबर इतर पेशंट्सनाही घेऊन जाईल असंही सांगतोय.''

''इथून कुठं जाणार म्हणतोय?'' मी विचारतो.

पीटर त्याच्याशी काहीतरी बोलतो. छाती उघडी टाकून आणि हाताची घडी घालून उभा असलेला तो तरुण डोळ्याच्या कोपऱ्यातून माझ्याकडे पाहतोय. आमच्यावर अरेरावी करण्याचा जास्तीत जास्त प्रयत्न चाललाय त्याचा... ''तो त्याच्या खेड्यात परत जाईल असं म्हणतोय...'' पीटर सांगतो.

''मग त्याच्या उपचाराचं काय?''

''त्या उपचारांची अजिबात काळजी नाहीये म्हणे त्याला. कारण त्याचा आजार आता पुष्कळ बरा झालाय असं त्याला वाटतंय आणि इथल्या जेवणामुळेच तो आता आजारी पडेल, असंही म्हणतोय तो. त्याला आणखी जेवण पाहिजे आणि मांसही पाहिजे त्यात.''

''इथल्या इतरांना आपण जे जेवण देतो, तेच यालाही देतो ना?'' मी विचारतो.

''हो.''

''आणि याच प्रमाणात देतो ना?''

''हो. गेली अनेक वर्षं हे आणि एवढंच जेवण देतो आपण इथल्या सगळ्यांना... सगळ्यांना सारखंच. आणि त्यांच्या कुटुंबीयांसाठी जास्तीचं जेवणही मिळतं त्यांना,'' पीटर सांगतोय.

हीच माहिती त्या पेशंटला सांगायला मी पीटरला सांगतो. तो आम्हाला नुसत्या धमक्या देतोय, याची खात्री वाटत्येय मला. इथे राहण्यासाठी मिळालेली फुकटातली जागा, फुकटचं जेवण आणि जीवघेण्या आजारावरचे फुकट औषधोपचार हे सगळं सोडून तो इथून निघून जाणारच नाही. मग मी पीटरला सांगतो की, ''आज दुपारी मी झोएशी याविषयी बोलेन आणि ती काय म्हणते ते तुला सांगेन.

कारण याविषयी मी कुठलाच निर्णय घेऊ शकत नाही. पण मला वाटतं की जास्त जेवण मिळण्यासाठी हा नुसता एक प्रयत्न आहे याचा.''

पीटरला माझं म्हणणं पटलंय. मी त्या तरुणाचा हात हातात घेतो आणि त्याच्याकडे हसून पाहतो– मी नंतर परत येईन असंही त्याला सांगतो आणि माझ्यावर रोखलेली त्याची जळजळीत नजर मला सौम्य झाल्यासारखी वाटत्येय आता. त्याचं म्हणणं त्यानं माझ्यासमोर मांडलं याचा तर आनंद झालेलाच आहे त्याला, पण आमचं बोलणं ऐकायला तिथे जमलेल्या इतरांसमोर त्यानं ते मांडलं, याचाही त्याला आनंद झालेला दिसतोय.

आता आम्ही आवार ओलांडून परत वैद्यकीय विभागात आलो आहोत. ''डॉक्टर''... आहारकेंद्राच्या आतून मला एक हाक ऐकू आलीये. रुग्णांना दाखल केलेला जो मुख्य विभाग आहे, त्याच्या दक्षिण बाजूकडे हे केंद्र आहे. एखाद्या मातीचं बांधकाम असलेल्या गॅरेजच्या आकाराएवढ्या त्या खोलीत मी जातो, आणि ''हे थोडा वेळ थांबू शकतील का?'' असं तिथल्या आरोग्यसेवकाला विचारतो. ''मी एक तासाभरात परत येईन इथे...'' असंही सांगतोय मी त्याला.

''नाही नाही... नाही थांबू शकणार...'' तो आरोग्यसेवक ठामपणे म्हणतोय. या सेवकाचं नाव 'गॅटवेच' आहे. तोही अगदी उंच असा न्यूएर माणूस आहे. त्याच्याही कपाळभर तशाच सहा आडव्या आणि ठळक रेषा आहेत. त्याच्या रुंद पण हाडं स्पष्टपणे दिसणाऱ्या खांद्यावरून एक विटलेला लाल टीशर्ट जणू लोंबकळत ठेवलाय असंच वाटतंय. ''मला खरं तर हैदी नावाच्या नर्सला बोलवायचं होतं...'' तो म्हणतोय... ''पण ती डॉ. मरिनाबरोबर शस्त्रक्रियेत व्यस्त आहे, त्यामुळे मी तिला बोलावू शकत नाहीये. आणि हा छोटा मुलगा काही केल्या दूध पीत नाहीये. तो या दुधाला हातही लावणार नाही आणि त्याची आईही त्याला ते पाजू शकणार नाही, अशी अवस्था झालीये. त्या मुलाला समजावता समजावता ती अगदी दमून गेली आहे.''

मी त्या आईकडे पाहतो. ती नुसतेच खांदे उडवते आणि एखादे वजन हातात घेऊन उचलावे तसे हाताचे तळवे वर उचलते. तिच्या हातवाऱ्यांवरून आणि चेहऱ्यावरच्या हावभावांवरून ती अगदी हताश झाल्याचं मला जाणवतंय.

''पण हैदीनं जर याला दूध पाजलं तर ते नक्की घेईल हा...'' गॅटवेच सांगतोय. ''हैदीनं दूध दिलं तर फार आनंदानं पितो हा. पण मी दिलेलं मात्र त्याला अजिबात आवडत नाही... बघा, मी प्रयत्न करतो.''

त्या मुलाला ते आवडलेलं नाही.

''डॉक्टर तुम्ही प्रयत्न करून पाहा.''

माझ्या हातून दूध पिणं या मुलाला आवडणार नाही, हे तर नक्कीच आहे.

माझ्या टीशर्टवरच सांडलंय दूध... मग ते पुसता पुसता गॅटवेच आता मला विचारतोय की, "याच्या नाकातून नळी घालूयात का आपण? शिवाय सकाळी याच्या अंगात तापही होता."

अजून त्याला ताप आहे का हे पाहून, नाकातून नळी घालण्याचा विचार आम्ही सध्यातरी बाजूला ठेवलाय. आता मी त्याच्यासाठी काही औषधं लिहून दिली आहेत आणि हैदी दुपारी नक्की येईल असंही सांगितलं आहे... बाह्यरुग्णांचं काम पाहणारा आरोग्यसेवक पुन्हा माझ्याकडे पाहून खाणाखुणा करायला लागलाय. पण त्याच्याकडे चक्क दुर्लक्ष करून मी पुन्हा इथे दाखल असलेल्या रुग्णांच्या वॉर्डमध्ये आलोय आणि पुन्हा जोसेफबरोबर तिथलं काम सुरू केलंय... अर्थात, पुन्हा या कामात कधी अडथळा येईल हे सांगता येणार नाही.

दुसरा दिवसही साधारण असाच गेलाय. इथली आधीची डॉक्टर या आठवड्याअखेर इथून जाईल असं ठरलेलं आहे. पण इथे आल्यानंतरच्या चौथ्याच दिवशी संध्याकाळी, माझी तब्येत बिघडली आहे. पॉलसारखाच मीही शौचालयात हेलपाटे घालायला लागलोय आणि मला वारंवार तिथे जावं लागतंय. त्यामुळे वॉर्डमधलं काम पुन्हा स्टेफीलाच बघावं लागतंय.

आज पाचव्या दिवशी तर माझी अवस्था फारच वाईट झाली आहे. काम करणं अजिबातच शक्य नाहीये मला. आता माझ्या अंगात तापही भरलाय आणि थोडंसं रक्तही पडायला लागलंय. इथल्या आव्हानात्मक परिस्थितीचं आकर्षण वाटून त्याविषयी मी जे जे काही चांगलं आणि सकारात्मक असं बोललो होतो, त्यातला शब्द न शब्द परत घ्यावा, असं या क्षणी मला वाटतंय. कारण आत्ता माझ्या अंगात असणारा ताप आणि इथलं चाळीस अंशांच्या आसपास असणारं तापमान यामुळे माझ्या गादीवरची चादर माझ्या पाठीला अगदी घट्ट चिकटून बसली आहे. या माझ्या 'टुकुल'मध्ये मुतारीसारखा वास यायला लागलाय. आणि अशा स्थितीत मला आश्चर्य याचं वाटतंय, की ज्यांच्या अंगात माझ्याहूनही जास्त ताप आहे, असे इथे दाखल झालेले रुग्ण अशा अवस्थेत कसे तग धरून राहत असतील. घामानं चिंब भिजलेल्या अंथरुणावर रात्रभर मी तळमळत पडलोय... कसंतरी फक्त डोकं हलवू शकतोय.

...दुसऱ्या दिवशी दुपारी स्टेफी माझ्या या झोपडीत आली आहे आणि मला सांगत्येय की, मी चाचणीसाठी जे सॅंपल प्रयोगशाळेत पाठवलं होतं, त्यावरून मला आमांश झाल्याचं निदान झालंय आणि मला केनियाला परत नेण्यासाठी तिनं विमानाची व्यवस्था केली आहे. आता हसावं की रडावं हे मला कळत नाहीये. सरळ नकार देऊ का परत जायला? इथे सुदानमध्ये मी एक आठवडाही राहिलेलो नाहीये अजून... पण या गोष्टींचा विचार करण्याइतकी ताकद राहिली

नाहीये माझ्या अंगात आत्ता.

***

लॉकिचोगियो या एम.एस.एफ.च्या तळावर मी आता परत आलोय. "हा एक विक्रमच म्हणायला हवा तुझा." तिथला एक कर्मचारी उपहासानं मला म्हणाला होता आल्या आल्या... पण जाऊ दे. अँटिबायोटिक्स सुरू केल्यानंतर काहीच दिवसांत मी आता पूर्ण बरा झालोय. जेवणही व्यवस्थित जातंय. आणि आता नासिरला जाणाऱ्या पुढच्या खास विमानाची वाट पाहतोय मी. अर्थात, या शहरातही काही दिवस राहावंसं वाटावं, इतपत हे शहरही चांगलं आहे. 'दि कॉन्स्टंट गार्डनर' या चित्रपटात हा अगदी टोकाला असणारा लष्करी नाका वारंवार दाखवला गेला होता. सगळ्यात जुन्या समजल्या जाणाऱ्या मानवी वस्तीचे अवशेष जिथं सापडले आहेत, त्या जागेपासून ही जागा फारशी लांब नाहीये; आणि इथले रहिवासीही अगदी आकर्षण वाटावे असे आहेत. पारंपरिक वेष परिधान केलेले हे लोक मूळचे तुर्काना या केनियामधल्या उत्तर-पश्चिम दिशेला असणाऱ्या जिल्ह्यातले रहिवासी असून, ते त्याच नावानं ओळखले जातात. यांपैकी बऱ्याच माणसांचे 'मोहॉक' स्टाईलनं कापलेले केस फार मजेदार दिसतात. 'मोहॉक' स्टाईल म्हणजे डोक्याच्या दोन्ही बाजूचे केस, अगदी टक्कल वाटावे इतके कापायचे आणि डोक्याच्या मध्यभागी लांब-लांब केसांचा एक पट्टा तेवढा ठेवायचा. तर असे हे लोक एकतर झाडांखाली एकत्र उभे असलेले दिसतात, नाहीतर दुकानांसमोरच्या वळचणीखाली उभे असलेले दिसतात. बायका गळ्यात रंगीबेरंगी मण्यांच्या माळा घालून सजलेल्या असतात. या माळांची संख्या मोजणं अवघड असतं. त्या सगळ्या एकत्र करून इतक्या घट्ट बांधलेल्या असतात, की घड्याळाच्या ठोक्यासारखा एखादा दोलायमान नेकलेस त्यांनी गळ्यात घातलाय की काय असा एक गमतीशीर विचार मनात येऊन जातो...

इथे येऊन आता मला दोन आठवडे होत आलेत, आणि आता परत सुदानला जाण्यासाठीचं माझं विमान नक्की केलं गेलंय. पण आता मी लगेच नासिरला मात्र जाणार नाहीये– निदान पुढचे एक-दोन आठवडे तरी. लोकांचं मोठ्या प्रमाणात स्थलांतर होत असल्यानं, इथे जवळच असणारा एक प्रकल्प चालवणं एम.एस.एफ.ला कठीण होऊ लागलं आहे आणि त्यामुळे हा प्रकल्प बंद करण्याचं त्यांनी योजलं आहे. या कामासाठी मी तिथे जावं अशी त्यांची इच्छा आहे. "या आधी तू असं काम केलेलं आहेस, त्यामुळे हा प्रकल्प बंद करण्यासाठीही तूच गेलेला बरा..." इथल्या वरिष्ठांचं म्हणणं आहे हे... म्हणजे कुठल्याही प्रकल्पाचं काम बंद करण्याचं काम मला चांगलं जमतं, असं म्हणायचंय तर त्यांना.

या निर्णयावर मी व्यवस्थापनाशी चर्चा केली, थोडा वादही घातला. पण

अशी चर्चा करायला मी फारच उशीर केलाय असं मला वाटतंय. मोझाम्बिकमधल्या प्रकल्पाचं काम ज्या पद्धतीनं चालायचं, त्याबद्दलही माझे काही आक्षेप होते. प्रश्न होते... शंका होत्या, आणि मी त्या स्पष्टपणे सांगितल्याही होत्या. पण आता या इथल्या माझ्या नव्या वरिष्ठांनी तर माझ्या भावना दुखावणारे घावच घातलेत त्यांच्या बोलण्यानं... प्रकल्पाच्या गरजांपेक्षा मी माझ्या वैयक्तिक भावनांना, माझ्या नैराश्याला जास्त महत्त्व देतो आहे; असं म्हणणं आहे त्यांचं. या त्यांच्या ठाम विधानामुळे मी दचकूनच गेलोय. खरंतर मीही त्यांचा अपमान करू शकतो. व्यवस्थापकांच्या हलगर्जीपणामुळे प्रकल्पांमध्ये वारंवार होणारा गोंधळ, ठळकपणे दिसून येणारी तिथली अव्यवस्था, या एकाच कारणामुळे काही चांगले आणि अनुभवी कार्यकर्ते संस्थाच सोडून निघून गेलेत, हे मीही त्यांना तितक्याच ठामपणे सांगू शकतो. पण त्यांना ते सांगण्यात काहीच अर्थ नाही हे मला निश्चितपणे माहिती आहे. कारण माझ्या या बोलण्यामुळे त्यांच्या माझ्याविषयीच्या विधानांना पुष्टीच मिळेल.

म्हणून मी या नव्या कामावर जायला निघतोय. दुसऱ्या एका नर्ससोबत, विमानाने मी आता एका छोट्या खेड्यात येऊन पोहोचलोय. एका जुन्या झोपडीत मी तात्पुरता मुक्काम ठोकलाय. अगदी लक्षात राहतील अशा काही दिवसांचा अनुभव घेतोय. काही रुग्ण तपासतोय, इतर कर्मचाऱ्यांबरोबर या खेड्यात फेरफटका मारतोय आणि अगदी आनंदात, मजेत माझा वेळ घालवतोय... आता मी इथल्या कर्मचाऱ्यांना त्यांचा शेवटचा पगार दिलाय. इथली उरलेली औषधं वाटून टाकली आहेत, आमच्या संस्थेचा झेंडा उतरवून घेतलाय, जास्त आजारी असणाऱ्या चार रुग्णांना विमानातून आमच्याबरोबर नेण्याची सगळी तयारी केलीये... आणि नासिरला परत निघालोय... पुन्हा तिथे जाण्यासाठी अगदी उतावीळ झालोय मी.

***

''डॉक्टर...'' आमची लॅन्डक्रूझर गचके खात मुख्य दरवाजाशी पोहोचल्या पोहोचल्या सुरक्षारक्षक मला हाक मारतोय. स्टेफी आत्ताच इथून गेलीये... धावपट्टीवर मी तिला पाहिलं. तिचं काम माझ्याकडे सोपविण्याची औपचारिकता पूर्ण करायला वेळच मिळाला नाहीये आम्हाला. ''चला आता... आहारकेंद्रात जायला हवं तुम्ही.'' सुरक्षारक्षक म्हणतोय.

माझं सामान माझ्या खोलीत ठेवून मी लगेच आवारात पलीकडच्या बाजूला असणाऱ्या आहारकेंद्रात पोहोचलोय. मातीनं बांधलेल्या या केंद्राच्या अगदी कमी उंचीच्या दारातून मी आत जातो. भिंतीजवळ झोपलेल्या एका लहान मुलीशेजारी हैदी गुडघे टेकून बसली आहे. तिच्यासोबत एक सुदानी आरोग्यसेवकही आहे. त्या मुलीचे कुटुंबीय हैदीच्या खांद्यावरून वाकून त्या मुलीकडे बघताहेत.

"ही मुलगी पाहा डॉक्टर, हे लोक अगदी दोनच मिनिटांपूर्वी हिला इथे अशा अवस्थेत घेऊन आलेत..." ती सांगत्येय.

त्या मुलीजवळ जाऊन मी वाकून तिच्याकडे पाहतो. याआधी मी तिला पाहिलेलं नाहीये खरंतर, पण तिचे डोळे मात्र मला अगदी ओळखीचे वाटताहेत... हो, अंगोलामध्ये मी असे डोळे पाहिले होते... खूपच मोठे, पांढऱ्या रंगाचे आणि गोल थाळीसारखे दिसणारे डोळे... अशा हडकुळ्या शरीराच्या मानानं खूपच मोठ्या वाटणाऱ्या चेहऱ्यावरचे अगदी खोल गेलेले डोळे... अंगावर आणि चेहऱ्यावरही सुरकुत्या पडलेल्या एखाद्या सत्तर वर्षांच्या म्हाताऱ्याचा चेहरा असावा, तसाच वाटतोय या मुलीचा चेहरा... पुस्तकी भाषेत याला 'वीझन्ड फेस' म्हणजे शुष्क, वाळलेला चेहरा असं म्हटलं जातं.

"ही मुलगी तीन वर्षांची आहे, पण हिचं वजन फक्त आठ किलो आहे, आणि उंची शहाऐंशी सेंटीमीटर आहे..." हैदी म्हणते.

वयाच्या मानानं खूपच बुटकी आहे ही मुलगी... अनेक दिवस कुपोषित राहिल्यानं हिची वाढ खुंटली आहे. आणि नुसती उंचीच कमी नाहीये तर वजनही नको इतकं कमी आहे हिचं. कमालीच्या उपासमारीमुळे खूप क्षीण झालीये ही. कुपोषणाचं मोजमाप करण्यासाठी तयार केलेले तक्ते बघण्याची गरजच नाहीये या मुलीसाठी.

हैदीने तिच्यावर उपचार करायला सुरुवात केल्यावर ती उठून जमिनीवर बसलीये. बेडकासारखे पाय दुमडून घेतलेत... गुडघे बाहेरच्या बाजूला वळलेत आणि अगदी उदासपणाने, केविलवाणी रडत्येय ती. माविंगात काम करायला सुरुवात केल्यापासून आजपर्यंत इतकं आजारी मूल मी कधीच पाहिलेलं नाही; इतक्या जवळून तर नाहीच नाही. माझ्या देशात तर असं एखादं मूल दिसण्याची शक्यताही वाटत नाहीये मला. अजूनही जगात अगदी धडधडीतपणे हे असं घडतंय. बेफिकीरपणे असं घडू दिलं जातंय, या विचारानं अगदी संताप-संताप होतोय माझा आणि एकीकडे मन अगदी खचून गेल्यासारखंही वाटतंय.

या मुलीला अजून नीट बसताही येत नाहीये. हिच्या आजाराची अवस्था इतकी टोकाला गेलेली असताना, हिची अन्नावरची वासना पूर्णपणे उडालेली असेल असं मला वाटत होतं. पण तसं अजिबातच दिसत नाहीये. शरीरात थोडासा तरी ओलावा निर्माण व्हावा म्हणून तिला दिलेल्या पेयाचा कप तिनं झटकन हिसकावूनच घेतलाय आणि एका घोटात संपवूनही टाकलाय. पण तिच्यासाठी ते पेय जरा जास्तच झालंय आणि ताबडतोब तिनं ते ओकूनही टाकलंय. पण तरी तिला ते अजून हवंय. पण मी हळूच तिच्या हातातून तो कप काढून घेतलाय. आणि एखाद्या गुन्हेगाराकडे बघावं, तशी ती माझ्याकडे तिचे ते

मोठे मोठे डोळे रोखून बघते आहे. तिचं हलणारं डोकं, तिच्या सापळ्यासारख्या शरीरावर अगदी बेढब, विजोड वाटतंय. आम्ही ताबडतोब तिला दाखल करून घेण्यासाठी वॉर्डमध्ये हलवलंय, कारण तिच्यावर उपचार करण्यासाठी जोसेफ आणि त्याच्या सहकाऱ्यांकडे तिथे जास्त सुविधा उपलब्ध आहेत.

तिला पाहून जोसेफ खूप काळजीत पडला आहे.

शिरेतून औषधं सुरू करण्यासाठी आम्ही तयारी केलीये आणि तिनं अगदी घोट-घोट पाणी किंवा इतर पेय प्यायला परवानगीही दिली आहे. आता तिला शिरेतून अँटिबायोटिक्स, ग्लुकोज आणि द्रवरूप औषधाचा लहानसा डोस द्यायलाही सुरुवात झाली आहे. अंगोलात सहा महिने घालवूनही या अशा मुलांसाठी नेमकं काय करायला हवं, कसं करायला हवं ते समजलं नाहीये मला... अगदी मती कुंठीत झाल्यासारखी झालीये या बाबतीत. अशा मुलांवर उपचार करणं ही एक तारेवरची कसरतच ठरत्येय आमच्यासाठी. त्यात एखादीही चूक करायला वाव नाहीये. आता या मुलीच्याच बाबतीत सांगायचं, तर एकाच वेळी तीन वेगवेगळ्या गोष्टी विचारात घेणं गरजेचं आहे, कारण या तिन्ही गोष्टी एकमेकींवर परिणाम करणाऱ्या आहेत. त्याच वेळी यातली प्रत्येक गोष्ट अगदी जिवावर बेतेल इतकी हानिकारक ठरण्याचीही शक्यता आहे. शिवाय प्रत्येक गोष्टीकडे काहीशा वेगवेगळ्या पद्धतीनं पाहणंही गरजेचं आहे. यातली पहिली गोष्ट आहे कुपोषण... म्हणजे अगदी गंभीर स्वरूप धारण केलेली उपासमार. दुसरी गोष्ट आहे ती तिला आत्ता होत असलेले जुलाब, ज्यामुळे तिचं शरीर आतून कोरडं पडत जाण्याचा धोका आहे. आणि या दोन्हींवरचे उपचार एकमेकांच्या अगदी विरुद्ध असे आहेत. तिच्या कुपोषणावर उपचार म्हणून तिला काहीतरी खायला-प्यायला द्यायला पाहिजे, जेणेकरून तिच्या शरीरात ओलावा निर्माण होईल. पण हे कमालीची सावधगिरी बाळगून केलं पाहिजे. कारण तिचं पोट जास्तही भरून चालणार नाही. तिचं पोट जास्त भरेल इतके द्रवपदार्थ तिच्या शरीरात गेले, तर तिची श्वसनाची गती वाढेल आणि तिचं कमकुवत हृदय ती गती पेलताना बंदही पडू शकेल. दुसरीकडे धोका आहे की तिच्या शरीरातलं पाणी जवळजवळ पूर्णच नाहीसं होऊन शरीर आतून खूपच कोरडं पडेल. तिच्या संपूर्ण शरीरालाच शॉक बसून रक्ताभिसरणाची प्रक्रियाच बंद पडेल. त्यामुळे हे टाळण्यासाठी तिला आवश्यक आणि पुरेसं तेवढं द्रवरूप अन्न देणं हेही गरजेचं आहे. या दोन्हीच्या जोडीला, या मुलीच्या अंगात खूपच ताप आहे, तिचे हात अगदी गार पडलेत. तिची छातीही थडथड उडते आहे – त्याचा आवाज जाणवतोय अगदी. शिवाय तिच्या रक्तप्रवाहातही संसर्ग झाल्याची शक्यता आहे. ही आहे तिसरी गोष्ट, ज्यासाठीसुद्धा तिला ताबडतोब द्रवपदार्थ देणे अगदी आवश्यक आहे.

त्यामुळे कमालीची दक्षता बाळगत आम्ही आता तिच्यावर उपचार सुरू करतो आहोत.

एकीकडे जोसेफ तिच्याबद्दल तिच्या आईकडे चौकशी करतोय. ''गेल्या दोन महिन्यांपासून ही मुलगी इतकी आजारी आहे आणि गेला आठवडाभर तिला खूपच जास्त प्रमाणात जुलाब होताहेत,'' जोसेफ सांगतोय.

''हे नासिरमध्येच राहतात का?'' मी विचारतो.

''हो. पण आजपर्यंत त्यांनी आपल्या बाह्यरुग्ण विभागात हिला दाखवायला आणलेलं नाही. त्यांचे जे आधीपासूनचे डॉक्टर आहेत, त्यांचेच उपचार घेत होते हे. त्या डॉक्टरांनी काही औषधं दिली होती, इतर काही औषधं बाहेरून आणायला सांगितली होती, पण ती आणायला यांच्याकडे पैसे नव्हते.''

ही गोष्ट त्यांच्या त्या डॉक्टरांनी लक्षात घ्यायला हवी होती खरं तर...

आम्ही सतत त्या मुलीला तपासतोय. आम्ही तिला शिरेतून खूप जास्त द्रवपदार्थ दिले आहेत, की पुरेशा प्रमाणात दिलेच नाहीयेत, हे लवकरच आम्हाला कळेल. तिला लघवी व्हावी आणि एकूणच जरा तरतरी यावी याची आम्ही वाट पाहतोय. आम्ही देत असलेल्या द्रवपदार्थांमुळे तिचं पोट खूप लवकर भरत नाहीये ना; हे कळावं म्हणून तिच्या छातीची धडधड आम्ही अगदी काळजीपूर्वक ऐकतोय. मी तिची त्वचा हळूच चिमटीत पकडून पाहतोय... पण अजून ती तशीच आहे... सैल पडलेली, सुरकुतलेल्या काळ्या टिश्यूपेपरसारखी... ग्लुकोज, सोडियम, पोटॅशियम, क्लोराईड, सायट्रेट, मॅग्नेशियम, अशासारख्या, शरीराला अत्यावश्यक असणाऱ्या घटकांनी युक्त असणाऱ्या 'रेझोमॉल' या औषधाची नवी पुडी देण्याची जोसेफची तयारी सुरू आहे. आणि तो ती पुडी उघडत असल्याचं पाहून माझ्या मनात वेगळ्याच विचारांची गर्दी झाली आहे... आपण अशा जगात राहतोय, जिथं उपासमारीवर उपचार करायचे या एकाच उद्देशानं औषधांची मालिकाच तयार करावी लागते आहे... त्यांचे उत्पादन करावे लागते आहे... अशी औषधे आवर्जून विकावी लागताहेत... किती विचित्र आहे हे सगळंच... आणि अशा औषधांच्या पाकिटांना खास नावंही दिलेली आहेत...

या लहान मुलीचे जुलाब खूपच वाढलेत आता... पुन्हा पुन्हा ती काही ना काही पिते आहे म्हणून असं होतंय बहुतेक. तिच्या पोटाला न झेपणारं द्रव दर काही मिनिटांनी तिच्या शरीरातून बाहेर टाकलं जातंय. मग दर वेळी अगदी सावधपणानं आम्ही तिला ते पुन्हा देतोय. प्रमाण थोडंसं जरी वाढवलं तरी लगेच तिला जुलाब होतो आहे... पण आम्ही जितक्या घाईनं ते देतोय, तितक्याच घाईनं ते बाहेर टाकलं जातंय.

आता संध्याकाळ होऊन गेल्यावर तिचे जुलाब आणि उलट्या दोन्ही जरा

कमी झाल्यासारखं वाटतं आहे. रक्तातील साखरेचं प्रमाणही ठीक आहे आणि अगदी थोडा का होईना, पण तजेला आल्यासारखा वाटतोय तिच्या चेहऱ्यावर. जोसेफ कितीतरी तास इथेच गुंतला होता... त्याच्या ठरलेल्या वेळेपेक्षाही जास्त तास... त्यामुळे तो आता घरी गेलाय आणि डेंग हा त्याचा संध्याकाळचा सहकारी कामावर आलाय. डेंग, मी आणि हैदी असे तिघं मिळून या मुलीच्या उपचारांचा आढावा घेतोय. मध्येच हैदीला पोषण विभागात जावं लागलंय आणि आता ती तिथेच अडकून पडली आहे, कारण तिथे अजून वीस-एक तरी असे पेशंट्स आहेत, ज्यांच्याकडे लक्ष देणं आवश्यक आहे. काही वेळानं आता मीही पटकन थोडा बाहेर पडलोय आणि आवारात आलोय. मला आता काहीतरी खायला आणि प्यायला हवं आहे. माझ्या बॅगाही अजून उघडल्या नाहीयेत मी.

बाहेर येऊन मी जरासा थांबतो.

कुंपणाच्या पलीकडे सहजच नजर गेली आहे माझी. नदीच्या पलीकडे कित्येक मैल पसरलेली, भेगाळलेली सपाट जमीन तेवढी दिसते आहे मला इथून. आणि आकाशात एक बारीकशी चंद्रकोर चमकते आहे. दोन चांदण्यांना लटकवलेला एखादा चंदेरी टांगता बिछाना असावा, तसं दिसतंय हे दृश्य. एकूणच ही सगळी जागा आणि इथे व्यापून राहिलेली गूढ अशी शांतता यात प्रचंड सौंदर्य अगदी ठासून भरलंय असं वाटतंय मला. हे सुदान पाहून आनंदानं आणि आश्चर्यानं खूप भारावून गेलोय मी.

सुदानच्या प्रेमातच पडलोय जणू काही...

गंभीर परिस्थितीतला एक आठवडा

मी बाहेर पडून जेमतेम अर्धा तासच झालाय. तो सुरक्षारक्षक पुन्हा घाईघाईनं मला तपासण्याच्या खोलीत यायला सांगतोय. मी अक्षरशः पळतच परत आलोय; पण आता इथे कॉटवर एक अगदी छोटा मुलगा झोपलेला दिसतोय.

"ती मुलगी कुठं आहे?"...मी विचारतो.

"कोण?"

"अरे इतका वेळ इथे होती ती मुलगी... कुठं आहे ती?" मी अस्वस्थ झालोय.

"ती ना? तिला परत पोषण विभागात हलवलंय. या मुलाला इथे आणलं तेव्हा, आम्ही त्या मुलीला इथून हलवलं. हैदीच्या मदतीनं गॅटवेच बघतोय तिला..." डेंग सांगतोय.

"पण बरी आहे ना ती?"

"काय?"

"अरे ठीक आहे का ती आता?"

"आहे तशीच आहे..." थंड उत्तर.

हा मुलगा जेमतेम एक वर्षाचा आहे. याचीही अवस्था बरीचशी त्या मुलीसारखीच आहे. अगदी नाजूक, कमालीचा क्षीण, थकल्यासारखा मलूल दिसतोय हा. इतक्या गंभीर अवस्थेतली दोन मुलं एका रात्रीतच यावीत इथे? हा उद्रेक तर नाही ना एखाद्या साथीच्या रोगाचा? की दक्षिण सुदानसाठी हे सगळं नेहमीचंच आहे?... अरे देवा... काय ही अवस्था इथली...

मी आत येत असताना, त्या लालभडक रंगाच्या भिंतीजवळ ठेवलेल्या लाकडी बाकावर शांतपणे बसलेले या मुलाचे वडील आणि आणखी तीन माणसं दिसली मला... अगदी गप्प बसलेली. या मुलाची आई त्याच्याशेजारी अगदी गप्प उभी आहे. अगदी शांत, सौम्य नजरेनं ती माझ्याकडे पाहत्येय, पण काही

बोलत मात्र नाहीये. मी त्या मुलाला तपासत असताना डेंग उपचाराची इतर सामग्री गोळा करतोय. त्या मुलीपेक्षाही या लहानग्या मुलाची अवस्था जास्त वाईट आहे. तोंडावाटे काहीच घेत नाहीये तो. खाण्याची इच्छाही दिसत नाहीये त्याला. शिरेतून औषधं देण्यासाठी त्याच्या हाताच्या मागच्या बाजूला सुई टोचण्याचा मी प्रयत्न करतोय, पण त्याची आवश्यक ती छोटीशी शीर काही सापडत नाहीये. पण तरीही या मुलाची पापणी जराशीसुद्धा हलत नाहीये. त्याच्या लहानशा देहाच्या मानानं त्याचे डोळे खूप मोठे आहेत. त्याचा चेहरा शांत दिसतोय; पण छाती मात्र धपापते आहे.

मी हातमोजे चढवतो. त्याच्या नाकातून नळी घालण्याची तयारी करतो, ज्यामुळे त्याला काही पातळ पदार्थ द्यायला आम्ही निदान सुरुवात तरी करू शकू. त्या मुलाच्या आईला डेंगने या उपचाराची माहिती दिली आहे. आता तिनं आपल्या मुलाचं डोकं घट्ट पकडून ठेवलं आहे. मी नळी हातात धरून त्याच्या नाकातून त्याच्या घशाच्याही खाली सरकवताच तो मुलगा अगदी क्षीण आवाजात रडतोय. त्याला त्याची नापसंतीही नीट व्यक्त करता येत नाहीये. मला अडवण्याची, मला विरोध करण्याचीही शक्ती नाहीये त्याच्या अंगात... बिच्चारा; त्याची ही अवस्था काळजी करण्यासारखीच आहे.

नळी योग्य पद्धतीनं आत जात नाहीये. मी ती जराशी ओढूनच पुन्हा बाहेर काढली आहे. तो केविलवाणे हुंदके देतोय; पण त्याचे थकलेले डोळे मात्र माझ्याकडे आणि त्याच्या आईकडे रोखून पाहताहेत. "तुम्ही असं का करताय?" असंच विचारायचं असेल नक्की याला.

आम्हाला पुन्हा ती नळी घालण्याचा प्रयत्न करणं भाग आहे. मी मनातल्या मनात त्या लहानग्याची क्षमा मागतो.

खरं म्हणजे मलाही हे करायला आवडत नाहीये...

आम्ही त्याच्या दुसऱ्या नाकपुडीतून नळी घालायचा प्रयत्न करतोय आता. अगदी स्निग्ध, ओशट अशा जेलीचा एक थेंब त्या नळीच्या टोकाशी लावून, ती नळी आम्ही अगदी उभी-सरळ आत घालतोय, परत बाहेर काढतोय. परत थोडा जास्त जोर लावून सरकवतोय. ती नळी आता वळून नाकाच्या मागच्या बाजूला असणाऱ्या घशाच्या वरच्या भागापर्यंत पोहोचली आहे. तो मुलगा बिचारा अगदी गप्प राहून हे सगळं सहन करतोय. मी ती नळी किंचित जोर लावून आणखी आत ढकलताच, अचानकपणे ती अगदी सहज आत सरकली आहे... थेट त्याच्या अन्ननलिकेत पूर्णपणे आत पोहोचली आहे... आता डेंगने एक मोठी सिरिंज माझ्या हातात दिलीये. नळीच्या बाहेर असलेल्या टोकावर मी ती घट्ट खोचून बसवली आहे.

सिरिंजची नळी थोडीशी मागे ओढताच पोटातला द्राव नळीतून उलट्या दिशेनं सिरिंजमध्ये येतोय, याचा अर्थ ती नळी त्या मुलाच्या जठरापर्यंत नीट पोहोचली आहे. आम्ही नळीचं ते टोक त्या मुलाच्या गालावर चिकटपट्टीनं चिकटवलंय आणि नळीतून 'रेझोमॉल' हे औषध आणि अगदी थोडंसं दूध त्याला दिलंय. डेंग एकीकडे मलेरियाची चाचणी घेतोय. तिथे येणारे जाणारे लोक वाटेतच थांबून आम्ही काय करतोय ते बघताहेत. बाहेर आता मिट्ट अंधार पडलाय. छताला लटकवलेले दोन दिवे तग धरून राहावेत म्हणून जनरेटर जणू त्यांच्यात जीव ओततोय. तरीही इथे पुरेसा उजेड नाहीये. खरं तर या असल्या जागी कधीच पुरेसा उजेड नसतो.

मी पुन्हा त्याला शिरेतून औषध देण्यासाठी, शीर शोधण्याचा प्रयत्न करतोय. त्या मुलाला खूपच जुलाब होताहेत - अगदी खळखळ आवाज करत जोरानं बाहेर येणारे हिरव्या रंगाचे जुलाब... आणि ते होतांना, या तपासण्याच्या टेबलावर घातलेल्या प्लॅस्टिकवर एखादी जोराची लाट येऊन पसरावी, असं काहीसं वाटतंय. त्याची आई हातानं ते अडवते आहे... तिच्या निळ्या शालीच्या टोकानंच ती घाण पुसून घेते आहे. हे करताना पापणीही लवत नाहीये तिची... एक आईच हे करू शकते.

मी पुन्हा शिरेत सुई टोचण्याचा प्रयत्न करतोय. डेंग हातात टॉर्च धरून उभा आहे. इतक्यात त्या मुलाला पुन्हा हिरव्या रंगाचा मोठा जुलाब झालाय... ती घाण टेबलभर पसरते आहे. माझे हात रिकामे नाहीयेत आणि ती घाण माझ्या पायाजवळ ठिपकायला लागली आहे, हे शांतपणे पाहत मी उभा आहे. यापुढे जेव्हा मला हॉस्पिटलमध्ये रात्री बोलावलं जाईल, तेव्हा मी सहसा पायात सँडल्स घालणारच नाही.

किती वेळ हे असंच चालू आहे. आम्ही या मुलाला अँटिबायोटिक्स आणि इतर द्रवपदार्थ देतोय, पण त्याचे जुलाब चालूच आहेत. त्याला आता झोपही यायला लागली आहे. त्याच्या रक्तातल्या साखरेची पातळी कमी होऊ नये म्हणून आता त्याला 'डेक्सट्रोज' हे औषधही दिलंय आम्ही. शिवाय जेव्हा जेव्हा जुलाब होताहेत, तेव्हा तेव्हा आणखी जास्त द्रवपदार्थ देणंही चालूच ठेवलंय... दहा मिनिटं झाली की सहा तास झाले....काही फरकच पडत नाहीये... घड्याळाकडे लक्ष द्यायलाच वेळ नाहीये. असं वाटतंय की अनादी काळापासून आम्ही इथे असं नुसतं बघत उभे आहोत... वाट पाहतो आहोत... आणि त्याला पुन्हा पुन्हा तपासायचं आणि त्यानुसार डोस देत राहायचं, याव्यतिरिक्त दुसरं काहीच करत नाही आहोत. आमच्या तक्त्यानुसार दोनच मिनिटांपूर्वी आम्ही हे केलंय. पण मला सतत असं वाटतंय, की या मुलासाठी आवश्यक आहे ते काहीच आम्ही

करत नाही आहोत. खरं तर आम्ही आता याला मॉनिटर लावायची तयारी करायला पाहिजे, ऑक्सिजन द्यायला पाहिजे, ठरावीक वेळेनंतर त्याच्या नोंदी मिळाव्यात, यासाठीचा गजर नव्यानं लावायला पाहिजे. अतिदक्षता विभागात दाखल केलेल्या मि. फेल्डमन यांना जितक्या वेगवेगळ्या नळ्या लावल्या होत्या, त्याच्या निदान निम्म्यातरी नळ्या या मुलाला लावायला पाहिजेत. मग एक्स-रे काढण्यासाठी धावाधाव करायला पाहिजे... कारण आता लवकरच या एक वर्षाच्या जिवालाच धोका निर्माण होण्याची शक्यता वाटत्येय.

डेंगच्या हातातला टॉर्चही बंद पडायच्या बेतात आहे. तो रिचार्ज करता येतो, पण त्यासाठी ऊन पाहिजे. रात्रीच्या वेळी आणि इतकी निकड असताना टॉर्च बंद पडणं हे काही नवीन नाहीये म्हणा इथे. डेंग घाईघाईनं गेलाय आणि शस्त्रक्रियेच्या वॉर्डमधून दुसरा टॉर्च घेऊन लगेचच परत आलाय.

या मुलाचे जुलाब कमी होण्याचं चिन्ह काही दिसत नाहीये. आम्ही त्याला सतत द्रवपदार्थ देणं चालूच ठेवलंय. पण आम्ही जेवढं देतोय त्यापेक्षाही जास्त प्रमाणात मळ बाहेर पडतोय... तसाच हिरव्या रंगाचा आणि या एवढ्याशा शरीरातून वेगाने बाहेर येणारा मळ. या एवढ्या छोट्याशा मुलासाठी हे प्रमाण खूपच जास्त आहे... अगदी अशक्य वाटावं असं. मी याला आणखी थोडं 'रेझोमॉल' देण्याच्या तयारीत आहे... तेवढ्यात आहारकेंद्रात काम करणारा एक आरोग्यसेवक घाईघाईनं आत आलाय.

''डॉक्टर.''

मी त्याच्याकडे बघतो.

''ती छोटी मुलगी गेली.''

मी नुसतंच डोकं हलवतो.

''तिची आई सकाळी तिचा मृतदेह घेऊन जाईल, चालेल ना?'' मी परत नुसतंच डोकं हलवतो.

''तिला वडील नाहीयेत. एक भाऊ आहे जो दफन करेल तिचं. पण तो इथून लांब आहे. त्यामुळे सकाळपर्यंत येईल. तोपर्यंत आई इथे थांबू शकेल ना?''

''ठीक आहे.'' इतकंच म्हणू शकतोय मी आत्ता.

कितीतरी तास त्या लहान मुलाची अवस्था होती तशीच होती. त्यामुळे आम्ही त्या खोलीतून बाहेर पडूच शकलो नव्हतो. पण आता जरा त्याचे जुलाब कमी झालेत. त्याला देत असलेल्या द्रवपदार्थांचं प्रमाण आम्ही नुकतंच पुन्हा तपासलंय. त्याचं डोकं थोडं वर उचलून धरलं तर कपानंही तो काही घोट पिऊ शकतोय आता. अगदी थोडीशी का होईना, पण नक्कीच सुधारणा झाली आहे

त्याच्या प्रकृतीत. मी पुन्हा प्रत्येक गोष्ट तपासतोय... त्या शिरेतून जोडलेली नळी, नाकातून घातलेली नळी, औषधांचं आणि द्रवपदार्थांचं प्रमाण, मी केलेल्या नोंदी... सगळं तपासून झालंय आणि आमचे उपचार योग्य पद्धतीनं चालू आहेत, याची खात्री वाटत्येय मला. डेंगसाठी मी काही सूचना लिहून ठेवतोय... म्हणजे या मुलाला दर पंधरा मिनिटांनी काय द्यायचं, जुलाब झाल्यास प्रत्येक वेळी काय करायचं... अशा सूचना.

इतक्या तासांनंतर आता मी त्या खोलीतून बाहेर पडलोय आणि माझ्या खोलीकडे निघालोय. लवकरच मी परत येईन आणि त्या मुलाला तपासेन. पण आत्ता तरी मला पट्‌कन थोडंसं काहीतरी खायला हवंय... काहीतरी प्यायला हवंय. काल रात्री धावत-पळत इथे आलो होतो, त्याआधीही माझी फारशी झोप झालीच नव्हती, त्यामुळे आता थोडा वेळ तरी मला झोपण्याची खूप गरज आहे. आता आणखी दोनच तासांनी वॉर्डची सकाळची राऊंड घेण्याची वेळ होईल. आणि पुन्हा नव्यानं दाखल झालेल्या पेशंट्‌सना तपासण्यापासूनच मला सुरुवात करावी लागणार आहे.

''डॉक्टर...'' सुरक्षारक्षकाची हाक येते...

देवा... काय करू... किती झोप येते आहे मला...

मी पळतच तपासणीच्या खोलीत पोहोचलोय...

मृतावस्थेतली दोन लहान मुलं तिथल्या टेबलावर ठेवलेली आहेत. आहारकेंद्रात होती ती लहान मुलगी आणि काल रात्री दाखल झालेला तो छोटा मुलगा... आत गेल्यागेल्या हे दृश्य पाहावं लागतंय मला. ती मुलं मातीच्या पुतळ्यांसारखी वाटताहेत... खरी वाटतच नाहीयेत. 'मरण्याचं वय तरी आहे का यांचं?' एक अस्वस्थ विचार त्रास द्यायला लागलाय मला... पण नाही, मी कुठं आहे हे मला विसरून चालणार नाही.

मी त्या मुलांच्या जवळ जातो. दोघांचेही डोळे सताड उघडे आहेत... ते डोळे शांत तर नाहीच वाटत आहेत... पण कुठलेच भाव नाहीयेत त्यात... नुसतेच रोखून पाहताहेत असं वाटतंय. प्लॅस्टिक अंथरलेल्या टेबलावर हे दोन्ही मृतदेह शेजारी-शेजारी ठेवलेले आहेत. त्या मुलाची आई गप्प आहे, त्याचं सगळं कुटुंबच अगदी गप्प आहे. जनरेटरही बंद आहे... शेजारच्या खोलीत ठेवलेल्या एका आजारी तान्ह्या मुलाच्या जोरजोरात चाललेल्या श्वासोच्छ्‌वासाचा आवाज तेवढा मला इथेपर्यंत ऐकू येतोय. डेंगनं दुसरा एक दिवा आणलाय खरा, पण तोही बंद पडण्याच्या मार्गावरच आहे. त्या मृतदेहांवर प्रकाश पडेल अशा बेतानं डेंगनं तो दिवा हातात धरून ठेवलाय. त्या टेबलाच्या पायाशी गुडघे टेकून बसलेल्या त्या मुलाच्या आईजवळ मी येताच, ती मान वर करून आर्त नजरेनं,

काहीतरी आर्जव करायचं असल्यासारखी माझ्याकडे बघतेय. मी काहीतरी बोलावं याची ती वाट पाहत्येय असं वाटतंय मला. नेमकं काय झालंय हे नक्की कळलं असेल का हिला?

निव्वळ औपचारिकता म्हणून मी तिच्या मुलाच्या छातीला कान लावतो. हृदयाच्या ठोक्यांचाही आवाज येत नाहीये आणि श्वासोच्छ्वासाचाही नाही. मी त्या मुलाचे डोळे बंद करण्याचा प्रयत्न करतोय, पण ते मिटलेले राहतच नाहीयेत... एकीकडे मला आश्चर्य याचं वाटतंय की या दोन मुलांना असं इथे एकत्र का ठेवलंय? आणि सगळे कपडे का काढून टाकलेत त्यांचे? याला काहीच अर्थ नाहीये.

त्या मुलाच्या पापण्या माझ्या बोटांनी अलगदपणे मिटण्याचा मी पुन्हा प्रयत्न करतोय... पण नाही... डोळे उघडेच राहताहेत त्याचे. मी पुन्हा त्या आईकडे मान वळवतो... अगदी हताश नजरेनं पण निरर्थकपणे तिच्याकडे पाहतो. खरं तर या असल्या ठिकाणी आणि असल्या प्रसंगी, अनेक वेळा माझ्या चेहऱ्यावर हे आत्तासारखेच भाव उमटलेले आहेत. मी काहीच न बोलता त्या बाईकडे पाहतो आहे. अचानक माझे हात पकडून ती हुंदके द्यायला लागली आहे. ते पाहून बाकावर बसलेले इतर कुटुंबीयही रडायला लागलेत. काहीच न सुचून मी तिथे निश्चलपणे उभा राहिलो आहे. माविंगामध्ये असताना अगदी पहिल्यांदा जेव्हा असा प्रसंग घडला होता, तेव्हाही माझी अशीच अवस्था झाली होती. अशा वेळी कसं वागायचं हे तेव्हाही मला कळलं नव्हतं आणि आत्ताही कळत नाहीये.

ती आई आता उठून उभी राहिली आहे आणि अस्वस्थपणे येरझारा घालते आहे. तिचं हुंदके देणं इतकं वाढलंय की आता ती आक्रोश करायला लागली आहे... किंचाळायला लागली आहे... कुणाला इतकं किंचाळताना याआधी मी कधीच पाहिलं नव्हतं, ऐकलं नव्हतं... वेगवेगळ्या ठिकाणी रडण्याची वेगवेगळी तऱ्हा असते, वेगवेगळा आवाज असतो हे जरा विचित्रच वाटतंय मला.

"डेंग, मला याबद्दल खूप वाईट वाटतंय असं सांग तिला."

"काय?"

"अरे, तिला आणि तिच्या कुटुंबाला सांग की मलाही वाईट वाटतंय."

"अहो ठीक आहे... आपण आधीच त्यांना हे दिलंय..."

त्याचं बोलणं ऐकून मी चक्रावून गेलोय. मी पुन्हा त्याला सांगायचा प्रयत्न करतोय, पण माझं म्हणणं समजतच नाहीये त्याला.

"यासाठीच बोलवत होतास ना तू मला?" मी त्याला विचारतो.

"हो."

"आणखी काही समस्या नाहीये ना इथे?"

"नाही."

"या सगळ्याबद्दल मला खूप खेद वाटतोय डेंग."

"काय?"

"काही नाही. पण पुढच्या वेळी असे मृतदेह झाकून ठेवशील का तू?"

"काय म्हणालात?"

"मृतदेह रे बाबा... ते असेच उघडे आणि तेही दाराजवळ नाही ठेवले आपण, तर नाही का चालणार?"... मला काय म्हणायचंय ते याला कळतच नाहीये. जाऊ दे...

मी तिथून जायला निघणार एवढ्यात तो मला थांबवतो आणि खोकी मिळतील का असं विचारतो. मी पुन्हा कोड्यात पडलोय आता...

"हे मृतदेह ठेवण्यासाठी आपण खोकी वापरली तर जास्त चांगलं होईल. कारण प्रत्येक वेळी ते गुंडाळायला आपल्याकडची ब्लँकेटं देतो आपण, त्यामुळे ती कमी पडतात मग आपल्याला..." डेंग म्हणतोय.

"कुठली खोकी द्यायची पण?"

"ती औषधांच्या दुकानामधली..."

"म्हणजे सामान ठेवण्यासाठी वापरतात ती?"

"हो, औषधांची खोकी पण तशीच असतात ना?"

मी काही न बोलता, माझ्या झोपडीतल्या छोट्याशा शेल्फात ठेवलेली औषधाच्या दुकानाची किल्ली घेऊन आलोय... आणि त्या खोलीभर फिरून कार्डबोर्डाची दोन रिकामी खोकी शोधून काढली आहेत.

त्या दोन छोट्या 'शवपेट्या' घेऊन मी वॉर्डमध्ये असलेल्या डेंगकडे त्या सुपूर्त केल्या आहेत... आणि परत तिथून बाहेर पडलोय... खोलीत येऊन ताबडतोब अंथरूणावर अंग टाकून दिलंय मी आता...

***

सकाळ झाली आहे. अगदी काहीच तासांनी मी पुन्हा वॉर्डमध्ये आलोय. आत जाताना माझी मलाच इतकी शरम वाटते आहे ना, की त्या शरमेच्या काळ्याकुट्ट ढगानं मला पूर्ण वेढून टाकलंय, असं काहीतरी वाटतंय मला. याच छताखाली त्या एका कोपऱ्यात काल त्या दोन लहान मुलांचा मृत्यू झाला होता. या वॉर्डला दारंही नाहीयेत. इथली कुठलीच गोष्ट कधी लपून राहत नाही. इथे काल काय घडलं, ते इथल्या प्रत्येकाला माहिती आहे. त्या मुलांचं ते केविलवाणं रडणं इथल्या प्रत्येकानं नक्कीच ऐकलेलं असणार. आणि आता पुन्हा जेव्हा पेशंटना तपासायला मी इथे आलोय, तेव्हा ते माझ्याबद्दल काय विचार करत असतील, या विचारात मी पडलोय... "बापरे... आला हा नवा डॉक्टर... हा इथे आला

आणि पहिल्याच दिवशी इथे दाखल केलेली दोन आजारी मुलं दगावली... देवा... काही झालं तरी या डॉक्टरनं सांगितलेली औषधं घेऊ नका रे कुणी...'' असाच विचार करत असतील का हे सगळे...!

जोसेफ माझी वाट पाहत उभा आहे. काल जे घडलं ते अर्थातच त्यालाही समजलंय. ''फार वाईट झालं डॉक्टर...'' तो म्हणतोय... ''पण आज कदाचित मी तुम्हाला काही चांगली बातमी देऊ शकेन. आपण त्या तिथेपासून सुरुवात करू. चालेल?''

यावर मी काहीच न बोलता त्याच्या पाठोपाठ निघालोय. वॉर्डच्या शेजारच्या एका लांबच्या कोपऱ्यात आम्ही आलोय. विटांचं बांधकाम केलेली ही एक स्वतंत्र इमारत आहे. हुबेहूब शस्त्रक्रिया विभागाच्या इमारतीसारखीच आहे ही इमारत... तसंच पत्र्याचं उंच छप्पर... अर्ध्या पांढऱ्या रंगानं आणि अर्ध्या गडद लाल रंगानं रंगवलेल्या भिंती... फक्त या खोलीची लांबी थोडी जास्त आहे आणि इथे डझनभर कॉट्स जास्त आहेत. तीस-एक पेशंट्स असतील इथे सगळे मिळून. बायका, पुरुष, वृद्ध माणसं, लहान मुलं असे सगळे या एकाच ठिकाणी आहेत... इथल्या राक्षसी उन्हात खितपत पडल्यासारखे दिसताहेत सगळेच... अगदी अशक्त. यांतले बहुतेक सगळे जण आता थोड्याच वेळात इथून बाहेर जातील आणि छपराच्या वळचणीखाली पडलेल्या सावलीत मातीतच आडवे होतील.

''तुम्ही एलिझाबेथस्ना भेटलायत का?'' जोसेफ विचारतोय. याचं इंग्लिश बोलणं आणि प्रत्येक शब्द अनेकवचनी वापरणं हे दोन्ही फार मस्त वाटतं ऐकायला..''एलिझाबेथस् माहितीये तुम्हाला? ती एच.आय.व्ही. झालेली...''

मला माहिती आहे ती. या खोलीच्या मागच्या उजव्या कोपऱ्यातल्या कॉटवर आहे ती. चोवीस-पंचवीस वर्षांची, अतिशय हडकुळी, खूपच अशक्त आणि दाट पण आखूड असे काळेभोर केस असणारी ही एक तरुणी आहे. भडक लाल रंगाचा तिचा ड्रेस तिच्या कृश खांद्यावरून लटकत असल्यासारखा दिसतोय... म्हणजे एखाद्या मोडलेल्या तंबूच्या छताची किनार खाली लोंबकळत असावी, तसं काहीसं वाटतंय तिच्या ड्रेसकडे पाहताना. आम्ही तिच्याजवळ जाताच ती तो ड्रेस सारखा करत उठून बसली आहे. एच.आय.व्ही. विषाणूचा वाढण्याचा वेग कमी व्हावा म्हणून वेगवेगळी दोन-तीन औषधं एकत्रितपणे देण्याची एक उपचार-पद्धती सामान्यतः वापरली जाते, जी एक उत्कृष्ट पद्धत मानली जाते. दोन आठवड्यांपूर्वी या तरुणीला जेव्हा इथे दाखल केलं गेलं, तेव्हाच तिच्यावर हे उपचार सुरू करायला हवे होते; पण या उपचारांसाठी जी मार्गदर्शक तत्त्वे सांगितलेली आहेत, त्यानुसार आवश्यक ते निकष या तरुणीच्या बाबतीत लावता येत नाहीयेत. शिवाय या शहरापासून ती खूपच लांब राहते, त्यामुळे अशा

उपचारांच्या बाबतीत हलगर्जीपणा होण्याचा खूप मोठा धोकाही आहे तिच्या बाबतीत.

"आम्ही हिच्याशी बोललो आहोत आधी, आज ती सांगत्येय की तिचे कुटुंबीय आता इथून जाणार आहेत," जोसेफ सांगतोय... "आधी तिला इथून जायचं नव्हतं, पण आता जायचं म्हणत्येय ती. तिची तब्येत आणखीच बिघडली आहे, त्यामुळे तिला उपचारही करून घ्यायचेत."

एलिझाबेथविषयी आमची अशी चर्चा चालू असताना ती आमच्याकडे आलटून...पालटून अगदी निरखून पाहते आहे. जोसेफ मध्येच न्यूएर भाषेतून तिच्याशी काहीतरी बोलतोय. इतकी गोड भाषा आहे ना ही!... अगदी सुरेल... लयबद्ध, सौम्य आणि सुसंवादी वाटते ही भाषा. केपटाऊनच्या आसपासच्या भागात 'झोसा' जमातीचे लोक, त्याच नावानं ओळखली जाणारी जी भाषा बोलतात, तशी अगदी विशिष्ट 'किट् किट्' असा आवाज करत बोलली जाणारी नाहीये ही न्यूएर भाषा... वेगळीच आहे... असो.

"ही औषधं तिला आयुष्यभर घ्यावी लागणार आहेत, हे माहिती आहे का हिला?" एलिझाबेथकडे पाहत मी विचारतोय.. "आणि तिला ती रोज घ्यावी लागणार आहेत. नियमितपणे जॉनला तब्येत दाखवणंही तिच्यासाठी आवश्यक आहे, हेही सांग तिला." जॉन हा आमच्या इथल्या छोट्याशा एच.आय.व्ही. केंद्राचा सुपरवायझर आहे. इथे काम करण्याची औपचारिक पात्रता मिळवणारे फक्त दोन सुदानी कर्मचारी इथे आहेत आणि त्यांपैकी एक आहे हा जॉन. ज्यूबामध्ये त्यानं नर्सिंगचं प्रशिक्षणही घेतलं आहे- जोसेफ आणि इतरांनी मात्र आरोग्याविषयीचा अगदी प्राथमिक अभ्यास शिकलेला आहे.

"हो, हे सगळं तिला माहिती आहे. मी आणि जॉन, दोघंही बोललो आहोत तिच्याशी," जोसेफ सांगतो.

"वा, छान. मग आपण आता थांबण्याचं काहीच कारण नाही. लगेचच तिच्यावर उपचार सुरू करू यात आपण..." मी हसून म्हणतो.

जोसेफ तिच्या भाषेत हे तिला सांगतोय... आणि लगेचच हे काय घडतंय पाहा, स्वतःचं दुखणं विसरून तिचं अगदी तोंडभरून, खरं तर दात विचकून हसणं आणि तिचा तो लालभडक ड्रेस... सांगण्यासारखं याहून जास्त काहीच नाहीये तिच्याबद्दल... फार फार तर तीस किलो वजन असेल तिचं... हे उपचार तिला झेपावेत एवढंच मला आता मनापासून वाटतंय. अशा पद्धतीचे उपचार याआधी मी कधीच केलेले नाहीयेत. पण त्याविषयीचं एक छोटंसं पुस्तक मात्र कधीपासून माझ्या कॉटशेजारच्या पुस्तकांच्या ढिगात सर्वांत वर ठेवलेलं आहे.

एलिझाबेथ जोसेफशी काहीतरी बोलते आहे.

"काय म्हणते आहे ती?'' जोसेफचं फिदिफिदी हसणं पाहून मी विचारतोय.

"तिला तुमच्याशी लग्न करायचं आहे...'' त्याला हसू आवरत नाहीये.

"काय?''

"हो, खरंच... तिला मनापासून वाटतंय तसं...'' आमच्याबरोबर तिथे उभे असणारे इतर तीन आरोग्यसेवकही गालातल्या गालात हसताहेत...

"ती म्हणतेय की तुम्ही तिचं आयुष्य वाचवणार आहात, यामुळे तिला तुमच्याशी लग्न करायला हवं आणि मला वाटतं, तुम्हीही यावर विचार करायला हरकत नाही... हो ना?'' माझी चेष्टा करत स्वतःच्या भुवया उडवत तो हसतोय.

"मलाही हे ऐकून छान वाटतंय. असं सांग तिला...'' मी असं म्हणतोय खरं, पण अचानक मला या खोलीतला उकाडा खूप जाणवायला लागलाय.

"डॉक्टर...'' जोसेफ मला हाका मारतो.

"म्हणजे मला हा माझा सन्मान वाटतोय.'' मी स्पष्टीकरण देतोय... "तिला सांग, तिच्या या प्रस्तावामुळे मला माझा सन्मान झाल्यासारखा वाटतोय. म्हणजे खरंच मला असं वाटतंय...'' पण आता मी इथे न थांबता, इतर पेशंट्‌सकडे वळतोय. असे आजारी असणारे आणखी तीस तरी पेशंट्‌स आहेत इथे...

दुपारची सुरुवात तर चांगली झालीये. थोड्या वेळापूर्वीच आम्ही सगळ्यांनी जेवण केलंय. आता मी आमच्या बाह्यरुग्ण विभागातल्या प्लायवुडनं बनवलेल्या पाच खोल्यांमध्ये आलटून पालटून फिरण्यात व्यस्त आहे... आणि अचानक आम्हाला किंचाळण्याचा, किंकाळ्या फोडण्याचा आवाज ऐकू येतोय. आमच्या मुख्य दरवाजाकडे बरीच माणसं पळत जाताना दिसताहेत. मीही बाहेर पडतो आणि त्या माणसांच्या पाठोपाठ पळतच जातोय. दरवाज्याबाहेर तर एखादी दंगल उसळावी एवढा गडबड गोंधळ चाललाय. एक मोठा ट्रक दरवाजासमोर आडवा लावलेला दिसतोय. त्या ट्रकच्या भोवती शस्त्रधारी माणसं पहारा देत असल्यासारखी फिरताहेत. खूप दुःख झाल्यासारखी दिसणारी माणसं तिथे पटापट येऊन घोळक्यानं उभी राहिली आहेत. तिथे एकही पोलीस किंवा सैनिक नाहीये. तिथल्या बंदूकधारी माणसांनी जीन्सपँट आणि टीशर्ट घातलेले आहेत. त्यांच्या हातात काही प्रमाणात स्वयंचलित असणाऱ्या बंदुका आहेत. त्यांतले काही जण माझ्यापेक्षाही लहान म्हणजे माझ्या वयाच्या निम्म्याच वयाचे असावेत, असे दिसताहेत.

स्ट्रेचरऐवजी जुन्या चादरीत गुंडाळलेल्या एका जखमी माणसाला ट्रकच्या मागच्या बाजूनं आता बाहेर काढलं गेलंय... त्याच्यानंतर अजून एक तसाच जखमी माणूस.. मग अजून एक... त्या ट्रकमधून तीन जखमी माणसांना असं उतरवून, खाली जमिनीवर झोपवलंय. स्ट्रेचर्स आणण्यासाठी मरिना पळतच परत आत गेली आहे. एका दुभाष्याबरोबर झोए त्या संतप्त जमावात शिरली आहे.

“किती जण जखमी झालेत असे?” ती जरा मोठ्यानंच विचारते. ही तीनच माणसं जखमी झाल्याचं लोक सांगतात. बाकी सगळे ठार झालेत असंही सांगताहेत ते.

मरिना स्ट्रेचर्स घेऊन परत आली आहे. त्या तीन जखमींना त्यावर ठेवून आम्ही दरवाजातून आत आलोय. बाहेरची सगळी गर्दी आमच्या पाठोपाठ आत येण्याचा प्रयत्न करते आहे, पण झोए मध्ये पडून त्यांना थोपवते आहे. अशक्य वाटावं इतकी शांत दिसत्येय ती. युद्धामुळे जेरीला येऊन घडणाऱ्या अशा प्रसंगांचा तिला गेल्या अनेक वर्षांचा अनुभव आहे. स्वतःपेक्षा एक-दोन फुटानं उंच असणाऱ्या त्या शस्त्रधारी सुदानी माणसांशी, ही एक तिशीतली, बुटकी डच स्त्री इतक्या आत्मविश्वासानं बोलताना पाहून मी थक्क झालोय. “या हॉस्पिटलच्या आवारात बंदुका अजिबात आणायच्या नाहीत,” ती ठाम स्वरात जाहीरपणे सांगत्येय... “आणि आत्ता या एका पेशंटबरोबर त्याचा एकच नातेवाईक आत येऊ शकेल. बाकी सगळे कृपा करून बाहेरच थांबा.”

ही इतकी माणसं खरं तर त्यांना हवं तेच करू शकतात. पण नाही... झोएच्या म्हणण्यानुसार ते बाहेरच थांबलेत. सुरक्षारक्षकांनी आता दरवाजा बंद करून टाकलाय. नदीच्या बाजूला, विटांचं बांधकाम असणाऱ्या एका जुन्या इमारतीत शस्त्रक्रिया विभाग आहे. तिथे आम्ही त्या जखमी माणसांना आणून ठेवलंय. त्या तिघांना कशा आणि किती जखमा झाल्या आहेत, हे मी आणि मरिना घाईघाईनं तपासतो आहेत. हैदीनं शिरेतून औषधं देण्यासाठी नळ्या लावल्या आहेत आणि आरोग्यसेवक त्यातून औषधं देण्याची तयारी करताहेत. थॉमसनं तिथल्या तीन कॉट्स साफसूफ करून ठेवल्या आहेत. बेन त्या तिघांचे रक्ताचे नमुने घेतोय, कारण त्यांना रक्त द्यावं लागण्याची शक्यता आहे. इथे आत्ता उद्‌भवलेल्या सगळ्या परिस्थितीच्या पार्श्वभूमीवर हे सगळेच जण आपापलं काम अगदी शांतपणे, बिनचूकपणे आणि सफाईदारपणे करताहेत. त्यावरून यापूर्वीही या सगळ्यांनी नक्कीच असं काम केलेलं असणार.

अगदी थोड्याच वेळात हात स्वच्छ धुवून मरिना कामाला लागली आहे. त्या तिघांनाही फक्त पायालाच जखमा झाल्यात. एकाची जखम त्यामानानं किरकोळ आहे, पण बाकी दोघांच्या हाडांनाही इजा झालीये आणि खूप रक्तस्रावही झालाय... नंतरचे काही तास मरिना या कामात व्यस्त आहे... ती स्वतः आणि नेहमी ऑपरेशनच्यावेळी असणारे दोन सुदानी मदतनीस. हैदी आणि मी वॉर्डमध्ये थांबलोय. रात्र झाल्यावर बाहेरची सगळी गर्दी ओसरली आहे. आणि त्या तिन्ही पेशंट्सची प्रकृतीही आता स्थिर आहे. जास्त जखमी झालेल्या त्या दोघांना मात्र पुढचे काही आठवडे, इथलं विटा वापरून बनवलेलं ट्रॅक्शन लावून ठेवावं लागणार आहे.

आत्ता मी देवाचे मनापासून आभार मानतोय, कारण इथे निदान एक तरी सर्जन आहे. मरिनानं जितक्या उत्तम प्रकारे हे सगळं हाताळलं, तितकं ते मी नक्कीच हाताळू शकलो नसतो. तीन आठवड्यांनी ती इथून जाणार आहे, याचा फार खेद वाटतोय मला. तिच्या जागी कोण येणार आहे हेही कळलेलं नाहीये अजून. शिवाय रात्री आम्ही जेवत असताना झोए जे बोलली होती, त्यानंही माझ्या मनाला काळजी लागून राहिली आहे. ती म्हणत होती की, ''उद्या आपण इथल्या सुरक्षा-व्यवस्थेचा आढावा घ्यायला हवाय. कारण या आजच्या घटनेचा बदला घेतला जाईल यात अजिबात शंका नाहीये.''

***

बुधवारची सकाळ उजाडली आहे. उपचारांसाठी दाखल केलेल्या पेशंट्सचा वॉर्ड आता आणखी गच्च भरलाय, पण दिलासा देणारी एक आकर्षक व्यक्ती इथे आहे... जोसेफ... अतिशय गुणी, कार्यक्षम, प्रत्येक काम अगदी व्यवस्थित करणारा. त्याला नीटपणे न कळलेली कुठलीही गोष्ट समजून घेण्यासाठी अतिउत्सुक असणारा जोसेफ. पीटरही असाच छान आहे. माणसांची प्रचंड आवड असणारा हा पीटर इथल्या 'टी.बी. व्हिलेज'चा सुपरवायझर आहे. 'त्याच्या पेशंट्सना तपासायला मला आता वेळ आहे का' हे विचारण्यासाठी दिवसातून कमीतकमी सहा-सात वेळा तरी, तो हे अख्खं आवार ओलांडून मला शोधत येतो. आणि तितक्याच वेळा, ''तू थोडा वेळ थांबू शकशील का?'' असं मी त्याची क्षमा मागत त्याला विचारतो – कारण सारखा घड्याळावर चापट्या देणारा तो आरोग्यसेवक आणि बाह्यरूग्ण विभागातले त्याचे पाच सहकारी दररोज निदान दीडशे लोकांना तरी तपासतात आणि कायम त्यांच्या प्रकृतीबद्दल आणि उपचारांबद्दल माझं मत विचारत राहतात. दुसरीकडे एच.आय.व्ही. विभागातला जॉन नावाचा परिचारक, त्याच्या विभागात नवा पेशंट आला रे आला की मला बोलावतो. तिकडं पोषण विभागातल्या जास्त आजारी असणाऱ्या लहान मुलांना मी पाहावं, असं हैदीला नेहमीच वाटत असतं... पण तरीही दर वेळी पीटर नुसताच हसतो आणि म्हणतो की ''ठीक आहे... माझे तिथले पेशंट्स थांबू शकतात.'' ... पण आज आत्ता मात्र तो असं म्हणत नाहीये. त्याचा एक पेशंट आज दुपारपर्यंतही थांबू शकणार नाही, असं म्हणतोय तो. त्याला खूप राग आलाय, हे स्पष्टपणे जाणवतंय मला.

''एक लहान मुलगा खूपच आजारी आहे...'' आवारात उत्तरेकडे असणाऱ्या खास टी.बी.च्या रुग्णांसाठी बांधलेल्या एका चौकोनी झोपडीकडे मला घेऊन जात तो सांगतोय. तोंडाला मास्क न लावता मी या 'टुकुल'मध्ये अजिबात जायचं नाही, अशी सावधगिरीची सूचना तो देतोय. इथल्या पेशंट्सचा खोकला आत्यंतिक संसर्गजन्य असा असतो. ''खूप धोकादायक असतो हा खोकला.'' तो

म्हणतो. माझ्या पाठोपाठ त्यानंही त्याचा मास्क लावलाय आणि त्या झोपडीत गेलाय. काही क्षणातच तो परत बाहेर आलाय. त्याच्यापाठोपाठ, खांद्यावर झोपलेल्या मुलाला घेऊन एक माणूसही बाहेर आलाय. झोपडीच्या दारापाशी, जमिनीवरच त्या माणसानं त्या मुलाला अगदी हळुवारपणे झोपवलंय आता. अतिशय दुःखदायक दृश्य आहे हे. तो मुलगा म्हणजे नुसता हाडांचा सापळाच वाटतोय. बोलूही शकत नाहीये. त्याचे वडील त्याला अगदी सांभाळून, हळुवारपणे खाली ठेवत असताना, त्याच्या शरीराची आपणहून अशी कोणतीच हालचालही झालेली नाहीये, इतका कमकुवत झालाय तो... एखादा मरणासन्न कुत्रा असावा तसाच वाटतोय हा, हा विचार मनात येताच एकदम दचकलोय मीच. त्या मुलाचं तोंड अगदी वेडंवाकडं झालंय. तोंडावर सूर्याचा प्रकाश पडलेलाही त्याला सहन होत नाहीये... एखाद्या घाबरलेल्या प्राण्यासारखी बारीकशी किरकिर फक्त ऐकू येत्येय त्याच्या तोंडातून.

मी त्याच्याशेजारी गुडघे टेकून बसलोय... "बापरे, पीटर... अरे काय अवस्था झाली आहे ही याची... किती वर्षांचा आहे हा बिचारा?"

"दहा वर्षांचा."

"इथल्या इतर झोपड्यांमध्ये, अशा गंभीर अवस्थेतले आणखी काही रुग्ण आहेत का?"

इथे दाखल असलेल्या टी.बी.च्या रुग्णांपैकी अर्धे रुग्णही मी अजून पाहिलेले नाहीयेत.

"नाही, हा एकटाच आहे असा," पीटर मला दिलासा देत सांगतोय.

"पण तू मला याआधीच का नाही बोलावलंस याला पाहायला?"

या मुलाच्या उपचारांसाठी अगदी व्यवस्थित, विचारपूर्वक एक तक्ताच बनवला होता पहिल्यापासून, पण या मुलाची तब्येत दिवसेंदिवस बिघडतच चालली आहे, असं पीटर मला सांगतोय.

आम्ही त्या मुलाला कसंतरी उठवून बसवलंय. त्याच्या तोंडातून चिकट अशा लाळेच्या धारा ओघळताहेत आणि त्याच्या जीर्ण झालेल्या टीशर्टवर पडताहेत. त्याचे वडील हातातच ती लाळ गोळा करून, दुसऱ्या हातात धरलेल्या पत्र्याच्या एका जुन्या डब्यात ती टाकण्याचा सतत प्रयत्न करताहेत. मुलाच्या छातीचे ठोके ऐकण्यासाठी मी त्याचा शर्ट वर केलाय आणि लगेचच थांबलोय. अगदी मोठ्या प्रमाणात आणि अति-तीव्र म्हणाव्यात अशा कळा त्याच्या पाठीतून खालच्या बाजूने जात असलेल्या स्पष्ट जाणवताहेत... अशा काही वेदना आधीपासूनच होत असणार याला, आणि काही आता नव्यानं व्हायला लागल्या असाव्यात असं वाटतंय. त्याच्या पाठीवर बरेच वळ आणि व्रणही उठलेले दिसताहेत... म्हणजे

सामान्यपणे दिसते तशी त्वचाच दिसत नाहीये पाठीवर. देवा... काय रे ही अवस्था या छोट्या मुलाची... हळहळ वाटत्येय मला.

"पीटर, या मुलाच्या पाठीवर चाबकाचे फटकारे वगैरे मारले गेलेत का?"

पीटर "हो" म्हणतो, आणि सांगतो की, "हे या लोकांचे पारंपरिक उपचार आहेत. कारण असं केल्यामुळे छाती मोकळी होऊन त्रास कमी होतो असं त्यांना वाटतं. हा मुलगा राहतो त्या खेड्यातली ही पद्धत आहे."

हे असे टोकाचे उपचार याआधी मी कधीच पाहिलेले नाहीत. गेल्या वर्षभर हा मुलगा आजारी असल्याचंही पीटर मला सांगतोय आणि जेमतेम तीन आठवड्यांपूर्वी याला इथे दाखल केलंय. पण इथं आणलं तेव्हा तो जेवढा अशक्त होता, तेवढाच आत्ताही आहे. तेव्हापासूनच त्याच्या अंगात ताप आहे आणि त्याचं खाणं-पिणंसुद्धा बंद झालंय.

एक चादर आणून आम्ही त्याला त्यावर झोपवलंय. तिथेच त्या झोपडीच्या बाहेरच मी त्याला तपासलं आहे. आता त्याच्या काही चाचण्या घेणं गरजेचं आहे. एच.आय.व्ही. चाचणी, हिमोग्लोबिन, हेपॅटायटिस आणि इतर काही संसर्ग झालेला नाही ना, या सगळ्या गोष्टी तपासण्यास आम्ही सांगितलं आहे. बेन नावाच्या तंत्रज्ञाची इथे जी लॅबोरेटरी आहे, ती आमच्या माविंगामधल्या लॅबोरेटरीच्या तुलनेत बऱ्यापैकी सुसज्ज आहे. शिरेतून नळी लावून आम्ही त्याला आणखी अँटिबायोटिक्स दिलंय. पण त्या मुलाला नीट गिळता येत नाहीये, त्यामुळे त्याच्या नाकातूनही आम्ही नळी घातली आहे. त्या नळीतून दूध कसं द्यायचं हे आम्ही त्याच्या वडलांना समजावून सांगितलंय. ते त्यांना नीटपणे देता येतंय की नाही, याची खात्रीही करून घेतली आहे. दूध देण्याची वेळ कळावी म्हणून पीटरनं त्याच्या ऑफिसमधलं एक जुनं घड्याळ त्यांना आणून दिलंय. "जर या मुलाला उलटी झाली किंवा इतर काही त्रास व्हायला लागला, तर आम्हाला ताबडतोब बोलवा," असं त्याच्या वडलांना बजावलंय.

यावर ते नुसतीच मान हलवून 'हो' म्हणताहेत. खाली वाकून आपल्या त्या म्लान अवस्थेतल्या मुलाला त्यांनी हातात उचलून घेतलंय आणि त्या खिन्न, उदास झोपडीत त्याला परत घेऊन गेलेत. त्या मुलाला लावलेल्या नळ्या हातानं नीट सावरत पीटरही त्यांच्या मागोमाग गेलाय.

***

आत्ता रात्र झालीये. थंडगार वारा मंदपणे वाहतोय. त्याच्या झुळका अंगाला हळुवार स्पर्श करताहेत... अगदी मस्त वाटतंय. हा अगदी सुखद बदल आहे. पण या थंडगार हवेबरोबर मोठ्या प्रमाणात धूरही येतोय. जरासं वळून बघताच स्पष्ट दिसतं आहे की, नदीच्या किनाऱ्यावर जराशा दूरवर काही गुराख्यांनी तळ

ठोकलाय. आसपास घोंघावणाऱ्या माशा हाकलण्यासाठी त्यांनी कचरा, शेण असलं काहीतरी पेटवून ठेवलंय. पण आकाश अगदी निरभ्र आहे. आणि चंद्रही आपल्या प्रकाशझोतानं, इथली भेगाळलेली भूमी उजळून टाकतोय. त्याच्या प्रखर प्रकाशापुढे आमच्या हॉस्पिटलची इमारतही एखादं रेखाचित्र काढावं तशी दिसत्येय... थोड्या लांबवर असणाऱ्या झोपड्यांची शंकूच्या आकाराची छपरंही तशीच दिसताहेत. चित्र असावं तसं अगदी रमणीय वाटतंय हे सगळंच दृश्य. मी आत्ताच रात्रीची अंघोळ उरकून आलोय आणि आवार ओलांडून माझ्या झोपडीत झोपायला निघालोय. जरा उशीरच झालाय... पण ठीक आहे. वातावरण इतकं छान आहे... मी माझ्या हातातला टॉर्च बंदच करून टाकलाय आणि हा चंद्रप्रकाश अंगावर झेलत निघालोय... क्षणभर मी थांबतो, मागे वळून सहजच कुंपणाकडे पाहतो...

आणि अचानक, वातावरण चिरून टाकणारा मोठा आवाज ऐकू येतो...

मी थिजल्यासारखा जागच्या जागी खिळून उभा राहिलोय.

आणखी एक मोठा आवाज... हा गोळीबाराचा आवाज तर नसेल?

खरंतर अशा गोळीबाराशी, किंवा युद्धाशी माझा सुतरामही संबंध आला नाहीये – आजवर. पण मला तर हा बंदुकींचाच आवाज वाटतोय. ते लोक इथून किती अंतरावर असतील याचा अंदाज मला बांधता येत नाहीये... पण विजेचा झटका बसल्यावर प्रचंड भीती वाटून पाठीतून मोठी सणक जावी, तसंच काहीसं होतंय मला... खूप काहीतरी विचित्र वाटतंय... अंगोलात अनुभवलेला स्फोट अगदी किरकोळ वाटावा, इतका हा गोळीबार भयानक आणि नकोसा वाटतोय. खरं तर मी इथून पळ काढायला हवाय... पण नाही... भीतीनं गलितगात्र होऊन, मी जमिनीला खिळल्यासारखा इथेच उभा राहिलोय. याचा अर्थ स्पष्ट आहे... मला वाटत होतं तसा मी धीट नाहीये... एखाद्या धाडसी योद्ध्यासारखा तर अजिबातच नाहीये. इकडून त्या गोळीबाराला प्रत्युत्तर देणं अशक्य आहे... मी फक्त इथून पळून जाऊ शकतो... पण पाय हलतच नाहीयेत माझे...

आणखी एक मोठा आवाज ऐकू आलाय.

नरक...नरक म्हणतात तो नक्कीच अस्तित्वात असणार. या प्रकल्पाची माहिती घेताना, इथल्याबद्दल मी जे चित्र रंगवलं होतं, तसं काहीच नाहीये इथे. या कामासाठी, अशा प्रकारे, इथे मरण्याची अजिबात तयारी नाहीये माझी... असं नुसतं एका जागी उभं राहून मरण्यापेक्षा, पेशंट्सवर उपचार करता करता तरी मरण यायला हवं मला...

"त्या 'सेफ-रूम'मध्ये जा..." ओरडल्यासारखा आवाज ऐकू येतोय... हा नक्कीच झोएचा आवाज आहे... "पटकन् त्या 'सेफ-रूम'मध्ये जा डॉक्टर..."

बाकीचे सगळे तिकडेच पळताहेत. आमच्या आवाराभोवती घातलेलं वाळलेल्या

गवताचं कुंपण, तो स्वैरपणे चाललेला गोळीबार थोपवू शकेल अशी शक्यताच नाहीये. त्यामुळे मीही माझ्या सहकाऱ्यांपाठोपाठ त्या खोलीत जाणं खूप गरजेचं आहे. पण मी अजूनही जागच्या जागीच उभा आहे... प्राण अगदी कंठाशी आलेत माझ्या... पण नेमकं कुठल्या दिशेनं जावं हे मला ठरवता येत नाहीये... कारण एक समस्या आहे... खूप मोठी समस्या. मी आहे तसाच त्या 'सेफरूम'कडे पळत जाणं शक्यच नाहीये. मी झोपण्याची तयारी करत होतो, हा विचार माझ्या मनातून पार दूर पळालाय आता... पण त्या खोलीकडे जाण्यात अडचण ही आहे की, मी आत्ताच अंघोळ करून बाथरूमच्या बाहेर पडलोय. कमरेभोवती गुंडाळलेला छोटा टॉवेल वगळता एकही कपडा नाहीये माझ्या अंगावर. माझं शरीर माझ्या मेंदूला तर्कशुद्ध विचार करायला भाग पाडतंय आणि अखेर मी घाबरून या निर्णयाप्रत आलोय की सर्वांत आधी मला निदान अंडरवेअर तरी घातली पाहिजे. कारण त्या खोलीत आम्हाला कितीवेळ थांबावं लागेल हे कुणाला माहितीये... काही तास, काही दिवस, की काही आठवडे... देवच जाणे! ...आणि जर माझ्यावर गोळी मारली गेली किंवा मला पळवून नेलं गेलं... तर मी असा असायला नकोय... अंडरवेअरही न घातलेला. एकीकडे माझा स्वाभिमान आणि दुसरीकडे नको त्या दिशेनं मनाला भरकटवणारी प्रचंड धास्ती, अशा कात्रीत सापडल्यासारखा झालोय मी. शेवटी अगदी जोरानं पळत त्या 'सेफरूम'च्या विरूद्ध दिशेनं निघालोय... काही मीटर्सवर असणाऱ्या माझ्या त्या मातीच्या झोपडीकडे... पण अजिबात न घाबरता पळतोय असा याचा अर्थ मात्र मुळीच नाही... प्रचंड घाबरलोय मी.

झोपडीचं दार धाडदिशी उघडून आत जात मी दाराला कडी लावतो. सगळ्या गोष्टी वर-खाली करत कपडे शोधतो... पण मी बॅगेतलं सामान अजून बाहेर कुठं काढलंय?... शीः! सैरभैर झाल्यासारखा मी कपडे भस्सकन् बाहेर ओढून अंधारातच शोधाशोध सुरू केलीये आता... हो... अंधारात... कारण आता इथे दिवे लावून चालणार नाही हे न कळण्याइतका मी मूर्ख नाहीये. माझे टी-शर्टस्, पुस्तकं, उन्हापासून आणि कीटकांपासून बचाव करणारी वेगवेगळी मलमं... सगळं नुसतं इकडेतिकडे भिरकावून टाकलंय मी आत्ता... आणि बंदुकींचा आवाज अगदी जवळून ऐकू यायला लागलाय...देवा... अरे कुठं आहेस तू? किती धाडधाड आवाज ऐकू येतोय... माझा पासपोर्ट कुठं आहे? आणि ते हे? जाऊ दे... आत्ता मला अगदी घाईघाईनं इतरांसोबत जाऊन थांबणं महत्त्वाचं आहे.

मी पुन्हा बाहेर येऊन पळत सुटलोय. त्या 'सेफरूम'मध्ये आणि माझ्यामध्ये दहा मीटरही अंतर उरलं नाहीये आता... पण इतक्यात पुन्हा एकदा गोळीबाराचा मोठा आवाज ऐकू आलाय. अंगातून आणखीच सणक गेली आहे. इथपर्यंत त्या

गोळ्या पोहोचणार नाहीयेत हे कळत असूनही, मी खाली वाकून दबकत दबकत पळतोय... एकीकडे थरथर कापतोय सारखा. एक विचार मला अस्वस्थ करतोय. आत्ता जर मला गोळी लागली आणि सकाळी जर माझ्या सहकाऱ्यांना मी अशा अवस्थेत सापडलो... म्हणजे असा मुतारीच्या जवळ पडलेला... फक्त टॉवेल गुंडाळलेला आणि त्याहून वाईट म्हणजे एखादी अगदी प्रिय वस्तू हातात पकडावी तशी अंडरवेअर हातात घट्ट पकडून पडलेला... तर ते माझ्या कुटुंबाला काय सांगू शकतील? मरताना मी कसा पडलो होतो, तर असा की या पृथ्वीवरून जाताना मला माझ्या प्रिय व्यक्तीचा फोटो हातात घ्यावासा वाटला नव्हता किंवा एखादी हृदयद्रावक चिठ्ठीसुद्धा लिहावीशी वाटली नव्हती, पण ही अंडरवेअर मात्र हातात घट्ट पकडून ठेवावीशी वाटली होती... हो, असंच सांगतील ना ते?

आता अर्धा रस्ता पार केलाय मी... एक छोटंसं वळण आहे इथे... आणि पुन्हा एकदा धाडकन् काहीतरी आपटल्याचा आवाज आलाय. माझं टक्कल पडलेलं डोकं या चंद्रप्रकाशात अगदी झगमगल्यासारखं चमकत असणार आणि त्यामुळे माझ्यावर गोळी मारण्यात चूक होणारच नाही... पण गोळ्यांचे आवाज पुन्हा ऐकू आलेले नाहीत. आत्तापर्यंत फारतर दहा-बारावेळा असे आवाज ऐकू आलेत. मी घाईघाईनं त्या विटांच्या घरात घुसलोय आता आणि दुसऱ्या बाजूनं बाहेर पडलोय... त्या 'सेफरूम'च्या जाडजूड लोखंडी दारावर जोरजोरात ठोकत ओरडतोय... "दार उघडा...कुणीतरी दार उघडा पटकन् ..."

निळा रंग लावलेलं पण गंजलेलं ते दार झर्रकन् उघडलं गेलंय आणि मी तीरासारखा आत घुसलोय आणि ताबडतोब मागच्या मागेच ते दार बंद करून टाकलंय...हुश्श!... आता मी माझ्या सहकाऱ्यांबरोबर आहे. ते सगळे जण भिंतीजवळ अंथरलेल्या सतरंज्यांवर बसले आहेत... अवघडल्यासारखे....पण शांत असल्यासारखं भासवणारे.

मी घाईघाईनं एका कोपऱ्यात जाऊन बसताच झोए विचारतेय, "कुठं होतास तू इतका वेळ?"

"मला खोलीतून काहीतरी आणायचं होतं."

"एवढं काय आणायचं होतं?"

मी हात वर करून हातातली अंडरवेअर दाखवतो. इतका वेळ मख्ख असणारे नऊ चेहरे वळून माझ्याकडे बघतच राहिलेत आता. पॉल नुसतेच डोळे गरागरा फिरवतो आहे, पण बाकी प्रत्येक जण मात्र हसायला लागलाय. मी त्यांच्याकडे पाठ केलीये आणि हळूच माझे कुल्ले टॉवेलखाली नीट झाकून टाकलेत... आता तिथे बाजूला पडलेल्या एका सतरंजीवर मी जाऊन बसलोय... इतका वेळ मी मला गोळी लागू नये अशी प्रार्थना करत होतो, आणि आता

त्याऐवजी अशी प्रार्थना करतोय की, ही खोली सोडून जाण्याची वेळ आमच्यावर येऊ नये... मन थोडं स्थिरावलंय आता आणि डोक्यात एक वेगळंच कल्पनाचित्र दिसायला लागलंय.... या धोक्यातून बाहेर पडून, आम्ही विमानानं आमच्या घरी परततोय... विमानाची शिडी उतरत असतानाच, पत्रकारांची भोवती गर्दी झाली आहे... मी सहकाऱ्यांच्या मागे जरासा लपल्यासारखाच उतरतोय... सर्वांचेच चिंतातुर झालेले नातेवाईक आणि एम.एस.एफ.चे वरिष्ठ सदस्य खाली गोळा झालेत... जगभरातले माध्यमप्रतिनिधी आणि अश्रूभरल्या डोळ्यांनी पाहणारे आई...वडील आणि मी... हा असा... त्या टॉवलने कसेतरी माझे कुल्ले झाकून घेण्याची धडपड करत असणारा.... या विचाराने दचकूनच भानावर आलोय मी...

आता गोळीबार थांबलाय. तरीही पुढचा आणखी अर्धा तास इथेच थांबून आम्ही आता या खोलीतून बाहेर पडलोय. मी घाईघाईनं माझ्या खोलीत आलोय. कधी एकदा अंथरूणाला पाठ टेकतो असं झालंय मला. आता मी सगळे कपडेही घातलेत. दाराशी पडलेला माझा पासपोर्ट उचलून नीट ठेवलाय...पण तरीही झोप मिळण्याची फारशी शक्यता वाटत नाहीये... म्हणजे पुन्हा एकदा मघासारखी भीतीनं माझी गाळण उडेल असं वाटण्याचं काहीच कारण नाहीये... आता झोपता न येण्याचं एक वेगळंच कारण आहे. यकृत निकामी झालेल्या एका मध्यमवयीन रुग्णाची अवस्था काही तासांपासून खूपच काळजी करण्यासारखी झाली आहे. तो शेवटच्या घटका मोजतोय असं वाटतंय. सूर्योदय होण्याच्या काही वेळ आधी त्याला रक्ताच्या उलट्या झाल्यात. हैदी त्याच्याजवळ आहे आणि मदतीसाठी तिनं मला बोलावून घेतलंय. मी त्या माणसाच्या कुटुंबीयांशेजारी गुडघे टेकून बसलोय... अधूनमधून त्याच्या अंगावर हात फिरवतोय... मधेच उगीचच आकाशाकडे बघतोय... कारण आता आम्हाला करण्यासारखं काहीच शिल्लक राहिलेलं नाहीये आणि म्हणूनच माझं हे वागणं अगदी निरर्थक, थोडंसं नाटकीपणाचंच वाटतंय मला.

***

हा सगळा आठवडा असाच चाललाय... माणसांचे, त्यांच्या आजारांचे वेगवेगळे भयानक प्रकार, एखाद्या मालिकेसारखे सरकणारे अत्यंत व्यस्त, पण काहीसे समाधानही देणारे दिवस आणि झोपेशिवाय घालवाव्या लागणाऱ्या दुःखद रात्री...

या आठवड्यातल्या चौथ्या रात्री दोन रुग्णांचा मृत्यू झालाय... एक लहानशी मुलगी, जिला कॉटवर झोपवण्याआधीच ती गेली, आणि एक वृद्ध स्त्री, जिच्या अंगात इतका ताप भरला होता, की आम्ही तो आटोक्यात आणूच शकलो नाही. त्याच्या दुसऱ्याच दिवशी सकाळी, दोन आया, पोषण विभागात दाखल केलेल्या आपल्या मुलांना घरी घेऊन गेल्या आणि असे मृत्यू पाहून इतर रुग्णांची अशीच

प्रतिक्रिया असेल, अशी मला वाटणारी भीती खरी ठरली. एकाच दिवशी झालेल्या दोन मृत्यूंमुळे त्या स्त्रिया खूप घाबरल्या होत्या, असं जोसेफ सांगतोय मला. आम्हीच त्याला कारणीभूत आहोत, आम्हीच उपचारांमध्ये चुका करतोय असं त्यांना वाटायला लागलं होतं म्हणे.

पाचव्या रात्री पुन्हा असंच घडलंय... आणखी एक मृत्यू... निव्वळ हेकटपणामुळे झालेला... अतिशय जागरूकपणा दाखवणाऱ्या ज्या आईनं काल आपल्या मुलाला घाबरून इथून घरी नेलं होतं, त्याच मुलाचा आज मृत्यू झालाय. त्यामुळे इथल्या बाकीच्या आया आता जास्तच घाबरल्यात. त्यातल्या दोघी जणी हैदीशी वाद घालताहेत... "आम्ही घरी गेलो तर हे असं होतं; पण आम्ही इथे राहिलो, तर काय होईल... ते सांगता येणार नाही." त्या म्हणताहेत. या सगळ्या गोंधळातच, आम्ही तीन नवे रुग्ण दाखल करून घेतलेत, ज्यातल्या एकाला रात्रभर सारखे फेफरं येताहेत.

सहाव्या दिवशी एका सोळा-सतरा वर्षांच्या मुलाला इथे दाखल केलं गेलंय. या शहराबाहेर झालेल्या एका चकमकीत, त्याला बऱ्याच गोळ्या लागल्यात. तो गंभीररीत्या जखमी झालाय. विशेषतः त्याच्या पोटात खूप गंभीर जखमा झाल्या आहेत आणि मरिना त्यावरचे उपचार म्हणून शस्त्रक्रिया करत असतानाच त्याचा मृत्यू झालाय.

या सहाव्या दिवसाच्या रात्री इथे एकही मृत्यू झालेला नाही, पण एक नवीनच समस्या निर्माण झालीये. प्रसूतिवेदना सुरू झालेली एक स्त्री इथे आली आहे. तिची प्रसूती करायला आमच्याकडे सुईणच नाहीये. कॅरोल आज सकाळीच इथून निघून गेली आहे... मनात आलं आणि गेली... आपली जाडजूड सूटकेस तिनं कशीतरी ओढत नेली आणि सरळ जाऊन सामानाची ने-आण करणाऱ्या विमानात जाऊन बसली. तिच्या या वागण्याचा विचार आम्ही करू नये, असं झोए आम्हाला सांगते आहे. वरवर पाहता असं वाटतंय, की हे असं इथे नेहमीच घडत असावं. इथल्या वैद्यकीय कर्मचाऱ्यांमध्ये असे वेगळ्या व्यक्तिमत्त्वाचे काही लोक नेहमीच असतात. आणि अशा गोळीबाराच्या घटना, म्हणजे त्यांना इथे राहणं असह्य वाटण्यासाठी शेवटचं कारण ठरू शकतात... असो. पण या क्षणीतरी, सुईणीशिवाय काम कसं करायचं हा मला पडलेला फार मोठा प्रश्न आहे. कॅरोलला या कामाचा जवळजवळ तीस वर्षांचा अनुभव आहे. पण आता काय उपयोग... तिची उणीव भरून निघणं, हे एक मोठंच आव्हान आहे. आणि त्या स्त्रीला आज रात्री ऑपरेशन थिएटरच्या मागे असलेल्या एका छोट्या खोलीत हलवल्यावर, मला हे प्रकर्षानं जाणवायला लागलंय.

"झाली का तिची प्रसूती?" माझ्याकडे अविश्वासानं पाहत डेंग विचारतोय.

“हो, बाळ दिसायला लागलंय. तू कधी असं प्रसूतीचं काम केलं आहेस?” मी विचारतो.

“नाही. पण मला हे काम करायला आवडेल.”

“छान. इथलं दुसरं कुणी या कामात मदत करू शकेल का?”

“गॅटवेच.”

“त्यानं केलंय का याआधी हे काम?”

“नाही, कधीच नाही.”

“मग कॅरोलला नेहमी कोण मदत करायचं?”

दोन बायका तिच्या मदतीला येत असल्याचं डेंग सांगतोय. पण त्या दोघी कुठं भेटतील हे त्याला माहिती नाहीये. प्रसूतीसाठी लागणारं सामान ज्या कपाटात ठेवलेलं असतं, त्या कपाटाच्या किल्ल्या कुठं आहेत, हेही त्याला माहिती नाहीये. मलाही त्याबद्दल काहीच कल्पना नाहीये. त्यामुळे आवश्यक त्या गोष्टी इतर वॉर्डांमधून पटापट गोळा करण्याच्या प्रयत्नांत आमची दोघांचीही आता धावपळ चालू आहे. आता मध्यरात्र झालीये... मी पार थकून गेलोय... पायाचे तुकडे पडल्यासारखं होतंय... मनही खूप गोंधळून गेलंय... याक्षणी मला झोपेची नितांत गरज आहे. त्या कपाटाचं दार आता लाथा मारून उघडावं असं मला वाटायला लागलंय. कारण आता ते कपाट उघडणं माझ्यासाठी खूप गरजेचं आहे. एखाद्या स्त्रीची पहिलीच प्रसूती होताना मी आत्तापर्यंत जितके वेळा पाहिली आहे, तसंच सगळं या स्त्रीच्या बाबतीतही घडतं आहे... जवळजवळ रात्रभर ही स्त्री वेदना सहन करते आहे. आणि आत्ता अगदी थोड्याच वेळापूर्वी, म्हणजे सूर्योदय होण्याच्या जरासं आधी ती प्रसूत झालीये. आपला खालचा ओठ दाताने जोरात चावत, जरासं कण्हत-कुंथत, एक शेवटचा जोर लावून तिनं एका अगदी सशक्त, टकलू, अशा छोट्याशा सुदानी मुलाला या जगात आणलंय.

आणि अशा तऱ्हेनं माझा सातवा दिवस सुरू झालाय.

आणि तोही कालच्या सारखाच चालला आहे. अगदी व्यस्त असा. आजचा माझा बराचसा वेळ त्या टी.बी. झालेल्या लहान मुलाकडे लक्ष देण्यातच गेलाय... कारण त्याला आता कावीळ झाली आहे.

पण आजचा दिवस संपतोय कसा याची एक वेगळीच कहाणी आहे.

रात्री वॉर्डमधून किंवा इतर कुठून बोलावणं आलं तर माझ्याऐवजी हैदी तिथे जाईल, असं तिनं अगदी दयाळूपणानं मान्य केलंय... आणि आता रात्र व्हायला लागलेली असताना, ही गोष्ट माझ्यासाठी फारच दिलासा देणारी आहे. पण नाही... पुन्हा गोळीबाराचे आवाज ऐकू आलेत, आणि आम्ही दोघेही आमच्या ‘सेफ रूम’मध्ये येऊन थांबलोय... अगदी टक्क जागे आहोत आम्ही. आवाज

पूर्ण थांबल्याची खात्री झाल्यावर आम्ही तिथून बाहेर पडलोय आणि मी माझ्या झोपडीत परत आलोय... पण अजूनही झोपायचा योग दिसत नाहीये. कारण माझ्यापाठोपाठ लगेचच एक सुरक्षारक्षक पुन्हा माझ्या 'टुकुल'कडे आलाय.

"शामियन..." तो ओरडतच हाक मारतोय... माझ्या 'डॅमियन' या नावातला 'ड' काही त्याला म्हणता येत नाहीये.

"हैदीला बोलाव... हैदीला... मला नाही.."

"काय?"

"अरे हैदीला बोलाव.... शेजारचं दार वाजव."

"काय? शामियन?"

"हैदी रे..."

"काय म्हणालात?"

... कठीण आहे याच्यापुढे. जाऊ दे. मीच उठलोय आणि दाणदाण पावले टाकत आवार ओलांडून इथे दाखल केलेल्या रुग्णांच्या वॉर्डमध्ये आलोय. वॉर्डमधला हा कॉल म्हणजे हे असं बोलावणं समजण्यासारखं आहे. गेल्या सात रात्रींसारखंच मला असं जागं राहावं लागलंय– गंभीर अवस्थेतल्या रुग्णांसाठी जागं राहावं लागलं तर माझी हरकत नसते कधीच... पण बऱ्याचदा असं होतं, की ज्या गोष्टींसाठी सकाळपर्यंत थांबणं शक्य असतं, अशा किरकोळ गोष्टींसाठीही मला अर्ध्या रात्री बोलावलं जातं... पण आज वॉर्डात शिरल्याशिरल्याच कधी नव्हे ते 'गुड मॉर्निंग' म्हणत माझं उत्साहात स्वागत केलं गेलंय. काही तातडीची वेळ असती, तर अशा शुभेच्छांची मी स्वप्नातही अपेक्षा केली नसती.

"काय झालंय डेंग?"

"एक छोटीशी समस्या आहे," डेंग म्हणतोय आणि मला वॉर्डच्या आत घेऊन जातोय. जिथं जिथं अगदी थोडीशीही जागा मिळेल, तिथे तिथे माणसं झोपलेली आहेत – सरळपणे जाताच येणार नाही अशी. त्यांना ओलांडत अगदी जपून पाय टाकत आम्ही निघालोय. माझ्या कपाळावर मी जो दिवा अडकवलाय, त्यातून एक प्रकाशाचा झोत पडतोय तेव्हढाच. बाकी सगळीकडे अगदी मिट्ट काळोख आहे. एकही माणूस कुठलीही हालचाल करत नाहीये. अर्धा वॉर्ड पार केल्यानंतर आमच्या उजव्या हाताला ॲनिमिया झालेली एक स्त्री रुग्ण आहे. जिच्या शिरेतून दिल्या जाणाऱ्या रक्ताच्या पिशवीतून आता शेवटचे काही थेंब पडताहेत. तिच्या शेजारच्या कॉटवर एक अगदी तान्हं बाळ आहे, ज्याला श्वसनाचा त्रास होतोय. अगदी घट्ट असं मिल्कशेक स्ट्रॉने पिताना जसा आवाज येईल, तसा त्याच्या श्वासोच्छवासाचा आवाज येतोय. या दोघांना ओलांडून पुढे जात, आम्ही एका कॉटपाशी थांबलोय, चेहऱ्यावर प्रचंड सूज आलेल्या एका माणसाला कालच

इथे दाखल केलं गेलंय. त्याच्या टाळूवर सापाने दंश केल्यामुळे त्याची अशी अवस्था झालीये, आणि तो झोपलेला असताना त्याला साप चावला असं तो सांगतोय. ते विष उतरवणाऱ्या औषधाचा आणि अँटिबायोटिक्सचा पुरेसा डोस त्याला एव्हाना दिला गेलाय.

"हे औषध त्याला द्यायचं आहे." त्या माणसाच्या औषधाच्या तक्त्यावरचं एक नाव दाखवत डेंग म्हणतोय.

मी त्याला 'हो' म्हणतो.

"आपण नेमकं काय करायला हवं?" तो विचारतोय.

"कशाचं काय करायला हवं म्हणतोयस?" मी न कळून विचारतोय.

"या औषधाचं?"

"नेमकं काय विचारायचं आहे तुला?"

माझं बोलणं कळत नसल्यासारखा डेंग माझ्याकडे पाहतोय.

"काय म्हणणं आहे तुझं?" मी परत विचारतोय त्याला.

"तुम्हालाही हेच औषध योग्य वाटतंय याची आम्हाला खात्री करून घ्यायची होती, आणि हा डोस योग्य आहे की नाही हेही तपासायचं होतं," डेंग म्हणतोय.

वॉर्डमधून बाहेर पडण्यासाठी मी वळतो. आत्ता जर मी इथून बाहेर पडलो नाही, तर मी आजवर धारण केलेल्या शांतपणाच्या मुखवट्याला जे सतत तडे जात असतात, ते पहिल्यांदाच उघडे पडतील हे नक्की. पण डेंगही माझ्यापाठोपाठ येतोय हे पाहून मी थांबलोय. त्याला कळणार नाही असं काहीतरी बोलावं जेणेकरून त्याचा अर्थ लावता लावता त्याला विचारायचा असलेला प्रश्न तो विसरून जाईल असा माझा प्रयत्न आहे. पण नाही... मी तसं करू शकलेलो नाही. मग माझा सगळा राग मी या माणसावर काढतोय. मी ओढतच त्याला वॉर्डपासून थोडं लांब नेलंय आणि त्याची कानउघाडणी करतोय... पण तो शांत उभा राहून सगळं ऐकून घेतोय... मान खाली घालून उभा राहिलाय बिचारा... माझ्यापेक्षा एक फूटभर तरी उंच असेल हा. शेवटी एकदाचं मी माझं बोलणं जेव्हा थांबवलंय, तेव्हा तो अगदी नेभळटपणानं मला विचारतोय की त्या औषधाचा डोस बरोबर आहे ना, हे मी त्याला निश्चितपणे सांगावं.

"डेंग, नेहमी देतो तेवढाच डोस द्यायचा आहे."

नेहमीसारखा म्हणजे नेमका किती हे त्याला कळतच नाहीये.

चडफडत मी पुन्हा वॉर्डमध्ये आलोय. एम.एस.एफ.ने तयार केलेलं औषधाविषयीचं पुस्तक शोधून काढलंय. इथल्या प्रत्येक वॉर्डमध्ये या पुस्तकाची प्रत ठेवलेली आहे. सगळ्या प्रकल्पांमध्ये काम करणाऱ्या आरोग्यसेवकांसाठी उपयुक्त असणारं हे एक उत्कृष्ट पुस्तक आहे आणि समजायला आणि वापरायलाही

अगदी सोप्पं आहे.

''या पुस्तकात शोध तुला काय हवंय ते. तुझं काम तुझ्याऐवजी मी करणार नाहीये.'' मी जरा दटावूनच डेंगला सांगतोय.

पुस्तक हातात घेऊन तो नुसतीच पानं चाळत उभा आहे.

''अरे 'फ्लुक्लोझॅसिलिन' औषध शोध डेंग.'' एफमध्ये... सूची बघ पुस्तकाची.''

तो माझ्याकडे पाहतोय...

''सूची बघ सूची... पुस्तकाच्या शेवटी आहे ती.''

तरीही तो नुसताच माझ्या तोंडाकडे बघत राहिलाय.

त्याच्या हातातून पुस्तक घेऊन मी सूची असलेलं पान उघडलंय आणि पुस्तक पुन्हा त्याच्याकडे दिलंय.

''प्रो, प्रान...'' डेंग मोठ्याने वाचतोय.

''अरे हे 'P' पासून सुरू होणारे शब्द आहेत. फ्लुक्लोझॅसिलिन हा 'F' पासून सुरू होणारा शब्द आहे. 'एफ'पासून सुरू होणारे शब्द बघ.''

तो त्या पुस्तकाची पानं चाळतोय... कधी पुढची... कधी मागची... अगदी कशीही .... ''साल, बु, टा...'' असं काहीतरी वाचतोय.

देवा! काय करू मी आता याचं? ''हे बघ एफ फ्लूक्लोझॅसिलिन... पान क्रमांक साठ... आद्याक्षरांनुसार आखणी केलीये या पुस्तकाची... बघ इथे... आणि औषधाच्या सगळ्या मात्रांची माहिती दिलेली आहे इथे. आता हा तक्ता वाच, आणि प्रौढ माणसाला या औषधाचा किती डोस द्यायचा हे तूच मला सांग.''

खूप वेळ तो नुसताच त्या पानाकडे बघत बसलाय आणि काही सांगत मात्र नाहीये. त्या पुस्तकातल्या ओळींवर बोटे फिरवत तो अगदी सावकाशपणे एक एक शब्द वाचतोय... नेमका कोणता डोस सांगायचा हे ठरवण्याचा प्रयत्न करतोय... आणि अचानक माझी मलाच लाज वाटायला लागली आहे. कुठंतरी जाऊन दडून बसावं असं वाटतंय... कारण पाहा ना... कुणीतरी खूप मोठा माणूस असल्यासारखा वागतोय मी आत्ता... युद्धाचा अनुभव घेत घेत वाढलेल्या, एका तरुण, अर्धशिक्षित आणि नव्यानंच कामाला लागलेल्या आरोग्यसेवकाची चक्क खरडपट्टी काढतोय मी... माझी मर्यादा कधी आणि अशी कशी ओलांडली मी? यापूर्वीही काही माणसांचं अशा प्रकारचं वागणं मी पाहिलेलं आहे. अगदी स्वयंसेवकांचं, स्थानिक कर्मचाऱ्यांचंही असं वागणं अनुभवलंय आणि या वागण्याचा मला तिटकारा वाटतो प्रत्येक वेळी. मोझाम्बिकमध्ये असताना मी स्वतःही एकदा असा वागलो होतो हे मला आठवतंय आत्ता... तिथे एकदा बऱ्याच माणसांचा एक घोळका आमच्या तंबूत घुसण्याचा प्रयत्न करत होता, तंबूत नुसती गर्दीच गर्दी व्हायला लागली होती. वारंवार आवाज वाढवत मी त्यांना मागं हटायला

सांगत होतो, 'तसं केलं नाही तर आम्हाला निघून जावं लागेल' अशी ओरडून धमकीही देत होतो. त्या गर्दीत मला माणसं दिसेनाशी झाली होती... त्याऐवजी त्यांच्या मागण्यांची एक मोठी भिंत तिथे उभी आहे, असंच वाटत होतं. या क्षणी ते सगळं अचानक आठवतंय मला...

मी डेंगच्या हातातून पुस्तक काढून घेतो. "हा आठवडाच फार वाईट गेलाय माझा." मी त्याला सांगतोय... "मला माफ कर मित्रा. तुझी काहीच चूक नाहीये यात. मी उगीचच चिडलो तुझ्यावर. लागेल असं बोललो. पण मी खूप दमलोय रे. मी खरंच तुझी माफी मागतो."

यावर त्याने जे उत्तर दिलंय त्यानं एकदम शांत झालोय मी... जरासा भारावूनच गेलोय खरं तर. "इथले डॉक्टर आम्हाला वडलांसारखे वाटतात." तो अगदी प्रेमानं आणि मनापासून बोलतोय. "आम्हाला त्यांच्याबद्दल खूप आदर वाटतो. पण त्यांच्याशी बोलणं, वागणं आमच्यासाठी खूप कठीण असतं. आम्ही त्यांना बोलावतो ते त्यांना कधीकधी आवडत नाही, तर कधी कधी असं होतं की आम्ही त्यांना बोलावलं नाही म्हणून ते चिडतात. तुम्हाला आत्ता या वेळी इथे बोलावल्याबद्दल मी तुमची माफी मागतो."

"अरे तू माझी माफी मागण्याची काहीच गरज नाही. तुला गरज वाटेल तेव्हा तू मला निःसंकोचपणे उठवत जा." त्याला असं सांगून मी माझ्या 'टुकुल'कडे परत आलोय आता...

आल्या आल्या मच्छरदाणीत शिरून मी स्वतःला जणू अंथरुणात गाडून टाकलंय... खूप म्हणजे खूपच, आणि भयानक असा अस्वस्थपणा जाणवतोय मला.

***

पण दुसऱ्या दिवसाची दुपार झालीये आता आणि माझा अस्वस्थपणाही खूपच कमी झालाय. इथे परत आल्यापासूनचा हा आठवा दिवस आहे माझा. पण आज माझा धीर खचल्यासारखा झालाय, हातपाय गळून गेल्यासारखं वाटतंय... कारण टी.बी. झालेल्या त्या छोट्या मुलाचा मृत्यू झालाय आज. या गेल्या आठवड्यात झालेला हा नववा मृत्यू आहे. या आमच्या प्रकल्पाचं कार्यक्षेत्र खूप मोठं आहे. या क्षेत्रात एक लाख साठ हजार माणसं राहत असावीत, असा आमचा अंदाज आहे. म्हणजे माविंगापेक्षा हा प्रकल्प पाचपट मोठा आहे, असं म्हणायला हरकत नाही. इथे कार्यरत असणारे सगळे जण मिळून वर्षाला चाळीस हजार बाह्यरुग्णांवर उपचार करतात, आणि जवळजवळ पाच हजार रुग्णांना इथे दाखल करून घेतात. पण तरीसुद्धा मृत्यूचा हा आकडा काळजी करण्यासारखाच आहे.

याच विषयावर बोलण्यासाठी मी, हैदी, मरिना आणि झोए असे सगळे आत्ता

दुपारी जमलो आहोत. आमच्यापैकी झोए या प्रकल्पात वैद्यकीय चिकित्सेचं काम करत नसली तरी अतिशय अनुभवी अशी परिचारिका आहे. आवारातल्या एका मोठ्या झाडाच्या सावलीत मांडलेल्या टेबलाजवळ आम्ही जमलो आहोत. रुग्णांविषयी पूर्ण माहिती देणारे जे तक्ते बनवले जातात, ते आम्ही टेबलावर पसरून ठेवलेत, आणि या मृत्यूंची कारणे शोधण्याचा प्रयत्न करतोय... म्हणजे आमच्याकडून काही चुकतंय का? किंवा एखाद्या स्पष्ट दिसणाऱ्या गोष्टीकडे आमचं दुर्लक्ष होतंय का? मरण पावलेल्या प्रत्येक रुग्णाची माहिती नीटपणे पाहताना मी माझा बचाव करण्याचा प्रयत्न करतोय, असं मला जाणवायला लागलंय. या सगळ्या मृत्यूंसाठी मी कारणीभूत असलो, तर मग?

हे सगळे रुग्ण नेमके कसे आणि केव्हा मरण पावले हे अगदी बारकाईनं पाहता पाहता मी इतरांना असं सांगितलंय की या सगळ्यांच्या माहितीचा मी एक तक्ता तयार करेन. या संदर्भात जोसेफशी आणि पोषण विभागात काम करणाऱ्या इतरांशीही बोलेन. या बाबतीत ते सगळे जण कोणत्या नियमांचा अवलंब करतात ते नीटपणे बघेन आणि सर्व गोष्टी सविस्तरपणे लिहून काढेन... मी असा न थांबता बोलतच राहिलोय. कारण मी जर बोलायचा थांबलो तर एकतर मला रडू तरी कोसळेल, नाहीतर मी तिथेच गाढ झोपून तरी जाईन. पण मरिना खूप चलाख आहे. माझ्या मनाची अवस्था बहुतेक तिनं ओळखली आहे. मला दिलासा द्यावा तसं ती सांगते आहे, की नेहमीपेक्षा हा आठवडा खूपच घाईगडबडीचा होता आणि मी ज्यांच्यावर उपचार करत होतो तेवढेच रुग्ण काही दगावलेले नाहीत, तर आम्हा सर्वांच्याच देखरेखीखाली असणारे रुग्ण दगावले आहेत. अशा प्रसंगी नेहमी सकारात्मक गोष्टींवर लक्ष केंद्रित करायला हवं, असंही सांगते आहे ती मला. ही गोष्ट माविंगात असतानाही चांगलीच शिकलोय मी. आता मीही सावरलंय स्वतःला आणि पुढच्या कामाला लागलोय. मी माझ्या पेशंट्सचा विचार करतोय... इथे दाखल करून घेतलेले पन्नासहूनही जास्त पेशंट्स, टी.बी. झालेले चाळीस पेशंट्स, बावीस कुपोषित मुलं, एच.आय.व्ही. बाधित डझनभर पेशंट्स, या आठवडाभरात इथे येऊन गेलेले तेराशे बाह्यरुग्ण, ज्यांची प्रकृती आता ठीक आहे.

या अशा सगळ्या विचारमंथनात मी गुंतलेलो असतानाच, मरिना थंडगार 'इथिओपियन बेडेल' बिअर घेऊन आलीये. खुर्चीत मागे रेलून बसत, आम्ही तिचे घोट घेतोय. लांबवर कचरा पेटवल्यानं निघणाऱ्या धुराचे तरंग पाहतोय... आणि अचानक मला मुख्य दारापाशी काहीतरी हालचाल चालू असल्याचं दिसतंय.

मी दचकलोय.

आता आणखी एखाद्या निकडीच्या प्रसंगाला तोंड देणं माझ्यासाठी अशक्य आहे.

मी दाराकडे नुसताच बघत राहिलोय.

सुरक्षारक्षक असेल का तिथे?

नाही, हा सुरक्षारक्षक नाहीये. 'टी.बी. व्हिलेज'मध्ये राहणारा हा एक छोटा मुलगा आहे. कायम फक्त मण्यांच्या माळा घालून फिरणारा हा मुलगा मला माहिती आहे... नेहमीच याच्या कमरेभोवती पांढऱ्या मण्यांची माळ असते आणि मानेभोवती लाल मण्यांची माळ असते. बाकी कापडाचा एक धागाही नसतो याच्या अंगावर कधी... कुल्ल्यांवर हात ठेवून आमच्याकडे बघत नुसताच उभा राहिलाय आता. मी त्याच्याकडे पाहून हात हलवल्यावर तोही जरासा घुटमळतच आपला हात हलवतोय. नाहीतर अगदी निश्चलपणे नुसता उभा राहिलाय आणि आम्ही काय करतोय, तर नुसतंच एकाग्रपणे त्याच्याकडे पाहत बसलोय... त्याचं फुगीर पोट... आमच्याकडे पाहतांना बारीक झालेले त्याचे डोळे आणि अगदी हळूच हलणारं त्याचं डोकं.

आत्ता तो मुलगा नेमका काय विचार करतोय, ते बरोबर ओळखणाऱ्याला मी वाट्टेल ते द्यायला तयार आहे.

तरंगत्या आठवणी

हे पहाटेचं आकाश राजमार्गासारखं दिसतंय, ज्यावरून हळुवार पावलांनी चालत पहाट आली आहे असं वाटतंय. रात्री अन्न शोधायला बाहेर पडलेली आणि उजाडू लागताच नदीकाठावरच्या दूरवरच्या झाडांवरच्या आपल्या निवाऱ्यात परतणारी हजारो वटवाघळं पाहत मी आमच्या कुंपणाजवळ उभा आहे. त्यांचा इतक्या मोठ्यानं किलबिलाट चाललाय, की जणू काही कालच्या रात्रभरात घडलेल्या सगळ्या गोष्टी ते एकमेकांना सांगताहेत. सगळे जण एकमेकांना धक्के देत, रेटारेटी करत त्या घनदाट झाडांवर जागा शोधण्यासाठी खाली-वर उडताहेत. जागा मिळाली की त्या जाडजूड फांद्यांवर मोठ्या मोठ्या काळ्या रंगाच्या प्लम्ससारखे लटकत ते दिवसभर झोपा काढणार आहेत. ...एकीकडे शेकडो पाणपक्षी गोळा झालेत... ते 'हेरॉन्स' असावेत असं वाटतंय... मोठ्या थव्यानं ते उडत असताना हुबेहूब बाणाच्या टोकाचा आकार असावा, तसे दिसताहेत. आता ते एखाद्या दूरच्या दलदलीच्या जागी उडत जातील... नेमके कुठे जातात ते काही समजत नाही, पण आज संध्याकाळी ते अशाच प्रकारे एका विशिष्ट आकारात उडतच इथे परत येतील. म्हणजे सर्वांत पुढे एकच पक्षी असेल. बाकी सगळे त्याच्यापाठोपाठ अगदी नीटपणे उडत येतील... तसाच बाणाच्या टोकाचा आकार साधत. गंमत म्हणजे त्या थव्यातला एकही पक्षी कधी आपला थवा सोडून इकडेतिकडे भरकटत जात नाही. ठराविक काळानंतर, सर्वांत पुढे उडणारा तो 'नेता' आपली जागा सोडून मागं येतो, आणि दुसरा पक्षी क्षणार्धात त्याची जागा घेत, मार्गदर्शकाचं काम करायला लागतो... आणि हे सगळं उडताउडताच चालू असतं. या इतक्या पक्ष्यांचे पंख एकाच वेळी फडफडत असताना मागे ढकलल्या जाणाऱ्या हवेचा आवाज माझ्या झोपडीतसुद्धा स्पष्टपणे ऐकू येतो. झोपेतून जागं होताना तर हा आवाज अतिशय आल्हाददायक वाटतो.

इथला माझा दुसरा आठवडा आता बराच उलटून गेलाय. आज मी नेहमीपेक्षा

जरा लवकरच उठलोय. बाकी सगळे अजून झोपलेलेच आहेत, पण पॉल मात्र उठून कामालाही लागलाय. इथे आम्ही एक नवा पौष्टिक आहार कक्ष सुरू करतोय. त्यासाठी लांबलचक तुळया तो हातानंच कापून तयार करतोय आणि सूर्य उगवण्याआधी त्याला हे काम पूर्ण करायचं आहे. आमच्या पुढच्या प्रवेशद्वारापाशी एक कर्मचारी उभा आहे... इतके नीटनेटके आणि उत्तम कपडे घातलेला एम.एस.एफ.चा कर्मचारी मी आजपर्यंत कधी पाहिलेला नाही... अगदी युरोपमधल्या त्यांच्या ऑफिसेसमध्येही नाही... हा आहे एक सुरक्षारक्षक, जो आता इथे दिवसपाळी करण्यासाठी हजर झालाय... व्यवस्थित इस्त्री केलेला शर्ट, टाय आणि पूर्ण काळा सूट परिधान केलेला हा सुरक्षारक्षक बघताना छान वाटतंय. ''हाय डेनिस,'' तो माझ्याकडे बघून हसतो. मीही हसूनच त्याला प्रतिसाद देतो. दोन आठवडे गोड गोड बोलून त्याला शिकवल्यानंतर आता आम्ही 'शामियन'वरून 'डेनिस'पर्यंत आलोय... हेही नसे थोडके.

हॉस्पिटलचं मुख्य आवार अजूनही एकदम शांत शांत आहे... एका तासानंतर इथे जी गडबड आणि गोंधळ चालू होईल, त्याचा मागमूसही नाहीये आत्ता इथे. आत्ता फक्त काही लहान मुलं कुंपणाजवळ खेळताहेत. पौष्टिक पोषण विभागाच्या मागच्या बाजूला सामुदायिक वापरासाठी जी एक मोठी चूल मांडलेली आहे, त्यावर काही बायका पाणी तापवताहेत. त्यांच्या हातातली भांडी ब्रिटिश वसाहतींच्या जमान्यातली असावीत तशी दिसताहेत. म्हणजे खरोखरच ती त्या काळातली असूही शकतात. त्या बायकांच्या शेजारीच इथला आचारी रुग्णांना देण्यासाठीचा नाश्ता ढवळत बसलाय. नाश्ता म्हणजे काय तर एका मोठ्या पातेल्यात उकळत ठेवलेलं मातीसारख्या तपकिरी रंगाचं एक प्रकारचं गवती धान्य... घट्ट असा लाव्हारस दिसतो, तसंच दिसतंय ते... एका लांबलचक लाकडानं तो आचारी ते ढवळतोय. आणि ते लाकूड म्हणजे खरंच जुनं वल्हं असू शकतं... इथे अशक्य नाहीये ते. त्या सगळ्यांना 'हॅलो' करायला मी क्षणभर तिथे थांबलोय आणि मग वॉर्ड्सकडे अजिबात न बघता, सरळ मुख्य प्रवेशद्वाराकडे निघालोय. बाह्यरुग्ण विभागात काम करणारा आणि हातातल्या घड्याळावर सतत चापट्या मारत राहणारा तो डेव्हिड नावाचा आरोग्यसेवक तिथे मला भेटणार आहे. वॉर्डमधली तपासणी फेरी सुरू होण्याआधी तो मला त्याचं घर दाखवणार आहे... त्यानं तसं कबूलच केलंय.

मी आणि डेव्हिड आता उत्तरेच्या भागात चाललोय. नदीपासून बरंच लांब जात नासिरमधल्या सकाळच्या वर्दळीच्या भागात आलोय. सगळीकडे नजर टाकल्यावर दिसते आहे, संयुक्त राष्ट्रसंघाची एकमेव लॅन्डक्रूझर गाडी, मिलिटरीच्या आवारात उभे केलेले दोन ट्रक, बाजाराच्या दिशेनं निघालेली शेकडो माणसं आणि बहुधा

शाळेत निघालेले लहान मुलांचे घोळके. आसपास काही सायकलीही दिसताहेत, शिवाय काही टॅक्सी पण आहेत. टॅक्सी आणि काही सायकली यांना भडक रंगाचे प्लॅस्टिकचे झेंडे लावून त्या सजवलेल्या आहेत किंवा मग काहींवर काही चिन्हे अगदी ठळक दिसतील अशी रंगवलेली आहेत. काही सुदानी पौंडांच्या बदल्यात याचे चालक तुम्हाला मागच्या कॅरिअरवर बसवून हवं तेथे नेऊन सोडतात.

“माझं घर काही फार मोठं नाहीये.” माफी मागितल्यासारखं डेव्हिड म्हणतोय. गवताचं कुंपण उभारून त्याच्या आत आणखी लहान लहान कुंपणांचा एक पुंजका असलेला मला दिसतोय. हॉस्पिटलपासून अगदी पाचच मिनिटांच्या अंतरावर ही घरं आहेत. तिथे एकूण तीन 'टुकुलं' आहेत. त्यातल्या डेव्हिडच्या टुकुलला लागून असलेल्या आवारात प्लॅस्टिकचं छत घालून शेळ्या-मेंढ्यांसाठी असावा तसा एक निवारा तयार केलेला आहे, जिथं काही बकरे हिंडताना दिसताहेत. आफ्रिकेमधल्या बऱ्याच खेड्यांमध्ये कोंबड्या वगैरे पाळलेल्या दिसतात. पण इथे मात्र कुठंच कोंबड्या दिसत नाहीयेत... न्यूएर लोक कोंबड्या खात नाहीत, हे कारण असावं बहुतेक.

त्या तीनपैकी पहिल्या टुकुलमध्ये डेव्हिड मला घेऊन आलाय. दोन छोटे पलंग, एक टेबल आणि काही खुर्च्या, एवढंच फर्निचर आहे तिथे. मला अगदी पाहिल्या-पाहिल्या आवडलंय हे टुकुल. ते बांधायला सोप्पं नाही हे तर लगेचच लक्षात येतंय. त्याची भिंत गोलाकार आहे आणि ती मातीनं लिंपलेली आहे. पण छताची आतली चौकट बनवण्याचं काम मात्र गुंतागुंतीचं आणि जिकिरीचं असणार हे स्पष्टपणे लक्षात येतंय. जाडसर काठ्यांना अगदी काळजीपूर्वक आकार देऊन त्याची एक जाळी बनवलेली आहे. झाडांच्या सालांचेच दोर बनवून बऱ्याचशा लहान-लहान लाकडी पट्ट्या त्या जाळीवर बांधलेल्या आहेत. सगळ्यात वर वाळलेला जाडसर पेंढा, विणकाम केल्यासारखा बांधून टाकलेला आहे. या झोपडीचा बाहेरून दिसणारा आकार, गवताच्या रंगाचं भलं मोठं 'बाल्की' चॉकलेट असावं तसा दिसतोय. चार मीटर्सपेक्षा जास्तच उंची असलेल्या, थोड्या मोठ्या झोपड्या, गोठा म्हणून वापरतात असं दिसतंय. ओसाड जमिनीवर बांधलेल्या शंकूच्या आकाराच्या अशा शेकडो झोपड्या, दररोजच संध्याकाळी लाल रंगानं झगमगणाऱ्या आकाशाच्या पार्श्वभूमीवर अगदी चित्र काढल्यासारख्या दिसतात, तेव्हा एका वेगळ्याच जगात गेल्यासारखं वाटतं.

डेव्हिडच्या घरासमोर काही लहानलहान मुलं रेटारेटी करत उभी आहेत. “ही सगळी तुझी मुलं आहेत का?” मी डेव्हिडला विचारतोय... आणि तो नुसताच हसतोय. “शक्यच नाही,” तो म्हणतोय. त्याला दोन बायका आहेत आणि त्या दोघींची मिळून फक्त पाच मुलं आहेत. ते सगळे त्याच आवारात राहतात.

धाकटी तीन मुलं तिथे समोरच असतात, तो ती दाखवतो. आणि सांगतो की एक मोठा मुलगा 'जुबा'मध्ये असतो. आणि आणखी एक आहे, तो मेंढरांना घेऊन गेलाय. ''हे धाकटे तिघं तुम्हाला बघण्यासाठी इथे उभे आहेत. मला वाटतं एखादा गोरा माणूस इतक्या जवळून याआधी त्यांनी कधीच पाहिलेला नाही.'' डेव्हिड सांगतोय.

हे ऐकण्याची सवयच झाली आहे आता मला. या गेल्या एक-दोन वर्षांत मला पाहून आश्चर्यचकित झालेली किंवा घाबरलेली, एकदम भोकाड पसरून रडायला लागलेली, नाहीतर माझ्यापासून लांब पळून जाणारी काही लहान मुलं मी पाहिली आहेत. खिळून उभी राहणारी, माझ्याकडे नुसतीच टक लावून पाहत राहणारी किंवा जरा जास्त धीट असल्यामुळे माझ्या पायावर चापट्या मारणारी मुलंही पाहिली आहेत. पण त्या मुलांपेक्षा ही आत्ता समोर असलेली मुलं वरचढ आहेत, असंच म्हणावंसं वाटतंय मला. ते तिघं जण माझ्या पायांजवळ वाकून उभे राहिलेत आणि हळूच माझ्या पायावरचे केस ओढून बघताहेत. दोन लहान मुलं माझ्या हातावर आपला हात जोरानं घासताहेत. माझा हात त्यामुळे गरम होतोय हे लक्षात आल्यावर आणखीच जोर लावून आणि वेगानं त्यांचं हे काम चालू झालंय. त्या मुलांचं नेमकं काय चाललंय हे मला समजत नाहीये. स्वतःचा गरम झालेला हात आपली थुंकी लावून गार करण्यासाठी एकजण जरासा थांबलाय. पण लगेचच त्यानं पुन्हा हात घासायला सुरुवात केलीये. या वेळी त्याचा वेग जरा वाढलाच आहे. आणि आत्ता माझ्या डोक्यात प्रकाश पडलाय... हे असं का करताहेत याबद्दल... त्यांना कदाचित असं वाटत असावं की मीही त्यांच्यासारखाच काळ्या वर्णाचा आहे. घट्ट धूळ चिकटलेल्या माझ्या पांढऱ्या कातडीखाली, त्यांच्यासारखीच तुकतुकीत काळी त्वचा आहे.

डेव्हिडनं त्या मुलांना आता तिथून हाकललं आहे आणि अभिमानानं त्याचं उरलेलं आवार दाखवतोय. ''पण माझं घर तुमच्या घरासारखं नक्कीच नाहीये. अमेरिकेतलं तुमचं घर याहून नक्कीच मोठं असणार हे मला माहिती आहे...'' तो म्हणतोय.

''अरे अमेरिकेत नाही... ऑस्ट्रेलियात... तुला माहिती नाही का, मी ऑस्ट्रेलियाचा आहे ते?'' तो गर्रकन माझ्याकडे वळतो. ''हो का? म्हणजे मेलबर्नचा आहेस की सिडनीचा?'' तो हा प्रश्न विचारेल असं वाटलंच नव्हतं मला. मी मेलबर्नचा असल्याचं त्याला सांगताच, त्याचा चेहरा एकदम उजळलाय.

''अरे वा! माझा एक मित्र वेरिंगबीला राहतो...'' तो सांगतोय.

त्याचं बोलणं ऐकून मला चक्कर यायचीच बाकी आहे... हा माणूस, जो आफ्रिकेतल्या या प्रदेशाच्या बाहेरही नक्कीच कधी गेलेला नाहीये, तो मेलबर्नमधल्या

एका उपनगराचं नाव स्पष्टपणे उच्चारू शकतोय, याचंच मला खूप आश्चर्य वाटतंय. तो तिथे कधी गेला होता का? या प्रश्नाचं उत्तर 'नाही' आहे.

"पण सुदानमधली अनेक माणसं ऑस्ट्रेलियाला गेली होती." तो म्हणतो आणि हे खरं आहे. काही वर्षांपूर्वी ऑस्ट्रेलियामध्ये समुद्रकिनाऱ्यावर असणाऱ्या एका छोट्याशा शहरात मी जेव्हा काम करत होतो, तेव्हा अचानकपणे मला ही गोष्ट कळली होती. अलीकडच्या काही वर्षांत, दक्षिण सुदानमधल्या वीस हजार नागरिकांना ऑस्ट्रेलियात आश्रय दिला गेला आहे. परिणामतः डिंका जमातीच्या अनेक कुटुंबांचं ऑस्ट्रेलियात पुनर्वसन झालं आहे. त्यामुळे एरवी पूर्णपणे गोऱ्या लोकांनी व्यापलेल्या त्या शहरामध्ये आता या कृष्णवर्णीय लोकांचे छोटे छोटे, पण ठळकपणे लक्षात येणारे गट तयार झालेले आहेत. अतिशय उष्ण आणि कोरड्या प्रदेशात उभारलेल्या निर्वासित छावण्यांमधून, या अशा सतत पावसाळी आणि थंड हवामान असणाऱ्या, अत्यंत श्रीमंत आणि समृद्ध शहरात जेव्हा या लोकांना आणलं गेलं, तेव्हा त्यांच्या मनात नेमक्या कोणत्या विचारांची गर्दी झाली असेल, याची कल्पनाही मी करू शकत नाहीये.

आणि त्या वेळी या शहरातल्या लोकांना काय वाटलं असेल, याचाही अंदाज मला बांधता येत नाहीये. कारण आता आफ्रिकेत इतके दिवस राहिल्यानंतर न्यूएर लोक वेगळेच, लक्षणीय म्हणावेत असे दिसतात, हे माझ्या लक्षात आलंय. आता डेव्हिडचंच उदाहरण द्यायचं झालं, तर हा सहा फूट तीन इंच उंचीचा लांबसडक आणि जाडजूड हात-पाय असणारा, पूर्णपणे काळीभोर त्वचा असणारा, सौम्य, सभ्य आणि देखण्या चेहऱ्याचा माणूस आहे. आणि इथल्या अनेक माणसांची दातांची ठेवणही अगदी वेगळी, विशेष अशी असते – म्हणजे डेव्हिडलाही खालचा अगदी समोरचाच एक दात आणि वरचे दोन सुळे नाहीयेत... म्हणजे या लोकांच्या धार्मिक रूढींनुसार लहानपणीच ते मुद्दाम काढून टाकलेले असतात... मी असं ऐकलंय की न्यूएर लोकांना असं वाटतं, की या दातांमुळे ते लोक 'तरस' या प्राण्यासारखे दिसतात... याव्यतिरिक्त या लोकांच्या कपाळावर असणाऱ्या, जखमेची खूण असावी तशा सहा ठळक रेषा... असं म्हणतात की जखमा इतक्या खोलवर केलेल्या असतात की, या प्रांतात ज्या कवट्या सापडतात, त्या कवट्यांवरसुद्धा या खुणा शिल्लक असलेल्या दिसतात. बाप रे... कल्पनेनंही काटा आला अंगावर...

"अशा जखमा केल्याचं तुला आठवतंय का?" असं मी डेव्हिडला विचारताच तो जोरानं मान हलवत सांगतोय की, "हो, त्यावेळी मला चौदावं वर्ष चालू होतं. एखादा मुलगा जेव्हा 'पुरुष होतो, तेव्हा अशा जखमा करतात आणि त्या वेळी त्या मुलानं अजिबात रडायचं नसतं. रडणं ही लाजिरवाणी गोष्ट समजली जाते.

आणि अशा वेळी अगदी हूं की चूंसुद्धा करायचं नसतं... अजिबात हलायचंही नसतं. कारण जर तो मुलगा जरासा जरी हलला, तरी या जखमा सरळ रेषेत करता येणार नाहीत, आणि तो मुलगा अजिबात धीट नव्हता हे मग प्रत्येकाच्या कायमचं लक्षात राहील.'' हे सगळं करत असताना तो पूर्णपणे शुद्धीत होता... तो पुढे सांगतोय.... असे संस्कार करणारे 'गर' या नावानं ओळखले जाणारे जे प्रमुख असतात, ते एका धारदार सुरीनं जखमा करण्याची ही प्रक्रिया पार पाडतात... ही प्रक्रिया झाल्यानंतरची दुपार खरोखरच संस्मरणीय असते म्हणे. मग त्या मुलाचा 'सुंता' केला जातो. ''पण हा क्षण खूप अभिमानास्पद असतो.'' डेव्हिड मला सांगतोय. याच वेळी त्या माणसाच्या ताब्यात कळपातलं पहिलं जनावर दिलं जातं.

खरं तर मला डेव्हिडला युद्धाबद्दल विचारायला जास्त आवडेल. त्यातूनही मला आवर्जून हे विचारायचं आहे, की त्या युद्धातून तो वाचला कसा : युद्धामुळे नासिरची स्थिती सर्वांत वाईट झाली होती. सैन्यात नसलेल्या पण लष्करी शिक्षण घेतलेल्या अरबी घोडेस्वारांना, उत्तरेकडच्या सरकारनं अनेक दशकं शस्त्रपुरवठा करून युद्धास प्रवृत्त केलं होतं. अशा अरबांना 'जेल्लाबास' असं म्हटलं जात असे. डारफरमधले 'जंजावीद' नावानं ओळखले जाणारे कुप्रसिद्ध लोकही असेच होते. दक्षिणकडे असणाऱ्या खेड्यांवर हल्ले करण्याचं काम या अरबांवर सोपवलेलं असे. त्यांच्याकडून घरांची जाळपोळ केली जात असे, स्त्रियांवर बलात्कार केले जात आणि लहान मुलांना गुलामगिरीच्या खाईत ढकललं जात असे. इतर हजारो लोकांची कत्तलही केली गेली होती. हे कमी होतं म्हणून की काय, सरकारी विमानांमधून या प्रदेशावर मोठ्या प्रमाणात बॉम्बहल्लेही केले जात होते. एकट्या नासिरमध्येच जखमी माणसांनी तुडुंब भरलेलं इथलं रुग्णालय आणि संयुक्त राष्ट्रसंघानं सुरू केलेली अन्नपुरवठा केंद्रं यांना कित्येकदा लक्ष्य केलं गेलं होतं. आमच्या आवाराच्या कोपऱ्यात गंजत पडलेल्या, वेड्यावाकड्या झालेल्या लोखंडी तुळया, त्या घटनांची साक्ष देत अजूनही तिथेच आहेत.

१९९०च्या दशकाच्या सुरुवातीच्या काळात, या सगळ्या भयंकर घडामोडींना आणखीच वाईट वळण लागलं. वरवर पाहता इथल्या लोकांचं रक्षण करण्याच्या हेतूनं दक्षिणेकडे सैन्य दलं तयार करण्यात आली होती, जी 'SPLA' म्हणजे 'सुदान पीपल्स लिबरेशन आर्मी' या नावानं ओळखली जात असत. १९९० सालानंतर काहीच वर्षांत, या सैन्य दलात दुफळी माजून दोन गट तयार झाले, ज्यांतला एक होता, 'न्यूएर गट' आणि दुसरा होता 'डिंका गट'. आपापसात भांडणाऱ्या वन्य जमातींच्या टोळ्यांच्या बरोबरीनं आता दक्षिणेकडचे हे दोन गटही प्रतिस्पर्धी बनून एकमेकांसमोर उभे राहिले. एक युद्ध चालू असतानाच हे एक

दुसरं युद्ध सुरू झालं. उत्तर आणि दक्षिण यामध्ये झालेल्या युद्धाप्रमाणेच, क्षणाक्षणाला होत असलेला हा नवा संघर्षही अतिशय विध्वंसक ठरत होता. एकीकडे उत्तर दक्षिणेतलं युद्धही चालूच होतं. न्यूएर आणि डिंका हे दोन्ही गट एकमेकांच्या वस्त्यांवर, खेड्यांवर हल्ले करत होते. बलात्कार, लहान मुलांना पळवून नेणं, शेतात तरारलेली जीवनावश्यक पिकं जाळून टाकणं, असे प्रकार दोन्ही गटांकडून केले जात होते. जवळजवळ दहा वर्षं हे सगळं असंच चालू होतं. अखेर २००२ सालात दक्षिणेकडील या दोन्ही गटांच्या नेत्यांमध्ये एक करार संमत करण्यात आला. त्यानंतर तीन वर्षांनी उत्तर-दक्षिण विभागात चालू असलेलं युद्धही थांबलं.

पण तरीही या सगळ्या संघर्षांदरम्यान झालेल्या असंख्य मृत्यूंचं, हिंसाचार हे एकमेव कारण होतं असं म्हणता येणार नाही. उपासमार आणि मोठ्या प्रमाणात पसरलेली रोगराई यामुळेही मृत्यूचं प्रमाण खूपच वाढलं होतं. १९८८ मध्ये एम.एस.एफ. ही संस्था जेव्हा पहिल्यांदाच इथे कार्यरत झाली, तेव्हा 'काळा आजार' या नावानं ओळखल्या जाणाऱ्या एका दुखण्याला बळी पडून नासिरजवळ एक लाखाच्या आसपास माणसांचा मृत्यू ओढवला होता. ही संख्या त्या भागातल्या एकूण लोकसंख्येच्या एक-तृतीयांश एवढी होती. इथली माहिती देणाऱ्या कागदपत्रांमध्ये असं लिहिलेलं होतं की इथे आलेल्या स्वयंसेवकांना अशी खेडी पाहायला मिळाली, जी एकतर ओसाड पडलेली होती, नाहीतर जिथे जागोजागी मृतदेह पडलेले होते. याच सुमारास तिथे अन्नधान्याचा तुटवडाही निर्माण झाला होता. एकट्या १९८८ सालात अंदाजे अडीच लाख दक्षिण सुदानी माणसं उपासमारीमुळे मृत्युमुखी पडली होती. त्यानंतर जेमतेम तीनच वर्षांनी अन्नधान्याचा पुन्हा एकदा इतका तुटवडा झाला, की आणीबाणी ओढवल्यासारखी अवस्था झाली होती. परिणामतः नदीच्या काठावर हजारो माणसं मरून पडली होती. जिवंत राहिलेल्या माणसांची अवस्था इतकी कमालीची वाईट झाली होती की, धान्याच्या शोधात जिवावर उदार होऊन, मुंग्यांच्या वारुळात तरी धान्य साठवलेलं आहे का, ते शोधण्यासाठी माणसं वारुळं खणून काढत होती. १९९८ मध्ये पुन्हा एकदा हा प्रदेश अशाच मोठ्या आपत्तीला बळी पडण्याच्या मार्गावर होता. आणि त्या वेळी मग 'ऑपरेशन लाईफलाईन सुदान' या नावानं आंतरराष्ट्रीय पातळीवर मदतकार्य सुरू केलं गेलं. मोठ्या आणि विस्तृत प्रमाणात अन्नधान्यवाटप सुरू केलं गेलं. लोकीचोगिओ हे शहर केंद्रस्थानी ठेवून विमानातून अन्नधान्याची पाकिटं टाकण्याचं काम मोठ्या प्रमाणात सुरू करण्यात आलं. हे काम जेव्हा अगदी वेगानं चालू होतं, तेव्हा दानशूर लोक देत असलेल्या देणगीच्या माध्यमातून दररोज दहा लाख अमेरिकी डॉलर्स एवढी रक्कम जमा होत होती. पूर्वी बर्लिनमध्ये निर्माण झालेल्या अशाच आणीबाणीच्या काळातही अशा प्रकारे मदतकार्य सुरू केलं गेलं होतं. त्यानंतर

अशाप्रकारे केला गेलेला हा सर्वांत मोठा प्रयत्न होता.

पण या मदतीचा विपर्यास असा झाला की, या अन्नधान्य पुरवठ्यात हातचलाखी करणं, लबाडी करणं, लूट करणं हा या युद्धाचाच जणू काही एक भाग झाला. सर्वांकडूनच अशी दुष्कृत्यं करण्यास सुरुवात झाली. उत्तरेकडच्या लोकांनी तर अशी धमकी दिली, की त्यांनी ज्या विमानांना येण्यासाठी जाहीरपणे परवानगी दिलेली नसेल ती विमानं पाडण्यात येतील. दुसरीकडे दक्षिणेकडचे बंडखोर नेते अशा आज्ञा सोडत होते की, ते सांगतील तिथेच आणि सांगतील त्या पद्धतीनंच मदत पुरवली जायला हवी. या सगळ्याचं अगदी टोकाचं उदाहरण हे होतं की, नासिरमधल्या S.P.L.A.च्या एका नेत्यावर असा संशय घेतला जात होता, की अन्नधान्याचा आणखी पुरवठा केला जावा या स्वार्थी विचारानं, त्यानं त्या प्रदेशातल्या वीस हजार लोकांची अगदी जाणूनबुजून आणि सातत्यानं उपासमार चालू ठेवली होती. हे तर राक्षसी कृत्यच म्हणायला हवं!

पण तरीही, माविंगात काय किंवा इथे काय आजूबाजूच्या परिस्थितीचं निरीक्षण करत असताना, सध्या इथे दिसणारी परिस्थिती आणि आत्ताच वर्णन केलेली त्या युद्धाच्या वेळची परिस्थिती, या दोन्हीची संगती काही लावता येत नाहीये मला. ती लहान मुलं अजूनही इथे आमच्या आसपासच आहेत. डेव्हिडनं त्यांना लांब जायला सांगितलं की गुपचूप जराशी बाजूला होताहेत. पुन्हा माझा हात पकडण्यासाठी धक्काबुक्की करताहेत. त्या लहान मुलांपैकी एक जण तर नुसता माझ्या हाताचा अंगठा त्याला पकडता आला म्हणून खूश झालाय. माझ्या असं लक्षात आलंय, की या मुलांमधला सर्वांत मोठा मुलगा दहा वर्षांपेक्षा काही मोठा नाहीये... आणि अचानकच मला आता आठवताहेत त्या मी याआधी 'लोकी'मध्ये असताना माझ्या तिथल्या सहकाऱ्यानं सांगितलेल्या त्याच्या दोन आठवणी... लहान मुलांच्या बाबतीत घडलेल्या आणि त्यानं प्रत्यक्ष पाहिलेल्या दोन घटनांचं वर्णन त्यानं केलं होतं... युद्धाच्या धुमश्चक्रीतून स्वतःला वाचवण्यासाठी काही लहान मुलं चक्क एकटीच कुठंतरी पळून गेली होती. आत्ता इथे आमच्याभोवती जी मुलं आहेत, त्यांच्याच वयाची होती ती मुलं. त्यांच्या खेड्यांवर झालेल्या हल्ल्यांमधून ही मुलं कशीतरी वाचली होती. त्यांची कुटुंबं जिवंत होती की नाही, हे त्यांना नक्की समजत नव्हतं. मग तिथून पळ काढत ती मुलं अनेक महिने नुसती चालत राहिली होती. चालत चालत अख्खा सुदान देश पार करून १९८०च्या दशकाच्या शेवटी शेवटी, ती जेव्हा इथिओपियात पोहोचली, तेव्हा ते 'चालणारे सांगाडे'च वाटावेत, अशी त्यांची अवस्था झाली होती. त्या मुलांची सोय करण्यासाठी तेव्हा वेगळ्या छावण्या उभारण्यात आल्या होत्या. म्हणजे खरं तर पूर्ण दक्षिण सुदानमधून विस्थापित झालेल्या सुदानी लोकांची संख्या दिवसेंदिवस वाढत होती. या लोकांचे

लोंढेच्या लोंढे इथिओपियात येऊ लागले होते; त्यांच्यासाठीही छावण्या उभारण्याचं काम वाढतच चाललं होतं. पण हळूहळू इथिओपियाची स्वतःची सुरक्षा व्यवस्थाही ढासळली. या विस्थापितांना नाइलाजानं तिथून निघावं लागलं. त्या वेळी मग ते आणखी दक्षिणेकडे असणाऱ्या 'लोकिचोज्जिओ'च्या दिशेनं गेले... अर्थात, चालत चालतच. त्यांतल्या बऱ्याच जणांना आपल्या आयुष्यातली उर्वरित कितीतरी वर्षं आसपासच्या निर्वासित छावण्यांमध्येच घालवावी लागली.

अशा एकूण पंचवीस हजारांहूनही जास्त मुलांनी हा एवढा मोठा प्रवास केला. काही जण एकटेच चालत गेले होते, तर काही जण घोळक्यानं गेले होते. ही सगळी मुलं पुढे 'लॉस्ट बॉईज ऑफ सुदान' म्हणजे 'सुदानमधली हरवलेली मुलं' या नावानंच ओळखली जाऊ लागली. काही मुली सुखरूप पोहोचल्या होत्या. नागरी सेनेच्या सततच्या हल्ल्यांमधून मुलं वाचली; कारण असे हल्ले सुरू झाले की मुलं आपल्या खेड्यांपासून लांब पळत राहिली. पण उरलेल्या मुलींना मात्र ठार केलं गेलं, नाहीतर गुलाम बनवण्यात आलं. ज्या मुलांनी स्वतःची सुटका करून घेतली होती, त्यांच्यातल्या प्रत्येक पाच मुलांपैकी एका मुलाचा प्रवासादरम्यान मृत्यू झाला होता. हे सगळं ऐकल्यावर त्या मुलांच्या प्रवासाची कहाणी अगदी हृदय पिळवटून टाकणारी आहे, हे वेगळेपणानं सांगण्याची गरजच नाहीये. मात्र उदाहरणादाखल, त्या प्रवासाबद्दल त्या मुलांनी नोंदवून ठेवलेल्या काही घटना नक्कीच सांगाव्यात अशा आहेत. एका मुलानं असं लिहिलं होतं की, विमानातून बॉम्बहल्ला होत असताना एक विमान झाडांच्या वर स्थिरपणे थांबलं होतं, आणि त्यांच्यावर अक्षरशः आग ओकत होतं. दुसऱ्या एका मुलानं अशी नोंद केली होती की, चालता चालता पिण्यासाठी म्हणून ज्या मुलांकडे त्यांच्याच लघवीनं भरलेला कप होता, त्या मुलांचा त्याला खूप मत्सर वाटला होता, आणि तो प्रवास म्हणजे सगळ्यांसाठीच असा एक जीवघेणा खेळ ठरला होता. ज्यामध्ये मरण्याआधी जितकं जास्तीत जास्त लांब जाता येईल तेवढं जायचं, हे एकच उद्दिष्ट या मुलापुढे... नव्हे, त्या सगळ्याच मुलांपुढे होतं. मला आठवतंय... इथिओपियातल्या एका निर्वासित छावणीमध्ये एकदा एका मुलाला जेव्हा त्याच्या वाटणीचं दूध आणि लोणी दिलं गेलं होतं, तेव्हा त्याला असा प्रश्न पडला होता की संयुक्त राष्ट्रसंघाच्या मालकीच्या इतक्या गायी असणं शक्य आहे का, ज्या इतक्या मोठ्या प्रमाणात दूध देतात... आणि या त्याच्या प्रश्नावर मी अगदी कसनुसं हसलो होतो तेव्हा.

तर मग डेव्हिडसुद्धा या अशा मुलांपैकीच एक असू शकतो का? असं असण्याची खूप शक्यता आहे. फक्त डेव्हिडच नाही, तर जोसेफ, पीटर, जॉन, गॅटवेच, डेंग... आणि आमच्या इथल्या दोन डझन आरोग्यसेवकांपैकी कुणीही

त्या मुलांपैकीच एक असू शकतो. हे सगळेच तिशी-चाळिशीतले पुरुष आहेत, त्या 'हरवलेल्या मुलां'मध्येच असावेत असं वाटण्याइतकंच वय आहे हे... आणि या सगळ्यांना कुठं ना कुठं आणि मोडकंतोडकं का होईना, पण इंग्लिश शिकावं लागलेलं आहे. निर्वासितांची छावणी ही तशी एक जागा असू शकते. तिथे राहिलेल्या कुणालाही आपला वाढदिवस नेमका कधी असतो, ते सांगणं अवघड आहे. आमच्या इथले बरेचसे कर्मचारी आणि इथे दाखल होणारे बरेचसे रुग्णही स्वतःची जन्मतारीख एक जानेवारी असल्याची नोंद करतात... त्या छावण्यांमध्ये नोंदणीचं काम करणाऱ्या कर्मचाऱ्यांनी मनानेच ही तारीख नक्की केलेली असावी बहुतेक.

पण डेव्हिडला या कशाबद्दलच मी काहीही विचारत नाही. कारण या असल्या प्रश्नांमुळे तो अस्वस्थ झालेला मलाच आवडणार नाही. आपलं घर आणि घराभोवतालचा परिसर दाखवताना त्याला खूप आनंद झालाय, असं स्पष्ट दिसतंय मला. आणि यापूर्वीही इथल्या कर्मचाऱ्यांना त्यांचे असे सगळे अनुभव विचारण्याचा प्रयत्न मी केला होता; पण त्यातून फारसं काही निष्पन्न झालं नव्हतं. अंगोलात असताना, अंगोलन वॉरबद्दल मी रॉबर्टोला विचारलं होतं... म्हणजे तिथे गेल्यानंतर बऱ्याच दिवसांनी... जेव्हा माझी तिथून निघायची वेळ झाली होती तेव्हा... जेव्हा दुपारी थोडा रिकामा वेळ मिळायचा, तेव्हा आम्ही एकमेकांशी गप्पा मारायला, थट्टामस्करी करायला सुरुवात केली होती तेव्हा... पण युद्धाबद्दल मी जेव्हा त्याला विचारलं होतं, तेव्हा त्यानं नजर दुसरीकडे वळवली होती, "मला नीटसं आठवत नाहीये," एवढंच म्हणाला होता आणि मग गप्प बसला होता. माझ्या त्या प्रश्नामुळे मग आमचं संभाषणच थांबलं होतं. युद्ध हा इथल्या सर्वांसाठीच अतिशय क्लेशदायक विषय आहे, हे लक्षात आल्यानंतर, त्या वेळी सर्वांवरच आलेल्या मानसिक तणावाचे, अजूनही होत असलेले परिणाम, मला सतत जाणवायला लागले. मी इथे आल्यापासून आम्ही जवळपास डझनभर रुग्णांना इथे दाखल करून घेतलंय; ज्यांतल्या बऱ्याचशा स्त्रिया आहेत. जबरदस्त मानसिक आघात झाल्यामुळे जवळजवळ सगळ्यांचीच अशी अवस्था झालीये, हे स्पष्ट दिसतंय : नुसत्या कल्पनेनंच भरलेलं फेफरं आणि त्यामुळे आलेली निश्चेष्टता... म्हणजे असं फेफरं येण्याचा आजार नसतानाही आलेलं वैशिष्ट्यपूर्ण फेफरं. रुग्णाला वाटणारी भीती किंवा काळजी शमवण्यासाठी प्रत्यक्षात औषध नसतानाही औषध म्हणून दिलेल्या कशालाही त्या उत्तम प्रतिसाद देतात. भावनांचा टोकाचा उद्रेक झाल्यावर होणारी ही अवस्था असते. यामध्ये तात्पुरती दातखीळ बसणं, थरारून सोडणारे दुःखाचे उमाळे आणि त्यानंतर अचानक होणारे शक्तिपात, क्वचितप्रसंगी, मज्जातंतू क्षीण होऊन येणारा कमालीचा हळवेपणा, नाहीतर मग सांत्वन करण्याच्या

पलीकडचं नुसतंच मोठ्यानं रडणं, अशीही लक्षणे दिसतात. आणि इथे वॉर्डमध्ये एखादी रात्र राहिल्यानंतर, थोडासा दिलासा दिल्यानंतर आणि प्रेमाच्या माणसानं प्रेमानं रात्रभर जवळ राहिल्यानंतर, या अशा स्त्री रुग्णांची प्रकृती सुधारल्याचं दिसून येतं. आणि इथल्या पुरुषांच्या बाबतीत तर माझ्या मनात असा विचार येतो, की इथे असे सारखे होणारे गोळीबार, एकमेकातले संघर्ष म्हणजे, या माणसांच्या मनावर झालेल्या जबरदस्त आघातांचा तर परिपाक नसेल ना? किंवा मग त्या आघातांमुळे त्यांच्या मनात भरून राहिलेला उद्वेग, अवस्थता, संताप या सगळ्या भावनांना कायमची वाट करून देण्यासाठी यांनी हा हिंसाचाराचा मार्ग तर स्वीकारला नसेल ना? पण त्यांच्या या अशा वागण्याचा नेमका अर्थ तरी ते सांगू शकतील का? या असल्या विचारांनी मग मीच बेचैन होत राहतो...

डेव्हिड त्याचं घड्याळ बघतोय... "आठ वाजून गेलेत. आता कामावर हजर व्हायला हवं आपल्याला." तो मला म्हणतोय. पण मला मात्र अजून परत जावंसं वाटत नाहीये. माविंगामध्ये असताना मला हे असं काही फारसं करता आलं नव्हतं... म्हणजे असा कर्मचाऱ्यांबरोबर उगीचच गप्पाटप्पा करत वेळ घालवता आला नव्हता मला. आणि माझ्याही नकळत मी या डेव्हिडच्या, त्याच्या मुलांच्या, म्हणजे खरं तर या सगळ्याच न्यूएर लोकांच्या प्रेमात पडलोय बहुतेक. मनावर कोणत्याही कारणानं जेव्हा प्रचंड आघात होतो, तेव्हा त्यानंतर मनावर सतत येणाऱ्या तणावामुळे एक कायमचीच मानसिक अस्वस्थता जाणवत राहते. ही लक्षणं यांपैकी काही लोकांच्या बाबतीत प्रकर्षानं जाणवतात, पण मला त्याचं आश्चर्य वाटत नाही. अर्थात, सगळ्याच माणसांच्या बाबतीत काही हे घडत नाही. मॉरिस बरोबरच बोलत होता... मला आठवतंय... तो नेहमी म्हणायचा की हे न्यूएर लोक खूप कणखर आहेत...

डेव्हिड परत आपल्या घड्याळावर चापट्या मारायला लागलाय. "मला माहितीये उशीर होतोय आपल्याला; पण तू मला इथला मासळी बाजार दाखवायचंही कबूल केलं होतंस ना?" मी त्याला आठवण करून देतो.

"हो, पण मग आपल्याला उशीर होईल," तो म्हणतो.

मी नुसतेच खांदे उडवतो. तो हसतो... आम्ही आत्ता आहोत, तोच मासळीबाजार आहे.

***

गेल्या आठवड्यात तिरिमिरीनं इथून निघून गेलेली कॅरोल, आमच्या इथली सुईण, आता इथे परत आली आहे. तिच्या अशा निघून जाण्याबद्दल ती काहीच बोलत नाहीये खरंतर, पण आता निदान ती शांत तरी दिसत्येय. आणि या आठवड्यात एकूणच इथल्या सगळ्या गोष्टी स्थिरस्थावर झाल्यासारख्या वाटताहेत... म्हणजे

पुन्हा कुठे गोळीबार झालेला नाहीये, मृत्यूही अगदी कमी झालेत. आणि त्यामुळे मी असं गृहीत धरून चाललोय की आता इथल्या सगळ्यांचाच दिनक्रम बऱ्यापैकी सामान्य स्थितीला आलाय... म्हणजे अतिशय व्यस्त असणारी सकाळ, बरीच मोठी जेवणाची सुट्टी... कारण दुपारचं कडक ऊन टाळण्यासाठी इथले कर्मचारी जेवायला जे दुपारी एक वाजता जातात, ते थेट चार वाजताच परत येतात... मग दुपार टळून गेली तरी न संपणारं हॉस्पिटलमधलं काम. आणि त्यानंतर जर नशीब चांगलं असलं तर आल्हाददायक, आरामशीर अशी संध्याकाळ अनुभवणं... कधी आवारात मोकळ्या जागी ठेवलेल्या टेबलाजवळ गप्पा मारत, नाहीतर नुसतंच नदीच्या काठी बसून, नाहीतर वटवाघळांच्या संगतीत खोलीतच बसून एखादी डी.व्ही.डी. पाहत... इथले सगळे दमलेले जरी असले तरी त्यांची मानसिकता तरी ठीक असते अशा वेळी. शिवाय अवांतर गप्पा मारण्यासाठी किंवा एकत्रित सर्वांनी मौजमजा किंवा वेगळं काहीतरी करण्यासाठी इथे आम्ही पुरेसे लोक आहोत, हीसुद्धा खूप चांगली गोष्ट आहे.

आज शनिवार आहे. संयुक्त राष्ट्रसंघ आणि स्थानिक पोलिसांच्या बरोबर असणाऱ्या एका मीटिंगसाठी झोए दुपारीच शहरात गेली होती. आणि आता तिथून परत आल्यानंतर तिनं आम्हा दहा जणांना आवारात मांडलेल्या टेबलापाशी बोलावलंय. मीटिंगविषयी ती आम्हाला माहिती देते आहे. ''त्या लोकांना असं वाटतंय की हे असे हल्ले आता दिवसेंदिवस वाढतच जाणार आहेत. त्यांनी 'लोऊ' जमातीच्या लोकांना या बाजूला येताना पाहिलंय. त्यामुळे त्यांच्यापासून संरक्षण मिळावं, म्हणून इतर गटांतले लोक आपले कळप घेऊन शहराच्या जवळ यायला निघालेत.''

''अरे बापरे,'' आम्ही सगळे एका सुरात म्हणतो. ज्या प्रांतामध्ये बँकेची कोणतीच सुविधा नसते, तेथे गुराढोरांच्या रूपात संपत्ती जमवणे आणि वाढवणे, हाच एखाद्यासाठी पारंपरिक आणि महत्त्वपूर्ण असा उपाय असतो. सोन्या-चांदीच्या तोलामोलाची समजली जाणारी आणि आमच्या आसपास भटकणारी ही अशी संपत्ती म्हणजे हमखास संकटात पाडणारी गोष्ट आहे. शिवाय आणखी एक महत्त्वाची आणि चिंताजनक बाब आहे ती म्हणजे सोबॅट नदीच्या काठाकाठानं राहणाऱ्या 'लोऊ' आणि 'जिकानी न्यूएर' या दोन जमातींच्या मोठ्या गटांमध्ये पूर्वापार चालत आलेले एकमेकांविरुद्धचे शत्रुत्व आणि दीर्घद्वेष.

''कधीपर्यंत पोहोचतील ते इथे?'' घामानं डबडबलेलं कपाळ हातातल्या रुमालानं पुसत पॉल विचारतोय.... ''म्हणजे यासाठी आपण नेमकं कधी तयार राहायचं आहे?''

''दोन-तीन दिवस लागतील बहुधा. किंवा कदाचित थोडे जास्त दिवसही

लागतील. आता येणाऱ्या पौर्णिमेपर्यंत ते थांबतील असं वाटतंय.'' झोए सांगत्येय.

पॉल यावर नुसतंच डोकं हलवतोय. गेले आठ महिने तो इथे आहे. त्यामुळे याआधीही त्यानं अशा सूचना ऐकल्या आहेत, असं गृहीत धरायला हरकत नाही. अशा एखाद्या मदत संस्थेबरोबर काम करण्याची त्याची ही पहिलीच वेळ आहे. बरीच वर्षं हे असं काम करत राहणं, ही त्याची महत्त्वाकांक्षा असल्याचं त्यानं एकदा मला सांगितलं होतं. आणि त्यामुळेच मला वाटतंय की, ''तू नेमका कशाला घाबरतो आहेस?'' हा विनोदी सुरातला प्रश्न, सहज विचारल्यासारखा पॉलला विचारण्याची आवश्यकताच नाहीये. पॉल हा एक यशस्वी व्यावसायिक आहे आणि गेल्याच महिन्यात त्याला साठ वर्षं पूर्ण झालीयेत. अजूनही त्याच्या चेहऱ्यावर सुरकुत्या पडलेल्या नाहीयेत. पण त्याची तपकिरी रंगाची दाढी मात्र जराजरा पांढरी दिसायला लागली आहे. पण अजूनही मला त्याचा खूप हेवा वाटतो... अजूनही खूप दाट आणि राठ दाढी आहे त्याची... पण मी हेवा करून उपयोग काय? हे म्हणजे 'लंकेत सोन्याच्या विटा' म्हणत, लंकेचा हेवा करण्यासारखंच आहे... असो. या कामासाठी त्याला उत्तेजन देणारी त्याची बायको आणि मुलगी यांना न्यूझीलंडमध्येच ठेवून तो इथे आलाय. आणि तो खूप जोमानं आणि नेटानं काम करत असतो... म्हणजे त्याच्या वयाच्या निम्म्या वयाचे असणारे आम्ही जितके तास काम करतो ना, जवळजवळ तितकेच तास तोही रोज काम करतो. पण येत्या काही दिवसांत घरी परतण्यासाठी तो अगदी उतावीळ झालाय, हे मात्र अगदी स्पष्टपणे जाणवतंय.

''हे पाहा कदाचित असं काहीही घडणार नाही.'' झोए म्हणत्येय. ''सगळ्या गोष्टींवर पोलीस अगदी डोळ्यांत तेल घालून लक्ष ठेवणार आहेत. त्यामुळे वाईट असं काहीही घडणार नाही, अशी आपण आशा करू या. पण आपल्या सुरक्षेबाबत नव्यानं काळजी घेण्याची वेळ मात्र नक्कीच आहे ही. त्यामुळे पहिली गोष्ट करायची आहे ती म्हणजे आपल्या सामानाची आवराआवर. वेळ आली तर सगळं सामान सहजपणे सापडायला हवं. आणि महत्त्वाच्या आणि मौल्यवान वस्तू एका छोट्या बॅगमध्ये ठेवून, बाकीच्या सामानाजवळ ठेवा... नाहीतर दोन्ही बॅगा एकत्र बांधूनच ठेवा. पण सगळ्या सामानाचं मिळून फक्त चार ते पाच किलो वजन होईल, एवढं मात्र बघा. आणि सगळं सामान तुमच्या खोलीच्या दाराजवळच ठेवा, म्हणजे रात्रीच्या वेळीसुद्धा तुम्हाला ते सहज सापडलं पाहिजे. तुमचा पासपोर्ट आणि 'एन्ट्री-परमिट' हे आठवणीनं ठेवा त्या सामानात.''

तातडीनं इतर ठिकाणांशी संपर्क साधण्यासाठी आवश्यक असणारा यू.एच.एफ. रेडिओ आम्हाला लोकी शहरातच दिला गेला आहे आणि त्यासाठी पाठीवर लटकवता येईल अशी एक बॅगही दिली गेली आहे. या मोठ्या आकाराच्या

रेडिओची जुळणी कशी करायची, हेही आम्हाला दाखवलं गेलं आहे. त्याच वेळी आम्हाला 'ग्रॅब-पॅकस' म्हणजे आवश्यक ते सामान एकत्रितपणे ठेवण्यासाठीच्या बॅगाही देण्यात आल्या आहेत... खरं म्हणजे तातडीच्या वेळी लागणारं, तग धरून राहण्यासाठी आवश्यक असणारं सगळंच सामान त्या प्रत्येक बॅगेत भरूनच दिलं आहे. सगळं सामान मावेल अशी, कमरेला बांधायची ही बॅग आहे. त्यात लायटर, कंपास, खिशात मावेल अशी सुरी, थंडीसाठी ब्लँकेट, पाणी शुद्ध करण्यासाठीच्या गोळ्या असं सगळं तर आहेच आणि त्याच्या जोडीला, विचित्र वाटावी अशी एक गोष्ट आहे ती म्हणजे कॉन्डम्स.... हैराण झालेल्या अवस्थेत पळून जात असताना या गोष्टीची काही गरज भासेल असं मला तरी वाटत नाही... म्हणजे तसली काही कल्पनाच मी करू शकत नाही. पण या कॉन्डम्सपेक्षाही मला जास्त निरुपयोगी वाटतंय ते माझं दक्षिण सुदानसाठीचं 'एन्ट्री परमिट'. या दक्षिण सुदानमध्ये प्रवेश मिळवण्यासाठी मी रीतसर तपशीलवार अर्ज भरून दिलेला आहे. त्याच्या जोडीला पासपोर्टसाठी लागतात त्या आकाराचे माझे बारा रंगीत फोटो दिलेले आहेत. त्या अधिकृत कागदपत्रांमध्ये माझं असं वर्णनही लिहिलं आहे की, मी सत्त्याहत्तर सें.मी. उंचीचा, काळ्या डोळ्यांचा, तपकिरी केसांचा ऑस्ट्रेलियन नागरिक आहे... आणि दुष्ट चेहऱ्याचा, केसाळ आणि कमालीचा वेगळा दिसणारा, आकारमानानं लहान असणारा एक ठेंगणा माणूस आहे, असंही लिहिलेलं असावं बहुतेक त्याच्यात. एखाद्या सैनिकानं जर मला पकडून ओढून नेलं तर ही सगळी माहिती त्या वेळी तो वाचत बसलेला, किंवा ही माहिती वाचून तो नेमकं काय करेल, ते बघायला मला फार आवडेल.

झोएचं बोलणं अजून संपलेलं नाहीये... "गोळीबाराचे आवाज ऐकू आले तर तुम्ही लगेच 'सेफ रूम'मध्येच जायला हवं. त्या वेळी जर तुम्ही विटांचं बांधकाम असणाऱ्या वॉर्ड्समध्ये किंवा ऑपरेशन थिएटरमध्ये असाल, तर तिथेच थांबा. पण अशा वेळी तुमच्या 'टुकुल'मध्ये थांबण्यात मात्र काहीच अर्थ नाही. शिवाय, मला असंही वाटतं की पुढचे काही दिवस आपण शहरात जाणं टाळलं पाहिजे. ठीक आहे? आणि जर आपल्याला हा प्रकल्प, हे शहर सोडूनच जाण्याची वेळ आली, तर आपण विमानानं जाणंच योग्य आहे. पण विमान इथे पोहोचायला कमीत कमी दोन तास लागतात. शिवाय, इथून धावपट्टीपर्यंत पोहोचणं आपल्याला शक्य व्हायला पाहिजे. त्यामुळे परिस्थिती स्थिरस्थावर झाल्यावरच ते शक्य होईल. आपल्याकडे दुसरा पर्याय आहे तो मोटारीनं इथून निघून जाण्याचा. इथून ताबडतोब बाहेर पडण्याची जर गरज पडली, तर आपण मोटारीनं जाऊ; पण मोटारीनं आपण केनियापर्यंत जाऊ शकणार नाही, हे तर उघडच आहे. आपण फार फार तर संयुक्त राष्ट्रसंघाच्या इथल्या आवारापर्यंत जाऊ शकू, पण तेही

खरोखरच अगदी जिवावर उदार होण्याची वेळ आल्यावर.''

एक नियम म्हणून, अनावश्यक गोष्टींसाठी संयुक्त राष्ट्रसंघाशी संपर्क साधणं आम्ही टाळायला पाहिजे. खरं तर इतर सगळ्याच मदतगटांपासून पूर्णपणे अलिप्त राहायचं, या आमच्या धोरणानुसारच आमची सुरक्षा व्यवस्था तयार केली गेली आहे. तीही शस्त्रधारी सुरक्षारक्षकांवर अवलंबून न राहता किंवा प्रकल्पाभोवती अभेद्य अशी कुंपणं न घालता. सोमालिया ही एकच अशी जागा आहे, जिथे अशा पातळीवर सावधगिरी बाळगतच एम.एस.एफ. आपलं ठरलेलं काम करत राहिली आहे. लोकांना जर खरोखरच आमच्या इथल्या हॉस्पिटलमध्ये यायची इच्छा असेल, तर ते येतील. कोणाच्याही बाबतीत कुठल्याही प्रकारे भेदभाव न करता, वेळ काळ न पाहता. इथे प्रत्येकावर मोफत उपचार केले जातात... आणि आलेली व्यक्ती कुठल्या जमातीची आहे, तिची कुठल्या राजकीय पक्षावर निष्ठा आहे, तिचा धर्म कोणता आहे किंवा वंश कोणता आहे, या आणि अशासारख्या वेगवेगळ्या कोणत्याच गोष्टींचा विचार त्या व्यक्तीच्या बाबतीत इथे केला जात नाही. आणि तरीही आमच्या सुरक्षेची आम्हाला खात्री आहे. आणि आजतागायत तरी कुठल्याही संघर्षात, इथे असणाऱ्या आम्हाला कधीही लक्ष्य केलं गेलेलं नाहीये. आत्ता तरी आमच्यासाठी महत्त्वाचा एवढाच प्रश्न आहे, की अशा एखाद्या हल्ल्यामध्ये, एकमेकांवर केलेल्या गोळीबारात चुकून आम्ही अडकण्याचा लहानसा का होईना, पण धोका आहे, तर अशावेळी आम्ही काय करायचं?

''आपल्याकडे तिसरा पर्याय आहे तो बोटींचा,'' झोए सांगते आहे, ''पॉल आणि अन्वर, अशा वेळी तुम्ही दोघेही सज्ज असाल, हे पाहण्याची जबाबदारी तुमची आहे. शिवाय बोटींमध्ये जास्तीचं इंधन असेल याचीही खात्री करून घ्या... आता इथे सांगण्यासारखा एकही मुद्दा राहिलेला नाही... बरोबर? आवश्यक त्या प्रत्येक मुद्द्यावर आपण चर्चा केलेली आहे. कुणाला आणखी काही विचारायचं आहे का?''

मानेनंच 'नाही' म्हणत आम्ही सगळे तिथून निघालोय. दुपार केव्हाचीच टळून गेलीये. सूर्य अस्ताला चाललाय. त्यामुळे इथल्या शुष्क आवारभर आता लांबच लांब सावल्या पसरायला लागल्यात. त्या मोठ्या झाडाच्या फांद्यांवर बसलेल्या छोट्या छोट्या काही पक्ष्यांचा मोठमोठ्यानं किलबिलाट चालू आहे. पोषण विभागाबद्दलची ताजी माहिती आम्हाला सांगत असलेल्या हैदीच्या आवाजात, हे पक्षी आपला अगदी लक्षात येण्याजोगा आवाज मिसळताहेत... जसं काही ते त्यांचं नेमानं करण्याचं कामच आहे... या विचारानं माझी मलाच गंमत वाटते आहे.

''हे नेहमी असं रात्रीच घडतं... अगदी नेहमी,'' गेल्या आठवड्यात दोन

लहान मुलांचा इथे मृत्यू झाला, त्या संदर्भात हैदी बोलते आहे.

“हे तर सर्वांनाच माहिती आहे,” हैदीला थांबवत झोए म्हणते आहे, “या केंद्रांमध्ये अशा रात्रीच्या वेळी ओढवणाऱ्या मृत्यूंचं प्रमाण नेहमीच जास्त असतं. त्या मुलांना वेळेवर जेवण देणं चुकणार नाही, याची खात्री तुम्ही करून घेणं गरजेचं आहे. त्यांना खाऊ घालण्यासाठी मदत करायला त्यांच्या आया उठतात का? लहान मुलांच्या आजाराच्या ठळक लक्षणांच्या संदर्भात, तिथे असणारा आरोग्यसेवक नियमितपणे तपासणी करतो का? एखाद्या मुलाची प्रकृती ढासळायला लागली आहे, हे लक्षात आल्या आल्या आणखी धोकादायक परिस्थिती निर्माण होण्याची वाट न बघता ते लोक तुला किंवा डॅमियनला ताबडतोब बोलावतात का?”

“नाही,” हैदी सांगते. जर्मन लोकांचं चिडखोरपणानं, पण त्याच वेळी प्रेमळपणानं वागणं, मला तिच्या त्या ‘नाही’ म्हणण्यात जाणवतं आहे. तिच्यामुळे मला अँड्रियाची फार आठवण यायला लागली आहे. वेगवेगळ्या गोष्टींमुळे वैतागलेली, तरीही माणसांची आवड असलेली, त्यांच्यात रमणारी, धाडसानं वेगळं काहीतरी करू पाहणारी, लहान लहान मुलांबरोबर असताना सर्वांत जास्त आनंदी दिसणारी अँड्रिया. एक लहान मुलगा तिचा मदतनीस असल्यासारखा दिवसभर तिच्या मागं मागं फिरायचा. आणखी एक अगदी छोटा मुलगा, तिनं त्याला कडेवर घ्यावं म्हणून हट्ट करायचा आणि अंगावरचं दूध प्यायला मिळावं असं त्याला इतकं सारखं वाटत असायचं, की त्यासाठी तो जवळपास असणाऱ्या कुणाच्याही, म्हणजे अगदी पुरुषांच्याही स्तनांना तोंड लावण्याचा प्रयत्न करायचा. म्हणूनच अँड्रियानं ‘ब्रेस्ट मॅन’ असं त्याचं टोपणनाव ठेवलं होतं... असो.

“इथले आरोग्यसेवक रात्री बिनधास्त झोपत असणार, याची मला खात्री आहे...” हैदी म्हणत्येय. “काल रात्री एका छोट्या मुलीला तपासण्यासाठी मी उठून आले होते, पण तिला कितीतरी तास दूधच दिलं गेलं नव्हतं. गॅटवेचला जेव्हा मी याचं कारण विचारलं, तेव्हा त्यानं ‘दुधाचा डबा संपला होता’ असं उत्तर दिलं. मग त्यानं आणखी थोडं दूध का तयार केलं नाही, असं त्याला विचारल्यावर त्यानं काय उत्तर द्यावं? ‘रात्रीच्या वेळी असं पावडरचं दूध तयार करणं जास्त अवघड असतं’ असं म्हणाला तो. आणि असंही म्हणाला की दूध तयार करण्याची एवढी घाई नव्हती, त्यामुळे सकाळी कामावर येणाऱ्या कर्मचाऱ्यांना ते काम करता आलं असतं. आणि या मुलांच्या आयांचं तर काय सांगू? तुम्ही कधी त्यांना झोपेतून उठवण्याचा प्रयत्न केलाय का? काही काही बायका तर इतक्या विचित्र असतात ना. त्यांना झोपूनच राहायचं असतं. मग त्या माझ्याशी खूप चमत्कारिक वागतात. त्यांनी उठावं म्हणून आम्ही जर त्यांच्या फारच मागे

लागलो, तर त्या इथून जाण्याची भाषा करायला लागतात. एक बाई तर तिला उठवलं म्हणून मी तिला पैसे द्यायला हवेत, असा लकडा लावत होती. मला तर काही समजेनासंच झालंय.''

बिचारी हैदी... तिच्या बोलण्याशी मी पूर्णपणे सहमत आहे. इथे दोन्ही बाजूंनी, गंभीर म्हणावेत असे काही गैरसमज आहेत. ज्यांचं कारण मुख्यतः संस्कृतीमधला फरक हा आहे, असं मला वाटतं. काही मोजक्या पालकांचा तर आमच्यावर अजिबातच विश्वास नसतो. इथले उपचार पूर्ण होईपर्यंत मुलांना घाईनं घरी नेऊ नये, असं त्या मुलांच्या आयांना पटवून देण्याचा आम्ही सतत प्रयत्न करत असतो. पण त्या कमालीच्या साशंक असतात. खूपच अंधश्रद्धाळू आणि धर्मभोळ्या असतात. नाकातून नळ्या घातलेल्या एखाद्या मुलाची तब्येत जर जास्तच बिघडली, तर अशा आया स्वतःच त्या नळ्या काढून टाकतात. 'रेझेमॉल' दिल्यानंतर जर एखादं मूल मरण पावलं, तर इतर आया त्यांच्या मुलांना ते औषध द्यायला ठाम नकार देतात. म्हणून मग आम्ही आमचे सर्व उपचार त्यांना नीट समजावून सांगतो. आमच्या उपचारांनी बरी झालेली आणि आता निरोगी असणारी मुलं त्यांना दाखवतो. आणि इथल्या सगळ्या मुलांना अगदी तसेच उपचार मिळतील असं खात्रीपूर्वक सांगतो. मग त्या सगळ्या विभागात फिरत फिरत आम्ही पुन्हा पुन्हा आमचे उपचार समजावून सांगतो. हे उपचार त्यांच्या मुलांवर आम्हाला करू द्यावेत अशी, भीक मागितल्यासारखी त्यांना विनवणी करतो. आणि इतकं करूनही त्यांनी ऐकलं नाही, तर अतिशय ठामपणे उपचारांचा आग्रह धरतो. म्हणजे आम्ही त्यांचा पिच्छाच सोडत नाही, असं म्हटलं तरी वावगं ठरणार नाही. उपचार करून न घेता त्यांनी मुलाला घरी नेलं, तर ते नक्कीच मरेल, असं मी त्यांना सांगतो. माझ्यावर झालेल्या संस्कारांमुळे अशा गंभीर अवस्थेतल्या मुलांच्या बाबतीत मी खूप हळवा होतो. माझा हा हळवेपणा, त्या मुलांबद्दल मला वाटणाऱ्या काळजीला पूर्णपणे झाकून टाकू शकतो. त्या हळवेपणामुळे, त्या मुलांसाठी मी जे जे करणं आवश्यक आहे, त्याकडेच माझं दुर्लक्ष होऊ शकतं... आणि याची मला सतत जाणीव असते, म्हणूनच मी त्या आयांना मुलांच्या मृत्यूची भीती घालून ठणकावत राहतो.

या विभागावर सतत देखरेखीसाठी आमच्यापैकी एकेकानं, पाळीपाळीनं रात्रभर जागत राहावं, असा एक विचार आम्ही मांडतोय. पण प्रत्यक्षात ते जमण्यासारखं नाहीये. तसंही काही ना काही कारणानं दर तिसऱ्या रात्री आम्हाला जागावंच लागतं. इथल्या कर्मचाऱ्यांना प्रशिक्षण देण्यासाठी आणखी एका प्रशिक्षकाची नेमणूक करावी, असं मी सुचवतो. पण ते शक्य नसल्याचं झोए म्हणते आहे. एम.एस.एफ.च्या सध्या सुरू असलेल्या चार प्रकल्पांवर, अत्यावश्यक तेवढेच

कर्मचारी ठेवणं, हेसुद्धा संस्थेसाठी आव्हान आहे आणि सध्या 'अबाई' या सीमा भागात उत्तर आणि दक्षिण भागात होणारे संघर्ष वाढलेले असल्यामुळे, संस्था तिथे आणखी प्रकल्प उभारायला लागलेली आहे.

***

आता खूपच उशीर व्हायला लागलाय. कुणाला आणखी काही बोलायचं असेल तर झटकन बोला, असं म्हणत आम्ही आता ही मीटिंग संपवतोय. सामानाची ने-आण करण्याचं काम करणारा, अतिशय मृदू बोलणारा अन्वर नावाचा जो इंडोनेशियन स्वयंसेवक आहे इथे, त्याला आणखी काहीच बोलायचं नाहीये. इथल्या ऑफिसची व्यवस्थापक असणाऱ्या मायालाही काही विचारायचं किंवा बोलायचं नाहीये. काल रात्रभर हॉस्पिटलमध्ये ड्यूटी केल्यामुळे, आज रात्री आपल्याला कुणी बोलावू नये, असं हैदी म्हणते आहे. मरिनाची वेगळीच काहीतरी मागणी आहे. संयुक्त राष्ट्रसंघाच्या शांतता समितीच्या प्रमुखाबरोबर होणाऱ्या पुढच्या मीटिंगला तीही हजर राहील, एवढंच तिचं म्हणणं आहे. गेले कित्येक महिने ती आवारातच अडकून पडली आहे, फारशी बाहेर गेलेलीच नाहीये हे कारण तर आहेच; पण तो प्रमुख खूप देखणा आणि आकर्षक आहे, हे एक छुपं कारणही आहे. तिच्या बोलण्यावर कॅरोल मोठ्यानं हसत्येय. पॉल मध्येच उठून टॉयलेटच्या दिशेनं गेलाय. त्यामुळे आमोसला त्याचा शेवटचा मुद्दा मांडायची आयतीच आणि योग्य ती संधी मिळाली आहे. सदैव आनंदी असणारा आमोस हा इथल्या पाणीपुरवठ्याचं आणि आरोग्य विभागाचं काम पाहणारा केनियन इंजिनिअर आहे.

लांब गेलेल्या पॉलकडे बोट दाखवत आमोस म्हणतोय... ''मी तुम्हाला सांगतो, त्याचं काहीतरी बिनसलंय. बघा... त्याच्याकडे बघा... तो सारखा आजारी पडत असतो हल्ली. आधी डॅमियनला असे टॉयलेटमध्ये हेलपाटे घालावे लागले होते; आणि आता माझ्यावरही तशीच वेळ आली आहे. आपल्या स्वयंपाकघरातच काहीतरी चुकतंय. मी तुम्हाला सांगतो, आपल्या इथला स्वयंपाकी नक्कीच काहीतरी वेगळं आणि चुकीचं करतोय. गेली अनेक वर्षं सुदानमध्ये येतोय मी, पण असा इतका आजारी आजपर्यंत कधीच पडलो नव्हतो. कधीच नाही. गेल्या आठवड्यात डॅमियननं मला अँटिबायोटिक्स दिली होती; पण आता पुन्हा माझं पोट बिघडलंच आहे. सतत पळावं लागतंय मला.''

त्याचं बोलणं ऐकून सगळे जणच हसताहेत.

''ही गमतीची गोष्ट नाहीये,'' आमोस म्हणतोय. खरं तर त्याला स्वतःलाही हसू येतंय. ''मी तुम्हाला सांगतोय, माझं असं पळणं जर मी थांबवू शकलो नाही ना, तर मी अगदी गलितगात्र होऊन जाईन. पॉल तर आधीच खूप अशक्त वाटायला लागलाय. आणि मीही तसाच व्हायला लागलो तर? मला तर अगदी

झटकन अशक्तपणा येईल. आत्ताच कसा दिसतोय मी बघा ना!''

आता आम्ही बेशुद्ध पडायचेच बाकी आहोत. आमोस हा एक महाकाय केनियन माणूस आहे... उंच, लांबुळके, जाड-जाड हातपाय असलेला... आणि त्याचं भलं मोठं पोट हे या अख्ख्या प्रांतातलं सर्वांत मोठं पोट असावं.

''हे नक्कीच इथल्या अन्नामुळे होतंय.'' तो पुन्हा तोच आरोप करतोय... ''काहीतरी चुकतंय त्यात. मी आणि पॉलने काल पुन्हा एकदा पाण्याची तपासणी केली; पण त्यातलं क्लोरिनचं प्रमाण अगदी हवं तेवढं आहे. त्यामुळे 'पाणी' हे या आजाराचं कारण नाहीये. पण काहीतरी दुसरं कारण नक्कीच आहे. मी सांगतोय ना? आणि झोए, मी हे असं राहू शकत नाही... सारखं सारखं टॉयलेटमध्ये जात राहणं... मला जमणारच नाही हे...''

पण अजूनही तो स्वतःच हसत बसलाय.

अचानक जिवंत झाल्यासारखा इथला जनरेटर परत आवाज करायला लागलाय. आणि सर्वांची धावपळ सुरू झालीये... म्हणजे धावण्याची स्पर्धा चालू आहे की काय, असंच वाटतंय क्षणभर. कारण आमोस जर सर्वांत आधी टीव्हीपाशी पोहोचला, तर रात्रभर हाणामारीचे सिनेमे चालू राहतील आणि हैदी आधी पोहोचली तर 'चिक-फ्लिक्स' किंवा 'सिटकॉम्स' असलं काहीतरी चालू राहील. बाकी सगळे जण बिअरचे ग्लास हातात घेत स्थिरावलेत. आणि मी? याक्षणी तरी बाहेर थोडासा गारवा आहे, म्हणून मी इथेच थांबलोय. मला असं निवांत बसून थोडासाच वेळ होतोय ना होतोय, तोच दारातून गार्ड मला हाका मारायला लागलाय...

''अरे डॅमियन नाव आहे माझं... डॅ...मि...य..न,'' मी त्याला मोठ्यानं सांगतोय... पण नाही, काही उपयोग नाही...

''डेसमिन ना?'' तो विचारतोय.

मी गालातल्या गाल्यात हसत, त्याच्याबरोबर वॉर्डमध्ये आलोय. तिथे जोसेफनं त्याच्या मदतीसाठी मला बोलावलं आहे. गार्ड पुन्हा माझ्या नावाचा नीट उच्चार करण्याचा प्रयत्न करतोय... ''हे पाहा... डेस्मियन ना?'' तो विचारतोय.

''नाही रे, डॅमियन.''

''डेमॉइन?''

''त्यापेक्षा 'डेनिस' म्हण. माझं नाव डेनिस आहे असं ठरवून टाकू आपण. ठीक आहे?''

''ठीक आहे,'' असं म्हणत, आणि नेहमीसारखं दात काढून हसत तो वळलाय. हातातल्या टॉर्चच्या उजेडात मला तपासण्याच्या खोलीकडे घेऊन चाललाय. तिथे जोसेफ उभा आहे. इथे येऊन त्याला दहा तास होऊन गेलेत,

पण अजूनही त्याचा शर्ट तसाच आहे... व्यवस्थितपणे कॉलरजवळचं बटणही लावलेला. त्याला जर संधी मिळाली असती, तर तो माझ्यापेक्षा खूप चांगला डॉक्टर झाला असता, या निष्कर्षापर्यंत मी कधीच आलोय. खरं तर ज्यांच्या ज्यांच्याबरोबर मी आजपर्यंत काम केलंय, त्यांच्यापैकी कितीतरी जणांची डॉक्टर होण्याची क्षमता आहे.

"हे पाहा," कधी नव्हे इतक्या गंभीरपणानं तो मला सांगतोय. तपासणीच्या टेबलाशेजारीच तो उभा आहे. एका लहान मुलीच्या हाताला, शिरेतून औषधं देण्यासाठी नळी लावतोय. ती मुलगी नजर वर करून आमच्याकडे बघत्येय. तिच्या केसांची वेणी घालून त्यात रंगीबेरंगी मणी अडकवलेत आणि नेकलेससारखी गळ्यात एक साधी रिबिन घातली आहे. एक जुनी तोकडी चड्डी तेवढी घातलेली आहे तिला. बाकी ती पूर्ण उघडीच आहे. नग्नतेच्या बाबतीत तसंही न्यूएर लोक विशेष जागरूक नसतातच म्हणा.

जोसेफ तिच्या हातात सुई टोचत असताना, हात हलू नये म्हणून मी तो घट्ट धरून ठेवलाय. "खूपच जास्त ताप आलाय हिला..." जोसेफ एकीकडे मला सांगतोय. पण त्या मुलीनं सगळी ताकद एकवटून आम्हाला बाजूला ढकललंय. कशीतरी ती एका कुशीवर वळलीये. रडत आईला हाका मारत्येय. आता ती टेबलावरून खाली पडतेय की काय असं वाटल्यानं आम्ही तिला हातानं झेलून घेतलंय. ती आईही लगेच तिच्याजवळ आली आहे आणि तिला उचलून ती आता जमिनीवरच, मांडीवर तिला घेऊन जोजावत बसली आहे. ती छोटी मुलगी आता आईच्या मांडीवर बसली आहे आणि मान वर करून तिच्याकडे पाहते आहे. मग हळूच डोळ्यांची उघडझाप करत, नकळतच एक उसासा सोडलाय तिनं... अचानक तिला शी झालीये आणि...

...आणि तिनं प्राण सोडलाय... तसाच अगदी नकळत.

तिच्या अंगात पुन्हा चेतना यावी यासाठी प्रयत्न करायचा, म्हणून त्या मुलीच्या आईच्या हातातून तिला हळुवारपणे उचलण्याचा जोसेफ प्रयत्न करतोय... पण इतक्यात त्या मुलीच्या छोट्याशा बहिणीनं तिच्या अंगावर स्वतःला झोकून दिलंय. लहान मुलं, इतर लहान मुलांना सांभाळतात हे मी पाहिलेलं आहे, पण आता लहान मुलं इतर लहान मुलांसाठी शोक करताना मी पाहतोय... बघवत नाहीये हे असं दृश्य. त्या सगळ्यांना तिथेच सोडून आम्ही बाहेर पडलोय. त्या अवस्थेत त्यांना समजावण्यासाठी काही बोलण्यात अर्थच नाहीये. अशा अवस्थेतलं कुठलंही मूल पुन्हा हालचाल करायला लागलेलं मी आजपर्यंत कधी पाहिलं नाहीये... तेही या अशा ठिकाणी... डोळे इतके खोल गेलेले असताना... त्वचा इतकी कागदासारखी शुष्क पडलेली असताना...

त्या मुलीला गुंडाळून नेण्यासाठी आम्ही त्यांना ब्लँकेट दिलंय आणि ते सगळे इथून निघून गेल्यावर, मी आणि जोसेफ इतर रुग्णांकडे वळलोय. त्या मुलीच्या बाबतीत हे सगळं घडत असतानाच, इथून अगदी काहीच अंतरावर असणाऱ्या बाकांवर तीन इतर कुटुंबं येऊन थांबलेली आहेत. आम्ही त्यांना कधी तपासतोय याची वाट पाहताहेत. ते सगळे आत्ता नेमका काय विचार करत असतील... मला कळत नाहीये. दक्षिण सुदानमधला हा आणखी एक दुःखद दिवस आहे, इतकंच कदाचित त्यांना वाटत असावं, कारण त्या मुलीचा मृत्यू, तिच्या बहिणीचं, आईचं रडणं, तिला तेथून घेऊन जाणं, हे सगळं घडत असताना या लोकांपैकी कुणीही जागेवरून हललंही नव्हतं. निर्विकारपणे जागच्या जागीच बसून राहिले होते सगळे. अखेर आम्ही जेव्हा आता त्यांना तपासण्यासाठी त्यांच्या जवळ गेलो आहोत, तेव्हा त्यांच्या चेहऱ्यावर फक्त कृतज्ञताच दिसते आहे.

हे सगळं झाल्यानंतर हैदीबरोबर थोड्या गप्पा माराव्यात, म्हणून मी परत आलोय. आज टी.व्ही.जवळ पहिल्यांदा पोहोचण्याचा मान तिनं पटकावला आहे. तरीही... तिकडं काय काय घडलं, हे ती मला विचारते आहे. काही नवे रुग्ण दाखल झालेत, एवढंच मी तिला सांगतो आणि तिचाच प्रश्न पुन्हा तिलाच विचारतो, कारण ती 'फ्रेंड्स' या नावाची सिरियल बघते आहे आणि मला वाटतं आत्ता त्याचा शेवटचा भाग चालू आहे... रशेल आणि रॉस पुन्हा एकत्र आले आहेत. ऑस्ट्रेलियात असताना या अशा टी.व्ही. शोजमध्ये मला कधीच रस वाटला नव्हता खरं तर. पण आत्ता मात्र अगदी मन लावून मी ही सिरियल बघतोय. माझ्याही नकळत त्यात खूप गुंतून गेलोय. अचानक माझ्या घशात एक मोठा आवंढा आल्यासारखं होतंय काहीतरी... समोर घडतांना दिसतंय ते खूप विचित्र, खूप चमत्कारिक वाटतंय मला...

देवा... मला चक्क रडू यायला लागलंय.

'फ्रेंडस्' बघताना रडू यावं मला? माझा मीच खूप गोंधळून गेलोय, बेचैन झालोय.

या प्रकल्पांमध्ये काम करत असताना मी कधीच रडत वगैरे नाही... म्हणजे फक्त एकदाच मला रडू आवरता आलं नव्हतं... जेव्हा रॉबर्टोच्या पुतणीवर आम्ही शस्त्रक्रिया केली होती तेव्हा. पण मला वाटतं कधीतरी असं रडणं गरजेचं असतं, कारण कधीतरी मन असं मोकळं करण्याची, हलकं करण्याची खूप आवश्यकता असते. नशीब, हैदीचं माझ्याकडे लक्ष नाहीये. कारण तो सिरियलमधला रॉस आत्ता बहुतेक पहिल्यांदाच त्या रशेलचं चुंबन घेतोय. आणि ते बघण्यात हैदी अगदी पूर्णपणे गढून गेली आहे. पण जेव्हा तिने सहजच माझ्याकडे वळून पाहिलंय, तेव्हा तिनं योग्य तेच केलंय... ती काहीच म्हणाली नाहीये... मला

काही विचारलंही नाहीये तिनं... हो, पण माझ्याकडे आपुलकीनं पाहत, मला काही खायला हवंय का असं मात्र विचारते आहे ती. मी तिचे आभार मानत 'हो' म्हणतो आणि सतरंजीवर आडवा होतो. पण आडवं पडून बघतोय काय, तर आमच्या इथली 'रहिवासी' असणारी वटवाघळं... अचानक हल्ला करावा, त्या आविर्भावात, ती इथल्या मधल्या पॅसेजमध्ये झेप घेतल्यासारखी खाली येताहेत. इथल्या पाचही बेडरूम्समध्ये फेरी मारून झट्कन परत येताहेत. मध्येच एकत्र येऊन माझ्या डोक्यावर उडताहेत, मग स्वयंपाकघरात जाताहेत... पंख लावलेला चामड्याचा गोलमनचा बॉल असावा तसे वाटताहेत ते मला. त्यांच्या पंखांची निमुळती टोकं इतकी चमकताना मला कधीच दिसलेली नाहीत आजवर...

पण रात्रीचं जेवण येण्याआधीच 'डेनिस'ला परत एकदा बोलावणं आलंय. डेनिस म्हणजे अर्थात मीच. त्या हाकेमुळे हा डेनिस खरंतर दचकलाय; पण आजकाल निदान त्याला 'डेनिस' या जरा बऱ्या नावानं हाक मारली जात्येय हे त्याला आवडलंय. आणि आता तो स्वतःकडे त्रयस्थपणाने बघायला लागलाय हेही त्याच्या लक्षात आलंय. कदाचित अशा मदतकार्यात भाग घेतल्यानंतर, काही दिवसांत सर्वांच्याच बाबतीत हे घडत असावं.. आणि याचं श्रेय अशा मदतकार्यालाच द्यायला हवं... पण डेनिस जेव्हा दारापाशी पोहोचलाय, तेव्हा तो चक्क तोंडभरून हसतोय... त्याला थोडं निश्चिंत झाल्यासारखंही वाटतंय, थोडं गोंधळल्यासारखंही वाटतंय... कारण या वेळच्या अशा बोलावण्याचं कारण जरा वेगळं आणि चांगलं आहे. दरवाजापाशी काही पाहुणे आलेत... हातात मणी घेऊन आलेला एक छोटा मुलगा आणि त्याचे दोन मित्र.

हा मुलगा याआधीही इथे आलेला होता... मला आठवतंय... इथे येऊन नुसताच गुपचूप उभा होता आणि माझ्याकडे टक लावून पाहत होता. त्याच्याशी नेमकं कसं वागावं हेच मला कळत नव्हतं. त्याचा चेहरा अगदी गंभीर दिसत होता. मग मी त्याला हसवण्याचा प्रयत्न करत होतो. त्याच्या काखोटीला धरून मी त्याला उचललं, हवेत जरासं उडवलं आणि परत त्याला झेलून घेतलं... पण त्याचे पाय जमिनीला लागताक्षणीच तो तिथून अगदी वेगानं पळून गेला... मग माझ्या त्या खेळामुळे तो गडबडून गेला असणार, असं गृहीत धरून ते सगळं मी विसरूनही गेलो होतो.

पण मी तेव्हा त्याला घाबरवलं नव्हतं, असं आत्ता तरी वाटायला लागलंय मला. कारण आत्ता तो आपणहून इथे परत आलाय... आणि आपले हात वर करून उभा राहिलाय... अजूनही चेहरा तसाच गंभीर आहे म्हणा त्याचा... त्याचे ते दोन मित्रही तसेच हात वर करून उभे आहेत. त्याला काय पाहिजे हे मला कळलं नाहीये, असं वाटतंय बहुतेक त्याला. म्हणून तो एक छोटीशी उडी मारून

आपले हात हलवतोय. पण त्याला काय हवंय ते मला कळलंय. मग मी त्यांना हवं तसंच करतोय... त्यांना एकएक करत उचलतोय... मला जमेल तेवढं त्यांना उंच उडवतोय... परत झेलतोय... त्या प्रत्येकासाठी हे असं खूप वेळा करून झालंय एव्हाना... काल संध्याकाळी वॉर्डमध्ये घडलेला दुःखद प्रसंग आणि हा आत्ता इथे घडत असलेला आनंददायक प्रसंग, यात प्रकर्षानं जाणवणारा हा परस्पर विरोध माझ्या डोक्यातून काही केल्या जात नाहीये.

एक चिडखोर जमात

मे महिना अर्धा संपलाय. याच सुमारास इथे पावसाचं आगमन होत असतं. इथल्या सुदानी कर्मचाऱ्यांचा अंदाज खरा ठरवत, रात्रीच या ऋतूतलं पहिलं वादळ उधळल्यासारखं येऊन धडकलंय. पाठोपाठ आलेला धुवाधार पाऊस इतका मुसळधार कोसळतोय ना! तो पाहून असं वाटतंय की शतकानुशतकं इथे अवर्षणासारखी परिस्थिती निर्माण करण्याची चूक त्या विधात्यानं केली आहे, आणि पुढच्या काही तासांत आपली चूक सुधारण्याचा तो प्रयत्न करतोय... किंवा मग त्याला इथल्या झोपड्या भुईसपाट करून टाकाव्याशा वाटताहेत. बाहेर पावसाचं असं तांडव चालू असताना मी मात्र अंगाचं मुटकुळं करून माझ्या झोपडीत अंथरुणावर पडून आहे; आणि स्वतःच्याच मनाला समजावतोय की या झोपडीच्या भक्कम भिंती, या तुफान पावसानं बिलकूल उद्ध्वस्त होणार नाहीत.

आणि खरंच पावसाचा या झोपड्यांवर काहीही परिणाम झालेला नाही. एकही झोपडी जराशीही हललेली नाही, हे आश्चर्यच आहे खरं तर. आणि सकाळी वादळ शमल्यानंतर हवाही अगदी स्वच्छ, ताजी वाटायला लागली आहे. इतके दिवस आजूबाजूला पेटवल्या जाणाऱ्या शेकोट्यांच्या धुरामुळे मळलेली हवा, आज जणू पहिल्यांदाच स्वच्छ धुतली गेली आहे. अर्थात, यापेक्षाही एक मोठी समस्या आता इथे निर्माण झाली आहे. या संपूर्ण प्रदेशावर चिकट आणि जाड असा मातीचा थर एखादा गालिचा पसरावा तसा पसरलाय. त्यामुळे इथे कुठेही चालत जाणं अशक्य झालंय. थोडंसं जरी चाललं तरी तुमच्या बुटाला जो तपकिरी काळ्या रंगाच्या घट्ट मातीचा काही इंचांचा थर, अगदी चिवटपणे चिकटतो ना, तो वाट्टेल ते केलं तरी तुम्ही टाळू शकत नाही. आणि ही काही नुसती साधी माती नसते. आवाराची स्थिती अशी झालेली दिसते की, ते एक मोठ्या आकाराचं 'स्लिप ॲन्ड स्लाईड' नावाच्या खेळाचं साधन आहे की काय असंच वाटतं... म्हणजे त्यावरून चालायला लागा... घसरून पडा आणि मग

घसरतच पुढे जा... या माझ्या कल्पनेचं मलाच हसू येतंय आता.

दुर्दैवाची गोष्ट ही आहे, की चिखल ही पावसामुळे उद्‌भवणारी एकमेव समस्या नाहीये. काहीच दिवसांत, इथे कीटकांची आणि डासांची संख्या आणि त्यांचे प्रकार खूप मोठ्या प्रमाणात वाढतील. "आहा, पाहा हा रंगीबेरंगी छोटासा किडा." हे एक चौकसपणाचं वाक्य इथे इतके दिवस ऐकू यायचं. पण आता या वाक्याची जागा घेतील, ते अतिशय निराशाजनक, भीतिदायक उद्‌गार... "अरे नको नको... शी! काय करायचं आता... पळा पळा... दुसरीकडे कुठंतरी जा." असे उद्‌गार, तेव्हा ऐकू येतील, जेव्हा बटाट्याच्या आकाराचे, पंखवाले कीटक, अंधारातून तीर मारल्यासारखे येऊन आमच्यावर हल्ला करायला सुरुवात करतील. असे कीटक उजेडाकडे आकर्षित होतात, त्यामुळे रात्रीच्या वेळी चालत कुठं जायची वेळ आली, तर प्रत्येकानंच आपल्या कपाळावर बांधलेला दिवा आठवणीनं बंद करणं आवश्यकच होऊन बसतं. आणि पाऊस पडून गेल्यानंतर बाहेरचा एखादा दिवा जरी चालू राहिलेला असेल तर मग बघायलाच नको. त्या दिव्यावर वेड्यासारखं स्वतःच जोरजोरानं झडप घालणाऱ्या कीटकांचा इतका अखंड भडिमार चालू असतो, की त्यांचा आवाज एखादं मोठं वादळ आल्यासारखा वाटायला लागतो. खोलीत त्या मानानं जरा बरी परिस्थिती असते. पलंगाजवळच ठेवलेल्या टेबललॅम्पसारख्या दिव्यावर क्षणार्धात इतके कीटक गोळा होतात की त्या दिव्याला वरून वॉलपेपर लावलाय की काय असं वाटायला लागतं आणि मलेरियापासून बचाव करणं हा मच्छरदाणीचा उपयोग अगदीच किरकोळ वाटायला लागतो. माझ्या या एवढ्याशा झोपडीत जे इतर तीन-चार हजार वेगवेगळे जीवजंतू, किडे, डास जमा झालेले असतात, त्यांना स्वतःपासून दूर ठेवणं हेच एक फार मोठं काम त्या मच्छरदाणीला करावं लागतं. मग मीसुद्धा ती मच्छरदाणी माझ्या गादीखाली जास्तीत जास्त घट्ट खोचून ठेवतो आणि स्वतःला पांघरुणात गुरफटून घेतो.

इथल्या वॉर्ड्समध्येही चिखलाचे असेच थर साठलेले असतात. आज मी इथे आल्यापासूनच्या तिसऱ्या आठवड्यातला शुक्रवार आहे. सकाळी मी वॉर्डमध्ये आलोय, तर दाराशीच गमबूट्सचा इतका खच पडलाय, की त्यावर पाय दिल्याशिवाय मला आत जाताच येणार नाहीये. गेल्याच आठवड्यात पॉलनं इथल्या सगळ्या कर्मचाऱ्यांना असे गमबूट दिलेत. आज इथे इतकी गर्दी झाली आहे, की लोकांना कोपरानं ढोसत ढोसतच जोसेफला शोधायला मी आत अक्षरशः घुसल्यासारखा चाललोय. आजकाल आमच्या वॉर्डमध्ये नेहमीपेक्षा जवळ जवळ दुप्पट लोक असतात... पेशंट्स आणि त्याचे नातेवाईक तर असतातच, आणि पाऊस पडत असला तर आसरा शोधत आलेले, इथून जाणारे-येणारे लोकही असतात.

जोसेफ आणि माझी तपासणी फेरी आता सुरू झाली आहे. आधी आम्ही

नव्यानं दाखल झालेले पेशंट तपासतो. मग बरेच दिवस इथे दाखल असलेले पेशंट्स तपासतो. शेवटी आम्ही आलोय ते अगदी टोकाला, कोपऱ्यात असलेल्या एलिझाबेथजवळ... लाल कपड्यातलं ते तसंच हसू पुन्हा दिसतंय मला. अजूनही ती आणि तिची आई, दोघी मिळून एकाच कॉटवर झोपतात. संसर्ग रोखण्याचे उपचार तिला चालू केले होते, त्याला आता दोन आठवडे झालेत, आणि तिचं वजनही थोडंसं वाढलंय; पण आता तिची तक्रार अशी आहे, की काल रात्रभर तिला जुलाब होत असल्यानं, ती रात्रभर जागीच आहे. पण तिला तपासल्यानंतर तिची तब्येत ठीक दिसते आहे. अंगात ताप नाहीये आणि शरीरही फारसं कोरडं पडलेलं नाहीये. त्यामुळे मी तिला खात्रीनं सांगतोय की, तिला फारसं काही झालेलं नाहीये. पण ती आनंदी मात्र दिसत नाहीये.

"ती तुमच्यावर खूप रागावली आहे,'' जोसेफ मला सांगतोय.

"रागावलीये? म्हणजे?''

"हो. तुमच्या उपचारांबद्दल काही तक्रार नाहीये तिची. पण तुम्ही तिच्याकडे दुर्लक्ष करताय असं तिचं म्हणणं आहे. तिची विनंती तुम्ही अजून मान्य केलेली नाहीये, असं म्हणतेय ती...'' हे सांगताना तो आपलं हसू का दाबतोय ते मला कळत नाहीये.

"विनंती? कसली विनंती?''

"तिच्याशी लग्न करण्याची...'' जोसेफ सांगतोय आणि तिथले बाकीचे तीन आरोग्यसेवक मनापासून हसायला लागलेत. पण जोसेफ मला ठासून सांगतोय आहे की तुमचं उत्तर काय आहे, असं विचारते आहे ती.

"ए जोसेफ, बस कर यार...'' मी म्हणतो... ती मनापासून बोलते आहे की काय, अशी शंका येऊन मी म्हणतो.

जोसेफ तिच्याशी बोलत असताना, ती अगदी प्रामाणिक चेहऱ्यानं माझ्याकडे टक लावून बघते आहे. तिचे हडकुळे हात तिनं मांडीत घट्ट पकडून ठेवलेत. हास्याची बारीकशी रेषही तिच्या चेहऱ्यावर नाहीये; पण या आरोग्यसेवकांना मात्र हसू आवरत नाहीये.

"ती गंमत करतेय, असं का वाटतंय तुम्हाला?... म्हणजे असं ती विचारतेय...'' जोसेफ म्हणतो.

"पण तू हे सगळं गंभीरपणाने घेत नाहीयेस ना?'' जोसेफ तिच्याशी सहमत आहे की काय अशी एक शंका उगीचच मनाला चाटून गेलीये माझ्या.

"मला वाटतं तुम्ही आता कायमचे सुदानमध्येच राहाल,'' विकटपणे मोठ्यानं हसत मार्क म्हणतोय... विंचू चावल्यामुळे दोन दिवस घरीच बसलेला मार्क आत्ता सकाळी कामावर परत रुजू झालाय. या मार्कला त्याचे सहकारी गमतीनं, पण

जराशा प्रेमानंच 'दि प्रोफेसर' असे संबोधतात. आमची तपासणी फेरी चालू असताना मध्येच काहीतरी नको ते प्रश्न विचारण्याची त्याला जी खोड आहे, त्यावरून हे नाव मिळालंय त्याला. आता इतर आरोग्यसेवकही त्याची री ओढायला लागलेत... "मलाही असंच वाटतंय की तुम्ही आता इथेच राहाल," जॉन्सन हसून दुजोरा देतोय... हा जॉन्सन आमच्या टीममधला वयानं सर्वांत लहान असणारा सेवक आहे. मीही त्याच्या हसण्यात सामील झालोय आणि हसत हसतच हे शक्य नसल्याचं सांगतोय; पण एलिझाबेथ मात्र नुसतीच टक लावून पाहत बसली आहे. आमच्या हसण्या-बोलण्यातली गंमत तिला कळत नाहीये. एका क्षणात तिनं नजर दुसरीकडे वळवली आहे आणि हात झटकले आहेत. आपल्या मनातून तिनं मला झटकून टाकलंय आता, असं तिच्या हात झटकण्यावरून वाटतंय... पण खरंच तिला मनापासून वाटत होतं का, माझ्याशी लग्न व्हावं असं?

***

याच वॉर्डमधून गेल्या आठवड्यात माझ्यापुढे लग्नाचा दुसरा प्रस्ताव मांडला गेला होता... आणि तोही अशाच एका एच.आय.व्ही. बाधित पेशंटकडून. त्या स्त्रीचं नाव आहे 'न्यावेच'. 'ब्रेस्ट मॅन' म्हणून ओळखला जाणारा तो तान्हा मुलगा आणि त्याच्या दोन मोठ्या बहिणी यांची ती आई आहे. मेडिकल वॉर्डच्या अगदी एका टोकाला असणाऱ्या, अर्धवट पार्टिशन घालून तयार केलेल्या एका छोट्याशा, इतरांपासून वेगळ्या असलेल्या खोलीत, गेले जवळजवळ सहा महिने ती अंथरुणाला खिळून आहे आणि दुर्दैवानं तिची प्रकृती बरीच खालावलेली आहे.

एड्सच्या शेवटच्या अवस्थेला तर ती पोहोचलीच आहे, पण आता या न्यावेचला काळ्या आजारानंही पछाडलंय. 'लैशमेनिया' नावानं ओळखल्या जाणाऱ्या परोपजीवी जंतूंमुळे हा आजार होतो. समुद्रकिनारी आढळणाऱ्या 'केमरू' नावाच्या पंखांच्या कीटकांमुळे या जंतूंचा फैलाव होतो. योग्य ते उपचार केले गेले नाहीत तर हा आजार प्राणघातक ठरू शकतो. या आजारावर पूर्वीपासून एक औषध वापरलं जातं. त्याचे दुष्परिणामही होतात. पण या औषधाचं इंजेक्शन सलग अठ्ठावीस दिवस दिलं, तर सहसा हा आजार बरा होतो. सध्या इथल्या शस्त्रक्रिया कक्षाच्या मागे उभारलेल्या दोन तंबूंमध्ये, हा आजार झालेल्या आठ रुग्णांवर उपचार सुरू आहे; पण न्यावेचच्या बाबतीत मात्र हा आजार दोन वेळा उलटलाय. तिला झालेल्या एच.आय.व्ही.मुळे या उपचाराचा अपेक्षित परिणाम होणं अवघड होऊन बसलंय. ॲमस्टरडॅममध्ये या आजाराबाबतचे एक तज्ज्ञ आहेत. त्यांचा सल्ला आम्ही घेतोय सध्या आणि याआधीच्या औषधांच्या जोडीनं आणखी एक महागडं औषधही सुरू केलंय आता. पण अजूनही तिच्या प्रकृतीत काहीच सुधारणा होत नाहीये. खूप जास्त ताप, गंभीर स्वरूपाचा ॲनिमिया, अगदी जाणवण्याइतकं

घटलेलं वजन आणि दिवसेंदिवस वाढत जाणारे जुलाब, या सगळ्यांशी एकाच वेळी झुंजते आहे बिचारी.

आज सकाळी लग्नाचा विषय अजिबात काढलेला नाहीये तिनं. तिच्या भेगाळलेल्या ओठांमधून कसनुसं हसली आहे फक्त ती... आणि बरं वाटत नसल्याबद्दल तिच्या डोळ्यांतून खेद डोकावतोय. तिला खूप अशक्त वाटत असल्याचं आणि वेदना होत असल्याचं सांगते ती. भुईमुगाच्या शेंगांपासून बनवलेलं, जरासं ओशट असं 'प्लंपी-नट' नावाचं एक अतिशय शक्तिवर्धक असं खाद्य, आम्ही आमच्या पौष्टिक पोषण विभागातल्या लहान मुलांना देतो. त्याची चव तिला खूप आवडते, शिवाय दुसरं काहीच तिला खाता येत नाही. म्हणून ते खाद्य आम्ही तिलाही देऊ शकू का, असं अगदी काकुळतीनं विचारते आहे ती. खरं तर त्या लहान मुलांव्यतिरिक्त इतर कुणाला आम्ही ते देणं अपेक्षित नाहीये... आणि आम्ही त्या स्त्रीला ते देताना वॉर्डमधल्या इतरांनी जर पाहिलं तर मग संपलंच. मग पुढच्या बुधवारपर्यंत हे 'प्लंपी-नट' देणं आम्हाला थांबवावं लागेल... पण तरीही आम्ही न्यावेचला ते द्यायचं ठरवलंय. पोषण विभागातून गुपचूप त्या खाद्याचा एक डबा आणून आम्ही तिच्या ब्लँकेटच्या खाली सरकवून ठेवलाय. तिच्या समोरच्या कोपऱ्यात पक्षाघातामुळे चोळामोळा होऊन पडलेली एक जी तरुण स्त्री आहे, तिनं आम्हाला असा डबा सरकवताना पाहिलंय आणि तिलाही ते खाद्य मिळालं तर हवंय. म्हणून मग आम्ही आणखी काही छोटी छोटी पाकिटं घेऊन आलोय. इकडे तिकडे बघत, अगदी सावधपणानं तिला गुपचूप ती दिली आहेत. कस्टमवाल्यांची नजर चुकवून, एखादी बेकायदा वस्तू घेऊन सटकायचा प्रयत्न करतात ना, तसंच आम्ही करतोय असं वाटून गेलंय मला. पण आता या वेळी त्या तरुणीच्या शेजारी जी पोट सुटलेली एक वयस्कर बाई आहे, तिनं ती पाकिटं देताना आम्हाला पाहिलंय आणि तिलाही आता ती पाकिटं हवी आहेत. मुख्य वॉर्डातल्या पहिल्याच कॉटवर असलेला एक माणूस आता मान वळवून वळवून आमच्याकडे बघायला लागलाय.

देवा! आता काही खरं नाही बाबा!

"मार्क, अरे लपव पटकन ती पाकिटं," मी कुजबुजत त्याला सांगतोय खरा... पण त्या माणसानं नक्कीच पाहिलंय आम्ही काय करतोय ते. आणि आम्ही नक्कीच आता मोठ्या अडचणीत सापडणार आहोत, यात मला मुळीच शंका वाटत नाहीये... कारण आता तो माणूस इथल्या प्रत्येकाला ही गोष्ट सांगणार आहे.

***

देवाच्या कृपेने हा तिसरा आठवडा बराच चांगला गेलाय. अर्थात, कुठलीच

समस्या निर्माण झाली नाही असं नाही. काही पेशंट्स दगावलेही या आठवड्यात. केवळ औषधोपचारांसाठी दाखल झालेल्या पेशंट्सचा वॉर्ड तर अजूनही गच्च भरलेलाच आहे. आणि त्याचं एक कारण हे आहे की रुग्णांना घरी पाठवण्यासाठी मी कितीही आटापिटा करत असलो, तरी इथे राहायला मिळावं म्हणून त्यांचाही आटापिटाच चालू असतो, तो इथे जेवण मिळतं म्हणून, त्यांच्याकडे लक्ष दिलं जातं म्हणून आणि इथे विश्रांती मिळते म्हणून... पण तरीही हा आठवडा बराच बरा गेलाय, असंच म्हणायला हवं.

इथे प्रचंड काम आहे हे तर खरंच. पण काही नवीन शिकण्याच्या किंवा नवीन काही अनुभव घेण्याच्या दृष्टीनं विचार केला तर या हॉस्पिटलला तोड नाही असंच म्हणायला हवं. उष्णकटिबंधातील आजारांचा अभ्यास करणाऱ्या अभ्यासकाला हे वॉर्डस् प्रावीण्य मिळवून देण्याच्या दर्जाचे आहेत. अगदी आज सकाळीच तपासलेल्या रुग्णांचे आजार किती वेगवेगळे आहेत पाहा : आमच्या या युनिटच्या डाव्या बाजूला आहे 'ब्रूसेलॉसिस'... जंतुविरहित न केलेले दूध प्यायल्यामुळे होणारा आजार, (किंवा गायीच्या योनीमार्गात अचानक हात घातला गेल्यासही हा आजार होऊ शकतो. मी याविषयी जे वाचलंय, त्यानुसार गाईंची उत्पादनक्षमता वाढावी म्हणून हा मार्ग वापरण्याची पद्धत आहे). शिवाय एच.आय.व्ही./एडस् हा आजार आहेच, ज्यात त्वचेवर मोठ्या प्रमाणात व्रण पडलेले असतात. 'काला-आजार' सारखा त्रासदायक आणि चिंताजनक आजार आहे, ज्यात रक्त देण्याची गरज असते. महारोग आहे, ज्यात मज्जातंतूंच्या कामात तीव्र स्वरूपाची गुंतागुंत निर्माण झालेली असते. न्यूमोनिया आहे, ज्यामध्ये, बाधित मुलाला आमच्या इथल्या छोट्या आकाराच्या सिलेंडरमधून प्राणवायूचा सतत पुरवठा करावा लागतो. आमच्याकडे यासाठी कॉम्प्रेसरसारखं एक साधन आहे, ज्याचा खूप मोठा आवाज येत राहतो. याव्यतिरिक्त टॉयफॉईड हा आजार आहे, ज्याचे रुग्ण आता बरेच सुधारायला लागले आहेत. आणखी किती आजारांनी ग्रासलेले रुग्ण आहेत इथे ते सांगू? पक्षाघाताचा तीव्र झटका आल्यानं दोन्ही पाय निकामी झालेला एक रुग्ण आहे. पोलिओ झाल्याची दाट शक्यता असणारा एक मुलगा आहे, ज्याला आता तंबूत हलवण्यात आलंय. घोट्याला साप चावल्यामुळे दाखल झालेला एक जण आहे, ज्याच्या अंगभर प्रचंड सूज आलेली आहे. पिसाळलेले कुत्रे चावून होणाऱ्या रेबीज आजाराचा उद्रेक होईल की काय असं वाटतं आहे, कारण अशा कुत्र्यांनी अचानक केलेले हल्ले वाढताहेत असं दिसतंय. या आठवड्यात अशा हल्ल्याला बळी पडलेला तिसरा माणूस इथे दाखल केला गेलाय. याशिवाय 'प्लंपी नट' खायला पाहिजे, म्हणून मागं लागलेल्या त्या दोन वृद्ध स्त्रिया आहेतच... कुठल्याही आजाराची विशेष आणि एकसारखी अशी लक्षणं दोघींपैकी एकीमध्येही दिसत

नाहीयेत. पण जोसेफनं केलेल्या नोंदींनुसार या दोघीही शरीरभर सतत जाणवणाऱ्या वेदनांमुळे त्रस्त आहेत, ...इतके सगळे आजार इथे हजर आहेत, पण लक्षात घेण्यासारखी अनुपस्थिती जाणवते आहे ती मलेरियाची. पण ही अनुपस्थिती राहणार नाही याची काळजी इथला पाऊस बहुतेक घेईलच.

मात्र इथे येताना, इथल्या कर्मचाऱ्यांबद्दल मी जो अंदाज बांधला होता, त्याच्या अगदी विरुद्धच चित्र आहे. या कर्मचाऱ्यांबरोबर काम करणं तुलनेनं बरंच सोपं आहे, हे त्यांनी सिद्ध केलंय. त्यांचं वैद्यकीय ज्ञान अगदीच तोकडं आहे हे खरं; पण त्यांना त्याची पूर्ण जाणीव आहे. सर्वांत महत्त्वाचा भाग हा आहे की, ते शिकण्यासाठी उत्सुक आहेत. त्यांना काही शिकवण्यासाठी जेव्हा बैठका घेतल्या जातात, तेव्हा सगळ्यांसाठीच त्या आनंददायक असतात. अशा बैठकींना उपस्थितीही चांगली असते. प्रश्न विचारले जातात. मिळालेल्या माहितीची नोंद करून ठेवली जाते आणि लगेचच अशी पुढची बैठक कधी होईल ते ठरवून टाकलं जातं. पण पोषक पोषण विभागातल्या समस्या आणि रात्री वारंवार वॉर्डमधून येणारं बोलावणं, या दोन गोष्टी मात्र नेहमीच अगदी खऱ्या अर्थानं त्रासदायक असतात.

'भाषा' हे इथलं आणखी एक मोठं आव्हान आहे. माझ्यासाठी ते थोडं सोपं आहे म्हणा! कारण मी दिवसभर इंग्लिश बोलत राहतो, पण आरोग्यसेवकांना मात्र ते स्वतःचं स्वतः समजून घ्यावं लागतं... विशेषतः उच्चारायला अवघड किंवा जड असणारे शब्द, जे त्यांना फक्त इथे कामाच्या ठिकाणीच कानावर पडतात. त्यांना या सगळ्याचा किती त्रास होत असेल, हे मी अगदी मनापासून समजू शकतो. आणि तुम्ही काय म्हणताय, ते आधीच गोंधळलेल्या समोरच्या माणसाला समजावं यासाठी प्रयत्न करताना, कित्येकदा स्वतःलाच कसं निराश व्हायला होतं, हेही मला चांगलंच माहिती आहे. भाषेमुळे उडणाऱ्या अशा गोंधळांमुळे काही वेळा थोडीशी करमणूकही कशी होते पाहा : "हिच्या छातीत दुखतंय." एकदा एका छोट्या मुलीकडे मला घेऊन जात, आमचा 'दि प्रोफेसर' मार्क मला सांगत होता.

"कुणाच्या? या बाळाच्या?"

"हो..." मार्कचं ठाम उत्तर.

"अरे पण ही फक्त चार महिन्यांची आहे. तिच्या छातीत वेदना कशा होत असतील?" आता मी संभ्रमात पडलो होतो.

"तिनंच मला सांगितलं तसं..."

"हो का?"

"हो..." परत तोच ठामपणा.

"या चार महिन्यांच्या मुलीनं स्वतः तुला सांगितलं तिच्या छातीत दुखतंय असं?"

“हो. आधीच सांगितलंय.”

“छातीत दुखण्याबद्दल सांगितलंय? मार्क, अरे बरा आहेस ना तू?” या मार्कचं आता काय करावं हेच मला कळत नव्हतं. तेवढ्यात त्या मुलीला खोकला आला...

“बघा, पुन्हा ती तेच सांगत्येय...” कपाळाला हात लावण्यापलीकडे काहीच करू शकलो नाही मी तेव्हा.

पण आज अगदी सकाळी सकाळीच मला हे शिकायला मिळालंय, की छातीत दुखणं याचा अर्थ ‘खोकणं’ हा असतो... निदान आमच्या या छोट्याशा हॉस्पिटलमध्ये तरी.

त्यानंतर आता दुपारी ‘टी.बी. व्हिलेज’मधल्या पेशंट्‌सना तपासण्यासाठी मी आणि पीटर आलेले आहोत. बोलण्याचं भाषांतर करताना येणाऱ्या अडचणींचं एक छान उदाहरण काही मिनिटातच इथे घडलंय. यामुळे आम्ही तिघे जण या वेळी अडचणीत सापडलो आहोत. मी, पीटर आणि एक वृद्ध स्त्री रुग्ण :

“यांच्या वेदना कशा आहेत आता?” इथल्या झोपडीत राहणाऱ्या एका वृद्ध स्त्रीला तपासता तपासता मी पीटरला विचारतोय. गेले पाच महिने फुप्फुसाच्या क्षयरोगासाठी हिच्यावर उपचार चालू आहेत. आता तशी बरीही दिसते आहे, पण मी जेव्हा जेव्हा तिला पाहायला येतो, तेव्हा तेव्हा ती वेदना होत असल्याची तक्रार करत असते. आणि प्रत्येक वेळी त्या वेदनांची जागा वेगवेगळी असते.

“काय डॉक्टर?” पीटर विचारतोय.

“अरे, हिचं दुखणं कसं आहे आता?”

तो तिच्याशी न्यूएर भाषेतून काहीतरी बोलतो. ती हातवारे करत काहीतरी उत्तर देते. मग पीटर तिला आणखी काहीतरी विचारतो. मग ती कितीतरी वेळ स्वगत बोलावं, तशी एकटीच बोलत राहते. थोड्या वेळानं ‘ती काय म्हणते आहे’ असं मी न राहवून विचारतो, आणि ‘विशेष काही नाही’ असं सांगत, पीटर पुन्हा तिच्याशी बोलायला लागतो... आणखी प्रश्न आणि त्यांची लांबलचक उत्तरं... सगळं न्यूएर भाषेत. आणि तिच्या हावभावांवरून तिच्या बोलण्याचा अंदाज घेताना मला असं वाटतंय की, ती खरोखरच एखादी महत्त्वाची गोष्ट अगदी तपशीलवार सांगते आहे... असं वाटतंय की तिच्या बोलण्यात अनेक गोष्टींची सरमिसळ चालू आहे आणि त्यामुळे तिच्या भावना उफाळून आल्या आहेत. लोक बोलण्यात अगदी समरस झाल्यासारखे दिसायला लागतात ना, तेव्हा त्यांच्याकडे बघण्याचा मोह अनावर होतो नेहमी.

त्या स्त्रीचं बोलणं थांबल्यावर, पीटर माझ्याकडे वळून सांगतोय, “हो, तिला अजूनही वेदना होतच आहेत.”

"आणखी काय म्हणाली ती?" मी उत्सुकतेने विचारतोय.

"काही विशेष नाही."

"काहीच नाही?"

"नाही."

"उगीच ताणू नकोस पीटर. अरे सलग पाच मिनिटं तू तिच्याशी बोलत होतास ना? आणि ती आपल्या अख्ख्या आयुष्याची कथा तुला सांगत होती, असं तिच्याकडे पाहून वाटत होतं. तिनं नक्कीच आणखी काहीतरी महत्त्वाचं तुला सांगितलं असणार," मी त्याचा पिच्छा पुरवल्यासारखं विचारतोय.

"अहो, खरंच काही नाही. ती उगीचच इतर गोष्टींबद्दल बोलत होती," पीटर हसत हसत सांगतोय.

"आणि तिच्या वेदनांबद्दल काय म्हणाली?"

"नाही, त्याबद्दल फारसं काही बोलली नाही ती."

...हे असं वारंवार होतं इथे – विशेषतः बाह्यरुग्णांच्या बाबतीत. आरोग्यसेवक अशा रुग्णांशी खूप वेळ चर्चा करत असतात. त्याबद्दल एक किंवा फार तर दोन वाक्यांत मला माहिती देतात. म्हणजे ते सगळं बोलणं मला सांगण्याचा ते कंटाळा करतात अशातला भाग नाही. मला खात्रीनं माहिती असतं की असे पेशंट्स सारखं विषयांतर करत राहतात किंवा असं काहीतरी समजावून सांगण्याचा प्रयत्न करत असतात, ज्याचं थेट भाषांतर करणं शक्य नसतं... किंवा मग त्यांचं म्हणणं मला सांगण्यासाठी आरोग्यसेवकांनाच नेमके इंग्लिश शब्द सापडत नसतात. पण यामुळे मला काहीतरी चुकीचं सांगितलं जातंय की काय अशी काहीशी शंका वाटायला लागते.

मी पुन्हा वळून त्या स्त्रीकडे पाहतोय... आणि आता गोंधळात आणखीच भर पडली आहे. तिला नेमक्या कुठं वेदना होताहेत असं मी पीटरला विचारतो. हा प्रश्न मग तो तिला विचारतो आणि ती शरीराच्या प्रत्येक भागावर हात ठेवून दाखवते. तो तिला आणखी काहीतरी विचारतो, पण ती पुन्हा सगळीकडे तसाच हात लावून दाखवते. तो तिला हळुवारपणे प्रश्न विचारतोय आणि ती आवाज चढवून उत्तर देत्येय. तो तिला थांबवत, अगदी नम्र आवाजात मध्येच काहीतरी विचारतोय, तर ती त्याच्यावरच ओरडते आहे.

"हीच तर खरी अडचण आहे," आपले डोळे फिरवत आणि हसत हसतच पीटर म्हणतोय, "मी काय विचारतोय, तेच हिला कळत नाहीये. इथे येणाऱ्यांपैकी कितीतरी जण नेहमी असंच वागतात. नेमकं कुठं दुखतंय हे त्यांना सांगता येत नाही, आणि मग सगळ्या अंगभर दुखतंय असं सांगतात."

कुठचीही हालचाल करताना ती स्त्री आपल्या डाव्या गुडघ्याला हात लावते

आहे, असं माझ्या लक्षात आलंय, म्हणून मी तिचा तो गुडघा तपासतोय. पण तो तर ठीक दिसतोय मला. मग मी गुडघ्याच्या आजूबाजूचा भागही पाहतोय, पण मुद्दाम लक्षात घ्यावं असं काहीच वाटत नाहीये मला. मग तिला मी समजावून सांगतोय, की काळजी करण्यासारखं तिला कुठंही काही दुखत नाहीये आणि आम्ही तिच्या प्रकृतीकडे बारकाईनं लक्ष देत राहू. सौम्य वेदनाशामक औषधंही लिहून दिली आहेत मी. माझं बोलणं पीटर तिच्या भाषेत तिला सांगतोय आणि ती स्त्री आता त्याच्याशी वाद घालायला लागली आहे. माझ्या बोलण्यानं तिचं समाधान झाल्यासारखं दिसत नाहीये. ती पीटरवरच ओरडतेय आणि पीटर हताश झाल्यासारखा हात हवेत उंचावून माझ्याकडे बघतोय. आणि मला हसू आवरत नाहीये... हा दोन मीटर्सपेक्षाही जास्त उंचीचा माणूस आहे. माझ्यापेक्षा इतका उंच की त्याच्या पँटच्या पायांची, वेडंवाकडं कापून घातलेली दुमड माझ्या पावलांच्या कितीतरी वर लटकत ठेवल्यासारखी दिसते आणि ती मात्र त्याच्या घोट्याच्याही बरीच वर तरंगत असते... असा हा उंच, धिप्पाड आणि अतिशय आनंदी वृत्तीचा, सौम्य, मृदू स्वभावाचा माणूस... त्याच्यावर कुणीतरी ओरडतंय हे दृश्य पाहणं अगदीच अनपेक्षित आहे माझ्यासाठी.

"तुला ती खूप त्रास देत्येय का पीटर?" मी त्याला विचारतोय.

"हो ना. कारण तिचं म्हणणं आहे की आपण अजून तिला पूर्ण तपासलंच नाहीये. वेडी झालीये ती. म्हणत्येय की आपण तिचा गुडघा ऐकलाच नाहीये," आता पीटरही त्रासून गेलाय बहुतेक.

"गुडघा 'ऐकला' नाहीये? म्हणजे?" आता मीही बहुतेक त्रासूनच विचारतोय.

तो माझ्या स्टेथोस्कोपकडे बोट दाखवतोय. आता याला फेफरं भरतंय की काय? "यातून ऐकलं नाहीये ना?" तो खरंच चिडलाय बहुतेक आता. "यातून तिचा गुडघा तुम्ही ऐकायला पाहिजे असं म्हणणं आहे तिचं.." आणि त्याचं म्हणणं मला कळलेलं पाहून आता त्यालाही हसू यायला लागलंय. तो मला समजावल्यासारखं हळू आवाजात सांगतोय, की आधीचे डॉक्टर असे तिच्या गुडघ्याला स्टेथोस्कोप लावत होते... हे ऐकून मी एवढंच म्हणू शकतो, की केवळ पेशंटच्या समाधानासाठी ते डॉक्टर असं करत असावेत. त्यामागे वैद्यकीय तपासणी करण्याचं कुठलंही कारण नसणार अशी मी आशा करू शकतो. आणि पीटर आता मला सांगतोय की, असा गुडघ्याचा 'आवाज' ऐकण्यात काहीच अर्थ नाही, असं त्या स्त्रीला पटवून देण्याचा तो प्रयत्न करतोय... पण त्याचा काहीही उपयोग होणार नाहीये, हे स्पष्ट दिसतंय. मग शेवटी मीही तेच करतोय आता. खाली वाकून मी तिच्या गुडघ्यावर स्टेथोस्कोप ठेवलाय आणि एकीकडे मनात प्रार्थना करतोय की आता इथे कुणीही येऊ नये, (आणि हा वेडेपणा पाहू नये)

काही क्षण तसाच थांबून मग मी तिच्याकडे बघून हसतो. हाताचा अंगठा वर करत, सगळं ठीक असल्याचं तिला खुणेनंच सांगतो. आता ती कमालीची खूश झाली आहे.

पण या छोट्याशा टी.बी. व्हिलेजमध्ये सगळ्याच गोष्टी काही अशा आनंददायक घडत नाहीत. मी आणि पीटर आता इतर झोपड्यांकडे निघालोय. पत्र्याचं छत असलेल्या, अगदी अंधूक उजेड असणाऱ्या, दमट पण गरम असं काहीतरी वातावरण असणाऱ्या या झोपड्या आहेत. आणि आता दुपार संपत आलीये, पण आम्ही जेमतेम अर्धेच पेशंट्स पाहिलेत अजून. त्यांतले बरेच जण फुप्फुसाच्या क्षयरोगातून चांगले सुधारताहेत आणि आता काहीच दिवसांत ते पूर्ण बरे होऊन घरीही जातील. पण अजूनही बऱ्याच जणांना इथेच राहावं लागणार आहे. शरीराच्या खालच्या भागाला पक्षाघात झालेला एक रुग्ण इथे आहे, ज्याच्या पाठीचा कणाही मुरगळल्यासारखा झालाय. त्याच्या हाडातले टी.बी.चे सूक्ष्म जंतू आम्ही मारू शकतो, पण त्याच्या मज्जातंतूंची जी हानी झालीये त्याला आम्ही काहीच करू शकत नाही. किंवा पोटाला सूज आलेली जी एक वयस्कर स्त्री इथे दाखल झालेली आहे, तिला प्रत्यक्षात टी.बी.च्या ऐवजी कॅन्सरही झालेला असू शकतो. इथल्या आणखी काही रुग्णांच्या बाबतीतही आजाराचं स्पष्टपणे निदान झालेलं नाही. मग असं असताना त्यांना या 'टी.बी.व्हिलेज'मध्ये दाखल का करून घेतलं जावं? हा निर्णय घेणं अतिशय अवघड असतं. इतर अनेक आजारांप्रमाणेच टी.बी.सुद्धा नेहमीपेक्षा वेगळ्या पद्धतीनं उद्भवलेला असू शकतो. मग उपचारांमध्येही असा समतोल साधावा लागतो, की जेणेकरून एकीकडे एखाद्याला सलग सहा महिने प्रभावी पण दुष्परिणामही घडवू शकणारी औषधे उगीचच दिली जाणार नाहीत, आणि दुसरीकडे, टी.बी. झालेला असण्याची थोडीशी जरी शक्यता असली, तरीही तो पूर्ण बरा होण्याची अगदी एक संधीही वाया घालवली जाणार नाही. आणि बहुतेक वेळा असं दिसतं की पेशंट्स कुठलाही उपचार करून घ्यायला तयार नसतात. आम्ही जेव्हा एखाद्याला आवश्यक त्या उपचारांबद्दल काही सांगतो, तेव्हा प्रत्येक वेळी माझी बुद्धी गुंग झाल्याशिवाय राहत नाही. आम्ही पेशंटला सांगतो की, "तुला इथं राहावं लागेल. इथं तुला जेवण, ब्लँकेट, औषध असं सगळं काही मोफत मिळेल. पण तू पूर्ण बरा होईपर्यंत तुला इथं राहावं लागेल."

"पण मला लहान लहान मुलं आहेत."

"तीसुद्धा इथं राहू शकतात."

"आणि माझी बायको?"

"अरे तीही राहू शकते इथं."

“मग ठीक आहे.”

मग यावर काही चर्चा होत नाही, वाद होत नाहीत. (एखादा तरुण रात्रीपुरता इथून निघून जातो कधी कधी, पण आम्ही त्याकडे दुर्लक्ष करतो.)

हे लहानसं खेडं म्हणजे एक आकर्षक जागा आहे. विकसनशील देशांमध्ये औषधोपचारांचा वापर करताना जी काही सगळी आव्हानं समोर उभी ठाकतात, ती सगळी आव्हानं या डझनभर झोपड्यांमध्ये एकत्रितपणे हजर झालेली आहेत, असं मला वाटतं. असंख्य बिळांच्या जागेत ससे बागडावेत, तशी इथली लहान लहान मुलं, आमच्या या आवाराला... नाही नाही... आमच्या या संपूर्ण हॉस्पिटललाच खेळाचं मैदान समजून आनंदानं बागडत असतात. रुग्णांसाठी हे हॉस्पिटल म्हणजे अगदी शेवटचं आशास्थान असतं. त्यांच्यावर औषधोपचार करणं आणि नेमानं त्यांना तपासणं, याच्या जोडीनं आणखी थोडंसं जरी काही आम्ही त्यांच्यासाठी केलं, तरी त्यातले कितीतरी जण इतकी कृतज्ञता व्यक्त करतात, की मन अगदी भरून येतं. उरलेले इतर पेशंट्स मात्र सारखी कशा ना कशाबद्दल तक्रार करत राहतात... त्यांच्या बऱ्या होत नसलेल्या आजाराबद्दल, इथल्या उकाड्याबद्दल, नाहीतर इथल्या जागेच्या कमतरतेबद्दल. एका झोपडीत गेल्यावर आम्हाला असं दृश्य दिसलंय की, जेमतेम आठ वर्षांची एक मुलगी, त्या झोपडीत एका कोपऱ्यात तिच्या कुटुंबीयांनी ओली करून ठेवलेली थोडीशी जागा स्वच्छ करण्याचा प्रयत्न करत्येय. त्यासाठी त्या घाणीवर तिनं वाया गेलेल्या पांढऱ्या प्लॅस्टिकचा एक तुकडा पसरून ठेवलाय आणि काठ्यांची एक जुडी तयार करून, अगदी नीटपणे ती घाण झाडून टाकण्याचा तिचा प्रयत्न चाललाय. तिथेच समोरच्या कॉटवर असणारा एक म्हातारा माणूस, आम्ही जवळ जाताच धडपडत उठून बसलाय आणि त्यानं माझ्या डोक्यावर जरासं थुंकल्यासारखं केलंय. या कृतीचा मला राग आलाय असं वाटून, पीटर मला समजावतोय की, ही आदर व्यक्त करण्याची रीत आहे. तुम्ही इथे आला आहात, आणि तुमचं मन हेलावून गेलं नाही, असं कधीच होणं शक्य नाही. इथे आल्यावर तुम्ही नम्रपणे वागणार नाही असंही कधी होऊ शकत नाही, कारण इथल्या पेशंट्सना दिलेल्या औषधांचा उपयोग होईल अशी आशा तर असते, पण तसं झालं नाही, तर त्याहून अधिक काही करणं शक्य नसल्याचं सांगताना गलबलून आल्याशिवाय राहत नाही.

मागे माविंगातून जेव्हा मी घरी परत गेलो होतो, तेव्हा एका मित्रानं मला विचारलं होतं, की असं मदतकार्य करणाऱ्यांचा ‘देवाच्या संदर्भात काही वेगळा विचार असतो का? म्हणजे ते स्वतःलाच देव समजायला लागत नाहीत ना?’ आता मला असं म्हणावंसं वाटतंय, की जर आम्ही एखाद्या पेशंटच्या प्रकृतीच्या बाबतीतली सगळी जबाबदारी स्वतःवर घेतली असेल, प्रतिकूल परिस्थितीत,

इतक्या मोठ्या संख्येनं असणाऱ्या रुग्णांना आणि कर्मचाऱ्यांना नियंत्रणाखाली ठेवणं आम्हाला जमत असेल, आणि घरी असताना इतकी जास्त जबाबदारी आमच्यावर आधी कधीच पडलेली नसेल, तर तेव्हा माझा मित्र विचारतोय तशी, 'देवाइतकेच आम्ही श्रेष्ठ आहोत' ही भावना मनात येऊ शकते. जेव्हा आम्हाला अशा ठिकाणी पाठवलं जातं, जिथे आम्ही खूप महत्त्वाचे आहोत, असं वरवर तरी आम्हाला वाटायला लागतं, आमच्याविषयी खूप आदर व्यक्त केला जातो आणि आमची आत्यंतिक गरज असते, तेव्हाही असा विचार मनात येऊ शकतो. तेव्हा अगदी 'आत्मपूजकच' झाल्यासारखं होत असावं. मी म्हणेन की अशा वेळी काहींना आपण 'देव' आहोत असं वाटत असेलही, त्यांच्याविषयी मी काहीच बोलू शकत नाही. पण मी इतकं मात्र म्हणू शकतो की, अशा वेळी अशा 'गॉड कॉम्प्लेक्स'पेक्षाही वरचढ ठरणारी एक गोष्ट असते, ती म्हणजे दुसऱ्याचे अंतरंग समजून घेण्याच्या कुवतीचा, त्यांच्यामध्ये असणारा अभाव. मी असं विधान करतोय कारण, या 'टी.बी. व्हिलेज'च्या आसपास फिरत असताना, किंबहुना मी जिथे जिथे काम केलंय त्या प्रत्येक ठिकाणी, तिथल्या गरजांचं प्रचंड प्रमाण पाहून, मी उलट्या अर्थानं भारावून गेलो आहे किंवा दडपून गेलो आहे, असंही म्हटलं तरी चालेल. आणि हो, त्या गरजांच्या बाबतीत कोणताही कायमस्वरूपी उपाय करण्याची माझी क्षमता नाहीये, याचंही दडपण आलंय मला. निदान मी तरी स्वतःला 'देव' समजू शकत नाही.

***

आता इथल्या माझ्या चौथ्या आठवड्यात, मरिना इथून निघून गेलीये आणि तिच्या जागी इथे पाठवायला दुसरा सर्जन अजून सापडला नाहीये. सुदैवानं तिच्या बहुतेक सगळ्या पेशंटस्ची प्रकृती स्थिर आहे, आणि थॉमस नावाचा शस्त्रक्रिया विभागातला जो प्रमुख आरोग्यसेवक आहे, त्याला त्या सगळ्यांची पूर्ण माहिती आहे. हैदीलाही त्यांच्या प्रकृतीविषयी बरीच माहिती आहे, त्यामुळे तो वॉर्ड सांभाळणं त्यामानानं सोप्पं आहे.

आता गंभीर आजारी पेशंट्स यायला सुरुवात झालीये. माविंगामध्ये रॉबर्टोसारखा जसा क्लिनिको होता, तसा एकही जण इथे नाहीये. त्यामुळे हैदी आणि मी, लहानसहान शस्त्रक्रिया करू लागलोय. जसं की मोठ्या आकाराची काही गळवं, बराच मोडलेला दंड (जो पोलिसांच्या मारहाणीमुळे मोडलाय असा आरोप केला जातोय), आणि अर्धवट तुटलेलं बोट, जे बंदुकीतून चुकून गोळी उडाल्यानं तुटलंय म्हणे... अशा सगळ्यांसाठी थेट शस्त्रक्रिया विभागात नेऊनच उपचार करतोय आम्ही. अॅपेंडिसायटिसचा त्रास होत असलेला एक जण इथे आला, तेव्हा त्याच्यासाठी विमानाची सोय करून, त्याला एम.एस.एफ.च्या दुसऱ्या

हॉस्पिटलमध्ये आम्ही पाठवून दिलंय, कारण त्या हॉस्पिटलमध्ये सर्जन आहे. इथून आम्हाला इतकं करता आलं, हेही चांगलंच म्हणायला हवं. इथे सर्जन नसल्यानं इथल्या कामाचं प्रमाण खूपच जास्त वाढलं आहे. पण मला कामात असं वैविध्य असलेलं आवडत नाही, असं म्हटलं तर ते खोटं ठरेल. म्हणजे यानंतरचा आणखी एक आठवडा संपेपर्यंत तरी माझं हेच मत होतं, असं मी आता म्हणेन.

मे महिन्याच्या या शेवटच्या रविवारी, गोळीबाराची शिकार ठरलेल्या दोन जणांना इथे आणलं गेलंय. दोघंही पुरुष आहेत आणि दोघांच्याही हाता-पायांना गंभीर म्हणाव्यात अशा जखमा झालेल्या आहेत. त्या गोळीबाराच्या घटनेत आणखीही काही जण जखमी झाले होते म्हणे, पण आता ते मरण पावलेत. पोटात आणि छातीत झालेल्या जखमांवर उपचार करताना, पूर्वी मला फारच भीती वाटायची, पण मरिनानं माझी ती भीती बरीचशी दूर केली होती. तिनं मला समजावलं होतं की, अशा जखमींवर काय उपचार करायचे हे इथे निसर्गच ठरवतो. चिंताजनक अवस्थेतले पेशंट्स अनेकदा इथे आणता-आणता वाटेतच मरण पावतात. त्यामुळे असा एखादा कुणी जर हॉस्पिटलपर्यंत पोहोचू शकलाच, तर असं समजायचं की त्याची प्रकृती स्थिर होण्याच्या मार्गावर आहे... तिच्या या बोलण्यामुळे, माझी भीती आता खरंच खूप कमी झाली आहे. कुठलीही गुंतागुंतीची शस्त्रक्रिया करण्याऐवजी, जखमेवरचा, संसर्ग होऊ शकेल असा सर्व भाग काढून टाकायचा, जखम स्वच्छ करायची आणि त्यावर ड्रेसिंग करायचं, हीच आता आमच्या उपचारांची मुख्य पद्धत झाली आहे.

तर इथे जी दोन जखमी माणसं आलेली आहेत, त्यांच्या जखमा स्वच्छ करण्यासाठी आधी मी त्यांना ऑपरेशन थिएटरमध्ये नेलंय. त्या जखमांवर ड्रेसिंग करण्यासाठी आणि अँटिबायोटिक्स देण्यासाठी त्यांना आम्ही इथे दाखल करून घेतलंय. इथपर्यंत तरी सगळं ठीक झालंय. पण एका तिसऱ्या माणसालाही आता इथे आणलं गेलंय आणि अचानकच सगळी परिस्थिती जास्तच गुंतागुंतीची होऊन बसली आहे... कारण या तिसऱ्या माणसाला विरोधक जमातीच्या गटानं इथे आणलंय. बघता बघता ही बातमी सगळीकडे पसरली आहे. दोन्ही जमातींचे लोक आमच्या गेटच्या बाहेर जमलेत आणि तिथे प्रचंड गोंधळ माजला आहे. पोलीस तिथे आलेत आणि आमचे सुरक्षारक्षक आमच्या वॉर्डस्वर लक्ष ठेवून आहेत. त्यात आता थॉमस असं म्हणतोय की, ''काहीही झालं तरी तो तिसरा पेशंट इथे राहूच शकणार नाही. तो इथे असेल तर इथल्या प्रत्येकाच्याच सुरक्षिततेला धोका निर्माण होईल. त्याला कितीही जखमा झालेल्या असल्या तरी त्याला इथून जावंच लागेल.'' मग झोए तातडीनं कुठे कुठे फोन लावायला लागली आहे.

आणि आता काही तासांनीच, त्याला इथून हलवण्यासाठी विमान येऊन उभं आहे.

आता तीन दिवसांनी आज इथे चौथ्या एका माणसाला आणलं गेलंय, जो त्याच गोळीबारात जखमी झालेला आहे. त्याच्या जखमांवर घरीच उपचार करण्याचा निर्णय त्यानं का घेतला होता, हे त्याचं त्यालाच माहीत. पण आता हा उशीर त्याच्यासाठी जीवघेणाही ठरू शकेल, असं वाटतंय. त्याच्या उजव्या गुडघ्याखालच्या भागाला खूप मोठी आणि रुंद अशी जखम झाली आहे, जी पायाच्या समोरच्या बाजूला साधारण पंधरा सेंटिमीटर इतक्या लांबीची आहे आणि ती हाडापर्यंत पोहोचलेली आहे. त्याच्या पोटरीमधल्या पायाच्या नळीचे लहान लहान तुकडे हळूहळू ओढून काढून टाकण्याचा मी प्रयत्न करतोय, पण ते माझ्या हातातल्या ड्रेसिंगपट्टीला अगदी घट्टपणे चिकटताहेत. त्याच्या आजूबाजूचा पेशीयुक्त भाग सडायला लागल्यामुळे आधीच काळपट हिरवा दिसायला लागलाय. ही सगळी जखमेत सेप्टिक होऊन मोठ्या प्रमाणात पू झाल्याची लक्षणं आहेत किंवा त्याचं रक्त दूषित झालंय असंही म्हणता येईल. त्याच्या पायाचा तो भाग आता तातडीनं कापून टाकण्याची गरज आहे.

मी पुन्हा विमान बोलावलंय; पण सध्या आमच्या धावपट्टीवर जवळ जवळ एक किमी. लांबीचं, घाणरेड्या पाण्याचं एक भलं मोठं डबकं तयार झालंय. या असल्या पावसात विमान इथे उतरणंही अजिबात शक्य नाहीये आणि वाहतुकीचा इतर कुठलाही पर्याय उपलब्ध नाहीये. त्यामुळे आता इथली 'शस्त्रक्रिया' या विषयीची सर्व पुस्तकं मी शोधून काढली आहेत. आणि मी शिकलेल्या 'शरीररचना शास्त्र' या विषयाची मनापासून उजळणी करतोय. मला सगळं नीट आठवतंय याची मी खात्री करून घेतली आहे आता. हैदी आणि एक सुदानी मदतनीस यांच्यासह त्या पेशंटला घेऊन मी आता ऑपरेशन थिएटरमध्ये आलोय. तिथे त्या पेशंटच्या पायाचा काळा-निळा पडलेला, सडलेला आणि दुर्गंधी येणारा एक मोठ्ठा मांसल भाग मी कापून टाकलाय. पोटरीच्या नळीचे झालेले तुकडे एक-एक करून काढून टाकत आणि जास्तीत जास्त काळजी घेत, मी त्या पायाच्या मुख्य रक्तवाहिनीच्या जास्तीत जास्त जवळ पोहोचण्याचा प्रयत्न करतोय. पण यापैकी कशामुळेच त्याचा पाय वाचणार नाहीये किंवा पायाला झालेलं सेप्टिकही बरं होणार नाहीये, हे मला माहिती आहे. पण जखमेवरचा संसर्ग झालेला भाग काढून टाकायचा आणि शिरेतून द्रवरूप औषधं आणि इतर अँटिबायोटिक्स देत राहायची, एवढंच करत राहून, ते विमान येईपर्यंत याचा पाय कापून टाकणं लांबवायचं, एवढाच माझा प्रयत्न चाललाय सध्या.

आज दुसऱ्या दिवशी त्याची अवस्था आणखीनच वाईट झाली आहे. विमान अजूनही इथे उतरू शकणार नाहीये. म्हणून मग आम्ही तेच तेच उपचार परत परत

करत राहिलोय... हताश होऊन, हवामान नक्की बदलेल अशी अपेक्षा करत बसलोय.

आता तिसरा दिवस उजाडलाय. तो पेशंट आज जास्तच घाबरून गेलाय. धावपट्टी मध्ये-मध्ये थोडी वाळली आहे, पण अजूनही ती वापरण्याइतकी सुरक्षित वाटत नाहीये. त्यामुळे आमच्यापुढे एकही पर्याय उरलेला नाहीये. आम्ही जर आता त्याचा पाय कापला नाही, तर तो नक्कीच मरेल. पण इथे वॉर्डमध्ये त्याचे जे डझनभर मित्र उभे आहेत, त्यांना हे कळत नाहीये.

"आज तीन दिवस झाले," त्या माणसांपैकी एक जण मला म्हणतोय. माझ्यापासून फूटभर अंतरावर तो उभा आहे. त्यानं घातलेल्या गॉगलमुळे त्याचे डोळे मला दिसत नाहीयेत. त्याच्या प्रत्येक श्वासाबरोबर येणारा बिअरचा उग्र वास मला अस्वस्थ करतोय. आणि आता त्याची चिडचिड सुरू झालीये... "तीन दिवस झाले, तरी अजूनही याच्यात काहीच सुधारणा कशी झाली नाहीये?"

आम्ही समजावण्याचा खूप प्रयत्न करतोय; पण काहीच उपयोग होत नाहीये. गेला अर्धा तास थॉमस त्यांच्याशी बोलतो आहे, पेशंटचा मोठा भाऊही तिथे आहे. पण तो पाय कापायची परवानगी देत नाहीये. बाकी सगळे त्याच्यामागं गर्दी करून उभे आहेत आणि ते सगळे त्या भावाशी सहमत आहेत. मी पुन्हा एकदा सगळे पर्याय त्यांना समजावून सांगतोय, थॉमस त्यांच्या भाषेत त्याचा अनुवाद करून सांगतोय... पण ते लोक ऐकून घेण्याच्या मनःस्थितीत नाहीयेत. त्यांचे आवाज वाढतच चाललेत. त्यांचा निर्णय पक्का आहे... 'पाय कापायचा नाही.' "याच्याकडे पुष्कळ शेळ्या-मेंढ्या आहेत." थॉमस सांगतोय... म्हणजे थोडक्यात तो एक मोठा माणूस आहे. थॉमसही त्याच्यासारखाच आहे की... अगदी उंचापुरा आणि असाच इतरांना आदरणीय वाटणारा न्यूएर माणूस... ते म्हणताहेत की, 'त्याला त्याचा पाय गमावून चालणार नाही' आणि असंही म्हणताहेत की, 'हे हॉस्पिटल आहे आणि इथे तो बरा व्हायलाच पाहिजे.' पाय कापला नाही तर तो बरा होणं अशक्य आहे, असं मी सारखं त्यांना समजावण्याचा प्रयत्न करतोय. पण माझ्या बोलण्यावर त्यांचा विश्वास बसत नाहीये."

मी हातात मोजे घालतो आणि त्याच्या पायाचं ड्रेसिंग काढतो. त्याच्या पायाची अवस्था पाहून तरी या इतर माणसांची समजूत पटेल, अशी आशा वाटत्येय मला. पट्टी काढल्याबरोबर जखमेतून येणाऱ्या दुर्गंधीनं खोली भरून गेलीये अक्षरशः. ती जखम पाहून एक बाई मोठ्यानं रडायला लागली आहे, पण पुरुषांवर मात्र त्याचा काहीच परिणाम झालेला नाहीये. "नाही, पाय कापणं आम्हाला मान्य नाही," तो भाऊ म्हणतोय. "तुम्हीच बघा. किती सगळा विचका झालाय या जखमेचा. आम्हाला हे सगळं बरं करून पाहिजे... आत्ताच्या आत्ता."

आता मात्र मला खरंच खूप हताश झाल्यासारखं वाटतंय. थॉमस कितीतरी

वेळ त्यांच्याशी बोलतोय, पुन्हा पुन्हा त्यांना समजावण्याचा प्रयत्न करतोय...
पण नाही... काहीच उपयोग होत नाहीये त्याच्या बोलण्याचा... उलट त्यांनी पुन्हा
आता आरडाओरडा करायला सुरुवात केली आहे. ''पाय कापणं अजिबात शक्य
नाहीये डॉक्टर. ते त्यासाठी अजिबातच परवानगी देणार नाहीत,'' थॉमस सांगतोय.
तोही आता खूप बावचळून आणि घाबरून गेलाय.

या जागेचं हे असलं रूप दिवसेंदिवस खूपच नकोसं वाटायला लागलंय
मला... असा मर्दानीपणाचा प्रचंड गर्व किंवा फाजील धीटपणा, भांडखोरपणा,
विनाकारण आक्रमकपणा... हे असलं काहीच आवडत नाही मला. इथली माणसं
खूप मोकळ्या मनाची, त्यांच्या मनातली आपुलकी, प्रेम अगदी दिलखुलासपणे
व्यक्त करणारी आहेत, हे तर खरंच आहे. पण वेळ आली की त्यांच्या स्वभावाची
ही दुसरी बाजूही तितक्याच ठळकपणे समोर येते. म्हणजे ते जर तुमच्याबाबतीत
नाराज असले, तर ती नाराजी ते तुमच्यापुढे नक्कीच व्यक्त करतील. थोडक्यात
म्हणजे, ते मनात काहीच दडवून ठेवत नाहीत. गेल्याच आठवड्यातली गोष्ट
आहे... एका मुलीच्या गळ्याला झालेल्या गळवाचा मी निचरा करून टाकला
होता, म्हणून तिच्या वडिलांनी त्याबद्दल अगदी कडक शब्दांत मला ठणकावलं
होतं. खरं तर अशा गळवांचा निचरा करण्याची ती पद्धत अगदी सोपी आणि
कमी वेळात होणारी आहे. पण त्यासाठी मी त्यांच्याऐवजी, फक्त त्यांच्या बायकोची
परवानगी घेतली होती, याचा त्यांना राग आला होता. त्यांच्या अधिकाराला मी
सुरूंग लावला होता, असं त्यांना वाटत असावं. आणखी दोन वेळा मला असंच
धमकावण्यात आलेलं आहे इथे. आमच्या पोषक पोषण विभागातला गॅटवेच
नावाचा एक आरोग्यसेवक आहे. इथे घेतल्या जाणाऱ्या प्रशिक्षण वर्गाला तो
हजर राहत नाही, म्हणून एकदा मी त्याला त्याबद्दल जाब विचारला होता, तर
त्याची प्रतिक्रिया काय असावी? संतापाच्या भरात धड बोलताही येत नव्हतं
त्याला. त्यानं मला चक्क धमकी दिली होती की, ''मी काय करायचं, हे तुम्ही
जर पुन्हा मला सांगितलंत तर मी तुमचा जीव घेईन.'' यावर काय बोलू
शकणार होतो मी? दुसरा असाच एक प्रसंग आमच्या वॉर्डमध्ये घडला होता.
तिथे एका लहान मुलाचा मृत्यू झाला होता. मी त्याला चुकीची औषधं दिल्यामुळेच
त्याचा मृत्यू झाल्याचा गंभीर आरोप त्याच्या पालकांनी माझ्यावर केला होता.
अर्थातच, त्या दोन्ही अगदी पोकळ धमक्या होत्या. त्या वेळी जोसेफनंही मला
खूप दिलासा दिला होता. तरी मी अजूनही इथे आहे खरा – पण अशा गोष्टी
खूपच हतबल करून टाकणाऱ्या असतात. माझ्यासारखेच बाहेरच्या देशातून इथे
काम करायला आलेले काही जण, त्यांच्या बाबतीतही असेच प्रसंग घडल्यावर
याआधी हा प्रकल्प सोडून निघून गेलेले आहेत. सोमालियातील कामाबद्दल मला

जेव्हा माहिती देण्यात आली होती, तेव्हाच असंही सांगितलं गेलं होतं, की अशा धमक्यांचा अर्थ हाही असू शकतो, की माझी तिथली नेमणूक रद्द झालेली आहे... किंवा याहूनही काहीतरी वाईट घडण्याची शक्यता आहे. त्यामुळे कुठली धमकी गंभीरपणे घ्यायची आणि कुठली हसण्यावारी न्यायची, हे एखाद्याला कसं कळणार? मला तर वाटतं की आधी अशा वेळी काय घडलं होतं, ते पाहून हे ठरवायला हवं. तुम्हाला जर प्रत्यक्षात काही दुखापत झालेली नसेल, तर त्या धमक्या गंभीरपणे दिलेल्या नव्हत्या, असं समजायचं.

पण अशा धमक्यांपेक्षाही, मी हे समजून घेण्याचा आटोकाट प्रयत्न करतोय, की मुळात अशा सशस्त्र संघर्षाची संस्कृती का निर्माण झाली असावी. हे समजून घेण्याचा माझ्या परीनं मी जास्तीत जास्त प्रयत्न केलाय. कितीतरी वेळा. न्यूएर जमातीबद्दलच्या त्या पुस्तकाचं अगदी पान न् पान मी वाचून काढलंय. न्यूएर लोकांसाठी गुरंढोरं किती महत्त्वाची आहेत आणि अशा हल्ल्यांमागे, त्यांच्या संस्कृतीचा किती भाग आहे, हेही मला पूर्णपणे समजलंय. पण मी जे वाचलंय आणि प्रत्यक्षात मला जे दिसतंय, त्या दोन पूर्ण वेगवेगळ्या गोष्टी आहेत.

मी असं वाचलंय, की त्यांच्यासाठी गुरंढोरं हा फक्त संपत्ती मिळवण्याचा स्रोत नाहीये. खरंतर न्यूएर लोकांची रोजची दिनचर्या आणि ऋतूनुसार केली जाणारी स्थलांतरं या गोष्टी पूर्णपणे त्यांच्या गुराढोरांच्या गरजांनुसार ठरत असतात. थोडक्यात, या लोकांच्या सगळ्याच गोष्टी गुरांढोरांवरच अवलंबून असतात. त्यांच्या गुराढोरांवर त्यांचं अतोनात प्रेम असतं, असंच म्हटलं जातं नेहमी. अगदी क्वचित त्यांना मारून खाल्लं जातं. आणि परंपरेनुसार त्यांच्या शरीराचा प्रत्येक भाग किंवा त्यांच्यापासून मिळणारी कुठलीही गोष्ट पुरेपूर उपयोगात आणली जाते... अगदी त्यांचं मूत्रही केस धुण्यासाठी वापरलं जातं, आणि त्यांचं शेण जाळल्यानंतर उरणारी राख दात घासण्यासाठी वापरली जाते. पुरुष माणसं आपल्या आवडत्या प्राण्यावर गाणी रचतात आणि तो त्यांचा नातेवाईक असल्यासारखी, त्यांच्या मृत्यूनंतर ती गाणी मोठ्यानं इतरांना म्हणून दाखवतात... आपल्या पूर्वजांबद्दल म्हणावीत तशी. धार्मिकदृष्ट्याही हे प्राणी महत्त्वाचे घटक मानले जातात. म्हणजे भूतपिशाच्च आणि स्वतःच्या पूर्वजांचे आत्मे, यांना हे प्राणी 'अर्पण' केले जातात... अर्थात, बळी दिले जातात. ते मृतात्मे म्हणजे भटकणारे पवित्र आत्मे असतात, असं अनिवार्यपणे समजलं जातं. या लोकांचं संपूर्ण विश्वच गुराढोरांभोवती सामावलेलं असतं असं म्हटलं, तर ते वावगं ठरणार नाही. म्हणूनच कदाचित परदेशी लोकांसाठी न्यूएर भाषेत एक सर्वसमावेशक म्हणावा असा शब्द वापरला जातो... 'जर', ज्याचा अर्थ आहे 'पूर्णपणे गुराढोरांविरहित'. न्यूएर लोकांच्या बाबतीतली ही वस्तुस्थिती एकदा लक्षात आली की, मग आपल्या गुराढोरांच्या रक्षणासाठी ते

आपल्या स्वतःच्या जिवावरही का उदार होतात, हे सहज समजण्यासारखं आहे.

रोज सकाळी या जखमी माणसांच्या कॉटपाशी मी जेव्हा उभा असतो, तेव्हा एक विचार हमखास माझ्या मनात येतो, की अनेक दशकं खूप हालअपेष्टा सोसून झाल्यानंतरही ही शस्त्रधारी माणसं, केवळ आपल्या गुराढोरांसाठी, किरकोळ कारणांवरूनही स्वतःचं आयुष्य तर धोक्यात घालायला सहजपणे तयार असतातच, पण आजूबाजूच्या निरपराध माणसांचं आयुष्यही धोक्यात घालत असतात. इथे आलेला एक परदेशी माणूस म्हणून, किंवा विशेषतः इथला एक आरोग्यसेवक म्हणूनही या सगळ्या गोष्टींबद्दल जाब विचारण्याचा अधिकार मला नाहीये आणि मला हे चांगलंच माहिती आहे. गेल्या हजारो वर्षांपासून हे असंच चालू आहे... जेव्हा बंदुका नव्हत्या तेव्हाही असे संघर्ष चालूच होते; आणि तेही त्यांच्या संस्कृतीचा एक भाग म्हणून; पण तरीही अशा संघर्षांना माझा आक्षेपच आहे. इथल्या वॉर्डमध्ये अशा संघर्षाचे परिणाम मला सारखे दिसतात, तेव्हा दिवसेंदिवस माझा हा आक्षेप वाढतच चाललाय.

थॉमस पुन्हा माझ्याजवळ येऊन सांगतोय, की तो भाऊ आपल्या म्हणण्यावर ठाम आहे. त्यामुळे त्या पेशंटचा पाय कापून टाकणं शक्य होणार नाहीये.

मी ऑफिसमध्ये आलोय. विमान मिळावं म्हणून पुन्हा प्रयत्न करतोय. पण नाही. ते लोक विमान पाठवू शकत नाहीयेत.

दुसऱ्या एका प्रकल्पासाठी काम करणाऱ्या सर्जनशीही मी याविषयी बोलतोय. पण त्या पेशंटला आमच्या इथून दुसरीकडे हलवायला हवं, एवढंच तो सुचवू शकलाय. मला खूप वाईट वाटतंय... काय करू मी आता?

आम्ही ऑपरेशन थिएटरमध्ये सगळी तयारी केलीये आणि त्या पेशंटला तिथे घेऊन आलोय. त्याच्या बरोबरची माणसंही आमच्या मागोमाग येऊन बाहेर थांबली आहेत. मी आता काय करणार आहे हे माझं मलाच नक्की माहिती नाहीये. आम्ही त्याला अशाच अवस्थेत जर सोडून दिलं, तर तो मरेल. आम्ही त्याचा पाय कापून टाकला, तर त्याचे काय परिणाम होतील, हे सांगता येणार नाही. त्यामुळे त्याचा इतरत्र पसरायला लागलेला जंतुसंसर्ग थोपवण्याचा पुन्हा जास्तीत जास्त प्रयत्न करणं, एवढंच माझ्या हातात आहे.

आम्ही त्याला टेबलावर झोपवलंय. पॉलनं जनरेटर चालू केलाय. हैदीनं पेशंटचा पाय बधिर करण्याची तयारी केली आहे. गॅटलुआक या इथल्या मदतनिसानं, हत्यारं काढून मांडून ठेवली आहेत. हात स्वच्छ धुवून मी मोजे आणि गाऊन घातलाय. त्याच्या पायाला आयोडीन लावायचं पहिलं काम मी करतोय. एकीकडे स्वतःलाच विचारावं तसं मोठ्यानं विचारतोय की, "याची परिस्थिती आणखी बिघडू शकते का आता?" आणि या प्रश्नाचं 'हो' हे उत्तर खोलीत घुमलंय...

हैदीनं केटामाईनचा पहिलाच डोस दिलाय आत्ता त्याला, आणि अचानक त्याचा घसा आवळला गेलाय, श्वासोच्छ्वास थांबल्यासारखा झालाय.

हातातला आयोडिनचा बोळा तिथेच टाकून मी पळतच त्याच्या डोक्यापाशी आलोय. जिथं हैदी उभी आहे. ती मनापासून दिलगिरी व्यक्त करते आहे. तिनं खरं तर त्या औषधाचा योग्य तोच डोस दिलाय. त्या औषधाचा असा दुष्परिणाम होऊ शकतो हे माहिती असलं, तरी तो फारच क्वचित होतो. श्वासनलिका आणि घशातली पोकळी आतून तपासण्यासाठी 'लॅरिंगोस्कोप' नावाचं जे एक उपकरण असतं, ते हैदीनं माझ्या हातात दिलंय. मला नीट पाहता यावं, म्हणून त्याची नळी घट्ट पकडून ठेवण्याचा तिचा प्रयत्न चालू आहे. पण या माणसाचं तोंड आता इतकं घट्ट मिटलंय की अनेक जंगली घोडे आणून त्यांच्या मदतीनं जरी त्याचं तोंड उचकटण्याचा प्रयत्न केला तरी या क्षणी ते शक्य होणार नाही. आणि एकीकडे त्याच्या रक्तातल्या प्राणवायूचं प्रमाण कमी व्हायला लागल्यानं ऑक्झिमीटरच्या 'बिप बिप' अशा आवाजाचा वेग वाढलाय... त्यावर दाखवलं जाणारं प्रमाण नव्वदच्याही खाली गेलंय. आता एक-दोन मिनिटातच हा आकडा खूप खाली येईल. त्याच्या हृदयाची गती खूपच कमी होईल, किंवा कदाचित ते बंदही पडेल, आणि मग त्याला वाचवण्याची एकही संधी आम्हाला मिळणार नाही. देवा, काय होऊन बसलंय हे...

मी त्याचा श्वास सुरू करू शकत नाहीये. तो लॅरिंगोस्कोपही आता उपयोगाचा नाहीये. अशा वेळी मदतीसाठी बोलावता येईल, असंही कुणी इथे नाहीये.

मग मी आता अगदी मूलभूत उपचारांकडे वळलोय.

अशा वेळी करावयाच्या उपचारांचे सामान्य नियम आठवतोय...

एक रबरी बॅग आणि तोंडाला लावायला एक मास्क... त्याच्या श्वासनलिकेतून हवा आत बाहेर व्हावी यासाठी एवढ्याच गोष्टी हव्या आहेत आम्हाला. आम्ही हा प्रयोग करतोय... पण नाही... आतूनच काहीतरी घट्टपणे अडकलेल्या एखाद्या नळीत कितीही जोरानं हवा फुंकण्याचा प्रयत्न केला तरी त्याचा उपयोग होत नाही... तसंच काहीसं होतंय.

"सत्तर टक्के..." हैदी सांगत्येय. रक्तातलं प्राणवायूचं प्रमाण सत्तर टक्क्यांपर्यंत खाली उतरलंय आता.

देवा... त्याच्या शरीराचा सगळाच वेग खूप मंदावलाय.

'डायझेपाम'... क्षणार्धात वीज चमकून जावी, तसं हे नाव आठवलंय मला.

डायझेपाम हे औषध स्नायू शिथिल करण्याचं काम करतं आणि आता या क्षणी उपयोगी पडेल असं इतर कोणतंच औषध आमच्याकडे नाहीये. त्यामुळे, 'डायझेपामच्या दोन बाटल्यांचं एक एकत्रित इंजेक्शन या माणसाला दे' असं मी

हैदीला सांगतोय. या औषधामुळे त्याच्या घशाचे आणि जबड्याचे स्नायू शिथिल होतील. पण त्याच्या फुप्फुसातून हवा खेळावी, यासाठी मी अजूनही फारसं काही करू शकत नाहीये.

"प्राणवायूची पातळी साठ टक्क्यांवर आली आहे," हैदी काळजीच्या स्वरात सांगते आहे.

मग त्याच औषधाचं आणखी एक इंजेक्शन आम्ही दिलंय. हे डायझेपाम औषध जास्त प्रमाणात दिलं, तर त्याचा दुष्परिणाम होऊन श्वासोच्छ्वास थांबतो, ही गोष्ट आत्ता या क्षणी तरी मला असंबद्ध वाटते आहे. आत्ता मी नेमकं इथे काय करतोय, ते त्या देवालाच माहिती. या माणसाचे कुटुंबीय, तो बाहेर येण्याची वाट पाहत या थिएटरच्या बाहेर उभे आहेत आणि माझ्या मनात मात्र काहीतरी विचित्रच विचार यायला लागलेत... म्हणजे मी जर आत्ता बाहेर गेलो आणि त्यांना सांगितलं की 'आत्ता इतक्यातच त्याचा मृत्यू झालाय, पण तुमच्यासाठी एक चांगली बातमी आहे, की त्याचा पाय अजूनही जागच्या जागीच आहे, आम्ही तो कापला नाहीये,' तर हे ऐकून त्यांना वेडच लागेल. ते अगदी सैरभैर होऊन जातील, याविषयी माझ्या मनात तसूभरही शंका नाहीये... पण एकीकडे असला काहीतरी नको तो विचार मनात चालू असतानाच, मला हेही जाणवतंय की डायझेपाम त्याच्या नसांमधून वाहत असतानाच मी जास्तीत जास्त जोर लावून त्या रबरी बॅगेत हवा भरून ती फुगवतो आहे. परत ती हवा काढून टाकतोय. त्याच्या रक्तातल्या प्राणवायूची पातळी आता इतकी कमी झाली आहे, की ती मोजण्याचा प्रयत्न त्या मशिननेही आता सोडून दिलाय. आता माझ्या मनात कसली योजना आखण्याचा प्रयत्न चाललाय, ते मी प्रामाणिकपणे सांगायलाच हवंय. या ऑपरेशन थिएटरमधून आम्ही कोणत्या रस्त्यानं बाहेर पडू शकू आणि त्या वॉर्डपर्यंत कसे पोहोचू शकू, जेणेकरून बाहेर उभ्या असलेल्या त्या माणसांसमोरून आम्हाला जावं लागणार नाही, याचा विचार करतोय मी. अर्थात, संकटाला तोंड देण्यासाठी आम्हाला आमचं सगळं धैर्य गोळा करावं लागणार आहे. असं वेगळं काहीतरी ठरवावं लागतंय, कारण ही तरुण माणसं कधी काय करतील, याचा अंदाजच मी बांधू शकत नाहीये अजिबात. प्रशिक्षण वर्ग चुकवल्याबद्दल फक्त जाब विचारला, म्हणून गॅटवेचने मला मारून टाकण्याची धमकी दिली होती, मग कल्पना करा की, हा माणूस जर जगला नाही, तर काय परिस्थिती ओढवेल...

पण मी जास्त वेळ असला काहीतरी विचार करत बसू शकत नाही. मी त्या पेशंटकडे लक्षपूर्वक पाहतोय आणि... हवेचं चलनवलन त्याच्या फुप्फुसांपर्यंत काही प्रमाणात; पण जास्त सहजपणे सुरू झाल्याचं माझ्या लक्षात आलंय.

"पासष्ट." हैदी सांगत्येय.

इतका वेळ आकुंचित अवस्थेत असलेले त्याच्या घशाचे स्नायू शिथिल व्हायला लागल्याचं मला जाणवतंय.

"सत्तर."

प्राणवायूची रक्तातली पातळी हळूहळू वाढायला लागली आहे... "पंचाहत्तर..." आता बहुतेक इथून आम्हाला गुपचूप बाहेर पडावं लागणार नाही. "एकोणऐंशी टक्के..." "नाही नाही ब्याऐंशी टक्के." आता आमची एका संकटातून मुक्तता झालीये असं मला वाटायला लागलंय. आमची सत्त्वपरीक्षा पाहणाऱ्या या सगळ्या गोष्टी जेमतेम पाच मिनिटात घडलेल्या आहेत खरं तर, पण तेवढ्यात माझं अख्खं शरीर घामानं डबडबून गेलंय.

त्या पेशंटला कृत्रिम श्वासोच्छ्वास देणं आता हळूहळू सोपं व्हायला लागलंय. प्राणवायूची पातळीसुद्धा आता नव्वदच्या थोडी पुढे गेलीये आणि ही आवश्यक तेवढी पातळी आहे. पुढचा एक तास, त्याला श्वसनासाठी मदत व्हावी म्हणून रबरी बॅग घेऊन मी आणि हैदी त्याच्याजवळ उभे आहोत, कारण आता औषधांचा परिणाम संपलाय. ऑक्सिजन देण्यासाठी पॉलला बोलावलंय. आता त्याच्या या पायाबाबत मी काहीही करू शकणार नाही, हे तर अगदी उघडच आहे. आम्ही ती जखम पुन्हा एकदा स्वच्छ केलीये आणि त्यावर नवीन ड्रेसिंग बांधलंय.

तो पेशंट जागा झाल्या झाल्या आम्ही त्याला परत वॉर्डमध्ये हलवलंय. आता तो तसा ठीक दिसतोय. त्याच्याबाबतीत केवढा अनर्थ ओढवण्याची वेळ आली होती, याची त्याच्या कुटुंबीयांना अजिबात कल्पना नाहीये आणि त्याच्या पायाचं नवं ड्रेसिंग बघूनच ते खूश झालेत. म्हणून मग पुन्हा एकदा लोकीला फोन लावण्यासाठी मी ऑफिसमध्ये आलोय. 'कसंही करून इथे ताबडतोब विमान पाठवा' अशी काल केलेली विनंतीच आज मी परत नव्यानं त्याला करतोय. कारण त्या माणसाच्या अवस्थेइतकाच, इथल्या सुरक्षेचा प्रश्नही आता महत्त्वाचा ठरायला लागला आहे.

आणि आता इतकं सगळं घडून गेल्यावर, मी माझ्या झोपडीत जाऊन एकदाची अंथरुणाला पाठ टेकवली आहे. तात्पुरती का होईना, पण देवावर माझी खूप श्रद्धा जडल्यासारखं वाटतंय आत्ता मला. म्हणजे मी जेव्हा इथून जाणाऱ्या छोट्या विमानात पाय ठेवतो आणि 'सकाळी धावपट्टी जास्त चिखलमय असू देऊ नको रे देवा' अशी प्रार्थना करतो, तेव्हापेक्षाही जास्त मनापासून मी आत्ता त्याचे आभार मानतोय.

असे आभार मानणं, यात कदाचित माझा थोडा स्वार्थही दडलेला असेल... मी मान्य करतो. पण केवळ देवाच्या कृपेमुळेच तो पेशंट रात्रभर जिवंत राहिला, असं या क्षणी अगदी मनापासून वाटतंय मला.

भाहोत्री मारेकरी

आज सकाळी पाऊस थांबलाय. आभाळ अजूनही ढगाळच आहे. पण पहाटेच जाऊन पॉल धावपट्टी पाहून आलाय. आता तिची अवस्था बरीच चांगली आहे, असं त्याला वाटतंय. आम्ही पुन्हा लोकीशी संपर्क साधलाय. आणि त्यांनी लगेचच विमान पाठवलंही आहे. सहज आकाशाकडे पाहताना उत्तरेकडे मोठमोठे काळे ढग जमा झालेले दिसताहेत. आणि मी पुन्हा काळजीत पडलोय. मला शक्य असतं तर मी ढग फुंकरीनं लांब उडवून टाकले असते... क्षणार्धात मनात चमकून गेलेल्या या विचारानं माझी मलाच एकीकडे गंमत वाटत्येय खरी तर, पण जराशी धास्तीही वाटत्येय, की हे ढग पाहून विमान परत फिरलं तर?... पण नाही... ते येताना दिसायला लागलंय... आणि आता सुरक्षितपणे आमच्या या धावपट्टीवर उतरलंही आहे. लगेचच त्या पेशंटला आणि त्याच्या एका नातेवाइकाला इथून पाठवूनही दिलंय आम्ही. आता दोन तासांत ते विमान दुसऱ्या हॉस्पिटलपर्यंत पोहोचलंय. तिथल्या सर्जनशी मी फोनवर बोललोही आहे. त्या पेशंटचा पाय वाचवता येणं शक्य नाही, हे त्यालाही मान्य आहे; पण हे सर्जन कांगोचे रहिवासी आहेत. त्यामुळे मी एवढीच आशा करू शकतो की, त्या पेशंटचे कुटुंबीय निदान त्यांच्या या आफ्रिकन शेजाऱ्याच्या मताचा तरी आदर करतील. काय होतंय ते कळवतीलच मला ते सर्जन.

त्या पेशंटच्या बाबतीत आम्ही नशीबवान होतो, असं आता म्हणावंसं वाटतंय. कारण त्यानंतरचे काही आठवडे, एखादं अस्मानी संकट कोसळावं तसा कोसळणारा पाऊस, सतत या शहराला अक्षरशः झोडपून काढतोय. त्यामुळे विमानांची उड्डाणं सतत रद्द होताहेत. आणखी काही पेशंट्सनाही इथून हलवण्याची गरज आहे. पण अगदी तातडीची गरज नाहीये.

या वादळांचा आवाज ऐकायला मला नेहमीच आवडतं. हल्ली तर ते आवाज ऐकताना खूपच मजा वाटत्येय मला... कारण मी सध्या त्या 'टुकुल'मध्ये

राहत नसून, इथल्या जुन्या मिशनरी हाऊसमधल्या खोलीत राहायला आलोय. इथे मला चांगली झोप लागत्येय, कारण इथल्या भिंती पाण्यात विरघळणाऱ्या नाहीयेत, हे मला माहिती आहे.

आता जून महिन्याच्या मध्याला आमच्या स्वयंपाकघराच्या खिडकीतूनही नदी दिसायला लागली आहे. लपलप आवाज करणाऱ्या तिच्या लाटा त्या किनाऱ्यापासून फारशा खोलवर आदळत नाहीयेत. असं वाटतंय की किनाऱ्यावर बसून थोडंसं खाली वाकून पाण्यात हात घातला तर हाताला स्पर्श करतील त्या. हा तोच किनारा आहे ज्यावर आमचं आवार बांधलेलं आहे. नदीच्या प्रवाहाला चांगलाच वेग आहे. त्याबरोबर आपोआपच वाहत जाणाऱ्या पाणवनस्पती आणि रानटी झुडपं, त्या मातीच्या रंगाच्या पाण्याबरोबर वाहत वाहत शांतपणे दिसेनाशा होताहेत. माणसं आणि सामानसुमान यांना नदी पार करून पलीकडे पोहोचवणाऱ्या छोट्या होड्या, वल्ही हळू मारली, तरी शंभर मीटर वेगानं वाहत जाताहेत. दूरवर दिसणाऱ्या किनाऱ्याच्या पलीकडे, जवळजवळ क्षितिजाला टेकल्यासारखी वाटणारी, लांबच लांब जमीन अगदी काही दिवसांपूर्वी कोरडीठाक पडलेली दिसत होती. पण आता तिथे नदीला लागूनच एक उथळ असा तलाव आहे की काय असं वाटायला लागलंय. त्या तलावात कुठं कुठं उघडी पडलेली जमीन, त्या तलावाला तडा पाडत वर डोकावते आहे आणि ती जमीन नसून, लहान लहान बेटांची साखळी तिथे तयार झाली आहे, असं वाटतंय. आणि या बेटांवर टवटवीत, हिरवंगार गवत जोमानं वाढलेलं दिसतंय. पहिला पाऊस पडून गेल्यानंतर जेमतेम एका महिन्यातच हा सुखद बदल घडून आलाय. हा सगळाच किती पूर्णपणे सपाट असा प्रदेश आहे, हेच यावरून दिसून येतंय. 'सूद' नदीला फाटे फुटत जे बरेचसे वेगवेगळे प्रवाह तयार झालेत, त्यांच्या पाण्याची पातळी मात्र, इतका पाऊस पडूनही जेमतेम एक-दीड मीटरनेच वाढली आहे. पण या इतक्याशा बदलामुळे, इथल्या दलदलीच्या भागात आता चौपट वाढ होईल. अनेक न्यूएर लोक सखल भागातल्या गुरांच्या छावण्यातला आपला मुक्काम हलवतील आणि पावसाळ्यात ते नेहमी जिथं मुक्काम करतात, त्या थोड्याशा उंचीवर असणाऱ्या खेड्यांमध्ये येऊन राहतील. ऑक्टोबर महिन्यात कापणी करता यावी या दृष्टीनं खेड्यांमध्येच ते मका आणि सोरघम नावाच्या एका गवती धान्याची लागवड करतील.

"इथे कधी पूर येतो का?" मी आमोसला विचारतोय. आज माझा इथल्या नवव्या आठवड्यातला मंगळवार आहे. आमोस स्वयंपाकघरात माझ्या शेजारीच बसलाय आणि मगमध्ये इन्स्टंट कॉफीचे चमचेच्या चमचे घालतोय.

"हो तर," तो हसत सांगतोय... म्हणजे अगदी खात्रीपूर्वक सांगतोय. या

दक्षिण सुदानमधल्या प्रकल्पांमध्ये गेली जवळजवळ पाच वर्षं त्यानं काम केलेलं आहे. दोन-चार महिन्यांतून एकदा, आपल्या कुटुंबीयांना भेटायला तो केनियाला जात असतो.

''काही काही वेळेला तर पुराचं पाणी अगदी इथंपर्यंत येतं... थेट आपल्या आवारात.''

''खरंच का?''

''अरे हो! अशा सगळ्या प्रसंगांना तोंड देतच तुला इथे राहावं लागणार आहे, त्यामुळे या सगळ्याची सवय करून घे आता.''

मी पट्कन एक बिस्किट उचललंय आणि खिडकीच्या चौकटीच्या खालच्या जागेतून उडी मारून वटवाघळांच्या खोलीत आलोय. आमच्या मुख्य व्हरांड्याकडे जाण्यासाठी जे दोन मार्ग आहेत, त्यातला हा एक मार्ग आहे. त्या खोलीतून सरळ बाहेर पडून मी आता आमच्या अंघोळीच्या छोट्याशा खोलीबाहेर येऊन थांबलोय... माझा नंबर कधी लागतोय याची वाट पाहत, धान्य साठवण्याच्या एका मोठ्या पिंपावर बसून राहिलोय. इतक्यात तिथल्या कोपऱ्यातून पॉल बाहेर आलाय.

''परत आजारी पडला आहेस की काय मित्रा?''

तो नुसती मान हलवतोय. त्याच्या पँटला खूप चिखल लागलाय आणि चेहराही थोडासा पांढरा पडलाय.

''पुन्हा जुलाब होताहेत का?''

''हो.''

''खूप वेळा होताहेत का?''

''दोन आठवड्यांपूर्वी होत होते तसेच,'' खांदे उडवत तो सांगतोय.

''पॉल, अरे तुझ्या पँटला नक्की चिखलच लागलाय ना?''

''हो रे बाबा. दुसरं काही लागण्याइतकी वाईट अवस्था नाही झालीये माझी अजून...'' तो हसून सांगतोय.

एकूण काय तर नासिरचा 'फ्रिक्वेंट ट्रॅव्हलर क्लब' जोरानं चालू आहे. या महिन्यात लोकांची तिथली ये-जा फारच वाढली आहे. थोडक्यात सांगायचं तर इथलं शौचालय म्हणजे या क्लबचं सध्याचं अनोखं असं एकमेव मुक्कामाचं ठिकाण झालेलं आहे. गंमत राहू दे; पण पॉल खूपच वाळल्यासारखा, अगदी अशक्त दिसायला लागलाय. मी इथे आल्या आल्या त्याला पाहिलं होतं, त्यापेक्षा त्याचं वजन अगदी सहज लक्षात येण्याइतकं कमी झालंय. आमोसही पुन्हा आजारी पडलाय. आणि माझंही वजन मोझाम्बिकमध्ये असताना होतं त्यापेक्षा काहीसं कमी झालंय सध्या. अशा प्रकारे सगळ्यांनाच त्रास होण्याचं नेमकं कारण

मात्र आम्हाला अजून सापडलं नाहीये. इथलं पाणी खूप चांगलं आहे, याबद्दल आमोसची पूर्ण खात्री आहे. आणि या त्रासाचा संबंध हॉस्पिटलशी असावा अशी मला शंका येते आहे... पण हैदी तर जवळ जवळ दिवसभर हॉस्पिटलमध्येच असते, मग ती किंवा कॅरोल दोघीही कशा आजारी पडत नाहीत कधी? मग या त्रासाचा उगम नक्कीच आमच्या स्वयंपाकघरात होत असला पाहिजे. तिथली भांडी, ताटं हे सगळं तिथून बाहेर नेऊन स्वच्छ करणं आधी थांबवायला पाहिजे. पॉलचं आणि माझं तर या मुद्द्यावर एकमत झालंय. एक दिवस दुपारभर आम्ही आमच्या स्वयंपाकिणीबरोबरच थांबायला पाहिजे, आणि ती हात स्वच्छ धुते का, स्वयंपाकासाठी पाणी कुठून आणते, हे सगळं लक्ष देऊन पाहायला पाहिजे.

"हा आठवडा संपायच्या आत, स्वयंपाकघरात आवश्यक तसं सिंक बसवून घ्यायला हवं, हे मी पाहीन. खरं तर किती दिवसांपासून मी हे काम करायचं ठरवतो आहे." पॉल म्हणतोय. "मला एक सांगा, इथल्या बायकांपैकी एक जण तरी कधी आजारी पडलेली पाहिली आहे का तुम्ही? झोए, कॅरोल, हैदी, माया... सगळ्याच नेहमी ठणठणीत असतात. त्या कधीच आजारी असल्याचं दिसलं नाहीये ना तुम्हाला कुणाला?"

"खरंच की... कधीच नाही."

"हे जरा विचित्र वाटतंय नाही का? म्हणजे आपण सगळे जण एकच अन्न खातो आणि तरी..." काहीच लक्षात येत नाहीये.

"तिला आपल्याला इथून घालवायचं आहे."

"तिला? म्हणजे कुणाला?"

"आपल्या स्वयंपाकिणीला. तिला आपल्यापासून सुटका करून घ्यायची आहे पॉल. म्हणजे तू, मी आणि आमोस... आपल्या तिघांपासून. आपल्यानंतर अन्वर... मग बेन... बघ तू इथल्या सगळ्या पुरुषांना इथून बाहेर घालवायचा प्रयत्न चाललाय तिचा."

"असं वाटतंय खरं," तो हसून म्हणतोय. "म्हणजे एखाद्या भाडोत्री मारेकरूशी संधान बांधल्यासारखं वागत्येय ती. असंच म्हणायचं आहे ना तुला?"

अगदी बरोबर. म्हणजे तीच एकटी या गॅस्ट्रोला कारणीभूत आहे असं नाही. इथे प्रचंड प्रमाणात असणाऱ्या माशा आणि शौचालयाच्या अगदी जवळ असणारं ताटं ठेवायचं शेल्फ, यांचा त्याच्याशी जास्त संबंध आहे खरं म्हणजे. पण आमचं वजन पुन्हा वाढणार नाही, याची काळजी ती घेतेय असं तरी कमीत कमी म्हणता येण्यासारखं आहे. तिचा तो अंतिम हेतू आहे आणि तो पूर्ण करण्यासाठी वरवर अगदी विचारपूर्वक अमलात आणल्यासारखं वाटणारं, पण तरीही नेहमीपेक्षा वेगळं असणारं तंत्र स्वयंपाक करताना ती सातत्यानं वापरताना दिसते आहे.

उदाहरणच द्यायचं झालं तर 'स्पॅघेटी' म्हणजे एक प्रकारच्या शेवयांची खीर ती बनवते, त्याचं देता येईल. ही खीर ती इतकी उकळत ठेवते, की गार होईपर्यंत तिचा पेस्टसारखा लगदा तयार होऊन जातो. मग त्या चिकट लगद्याला त्या पातेल्याच्या आतल्या बाजूचा संपूर्ण आकार प्राप्त होतो... अगदी एखाद्या साच्यात ओतून काढावा तसा. पंक्चर झालेला टायर बाहेर काढताना, जशी खटपट करावी लागते, तेवढीच खटपट मग तो चिकट पदार्थ पातेल्यातून बाहेर काढताना करावी लागते. तसंच तिचं ते ताजं मटण तळणं... महोगनी लाकडासारख्या दिसणाऱ्या गुळगुळीत, वाटोळ्या आकाराच्या आणि करपून काळ्या मिट्ट झालेल्या भांड्यात तिनं तळलेले ते ताज्या मटणाचे तुकडे गिळताना मला माझ्या लहानपणचा अतिशय मानसिक त्रास देणारा एक प्रसंग हमखास आठवतो, जेव्हा मी चुकून लेगो या खेळातला एक ठोकळा तोंडात टाकून चक्क गिळायला लागलो होतो... हा मटणाचा तुकडा म्हणजे तो ठोकळाच आहे असं प्रत्येक वेळी मला वाटतं. तिच्या पाककृतीचं आणखी एक उदाहरणही आवर्जून सांगण्यासारखं आहे... भूक जागी करणारा एक खाद्यपदार्थ म्हणून नाईल नदीच्या गोड्या पाण्यातला एक चविष्ट मासा, आणि तिथेच सापडणारा पण थोडा कमी चवदार असणारा कॅटफिश नावाचा मासा इथे मिळतो. ते मासे ताजेच विकत आणलेले असले, तरी ती त्याचा इतका कायापालट करते की, एक सोनेरी रंगाचा तेलकट, चिकट असा घट्ट पदार्थ तयार होतो. यासारखेच इतरही काही पदार्थ आहेत, ज्यांची तिनं पुरेशी वाट लावलेली असते... अगदी कालचं रात्रीचं जेवण कसं होतं सांगतो. डबाबंद वाटाणे, उकडलेली अंडी आणि जार भरून चमचमीत आमटी... सगळं अगदी थंडगार... वा!

...अचानक पॉलकडे लक्ष गेलंय माझं. दरवाज्याजवळ उभा राहून तो बाहेर कुठंतरी अगदी टक लावून बघतोय... कसल्यातरी विचारात आहे... अगदी थकल्यासारखा दिसतोय. ''तुझ्या पॅन्टला एवढा चिखल का लागलाय,'' मी त्याला विचारतो. पण तो उत्तर देत नाही. अजून सातही वाजलेले नाहीयेत. म्हणजे त्याच्या नेहमीच्या वेळेपेक्षाही जरा लवकरच कामाला लागणार आहे की काय हा? पुढे दिवसभर खूप वेळ काम करायचंय याला.

''मला थोडंसं खोदकाम करायचं होतं,'' तो म्हणतो.

''त्या नव्या वॉर्डसाठी का?''

''नाही. थडग्यासाठी.''

या उत्तराची मला अपेक्षाच नव्हती. ''त्या छोट्या मुलासाठी का?'' मी विचारतोय.

''हो. त्याचे वडील इथे नाहीयेत. म्हणून त्याच्या आईनं माझ्याकडे मदत

मागितली आहे. ती एकटी त्या मुलाला उचलून नेऊ शकणार नाही असं म्हणत होती ती.''

'माफ कर मित्रा. मला हे माहिती नव्हतं.''

''अरे ठीक आहे.''

''इथे राहणारी इतर माणसं हे करू शकली नसती का?''

''या इतक्या गरम वातावरणात, हे काम मला जास्त वेळ लांबवायचं नव्हतं. आणि तुला माहिती आहे का, की काल रात्रभर त्याचा मृतदेह या अंधाऱ्या खोलीत पडून आहे. त्यामुळे हे काम लवकरात लवकर करून टाकलेलं बरं, असं मला वाटलं...'' तो सांगतोय.

मी पुन्हा अगदी मनापासून दिलगिरी व्यक्त करतो आणि पुन्हा तो ''ठीक आहे रे,'' असं म्हणतो.

या मुलालाही आमच्या पोषक पोषण विभागात दाखल करायला खूपच उशीर झाला होता. आणि दाखल केल्यावर काही मिनिटांतच त्याचा मृत्यू झाला होता. कितीतरी दिवसांनंतर इथे अशी मृत्यूची घटना घडली होती काल. खूप आजारी असलेले कितीतरी पेशंट्स अजूनही आम्ही रोज तपासतोय. पण मी इथे आल्यापासूनच्या पहिल्या काही आठवड्यांमध्ये इथे सातत्यानं ज्या दुःखद घटना घडत गेल्या, त्याच्याशी आजच्या इथल्या परिस्थितीची तुलनाच होऊ शकणार नाही. त्या पहिल्या महिन्यात एकूण एकोणीस जणांचे मृत्यू झाले होते इथे. पण त्या सगळ्या मृत्यूंचं स्पष्ट कारण किंवा प्रकार आम्ही शोधू शकलो नव्हतो. आता ते प्रमाण खूप कमी झालंय, तरीही इथल्या एकूण परिस्थितीचा आढावा घेण्यासाठी, एम.एस.एफ.चे प्रादेशिक वैद्यकीय समन्वयक लोकीहून इथे येणार आहेत. येत्या एक-दोन आठवड्यात येतील ते.

पॉल अजूनही तसाच टक लावून बघत उभा आहे. थोडा वेळ आम्ही दोघेही शांत उभे राहिलोय. आत्ता सकाळीही आकाश ढगाळलेलंच आहे; आणि ढगातून झिरपणारा तो उदास प्रकाश अंगावर घेत आम्ही उभे आहोत. कुंपणापलीकडे काही लहान मुलं खिदळत उभी आहेत. पलीकडे किनाऱ्यापाशी एक बैल हंबरत उभा आहे. आणि त्यांच्या मागच्या बाजूला नदीत उठणाऱ्या लाटांचा अगदी हळुवार आवाज अविरतपणे ऐकू येतोय.

''ती आई तिच्या मुलाला उचलू देणार नाही,'' काही वेळानंतर पॉल सांगतोय. ''मी खड्डा खणला, आणि तिथे वाट पाहत उभा राहिलो. पण तिनं त्याला उचलून दिलं नाही.''

देवा, मला खूप वाईट वाटतंय हे सगळं ऐकून आणि पाहून.

''तू ठीक आहेस ना?'' मी पॉलला विचारतो.

तो काहीच उत्तर देत नाही. मग आम्ही गप्प बसून राहतो.

"नेमकं काय करायचं, कसं वागायचं हे या आयांना खरंच कळत नाही रे पॉल. बराच वेळ त्या घरातच असतात. अनवधानामुळे किंवा नीटसा विचार करता येत नसल्यानं मुलांना नको त्या गोष्टी खाऊ घालतात, अस्वच्छ पाणी प्यायला देतात. मग मुलं आजारी पडली की बाजारात दुकान मांडून बसणाऱ्या भोंदू डॉक्टरांकडे जातात. ते त्यांना ॲस्पिरीन किंवा कुठलंतरी जुनंपानं औषध विकतात. या बायका त्याचे पैसे देतात म्हणजे ते औषध चांगलंच असणार असं त्यांना वाटतं. मग रोग बरा करण्याचा दावा करणारे भंपक लोक, शरीरावर एखादी चिर पाडण्याचा उपाय करण्यासाठी, झाडपाल्याची औषधं देण्यासाठी किंवा मग जादूटोणा उतरवायला पाहिजे असं सांगत, त्या बदल्यात गाय द्यावी लागेल असं सांगतात आणि हे लोक ती देतातही. आणि मग या कशाचाच उपयोग होत नाहीये असं लक्षात आल्यावर मुलांना गुंडाळून इथे घेऊन येतात. तेही पहाटे तीन वाजता... जेव्हा ते मूल मृत्यूच्या काठावर उभं असतं... तोपर्यंत खरोखरच खूप उशीर झालेला असतो."

पॉल माझ्या बोलण्यावर काहीच प्रतिक्रिया देत नाहीये.

"तू ठीक आहेस ना रे खरंच.." मी काळजी वाटून विचारतोय.

यावरही त्याचं काहीच उत्तर नाही... मग कितीतरी वेळ फक्त शांतता...

थोड्या वेळाने तो म्हणतो, "त्याची लहान बहीणही त्याला अगदी बिलगून बसली होती रे..."

त्यानं आपली हॅट काढून टाकली आहे आणि तो आपल्या खोलीत निघून गेलाय. मी मात्र इथे विचार करत बसलोय... नऊ महिन्यांपूर्वी हा एक यशस्वी व्यापारी होता. बायकोबरोबर सुखानं राहत होता. आणि आज एका लहान मुलाला पुरण्याची वेळ आली त्याच्यावर. माझ्या मनात असेही विचार यायला लागलेत की, तो जेव्हा घरी परत जाईल, परत आपल्या कामाला लागेल, तेव्हा पूर्वीसारखं काम करू शकेल का? त्याचे कर्मचारी जेव्हा त्याला त्याबद्दल काही विचारतील, तेव्हा तो काय उत्तर देईल त्यांना? मला हा प्रश्नसुद्धा पडलाय की, लहान मुलांचा मृत्यू पाहणं, त्यांचं दफन करणं, असली कामं, जर तुम्ही वरचेवर करत असाल, अशी परिस्थिती असणाऱ्या ठिकाणी वर्षानुवर्षं घालवत असाल, इथल्या परिस्थितीत वारंवार घडत राहणारे अनिवार्य, अपरिहार्य आणि तुमच्या जीवनावर परिणाम करणारे चढउतार प्रत्यक्ष अनुभवत असाल, तर काय होत असेल? तुमच्या भावनांची वारंवार होत असलेली चलबिचल आपोआप कमी होते का? हे सगळं बदलता येण्यासारखं नसतंच का? अशा जागी आल्यावर, अशी एखादी सीमारेषा असते का जी तुम्हाला पार करावीच लागते? ती पार केल्यावर तुम्हाला

तुमचं नेहमीचं सामान्य कौटुंबिक आयुष्य जगणं अशक्य होऊन बसतं का? अशा सगळ्या समस्या पुरेशा प्रमाणात अनुभवाला न आल्यामुळे जेव्हा तुम्ही पुन्हा अशा कामासाठी उद्युक्त होता, तेव्हा किती प्रकर्षानं तुम्हाला परत घरी जावंसं वाटतं? म्हणजे एखाद्या भटक्या जमातीतला माणूस कसा, एखाद्या जागी काही अरिष्ट कोसळलं की तिथून निघून दुसऱ्या जागी जातो, तसंच असतं का अशा प्रकल्पांवर काम करणं? जगभरात जिथं जिथं काही संकट कोसळेल, आणीबाणीची वेळ येईल, तिथे तिथे जात राहायचं.... एका देशातून दुसऱ्या देशात...

मीही अशाच अनिश्चित भ्रमंतीसाठी निघालोय की काय, अशी काळजी वाटायला लागली आहे मला.

***

हा आठवडाभर आणखी पाऊस पडलाय. पण त्यामुळे जे चिखलाचं साम्राज्य पसरलंय, त्याबद्दल प्रत्येक जण वैतागून तक्रार करतोय, असं मात्र दिसत नाहीये. शहरातून फेरफटका मारताना, चिखलामुळे नीट चालता न येणारे, अचानक घसरणारे, आणि त्यामुळे सारखं तोंडानं 'चक्... शी...' असले आवाज काढणारे प्रौढ लोक, या पावसाबद्दल, या चिखलाबद्दल कुरकुर करताहेत, वैतागताहेत; लहान मुलं मात्र खूश झालेली दिसताहेत. उत्तम दर्जाचा, अतिशय मऊ आणि चिकट, कसाही आकार देता येईल असा हजारो टन वजनाचा मातीचा गोळा आपणहून त्यांच्यासमोर हजर झालाय... 'खेळा किती हवं तेवढं', असंच म्हणतोय बहुतेक तो त्यांना... आणि लहान मुलांच्या कल्पनाशक्तीला तर मर्यादाच नसते... असंख्य कल्पना, असंख्य युक्त्या सुचतच असतात त्यांना सारख्या. शनिवारी सकाळी आमचं टी.बी. व्हिलेज ओलांडून मी पुढे चाललो होतो, तेव्हा मला या गोष्टीचा शोध लागलाय, जेव्हा तिथे खेळणारी लहान लहान मुलं मला अगदी मोठ्यानं हाका मारत होती...

...एका लहान मुलीच्या जवळून जात असताना, ती मोठ्यानं ओरडतेय... 'खवाजा'... आणि मी दचकून मागे वळलोय.

'ओ' ती मोठ्यानं म्हणत्येय आणि ठेक्यात आपलं उजवं पाऊल आपटते आहे... तिचा आवेश बघून, माझं काही चुकलंय की काय असं मला वाटतंय. 'खा-वा-जा', ती पुन्हा मला हाक मारते आहे... म्हणजे मला काहीतरी सांगितलंय तिनं.

माझा रस्ता सोडून, मी त्या मुलांच्या दिशेनं गेलोय. मी त्यांच्याजवळ गेलो, ते छानच झालं असं मला आता वाटतंय. "हे सगळं तुम्ही बनवलं आहे का?" मी त्यांना विचारतो आणि उत्तर म्हणून, चिखलानं माखलेले छोटे-छोटे हात, दोन

मोठ्या गोऱ्या हातांना घट्ट पकडले गेलेत आता. आणि अतिशय उत्साहानं जणू श्वास घेण्यातही वेळ न दवडता, या 'खवाजा'ला त्या मुलांनी त्यांच्या खेळायच्या जागेची छोटीशी सफर घडवून आणली आहे. इथे या मुलांनी केलेलं बांधकाम म्हणजे, एखाद्या न्यूएर खेड्याची हुबेहूब प्रतिकृतीच वाटत्येय.

चिखल आणि माती एकत्र कालवून फुटबॉलच्या आकाराच्या झोपड्या इथे तयार केलेल्या आहेत. त्यातल्या काही अगदी तंतोतंत जमल्यात, इतर मात्र ठीक ठीक वाटताहेत– काही मुलं एका झोपडीसाठी शाकारलेलं छप्पर तयार करण्याच्या खटपटीत आहेत. त्यासाठी काड्या कापून, हव्या त्या लांबीच्या करण्याचं त्यांचं काम अगदी मनापासून चाललंय. आणि मजेची गोष्ट ही आहे की, यातल्या कुठल्याच घराला, म्हणजे प्रतिकृतीला नीट असं दारच नाहीये... मापात बसणारं. म्हणजे पाच-सहा वर्षांच्या मुलांनी बनवलेल्या अगदी छोट्या छोट्या झोपड्यांना अजिबातच दारं नाहीयेत... आणि थोड्या मोठ्या आकाराच्या झोपड्यांना मात्र लहान लहान पातळ काठ्यांची दारं बनवलेली दिसताहेत. झाडाच्या लहान लहान डहाळ्या वापरून ज्या तुळया केल्यात ना, त्या तर अगदी बघण्यासारख्या आहेत. एखाद्या तरफेच्या काठ्या असाव्यात, तशा दिसणाऱ्या त्या डहाळ्यांची टोकं, दोऱ्याने एकमेकांना घट्ट बांधून टाकलेली आहेत. चिखलानं माखलेली काही लहान लहान मुलं तिथे जवळच त्यांचे चिखलाचे छोटे-छोटे प्राणी बनवण्यात गर्क आहेत. अगदी वाहतुकीची साधनंही, त्या चिखलमातीतून बनवली आहेत त्यांनी. म्हणजे छोट्याशा मोटारी आहेत, ज्यांना लहान लहान काठ्यांचा 'ॲक्सल' लावून चाकं जोडली आहेत, म्हणजे मातीचीच चाकं आहेत, पण ती धक्का दिल्यावर खरंच गोल फिरताहेत. पण या बांधकामाच्या जागेवर अजूनही खूप कामं जोमानं चालू आहेत. तिथे सगळीकडे पडलेली, बांधकामाच्या पायासाठी वापरायची त्या मातीची ढेकळं, तिथे आणखी 'विकास कामं' होणार असल्याचं अप्रत्यक्षपणे लक्षात आणून देताहेत. आणि तिथे जवळपास डझनभर शक्तिमान कामगारांची कामाची लगबग चालू आहे. इथल्या एकूणच कामगार वर्गाबद्दल तर काय सांगू? झोपड्यांना गिलावा करण्याचं काम करणारे अगदी छोटे-छोटे कामगार, कुठलाही गणवेश न घालताच आले आहेत... म्हणजे चक्क नागडेच आहेत. सगळ्यांची प्रमुख असल्यासारखी वागणारी जी 'मॅडम' आहे, ती पायात बूट न घालताच सगळ्यांना मार्गदर्शन करते आहे. पण तिनं भडक नारिंगी रंगाचा ड्रेस घातला आहे. तिच्या धाकट्या बहिणीनं मात्र कुठूनतरी बूट मिळवले आहेत... मोठ्या माणसाच्या मापाची ही गमबुटांची जोडी नक्कीच तिनं आमच्या मेडिकल वॉर्डमधून उचलून आणली असावी, अशी शंका वाटत्येय मला. त्या सगळ्यांनी एकमेकांशी साधलेला समन्वय आणि त्यांची कार्यक्षमता अगदी वाखाणण्याजोगी

आहे, हे मात्र नक्की. हे सगळं दृश्य खूपच मोहक आणि आनंददायक वाटतंय मला. असं वाटतंय, की एक दिवस चक्क रजा घेऊन या मुलांबरोबर इथे खेळत राहावं. यांतली बरीच मुलं, इथल्या टी.बी. पेशंट्सची मुलं आहेत, आणि त्यांतले दोघे जण तर स्वतःच आजारी आहेत. पण ही सगळीच मुलं माझ्यापेक्षाही जास्त दिवस या हॉस्पिटलमध्ये राहत आहेत. त्यांच्या दृष्टीनं ही जागा त्यांच्या स्वतःच्या मालकीची आहे. एव्हाना माझी त्या सर्वांशी ओळख झाली आहे. म्हणजे काही जण नुसतेच हात वर करून मला टाळी देताहेत, काही जणांना वाटतंय की मी त्यांना उचलून घ्यावं, काही मुलांनी मला फक्त मिठी मारली आहे, आणि दोन-चार मुलांना माझा हात पकडून ठेवायचा आहे. आणि आज जोपर्यंत मी तिथल्या प्रत्येक झोपडीचं दार उघडत नाही, प्रत्येक झोपडीत वाकून बघत नाही, आणि तिथल्या सगळ्या गाड्या चालवून बघत नाही, तोपर्यंत मला वॉर्डकडे जाण्यास चक्क मनाई आहे, असं जणू बजावलं गेलंय मला.

***

दुपारच्या जेवणाच्या सुट्टीनंतर बाह्यरुग्ण विभाग बंद होतो. इथे दाखल झालेले सगळे पेशंट्सही एव्हाना तपासून झालेत आज. थॉमस, जोसेफ आणि मी, आम्ही तिघांनी मिळून एक निखळलेला खांदाही सहजपणे आणि समाधानकारकपणे जागच्या जागी बसूवन टाकलाय. सध्या तरी सगळी कामं, सगळ्या गोष्टी शांतपणे पार पडताहेत.

"बाजारात जाऊ या?" मी हैदीला विचारतोय. पोषण विभागात अजूनही तिचं काम चालू आहे, पण तिला आग्रह करण्याची गरज नाहीये. तिच्या कमरेला घट्ट पकडून बसलेल्या त्या 'ब्रेस्ट मॅन'ला तिनं झटकन बाजूला केलंय, रेडिओ उचललाय आणि धूमकेतूसारखे आम्ही आमच्या पुढच्या दरवाजातून बाहेरही पडलोय... इतर कुणासाठीही न थांबता काही लहान मुलं शेपटासारखी आमच्या मागं-मागं येताहेत... अगदी दरवाजाच्याही बाहेरपर्यंत आली आहेत ती. पण आम्ही त्यांना परत त्यांच्या आयांकडे जायला सांगितलंय आणि सपासप चालत नदीच्या काठाकाठानं पूर्वेच्या दिशेनं निघालोय. आठवड्यातून दोन वेळा आमचा असा चालण्याचा व्यायामही होतो, आणि नासिर शहराची संस्कृती जवळून पाहण्याची संधी देणारा एक फेरफटकाही होतो.

आमच्या हॉस्पिटलच्या डाव्या बाजूचं विटांनी बांधलेलं छोटं चर्च, हे आमच्या आवडीचं पहिलं ठिकाण असतं नेहमीच. शंभर वर्षांपूर्वी इथे आलेल्या धर्मप्रचारकांनी इथे प्रवचनं दिली होती. मग एका पिढीकडून दुसऱ्या पिढीकडे असं होता होता ती तेव्हाची कुठंही लिखित स्वरूपात जतन न केलेली प्रवचनांची भाषा, आता इथे ती भाषा शिकण्यासाठी धडपडणाऱ्या विद्यार्थ्यांसाठी उपयुक्त ठरते आहे. पण

ते शिकताहेत त्या भाषेत, 'तो, ती, ते' असे लिंगवाचक वेगवेगळे शब्द, वेगवेगळ्या अर्थाने न वापरता, एकाच प्रकारे वापरले जाताना दिसतात. म्हणजे आमचे कर्मचारीही प्रामाणिकपणे तशा चुका करतात. जसे की... "त्याला प्रसूतीवेदना होताहेत... त्याला तपासा." आणि त्यांच्या या भाषेत एकच शब्द अगदी विरुद्ध अर्थानंही वापरला जातो, आणि फक्त तो उच्चारण्याच्या पद्धतीवरून तो विरुद्ध अर्थ समजून घ्यावा लागतो. कधी कधी मजा वाटते त्यांच्या त्या बोलण्याची... या चर्चच्या जोडीनंच इथे आणखी एक मनोरंजक गोष्टही आहे. इथून अगदी जवळच मातीचं बांधकाम असणारं एक छोटंसं ख्रिस्ती देऊळ आहे... एका घराला लागून. इथे मदतकार्यासाठी आलेल्या एका ब्रिटिश कार्यकर्तीनं, नासिरमधल्या एस.पी.एल.ए. या बंडखोर गटाच्या नेत्याशी लग्न केलं होतं. ते साल होतं १९९१. हे लग्न तेव्हा अगदी वादाचा विषय झालं होतं. त्या ब्रिटिश स्त्रीला, प्रसारमाध्यमांनी 'वॉरलॉर्डची बायको' असं नाव दिलं होतं तेव्हा. पुढे एका अपघातात तिचा मृत्यू झाला. पण तोपर्यंत ती त्याच्या झोपडीत राहत होती... असो.

आम्ही पुन्हा नदीच्या काठानं चालायला सुरुवात केली आहे. अगदी दाटून आलेले ढग आणि हवेत भरून राहिलेला प्रचंड दमटपणा पाहता, आज रात्री नक्कीच आणखी एक वादळ येणार असल्याची खात्री वाटते आहे. नदीच्या काठावर अंघोळ करत असलेल्या तरुणांकडे बघण्याचं हैदी टाळते आहे. पुढे एकाच मिनिटाच्या अंतरावर स्त्रियांच्या अंघोळीची जागा आहे. तिथून जाताना मीसुद्धा नजर दुसरीकडे वळवली आहे. आणि आता थोडं पुढे आल्यावर आम्ही प्रत्येकच गोष्टीकडे बघायचं टाळतोय... कारण खांद्याला मोठमोठ्या झोक्यासारख्या पिशव्या आणि चक्क एके-४७ बंदुका लटकवलेली तीन माणसं आमच्या शेजारून चालली आहेत. त्यांच्याकडे बघायलाच नको, असं वाटतंय मला.

आता समोर कोसळून पडलेलं एक विमान दिसतंय. त्याच्या कॉकपिटच्या मोडून पडलेल्या खिडकीतून, अगदी झुबक्यांनी वाढल्यासारखं गवत वाढलंय. जमिनीवर निखळून पडलेल्या त्याच्या उजव्या पंखावर लहान मुलं मनसोक्तपणे वाट्टेल तशा उड्या मारताहेत. तिथून काहीशा अंतरावर काही मच्छीमार आपल्या कामात व्यस्त आहेत. नुसती अंडरवेअर घातलेले दोघं जण, नदीतल्या थोड्याशा उथळ जागेत उभे राहून लहान जाळी फेकताहेत. तिथे शेजारीच असणाऱ्या एका झाडाला काही छोट्या होड्या बांधून ठेवलेल्या आहेत. तिथून पुढे जात आम्ही आता मासळी बाजाराकडे चाललो आहोत. पण तिथेपर्यंत पोहोचण्याआधीच मुख्य बाजाराबाहेर असणाऱ्या चिखलानं भरलेल्या एका मोकळ्या जागेत आम्हाला अचानक थांबावं लागलंय. शर्टाची बटणंही न लावलेली, गॉगल घातलेली काही माणसं, खांद्याला रायफली अडकवून तिथून चालली आहेत... वाटेत येणाऱ्याला

चक्क ढकलून देताहेत. त्यांना पाहून मी अक्षरशः भांबावून गेलो आहे. त्यांतला एक जण माझ्या खांद्यावर लटकवलेल्या कॅमेऱ्याकडे बोट दाखवतोय; आणि मी फोटो काढत नाहीये हे स्पष्ट दिसत असूनही हातवारे करत मला धमकी देतोय. त्यावर मी काहीच प्रतिक्रिया व्यक्त केली नाहीये... फक्त कॅमेरा खांद्यावरून काढून हैदीच्या कमरेला अडकवलेल्या बॅगमध्ये टाकलाय.

थोडं पुढं जाऊन, एका वयस्कर दुकानदाराला आम्ही 'कोक आहे का' असं विचारतो आहोत. या शहरात थोड्याशा उजळ वर्णाचे जे मोजकेच अरब आहेत, त्यातला हा एक आहे. नेहमीच त्यानं पांढऱ्या रंगाचा, लांब असा, 'जल्लाबिया' म्हणून ओळखला जाणारा पेहराव घातलेला असतो. बाजाराच्या अवतीभोवती जी काही मोजकीच चहाची छोटी-छोटी दुकानं आहेत, त्यांतलं एक दुकान हा गृहस्थ चालवतो. त्याच्याकडे 'कोक' असल्याचं तो मान हलवून सांगतोय आणि दुकानाबाहेर असलेल्या एका छोट्या टेबलापाशी त्यानं आता प्लॅस्टिकच्या दोन खुर्च्या आणून ठेवल्यात. आतल्या गंज चढलेल्या फ्रिजमधून कोकच्या दोन बाटल्याही काढून आमच्यासमोर आणून ठेवल्यात. फुरफुर करणारा एक छोटा जनरेटर या दुकानाच्या जवळच ठेवलेला आहे, ज्यातून याच्या आणि शेजारच्या इतर दुकानांना वीज पुरवली जाते, असं दिसतंय. एक पाऊल हैदीच्या खुर्चीच्या कोपऱ्यावर ठेवून, निवांतपणे कोक पिता पिता, मी सहजच आजूबाजूला बघतोय. विचार करतोय की, आत्ता इथे जे दिसतंय, तेच या शहराचं नेहमीचं रूप असावं. अगदी इतर कुठल्याही शहरासारखंच तर दिसतंय आत्ता हे शहर. रस्त्याच्या पलीकडेही, कोळशांच्या चुलीवर ठेवलेल्या चहाच्या किटल्या खदखदताहेत. घाणेरड्या मळलेल्या रस्त्यांवरून लोकांची ये-जा चालू आहे. या संपूर्ण खंडात, सगळीकडेच, लाकडी स्टॉल्स उभारून ज्या विविध वस्तू विक्रीला ठेवलेल्या दिसतात, तशाच त्या इथेही दिसताहेत – म्हणजे बॅटऱ्या, रेडिओ, कुणीतरी दान म्हणून दिलेले कपडे, घाईघाईनं कसेतरी शिवलेले काही नवीन कपडे, डब्यांमध्ये किंवा पिशव्यांमध्ये भरून ठेवलेले खाद्य पदार्थ, कंगवे, आरसे, शक्य त्या प्रत्येक रंगाचे मणी... आणि अशा आणखी कितीतरी वस्तू विकण्यासाठी मांडून ठेवलेल्या आहेत. याच गर्दीत काही बाईक टॅक्सीज, चिखलातून वेडीवाकडी वळणं घेत, रस्ता शोधत घसरत चालल्यासारख्या जाताना दिसताहेत. आमच्या डाव्या बाजूला एक वेगळंच गमतीशीर चित्र दिसतंय... एका लाकडी चौकटीला, जुन्या आणि निरुपयोगी झालेल्या ट्रकमधली ड्रायव्हरची सीट पक्की बांधून टाकली आहे. एक बाजू वर आणि एक बाजू खाली अशा अवस्थेत असणाऱ्या एका काऊंटरच्या मागं ती सीट ठेवलेली आहे. त्या काऊंटरवर, ब्लेड लावलेला एक रेझर, काही कात्र्या आणि एक छोटा आरसा अशा वस्तू मांडून ठेवलेल्या आहेत... म्हणजे हे

न्हाव्याचं दुकानं आहे तर. आणि आमच्या उजव्या हाताला, एका मोठ्या झाडाखाली मांडलेल्या एका टेबलाभोवती माणसांची जराशी गर्दी जमलेली दिसते आहे... तिथे सोंगट्यांचा खेळ मांडलाय आणि तो खेळ माणसांना तिथे खेचून आणतोय, असं दिसतंय. तरीही, सगळं काही ठीकठाक, सामान्य म्हणावं असं आहे, ही कल्पना 'भ्रामक' ठरवत, काही रायफली तिथेच बाजूला, अगदी सहज ठेवाव्यात तशा ठेवलेल्या आहेत.

"काल रात्री त्या झोपडीत काय प्रकार चालला होता, ते कळलं का तुला?" मी हैदीला विचारतो. यावर ती नुसतीच हसते आहे. तिला काहीच माहिती नाही असं ती म्हणत्येय खरी, पण त्यामुळेच, तिथे कोण होतं हे तिला माहिती आहे, अशी शंका मला येत्येय. मी अजूनही या प्रकरणाचा शोध घेण्याचा प्रयत्न करतोय. म्हणजे प्रेम, प्रेमाचे त्रिकोण असल्या गोष्टींना हरकत नाहीये माझी, पण इथे जे चाललंय अशी मला शंका येते आहे, ते एखाद्या मोठ्या आणि बेढब अशा घनाकृतीची आठवण करून देतंय मला... म्हणजे कुरुपता दिसत्येय... मोठ्या प्रमाणातली विकृती दिसत्येय... पण त्याचं नेमकं स्वरूप कळत नाहीये. माविंगामध्ये असलं काही कधीच दिसलं नव्हतं मला. दक्षिण सुदानमधल्या प्रकल्पांमधले स्वयंसेवक मात्र प्रकल्पाची माहिती करून घेण्यासाठी जात असले, प्रकल्प सोडून जात असले किंवा सुट्टीवर जात असले, तरी प्रत्येक वेळी लोकीमार्गेच जातात. बरेचदा लोकीमध्ये काही दिवस रेंगाळतात. कुणाला तरी भेटायचं असल्याचा बहाणा करतात. वरचेवर एकमेकांनाच भेटत राहतात. जसजसा काळ पुढे जातो, तसतशी घरातल्या नात्यांची वीण सैल-सैल होत जाते. आणि मग 'कामाच्या जागी जे जे घडतं, ते त्या कामाच्या जागेपुरतंच मर्यादित असतं' असं म्हणत राहण्याचा वृत्तीचाच एक नियम बनून जातो.

हैदी अचानक माझ्याकडे पाहत विचारतेय.. "शी... तुला काय वाटतं, मरेपर्यंत या एम.एस.एफ.च्या लोकांबरोबर राहणार आहोत का आपण? का त्यांच्यापैकीच कुणाशी तरी लग्न करणार आहोत?"

तिच्या बोलण्याचं मला हसू येतंय. ती म्हणत्येय तसं होणं अशक्य नाहीये... एखादा किंवा एखादी स्वयंसेवक किंवा राष्ट्रीय पातळीवर काम करणारे कर्मचारी ...कुणीही असं भेटू शकतं की... त्या दुकानदाराला पैसे देता देता आम्ही दोघंही याबद्दलच विचार करतोय बहुतेक... अचानकच कशी कोण जाणे, पण मला परवाची ती रात्र आठवते... त्या रात्री एका मुलीचा मृत्यू झाला होता. त्या मुलीला नेमका काय त्रास होत होता; हे हैदीला कसं माहिती होतं? याआधी या अशा ठिकाणी काम केलेली एखादी व्यक्ती बरोबर असेल, तर इथे काम करणं खरोखरच खूप सोप्पं होऊन जाईल... पण हा विचार बाजूला सारून मी पुन्हा

माझ्या आधीच्या मुद्द्याकडे वळलोय... "पण हैदी, हे असलं दुसरं नातं जोडणं, म्हणजे एका म्यानात दोन तलवारी ठेवण्यासारखंच आहे, नाही का?" माझ्या बोलण्याचं मलाच हसू येतंय... "तुझ्या लक्षात येतंय का? हे म्हणजे दोन-दोनदा भावनिक अस्थिरता पेलणं, आपण अगदी ताकदवान आणि खंबीर व्यक्तिमत्त्वाचे आहोत, हे दोन-दोनदा सिद्ध करणं आणि फारच जास्त काळ या अशा ठिकाणी एकटं राहावं लागल्यामुळे नकळत येणारा विक्षिप्तपणा किंवा तऱ्हेवाइकपणा याचा दोन-दोनदा अनुभव घेणं... असंच आहे ना?" आणि मग मी तिला मॉरिसबद्दलही सांगितलंय आता.

आम्ही रस्त्याच्या कडेनं जात असताना पूर्वी आमच्याकडे आलेल्या एका पेशंटच्या आईनं आम्हाला पाहिलंय. जमिनीवरच ठेवलेल्या एका कुकरच्या साहाय्यानं ती 'इंजेरा' नावाचा, चपट्या ब्रेडसारखा दिसणारा कोणतातरी पदार्थ बनवते आहे. आम्हाला तो खाण्यासाठी बोलावते आहे. आम्हीही तिच्या विनंतीला मान देत तिथे आलोय आता. तिच्याकडे खुर्च्या नाहीयेत, म्हणून आम्हाला बसण्यासाठी तिनं एक कार्डबोर्डचा तुकडाच जमिनीवर अंथरलाय. कुटुंबातल्या इतरांनाही ती मोठ्यानं हाका मारते आहे; आणि एकीकडे स्वतःच्या मोठ्या मुलीला 'इंजोरा' कसा बनवायचा ते शिकवते आहे. लहान मुलं पळत येऊन चक्क हैदीच्या मांडीवरच चढून बसली आहेत आता... आणि थोडीशी गर्दीच झाली आहे तिथे. त्या स्त्रीला आणि त्या मुलीला तो पदार्थ बनवताना मी जरा लक्ष देऊन पाहतोय आणि पुन्हा एकदा गॅस्ट्रो होण्याची भीती नकळतच मला वाटायला लागली आहे. एका धातूच्या बाऊलमध्ये भरलेल्या गढूळ पाण्यात, तिचे मातीने भरलेले छोटे-छोटे हात आणि 'सोरघम' नावाचं काळपट तपकिरी रंगाचं एक धान्य, यांची घट्ट हातमिळवणी चालू आहे. नंतर एका काठीनं ते मिश्रण वेडंवाकडं कसंही भराभरा ढवळता-ढवळता, तिचे चमकदार डोळे मात्र एकदा त्या मिश्रणाकडे आणि एकदा कधी नव्हे ते आलेल्या गिऱ्हाइकांकडे... म्हणजे आमच्याकडे – अभिमानानं रोखले जाताहेत. नंतर ते घट्ट मिश्रण भरपूर तेल फासलेल्या एका पॅनसारख्या भांड्यात ओतलं गेलंय आणि हळूहळू पॅनकेकसारख्या दिसणाऱ्या ब्रेडचा वास यायला लागलाय. थोड्याच वेळात तो ब्रेड तयार झालाय. आम्ही 'खा-वा-जा' त्या सगळ्यांकडे आपलेपणाने पाहत मंद स्मित करतोय खरं, पण एकीकडे अस्वस्थही झालोय... त्या 'शेफ'चे सगळे मदतनीस... म्हणजे हैदीच्या मांडीवर बसलेली ती लहानगी पोरं... त्या ब्रेडचे लहान लहान तुकडे करून आमच्या हातावर ठेवताहेत, आणि आम्ही ते तुकडे चघळत असताना अगदी लक्षपूर्वक आमच्याकडे बघत बसलेत.

"वा! सुंदर," "फारच छान..." आम्ही असं म्हणताच, पुन्हा दुसरा ब्रेड

करण्यासाठी तीच सगळी प्रक्रिया सुरू झाली आहे. तो दुसरा ब्रेड आम्हाला बरोबर घेऊन जाण्यासाठी बांधून दिलाय खरा, पण आमचा पहिला ब्रेड अजूनही खाऊन संपलेला नाहीये... आता त्या चुलीवर चहाचं भांडं ठेवलंय आणि तेही तसंच गढूळ पाण्यानं भरलेलं आहे. आणखी लहान मुलं तिथे आली आहेत, त्या बाईच्या मैत्रिणीही गोळा झाल्यात. ते सगळे अशा भाषेत गप्पा मारताहेत, ज्या भाषेतले डझनभर शब्दही मला माहिती नाहीयेत... तरीही आम्हाला ते बोलणं कळत असल्यासारखं आम्ही भासवतोय. उगीचच हसतोय. हे असेच क्षण असतात, जेव्हा माझं मन खूप शांत शांत झालेलं असतं. आणि असे क्षण अनुभवायची संधी जेव्हा जेव्हा मला मिळते, तेव्हा तेव्हा माझं मन आनंदानं अगदी भरून जातं. या आमच्या अशा दोन संस्कृती आहेत, ज्यात कुठल्याच बाबतीत साम्य नाहीये, आणि तरीही आम्ही इथे असं एकत्र आहोत.

चहा पिऊन झाल्यावर आमच्या त्या यजमानांचे आभार मानून, आम्हाला बांधून दिलेलं ते पार्सल घेऊन, आम्ही उठलोय. मला प्रकर्षानं हे जाणवायला लागलंय, की खूप आधीच या सगळ्या गोष्टींचा मी विचार करायला हवा होता. असो. शस्त्रधारी माणसांचा आणखी एक गट आमच्याजवळून पुढे गेलाय. यावेळी तीन माणसं आहेत ती... रागीट चेहऱ्याची, उगीचच कपाळाला आठ्या घातलेली, कुठलाही विशिष्ट गणवेश न घातलेली आणि खांद्यावर एके-४७ बंदुका लटकवलेली... त्यांची शोधक नजर पाहून, मी घाबरून अस्वस्थही झालोय. एकीकडे प्रचंड रागही येतोय मला. काहीतरी सिद्ध करून दाखवायला निघालेल्या षोडषवर्षीय, चिडखोर, भांडकुदळ तरुणांसारखे वाटताहेत ते तिघे... कुणाच्याही कुठल्याही प्रश्नाला उत्तर न देणारे, आणि एखादी मोठी कामगिरी करत असल्यासारखं भासवणारे... अर्थात, बंदुकांच्या मदतीनं... आणि हे सगळं त्या लहानग्या मुलांच्या शेजारी उभं राहून... त्यांना स्वतःला मुलंबाळं नाहीयेत का? तब्बल ३९ वर्षं युद्धाच्या झळा सोसल्यानंतर पहिली संधी मिळाल्या-मिळाल्या आपल्या बंदुका ते नदीत फेकून देऊ शकले नसते का? "हुश्शः! दमलो आम्ही आता! आणि त्या युद्धातून वाचून चक्क जिवंत राहिलो आहोत आम्ही! या घाणरेड्या, तिरस्करणीय वस्तू परत घ्या आता कुणीतरी!" असं मोठ्यानं ओरडून सांगावंसं वाटलं नाही का त्यांना?... आणि तसं नसेल वाटलं, तर का?... का नाही वाटलं?... प्रश्न... प्रश्न... आणि प्रश्न... मनात नुसती गर्दी झाली आहे या अशा प्रश्नांची.

या क्षणी ही जागा... हे शहर... थोडक्यात मला असं दिसतंय... एकीकडे, ही अगदी डोळ्यात भरण्यासारखी गोजिरवाणी – गोंडस मुलं, जी संधी मिळाली तर काहीही साध्य करू शकतील... आणि दुसरीकडे ती शस्त्रधारी माणसं... पुन्हा सगळ्याचा विध्वंस करण्याची प्रत्यक्ष अप्रत्यक्ष धमकी देणारी... इथे दोन महिने

राहिल्यानंतर, मी असा निष्कर्ष काढू शकतो, की हे शहर म्हणजे एक दुःखद विसंगती आहे... हा प्रदेश एकतर अगदी पूर्णपणे कोरडा पडलेला असतो, नाहीतर पुरानं वेढलेला असतो. शेजारी देशांशी युद्ध करण्यात गुंतलेला असतो आणि त्याहीपेक्षा स्वतःच स्वतःशी लढत असतो. इथे सतत आनंदी, उत्साही असणारी खूप लहान मुलं आहेत, पण वरचेवर त्यातले कितीतरी जण मृत्युमुखी पडत असतात. जगातल्या सगळ्या देशांमध्ये प्रभाव असणाऱ्या संयुक्त राष्ट्रसंघाचं या देशावरही पूर्ण लक्ष आहे खरं तर. पण वेगवेगळ्या जमातींमधल्या अंतर्गत संघर्षामुळे होणाऱ्या हिंसाचारात हस्तक्षेप करण्याच्या दृष्टीनं ते काहीच करू शकत नाहीत. मुळात या शहराचा जन्मच एका विरोधाभासातून झाला आहे. गुलामांचा व्यापार करणाऱ्या एका अरबावर, गुलामगिरी नष्ट करण्याच्या प्रयत्नांत पुढाकार घेण्याची जबाबदारी ब्रिटिशांनी सोपवली, त्या वेळी हे शहर वसवण्यात आलं होतं. ही मुळातच या शहराची एक अशुभ, दुर्दैवी अशी सुरुवात होती. अजूनही हे शहर त्या अरब व्यापाऱ्याच्या नावानंच ओळखलं जातंय.

पण माझी धडपड सर्वांत जास्त हे समजून घेण्यासाठी चालली आहे की, इथे सगळ्यांचंच आयुष्य खूप बहुमोल आहे. स्वतःचं अस्तित्व टिकवण्यासाठी या लोकांना सतत झगडावं लागत असतं... या रागीट भूमीची खुशामत करण्यासाठी, मुलांना वाढवण्यासाठी, आजारी नातेवाइकाला अनेकदा हॉस्पिटलमध्ये घेऊन येण्यासाठी, आठवडेच्या आठवडे त्यांची सेवा करण्यासाठी... या दृष्टीनं त्यांच्या आयुष्याचं मोल खूप जास्त आहे असं म्हटलं, तरी तेवढंच ते आयुष्य स्वस्त, कधी कधी 'कवडीमोल' म्हणावं असंही आहेच की. गुराढोरांना वाचवण्यासाठी होणाऱ्या संघर्षात, त्यांच्या स्वतःच्या आयुष्याकडे अजिबातच लक्ष दिलं जात नाही. जमातीच्या प्रतिष्ठेपुढे वैयक्तिक आयुष्य दुय्यम मानलं जातं, आणि प्रत्येकाच्याच आयुष्याला या शस्त्रधारी माणसांचा धोका असतो, तो वेगळाच... बहुतेक सगळी माणसं या असल्या परिस्थितीत कशीतरी जगत राहतात हे जरी खरं असलं, तरी त्या सगळ्यांच्याच डोक्यावर या अशा भीतीची, आयुष्यच संपवून टाकू शकणाऱ्या संकटांची टांगती तलवार सतत असतेच... या दोन्हीचा मेळ कसा घालायचा?

या अशा हिंसाचारांमुळे आमच्या या प्रकल्पाच्या साधनसामग्रीला प्रचंड गळती लागल्यासारखी होते. वारंवार विमानं भाड्यानं घ्यावी लागतात, किंवा इथे पोहोचू न शकल्यानं इतरत्र वळवावी लागतात... जखमी पेशंट्सना इतरत्र हलवणं तर भागच असतं; कारण सामान्यतः चार प्रकल्पांपैकी दोन प्रकल्पांवरच सर्जन उपलब्ध असतो. मग अशा वेळी विमानाची सोय करण्यासाठी, प्रत्येक वेळी हजारो डॉलर्स खर्च करावे लागतात. या दृष्टीनं सर्वांत वाईट परिस्थिती तेव्हा असते, जेव्हा वैद्यकीय कारणांपेक्षाही, सुरक्षेच्या कारणांमुळे पेशंट्सना इतरत्र हलवावं लागतं.

कारण प्रतिस्पर्धी जमातीच्या लोकांना पेशंटपासून लांब ठेवणं, हा एकच उद्देश खूप महत्त्वाचा असतो अशा वेळी.

आणि असा व्यर्थ खर्च होणारा पैसा आम्ही इतर काही चांगल्या कामांसाठी वापरू शकलो असतो, हा विचार फार त्रासदायक असतो. या पैशातून आम्ही इथल्या बायकांना 'पोषक आहार आणि आरोग्य' याविषयीचं शिक्षण देऊ शकतो. त्यामुळे इथल्या पोषक पोषण विभागातून बरी होऊन घरी गेलेली मुलं, आणखीच आजारी पडून इथे परत येणार नाहीत. अशा परत येणाऱ्या मुलांचं प्रमाण जास्त असण्याचं एकमेव कारण असतं, ते म्हणजे निकृष्ट अन्न खाऊ घालण्याची सवय. याशिवाय त्या पैशातून आम्ही एच.आय.व्ही. विषयीचं शिक्षणही देऊ शकतो इथल्या लोकांना, कारण एलिझाबेथसारख्या रुग्णांसाठी प्रतिबंधात्मक उपाय आणि उपचारांवर खर्च होणाऱ्या वेळ, पैसे आणि शक्ती या सगळ्यापेक्षा असं शिक्षण केव्हाही नक्कीच जास्त परिणामकारक ठरू शकतं. आम्ही इथल्या स्त्रियांना कुटुंब नियोजनाविषयीचं शिक्षण देऊ शकतो आणि त्यासाठी आवश्यक त्या सेवा आणि साधनंही पुरवू शकतो. कारण आधीच्या सात मुलांना जेवू-खाऊ घालण्यासाठी झगडावं लागणाऱ्या पालकांना, नको असतानाही जेव्हा आठवं मूल होतं, तेव्हा मुळातच कुपोषित असणाऱ्या त्या मुलालाही जेवू घालण्यासाठी धडपड करत राहण्यापेक्षा, मूल नको असेल तर गर्भधारणाच होऊ न देणं, केव्हाही जास्त चांगलं आणि आवश्यक असतं. या पैशातून खूप महत्त्वाचं असं आणखी एक काम आम्ही करू शकतो, ते म्हणजे जोसेफसारख्या आरोग्यसेवकांना, 'आरोग्य, वेगवेगळे आजार आणि त्यावरचे उपचार' या सगळ्यांचं, सर्वसमावेशक असं प्रशिक्षण, आवश्यक तेवढा संपूर्ण वेळ देऊन घ्यायला लावणं. आरोग्यसेवक जर इतके प्रशिक्षित असले, तर आमच्यासारख्या बाहेरच्या देशातून आलेल्या स्वयंसेवकांवर, इतक्या जास्त प्रमाणात आणि अनिश्चिततेचा धोका पत्करत, या हॉस्पिटल्सना अवलंबून राहावं लागणारच नाही. कारण आम्ही जर उद्या इथून अचानकपणे, आमची मुदत संपण्याआधीच निघून गेलो, तर हा प्रकल्प लगेचच कोसळून जाईल, यात अजिबात शंका नाही.

माझ्या मनात घोळणारे विचार हे माझे स्वतःचे विचार नाहीयेत; नक्कीच नाहीयेत. याआधी हे विचार मी अनेकदा अनेकांकडून ऐकले आहेत... विशेषतः जेवणाच्या टेबलाभोवती बसून चर्चा करताना मोझाम्बिक, अंगोला किंवा आमच्या संस्थेच्या युरोपातल्या कार्यालयांमध्येही. आणि आता मला याचं आश्चर्य वाटतंय, की आजपर्यंत हजारो स्वयंसेवक आणि व्यावसायिक या अशाच जागी येऊन राहून गेलेत. कितीतरी दशकं अगदी याच सगळ्या गोष्टींचा त्यांनी विचारही केलेला आहे. येणाऱ्या काळात आणखी कितीतरी जण इथे येऊन असाच विचार

करत राहतील... पण त्यातून काही निष्पन्न होईल का? किंवा आजपर्यंत झालंय का?... असाच आणखी एक विचार सारखा-सारखा माझ्या मनात येत राहतो तो हा, की समस्याग्रस्त असणाऱ्या अशा सगळ्या देशांच्या सरकारांनी, आपणहून पुढाकार घ्यावा, त्यांच्या देशातल्या कॉलरा झालेल्या पेशंट्सवर स्वतःच्या खर्चाने उपचार करावेत, त्यांच्या देशातली पूरपरिस्थिती त्यांनी स्वतः हाताळावी, त्यांच्या स्वतःच्या हॉस्पिटलमध्ये योग्य ते कर्मचारी नेमावेत किंवा अशा आवश्यक त्या गोष्टींबाबत भरपूर काही करावं... पण या सगळ्यासाठी त्यांना प्रेरणा देऊ शकेल असं काय आहे नेमकं? खरं तर त्यांना हे चांगलंच माहिती आहे की कोणत्याही क्षणी आम्ही त्वरित इथून निघून जाऊ शकतो... मागं काहीही न ठेवता... मग तरीही ते एवढे उदासीन का आहेत?...

हैदी फिदीफिदी हसत्येय. मी उगाच नाटकीपणानं वागतोय आणि ते पाहून ती म्हणत्येय, "किती भावनाशून्य आहेस तू डेनिस! देवा, इतका मूर्खपणा घेऊनच जन्माला कसा आलायस तू?"

यावर मी नुसताच हसतोय. तिचं म्हणणं बरोबर आहे. मी नाटकीपणानंच वागतोय... आणि निरर्थकपणानंही... आम्ही इथे यायलाच हवं का, हा प्रश्न मी विचारतच नाहीये. हे शहर नव्यानं स्वतःला उभं करतंय, एवढंच फक्त नाहीये, तर अनेक प्रकारे त्याला शून्यातून सुरुवात करावी लागते आहे आणि जेव्हा इथे सगळ्या पायाभूत सोयीसुविधा आणि इतर सेवा पुरवायला सुरुवात होईल, आणि एक संपूर्ण पिढी शिक्षित होईल, तेव्हा आम्ही इथे फक्त आरोग्यविषयक सुरक्षाकवच पुरवण्याचं काम करत असू... या सगळ्याविषयी मला अजिबात शंका नाहीये. त्यामुळे मला जर या संस्थेबरोबर काम करत राहायचं असेल, तर मला आत्ता वाटणारं वैफल्य, निराशा, यातून माझं मलाच बाहेर यावं लागेल, हे अगदी उघड आहे. तसंही आत्तासुद्धा आमची संस्था नेमकं एवढंच काम करते आहे. आणीबाणीच्या परिस्थितीत मध्ये पडावं लागलं, तरच पडते आहे. थोडक्यात, 'लहान तोंडी मोठा घास' ही संस्था कधीच घेत नाही... जेवढा चघळता येईल, तेवढाच घास ते तोडतात... आणि याचा अर्थ असा आहे की... सध्या ते इथे चार मोठी हॉस्पिटल्स चालवतात. थोड्या लांब असणाऱ्या दहा-बारा गावांत आरोग्यसेवा पुरवतात. आणीबाणीच्या प्रसंगासाठी कर्मचाऱ्यांचा एक गट नेहमी सज्ज ठेवतात. बाहेरून आलेले चाळीस लोक आणि चारशेपन्नास स्थानिक लोक या सगळ्या कामासाठी त्यांनी नेमलेले आहेत. हा सगळा खर्च भागवण्यासाठी दर वर्षी साठ लाख युरो दिले जातात. कुठलाही निकष लावला तरी हे असे प्रकल्प नक्कीच खूप परिणामकारक... खूप महत्त्वाकांक्षी असे आहेत... अर्थात, ते चालवताना उद्भवणाऱ्या समस्या आणि तिथल्या सुरक्षेविषयी सतत जाणवणारं दडपण या

गोष्टीही कमी महत्त्वाच्या नाहीयेत.

चिखल तुडवत मी आणि हैदी आता परत जायला लागलोय. आभाळ आणखीच भरून आलंय. संयुक्त राष्ट्रसंघाच्या कुंपणामागे उभ्या असलेल्या त्यांच्या हेलिकॉप्टरचे काळे पंखे मला इथून दिसू शकताहेत. आमच्या पुढे एक लहान मुलगा, एका आंधळ्या वृद्ध माणसाला घेऊन चाललाय... एका काठीचं एकेक टोक दोघांनी हातात घट्ट पकडलं आहे. आंधळ्या माणसांना रस्ता दाखवणारं एवढं एकच साधन असतं अशा ठिकाणी... आणि इतक्यात पुन्हा एक बंदूकधारी माणूस आम्हाला ओलांडून पुढे गेलाय. प्रत्येक जागी नजरेला पडतात या बंदुका.

***

आम्ही परत येताच, वॉर्डमध्ये असलेला जोसेफ आम्हाला हाका मारत सांगतोय, "एक खूप मोठा प्रश्न निर्माण झालाय. चार जणांना दाखल केलंय इतक्यात इथे."

मग आम्ही सरळ वॉर्डमध्येच आलोय.

आधी आहेत, ती खूप कफ झालेली दोन लहान मुलं... पण आम्ही त्यांना शेवटी बघू.

नंतर आहे तो एक लहान मुलगा, ज्याला दोन आठवड्यांपूर्वी साप चावला होता. त्याचा हात आता पूर्ण काळा-निळा पडलाय आणि निर्जीव झालाय. तो हात कापून टाकण्यासाठी आम्ही विमानानं त्याला दुसरीकडे हलवू आता.

त्यानंतर आहे एक चौदा-पंधरा वर्षांचा मुलगा. तो बाहेर आवारातच किंचाळत उभा आहे. "थोडा वेडसर आहे तो. सतत नुसता ओरडतच असतो," जोसेफ सांगतोय. त्याला हा मुलगा चांगला माहिती आहे. एखाद्या जनावराचे खूर बांधावेत तसे त्या मुलाचे दोन्ही हात एका जाड्याभरड्या दोरीनं बांधून टाकलेत, आणि त्याच्या वडलांनी त्या दोरीचं एक टोक स्वतःच्या हातात घट्ट धरून ठेवलंय. "घरी तर बहुतेक वेळा त्याला एका लांब दोरीनं बांधून ठेवलेलं असतं," जोसेफ सांगतोय; पण गेल्या वर्षी त्यानं त्या दोरातून स्वतःला सोडवलं होतं. शेजारच्या खेड्यापर्यंत पळून गेला होता आणि तिथे भटकत राहिला होता. आणि तिथे कुणीतरी त्याला टोकदार हत्यारानं भोसकलं होतं. हे कृत्य कुठल्या आकसापोटी केलं गेलं होतं, की या मुलाला नीट ओळखता न आल्यानं केलं गेलं होतं, हे कुणालाच कळलं नव्हतं तेव्हा. हा अतिशय क्रूरपणा आहे. दोरीनं घट्ट करकचून बांधून ठेवल्यामुळे अंगावर पडणारे, कडक झालेले चट्टे आणि जखमा स्पष्ट दिसताहेत... कसं स्वीकारायचं हे? पण मला हे सगळं वाटून काय उपयोग आहे? अशी घटना मी यापूर्वीही पाहिली आहे; जेव्हा मोझाम्बिकमधल्या एका खेड्यात आम्ही गेलो होतो. असे अत्याचार झाल्यामुळे एखाद्याच्या डोक्यावर

परिणाम झाला, तर त्याचे कुटुंबीय तरी काय करतील? कुठल्या मनोविकार तज्ज्ञांना भेटू शकतील ते या असल्या ठिकाणी?

त्या मुलाचे वडील खूपच काळजीत दिसताहेत. गेले अनेक दिवस या मुलाला अशा मानसिक यातना होताहेत असं ते सांगताहेत. कितीतरी दिवस त्यांच्यापैकी कुणीच नीट झोपू शकलेलं नाही. अशा मानसिक दुखण्यावर इलाज म्हणून सहसा दिलं जाणारं एक इंजेक्शन आता आम्ही त्याला दिलंय, ज्यामुळे तो मुलगा थोडा शांत झालाय. ऑपरेशन थिएटरच्या शेजारच्या एका खोलीत आम्ही त्याला झोपवलंय. तो जागा होईल तेव्हा पुन्हा तपासेन मी त्याला.

आता समोर आणखी एक फार मोठा प्रश्न उभा राहिला आहे. संसर्गजन्य रुग्णांना इतरांपासून दूर ठेवता यावं, यासाठी आमच्या इथे एक छोटी खोली आहे. मी आणि जोसेफ तिथे आलोय. सध्या या खोलीत, काळ्या आजाराची बळी ठरलेली न्यॅवेच ही एच.आय.व्ही. बाधित महिला आहे. आत्ता झोपलीये ती. जोसेफनं खाली वाकून तिच्या अंथरुणाखाली लपवून ठेवलेलं एक खोकं बाहेर काढलंय. आम्ही इतरांच्या नकळत तिला जे 'प्लंपी नट' दिलं होतं, त्याचंच हे रिकामं खोकं आहे, पण जरा जड वाटतंय. जोसेफ त्याचं झाकण उघडून आत काय आहे ते मला दाखवतोय, आणि ते पाहून मी अवाक् झालोय... औषधांच्या बऱ्याच गोळ्या भरून ठेवलेल्या आहेत त्यात. तिच्यावर उपचार म्हणून दिलेल्या कमीत कमी गेल्या दोन आठवड्यांच्या गोळ्या आहेत त्या.

आम्ही न्यॅवेचला जागं केलंय. कुशीवर वळून तिनं आमच्याकडे तोंड केलंय. खूपच अशक्त दिसत्येय. डोळे तांबारले आहेत. हातानेच आम्हाला दूर लोटायचा प्रयत्न करत्येय ती. जोसेफ तिला काहीतरी विचारतोय, पण ती काहीच उत्तर देत नाहीये. फक्त आमच्यापासून आणखी थोडी लांब सरकली आहे. जोसेफ तिच्या खांद्यावर चापटी मारतोय, पण ती त्याकडे चक्क दुर्लक्ष करते आहे. तिची आई न्यॅवेचच्याच अंथरुणावर एका कडेला, पायावर पाय टाकून बसली आहे, आणि आता थोडं पुढे वाकून तिच्या पाठीवर थोपटते आहे.

न्यॅवेच आता रडायला लागली आहे. तिनं पुन्हा आमच्याकडे तोंड केलंय आणि हातपाय झाडत, अगदी केविलवाणेपणानं रडत्येय. ती असं का करत्येय, गोळ्या घेण्याचं का बंद केलंय तिनं, असं आम्ही वेगवेगळ्या प्रकारे तिला विचारतोय, पण त्याचं उत्तर देण्याऐवजी, ती आम्हाला 'इथून निघून जा,' असं सांगत्येय.

उपचार करून घेतले नाहीत, औषधं घेतली नाहीत, तर ती मरून जाईल, असं तिला समजावण्याचा जोसेफचा प्रयत्न चाललाय.

''निघून जा तुम्ही इथून,'' ती मोठ्यानं ओरडून म्हणत्येय.

"न्यॅवेच, अगं अशी वागलीस, तर तुझ्या मुलांचं काय होईल?"

आता ती हुंदके द्यायला लागली आहे.

"न्यॅवेच, असं का करते आहेस तू? या गोळ्यांमुळे तुझी तब्येत आणखी बिघडते आहे का?" या प्रश्नावर ती गप्प बसली आहे.

न्यॅवेचनं आत्तापर्यंत खूप सोसलंय. दोन वेळा तिचा हा आजार उलटलाय. त्यात तिचा नवराही जिवंत नाहीये आता. तिला आता सगळंच नकोसं वाटायला लागलंय बहुतेक... असं वाटणं अगदी साहजिक असू शकतं.. माझ्या मनात येऊन गेलंय.

जोसेफ पुन्हा काही वेळ तिच्याशी बोलत राहिलाय आणि न्यॅवेच रागीट नजरेनं त्याच्याकडे रोखून बघते आहे. तिचं शरीर अगदी झिजून गेलंय, दुबळं झालंय आणि चेहरा मात्र खूप संतापलेला आहे... हे चित्र खरोखरच अतिशय दुःखद आहे. आता तिची आईही खूप चिडली आहे. जागेवरून उठून ती न्यॅवेचच्या अंगावर, डोक्यावर जोरजोराने थोपटते आहे. एकीकडे जोसेफच्या अंगावर ओरडते आहे. मग काही न बोलता जोसेफ त्या खोलीबाहेर गेलाय आणि आणखी काही आरोग्यसेवकांना तिच्या कॉटजवळ घेऊन आलाय. मग तिची आई सांगते आहे त्याप्रमाणे, त्या इतर सेवकांनी तिचे हडकुळे हात-पाय घट्ट धरून ठेवलेत आणि तिला ते अजिबात हलू देत नाहीयेत. तिच्या आईनं हातानं तिचं तोंड उघडून तसंच धरून ठेवलंय आणि त्या दोघीजणी मोठमोठे डोळे करून, डोळ्यांनीच एकमेकींना दटावताहेत. त्या दोघींच्याही वाट्याला आलेल्या या अतीव शोककारक गोष्टींबद्दलचा सगळा राग, सगळी कटुता त्या दोघींच्याही नजरेतून अंगार बाहेर पडावा तशी बाहेर पडत्येय... खूप विचित्र काहीतरी वाटतंय मला... त्या खोक्यातून जोसेफनं संध्याकाळी द्यायच्या गोळ्या काढल्यात आणि न्यॅवेचच्या त्या उघड्या तोंडात घातल्यात. न्यॅवेचनं त्या थुंकून टाकल्यात आणि श्वास रोखून धरलाय; कारण तिच्या आईनं तिचा आधी वासलेला 'आ' आता मिटलाय आणि तोंड तसंच धरून ठेवलंय. हे सगळंच दृश्य फार अस्वस्थ करणारं आहे. दोन महिन्यांपूर्वी इथे दाखल झालेली उंच आणि आकर्षक स्त्री, तिच्या त्या 'ब्रेस्ट मॅन'ला घेऊन इथल्या आवारात अगदी रमत-गमत, आरामात फिरताना दिसायची. आता तोंडात बोळा कोंबून ठेवलेल्या हाडांच्या सांगाड्यासारखी दिसायला लागली आहे. तिच्या चेहऱ्यावर दिसणाऱ्या प्रतिष्ठितपणाचा आता लवलेशही राहिलेला नाहीये... याचं कारण आम्ही आहोत का? आम्ही विशेष असं काहीच करू शकत नाही तिच्यासाठी... हे सगळंच माझ्या आकलनाच्या पलीकडचं आहे. म्हणून मी त्या खोलीतून निघूनच चाललोय. या सगळ्यात मी मध्ये पडू शकत नाही... काही करू शकत नाही. जितक्या जास्त वेळ मी इथे थांबेन, तितका जास्त गोंधळून जाईन मी.

थोड्या वेळानं, त्या मनगटाला दोरी बांधलेल्या वेडसर मुलाला तपासण्यासाठी मी पुन्हा त्या छोट्या खोलीत आलोय आता, पण तो इथून कधीच निघून गेलाय म्हणे. त्याचे वडीलच त्याला परत घरी घेऊन गेलेत. त्यांना ज्या थोड्या विश्रांतीची गरज होती, ती त्यांना इथे मिळाली आणि मग ते गेले... असंच म्हणावंसं वाटतंय मला.

कॅटफिश आणि गाईचं शेण

इथल्या भाडोत्री मारेकऱ्यांनी 'वजन कमी करण्यासाठी' म्हणून इथे जे क्लास चालू केले आहेत, त्यांच्यातर्फे 'स्लिमर ऑफ दि मंथ'... महिन्यातला सर्वांत सडपातळ माणूस म्हणून पारितोषिक दिलं जातं. जून महिन्यासाठीचं असलेलं पारितोषिक मलाच मिळेल याची मला खात्री आहे. आमच्या टीममधले इतरही तगडे प्रतिस्पर्धी आहेत, पण मी एक महिन्याआधीपासूनच तयारी करायला लागलोय. पॉल आता इथून गेलाय. काही दिवसांपूर्वीच इथून निघालाय तो आणि आता न्यूझीलंडला परत चाललाय. हैदीनं जरा उशिराच प्रयत्न सुरू केलाय आणि या पैजेच्या निकालाबाबत पैजा लावणाऱ्यांचा आवडता आणि आशास्थानी असणारा स्पर्धक, अजूनही आमोसच आहे. पण हल्ली मी माझं वजन वाढवण्यासाठी, त्या विशेष अशा 'प्लम्पी नट्स'ची पाकिटं अधूनमधून चोरून खातो... आणि माझी श्वास रोखून धरण्याची क्षमता आता जगातल्या सर्वोत्तम पाणबुड्याच्या क्षमतेशी स्पर्धा करू शकते. माझं सध्या लघवीचं प्रमाण कमी झालंय... पण आता मला त्याची फारशी काळजी वाटत नाही; पण तरीही सतत होणारा गॅस्ट्रोचा त्रास मला झिजवून झिजवून नाहीसा करणार आहे बहुतेक.

इथे येऊन मला अकरा आठवडे झालेत. आज पुन्हा सगळ्या शहरावर दाट काळ्या ढगांचं आच्छादन घातल्यासारखं वाटतंय. सकाळीच खूप जोरदार पाऊस पडून गेलाय, त्यामुळे अजूनपर्यंत तरी पेशंट्स इथेपर्यंत पोहोचलेले नाहीत. पण बालरुग्ण विभागातल्या आरोग्यसेवकांची मात्र कामातून सुटका झालेली नाही. याचा अर्थ एवढाच आहे की आजची दुपार नेहमीपेक्षा दुप्पट व्यस्त असणार आहे. मी तिथून येताना ते पाचही जण बाहेरच्या बाकावर रेडिओ ऐकत बसलेले दिसताहेत... रेडिओ म्हणजे निळ्या रंगाचा, डायनॅमोवर चालणारा आणि हँडल खिळखिळं झालेला, हातात धरून ऐकायचा रेडिओ आहे आणि सगळ्या छावण्यांमध्ये असाच रेडिओ दिला जातो. मलाही ते गप्पा मारायला बोलावताहेत... पण

इतक्यात एका लहान मुलाने आमचं लक्ष वेधून घेतलंय... तिथून भरधाव वेगानं पळून जाताना, तो कर्कशपणे किंचाळतोय. पाण्याने थबथबलेल्या आमच्या आवारातून जोरात पळत जाताना त्याचे हातपाय अगदी थकून गेलेत – लडखडताहेत. झट्दिशी आवाराबाहेर पडताना तो मागे वळून मोठ्याने ओरडतोय... "खऽऽवाऽऽजाऽऽ!" त्याला काही मदत पाहिजे की, मला बघून उगीचच ओरडतोय... मी सांगू शकत नाहीये... तो पुन्हा मान वळवून बाहेर बघतोय आणि किंचाळण्याची जागा आता मोठमोठ्या आरोळ्यांनी घेतली आहे. आता खरा 'त्रास' सुरू झालाय... त्याच्या मदतीला आलेली ती सहा-सात मुलं, अगदी वेगाने त्याच्या पाठोपाठ आली आहेत... आता त्यांच्यात फारसं अंतर राहिलेलं नाहीये.

तो लहान मुलगा घाईघाईने पोषक पोषण विभागाच्या समोरून पुढे गेलाय. त्याच्याकडे बघत उभ्या असलेल्या माणसांना वळसे घालत जाताना, चिखलाच्या एका छोट्याशा ढेकळाला अडखळलाय. मग अंगाला लागलेला चिखल झटकत, पुन्हा तिथून तसाच अडखळत पुढे निघालाय. जेमतेम तीन वर्षांचा चिमुरडा. पण भीती नावाची गोष्टच माहिती नाहीये बहुतेक त्याला. सर्जिकल वॉर्डच्या बाहेर असणाऱ्या नळांवर पाणी भरणाऱ्या माणसांची गर्दी आहे तिथे खूप. त्या गर्दीत तो दिसेनासा झालाय... आणि त्याचा त्याला फायदा झालाय बहुतेक. त्याच्या मित्रांना त्याने फसवलंय. क्षणभरच तो दिसेनासा झालाय, पण तेवढ्यात त्याचे मित्र अगदी गडबडून गेलेत. त्या गर्दीभोवती चकरा मारत त्याला शोधताहेत... एखाद्या शत्रूला कोंडीत पकडण्यासाठी घेरा घालावा, तसं दिसतंय ते दृश्य. म्हणजे दोघे जण समोरच्या बाजूला उभे आहेत, दोघे जण दोन बाजूला उभे आहेत आणि एक जण त्याला शोधण्यासाठी त्या गर्दीत घुसलाय. पण थोड्याच वेळात, तो मुलगा त्या गर्दीपासून थोडा लांब उभा असलेला दिसायला लागलाय. आता त्या सर्जिकल वॉर्डच्या भोवती दुप्पट वेगानं तो पळायला लागलाय. अजूनही तो सगळ्यांच्या पुढेच आहे; आणि या सगळ्या धावपळीचं कारण अजूनही त्याच्या उजव्या हातात त्यानं घट्ट पकडून ठेवलं आहे. त्याच्या हातात जी वस्तू आहे, तशी वस्तू आता नासिरमध्ये दुसरीकडे कुठे सापडणार नाही, अशा आवेशात त्यानं ती घट्ट पकडून धरली आहे... आणि ती वस्तू आहे अर्धवट फुगलेला एक रबरी फुगा. अगदी अलीकडेच, मुलांना आकर्षित करणारी एक घटना या हॉस्पिटलमध्ये घडली होती आणि हा फुगा त्या घटनेची आठवण करून देतो आहे. एका हातानं दिलेलं दुसऱ्या हाताला कळू नये, ही जी एक जुनी म्हण आहे, तिचा अर्थ आणि महत्त्व त्या घटनेमुळे मला आणि हैदीला पटलं होतं.

गेल्या आठवड्याच्या शेवटी-शेवटी, दक्षिण-पूर्व सुदानमधलं हे 'फुग्यांचं

युद्ध' सुरू झालं होतं. असं झालं होतं की, आमच्या पोषक आहार केंद्रातल्या आणखी एका लहान मुलाचा अचानक मृत्यू झाला होता. त्या मुलाबरोबर हैदीनं बराच वेळ घालवला होता. त्याच्या जाण्यामुळे ती खूप निराश झाली होती. त्या मूडमधून बाहेर येण्यासाठी मग तिनं या केंद्रातल्या सगळ्याच लहान मुलांसाठी काहीतरी वेगळं करायचं असं ठरवलं. तिनं घरून येतानाच आणलेले, पण इतके दिवस मुलांपासून लपवलेले फुगे तिनं मुलांना वाटून टाकले. यामागचा तिचा हेतू खूप चांगला होता. ते फुगे फुगवण्यात मुलांचा वेळही चांगला गेला होता. पण या गोष्टीचे उलटे परिणाम लगेचच दिसायला लागले. अगदी काही तासातच, हॉस्पिटलमधली इतर मुलं, हॉस्पिटलच्या बाहेरची मुलं आणि आणखी इतर इतकी मुलं इथे गोळा झाली, की सगळ्या प्रांतातली सगळीच मुलं इथे आली आहेत की काय, असं वाटून गेलं. ज्यांना फुगा मिळाला नव्हता, त्या प्रत्येकाला आता तो हवा होता. या गोंधळातून जे घडलं ते अपेक्षितच नव्हतं.

'The Gods Must Be Crazy' नावाचा एक सिनेमा होता. त्यात काचेच्या एका बाटलीमुळे परिस्थितीत एकदम किती फरक पडू शकतो, हे दाखवलं होतं. आत्ता त्या फुग्यांवरून इथे अचानक जी झोंबाझोंबी सुरू झाली होती, ती सिनेमातल्या त्या प्रसंगाची आठवण करून देणारी होती. ती मुलं लगेचच एकमेकांशी भांडायला लागली होती. आमच्या पूर्ण आवाराला जणू युद्धाचं स्वरूप आलं होतं. सगळीकडे नुसता वेगानं एकमेकांचा पाठलाग सुरू झाला होता, नाहीतर आपल्या हातातली ती मौल्यवान भेटवस्तू इतरांना दिसू नये म्हणून काही जणांनी खूप वेळ ती इतरांपासून लपवून ठेवली होती. वॉर्डमध्ये पेशंट्सना तपासत असतानाही, अशी फुगे शोधणारी मुलं दिसत होती. काही जण तिथल्या खाटांच्या खाली वाकून बारकाईनं बघत होते. काही जण दार उघड-बंद करून करून पाहत होते... फुगा मिळावा, म्हणून वॉर्डचा कोपरा न् कोपरा पिंजून काढत होती ती मुलं. आणि फक्त तेवढा एकच दिवस हा शोध चालू होता असं नाही, तर अनेक दिवस, म्हणजे सगळे फुगे सापडले असं वाटेपर्यंत हे सगळं असंच चालू होतं... अर्थात, काही फुगे फुटले होते, काही हरवले होते, काही पळवले गेले होते... पण या शहरातल्या सगळ्याच मुलांमध्ये, त्या फुग्यांमुळे खूप अशांतता पसरली होती, एवढं मात्र खरं. त्यामुळे आता या तीन वर्षांच्या चिमुकल्याला मला सांगावंसं वाटतंय की जोरात पळ बाळा... पळत राहा... हा पूर्ण आठवडाभर तू तो फुगा इतरांपासून लपवून कसा ठेवलास ते देवच जाणे! पण आता हातातून तो निसटू देऊ नकोस... वाऱ्यासारखा पळत राहा!

***

मी वॉर्डमध्ये आलोय. तिथे जोसेफ एका पेशंटला तपासताना दिसतोय.

"काल दाखल झालेल्या बाईची काय हालहवाल?" मी त्याला विचारतो.

हातातलं काम संपवून माझ्याकडे बघत तो म्हणतोय... "काही फरक नाहीये. तिचे कुटुंबीय आणखीच प्रश्न निर्माण करताहेत."

आम्ही शेवटच्या कोपऱ्यापर्यंत पोहोचलोय. नव्या पेशंटच्या शेजारी उभं राहून कॅरोलचं काहीतरी काम चालू आहे. ती पेशंट अगदी फिकुटलेली दिसत्येय. जेमतेम वीस वर्षांची असेल ती. तिचा भाऊ आणि आणखी काही माणसं, तिच्या खाटेच्या दुसऱ्या बाजूला उभी आहेत. मी कॅरोलला तिच्या तब्येतीविषयी विचारतो.

"खूपच अशक्त झालीये ती," कॅरोल सांगतेय.

"तिच्या भावाने काही निर्णय घेतला का?"

कॅरोल मानेनेच नाही म्हणत्येय... वैतागलेली दिसते आहे बिचारी... "त्या भावाचा अजूनही नकारच आहे. तिला रक्त द्यायला हवंय खरं तर. पण त्यासाठी आवश्यक ती तपासणीही करू देत नाहीये तो. आता काय करावं हेच मला कळत नाहीये. प्रत्येक गोष्टीची अगदी पूर्ण कल्पना दिली आहे मी. आणि तिची अवस्था किती गंभीर आहे, हे त्यांनाही माहिती आहे," ती खांदे उडवत सांगत्येय.

काही तासांपूर्वी या स्त्रीला इथे आणलं गेलंय. अकालीच सुरू झालेल्या प्रसूतिवेदनांनी ती रात्रभर तळमळते आहे. पण अखंड गर्भ बाहेर पडण्याऐवजी, त्याचे असंख्य बारीक बारीक तुकडे बाहेर पडताहेत. 'मोलर प्रेग्नन्सी'मुळे हे असं घडतं. म्हणजे गर्भधारणेसाठी पात्र नसलेल्या अपरिपक्व बीजात जर गर्भधारणा झाली, तर अखंड गर्भ तयार होण्याऐवजी, अपरिपक्व पेशींचे लहान लहान पुंजके तयार होतात. योग्य प्रकारे वाढ न होऊ शकणाऱ्या गर्भधारणेचा हा एक अगदी दुर्मिळ प्रकार आहे, जो या स्त्रीच्या बाबतीत घडलाय. तिला प्रचंड रक्तस्राव झाला आणि तिचं हिमोग्लोबिनही खूप कमी झालंय... म्हणजे नेहमी त्याचं जे कमीत कमी प्रमाण अपेक्षित असतं, त्याच्या तिपटीनं ते कमी आहे आत्ता... इतकं कमी प्रमाण जिवाला धोकादायक ठरणारं असतं. आणि अजूनही तिचा रक्तस्राव थांबलेला नाहीये. तिला ताबडतोब रक्त देण्याची गरज आहे. ऑपरेशन थिएटरमध्ये नेऊन गर्भाशयातले उरलेले तुकडेही काढून टाकायला पाहिजेत. या दोन्ही अगदी थेट करण्याच्या उपचार पद्धती आहेत आणि त्यामुळे तिची प्रकृती ठीक होऊ शकते. पण तिचा भाऊ यातला कोणताच उपचार करायला 'नाही'च म्हणतोय. का? याचं उत्तरही देत नाहीये. आणि त्या स्त्रीला याबद्दल काय म्हणायचंय ते ती सांगू शकत नाहीये. कारण तिथल्या सगळ्या पुरुषांनी तिला बोलायला मनाई केली आहे.

तिला रक्त द्यावं लागणारच आहे हे गृहीत धरून, इथल्या काही कर्मचाऱ्यांचं रक्त तिला देता येऊ शकेल का, हे आम्ही आधीच तपासून ठेवतोय. कारण

नेहमीप्रमाणेच आमच्या फ्रिजमध्ये रक्ताची एकही पिशवी शिल्लक नाहीये. कुटुंबातल्या अगदी जवळच्या व्यक्तीला रक्त देण्याची गरज पडली, तरच सहसा इथले लोक रक्तदान करतात. आणि अजूनतरी तिच्या रक्ताशी जुळणारं रक्त आम्हाला मिळालं नाहीये. तिचा भाऊ स्वतःही रक्त द्यायला तयार नाहीये आणि त्याच्या मित्रांनाही देऊ देत नाहीये. पण तिची अवस्था अगदी चिंताजनक व्हायला लागली आहे आता. आम्ही पुन्हा त्या सगळ्यांना विनंती करतोय, पण त्यांचा नकार कायमच आहे.

''मग आमच्या कर्मचाऱ्यांपैकी कुणाचं रक्त जुळतंय का, ते पुन्हा एकदा पाहू का आम्ही? आमच्यापैकी कुणी एखादी पिशवी रक्त दिलं, तर तुमची काही हरकत नाही ना?'' मी पुन्हा विचारतोय.

जोसेफ माझा प्रश्न त्यांना त्यांच्या भाषेत विचारतोय, पण तो ऐकून तिचा भाऊ अस्वस्थ झालेला दिसतोय. ''हिचा नवरा येईपर्यंत कुणीही काहीही करणार नाही,'' तो एकदाचा सांगतोय.

''पण आहे कुठं तो?''

ते त्यांनाही नक्की माहिती नाहीये. पण कुणीतरी त्याला शोधायला गेला आहे, त्यामुळे आम्ही काळजी करू नये, असं तो भाऊ सांगतोय... वा! हे चांगलं आहे... आमच्यापेक्षा जास्त काळजी खरं म्हणजे त्याला वाटायला हवी आहे.

आता दुपार उजाडलीये. सगळ्या गोष्टी माझ्या सहनशक्तीच्या पलीकडे जायला लागल्यात. असाच रक्तस्राव होत राहिला तर तिचा मृत्यू ओढवेल. आम्ही ऑपरेशन थिएटरमध्ये सगळी सज्जता करून ठेवलीये आणि लगेच आम्ही तिला तिथे नेऊ शकतोय. खरं तर जेवायच्या वेळेपर्यंत दहा वेळा तिच्यावर उपचार करूनही झाले असते, पण ही माणसं आम्हाला काहीच करू देत नाहीयेत.

मी त्यांना पुन्हा एकदा तिच्या अवस्थेबद्दल समजावून सांगतोय... अगदी साध्या सोप्या शब्दात आणि शांतपणाने. पण त्यांचं 'नाही' हे उत्तर कायम आहे. तिच्यावर उपचार करण्याची किती निकड आहे, हे मी आवर्जून, अगदी ठासून सांगतोय... पण ते 'नाही'च म्हणताहेत. आता मात्र मला माझा राग आवरणं कठीण व्हायला लागलंय. मी त्यांना तिथून बाहेर जायला सांगितलंय आणि ती मरण पावली, तर तिच्या मृत्यूला फक्त तेच जबाबदार असतील, असंही अगदी स्पष्टपणे ठणकावून सांगितलंय. ''मी काय म्हणतोय ते समजतंय ना तुम्हाला? तिच्या आयुष्यातला उरलेला वेळ, तुम्ही इथे नुसतं उभं राहून वाया घालवाल आणि तिकडे तिचा जीव जाईल. इतकं सहजपणे घडू शकतं सगळं,'' याहून स्पष्ट आणि कठोरपणे कसं आणि काय सांगावं मी आता?

तो भाऊ घाबरलाय हे स्पष्ट दिसतंय, पण तरीही दगडासारखा मख्ख उभा

आहे. त्या स्त्रीचा नवरा इथे येईपर्यंत काहीच करता येणार नाही. या बाबतीतला निर्णय फक्त तोच घेऊ शकतो, असं तो भाऊ दीनवाणेपणानं पुन्हा सांगतोय.

"आणि या बाईचं काय? आम्ही तिची परवानगी घेऊन उपचार सुरू केले तर?"

"नाही, शक्य नाही. फक्त तिचा नवराच या बाबतीत निर्णय घेऊ शकतो..." हा 'नाही' शब्द ऐकायलाही नकोसा वाटतोय आता मला.

एकीकडे हे सगळं चालू असतांना ती बाई मात्र इथे अशी नुसती पडून आहे... तिच्या रक्तस्त्रावानं खालची चादर गच्च भिजते आहे.

मी वैतागून दिवसातली इतर कामं उरकायला सुरुवात केली आहे. गळवं, जखमा किंवा असेच काही किरकोळ त्रास होणाऱ्या पेशंट्सना थिएटरमध्ये नेऊन आता त्यांच्यावर उपचार करून झालेत. त्यानंतर वॉर्डमधल्या इतर पेशंट्सनाही तपासून झालंय. काळा आजार झालेल्यांचा वेगळा तंबू आहे, तिथेही जाऊन आलोय. दुपारी कधी तरी मला त्या मेडिकल वॉर्डमध्ये पुन्हा बोलावलं गेलंय... त्या बाईचा नवरा पोहोचलाय एकदाचा इथे. मी पळतच तिकडे गेलोय. तो माणूस कमीत कमी सहा फूट पाच इंच उंचीचा असावा, डोळ्याला गडद काळा गॉगल, उत्तमपैकी बूट, अंगात सिल्कचा शर्ट आणि पायजमा घातलेला हा माणूस, त्याच्या हावभावावरून तरी आता खूप गंभीर झाल्यासारखा दिसतोय.

जोसेफ, कॅरोल आणि मी– आम्ही तिघंही त्याला सगळी परिस्थिती समजावून सांगतोय. आम्हाला काय करणं आवश्यक आहे, ते किती सोपं असणार आहे आणि आम्ही त्यातलं काहीच केलं नाही, तर काय होईल... हे अगदी स्पष्ट समजावलंय त्याला आम्ही.

"नाही," तो म्हणतोय.

मला नीटसं ऐकू आलं नाहीये बहुतेक. जोसेफ पुन्हा त्याच्याशी सविस्तर बोललाय, पण त्याचं उत्तर 'नाही' हेच आहे.

"अहो, पण आम्ही जर हे काहीच केलं नाही तर ती मरेल, हे लक्षात येतंय का तुमच्या?" आता जोसेफही चिडल्यासारखा झालाय.

तरीही पुन्हा तो नाहीच म्हणतोय.

हे उत्तर ऐकून आता मलाच खूप धक्का बसलाय. कदाचित माझ्या बोलण्याचा ते चुकीचा अर्थ लावताहेत. मी पुन्हा जोसेफशी बोललोय आणि त्यानं पुन्हा त्याचं भाषांतर करून त्या नवऱ्याला सांगितलंय. पण त्याचं उत्तर तेच आहे ...'नाही'. त्या बाईचा भाऊ आणि त्याच्या मागं उभी असलेली चार माणसं मख्खासारखी नुसती उभी आहेत.

'हे सगळे गेले खड्ड्यात', मी मनात म्हणतो, आणि त्या बाईचं काय म्हणणं

आहे असं तिला विचारतो. या अशा बाबतीत पुरुषांच्या मताला एवढं महत्त्व का द्यायचं? एक लांब हिरवा ड्रेस घालून ती कॉटवर उताणीच झोपलीये. थोड्याच वेळापूर्वी तिची रक्तानं माखलेली चादर कॅरोलने बदलली आहे. तिला दुसरी जी चादर घातलीये त्यात ती पूर्ण झाकून गेली आहे. मी तिच्याशेजारी थोडासा ओणवा होऊन उभा आहे. तिचे डोळे कमालीचे पांढरेफटक दिसताहेत... अगदी धोकादायक ॲनिमियाचं लक्षण आहे हे. स्वतःचं स्वतः तिला हलताही येत नाहीये इतकी अशक्त झाली आहे ती... माझ्याकडे बघायचं टाळते आहे. मी तिच्याशी बोलतोय आणि ती तिच्या नवऱ्याकडे बघते आहे. तिचे सगळे निर्णय... फक्त निर्णयच नाही, तर तिचं सगळं आयुष्यच तिनं त्या माणसाच्या ताब्यात दिलंय. मला तर असं वाटतंय, की गादीवर असा इतका रक्तस्राव होऊन मरण्याची भीती वाटण्यापेक्षा तिला आपल्या नवऱ्याविरुद्ध बोलण्याची जास्त भीती वाटते आहे. मी त्या दोघांकडेही पाहतोय. एक क्षण. जेमतेम एक क्षणच त्यानं आपलेपणानं तिच्याकडे पाहिलंय... बस... तिला स्पर्शही केला नाहीये... तिच्याशी एक अक्षरदेखील बोलला नाहीये... आणि आता वळून माझ्याकडे संतापानं पाहतोय.

"मी नाही म्हटलंय तुम्हाला..." चढ्या आवाजात तो मला सांगतोय.

देवा... त्याच्या रागाचं कारण मीच आहे का? मी अगदी वाईट पद्धतीनं त्याला हे सगळं समजावतोय का?... म्हणजे माझ्या बोलण्याची हीच पद्धत आहे असं त्याला वाटतंय का? मी खूपच जास्त आग्रही झालोय का? का मी खूप लहान वाटतोय याला? तिथून थोडंसं बाजूला होऊन, मी कॅरोलला एकटीला त्याच्याशी बोलायला सांगितलंय आता. थोड्या वयस्कर व्यक्तीनं सांगितलं तर कदाचित पटेल त्याला अशी आशा वाटत्येय मला, पण काहीच मिनिटांत ती माझ्याजवळ परत आली आहे. तो माणूस ऐकतच नाहीये असं ती मला सांगत्येय. तीही या सगळ्याला अगदी कंटाळून गेली असल्याचं तिचा चेहरा सांगतोय.

एक शेवटचा प्रयत्न म्हणून मी दुसऱ्या वॉर्डात असलेल्या थॉमसला बोलावलंय. पेशंट्सना ऑपरेशनसाठी तयार करायचं हे त्याचं नेहमीचच काम झालंय इथलं. ऑपरेशनबाबतच्या किंवा ऑपरेशन थिएटरबाबतच्या अगदी बारीकसारीक गोष्टीही, जोसेफपेक्षा थॉमसला जास्त माहिती आहेत. त्यामुळे त्या नवऱ्याला थॉमस जास्त चांगल्या पद्धतीनं सगळ्या गोष्टी अगदी तपशीलवार समजावू शकेल, त्याचे काही गैरसमज असतील तर ते दूर करू शकेल, आमचं काही सांगायचं राहिलं असेल, तर तेही तो नक्कीच सांगेल... आणि तसा प्रयत्नही चाललेला दिसतोय त्याचा. पण तो नवरा तरीही नाहीच म्हणतोय.

"पण का?"

"काहीच कारण सांगत नाहीये तो. फक्त 'नाही' म्हणतोय. बस…'' थॉमस सांगतोय.

आता मी त्याच्याशी एखादा सौदा करताना बोलावं, तसं बोलण्याचा प्रयत्न करतोय. सध्यापुरती तिला फक्त रक्त देण्याची परवानगी त्यानं द्यावी, असं मी सांगतोय. तिचं गर्भाशय साफ करायची परवानगी आम्हाला द्यायची की नाही, हे त्यानं मागाहून ठरवावं, असंही सांगतोय. ऑपरेशन थिएटर आणि आम्ही वापरणार आहोत ती साधनं, हत्यारं त्याला प्रत्यक्ष दाखवण्याची तयारी दाखवतोय… पण 'पालथ्या घड्यावर पाणी' असंच ठरतंय माझं सगळं बोलणं. एखाद्या कॉफीच्या कपाला नकार द्यावा, तितक्या सहजपणाने तो माझ्या बोलण्याला पुन्हा नकार देतोय.

…या सगळ्याला काहीच अर्थ नाहीये. आता माझाही संयम सुटल्यात जमा झालाय. माझे हात थरथरायला लागलेत. मी स्वतःला थोपवू शकत नाहीये. मी त्या माणसाच्या जवळ जाऊन त्याच्यावर बोट रोखून दाखवत, ओरडूनच त्याला सांगतोय आता की, तो त्याच्या स्वतःच्या बायकोचा खून करायला निघालाय. खरं तर तिला आपल्या नवऱ्याची शरम कशी वाटत नाहीये, याचंच मला आश्चर्य वाटतंय. एखादं निरोगी मूल तिला देण्याऐवजी, हा न बघवणारा गुंता, त्याच्यामुळे तयार झालाय, अशी भीती तिनं घालायला हवी होती त्याला. मुलांना जन्म देणं हे कुठल्याही स्त्रीचं सर्वांत महत्त्वाचं काम असतं… इथे तर असं म्हटलं जातं की, जोपर्यंत बायको नवऱ्याला कमीत कमी दोन मुलं देत नाही, तोपर्यंत त्यांच्या लग्नाची पूर्तता होत नाही… पण या क्षणी या लोकांच्या सांस्कृतिक विचारसरणीबद्दल मी काहीच बोलू शकत नाही. कारण या क्षणी आमच्यासाठी त्या स्त्रीचं आयुष्य जास्त महत्त्वाचं आहे, जे आम्ही अजूनही खरोखरच वाचवू शकतो.

आता मी जोसेफला असं सांगतोय की, ''त्या माणसाला अगदी निक्षून सांग, की त्याच्या या निर्णयामुळे लवकरच त्याच्या बायकोचा मृत्यू ओढवणार आहे… आणि इथे असं नुसतं उभं राहून आम्ही तिला मरताना पाहू शकत नाही. सांग त्याला आता त्याच्यापुढे तीनच पर्याय आहेत. पहिला म्हणजे आम्ही तिला थिएटरमध्ये नेऊन आवश्यक ते सगळे उपचार करतो आणि तिचा त्रास थांबवतो. दुसरा पर्याय म्हणजे आम्ही सध्या तिला फक्त रक्त देतो… त्याची इच्छा असेल तर आम्ही तिला आमचं रक्त द्यायलाही तयार आहोत, हेही आवर्जून सांग त्याला. आणि तिसरा म्हणजे अखेरचा पर्याय हा सांग, की तो म्हणेल तसं आम्ही करू. तो म्हणत असेल तर आम्ही तिच्यावर कोणतेही उपचार करणार नाही. पण मग त्या वेळी पूर्ण दिवसभर, त्याला या वॉर्डात तिच्याशेजारी बसून राहावं लागेल. त्यानं इथेच बसून राहायला हवं आणि तिला काय हवं नको ते

पाहायला हवं. आणि त्याच्या निर्णयाचे काय परिणाम होताहेत, हे त्यानं स्वतःच्या डोळ्यांनीच पाहायला हवं. त्याला इथून पळ काढता येणार नाही.. या वॉर्डातूनही नाही आणि त्याच्या बायकोपासूनही नाही.''

वॉर्डमध्ये पूर्ण शांतता पसरली आहे. तो माणूस जळजळीत नजरेनं माझ्याकडे पाहतोय. माझी नस न् नस तापली आहे आता. माझं बोलणं, नेमकं भाषांतर करून सांगता येईल याची जोसेफला खात्री वाटत नाहीये. मग मी त्याला पुन्हा माझ्या बोलण्यातला प्रत्येक शब्द सांगतोय. या माणसाला, त्याच्या निर्णयाचे किती गंभीर परिणाम होऊ शकतात, ते कळलंच पाहिजे. एखाद्या माणसाबद्दल आजपर्यंत एवढा राग मला कधीच आला नव्हता, हे आता मला प्रकर्षानं जाणवतंय. हा माणूस आणि त्याचं हे वागणं... दोन्हीचा प्रचंड तिरस्कार वाटतोय मला आत्ता. या बायका, ही मुलं आणि इतर कितीतरी पुरुष... या सगळ्यांना त्याचं वागणं मुकाटपणे सहन करावं लागतंय... त्याचं आणि त्याच्यासारख्या सगळ्यांचंच आणि नेहमीच... का? तर ती समाजातली 'वजनदार' आणि 'कर्तबगार' माणसं म्हणून ओळखली जातात... स्वतःच्या चांगुलपणाची खोटी खात्री बाळगणारी अशी मूठभर ढोंगी माणसं, इतर सगळ्यांना स्वतःच्या इच्छेनुसार वागायला लावतात... आपल्या इच्छा त्यांच्यावर लादतात... काय अजब न्याय आहे हा! माविंगातला तो प्रशासक, इथल्या बाजारात बेदरकारपणे बंदुका घेऊन फिरणारी ती माणसं, सोमालियात सहजपणे बॉम्बफेक करणारे लोक, केनियामध्ये निवडणुकीनंतर तयार झालेल्या गुंडांच्या टोळ्या... या सगळ्यांची वृत्ती, सगळ्यांची मानसिकता अगदी एकसारखीच.

''तो तिला घरी घेऊन चाललाय,'' जोसेफ सांगतोय. ''तो म्हणतोय की जर तिचा मृत्यू झाला, तर तो देवाचा निर्णय असेल, माझा नाही.''

माझ्या शरीरातून एक जोरदार सणक गेलीये. 'देवा... कुठं आहेस तू?' मला या माणसाला घट्ट पकडून ठेवावं असं वाटतंय. यापूर्वी मला इतकं हरल्यासारखं कधीच वाटलं नव्हतं... कधीच नाही. माझ्याही नकळत मी त्या माणसाच्या जवळ गेलोय आणि संतापानं त्याच्याकडे पाहतोय. माझा आवाजही खूप वाढलाय आता. त्यानं किंवा त्याच्या सहकाऱ्यांनी आता मला कितीही भीती घातली, कितीही धमक्या दिल्या, तरी त्याची फिकीर अजिबात करू शकणार नाही मी आता. ''जोसेफ, या माणसाला अगदी स्पष्टपणे सांग, की या स्त्रीच्या बाबतीत देवही काही करणार नाहीये आता. घरी गेल्यावर जर तिचा मृत्यू झाला, तर ते काम तिच्या नवऱ्याचं असेल... त्यानंच मारलेलं असेल तिला... तोच जबाबदार असेल.''

ती माणसं आपापसात काहीतरी बोलतात. तो नवरा जरासा थांबतो. गॉगल

घालतो. आता थोडा शांत झाल्यासारखा दिसतोय तो. जोसेफशी थोड्या सौम्य आवाजात काहीतरी बोलतोय; आणि तो काय म्हणतोय असं मी जोसेफला थोड्या अधीरपणेच विचारतोय. त्या स्त्रीवर उपचार करायला तो परवानगी देतोय, अशी उगीचच आशा वाटत्येय मला... पण नाही... जोसेफ नुसतंच डोकं हलवतोय आणि शांतपणे मला सांगतोय... "त्याला इथून काहीतरी हवंय... तिला उचलून नेण्यासाठी... आपण त्याला एखादी चादर दिली, तर त्यात लपेटून तो तिला घरी नेऊ शकेल."

माझं बोलणंच खुंटलंय.

कॅरोल काही न बोलता तिथून निघून गेलीये.

जोसेफ एक चादर घेऊन आलाय.

तो नवरा केवळ त्या चादरीसाठी थांबलाय. इथे येताना दिसला होता, तसाच अगदी 'चिंतामुक्त' चेहरा दिसतोय त्याचा आत्ताही... आत्ताही पायात तेच उंची बूट... आणि अंगावर तेच सिल्कचे कपडे... काहीच वाटत नाहीये का याला आपल्या बायकोबद्दल?... त्याच्याकडे पाहून हसावं की रडावं हेच कळत नाहीये मला... पण मनाला फार टोचणी लागून राहिली आहे माझ्या.

***

आता एकदाचा तिथून मी बाहेर पडलोय. आभाळ अजून तसंच आहे... ढगांनी गच्च भरलेलं... अंधारलेलं आणि खिन्न करणारं. घड्याळ सांगतंय की आता संध्याकाळ झाली आहे. मला वाटतंय की असंच चालत राहावं... आवार ओलांडून आणखी पुढे... या शहराच्याही बाहेर... आणि या स्वयंसेवकपणापासूनही खूप लांब... मुळात हे काम करावं, असं मला इतक्या मनापासून का वाटत होतं, हे आठवण्याचा मी प्रयत्न करतोय आत्ता.

आवारात आल्यावर, बाहेर ठेवलेल्या टेबलापाशी बसलेला आमोस दिसलाय मला. आमच्या ऑफिसमध्ये मदतनीस म्हणून काम करणाऱ्या मायाचा आज वाढदिवस आहे. पिंपात बनवल्या जाणाऱ्या 'कास्क वाईन'चं खोकं उघडण्यात आमोस गर्क झालाय. त्याच्या कार्डबोर्डच्या झाकणाला पडलेल्या छोट्याशा भोकातून, ती प्लॅस्टिकची तोटी उघडण्यासाठी त्याची अक्षरशः झटापट चालली आहे... आणि एकदाचं त्याला ते काम जमलंय. लगेचच एक कॉफीचा जुना मग घेऊन, त्यात त्यानं झट्दिशी वाईन ओतली आहे, आणि तो मग नाकाखाली फिरवतोय... वाईन या विषयातला तज्ज्ञ असल्यासारखा त्या वाईनचा खोलवर वास घेतोय... "येस्स्स... मस्त"... मनापासून हसतोय तो.

"ही त्या खोक्यात ठेवलेली वाईन आहे का? तुला फारच आवडलेली दिसते आहे," मी त्याला विचारतोय.

‘‘मित्रा,’’ हसताना त्याचा चेहरा अगदी उजळून गेलाय. ‘‘इथे आफ्रिकेत आम्ही असं म्हणतो की, सिंहाला जर एखाद्या वेळी मांस मिळू शकलं नाही, तर अशा वेळी जिवंत राहण्यासाठी त्याला गवत खावंच लागतं.’’ डोकं मागे करून, तो स्वतःच्या बोलण्यावर हसतोय... मोठ्याने, अगदी मनापासून आणि तसंच पोट हलवत... असं पोट हलवणं फक्त आफ्रिकन माणसांनाच जमू शकतं... वाईनचा एक ग्लास मलाही दिलाय त्यानं.

आता आमच्या टीममधले इतर सगळेही टेबलापाशी गोळा झालेत. आमच्या इथे जेवढ्या मेणबत्त्या आहेत, त्यातल्या निदान पाव मेणबत्त्या तरी आत्ता इथे लावलेल्या आहेत... आत्ताच्या मूडला साजेसा प्रकाश असावा म्हणून. वेगवेगळ्या प्रकारचे किडे आता आपणहून आमच्यावर आणि त्या कास्क वाईनवर झेपावायला लागलेत. इथिओपियन बिअर खूपच थंडगार आहे... फार काही वाईट नाहीये ही संध्याकाळ... पण या सगळ्यापेक्षा सर्वांत महत्त्वाचं हे आहे की, माझ्या ठरलेल्या सुट्टीवर जाण्यासाठी आता फक्त छत्तीस तास राहिलेत. अजून छत्तीस तासांनी मी इथून बाहेर पडलेला असेन... व्वा!

आज मी नेहमीपेक्षा जरा लवकरच झोपलोय, पण पहाट होण्याआधीच मला पुन्हा बोलावणं आलंय... कॅरोलला एका प्रसूतीच्या वेळी मदत करायला... कारण मूल पायाळू आहे. आजचा तिचा नवा दिवस, त्या प्रसूतीच्या वेळी केलेल्या जखमांना टाके घालतच सुरू झालाय... आणि तेही माझ्या कपाळावर बांधलेल्या दिव्याच्या उजेडात. हे सगळं उरकल्यानंतर मी पुन्हा एक तास कसातरी मिळवलाय... विश्रांती घेण्यासाठी... घामाघूम होत, अस्वस्थ होत मिळालेल्या अर्धवट झोपेलाच ‘विश्रांती’ हे गोड नाव देऊन टाकलंय मी हल्ली. मी पुन्हा उठत नाही, तोवरच आजचा पहिला पाऊस कोसळायला लागलाय आणि दोन नवे पेशंट्स इथे दाखल झाले आहेत. श्वास घेण्यासाठी धडपडणारं एक तान्हं मूल आणि बेशुद्ध होऊन निश्चेष्ट पडलेली एक लहान मुलगी. आम्हाला शक्य तेवढे सगळे उपचार आम्ही केलेत. त्या तान्ह्या मुलाबाबत जास्त काळजी वाटत नाहीये आता, पण त्या मुलीची अवस्था मात्र गंभीर आहे.

‘मेनिन्जाइटिस झालाय हिला...’’ चिंताग्रस्त चेहऱ्यानं तिच्याजवळ उभ्या असलेल्या आई-वडिलांना मी सांगतोय. तिच्या मानेची अगदी कमान झाली आहे, आणि पाठ काँक्रीटसारखी कडक ताठ झाली आहे.

‘‘गंभीर दुखणं आहे का हे?’’ ते विचारताहेत.

‘‘माफ करा, पण खूपच गंभीर दुखणं आहे हे.’’

‘दी प्रोफेसर’ मार्क इथे आलाय, त्या आधीच आम्ही त्या मुलीवर उपचार सुरू केलेत. एरवी हा मार्क वॉर्डमध्ये अगदी विदूषकी चाळे करत असतो नेहमी.

पण आज तो अगदी गंभीर दिसतोय. त्या एकांत खोलीत मी ताबडतोब यायला पाहिजे, असं कळकळीने सांगतोय. मी त्याच्यापाठोपाठ त्या छोट्याशा खोलीत आलोय; जिथं एका कोपऱ्यात न्यॅवेच झोपलेली असते.

...आत्ताही ती तिथेच आहे, पण जिवंत नाही... मृत्यू झालाय तिचा.

मी तिच्या कॉटजवळ आलोय. तिचा तो 'ब्रेस्ट मॅन'ही आलाय माझ्या पाठोपाठ. या मुलाला काहीच माहिती नाहीये आणि कळत तर नाहीच आहे काही. मी त्याला उचलावं आणि हवेत उंच उडवावं एवढंच वाटतंय त्याला आत्ताही. मी व्यर्थच त्याच्या आईच्या छातीचे ठोके ऐकू येताहेत का ते पाहतोय... तेव्हा तो माझ्या मांडीवर चढून बसलाय... माझ्या टीशर्टला धरून लोंबकळतोय... एखाद्या माकडाच्या पिल्लासारख्या खोड्या चालल्यात त्याच्या... त्याच्या बहिणी आत्ता कुठं गेल्यात, काहीच कळत नाहीये, "याला वडील नाहीयेत ना?" मी मार्कला विचारतो.

"नाही. ते पूर्वीच मरण पावलेत. पण या मुलांची आजी एवढ्यातच येईल परत. डॉक्टर मला वाटतं, आता तिलाच या मुलांना वाढवावं लागणार आहे," मार्क सांगतोय. एच.आय.व्ही. एड्‌समुळे अनाथ झालेली ही आणखी तीन मुलं... आफ्रिकेत अशा अनाथांची एक पिढीच तयार होते आहे... त्यात आता या तिघांची भर पडली आहे.

न्यॅवेचच्या ब्लँकेटने तिचा चेहरा झाकण्याचा आम्ही प्रयत्न करतोय, पण ती खूपच उंच आहे. चेहऱ्यावर ब्लँकेट ओढलं, तर तिचे पाय उघडे पडताहेत. मग एक वेगळं कापड घेऊन मी तिचे पाय झाकून टाकलेत. शरीराच्या खालच्या भागाला पॅरॅलिसिस झालेली ती दुसऱ्या कोपऱ्यातली स्त्री न्यॅवेचला पाहण्यासाठी स्वतःला ढकलत पुढे येण्याचा प्रयत्न करते आहे. नुसतंच खेदानं डोकं हलवते आहे. एलिझाबेथही कोपऱ्यातून वाकून बघत्येय आणि न्यॅवेचला तशा अवस्थेत पाहून रडायला लागली आहे. गेले अनेक महिने त्या दोघी इथे एकत्रच राहत होत्या, आणि एकमेकींच्या चांगल्या मैत्रिणी झाल्या होत्या.

पण 'ब्रेस्ट मॅन'ला मात्र अजूनही या कशाचीच जराशीही जाणीव झालेली नाहीये... आणि होणार तरी कशी? किती लहान आहे तो... बिचारा... त्याच्याबद्दल खूप वाईट वाटतंय आत्ता मला.

"मी लगेच परत येतो," असं मार्कला सांगून मी तिथून बाहेर पडलोय. पट्‌कन काहीतरी पिऊन येतो, असं सांगितलंय खरं मी त्याला, पण मला थोडा मोकळा श्वास घ्यायचा आहे. तोंड धुवायचंय, थोडंसं शांत व्हायचंय... पण नाही... वाटेतच त्या संतापलेल्या तरुण पेशंटनं मोठ्यानं हाका मारत मला थांबवलंय. छाती उघडी टाकून तो कॉटवर उताणा झोपलाय. "अहो डॉक्टर,

मला अजिबात बरं वाटत नाहीये.'' आणि शिरेतून घातलेल्या नळीकडे बोट दाखवत म्हणतोय... ''या औषधाचा काहीही उपयोग नाहीये... मला घरी जायचं आहे.''

काल तो इथे आलाय आणि आज तो कालच्यापेक्षा खूपच बरा वाटतोय मला. त्याच्या आजाराबद्दलच्या नोंदींचा कागद त्याला दाखवत, त्याचा ताप आता उतरल्याचं मी त्याला सांगतोय. मी काय म्हणतोय हे मार्क त्याला त्याच्या भाषेत समजावून सांगतो आहे.

''इथे माझ्याकडे कुणीही लक्ष देत नाहीये. मला घरी जायचंय,'' त्याचा हेका चालूच आहे.

त्याच्या शिरेला लावलेल्या नळीतून पातळ औषधं आणि अँटिबायोटिक्स त्याला सतत दिली जाताहेत, असं समजावून सांगतोय आम्ही त्याला, पण त्यामुळे तो आणखीच चिडलाय. ''काढून टाका हे,'' त्या नळीकडे बोट दाखवत तो ओरडतोय... ''पुष्कळ झालं हे औषध. तुम्ही माझ्यासाठी काहीच करत नाही आहात.''

मार्क त्याच्याशी बोलण्याचा प्रयत्न करतोय, पण अजूनही घरी जाण्याचं त्याचं टुमणं सुरूच आहे. ''ही नळी काढून टाका आधी... बस् झालं.''

म्हणून मी त्याच्या शिरेतली सुई काढून टाकतो... अगदी लगेच त्याच्यावर कापसाचा एक बोळा फिरवतो. त्यावर चिकटपट्टीही लावत नाही, आणि जरा आवाज चढवूनच त्याला सांगतोय.... ''जा मग आता घरी.''

छे! फार सहन करून झालंय आता... आता बास...

मनात झालेला उद्रेक आवरण्याचा प्रयत्न करत, मी वादळासारखा आवार ओलांडून आलोय. आता आमच्या राहायच्या खोल्यांपर्यंत पोहोचलोय. पण मला हैदी कुठं दिसत नाहीये. बाहेरच्या टेबलावर बसून झोएचं काहीतरी लिहिण्याचं काम चाललंय. तिच्या समोरच्या पॅकेटमधून एक सिगारेट काढून, तिच्यासमोर मी एक खुर्ची ओढून बसतो आणि मला काहीतरी बोलायचं असल्याचं तिला सांगतो.

''मी हे काम सोडून देतोय,'' मी थेट मुद्द्यावर येत तिला सांगतोय.

''काय?''

''हो.'' मग मी तिला न्यॅवेचच्या मृत्यूबद्दल सांगतो. आत्ताच घालवून दिलेल्या त्या तरुणाबद्दल सांगतो आणि मनातली खंतही सांगतो. ''मी या सगळ्यांशी जसं वागायला पाहिजे तसं वागत नाहीये.''

ती डोकं हलवत मला विचारते, ''हे तू मनापासून बोलतो आहेस का डॅमियन? अरे, या सगळ्यांशी तू कसं वागायला हवंस, असं तुला वाटतं आहे? मला तर असं दिसतंय, की इथल्या या अशा परिस्थितीत तू उत्तम काम करतोयस.

आता तू स्वतःलाच 'पराभूत'ही समजायला लागलायस का? या जागी काम करणं खूप खडतर आहे आणि तुला खूप कठीण प्रसंगांना तोंड द्यावं लागतंय. त्यात आपल्या इथे सर्जन नाहीये. मदतकार्य करणाऱ्या इतर संस्थांइतक्या सुट्ट्याही एम.एस.एफ. आपल्याला देत नाही. असं करण्याचं खरं तर काही कारण नाहिये हेही तुला माहिती आहे आणि तू कधी चालला आहेस सुट्टीवर? उद्याच ना? मग आता ऐक... मी अगदी प्रामाणिकपणे तुला सांगते, गेल्यावेळी सुट्टीवर जाण्याआधी मीही तुझ्यासारखीच होते. तू आत्ता करतोयस, अगदी तसाच विचार मीही तेव्हा करत होते.''

''मी फक्त दमलोय असं नाहीये झोए...'' मी तिला सांगतोय. काल त्या स्त्रीच्या नवऱ्याबरोबर झालेलं बोलणं, त्यानं तिच्यावर कोणतेही उपचार करण्यास दिलेला नकार... सगळं सगळं अगदी तपशीलवार सांगितलंय मी आता तिला आणि या असल्या माणसांशी वागताना माझी सहनशक्ती संपली आहे आता, असंही स्पष्टपणे सांगितलंय. या सगळ्या माणसांना मी जर आणखी चांगल्या प्रकारे हाताळू शकलो असतो, तर मला नक्कीच काही वेगळे परिणाम दिसले असते का? हा विचार माझ्या मनात आल्यावाचून राहत नाहीये आत्ता. एखाद्या डॉक्टरसाठी, हे इथलं काम म्हणजे 'कामाची आदर्श पद्धत', असं म्हणणं कठीण आहे झोए. ही माणसं कशी आहेत, याचा योग्य तो अंदाज घेणं मला जमत नाहीये अजून. आपल्याला इथे पाहुण्यासारखं समजलं जातं, हेही मला कळलेलं आहे. मला हेही चांगलं माहिती आहे की इथे घडणारी प्रत्येक गोष्ट मी दर वेळी इतकी मनाला लावून घ्यायला नकोय आणि लोकांनी माझ्यासारखंच वागलं पाहिजे अशी अपेक्षाही मी करायला नकोय. म्हणजे मला इतकंच म्हणायचंय की आपण मानवहितवादी लोक, कोणतीही अपेक्षा न ठेवता फक्त काळजी घेणारे असायला नको का?'' मी झोएशी हे सगळं बोलतोय खरा, पण मला नेमकं काय सांगायचंय आणि मी नेमकं काय सांगतोय, हे खरं तर माझं मलाच नीटसं कळत नाहीये.

माझं बोलणं ऐकून झोए मंदपणे हसत्येय, ''हो, खरं तर तेच अपेक्षित आहे.'' मग आणखी एक तास आम्ही असेच बोलत राहिलोय. बेरी खाणारे पक्षी ज्या झाडावर बसून सतत खाली घाण टाकत असतात, त्या मोठ्या झाडाखाली बसून, आमचं हे असं दिवसभर कबुलीजबाब देणं चालूच आहे. मी पाठीला पोक असल्यासारखा माझ्या खुर्चीत बसलोय. तिच्याजवळ हे मान्य करतोय की मी खरोखरच घाबरलोय. या बंदुका, टोळ्यांमधले वाढते संघर्ष हे खरंतर मला काळजीतच पाडतात. इथल्या एकूण प्रकल्पांपैकी दोन प्रकल्प या आठवड्यात अर्धेअधिक बंद केले गेले आहेत. इथलं हे सतत 'ऑन कॉल' राहणं, इथल्या

जुलाब होणाऱ्यांमध्ये चाललेली चढाओढ, सतत होणारी झोपमोड... या सगळ्यांनी मी अगदी थकून गेलोय. इथल्या सुरक्षेच्या बाबतीत किंवा पेशंट्सना हाताळण्याच्या बाबतीत माझ्या हातून एखादी मोठी चूक होईल, अशी सारखी शंका वाटत्येय मला आणि त्यातून कधीतरी अनर्थही घडू शकतो. हे सगळं सांगून झाल्यावर शेवटी मी तिच्यापुढे कबूल करतोय की, इथे राहण्याची, हे असलं काम करण्याची आणि इतकंच नाही, तर इतर कुणाचीही काळजी घेण्याची माझी आधीची इच्छा आता हळूहळू कमी व्हायला लागली आहे. दया दाखवण्यामुळेच मला थकवा आलाय आता खरं तर. अगदी कीव येण्यासारखं बोलतोय मी... मला कळतंय.

झोए शांतपणे माझं बोलणं ऐकून घेते आहे.

"या सगळ्याचा शेवट काय असणार आहे?" मी तिला विचारतोय. "आपण सगळे जण आपलं उरलेलं आयुष्य अशा भिकेला लागलेल्या हजारो शहरांना भेट देण्याचा प्रयत्न करत, असं इकडेतिकडे फिरत राहण्यातच घालवणार आहोत का? स्वतःला इतकं बांधून घेत, की कधीतरी आपण स्वतःसाठी अगदी निरुपयोगी होऊन जाऊ? त्यासाठी आपल्याला स्वतःला कोणती किंमत मोजावी लागेल? आणि मी ही लढाई का लढावी? त्यापेक्षा स्वतःच्या घरी राहून आयुष्य जगणं जास्त शहाणपणाचं असणार नाही का? तिथे निदान मिळालेल्या संधीचा मी फायदा तरी करून घेऊ शकेन. मग अशी शक्यता असताना, पांढरपेशा मध्यमवर्गाला उगीचच जाणवणाऱ्या अपराधीपणाच्या भावनेचं आपल्या सगळ्यांना जाणवणारं हे ओझं, का बाळगायचं आपण?"

झोए गप्प बसलीये. मग मीही वर झाडावर बसलेले पक्षी शांतपणे पाहत बसलोय.

"झोए, या कामासाठी यापुढे मी योग्य ठरेन, असं मला वाटत नाहीये."

"मला नाही पटत हे. पण तुला असं का वाटतंय?"

"आधीच मी घरापासून सहा महिने लांब आहे. आणखी सहा महिने मला सुदानमध्ये राहावं लागणार आहे. मी नाही करू शकत हे. दोन-तीन महिने कसेतरी घालवलेत मी. पण आता नाही. कृपा करून तू माझ्याजागी दुसरा माणूस शोधायला सांग त्यांना"... माझ्या या टोकाच्या बोलण्यावर काय उत्तर द्यावं, हे झोएला कळत नाहीये, हे तिच्या चेहऱ्यावरून स्पष्ट दिसतंय. पण मी तरी काय करू?

***

सुट्टीवर जाण्याआधीचा माझा शेवटचा दिवस खूपच पटपट संपतोय. माझ्या जागी इथे जो डॉक्टर येणार आहे, तो उद्या इथे पोहोचेल. पण त्याआधी मला असंख्य गोष्टी हातावेगळ्या करायच्या आहेत.

मेडिकल वॉर्डमधल्या सगळ्या पेशंट्सना मी आणि जोसेफने पुन्हा एकदा तपासलंय. श्वसनाचा त्रास होत असलेलं जे तान्हं बाळ आज सकाळी इथे आणलं

गेलंय, ते आता बरंच बरं आहे. अंगावर दूध पिणं जराजरा जमायला लागलंय आता त्याला. पण मेनिन्जाइटिस झालेली ती मुलगी मात्र अजून त्याच अवस्थेत आहे आणि अजून बेशुद्धच आहे.

पीटरबरोबर मी टी.बी. व्हिलेजलाही भेट दिली आहे. तो सध्या आमच्या ऑफिसचं नूतनीकरण करून घेतोय आणि अशी माणसं हे काम करताहेत ना... मी आजपर्यंत कधीच कामाची अशी पद्धत पाहिली नाहीये. चार न्यूएर बायका चिखल आणि कापलेल्या काड्या यांचं मिश्रण, हातानेच अगदी हळुवारपणे भिंतीवर थापताहेत... म्हणजे दोघीजणी ते मिश्रण तयार करताहेत आणि दोघी जणी ते थापताहेत. सगळ्यांनी अगदी व्यवस्थित कपडे घातलेत. आता त्यांना फोटो काढण्यासाठी उभं राहायला सांगितलंय म्हणून खूपच आनंद झालेला दिसतोय. त्यानंतर मी आणि पीटर तिथल्या सगळ्या झोपड्यांमध्ये जाऊन आलोय आणि मग अचानकच पीटर त्याला वार्षिक रजा द्यावी, अशी विनंती करतोय.

"काय उद्यापासून रजा हवी आहे तुला?"

"हो" तो म्हणतो.

"खरं सांगतो आहेस का? नक्की उद्यापासून रजा हवी आहे?"

"हो... नक्की उद्यापासून."

"आणि हे आज विचारतो आहेस तू?"

"कारण कालच माझ्या भावानं मला सांगितलंय, की येत्या आठवड्याअखेर तो पुन्हा लग्न करतोय म्हणून."

"कालच सांगितलंय त्यानं हे?"

"अहो हो..." मला इतकं आश्चर्य वाटलेलं पाहून पीटरला हसू येतंय आता.

"अरे मग पुढच्या आठवड्याच्या शेवटी लग्न आहे तर आत्तापासूनच रजा का घेतो आहेस? उद्याच्या उद्या तुझ्या जागी दुसरा एखादा आरोग्यसेवक इथे येणं अशक्य आहे."

"असेल," तो गालातल्या गालात हसत, सहजपणे म्हणतोय.

"आणि तुझ्यासारखा दुसरा माणूस मिळणं खरंच अवघड आहे पीटर. इथे नेमकी काय परिस्थिती आहे, हे तुझ्यापेक्षा जास्त इतर कुणालाच माहिती नाहीये."

"हो, हे खरं आहे..." तो शांतपणे म्हणतोय.

"हो, मीही खरं तेच सांगतोय. याबाबतीत तुझी मक्तेदारी आहे इथे."

"मक्तेदारी" या शब्दाचा अर्थ मी समजावून सांगताच त्याला हसू फुटलंय.

माझा हात हातात घेऊन तो अजिजीनं मला सांगतोय, "पण मला खरंच उद्यापासून सुट्टी घेण्याची गरज आहे डॉक्टर."

"पण का?"

"कारण आम्हाला शेळ्या-मेंढ्या आणायला जायचंय."

"शेळ्या-मेंढ्या?"

"हो."

"पण त्या कशाला?"

"नवऱ्या मुलीला द्यायला," तो प्रांजळपणे सांगतोय. "नवऱ्या मुलीला अशा शेळ्या-मेंढ्या द्याव्याच लागतात आम्हाला." तो अशा आविर्भावात सांगतोय की रजा घेण्यासाठीचं जगातलं हे अगदी सर्वसामान्य कारण आहे... आणि इथे हे कारण खरंच असूही शकतं.

टी.बी. व्हिलेजमधून निघून मी आता थॉमसबरोबर सर्जिकल वॉर्डमध्ये चाललो आहे. आल्या आल्याच, इथे दाखल असलेल्या दोन तरुणांना अगदी कडक शब्दांत ताकीद देण्याची वेळ आली आहे माझ्यावर. त्या दोघांना ट्रॅक्शन लावलेलं आहे आणि अंथरुणावर पडल्यापडल्याच त्यांचं सिगारेट ओढणं चालू आहे. त्यासाठी त्यांना उठून बाहेर जाता येणं शक्य नाही, हे त्यांच्या जणू पथ्यावरच पडलंय. खरं तर आणखी काही आठवडे त्यांना असंच पडून राहावं लागणार आहे... पण म्हणून काय अशी अंथरुणात पडून इथे सिगारेट ओढायची का? हे हॉस्पिटल आहे. मग त्यांच्याकडे रागानं रोखून पाहत मी त्यांना दम देतोय. "यानंतर इथे तुम्ही पेटवलेल्या प्रत्येक सिगारेटसाठी, त्या ट्रॅक्शनच्या दोरीला आम्ही आणखी एक वीट बांधत जाऊ. चालेल का तुम्हाला? आणि इथे जर तुम्ही दारू प्यायला सुरूवात केलीत, तर तुमचा दुसरा पायही ट्रॅक्शनमध्ये अडकवला जाईल... मग एक हात... मग दुसरा हात... मग तुम्ही खरोखरच या खाटेला पूर्णपणे जखडले जाल. ठीक आहे? दोन हात आणि दोन पाय असे चार अवयव, खाली वजनं बांधून लटकत ठेवले तर तुम्ही कसे दिसाल," असं मी अगदी हळू आवाजात त्यांना विचारताच, ते हसायला लागलेत. त्यांचे तरुण चेहरे उजळून निघाल्यासारखे दिसताहेत आणि त्यांच्या दातांच्या फटीतूनही त्यांचं हसणं डोकावतंय. हे दोघंही दिसायला चांगले आहेत. नम्र आहेत. नव्यानंच तारुण्यात पदार्पण करणारे धाडसी तरुण आहेत... नुकतेच ते बंदुका चालवायला शिकले होते आणि आता स्वतःच गोळीबाराची शिकार ठरलेत.

संध्याकाळ झालीये आता. दिवस कसा संपला ते कळलंच नाही. आकाश आत्ता तरी निरभ्र दिसतंय. मी आता बाहेर आवारात आलोय. हैदीबरोबर 'फ्रिस्बी' फेकण्यात थोडा वेळ घालवून आता पूर्ण अंधार व्हायच्या आत हॉस्पिटलमध्ये एक शेवटची फेरी मारायला निघालोय. हवा थंड झाली आहे. मुलांचं इकडेतिकडे पळणं चालू आहे. मोठी माणसं आवारात भिंतींना टेकून, नाहीतर उकिडवे बसून गप्पा मारताहेत, सिगारेट ओढताहेत, विनोद करून हसताहेत आणि त्यांच्या

सवयीप्रमाणे कुठेही थुंकताहेत. रात्रपाळीचे दोन आरोग्यसेवकही तिथे बाहेरच खुर्च्यांवर मागं रेलून आरामात बसलेत... तिकडे सूर्य अस्ताला जायला लागताच सगळ्या आया आहारकेंद्राच्या मागच्या बाजूला पेटवल्या जाणाऱ्या चुलींभोवती जमल्यात... त्यावर पाण्याची भांडी उकळत ठेवताहेत, त्यात अन्नपदार्थ घालून ढवळताहेत. त्यांची लहान मुलं, त्यांना संध्याकाळी मिळालेली 'प्लम्पी-नट्स'ची पाकिटं उघडून घाईघाईनं खाताहेत. त्यांच्या टीशर्टवर, गालांवर त्याचे डाग पडताहेत, पण त्यांना त्याचं भानही नाहीये.

आणि आता– रजेवर जाण्याआधी पुन्हा एकदा मी मान उंचावून आमच्या गवताच्या कुंपणापलीकडे नजर रोखून बघत उभा आहे. इथून अगदी काही मीटर्सच्या अंतरावर, खळाळत जाणारी नदी दिसते आहे... तिच्यामागे, नारिंगी-गुलाबी रंगात न्हाऊन निघालेल्या क्षितिजाच्या पलीकडे पौर्णिमेचा चंद्र हळूहळू डोकावत वर आलाय. पुढे नाईल नदीला भेटायला निघालेल्या या आमच्या नदीत त्या चंद्राचं सुंदर प्रतिबिंब पडलंय. नदीच्या किनाऱ्यावरच काही अंतरावर गुराख्यांनी शेकोट्या पेटवलेल्या दिसताहेत. त्यातून निघणाऱ्या धुराचे ढग वाऱ्याबरोबर स्वैरपणे वाहताहेत. हे सगळंच दृश्य कमालीचं सुंदर दिसतंय. मी तसाच निःस्तब्ध उभा राहून, माझ्या मनावर हे सगळं जणू काही कोरून घेतोय... पण तेवढ्यात माझ्या पायावर कुणाची तरी थाप पडली आहे.

'खा-वा-जा-' एक कोवळा आवाज मला हाक मारतोय... "हॅलो गोऱ्या माणसा." मी खाली बघतो. हा टी.बी. व्हिलेजमध्ये राहणारा एक छोटा मुलगा आहे. कमरेला चड्डी नाहीये पण लाल-पांढऱ्या मण्यांची माळ मात्र बांधलेली आहे. नेहमीसारखी. जेमतेम तीन वर्षांचा असेल हा. पण नेहमी एखाद्या सभ्य, मोठ्या माणसासारखा मला अभिवादन करत असतो, तेही अगदी औपचारिकपणे. शेक-हँड करण्यासाठी माझ्यापुढे हात करताना, न्यूएर भाषेत अगदी सौम्यपणे काहीतरी बोलत असतो. त्याच्याशी त्याच्या भाषेत बोलावं, असं दर वेळी वाटतं मला. त्याच्याकडे पाहून वाटतं, की त्याला काहीतरी महत्त्वाचं बोलायचंय माझ्याशी – मोठ्या माणसासारखं... म्हणजे हवामानाबद्दल, किंवा कदाचित त्याला एक दिवस वंशपरंपरागत मिळणाऱ्या शेळ्या-मेंढ्यांबद्दल.

तो माझ्यापुढे दोन हात उंचावून उभा आहे.

"उंच उडवू का तुला?" मी विचारतोय.

तो उत्साहानं मान हलवतोय.

"पण एकदाच बरं का. ठीक आहे?" त्याला कळावं म्हणून मी एक बोट दाखवतो त्याला.

डोकं हलवून 'नाही' म्हणत, तो मला तीन बोटं दाखवतोय.

मग मी दोन बोटं दाखवतोय.

एखाद्या व्यावसायिकानं, त्याला दिल्या गेलेल्या एखाद्या प्रस्तावावर गंभीरपणे विचार करावा, त्या थाटात तो क्षणभर गंभीरपणे विचार करतोय आणि मग मान तिरकी करत माझ्याकडे पाहतोय. काही महिन्यांपूर्वी मी त्याला पहिल्यांदा भेटलो होतो, तेव्हा जसे त्याचे केस कापलेले होते, तसेच आजही आहेत- एका विशिष्ट प्रकारची हेअरस्टाईल आहे ही – डोक्याच्या पुढच्या बाजूला चौकोनी आकाराचा केसांचा एक झुबका ठेवून, बाकीचे सगळे केस एकदम सफाचाट करून टाकलेले असतात. इथल्या लहान मुलांसाठीची ही अगदी प्रसिद्ध हेअरस्टाइल आहे. 'लॉस्ट बॉईज मेमॉर' या पुस्तकात मी याविषयी जे वाचलं होतं, ते आत्ता आठवतंय मला... असा केसांचा चौकोनी झुबका म्हणजे एक 'हँडल' आहे, असं पूर्वी समजलं जात असे... असं हँडल, ज्याला धरून देव मुलांना उचलून स्वर्गात नेऊ शकेल, असं त्या लेखकानं म्हटलं होतं... कारण त्यावेळी देव खरोखरच कितीतरी मुलांना पटापट उचलून नेत होता.

तो लहान मुलगा पुन्हा माझ्या पायावर थपडा मारतो आहे. दोन बोटं मला दाखवत मान हलवतो आहे. मीही त्याची विनंती मान्य केलीये... दोन वेळा त्याला हवेत फेकून झाल्यावर, मी आता त्याला कडेवर उचलून घेतलंय आणि कुंपणापलीकडे बघायला सांगतोय.

तिथे नदीच्या काठावर काही लहान मुलं खूप उल्हसित होऊन आरडाओरडा करत उभी आहेत. नॉयलॉनच्या जाळीत त्यांनी एक मोठा कॅटफिश पकडलाय. जमिनीवर टाकल्यामुळे तडफडणाऱ्या माशाशेजारी, स्वतःही त्या चिखलात घसरत बसलेत. त्याला हातात घट्ट पकडण्याचा प्रयत्न करताहेत, उचलण्याचा प्रयत्न करताहेत... त्याला आज खाण्यासाठी घरी न्यायचंय, असं पक्कं ठरवलेलं दिसतंय त्यांनी. दुसरीकडे त्यांच्या बऱ्याच मागं मात्र दुर्मिळ म्हणावी इतकी शांतता पसरल्याचं दिसतंय. एक माणूस त्याची लाकडी होडी वल्हवत शांतपणे त्या नदीतून चाललाय. त्या होडीमुळे मागं ढकलल्या जाणाऱ्या पाण्याच्या रेघांमध्ये, चंद्र हळूच लुकलुकताना दिसतोय. हा एक अतिशय सुंदर असा क्षण आहे, असं म्हटल्यावाचून राहवत नाहीये मला.

...पण हा क्षणच क्षणभंगुर ठरलाय... अचानक ऐकू आलेल्या गोळीबाराच्या आवाजानं त्या क्षणाचेही जणू तुकडे तुकडे झालेत.

***

त्या गोळीबाराला बळी पडलेला पहिला माणूस आज सकाळी-सकाळीच इथे दाखल केला गेलाय. म्हणजे त्याला एकट्यालाच इथे आणलं गेलंय... बाकी सगळे ठार झालेत.

त्याच्या पायाला खूप जास्त जखमा झाल्यात. म्हणून आम्ही थिएटरमध्ये लगेचच सगळी तयारी केलीये, कारण आम्हाला घाईघाईनं त्याच्यावर उपचार करायला हवेत... मला नेण्यासाठी येणारं विमान थोड्याच वेळात इथे पोहोचेल. आम्ही त्याला गुंगीचं औषध दिलंय आणि त्याच्या जखमेतली सगळी घाण काढून टाकली आहे आणि आता त्याला ट्रॅक्शन लावण्यासाठी स्टीलची पिन घालायची म्हणून त्याच्या पोटरीतल्या पायाच्या नळीला भोक पाडायला मी सुरुवात करताच, काहीतरी विचित्र घडलंय. ती पिन घसरली आहे आणि अचानक तुटली आहे... ती थेट माझ्या हाताला लागल्यानं हातातून जोरदार वेदनेची एक कळ गेली आहे.

शी! माझं पुरेसं लक्षच नव्हतं.

मी हाताकडे नीट बघतोय. त्या पिनेमुळे माझ्या हातातला मोजा फाटला नसला म्हणजे झालं... मी आशा करतोय.

पण फाटलाच आहे तो.

ती पिन माझ्या तळव्यात घुसली आहे आणि त्या माणसाच्या पायाला झालेल्या जखमेतून वाहणाऱ्या रक्ताने चिंब भिजली आहे. हैदी पटकन पुढे आली आहे. ती पिन काढून टाकून हात चोळण्यासाठी मला बेसिनपाशी घेऊन आली आहे. तिचं हे काम चालू असताना मी मागं मान करून त्या पेशंटकडे बघतोय. सब-सहारन आफ्रिकेत म्हणजे सहाराच्या दक्षिणेकडे असणाऱ्या आफ्रिकेतील कुठल्यातरी देशात राहणारा हा एक तरुण आहे, जो एक सैनिकही असू शकतो. मग तो एच.आय.व्ही. बाधित असण्याची शक्यता कितपत असू शकेल?

मी पुन्हा पुन्हा माझा हात चोळून धुतोय. आत्ता याक्षणी मी दुसरं काहीच करू शकत नाही. मी दुसरे मोजे घातलेत आणि त्या माणसाला ट्रॅक्शन लावण्याचं काम संपवून टाकलंय. त्याला वॉर्डमध्ये नेल्यावर लगेचच, मला न्यायला आलेलं विमान इथे उतरलंय. त्या माणसाची एच.आय.व्ही. टेस्ट करून घेण्यासाठी मला त्याच्या परवानगीची गरज आहे, पण तो अजूनही शुद्धीवर आला नाहीये. मी गेल्यावर हैदी ही टेस्ट करून घेईल, असं ती मला खात्रीपूर्वक सांगते आहे; आणि त्या टेस्टचे निष्कर्षही ती मला कळवणार आहे. हैदी आणि मी अगदी आपलेपणानं एकमेकांना आलिंगन दिलंय.... 'मी ठीक आहे ना' असं ती विचारतेय... आणि मी तिच्याशी चक्क खोटं बोलतो आहे. मी एकदम ठीक असल्याचं तिला सांगतोय. आणि दहा दिवसांनी आपण पुन्हा इथे एकत्रित असू, असंही वर सांगतोय.

'सेस्ना' नावाच्या एकाच इंजिनावर चालणाऱ्या त्या छोट्याशा विमानात मी आता बसलोयसुद्धा. काहीच तासांत हे विमान लोकीमध्ये उतरेल. या क्षणी तरी,

त्या एच.आय.व्ही.च्या संसर्गापेक्षाही जास्त काळजी, दहा दिवसांनी मला या नासीरमध्ये परत यावं लागणार आहे, याची वाटते आहे... अचानक त्या चालू विमानाचं दार उघडलंय... पूर्ण सताड... वर्तुळाकार वाहणाऱ्या वाऱ्याच्या जोरदार धक्क्यामुळे... त्या घोंघावणाऱ्या वाऱ्यानं संपूर्ण विमान वेढून टाकलंय... आणि त्या विमानाच्या केबिनमध्ये एकच हलकल्लोळ माजलाय... प्रचंड आरडाओरडा सुरू झालाय... जवळपास कुठं विमान उतरवण्यासारखी जागाही दिसत नाहीये... तसेच कसेतरी उतरू शकू का आम्ही खाली?... पण कसं शक्य आहे?... पण आता काळजी करण्याचं कारण नाही असं वाटतंय. पायलटनं विमानाचा वेग खूपच कमी केलाय.... त्याच्या सीटच्या मागं त्यानं उडी मारली आहे आणि दाराजवळ बसलेल्या प्रवाशाच्या मदतीनं, कशीतरी त्या दाराशी कुस्ती करून, दार एकदाचं बंद केलंय... हुश्श! त्या वाऱ्याच्या झोतांशी सलगी साधत आता तो आम्हाला पुढे घेऊन चाललाय.

लोकीच्या धावपट्टीवर आता मी उतरलोय. एम.एस.एफ.चा ड्रायव्हर तिथेच मला भेटलाय आणि मला विमानतळाच्या आवाराकडे घेऊन चाललाय. इतर दोन प्रकल्प बंद झाल्यामुळे तिथून परत निघालेले स्वयंसेवक, अजूनही तिथे लोकीतच आहेत. कसातरी वेळ घालवायचा प्रयत्न करताना दिसताहेत. ते पुन्हा कधी कामावर रुजू होऊ शकतील हे त्यांनाच नक्की माहिती नाहीये. कारण तिथल्या सुरक्षा व्यवस्थेबद्दल अजूनही खात्री नाहीये. पण बाकी काही नसलं तरी, इथे निदान बरेच सोबती तरी आहेत.

नासिरमधल्या माझ्या सहकाऱ्यांशी संपर्क साधला जाईपर्यंत, दुपार बरीच उलटून गेली आहे. फोन झोएने उचललाय. त्या सकाळच्या जखमी पेशंटची एच.आय.व्ही. चाचणी 'निगेटिव्ह' आली आहे, अशी एक आनंदाची बातमी तिनं मला सांगितली आहे, पण असंही सांगितलंय की अजूनही त्याच्याबाबतीत त्या संसर्गाचा धोका उद्भवू शकतो. याच्या जोडीला ती एक वाईट बातमीही सांगते आहे. मी तिथून निघाल्यावर लगेचच, त्या हल्लेखोर टोळीतले काही जण आमच्या सर्जिकल वॉर्डमध्ये आले होते. ज्या माणसाला आज सकाळीच आम्ही उपचारासाठी थिएटरमध्ये नेले होते, त्याच माणसाला त्यांनी पुन्हा धारदार शस्त्रांनी भोसकले होते. तो जिवंत आहे, पण अगदी गंभीरपणे जखमी झालाय. या सगळ्या गोंधळामुळे हॉस्पिटल बंद केलं गेलंय, 'सगळ्या दारांना कुलपं लावून टाकली आहेत, बाह्यरूग्ण विभागही बंद केलाय आणि चारही बाजूंनी पोलिसांचा पहारा सुरू झालाय. सगळे कर्मचारी सुखरूप आहेत, पण आता यापुढे नक्की काय घडेल हे कुणालाच माहिती नाहीये. हॉस्पिटल रिकामं करावं लागण्याची शक्यता असू शकते.

या विमानतळावर एकमेकांशी जमवून-जुळवून घेता घेता, लोकीमधली रात्र उजाडली आहे. पण माझ्या जिवाला काही स्वस्थता वाटत नाहीये आणि मला झोपही लागत नाहीये. मग मी उठून ऑस्ट्रेलियातल्या माझ्या एका सहकाऱ्याला फोन लावलाय. तो संसर्गजन्य रोगांच्या इलाजांबाबत काम करतो. मला पिननं झालेल्या इजेबद्दल मी त्याला सांगितलंय आणि त्याचा सल्ला विचारलाय. त्यानं मला ताबडतोब अँन्टी-व्हायरल प्रॉफिलॉक्सिस घ्यायला सांगितलंय. कुठल्याही संसर्गापासून रोखणारं, सामान्यतः दिलं जाणारं हे औषध आहे. माझ्याकडे ते आहे का हे मी शोधतोय, पण त्यानं सांगितलेल्या नावाचं औषध त्यात नाहीये. म्हणून मग मी लोकीमधल्याच एका स्त्री डॉक्टरचा सल्ला घेण्यासाठी तिला झोपेतून उठवलंय. "हे तुझ्या मनाचे खेळ आहेत. मी तुला काहीही औषध सांगणार नाही," ती म्हणत्येय. पण इथल्या औषधांच्या गोदामात मला प्रॉफिलॉक्सिसचं एक पाकीट मिळालंय. हे औषध घ्यायला लागू का मी? ही अशी जुनी औषधं कमीत कमी महिनाभर तरी घ्यावी लागणार म्हणजे पाठोपाठ सारखी रक्ततपासणी करावी लागणार– तीही बहुधा नैरोबीत जाऊन, शिवाय या औषधाचे काही दुष्परिणामही होतातच... पण हे औषध नाही घेतलं तर?

मला नेमकं काही कळत नाहीये. आता माझा स्वतःवरच विश्वास राहिला नाहीये आणि तरीही मी इतरांबाबतचे वैद्यकीय निर्णय घेणे अपेक्षित आहे... वा..वा...!

दुसऱ्या दिवशी दुपारी मी पुढच्या प्रवासाची तयारी करत असतानाच, आम्हाला अशी बातमी कळली आहे की साऊथ सुदानमध्ये एक विमान खाली उतरवत असतानाच त्याला अपघात झालाय. त्याच्या कॅनेडियन पायलटनं, थोड्या धोकादायक अवस्थेत विमान उतरवलं खरं; पण त्यात त्याला बऱ्याच जखमा झाल्या आहेत आणि हातही मोडलाय. मागच्या वेळी मी लोकीत आलो होतो, तेव्हा या पायलटशी माझी ओळख झाली होती. त्या विमानाचं तर इतकं नुकसान झालंय म्हणे, की आता ते पुन्हा उडूच शकणार नाही. त्यामुळे त्या विमानापासून बऱ्याच दूर असणाऱ्या, म्हणजे जिथे चालत पोहोचायलाच काही तास लागतील, इतक्या लांब असणाऱ्या धावपट्टीच्या दिशेने तो चालत निघालाय म्हणे, जेणेकरून आपत्कालात मदतीला येणारं विमान त्याला शोधू शकेल. त्याला रस्ता दाखवणाऱ्या 'जी.पी.एस.' चा हॅन्डसेट बहुतेक त्याच्याकडे असावा.

आत्ता मी एवढाच विचार करू शकतोय की, या असल्या विमान कंपनीची सेवा आम्ही सर्रास वापरत असतो... का कोण जाणे?

आता मी पुढच्या प्रवासासाठी विमानात चढतोय, पण डोक्यात शिरलेला काळजीचा एक भुंगा मला छळतोच आहे. सध्या काहीच धड घडत नाहीये. हे

एखाद्या दुष्टचक्राचं शेवटचं टोक असेल, की त्याची सुरवात असेल? मला काहीच कळत नाहीये. हे सहा महिने मला निराश करणारे, दुबळं करणारे ठरताहेत, आणि मी नाइलाजानं कसेतरी दिवस ढकलतोय, असं मला वाटायला लागलंय आता. या दुष्टचक्राची जी लक्षणं दिसताहेत त्याकडे मी दुर्लक्ष करतोय; पण आता इथे राहावं असं मात्र मला वाटत नाहीये. किंवा आत्ता मला काहीतरी मानसिक त्रास होत असावा, जो मला कळत नाहीये. स्वतःवरच विश्वास राहिला नाहीये आता माझा. पण माविंगात असताना मला कधीच असं काहीच जाणवलं नव्हतं... मग आत्ता का होतंय असं?...

दुपारी मी नैरोबीत येऊन पोहोचलोय आणि एका मॉटेलमधल्या खोलीत येऊन थांबलोय. पण इथेही मला झोप लागत नाहीच आहे. मला नेमकी कशाची जास्त भीती वाटते आहे, हे माझं मलाच कळत नाहीये... म्हणजे त्या सुईनं माझ्या हाताला झालेल्या जखमेची... अलीकडेच केलेल्या त्या धोकादायक विमान प्रवासाची... की आत्ता कुठल्याही मदतकार्यासाठी कुठंही जाण्याची माझी इच्छा दिवसेंदिवस मावळत चालली आहे याची? का स्वतःऐवजी, दुसऱ्या कुणाची तरी काळजी मला प्रत्यक्षात घ्यावी लागेल याची... हे असले विचार यापूर्वी माझ्या मनात कधीच आले नव्हते... मग आत्ताच काय झालंय मला?

आज आत्ता सकाळी सकाळीच मी झोएला फोन लावलाय. तिथले आमचे सगळे सहकारी सुखरूप आहेत. तो प्रकल्प सोडून जाण्याचा विचार आता पुढे ढकलला गेलाय, असं ती मला सांगत्येय आणि थोड्याच दिवसांत एक कायमस्वरूपी· सर्जन तिथे येणार असल्याचं नक्की झालंय, असंही सांगते आहे.

"नक्की येणार आहे ना?" मी विचारतोय.

"हो नक्की. तो केनियात पोहोचलाही आहे. नैरोबीत कदाचित तुमची समोरासमोर गाठ पडू शकेल."

माझ्या रजेच्या काळात माझ्या जागी तिथे येत असलेला डॉक्टर, आणखी काही आठवडे तिथे राहू शकेल का, असं मी विचारताच ती बहुतेक दचकलीये. 'का पण' असं संभ्रमात पडल्यासारखं विचारते आहे. मी तिला याविषयी लगेच विचारण्यास सांगितलंय आणि आता परत येऊन ती मला सांगतेय की ती नवी डॉक्टर इथे जास्त दिवस राहणं बहुतेक जमवू शकेल. माझ्याही नकळत, मनातल्या मनात एक सुस्कारा सोडून, मी झोएजवळ दिलगिरी व्यक्त करतोय. तिला सांगतोय की "प्लीज त्या नव्या डॉक्टरला इथे जास्त दिवस थांबायला सांग. माफ कर झोए, पण मी आता खूप थकून गेलोय. यापुढे हे काम मी करू शकणार नाही."

घरी परत जाताना...

माझं उरलेलं सामान नंतरच्या विमानातून येणार आहे. ते सामान यायला थोडा वेळ लागेल. तोपर्यंत मला थांबावंच लागणार आहे म्हणून मग काही दिवस पूर्व आफ्रिकेतल्या समुद्रकिनाऱ्यावर निवांत वेळ घालवावा, थोडी विश्रांती घ्यावी, या विचारानं मी इथे आलो आहे. राजीनामा देऊन टाकल्यामुळे मला खूप हलकं हलकं वाटतंय आता, पण तसं केल्यामुळे थोडं बेचैनही वाटतंय.

माझ्या आई-वडिलांशी याबद्दल बोललोय मी. पण सतत होणाऱ्या गोळीबाराबद्दल आणि विमान दुर्घटनेबद्दलही मी त्यांना सांगितल्यामुळे, माझ्या निर्णयाला त्यांनी बहुतेक अगदी मनापासून दुजोरा दिलाय. पण आई मात्र अतिशय संतापली आहे. मी त्यांना गोळीबाराबद्दल सांगायला नको होतं.

एका केनियन बारमध्ये मला काही प्रवासी भेटले आहेत, ज्यांना मी माझ्या बाबतीत अलीकडेच घडलेल्या या सगळ्या घटना सांगितल्या आहेत. हे सगळे लोक दक्षिण आफ्रिकेतलेच आहेत आणि संपूर्ण आफ्रिकेत त्यांनी बरीच भटकंती केलेली आहे आणि ते सगळेच अगदी साधे-सरळ, निरागस दिसताहेत.

पण आता मात्र मला कंटाळा आलाय. ते सगळे आता मला त्यांच्याविषयीच्या गोष्टी सांगायला लागले आहेत.... कुठे कशी वाईट परिस्थिती होती... म्हणून त्यांना तिथून दुसरीकडे कसं जावं लागलं... असलंच सगळं...

माझं सामान लोकीमध्ये येऊन पोहोचलं आहे. ते घेण्यासाठी मी परत लोकीला आलोय तर मॉरिसही तिथे भेटलाय मला. पण माझा निर्णय त्याला फारसा आवडलेला दिसत नाहीये. तो अगदी कळकळीनं मला सांगतोय की, ''दक्षिण सुदान हे खरोखरच खूप लांब असणारं असं ठिकाण आहे. पृथ्वीवर वन्य जमाती जिथे जिथे राहतात, त्यांपैकी ही एक जागा आहे. इथे असंख्य अडचणी असणार हे गृहीत न धरता, एकही स्वयंसेवक नक्कीच इथे येणार नाही. इथे येण्यासाठी नाव नोंदवायचं, प्रत्यक्ष इथे यायचं आणि काम करायचं, हे कठीण

वाटायला लागल्यावर अगदी सहजपणे इथून निघून जायचं, असं कुणीही करता कामा नये आणि अशा परिस्थितीत तर इथून मुळीच अचानकपणे निघून जाता कामा नये. त्याच्या जाण्याचा संपूर्ण टीमवर परिणाम होतो आणि त्याच्या जागी दुसऱ्या कुणाला तरी पाठवण्यासाठी संस्थेलाही बराच खर्च करावा लागतो. काम करताना अडचणी येतात. या कारणाने प्रत्येक स्वयंसेवकच जर असं मनाला येईल तेव्हा इथून निघून जायला लागला, तर स्वयंसेवी संस्था चालू कशा राहतील?

मॉरिस म्हणतोय ते बरोबरच आहे.

आमच्या संस्थेच्या हेड ऑफिसमध्ये मी आजवर केलेल्या कामांची माहिती देण्यासाठी जेव्हा मी आलोय, तेव्हा माझा निर्णय कसा योग्य आहे हे ठासून सांगण्याचा मी खूप प्रयत्न करतोय. पण त्याचा काहीच उपयोग होत नाहीये... कुणालाच हा निर्णय पटलेला दिसत नाहीये. ॲम्स्टरडॅममध्ये कार्यरत असणारी आमची जी व्यवस्थापिका आहे, तिला मी गेल्या काही महिन्यांमध्ये घडलेल्या घटना सांगतोय, माझ्या निर्णयाचं समर्थन करतोय... ते सगळं तिनं शांतपणे ऐकून घेतलंय आणि माझं बोलणं संपल्यावर, अगदी विशेष असा त्रास किंवा गैरसोय झाल्यामुळेच मी हे काम सोडून चाललोय, हे ती मान्य करते आहे. पण असंही म्हणते आहे की, कामाच्या जागी असं मनानं खचून जाऊन, दुःखी होत राहण्यापेक्षा काम सोडून जाणं केव्हाही चांगलंच आहे... हे ती उपरोधानं म्हणते आहे की काय, अशी क्षणभर शंका येऊन गेली आहे मला. कारण माझ्या निर्णयाबद्दल ती ठामपणे असंही सुनावते आहे की, मोझाम्बिकमधलं काम संपल्यानंतर घरी परत जाण्याऐवजी, सुदानमध्ये जाण्याची तयारी मीच आपणहून दाखवली होती. तो निर्णय मी पुरेसा विचार न करता, म्हणजे जराशा अविचारानंच घेतला होता आणि आता माझ्याऐवजी तिथे दुसरा माणूस पाठवण्याचा खूप मोठा त्रास, त्यांना माझ्यामुळे सहन करावा लागतोय.

सिडनीमधल्या ऑफिसमध्येही माझ्या निर्णयावर बरीचशी अशीच प्रतिक्रिया उमटली आहे. तिथल्या लोकांनी तर असा आग्रहच धरला आहे की, मी एखाद्या अनुभवी मानसोपचार तज्ज्ञाला भेटावं... त्याचा सगळा खर्च ते करतील आणि या सगळ्या गोष्टी गुप्त ठेवल्या जातील... आणि वर ते असंही सांगताहेत, की मी परत हे काम सुरू केलं तर त्यांना आनंदच होईल, पण त्या आधी काही महिने सुट्टी घेऊनच मी परत यायला हवं.

तर आता हे सगळं असं ठरलंय. मी दुसऱ्या विमानानं आता घरी परत आलोय आणि पुन्हा या वेगळ्याच जगात स्थिरावलोय... नुसतं खायचं-प्यायचं, मैत्रिणींबरोबर मजा करायची, मुक्तपणे जगायचं आणि मित्रांबरोबर, कुटुंबीयांबरोबर गप्पा मारत नुसता वेळ घालवायचा... बस्स... आणि आता महिन्याभरानंतर मी

पुन्हा कामावर रुजू व्हायला चाललोय.

***

तर थोडक्यात, अशा तऱ्हेनं या बाह्यरुग्ण विभागात मी वर्षभरानं उभा आहे. गेल्या वर्षभरातला बराचसा काळ मी या हॉस्पिटलमध्ये काम केलेलं आहे आणि मला जशी साधारणपणे कल्पना होती, त्याप्रमाणेच या एकाच ठिकाणी, एकाच वातावरणात, गेली कित्येक वर्षं इथल्या परिस्थितीची, या अशा ठिकाणांची मला बरीच माहिती मिळालेली आहे... या प्रचंड मोठ्या खंडाच्या केंद्रस्थानी असणाऱ्या, सगळ्या जगापासून वेगळ्या पडलेल्या, धुळीनं माखलेल्या, त्रासदायक अशा अगदी दूरवरच्या या अशा ठिकाणी काम करताना आपोआपच कुणालाही ही सगळी माहिती मिळू शकते.

"बेट्टी..." खोलीत डोकावत मी हाक मारतोय.

पाच-सहा कृष्णवर्णीय चेहरे मान वर करून माझ्याकडे बघताहेत, पण कुणीच काही बोलत मात्र नाहीये.

मी पुन्हा बेट्टीला हाक मारतोय. तिथे रिकामटेकडेपणाने बसलेल्या माणसांची चुळबुळ आणि खोकण्याचा आवाज मला ऐकू येतोय; पण अजूनही कुणी उत्तर देत नाहीये. दाराच्या अगदी जवळच, प्लॅस्टिकच्या खुर्चीवर एक म्हातारा माणूस बसलाय. त्याच्याभोवती घोंघावणारी माशी हाताने हाकलता हाकलता तो माझ्याकडे बघतोय... टोपीखालून... तिरके डोळे करत. "नाही," तो म्हणतो आणि परत खाली बघायला लागतो. तिथेच काही लहान मुलं जमिनीवर बसून खेळताहेत... पण कुणीच काही उत्तर देत नाहीये.

"नमतजिरा?"... म्हणजे "बाहेर आहे का ती?" मी त्यांच्या भाषेत विचारण्याचा प्रयत्न करतोय.

तरीही कुणीच उत्तर देत नाहीये.

ती बाहेर जाऊन बसली आहे का हे पाहण्यासाठी, मी आमच्या मुख्य दरवाजाकडे निघालोय. उपचारासाठी आलेल्यांची नावे लिहून घेणाऱ्या क्लार्ककडे नाव नोंदवून झालं, की लोक बहुतेक वेळा इथेच येऊन थांबतात... एकतर इथल्या गवतावर, नाहीतर बाहेरच्या पायऱ्यांवर किंवा रस्त्याच्या कडेने कोकोनट पामची जी ओळीनं झाडं लावलेली आहेत, त्यातल्या एखाद्या झाडाखाली... ठरलेल्या जागा आहेत या. या हॉस्पिटलमध्ये गर्दी होण्याचं कारण हे आहे की, नासिरमधल्या किंवा माविंगामधल्या हॉस्पिटलपेक्षा इथे जास्त सुविधा आहेत, जास्त साधनसामग्री आहे. शिवाय एअर-कंडिशनिंगसारख्या सुखसोयीही इथे पुरवलेल्या आहेत. पण हा एक विरोधाभास आहे, की इथल्या स्थानिक लोकांना इतकी गार हवा आवडत नाही; आणि तशी तक्रारही ते करत असतात. अर्थात, त्यांना असं

वाटणं अगदी स्वाभाविक आहे. कारण हे छोटंसं शहर, या खंडात अगदी मध्यभागी, प्रचंड उकाडा असणाऱ्या, सर्वांत जास्त रखरखीत आणि ओसाड अशा प्रदेशात वसलेलं आहे. 'थंड' हवा, हे हवेचं विशेषण इथे सहसा कोणीच ऐकलेलं नाहीये.

स्थानिक लोकांचा एक घोळका, प्रवेशद्वारापाशी अगदी हळू आवाजात गप्पा मारत बसला आहे.

"बेट्टी तुमच्याबरोबर आहे का?" मी त्यांना विचारतो.

"नाही"... ते वॉर्डमधल्या एका नातेवाइकाला भेटायला आले होते म्हणे.

"तुम्ही तिला कुठं पाहिलंत का?"

"नाही."

"मग तिच्या कुटुंबातल्या कुणाला पाहिलंत का?"

त्यांच्या माना नकारार्थी हालतात.

खरं तर इथे थांबलेल्या बेट्टीसारख्या पेशंटला शोधणं मी आता थांबवायला हवंय. नेहमीच इथले पेशंट थोडा वेळ थांबून घरी निघून जातात. आणि मग इथली गर्दी थोडी कमी झालेली असते तेव्हा परत येतात. पण नावनोंदणी करणारा इथला क्लार्क सांगतोय, की बेट्टीबरोबर तीन लहान मुलंही होती. म्हणून मी त्यांना पुन्हा थोडं शोधायला लागलोय. रस्त्यावरही काही अंतर जाऊन पाहतोय... पण कुणीच दिसत नाहीये. आधीच संध्याकाळही उलटून जायला लागली आहे. दिवसा तळपणारा तो दिवा पश्चिम क्षितिजामागे हळूहळू दिसेनासा व्हायला लागलाय. त्याचा अगदी फिकट, जांभळट प्रकाश तेवढा मागे रेंगाळत राहिलाय. माझ्या पूर्वेकडे असणाऱ्या इमारतीचे लोखंडी दरवाजे एव्हाना ओढून घेतले गेले असतील. स्टोअरच्या खिडक्या बंद करून घेतलेल्या असतील. मुख्य रस्त्यावरच्या दुकानांची, व्यापारकेंद्रांची दारंही आता बंद व्हायला लागली असतील आणि या शहरात राहणारे गोरे लोक घरी जाऊन निवांत बसले असतील, नाहीतर इथे जे दोन सोशल-क्लब आहेत, त्यातल्या एखाद्या क्लबमध्ये जाऊन टेबलाभोवती बसून गप्पा मारत असतील...

"बेट्टी..." मी पुन्हा हाक मारतोय.

रस्त्यावर आणखी थोडंसं पुढे, मला आरडाओरडा ऐकू येतोय. म्हणजे इथून साधारण पन्नास मीटर अंतरावर काहीतरी हालचाल चाललेलीही दिसत्येय. मी थोडंसं जवळ जाऊन पाहतोय. कृष्णवर्णीय लोकांचा एक छोटा घोळका शहराच्या दिशेनं निघालाय. त्या लोकांच्या हलणाऱ्या सावल्या, रस्त्यावर वळणं घेत चालल्यासारख्या दिसताहेत. रस्त्यावर कुत्री भुंकताहेत. त्या घोळक्यातल्या एक जण, त्याच्या शेजारून जाणाऱ्या माणसावर, उगीच कुरापत काढावी, तसा

मोठ्यानं ओरडतोय. बेट्टी आणि तिची मुलं बहुतेक त्या घोळक्यात नाहीयेत... आणि मग आता मला एकदम आठवलंय, की आज गुरुवार आहे. म्हणजे आज पगाराचा दिवस. दारूचा गुत्ता चालवणाऱ्यांसाठी हा अगदी महत्त्वाचा दिवस असतो इथे. पण दिवसभर नको त्या गोष्टी करत फिरणाऱ्या या माणसाला गुरुवारी मात्र रात्रपाळी करावी लागते. थोड्याच वेळात इथला मुख्य रस्ता जणू माणसांशी हितगुज करायला लागेल आणि आणखी थोड्या वेळानं इथे मारामारी सुरू होईल, यातही शंका नाही. त्यातल्या त्यात दिलासा देणारी गोष्ट ही आहे की, या शहरात फारशा बंदुका नाहीयेत. पण काठ्या, बूट, लाथाबुक्क्या, गुद्दागुद्दी या गोष्टी असतातच आणि त्यामुळेही लोक जखमी होतात.

मी हॉस्पिटलमध्ये परत आलोय आता.

"ओ, शुक शुक..." दाराला खेटून बसलेला तो टोपीवाला म्हातारा मला हाक मारतोय. "ती तिथे आहे. मी आत्ताच तिला पाहिलं. मुलंही आहेत तिच्याबरोबर," तो मानेनंच लांबचा एक कोपरा दाखवतो... तिथेच वॉर्डकडे जाणारा रस्ता आहे. मी तिथे जाताच, एक भरीव खांद्याची वयस्कर स्त्री पाठीला पोक काढून, प्लॅस्टिकच्या खुर्चीवर पाय दुमडून बसलेली मला दिसत्येय. तिच्या लहानशा पिवळ्या टोपीखालून तिचे पांढरे केस बाहेर आलेत.

"बेट्टी का?" मी तिला विचारतो.

"हो."

"ठीक आहे, इकडे या."

ती खुर्चीतून उठून तिचा ड्रेस ताठ करते, शेजारच्या खुर्चीवर ठेवलेल्या प्लॅस्टिकच्या दोन पिशव्या उचलून त्यांची तोंडं घट्ट बांधून टाकते, आणि जवळच खेळणाऱ्या त्या तीन मुलांना हाका मारते. इथे पेशंट सहसा कधी एकटा येत नाही. त्याच्या कुटुंबातली बरीच माणसं अगदी उत्साहानं त्याच्यासोबत इथे येत असतात. त्यांना इथे 'मॉब' म्हटलं जातं आणि अगदी बारीकसा काही त्रास होत असला तरी असे कितीतरी जण त्या पेशंटबरोबर येतात, पण माविंगामध्ये असे लोक जसे शांतपणे बाहेरच्या बाकांवर बसून राहायचे, तसे हे इथले लोक बसत नाहीत. त्यातल्या त्यात, मोठी माणसं जरातरी शांत बसतात; पण मुलं? ती बहुतेक वेळा आमच्या वेटिंगरूममध्ये गराडा घालून बसलेली असतात. वावटळीसारखी उगीच इथे तिथे गोलगोल फिरत राहतात आणि खेळायला म्हणजे मोडतोड करायला काही सापडतंय का, हे चौकसपणे पाहत असतात. बेट्टीसोबत असणाऱ्या या तीन मुलांबद्दल सांगायचं, तर एव्हाना त्यांना खाद्य पदार्थांची काही पाकिटं, सॉफ्ट ड्रिंकचे दोन कॅन आणि उपचारांसाठी वापरण्याचे बरेचसे कोरे हातमोजे सापडलेले आहेत. त्या तिघांमधला जो मोठा मुलगा आहे, त्याचा ते हातमोजे

घेऊन खेळण्याचा निकराचा प्रयत्न चालू आहे. उजव्या हाताच्या मुठीत त्यातले काही त्यानं घट्ट पकडून ठेवले आहेत आणि डाव्या हातातला मोजा फुंकर घालून घालून अर्धवट फुगवलेला आहे... त्याला त्या मोज्यांचे मोठे मोठे फुगे बनवायचे आहेत बहुतेक. त्याचा धाकटा भाऊ जवळच्याच बेसिनजवळ उभा आहे. नळ पूर्ण सोडून, त्याखाली हात धरून हलवत तो आजूबाजूला सगळीकडे पाणी उडवत बसलाय. तिसरी जी आहे, ती त्यांची बहीण आहे असं वाटतंय. तिघंही दिसायला अगदी एकसारखेच आहेत... तशीच कोळशासारखी काळी पण तुकतुकीत त्वचा, हडकुळे हातपाय, मोठमोठे डोळे आणि काळेभोर दाट आणि कुरळे केस, ज्याची टोकं, सूर्याचा रंग लावल्यासारखी – सोनेरी पिवळ्या रंगाची आहेत. ती लहान मुलगी एका जुन्या मासिकाची पानं फडफडवत बसली आहे.

"तुला पुरेसे मोजे मिळाले का तिथे?" मी त्या मोठ्या मुलाला विचारतोय. खेळ थांबवून, तो आपली उजवी मूठ उलगडून बघतोय... हातातले मोजे हलताहेत. काही कळत नसल्यासारखा तो मान वर करून माझ्याकडे बघतो आहे.

"आमच्यासाठी थोडे तरी मोजे शिल्लक ठेवले आहेस की नाही?" मी हसून त्याला विचारतोय.

"हो," तो प्रामाणिकपणे सांगतोय आणि घाईघाईनं भिंतीवर लटकावलेल्या मोज्यांच्या खोक्याजवळ गेलाय. पाय उंच करून, पुन्हा त्या खोक्यातून मूठभरून मोजे काढण्याचा त्याचा प्रयत्न चाललाय, पण त्याच्या हातात येण्याऐवजी ते मोजे खाली जमिनीवर विखरून पडलेत. घाईघाईनं खाली वाकून त्यानं ते गोळा केले आहेत आणि अलगद माझ्या हातात दिलेत आता. "हे घ्या" असं म्हणताना डोळे चमकदार दिसताहेत त्याचे. आमचं हे बोलणं चालू असताना पायाचा रखडल्यासारखा आवाज करत, बेट्टी तपासण्याच्या खोलीपर्यंत जाऊन पोहोचली आहे. उरलेले आम्ही सगळेही तिच्या पाठोपाठ त्या खोलीत आलोय. सध्या इथेही एकच खोली रिकामी आहे. तिथे असलेल्या खुर्चीवर ती आता बसली आहे आणि तिच्या प्रकृतीच्या आणि उपचारांच्या नोंदी केलेला कागद घेऊन मी तिच्याजवळ आलोय. ती मुलंही लगेचच कडेला ओळीनं उभी आहेत... त्यांच्या जागा त्यांनी आधीच ठरवून ठेवल्या आहेत बहुतेक... आणि ओळीनंच एक जण भिंतीवर टांगलेल्या मोज्यांच्या खोक्यापाशी गेलाय, एक जण कान तपासण्यासाठी वापरल्या जाणाऱ्या ओटोस्कोपजवळ पोहोचलीये आणि एक जण अर्थातच बेसिनजवळ गेलाय.

"या आधी तुला मी भेटलोय बेट्टी... साधारण एक महिन्यापूर्वी" ... मी तिला म्हणतो.

"हो."

"मधुमेहासाठी औषध घ्यायला आली होतीस तू...बरोबर?"

ती मान हलवतेय.

"आज मी काय करू शकतो तुझ्यासाठी?"

ती तिची टोपी नीट घालते आणि क्षणभर थांबते... "फक्त माझ्यासाठी आली नाहीये मी. या सगळ्या 'मॉब'ला ही दाखवायचं आहे. ते सगळेच आजारी आहेत," ती सांगते आहे.

"कोण, ही मुलं?"

"हो."

"सगळे जण?"

"हो."

"ही तुझी नातवंडं आहेत ना?"

"हो."

"म्हणजे नेहमी तूच त्यांना सांभाळतेस का?"

"हो."

इथल्या बहुतेक सगळ्या मुलांना त्यांच्या आज्याच सांभाळतात. याला अनेक कारणं आहेत. काही आयांना तर हे काम खूप अवघड वाटतं म्हणे.

"मला सांग, मुलांना नेमका काय त्रास होतोय?"

"त्यांना कोणते तरी सूक्ष्म जंतू चावलेत असं वाटतंय.... शरीर वेडंवाकडं होतं मध्येच त्यांचं... तुम्हाला काय वाटतं?"

"म्हणजे 'एन्फ्लुएन्झा'सारखं का?"

"हो."

"आणि तुला?"

"हो मला पण."

"फ्लू झाला असं वाटतंय का?"

"हो."

इथल्या अनेक स्थानिक लोकांप्रमाणेच, इंग्लिश ही बेट्टीचीही दुय्यम भाषा आहे. म्हणजे सातत्यानं वापरले जाणारे इंग्लिश शब्द त्यांना उत्तमप्रकारे बोलता येतात. पण खूप आतल्या भागात राहणाऱ्या आणि संख्येनं कमी असणाऱ्या समाजातल्या लोकांना मात्र इंग्लिश अजिबात बोलता येत नाही. आणि त्यांच्या संस्कृतीनुसार बेट्टी माझ्या नजरेला नजर भिडवून बोलणं तर शक्यच नाहीये. तिच्या स्वतःच्या माणसांशी जशी मोकळेपणाने बोलेल, तितक्या मोकळेपणानं माझ्याशी बोलणंही शक्य नाहीये. त्यामुळे मी मधून मधून थांबतोय. तिला काही जिव्हाळ्याचे प्रश्न विचारतोय. पण त्यातल्या एकाही प्रश्नाचं धड किंवा पुरेसं उत्तर मला मिळणार नाहीये, हे मला इथे अनेक महिने काम केल्यानंतर चांगलंच

माहिती झालंय. या हॉस्पिटलमध्ये एक अनुवादिका आहे, जी दिवसा इथे असते. पण खरं सांगायचं तर, अगदीच गुंतागुंतीची एखादी गोष्ट पेशंटला समजावून सांगायची असेल तरच, म्हणजे अगदी क्वचितच मी तिची मदत घेतो आणि आता बेट्टीशी बोलताना तर फारसा प्रश्न नाहीये, कारण माझं बोलणं तिला बरंचसं समजतंय. त्यामुळे आमचं काम होऊन जाईल.

''किती दिवसांपासून असे हातपाय वेडेवाकडे होताहेत तुझे?''

''बरेच दिवसांपासून.''

''पण हा त्रास कधी सुरू झाला?''

''खूप दिवसांपूर्वीपासून,'' पुन्हा तेच उत्तर.

''पण खूप दिवस म्हणजे किती दिवस? की काही आठवडे?''

''हो.''

''अगं 'हो' म्हणजे... खूप दिवस का?''

''हो, पाच-सहा दिवसांपासून.''

''कोणती लक्षणं दिसली तेव्हा? नेमका काय त्रास व्हायला लागला होता?''

यावर तिनं मान खाली घातली आहे, टोपी उगीचच पुन्हा सारखी केली आहे, आणि खोलीच्या बाहेर कुठंतरी पाहत बसली आहे. नुसतंच डोकं हलवते आहे. पण तेवढ्यात तिच्या नजरेला काहीतरी पडलंय. मोठ्या कष्टांनी ती उभी राहिली आहे, कसंतरी शरीर सरळ करत खुर्चीतून बाहेर आली आहे. दुखऱ्या सांध्यांना आधार देतदेत त्या खोलीतून बाहेर पडली आहे. लाकडाच्या धुराचा वास तिच्या कपड्यांमधून पाझरतोय की काय असं वाटतंय. ती बेसिनपाशी गेलीये आणि नळाशी खेळणाऱ्या त्या धाकट्या नातवाला तिनं खस्‌दिशी बाजूला ओढलंय. पण त्याच्या खेळण्यात असा अडथळा आणलेला त्याला अजिबात आवडलेला नाहीये. त्यानं नळ पूर्ण सोडून ठेवला होता... त्याचा टीशर्ट अगदी ओलाचिंब झाला होता. आणि खालची जमीनही पूर्ण भिजून गेली होती... बेट्टीनं त्याला घट्ट पकडून आणलंय आणि ती पुन्हा येऊन खुर्चीत बसलीये, त्यामुळे तो मोठमोठ्यानं किंचाळत रडतोय... पण रडून काही उपयोग नाही, हे बहुतेक त्याच्या लक्षात आलंय आणि आता तो गुपचूप तिच्या मांडीवर चढून बसलाय. शेजारच्या ड्रॉवरमधून एक स्टिकर काढून मी त्याला दिलाय... ''मी खूप शूर आहे'' असं वेगवेगळ्या आणि चमकदार रंगात त्यावर लिहिलेलं आहे... लहान मुलांना गप्प करायला, किंवा त्यांनी तपासून द्यावं म्हणून आम्ही नेहमी त्यांना असा स्टिकर देतो... लाच दिल्यासारखा. तो स्टिकर मी त्याच्या दंडावर चिकटवताच त्याला कमालीचा आनंद झालाय.

''हा मुलगा दिवसभर तुला कामाला लावत असणार, मी खात्रीनं सांगतो...'

"हो."

"किती त्रास देत असेल हा तुला, याची मी कल्पना करू शकतो."

"हो खरंय..." बेट्टी हळूच हसत म्हणत्येय, पण अजूनही माझ्याकडे ती थेट बघत मात्र नाहीये.

आम्ही बोलत असताना, माझ्या असं लक्षात येतंय की, त्या मुलाच्या डोक्याच्या कातडीला गजकर्ण किंवा तत्सम काहीतरी त्वचारोग झालाय. त्यामुळे डोक्यावर बारीक बारीक छिद्रं पडलेली दिसताहेत. त्याच्यावर इतर जे काही उपचार करावे लागणार आहेत, त्यामध्ये या त्वचारोगावरील औषधाचीही नोंद मी करून ठेवली आहे... आणि आता मी बेट्टीला पुन्हा तिच्या दुखण्याविषयी विचारायला लागलोय.

***

त्या तीनही मुलांना तपासण्याचं काम अजून पूर्ण झालं नाहीये... तोच नेहमीसारख्याच हल्ल्याला बळी पडलेल्या एका माणसाला इथे आणलं गेलंय. रक्तानं चिंब भिजलेल्या त्या माणसाला पोलिसांच्या मदतीनं इथपर्यंत आणलंय खरं; पण केवळ तपासणीसाठी असणाऱ्या आमच्या इथल्या पाच छोट्या खोल्यांपैकी एकही खोली आता रिकामी नाहीये. माझ्याबरोबर रात्रपाळीला असणाऱ्या डेव्ह नावाच्या परिचारकानं पट्कन, दुसऱ्या एका पेशंटला वॉर्डमध्ये हलवलंय आणि त्या रिकाम्या खोलीत या नव्या पेशंटला आणून झोपवलंय.

"काय झालंय नेमकं?" त्या पेशंटला डेव्ह विचारते आहे.

तो माणूस नुसताच कण्हतो आहे. त्याच्या अंगभर सांडलेल्या रक्ताचा वास आणि त्याच्या श्वासाबरोबर येणाऱ्या एका हलक्या प्रतीच्या दारूचा वास असा एक घाणेरडा संमिश्र आणि नकोसा वाटणारा वास येतोय. या वासाची नाइलाजानं मला सवय झाली आहे, कारण मी बरेच दिवस इथे घालवलेत. आता मी त्याच्यापासून लांब उभा आहे; पण तरी मला किळसच वाटते आहे... फक्त त्या वासाचीच नाही, तर त्याहीपेक्षा, त्या सगळ्यातून जे ध्वनित होतंय त्याची.

"काय झालंय मित्रा?" आम्ही पुन्हा त्याला विचारतोय, पण तो काहीच उत्तर देत नाहीये. मग पोलीस सांगतात की, दारूच्या एका मोठ्या गुत्त्याजवळ मारामारी झाली होती. जेमतेम तीन हजार लोकवस्ती असणाऱ्या या छोट्याशा शहरात दारूचे असे काही गुत्ते म्हणजे लोकांना अतिशय आकर्षित करणाऱ्या जागा आहेत. अशाच एक गुत्त्यापाशी पोलिसांना हा पडलेला सापडला. त्याचं नाव जॅक्सन आहे, एवढंच त्यांना आत्तापर्यंत कळलंय. त्याला इथे सोडून पोलीस परत निघालेत. त्याला कितपत गंभीर जखमा झाल्यात हे पाहायला आणि त्याला तक्रार नोंदवायची आहे का, हे विचारायला ते नंतर परत येणार आहेत. त्यांना

आत्ता दुसऱ्या कामासाठी जायचं आहे म्हणे. डेव्हने पटकन आणखी एक खोली स्वच्छ करून ठेवली आहे.

"जॅक्सन," मी त्याला हाक मारतोय. त्याच्या छातीवर बोटं ठेवून घासतोय... पण नाही... काहीच हालचाल करत नाहीये तो. मग मी आणखी जोरानं त्याला बोटानंच हलवतोय... तो कण्हतोय.

शर्टाची कॉलर धरून आम्ही त्याचा शर्ट काढलाय... मग कशीतरी पँटही काढली आहे. आणि कमरेपर्यंत चादर घातली आहे. डेव्हनं आणि मी मिळून त्याला संपूर्ण तपासलंय. त्याच्या डोळ्यांची अजिबात हालचाल होत नाहीये... त्याचं कारण दारू हे आहे, की त्याच्या डोक्याला झालेली गंभीर जखम हे आहे, ते आम्ही आत्ताच सांगू शकणार नाही... आणि ज्या ज्या वेळी अशी परिस्थिती ओढवते, त्या त्या वेळी, अशा इतक्या लांबच्या हॉस्पिटलमध्ये काम करत राहण्याचा माझा निर्णय बरोबर आहे की चूक आहे, हा प्रश्न मला पडल्याशिवाय राहत नाही. पश्चिमेकडच्या देशातलं एखादं मोठं हॉस्पिटल असतं, तर अशा पेशंटचं आम्ही थेट 'सीटी स्कॅन' केलं असतं. आम्हाला नेमके कशावर उपचार करावे लागणार आहेत हे आम्हाला लगेच समजलं असतं.

"जॅक्सन," मी पुन्हा त्याला हाक मारतोय... "डोळे उघड जॅक्सन."

पण परत नुसताच कण्हतोय तो.

"जॅक्सन तुझा हात हलव... धर... हलव हा हात... प्रयत्न कर थोडासा."

तो त्या हाताची मूठ उघडतोय.

"तुला नेमकं कुठं दुखतंय ते दाखवू शकशील का तू? हातानं दाखव... जिथं लागलंय, दुखतंय, तिथे हात लाव."

पण नाही... नुसतं कण्हणंच चालू आहे.

त्याचे केस रक्तानं पूर्ण माखलेले आहेत. मी हातमोजे घालून, त्याच्या डोक्याच्या कवटीभोवती हात फिरवून पाहतोय. डोक्याच्या मागच्या भागाला खूपच सूज आली आहे. जुन्या जखमांचे व्रण आणि हे नव्यानं पडलेले ओरखडे, यांनी त्याचा चेहरा, एखाद्या गडद कॅनव्हासनं झाकल्यासारखा पूर्ण व्यापून गेलाय. त्याच्या उजव्या हाताला मनगटापासून कोपरापर्यंत बरीच सूज आली आहे. मी तो हात हलवण्याचा प्रयत्न करताच तो मोठ्यानं ओरडायलाच लागलाय. पण त्याचा रक्तदाब ठीक आहे. सुदैवानं छातीवर आणि पोटावर जखमा झालेल्या दिसत तरी नाहीयेत. आणि सुदैवानंच आमच्या इथे साधा एक्स-रे काढण्याची सोय आहे. एक्स-रे काढणाऱ्या माणसाला मी बोलावून घेतलंय. एकीकडे डेव्हनं जॅक्सनला शिरेतून औषध देण्यासाठी नळी जोडली आहे आणि त्याचे केसही पाणी घालून स्वच्छ केलेत. त्याबरोबर त्याच्या डोक्याच्या कातडीला चीर पडल्याचं आम्हाला

दिसलंय आणि आम्ही लगेच ती शिवूनही टाकली आहे. त्यामुळे त्यातून होणारा रक्तस्राव ताबडतोब थांबलाय. जर त्याच्या एक्स-रेमध्ये काही निघालं नाही, तर रात्रभर आम्ही जॅक्सनच्या प्रकृतीवर बारकाईनं नजर ठेवू. शक्यता वाटते आहे, की तो सकाळपर्यंत ठीक होईल, पूर्ण शुद्धीवर येईल, त्याला भूक लागेल आणि तो सॅन्डविच मागेल. आणि मग त्या सुजलेल्या हाताला आधार म्हणून कापडाची झोळी अडकवून आणि कुठं कुठं थोडं बँडेज बांधून घरी जाईल. म्हणजे असंच व्हावं अशी आम्ही आशा करतोय, पण इथे कधी काय होईल, हे कुणीच सांगू शकणार नाही.

थोड्याच वेळात पोलीस परत आलेत. या वेळी घरगुती कारणावरून हल्ला झाल्याचं ते सांगताहेत. आणि साधारण तीस एक वर्षांची एक बाईसुद्धा या हल्ल्याची बळी ठरली आहे. तीही थोडीशी दारू प्यायली होती, पण काय घडलं हे सांगण्याइतपत ती शुद्धीवर होती, आणि तिनं सगळी हकिगत पोलिसांना सांगितली आहे, असं पोलीस सांगताहेत. या जॅक्सननं दोन वेळा तिला जोरजोरात ठोसे लगावले होते; म्हणून मग तिनंही त्याला मारहाण केली होती.

नशिबानं ती गंभीर म्हणावी इतकी जखमी झालेली नाहीये. तिच्या भुवयांवर आणि वरच्या ओठावर जखमा झालेल्या आहेत. त्या दोन्ही जखमांना टाके घालावे लागणार आहेत. तिला पूर्ण तपासल्यानंतर, इतर कुठंही कोणतीच इजा झालेली नाही, हे माझ्या लक्षात आलंय. इथे तिच्याबद्दलच्या आधीच्या नोंदीनुसार, गेल्या वेळी जबडा मोडल्यामुळे ती इथे आली होती आणि तेव्हाही अशा मारहाणीमुळेच तो मोडला होता. जॅक्सनबरोबर कोठडीत टाकायला आता आणखी एक भिडू मिळालाय पोलिसांना, असं ते हसत सांगताहेत. काही तासांनी परत येऊन तिचा जबाब नोंदवून घेतील ते.

...हे सगळं असंच चालू राहणार आहे नेहमी इथे.

***

बेट्टीला तपासणं अर्धवट सोडून मला जावं लागलं, त्याला आता एका तासापेक्षाही जास्त वेळ झालाय. पण आता जॅक्सनचे आणि त्या बाईवरचे उपचार आटोपून मी पुन्हा बेट्टीकडे आलोय. खुर्चीत बसल्याबसल्याच तिला झोप लागली आहे. तिने पायाशी ठेवलेल्या त्या प्लॅस्टिकच्या पिशव्यांचा चोळामोळा झालाय आणि तिची पिवळी टोपी मात्र डोक्यावर तशीच व्यवस्थित घातलेली आहे. पण तिच्या नातवंडांना मात्र अजिबात झोप आलेली दिसत नाहीये. मजेत आरडाओरडा करत, गोंधळ घालत, खेळायला मिळालेल्या नव्या खेळण्यांमध्ये रंगून गेलेले असताना, त्यांना झोप येणं शक्य तरी आहे का? नुसता दंगा आणि बडबड चालू आहे त्यांची. त्या खोलीचा पडदा मी बाजूला सरकावलाय आणि एकदम दचकलोच

आहे. या मुलांनी मला एक महत्त्वाचा धडा शिकवलाय... मुलांसमोर असं स्टिकरचं खोकं तसंच ठेवून, तुम्ही कुठंही निघून जाता कामा नये.

"ओ, शुकशुक..." त्यातला सगळ्यात मोठा मुलगा मला हाक मारतोय आणि आपला टीशर्ट वर करून मला दाखवतोय, "हे पाहा..." बापरे, त्याच्या पोटावर त्या रंगीबेरंगी स्टिकर्सचा वॉलपेपर लावलाय, असंच वाटतंय. ती धाकटी बहीणही मला तिचं पोट दाखवते आहे. रंगीत काचेचे तुकडे अगदी घट्ट बसवून तयार केलेलं एखादं नक्षीकाम असावं, तसंच दिसतंय तिचं पोट... तिच्या काळ्या त्वचेवर ते रंगीत तुकडे इतक्या जास्त प्रमाणात लावलेत, की तिची बेंबी कुठं आहे हेही दिसत नाहीये.

"हे पाहा आम्ही काय केलंय..." ती मुलगी म्हणते आहे.

आता तो मोठा भाऊ, आपल्या लहान भावाचा टीशर्टही वर करून दाखवतोय.

"याच्या पोटावर लावलेत बघा कितीतरी..." तो उत्साहानं ते पोट दाखवत म्हणतोय.

"वा, वा, फारच छान! आता मला तुमची पोटं दिसतच नाहीयेत... आणखी काही स्टिकर्स शिल्लक आहेत का?" मी हसत हसत त्यांना विचारतोय.

"नाही, एकही नाही. आम्ही सगळे लावून टाकले," त्या रिकाम्या खोक्याकडे बोट दाखवत तो मुलगा आनंदानं ओरडून सांगतोय.

त्या खोक्यात खरोखरच एकही स्टिकर शिल्लक ठेवला नाहीये या मुलांनी.

ते घट्ट चिकटवलेले स्टिकर्स ओढले जाऊन, त्या मुलांना दुखणार नाही याची पूर्ण काळजी घेत, एक एक करत त्या मुलांना तपासायला मी सुरुवात केलीये. पण लगेचच मला दुसरीकडे बोलावलं गेलंय... जास्त आजारी असलेल्या एका पेशंटला इथे आणलं गेलंय. पुढच्या काही तासांत, आणखी काही वेळा असंच झालंय. आम्हाला त्या छोट्या खोल्यांमधून बाहेर पळावं लागतंय... मी बेट्टीजवळ याबद्दल दिलगिरी व्यक्त करतोय. तिला पुन्हा वेटिंग रूममध्ये थांबायला सांगतोय. जीन्स घातलेला तो म्हातारा माणूस अजूनही तिथे त्या दारापाशी तसाच बसून आहे.

"अहो डॉक्टर, मला अजून किती वेळ असं थांबावं लागणार आहे?" तो विचारतोय.

"आणखी थोडा वेळ... प्लीज..." मी परत दिलगिरी व्यक्त करतोय.

आणि अशीच रात्र सरकते आहे. नंतर तापानं फणफणलेला एक लहान मुलगा आलाय. त्यानंतर कुत्रा चावल्यामुळे जखमी झालेली एक मुलगी आली आहे. मग हल्ल्यात जखमी झालेले दोघं जण आणले गेले आहेत. त्यांच्यानंतर साधारण छत्तीस वर्षांचा एक गृहस्थ आलाय, ज्याला शेवटचा टप्पा गाठलेला

हृदयरोग झालाय. या माणसाला मी चांगला ओळखतो, कारण दर आठवड्याला किमान दोन रात्री तरी तो इथे घालवतो... या सगळ्यातून लक्ष जरा दुसरीकडे वेधणारी, एक चांगली गोष्ट अचानकच घडली आहे. एक वयस्कर स्त्री, तिने अलीकडेच केलेलं एक पेंटिंग विकायला घेऊन आली आहे. तिच्या घराचं विजेचं बिल थकलंय म्हणे, आणि त्या पेंटिंगची फक्त त्या बिलाइतकीच किंमत ती मागते आहे... चांगला सौदा आहे हा... म्हणून मग तिचं ते पेंटिंग मी विकत घेतलंय... आणि आता मध्यरात्री अर्धवट बेशुद्धावस्थेत असणाऱ्या एका माणसाला इथे आणलं गेलंय... गळफास लावण्यासाठी त्यानं जी चादर वापरली होती, ती अचानक फाटल्यामुळे त्याची अशी अवस्था झाली आहे. इथे अगदी पूर्ण शांतपणे, एकही रात्र अनुभवता आली नाहीये. कधीच नाही. पण अगदी विशेष लक्षात राहावी, अशीही एखादी रात्र अनुभवली नाहीये मी. या देशाच्या अगदी मध्यभागी असणाऱ्या या शहरात, हे असं सारखं घडत असतं, यावर ऑस्ट्रेलियामध्ये राहणाऱ्या एखाद्या तरी माणसानं कधी विश्वास ठेवला असता का? निदान मी तरी यावर विश्वास ठेवला नसता... जर मी इथे नसतो तर...

मला तर अजूनही हे सगळं अतर्क्य, अनाकलनीय असंच वाटतंय. विशेषतः जेव्हा मी काही दिवसांच्या विश्रांतीनंतर इथे परत आलोय, तेव्हापासून... अर्थात, या शहरात सर्वांत वाईट म्हणाव्यात अशाच घटना जास्त प्रमाणात घडताना मी पाहतोय, हे तर मान्यच करायला हवं. अगदी तातडीचे उपचार करण्यासाठीच जे विभाग सुरू केलेले असतात, तिथे तर हे असं सारखंच घडत असतं. जे लोक अगदी आरोग्यपूर्ण असं स्थिरस्थावर आयुष्य जगतात, व्यवस्थित आणि नियमित उत्पन्न मिळेल असं एखादं काम करतात, त्यांच्यापैकी फारशा कुणाला असं रात्री-अपरात्री इथे यावं लागत नाही. पण असं असलं, तरी रात्री इथे येणाऱ्या पेशंट्सचं प्रमाण जास्तच असतं. इतर कुठल्याही रात्रीप्रमाणेच, आजही मी इथे सारखा कामातच गुंतलेलो आहे.

मग गेल्या वर्षभर ज्या ज्या घटना घडल्या, त्या प्रत्येक घटनेचा प्रत्यक्ष अनुभव घेतल्यानंतरही, मी या अशा ठिकाणी अजून का काम करतोय? मी दुसरं एखादं सर्वसामान्य काम का नाही स्वीकारलं... निदान काही दिवसांपुरतं तरी?

मी जेव्हा घरी होतो, तेव्हा हे असलं काम शोधण्याचा प्रयत्न मी नक्कीच केला नव्हता. दुःखद घटना हाताळणं, ही माझ्यासाठी अग्रक्रम असणारी गोष्ट कधीच नव्हती. पर्यायांचा क्रम ठरवला असता तर अशा कामाला नेहमी शेवटचा पर्याय म्हणूनच स्वीकारलं असतं मी. आणि मी हेही कबूल करतो, की कुठल्याही निःस्वार्थी हेतूनं किंवा केवळ परोपकार बुद्धीनं प्रेरित होऊन, मी सुरुवातीपासून हे काम स्वीकारलं नव्हतं. हे काम स्वीकारायला फक्त दोनच कारणं होती. त्यांतलं

पहिलं कारण अर्थातच पैसे मिळवणं हे होतं. एम.बी.बी.एस. झाल्यानंतर पुढे एखाद्या वैद्यकीय शाखेचं विशेष आणि प्रगत शिक्षण घेणाऱ्या प्रशिक्षणार्थीला मेलबोर्नमध्ये जेवढे पैसे मिळतात, त्याच्यापेक्षा जवळजवळ चौपट पैसे माझ्यासारख्या डॉक्टरला दिले जातात. तरी तोही पगार इतका कमी असतो, की शिल्लक काहीच उरत नाही. दुसरं कारण हे होतं की, आधी आफ्रिकेत वैद्यकीय कामाचा प्रत्यक्ष अनुभव घ्यायचा आणि मग मोठ्या पाश्चिमात्य हॉस्पिटलमध्ये काम सुरू करायचं, हे जास्त शहाणपणाचं ठरेल, आणि ते सहजपणे करताही येईल; असं मला वाटलं होतं. पण माझा तो विचार चुकीचा होता. इथली प्रत्येक गोष्ट, प्रत्येक घटना, आव्हान देणारीच आहे; किंवा त्याहीपेक्षा जास्तच काही आहे... मला वाटलं होतं त्यापेक्षा इथे आजारांचं प्रमाण इतकं जास्त आहे, की त्याचं ओझं वाटायला लागतं बऱ्याचदा. याच्या जोडीनेच, इथल्या माणसांची आयुष्यच उद्ध्वस्त करून टाकणारे आणि स्पष्टपणे ज्यांची कारणे सांगता येणार नाहीत असे जे सामाजिक प्रश्न आहेत ना, त्यांच्याबद्दल तर काही बोलायलाच नको.

एम.एस.एफ. या संस्थेबद्दल सांगायचं, तर सध्या तरी मी या संस्थेसाठी काम करत नाहीये. 'नॉर्दन टेरिटरी' सरकारनं सध्या मला हे इथलं काम दिलं आहे. तसंही इथे येण्याआधी मी जेव्हा घरी गेलो होतो, तेव्हा मला असंच वाटत होतं, की काही दिवस मी एम.एस.एफ. बरोबर काम करणं थांबवावं... दर आठवड्याला त्यांच्या ई-मेल्स येत होत्या. बहुतेक वेळा मला त्या वाचाव्याशा वाटायच्याच नाहीत, पण काही वेळा मात्र मी त्या अगदी मनापासून वाचायचो. नेहमीच त्यांच्याकडची अनेक पदं भरायची असायची. सतत वेगवेगळ्या मोठमोठ्या आपत्तींची यादीही त्यात दिलेली असायची... झिंबाब्वेमध्ये कॉलऱ्याचा उद्रेक, कॉन्गोमध्ये हत्याकांड, गाझामध्ये ओढवलेली आणीबाणीची परिस्थिती, चाडमध्ये फैलावलेली मेनिन्जाइटिसची साथ... न संपणारी यादी आहे ही खरं तर... म्हणजे एम.एस.एफ.च्या दृष्टीनं माझ्या एका मनाला कधी कधी असं वाटतं की, आता कधीतरी या संस्थेनं या सगळ्या गोष्टींमुळे बेजार व्हावं, मेटाकुटीला यावं; आपलं चंबूगबाळं आवरावं आणि असं लेखी जाहीर करून टाकावं की "आता पुरे. आम्ही जास्तीत जास्त प्रयत्न केले आहेत. गेली चाळीस वर्षं, आम्हाला जे जे करणं शक्य होतं, ते ते सगळं आम्ही केलंय. आता यापुढे आम्हाला ते शक्य नाही..." पण नाही. ते असं करत नाहीत आणि कधी करणारही नाहीत. ज्या ज्या स्वयंसेवकांसोबत मी राहिलो आहे, काम केलं आहे, त्यांपैकी एकाशीही माझा आता अजिबात संपर्क राहिलेला नाहीये.

काही दिवसांपूर्वी मी अँड्रियाला तेवढा भेटलो होतो. ऑस्ट्रेलियातल्या तिच्या एका नातेवाइकाला भेटायला ती आली होती. माविंगा सोडल्यानंतरही, गेले

कित्येक दिवस ती आफ्रिकेतच राहते आहे. अगदी छान चाललंय तिचं. अजूनही स्वतःचे स्वतः ब्रेड बनवते आहे, अजूनही व्यायाम करते आहे, आणि अजूनही शक्य असेल तेव्हा प्रत्यक्ष काम करायला जायला तेवढीच उत्सुक आहे. अर्थात, भविष्यात तिला हवं तिथे काम मिळणं जरा अवघडच होणार आहे. कारण आधीच ती दुसऱ्या एका कामात गुंतली आहे... काम म्हणजे... अलीकडेच एम.एस.एफ.च्याच एका स्वयंसेवकाशी तिचं सूत जमलेलं आहे... आणि तो पास्कल नाहीये, असं तिनं मला खात्रीपूर्वक सांगितलंय. 'एखाद्या स्वयंसेवकानं इथल्याच एखाद्या स्वयंसेविकेशी लग्न करणं' या विषयावर बोलायचं झालं, तर 'व्हॉट आर दि चान्सेस' असं मीच नाव दिलेली ही गोष्ट सांगतो. टीम... हो, हो... तोच टीम, जो आमच्या जेवणाच्या प्लॅस्टिकच्या टेबलापाशी बसून, 'प्रेम नावाची गोष्ट अस्तित्वातच नाहीये,' असं शोकाकुल होऊन नेहमी म्हणायचा, त्यानं आता दुसऱ्या एका संस्थेबरोबर काम करणाऱ्या स्वयंसेविकेशी लग्न केलंय. माविंगातले त्याचे शेवटचे काही आठवडे राहिलेले असताना त्याची तिच्याशी भेट झाली होती. आता त्यांना एक मुलगीही आहे, आणि अजूनही ते दोघं स्वयंसेवी संस्थांसाठीच काम करत आहेत. काही महिन्यांपूर्वी, मी युरोपमध्ये प्रवास करत असताना अगदी अचानक मला तो भेटला होता आणि आम्ही एकत्र बसून बिअर प्यायलो होतो. त्यानंतर त्याची अन् माझी भेट झालेली नाही. तो पास्कलशीही क्वचितच संपर्कात असतो, असं त्या वेळीच त्यानं मला सांगितलं होतं. पास्कल पुन्हा याच क्षेत्रात पण एका डेव्हलपमेंट एजन्सीसोबत काम करतोय. काही दिवस तो आणि मी एकमेकांना ई-मेल करत होतो. पण त्यातलं प्रत्येक पत्र, 'ऑनलाईन' अनुवादकाकडून भाषांतर करून घेत वाचावं लागायचं, त्यामुळे लवकरच अशा ई-मेल्सचं प्रमाण खूपच कमी झालं. पण माविंगात असताना, आमच्यात होणारे वादही दारूच्या एका ग्लासात आम्ही मिटवू शकत होतो... आता तोही मार्ग खुंटला आहे.

सुदानमधल्या आमच्या टीमबद्दल सांगायचं तर हैदीनं तिथला नऊ महिन्यांचा कार्यकाळ संपवून, आता नेपाळमध्ये दुसरं काम स्वीकारलं आहे. झोएनं तिचा करार मुदतीआधीच संपवलाय आणि आता ती तिच्या घरच्यांबरोबरच राहते आहे. इतर कुणाशी माझं बोलणं झालेलं नाहीये. पण माझ्या असं कानावर आलं होतं, की सोमालियात काम करणाऱ्या ज्या स्वयंसेविकेशी माझी ओझरती गाठ पडली होती, तिनं आता एम.एस.एफ.बरोबर काम करणं सोडलंय, आणि एका वेगळ्याच संस्थेसाठी ती आता काम करते आहे. सोमालियात आल्याआल्या तिचं अपहरण करण्यात आलं होतं, पण नंतर तिला सोडून दिलं होतं, एवढं मला माहिती आहे.

नासिरमधला प्रकल्प निदान अजून तरी चालू आहे. मी तो प्रकल्प सोडून

गेल्यागेल्या, तिथे जी एक नर्स रुजू झाली होती, ती मला कधीतरी ई-मेल करत असते. तिथल्या सगळ्याच गोष्टी अजूनही तितक्याच अवघड असल्याचं ती सांगत असते. तिनं तिथे काम सुरू केल्यानंतर काहीच दिवसांत, कडक सुरक्षा-व्यवस्थेत नेल्या जात असलेल्या खाद्य पदार्थांच्या साठ्यावरून दोन प्रतिस्पर्धी जमातींमध्ये वादावादी झाली आणि त्यांच्यात हिंसाचाराचा उद्रेक झाला. दोन्ही बाजूंनी प्रचंड गोळीबार करण्यात आला. त्यात चाळीस माणसं ठार झाली. शंभरावर माणसं जखमी झाली. त्यांतल्या कितीतरी जणांवर त्या छोट्याशा हॉस्पिटलमध्ये शस्त्रक्रिया करावी लागली. अशा परिस्थितीत तिथे किती हलकल्लोळ माजला असेल, याची कल्पनाही करवत नाहीये मला. इथे बसूनही मी अजून ते सगळं अनुभवू शकतोय... ती प्रचंड उष्णता, तो आरडाओरडा, गोंधळ, रक्ताचा आणि उघड्या पडलेल्या जखमांचा तो नकोसा वास आणि हे सगळं सुरू झाल्याझाल्याच जाणवायला लागणारी निराशादायी अनिश्चितता... तेव्हा तिथे काय काय घडलं असेल, याचं चित्र आत्ताही माझ्या डोळ्यांसमोर स्पष्ट उभं राहिलंय... कॉट्स स्वच्छ करण्यासाठी जोसेफची आणि थॉमसची चाललेली लगबग, शिरेत सुया टोचून नळ्या लावण्यासाठी चाललेली त्यांची घाई, इतर साधनसामग्री गोळा करण्यासाठी चाललेली पळापळ, टी.बी. मास्क कसातरी गळ्याला अडकवून मदतीला धावलेला पीटर... आणि नव्यानंच तिथे रुजू झालेला सर्जन... एकीकडे, 'कुठून झक मारली आणि इथे आलो' असा विचार टाळू न शकणारा, दुसरीकडे पेशंट्सच्या गर्दीतून कशीतरी वाट काढत जाणारा, मोजता येणार नाहीत इतक्या जखमांवर पटापट इलाज करण्याचा प्रयत्न करणारा, कुठलं संकट ओढवलेच, तर त्या 'सेल्फ-रूम'मध्ये पळून जाण्याचा नुसता विचार करण्यासाठीही ज्याच्याकडे एक सेकंदही वेळ नाहीये असा.. सुरक्षित राहण्यासाठी जमिनीला अगदी घट्ट चिकटल्यासारखे आडवे पडून राहणारे पेशंटस् मला दिसताहेत... आणि तिथून काही मीटर्स एवढ्या अंतरावरच्या त्या टी.बी. व्हिलेजमधली लहान लहान मुलंही दिसताहेत... हा सगळा गोंधळ... हा गोळीबार सुरू असताना, निरागसपणे त्यांच्या खेळण्यातल्या लहानशा 'टुकुल'वर चिखल मातीचे थरच्या थर थापत बसलेली... या असल्या ठिकाणी राहताना, त्यांच्या भविष्यात काय वाढून ठेवलंय याचा विचारही त्यांच्या मनात येऊ शकणार नाही, इतकी लहान आहेत ही मुलं... बिचारी... खूप कणव वाटते मला त्यांची... आणि आपणच या सगळ्याबद्दल त्यांची क्षमा मागायला हवी, असंही वाटत राहतं.

...या सगळ्या गोष्टींचं नुसतं चित्र उभं राहिलंय डोळ्यांसमोर, तरी खूप त्रास होतोय मला. त्यापेक्षा तिथला कुठला विचारच न केलेला बरा असंच वाटतंय.

पण मग मनात असा पुढचा विचार येतोय, की अशा प्रकारचं काम करत

राहण्यात खरोखरच काही अर्थ आहे का? ज्या लोकांना अशी मदत करण्याचा प्रयत्न केला जातोय, त्या लोकांना त्या मदतीचा, कायमस्वरूपी म्हणावा, असा एखादा तरी फायदा होणार आहे का? की असं मदतकार्य करणाऱ्या अगणित संस्था, आंधळेपणानं, चाचपडतच हे काम करण्याचा प्रयत्न करताहेत, आणि मग "आम्ही निदान प्रयत्न तरी केला," अशी कौतुकाची थाप, स्वतःच स्वतःच्या पाठीवर मारून घेताहेत? का सतत फक्त स्वतःचं अस्तित्व टिकवून ठेवण्याचा प्रयत्न करताहेत? नुसतेच प्रश्न... फक्त प्रश्न... उत्तरं माहिती नसलेले...

मी जेव्हा पुन्हा मदतकार्याला सुरुवात केली, तेव्हा त्या निर्णयाबद्दल माझी मलाच फारशी खात्री वाटत नव्हती. मी स्वतःच स्वतःला अगदी गंभीरपणे प्रश्न विचारत होतो. अगदी मनापासून या विषयावरची पुस्तकं वाचत होतो... अशी पुस्तकं, ज्यात दारिद्र्याच्या मूळ कारणांबद्दल चर्चा केलेली होती. पाच दशकं उलटून गेल्यावर, आणि लाखो डॉलर्सची मदत, अनेक प्रकारच्या सुधारणा आणि सर्वतोपरी इतर साहाय्य केले गेल्यानंतरही हे दारिद्र्य अजून तसंच का राहिलं आहे, याची कारणमीमांसा करण्याचा प्रयत्न केलेला होता. या समस्येकडे बघण्याचा सध्याचा दृष्टिकोनच चुकीचा आहे का, या प्रश्नाबद्दलही ऊहापोह केलेला होता... आणि ही सगळी पुस्तकं वाचल्यानंतर, इतकंच म्हटलं तरी पुरे आहे की, ही सगळी पुस्तकं केवळ निराशावादी आहेत. एम.एस.एफ. या संस्थेला हे सगळं वास्तव माहितीच नाहीये, किंवा त्यांनी त्याकडे डोळेझाक केलीये, असं तर मुळीच म्हणता येणार नाही. उलट, या सगळ्या गोष्टींची तीव्रताही त्यांना माहिती आहे. स्वतःच्या कामाबद्दल सतत जागरूक असणारी, सतत आत्मपरीक्षण करत राहणारी ती संस्था आहे. आणि मी जे पाहिलंय, अनुभवलंय त्यावरून मी असं म्हणेन की, बाहेरच्या एखाद्याला कदाचित त्यांच्यातले दोष दिसणार नाहीत; पण ते स्वतःच स्वतःतले दोष शोधण्यात तत्पर असतात. मी माविंगा सोडल्यानंतर काहीच दिवसांनी, अंगोलातला कॉलऱ्याचा उद्रेक त्यांनी कसा हाताळला होता, याविषयीचा एक परीक्षणात्मक अहवाल त्यांनी स्वतःच संस्थेशी संबंधित लोकांसाठी प्रसिद्ध केला होता. आणि त्यात शेवटी असा निष्कर्ष काढला होता की, तेव्हाच्या तिथल्या परिस्थितीला ते अधिक चांगल्या पद्धतीने तोंड देऊ शकले असते, आणि मृत्यूचं प्रमाण आणखी कमी करू शकले असते. मी जेव्हा सुदानहून परत निघालो होतो, तेव्हा या संस्थेच्या प्रतीक्षागृहात संस्थेनेच प्रसिद्ध केलेलं, काही लेखांचं एक पुस्तक मला बघायला मिळालं होतं. मानवहितवादासंदर्भातल्या वेगवेगळ्या मुद्द्यांवर, समस्यांवर चर्चा करण्यासाठी संस्थेनं एक खुली परिषद आयोजित केली होती. त्यात सादर केल्या गेलेल्या वेगवेगळ्या लेखांचं संकलन या पुस्तकाद्वारा केलं गेलं होतं. ज्या देशात, अशा संस्था केवळ मानवी हित

लक्षात घेऊन हस्तक्षेप करतात, त्या देशाचंच या अशा हस्तक्षेपामुळे नुकसान होतं का? हा विषय या परिषदेत प्रामुख्यानं चर्चिला गेला होता. या संस्थेच्या संशोधन विभागाच्या प्रमुखानं लिहिलेलं असंच एक पुस्तक तिथे मला दिसलं, जे आता बाहेरही सर्वत्र उपलब्ध आहे. त्या पुस्तकाचं शीर्षकच खूप सूचक आणि बोलकं असं आहे... 'दि फेल्युअर ऑफ ह्युमॅनिटेरियन ॲक्शन'... 'मानवहितवादी दृष्टिकोनातून केल्या गेलेल्या कृतींचं अपयश'... अशी आणखीही बरीच पुस्तकं तिथे होती.

तरीही, माझ्या दृष्टीनं हीच त्यांची ताकद आहे... 'आत्मपरीक्षण'... त्यांच्यातल्या त्रुटी, त्यांच्या मर्यादा, हे सर्वकाही त्यांना माहिती आहे. तरीही ते काम करतच राहतात, स्वतःच स्वतःला प्रश्न विचारत राहतात. आवश्यक ते बदल सतत स्वीकारत राहतात. त्यांच्या काही निर्णयांबद्दल माझं दुमत होतं, आणि माझ्या काही निर्णयांबद्दल त्यांचं. पण या मतभेदांचं कारण नक्कीच हे नव्हतं, की प्रत्यक्ष कामाच्या जागी भेडसावणाऱ्या मूलभूत समस्यांकडे, त्या समस्यांच्या व्यापक स्वरूपाकडे ते लक्ष देत नव्हते. कारण त्यांच्याकडे त्या समस्या आणि त्यांची व्यापकता समजून घेण्याची क्षमता नव्हती, असं मी जर म्हटलं, तर तो निव्वळ हटवादीपणा ठरेल. त्यांना जे जे करणं शक्य आहे, ते ते सगळं ते करतात. त्यांच्या स्वतःच्याच शब्दांत सांगायचं तर ते कुठल्याही समस्येवर 'बॅन्ड-एड' लावतात... त्यावर मलमपट्टी करतात, आणि माणसं जिवंत राहतील एवढं पाहतात. त्या समस्या विचारपूर्वक कायमच्या सोडवण्याचं काम राजकीय पक्षांचं असतं. याबाबत ते कुठल्याही भ्रामक कल्पना बाळगत नाहीत.

आणि यांपैकी कुठल्याही प्रश्नावर माझं उत्तर काय असेल असं कुणी विचारलं, तर माझ्याकडे खरोखरच यांपैकी एकाही प्रश्नाचं उत्तर नाहीये. मी पहिल्यांदा जेव्हा हे काम करायला लागलो होतो, तेव्हा जेवढा गोंधळून गेलो होतो, त्यापेक्षा आत्ता मी खूपच जास्त गोंधळून गेलेलो आहे. तेव्हा मला एखादा 'साक्षात्कार' झाल्यासारख्या, अशा कामाशी निगडित असणाऱ्या सगळ्या गोष्टी, या कामाचं पूर्ण स्वरूप कळलं होतं, किंवा अशी कामं पूर्णत्वाला जातात की नाही, याचा मी अगदी सखोल विचार केला होता, असं अजिबातच झालं नव्हतं. पण ते काम सोडून घरी परत आल्यापासून मात्र, शांतपणे त्या सगळ्या गोष्टींचा, तिथल्या परिस्थितीचा विचार केल्यावर, आता एक गोष्ट माझ्या पूर्णपणे लक्षात आलीये, आणि ती मी मान्यही केली आहे की, अर्थकारण आणि राजकारण या दोन्ही बाजू या सगळ्यातून सरळपणे बाजूला काढल्या, तर या सगळ्या परिस्थितीचं मूळ कारण 'माणसं' हे आहे, असंच म्हणायला हवं. ही फक्त दोन प्रकारच्या माणसांमधली, साधीशी, परस्परावलंबी क्रिया आहे, असं मला वाटतं. एका

प्रकारात अशी माणसं येतात, ज्यांच्याकडे संधी आणि निवडीसाठी पर्याय, या दोन्ही गोष्टी उपलब्ध असतात. हे कोणतंही काम करणं थांबवायचा पर्याय त्यांनी निवडला, तर अशा परिस्थितीतून लगेच दुसऱ्या दिवशीही ते बाहेर पडू शकतात. आणि दुसऱ्या प्रकारात अशी माणसं असतात, ज्यांच्याकडे अगदी मोजके पर्यायही उपलब्ध नसतात. त्यांच्याकडे बाकीही काही नसतं... असते ती फक्त त्यांच्या भावना व्यक्त करणारी कृती... त्या भावना या ना त्या प्रकारे व्यक्त करण्याचा प्रयत्न. मग त्यांच्या अपेक्षाही अगदी कमीत कमी उरतात... जसे की टोटोला फक्त जेवण आणि एक तंबू एवढ्याचीच अपेक्षा असते. जोसला त्याच्या भाजून झालेल्या जखमांवर मलमपट्टी करून हवी असते. रॉबर्टोला शस्त्रक्रियेसाठी हवी असते ती एक छोटीशी खोली... म्हणजे गाडीच्या बॅटरीवर चालणारा जनरेटर आणि पाण्यात उकळलेली शस्त्रक्रियेची हत्यारं, या दोनच गोष्टींनी 'सुसज्ज' असणारं 'ऑपरेशन थिएटर'. एलिझाबेथला फक्त तिला झालेल्या एच.आय.व्ही.च्या संसर्गावर मोफत उपचार करून हवे असतात... प्रत्यक्षात तो रोग कधीच बरा होणारा नसतो आणि तसंही तिला झोपडीतच आयुष्य घालवावं लागणार असलं, तरीही त्या उपचारांमुळे तिला आरोग्यपूर्ण दीर्घायुष्य लाभेल असं तिला वाटत असतं. कधीकधी तर एवढीच अपेक्षा असते, की शांतपणे मरण येण्यासाठी खाट नसली तरी चालेल, पण त्या वेळी स्वतःचं कुटुंब आणि आरोग्यसेवक त्यांची काळजी घेत असावेत... पण नाही, काही काही ठिकाणी ही अपेक्षाही खूप मोठी वाटावी अशी परिस्थिती असते.

माझा मेंदू मला सांगतोय, की हे सगळे विचार निरर्थक आहेत.

पण माझ्या मनाला मात्र काहीतरी वेगळंच वाटतंय... जाणवतंय.

...आणि आता लवकरच मी या अशा कामासाठी पुन्हा एखाद्या नव्या ठिकाणी हजर होईन, असं मला वाटायला लागलंय.

...आणि या क्षणी माझ्या मनात हाही विचार यायला लागलाय की, आयुष्यच उद्ध्वस्त करणाऱ्या अशा परिस्थितीत जगणारी माणसं शोधायला आता मला फार लांब जावं लागणार नाही. माझ्या घरापासून फक्त काही तासच मला गाडी चालवत जावं लागेल एवढंच... मग तिथे अशी माणसं, माझ्यासारख्या एखाद्या स्वयंसेवकाची आशेने वाट पाहत नक्कीच खोळंबून राहिलेली असतील.

***

...बेट्टी, माझं काम संपायची वाट पाहत अजूनही त्या छोट्या खोलीत बसून आहे. तिच्याजवळच्या प्लॅस्टिकच्या एका पिशवीतून काहीतरी काढून ती शांतपणे खात बसली आहे... आणि त्याचा 'कुर्रऽ... कुर्रऽऽ' आवाज त्या खोलीभर जणू भरून राहिला आहे. ती तिन्ही लहान मुलं जमिनीवरच झोपली आहेत... ती

बहीण आपल्या लहान भावाच्या अंगावर हात टाकून, त्याला जवळ घेऊन झोपलीये... फार गोड दिसतंय हे दृश्य. मी बेट्टीला हाक मारताच, ती खुर्चीतून उठली आहे, आणि त्या मुलांना तिनं उठवलं आहे. बहीण धाकट्या भावाला हाताला धरून घेऊन आली आहे. त्या सगळ्यांना इतका वेळ माझी वाट पाहत इथे थांबावं लागल्याबद्दल मी बेट्टीची आणि त्या मुलांचीही माफी मागतो. त्या सगळ्यांना तपासण्याचं काम आता पूर्ण केलंय. लहान मुलांना झालेल्या फ्लूसाठी मी बेट्टीकडे पॅरॅसेटॉमॉलची एक बाटली दिली आहे, आणि घरी गेल्यावर ते औषध आठवणीनं द्यायला सांगितलंय... त्यांच्यासाठी हे औषध पुरेसं आहे. आणि त्या छोट्या मुलाच्या कानात झालेल्या जंतुसंसर्गासाठी अँटिबायोटिक्सही दिलंय.

"तू घरी कशी जाणार आहेस?" मी बेट्टीला विचारतो.

भिंतीवरच्या घड्याळाकडे पाहून ती नुसतेच खांदे उडवते आहे. मध्यरात्र उलटून गेल्यालाही बराच वेळ झालाय आता.

"इथून चालत जाण्याच्या दृष्टीनं जरा लांबचं आहे ना हे अंतर?" मी म्हणतोय.

"हो, आणि हल्ली असं चालत जाणं जरा धोक्याचंही झालंय."

"तुझं डायलिसिस कधी करायचं आहे पुन्हा?"

"आजच सकाळी," ती शांतपणे सांगत्येय.

"तुला पुन्हा बराच वेळ त्यासाठी थांबावं लागेल, याबद्दल खूप खेद वाटतोय मला बेट्टी. पण जरा थांब. तुम्हाला लवकरात लवकर घरी पोहोचता यावं, यासाठी काही करता येतंय का ते पाहू या."

मी डेव्हला बोलावतो. इथल्या प्रमुख वॉर्डमधल्या एका नर्सला आमच्या मदतीसाठी त्यानं बोलावून घेतलंय. त्या दोघांपैकी कुणीतरी एक जण बेट्टीला आणि त्या लहान मुलांना हॉस्पिटलच्या गाडीतून घरी सोडून येऊ शकेल का असं विचारताच, डेव्ह हे काम करायला तयार झालाय. पण तो मला आठवण करून देतो आहे की, 'फ्लाइंग डॉक्टर सर्व्हिस'चं छोटं विमान काही मिनिटांतच इथे पोहोचलं आणि गळफास लावून घेण्याच्या प्रयत्नात जखमी झालेल्या त्या माणसाला उपचारांसाठी 'अलाईझ स्प्रिंगज' इथल्या मोठ्या हॉस्पिटलमध्ये पाठवण्याची गरज आहे. नशिबानं, जॅक्सनला आता तिथे पाठवण्याची गरज नाहीये, कारण तो शुद्धीवर यायला लागलाय.

गाडीच्या किल्ल्या आणून डेव्हनं प्रवेशद्वारापाशी गाडी आणली आहे. बेट्टी आणि मुलं मागच्या सीटवर कोंबून बसवल्यासारखी बसली आहेत. आज आकाशात चंद्र दिसत नाहीये, पण चांदण्यांचं एक जाड आणि जाळीदार आच्छादन डोक्यावर असल्यासारखं वाटतंय... असं वाटतंय की त्या प्रचंड मोठ्या घुमटाकार आभाळाच्या

पार्श्वभूमीवर इथल्या रमणीय भूप्रदेशाचं तसंच विशाल असं चित्र रेखाटलंय कुणीतरी. ही अशी सुंदर दृश्यं, फक्त माविंगात आणि या दक्षिण सुदानमध्येच पाहायला मिळाली आहेत मला...

हॉस्पिटलची गाडी बाहेर पडता-पडताच पोलिसांची गाडी आत यायला लागली आहे. त्या गाडीच्या दिव्यांच्या प्रकाशात, आमच्या गाडीत मागच्या बाजूला दाटीवाटीनं बसलेल्या, कुरळ्या केसांच्या तीन लहान मुलांच्या आणि टोपी घातलेल्या एका वयस्कर स्त्रीच्या काळ्या आकृत्या तेवढ्या मला दिसताहेत. कुठल्या तरी 'आद्य' अशा भाषेत त्यांचं मोठमोठ्यानं बोलणं चाललंय. ज्या भाषेतला एक शब्दही मला कळत नाही. खरं तर ती भाषा जरुरीपुरती तरी मी शिकून घ्यायला पाहिजे. नुसतीच ती भाषा नाही, तर ज्या माणसांबरोबर मला काम करावं लागतं, त्या माणसांविषयीही मी खूप काही जाणून घ्यायला पाहिजे, असं मला सतत वाटत असतं. कारण बरंच काही शिकण्याच्या इतक्या संधी उपलब्ध असणं, ही खरोखरच खूप भाग्याची गोष्ट असते... अर्थात, कित्येकदा अशा संधी समोर आहेत, हे माझ्या लक्षातच येत नाही... आता मात्र मी मनापासून त्यासाठी प्रयत्न करणार आहे.

पण आता या क्षणी मात्र, 'सॅन्डविच पाहिजे' म्हणून जॅक्सनचा आरडाओरडा चालू आहे... पोलीस आणखी एका हल्ल्यात बळी पडलेल्या जखमीला इथे घेऊन आलेत... धावपट्टीवर उतरलेल्या विमानाचा धूं...धूं... असा आवाज ऐकू यायला लागलाय आणि पुढच्या पेशंटला तातडीनं तपासण्यासाठी मला जायला हवंय...

◆

(ओह... आणि अविवाहित राहण्याच्या बाबतीतल्या इतर गोष्टींबद्दल...?... तुम्ही तुमच्या आईवडलांबरोबर राहण्यासाठी घरी परत जा... नंतर हे पुस्तक लिहा.)